रिच डॅड्

रिटायर यंग रिटायर रिच

लवकरात लवकर श्रीमंत कसं व्हावं आणि नेहमी श्रीमंतच कसं राहावं!

रॉबर्ट टी. कियोसाकी

अनुवाद : मीना शेटे-संभू

MANJUL
मंजुल पब्लिशिंग हाउस

First published in India by

MANJUL

Manjul Publishing House

Pune Editorial Office

•Flat No. 1, 1st Floor, Samartha apartment, 1031,
Tilak Road, Pune - 411 002

Corporate and Editorial Office

•2 Floor, Usha Preet Complex, 42 Malviya Nagar, Bhopal 462 003 - India

Sales and Marketing Office

•7/32, Ansari Road, Daryaganj, New Delhi 110 002 - India
Website: www.manjulindia.com

Distribution Centres

Ahmedabad, Bengaluru, Bhopal, Kolkata, Chennai,
Hyderabad, Mumbai, New Delhi, Pune

Marathi edition of the international bestseller
Retire Young Retire Rich - How to Get Rich Quickly and Stay Rich Forever
by Robert T. Kiyosaki

Marathi edition first published in 2021

Translation by Meena Shete-Sambhu

Designed by: Insync Graphic Studio, Inc.
Cover adaption by Manjul Creative Team

ISBN 978-81-950415-7-2

Printed and bound in India by Thomson Press (India) Limited

आपल्या सर्वांची आयुष्यं ज्यांच्यामुळे
आधीपेक्षा उत्तम आणि अधिक समृद्ध झाली,
त्या आपल्या आधीच निवर्तलेल्या सर्वांना...

लेखकाची टीप

११ सप्टेंबर २०११ रोजीच्या दुःखद घटनेच्या आधी सहा महिने हे पुस्तक लिहून पूर्ण झालं होतं; पण या घटनेमुळेच आता या पुस्तकातील माहिती पूर्वी कधीही नव्हती इतकी जास्त महत्त्वाची बनली आहे.

या धकाधकीच्या, अनिश्चित काळात तुमचं आर्थिक शिक्षण जास्त मूल्यवान बनतं.

'धीर सोडू नका,' 'दीर्घकाळासाठी गुंतवणूक करा' आणि 'वैविध्यपूर्ण पर्यायांत गुंतवणुकी करा' यांसारख्या गुंतवणुकीविषयीच्या त्याच त्या जुन्या सल्ल्यांना तुम्ही कंटाळून गेला असाल तर हे पुस्तक तुमच्यासाठीच आहे.

अनुक्रमणिका

उपोद्घात

डेव्हिड गोलियथला का भेटला?

डेव्हिड आणि गोलियथ यांची कथा ही श्रीमंत वडिलांची (रिच डॅडची) एक आवडती कथा होती. माझा असा अंदाज आहे की, त्यांनी बहुधा स्वतःमध्येच डेव्हिडला बघितलं असावं. त्यांनी शून्यातून सुरुवात केली होती आणि तरीही भल्या मोठ्या व्यवसायाच्या विरोधात स्पर्धा करण्याइतपत स्वतःचा उत्कर्ष करून घेतला होता. श्रीमंत वडिलांनी असं सांगितलं होतं की, 'डेव्हिड गोलियथला हरवू शकला. कारण, डेव्हिडला तरफेच्या शक्तीचा उपयोग कसा करून घ्यायचा ते माहिती होतं. एक तरुण मुलगा आणि एक साधी गोफण या गोष्टी एका घाबरलेल्या महाकाय, राक्षसी आकाराच्या व्यक्तीहून खूपच जास्त शक्तिशाली होत्या.'

माझी आधीची पुस्तकं ही कॅश फ्लोच्या म्हणजेच वित्तप्रवाह किंवा खेळता पैसा यांच्या ताकदीविषयी आहेत. श्रीमंत वडिलांनी सांगितलं होतं की, 'कॅश फ्लो ही पैशांच्या जगतातील अत्यंत महत्त्वाची संज्ञा आहे आणि तरफेच्या वापराची शक्ती म्हणजेच 'लिव्हरेज' ही या जगातील त्या खालोखालची महत्त्वाची संज्ञा आहे.' त्यांनी असंही सांगितलं की, 'काही लोक श्रीमंत होतात आणि इतर लोक श्रीमंत बनत नाहीत त्यामागे तरफेची शक्ती हे कारण असतं.' श्रीमंत वडिलांनी पुढे असंही स्पष्ट केलं की, तरफेची शक्ती ही एक ताकद असते आणि या ताकदीचा वापर तुमच्या बाजूनं किंवा तुमच्या विरोधातही करणं शक्य असतं. तरफेची शक्ती ही ताकद असल्यामुळे काही जण तिचा वापर करतात, काही जण तिचा गैरवापर करतात आणि काही जण तिला घाबरतात. ते म्हणाले की, 'एकूण अमेरिकनांपैकी ५ टक्क्यांहून कमी लोक श्रीमंत आहेत. कारण, फक्त ५ टक्के लोकांनाच तरफेची शक्ती कशी वापरावी हे माहिती आहे. श्रीमंत होण्याची इच्छा असलेले अनेक लोक श्रीमंत होऊ शकत नाहीत. कारण, ते या ताकदीचा गैरवापर करतात आणि बहुतांश लोक तरफेच्या शक्तीला घाबरत असल्यामुळे श्रीमंत होत नाहीत.'

तरफेच्या शक्तीचे अनेक प्रकार असतात

तरफेची शक्ती किंवा लिव्हरेज अनेक स्वरूपात समोर येते. पैसे कर्जाऊ घेणं हा तिचा एक सर्वज्ञात प्रकार होय. आज या प्रकाराच्या ताकदीचे गंभीर परिणाम आपल्याला सगळ्यांना

माहितीच आहेत. लाखो लोक आर्थिकदृष्ट्या संघर्ष करत आहेत. कारण, कर्ज या तरफेच्या शक्तीचा त्यांच्या विरोधात वापर केला जात आहे. कर्जाच्या तरफेच्या शक्तीच्या गैरवापरामुळे अनेक लोकांना आता या स्वरूपाच्या तरफेच्या शक्तीची भीती वाटते. ते म्हणतात की, 'तुमचं क्रेडिट कार्ड बंद करून टाका, गहाणवटीतून किंवा तारणाच्या व्यवहारातून मिळवलेला पैसा देऊन टाका आणि कर्जातून बाहेर पडा.'

माझे श्रीमंत वडील यावर खिदळल्यासारखे हसत आणि म्हणत, 'क्रेडिट कार्ड बंद करून कोणीही श्रीमंत बनत नाही. क्रेडिट कार्ड बंद केल्यामुळे मी फक्त दुःखी बनतो.' अर्थातच तुम्ही जर कर्ज या तरफेच्या शक्तीचा गैरवापर करत असाल तर मात्र क्रेडिट कार्ड बंद करून टाका, या मताशी श्रीमंत वडील सहमत असतील. ते तुम्हाला नक्कीच सांगतील की, तुम्ही आपलं क्रेडिट कार्ड बंद करून टाका, गहाणवटीनं घेतलेले पैसे फेडून टाका आणि कर्जातून बाहेर पडा. त्यांनी मला असं सांगितलं होतं की, 'काही लोकांना क्रेडिट कार्ड देणं हे दारू पिऊन झिंगलेल्याच्या हातात भरलेली बंदूक देण्यासारखं असतं. अशा वेळी त्या दारुड्याच्या जवळपास असलेली कोणतीही व्यक्ती आणि तो स्वतःही संकटात असतो.'

कर्ज या तरफेच्या शक्तीला घाबरण्यास शिकवण्याऐवजी श्रीमंत वडिलांनी त्यांच्या स्वतःच्या मुलाला आणि मला कर्ज या तरफेच्या शक्तीचा आपल्या बाजूनं, आपल्याला अनुकूल असा वापर कसा करावा ते शिकवलं म्हणूनच ते नेहमीच म्हणत, 'कर्जांमध्ये काही कर्जं चांगली आणि काही वाईट असतात. चांगली कर्जं तुम्हाला श्रीमंत बनवतात आणि वाईट कर्जं गरीब बनवतात.' बहुतांश लोक हे वाईट कर्जाच्या ओझ्याखाली दबलेले असतात आणि इतर अनेक जण कर्जाच्या भीतीच्या छायेत जगत राहतात. ते अगदी एखाद्या चांगल्या कर्जापासून मुक्त राहिले असले तरीही त्यांना कर्जमुक्त असल्याचा अभिमान वाटतो.

या पुस्तकातून माझी पत्नी किम आणि मी तरुण असताना कसे निवृत्त झालो आणि श्रीमंत होऊन कसे निवृत्त झालो ते तुम्हाला समजेल. आम्ही कर्जात खोलवर बुडालो होतो – चांगल्या कर्जात आम्ही गळ्यापर्यंत बुडालो होतो; पण त्यामुळेच त्या कर्जानं आम्हाला श्रीमंत आणि आर्थिक काळजीतून मुक्त बनवलं होतं. दुसऱ्या शब्दांत, आम्ही कर्जाच्या तरफेच्या शक्तीचा वापर केला. आम्ही त्या ताकदीचा गैरवापर केला नाही किंवा त्या ताकदीच्या भीतीच्या छायेत जगत राहिलो नाही. त्याऐवजी आम्ही तरफेच्या शक्तीविषयी आदर बाळगला आणि तिचा सुज्ञपणानं आणि दक्षतेनं वापर केला.

प्रत्येक जण श्रीमंत होऊ शकतो का?

रिच डॅड पुस्तकांपैकी पहिलं पुस्तक प्रकाशित झाल्यापासून मी शेकडो मुलाखती दिल्या. त्या सर्वांमध्ये मला एक प्रश्न नेहमीच विचारला गेला. तो होता : प्रत्येक जण श्रीमंत होऊ शकतो, असं तुम्हाला वाटतं का?

मी या प्रश्नाला असं उत्तर देतो की : 'होय. प्रत्येकाकडेच श्रीमंत बनण्याची क्षमता असते असा माझा विश्वास आहे.'

इथेच मला सहसा असा प्रश्न विचारला जातो की, 'जर प्रत्येकाकडे ही क्षमता असते, तर प्रत्यक्षात इतके कमी लोक का श्रीमंत बनतात?'

या प्रश्नाला माझं नेहमीचं उत्तर असं असतं, 'आज माझ्याकडे या प्रश्नाचं उत्तर देण्यासाठी वेळ नाही.' ते आग्रह धरतात. मग मी बहुधा असं म्हणतो, '*रिच* डॅड मालिकेतील माझ्या पहिल्या चार पुस्तकांमध्ये यांपैकी बहुतेक उत्तरं तुम्हाला मिळतील.' जर मुलाखत घेणारा किंवा घेणारी जास्तच आग्रही किंवा खरं तर हट्टी असेल तर तो किंवा ती मला 'तुम्ही आम्हाला सगळी उत्तरं कधी देणार आहात?' यांसारखा एखादा प्रश्न विचारतो किंवा विचारते.

मी उत्तर देतो, 'याची सगळी उत्तरं कोणाकडे असतील ते मला माहिती नाही.'

माझ्याकडे सगळीच्या सगळी उत्तरं नसली तरीही *रिच* डॅड मालिकेतील हे पाचव्या क्रमांकाचं पुस्तक तुमच्यासमोर आणताना मला आनंद होत आहे. आपल्या सगळ्यांकडेच श्रीमंत होण्याची शक्ती आणि क्षमता असते यावर माझा का विश्वास आहे, ते या पुस्तकातून स्पष्ट होईल. 'आपल्या सगळ्यांकडे' असं मी म्हणतो त्या वेळी 'आपल्या सगळ्याच जणांकडे' असंच–नेमक्या याच अर्थानं मला म्हणायचं असतं. आपल्यापैकी फक्त काही जणांकडेच ही क्षमता आणि शक्ती असते, असं मला बिलकूल म्हणायचं नसतं. यातूनही मी आणि माझी पत्नी किम यांनी एकही पैसा नसताना सुरुवात करूनही आम्ही तरुण असतानाच कसे निवृत्त होऊ शकलो आणि श्रीमंत होऊन कसे निवृत्त होऊ शकलो तेही स्पष्ट होईल. आपल्या सगळ्यांकडेच अतिशय श्रीमंत होण्याची आणि तरुणपणी निवृत्त होण्याची क्षमता आणि शक्ती असली तरीही फक्त काही लोकच का श्रीमंत होतात आणि इतर लोक गरीबच का राहतात तेही यातून स्पष्ट होईल. हा सगळा तरफेच्या शक्तीचा प्रश्न असतो.

रिच डॅड मालिकेतील पहिली चार पुस्तकं ही प्रामुख्यानं कॅश फ्लोच्या शक्तीविषयीची होती. हे पुस्तक तरफेच्या शक्तीविषयी आहे. यासाठी अख्खं एक पुस्तक का लिहिलं आहे? याचं कारण असं आहे की, तरफेची शक्ती हा खूपच मोठा शब्द आहे आणि जवळजवळ आपल्या आयुष्यातील प्रत्येक गोष्ट त्याच्या आवाक्यात येते आणि प्रत्येक गोष्टीला तो स्पर्शून जातो.

हे पुस्तक तरफेच्या शक्तीच्या तीन महत्त्वाच्या प्रकारांवर लक्ष केंद्रित करणार आहे : मनाची तरफेची शक्ती, योजनेची तरफेची शक्ती आणि कृतींची तरफेची शक्ती.

पहिला विभाग : तुमच्या मनाची तरफेची शक्ती

हा या पुस्तकाचा सर्वांत महत्त्वाचा विभाग आहे. या विभागात पैसा तुम्हाला श्रीमंत का बनवत नाही हे तुम्हाला समजेल. या विभागात तुम्हाला तरफेच्या शक्तीचं जगातील सर्वाधिक शक्तिशाली स्वरूप म्हणजे तुमचं मन आहे हे लक्षात येईल. तुम्हाला श्रीमंत किंवा गरीब बनवण्याची शक्ती मनाकडे आहे. एखादी व्यक्ती कर्जाच्या तरफेच्या शक्तीचा वापर करू शकते, तिचा गैरवापर करू शकते किंवा तिला घाबरू शकते, नेमकी हीच गोष्ट तुमच्या मेंदूच्या तरफेच्या शक्तीच्या बाबतीतही खरी आहे. मेंदूची तरफेची शक्ती हा तरफेच्या शक्तीचा अत्यंत सामर्थ्यशाली प्रकार आहे.

शब्दांतसुद्धा तरफेची शक्ती असते

तुम्हाला शब्दांचं सामर्थ्य समजेल. श्रीमंत वडील नेहमीच असं म्हणत असत की, 'शब्द ही एक प्रकारची तरफेची ताकदच असते. शब्द हे प्रभावी साधन असतं, ते मेंदूसाठीचं साधन असतं; परंतु तुम्ही ज्याप्रमाणे श्रीमंत किंवा गरीब बनण्यासाठी कर्जाचा फक्त वापर करून घेऊ शकता, त्याप्रमाणेच तुम्हाला श्रीमंत किंवा गरीब बनवण्यासाठी शब्दांचा वापर करणंही शक्य असतं. या विभागात तुम्हाला शब्दांचं सामर्थ्य आणि श्रीमंत लोक समृद्ध शब्द व गरीब लोक गरीब शब्द कशा प्रकारे वापरतात ते समजेल. तुम्ही जर मेंदूत योग्य शब्दांचा वापर केला तर तुम्ही अतिशय श्रीमंत बनाल. तुम्ही जर चुकीच्या शब्दांचा वापर केला तर तुमचा मेंदू तुम्हाला गरीब बनवेल.' या विभागात तुम्हाला समृद्ध किंवा श्रीमंत शब्दांची आणि गरीब शब्दांची माहिती समजेल.

'पैसा मिळवण्यासाठी पैशांचा वापर करावा लागत नाही,' असं श्रीमंत वडील का म्हणतात ते तुम्हाला समजून येईल. ते म्हणतात, 'श्रीमंत बनण्याची सुरुवात तुमच्या शब्दांनी होते आणि शब्द फुकट मिळतात.'

गुंतवणूक करणं धोकादायक का नसतं?

'गुंतवणूक करणं धोकादायक असतं,' असं म्हणणारे लोक गुंतवणूक बाजारपेठांमधील सर्वांत मोठे तोटा सहन करणारे लोक का असतात, हे तुम्हाला या पुस्तकातून समजेल. पुन्हा एकदा ही गोष्ट शब्दांपर्यंत पोहोचते. तुम्हाला असं आढळून येईल की, तुम्ही जी गोष्ट खरी आहे असा विचार करता, ती प्रत्यक्षात उतरते. ज्या लोकांना 'गुंतवणूक करणं धोकादायक असतं,' असं वाटतं ते सर्वाधिक धोकादायक गुंतवणूक पर्यायांमध्येच का गुंतवणूक करतात तेही तुमच्या लक्षात येईल. त्यांच्या वास्तवामुळे ते घडलेलं असतं. गुंतवणूक करणं धोकादायकच असलं पाहिजे, असं का नसतं ते या पुस्तकातून तुम्हाला समजेल. अधिक सुरक्षित, उच्च परतावे देणाऱ्या गुंतवणुकी शोधण्यासाठी लोकांनी पहिल्यांदा त्यांच्या शब्दांमध्ये बदल करून याची सुरुवात केली पाहिजे.

आधी सांगितल्याप्रमाणे तरफेच्या शक्तीचा वापर किंवा गैरवापर करणं शक्य असतं किंवा तिला घाबरून राहणंही शक्य असतं. या विभागात आर्थिक प्रतिकूलतेऐवजी आर्थिक अनुकूलतेसाठी तुमच्या मेंदूच्या तरफेच्या शक्तीचा वापर कसा करावा ते तुम्हाला समजेल. श्रीमंत वडील असं म्हणतात की, 'बहुतेक लोक मेंदू या जगातील सर्वाधिक प्रभावशाली तरफेच्या शक्तीचा वापर करत नाहीत आणि तिचा वापर करून स्वतःला गरीब बनवतात. हा ताकदीचा वापर नसतो. हा गैरवापर असतो. 'मला हे परवडत नाही' किंवा 'मी हे करू शकत नाही,' अगर 'गुंतवणूक धोकादायक असते' अगर 'मी कधीच श्रीमंत होऊ शकणार नाही,' असं तुम्ही दर वेळी म्हणता त्या वेळी तुम्ही तरफेच्या शक्तीच्या सगळ्यात ताकदवान प्रकाराचा वापर करता; पण तुम्ही तो वापर स्वतःशीच गैरवर्तन करण्यासाठी, त्या ताकदीचा दुरुपयोग करण्यासाठी करता.'

तुम्हाला तरुणपणी निवृत्त होण्याची आणि श्रीमंत होऊन निवृत्त होण्याची इच्छा असेल तर तुम्हाला आपल्या मेंदूचा वापर स्वतःला अनुकूल पद्धतीनं करून घ्यावा लागेल,

स्वतःला प्रतिकूल पद्धतीनं नव्हे. तुम्ही हे करू शकला नाहीत तर इतर दोन विभागांतील गोष्टी सोप्या असल्या तरी तुम्हाला त्या करणं शक्य होणार नाही. तुमच्याकडच्या तरफेच्या शक्तीच्या अत्यंत प्रभावशाली, ताकदवान प्रकारावर तुम्हाला नियंत्रण मिळवता आलं, तर पुढचे दोन विभाग सोपे असतील.

दुसरा विभाग : तुमच्या योजनेची तरफेची शक्ती

रिच डॅड्स गाइड टू इन्व्हेस्टिंग या तिसऱ्या क्रमांकाच्या पुस्तकात मी 'गुंतवणूक ही योजना असते,' असं लिहिलं होतं. किमला आणि मला तरुणपणी निवृत्त व्हायचं असेल तर योजना आखण्याची गरज होती. आम्हाला हातात काहीही नसताना या योजनेची सुरुवात करायची होती. कारण, आमच्याकडे काहीच नव्हतं. ही योजना पूर्णत्वाला जाऊ शकली असती किंवा आम्हाला तिच्यातून बाहेर पडावं लागलं असतं. शिवाय तिच्यात कालमर्यादाही समाविष्ट होतीच. आमची कालमर्यादा ही दहा वर्षांची किंवा त्याहूनही कमी वर्षांची होती. आम्हाला निवृत्त व्हायला नऊ वर्षं लागली. आम्ही १९९४मध्ये निवृत्त झालो, त्या वेळी मी ४७ वर्षांचा आणि किम ३७ वर्षांची होती. आम्ही हातात एकही पैसा नसताना सुरुवात केली असली तरी आम्ही नंतरची वर्षं काम न करता सुमारे ८५,००० डॉलर्स ते १,२०,००० डॉलर्स वार्षिक उत्पन्न मिळवत राहण्याची हमी असताना निवृत्ती पत्करली होती. आता आमचं उत्पन्न हे पूर्णपणे आम्ही केलेल्या गुंतवणुकांमधूनच येत आहे. कदाचित, ही फार मोठी रक्कम नसली तरीही आम्ही त्या वेळी आर्थिकदृष्ट्या स्वतंत्र झालो होतो. कारण, आमचा वार्षिक खर्च ५०,००० डॉलर्सहून कमी होता.

आम्ही श्रीमंत होण्यासाठी तरुणपणी निवृत्त झालो

तरुणपणी निवृत्त होण्याचा एक फायदा असा होता की, आता आमच्याकडे श्रीमंत बनण्यासाठी मोकळा वेळ होता. असो, फोर्ब्ज नियतकालिकानं श्रीमंत लोक म्हणजे वार्षिक एक दशलक्ष डॉलर्स किंवा त्याहून अधिक उत्पन्न असलेले लोक अशी श्रीमंतांची व्याख्या केली आहे. दुसऱ्या शब्दांत, फोर्ब्जच्या व्याख्येनुसार आम्ही निवृत्त झालो होतो, त्या वेळी श्रीमंत नव्हतो. हे माहिती असल्यामुळे तरुणपणी निवृत्त होण्यामागचं आणखी एक कारण असं होतं की, आता आमच्याकडे श्रीमंत बनण्यासाठी मोकळा वेळ होता. गुंतवणुकीत वेळ घालवणं आणि व्यवसायाची उभारणी करणं ही आमची निवृत्त झाल्यानंतरची योजना होती. आज आमच्याकडे भरपूर प्रमाणात रिअल इस्टेटची मालकीच नाही, तर आम्ही प्रकाशन संस्थेची, खाण कंपनीची, तंत्रज्ञान कंपनीची आणि तेल कंपनीची स्थापना केली आहे. त्याबरोबरच शेअर बाजारातही आमच्या गुंतवणुकी आहेत. श्रीमंत वडील नेहमीच म्हणत की, 'नोकरी करण्यातली समस्या अशी आहे की, ती श्रीमंत बनण्याच्या मार्गातील अडथळा बनते.' दुसऱ्या शब्दांत, आम्ही तरुणपणी निवृत्त झाल्यामुळे आमच्याकडे श्रीमंत बनण्यासाठी वेळ होता. आज आमच्या गुंतवणुकींपासून आणि व्यवसायांपासून आम्हाला मिळणारं उत्पन्न कोट्यवधी डॉलर्समध्ये आहे आणि शेअर बाजार कोसळल्यानंतरही ते

स्थिरपणानं वाढतच चाललं आहे. सारं काही नियोजनानुसार सुरू आहे. *रिच डॅड्स गाइड टू इन्व्हेस्टिंग* या तीन क्रमांकाच्या पुस्तकात मी असं लिहिलं होतं की, बहुतेक लोक गरीब राहण्याची योजना आखतात म्हणून अनेक लोक असं म्हणतात की, 'मी निवृत्त झाल्यावर माझ्या उत्पन्नात घसरण होईल.' दुसऱ्या शब्दांत ते असं म्हणत असतात की, 'आयुष्यभर भरपूर कष्टानं काम करण्याचं मी नियोजन केलं आणि आणि आता निवृत्तीनंतर मी जास्त गरीब बनणार आहे.' औद्योगिक युगात ही योजना ठीक होती; पण माहितीच्या युगात ही अतिशय निकृष्ट योजना आहे. अमेरिकेतील कोट्यवधी कामगार आता त्यांच्या निवृत्तीच्या योजना आखत आहेत, ते निवृत्त होतात त्या वेळी त्यांच्याकडे ४०१(के), आयआरए, सुपरॲन्युएशन प्लॅन्स ऑफ ऑस्ट्रेलिया, आरआरएसपी प्लॅन्स ऑफ कॅनडा आणि इतर योजनाही असतात. या योजनांना मी माहितीच्या युगातील निवृत्तीच्या योजना असं म्हणतो. मी त्यांना असं म्हणतो कारण माहितीच्या युगात आपल्या निवृत्तीसाठी कर्मचारी जबाबदार असतात. औद्योगिक युगात एकदा तुमचे काम करण्याचे दिवस संपले की, कंपनी किंवा सरकार तुमच्या आर्थिक गरजांची काळजी घेत असे. माहितीच्या युगातील या निवृत्ती योजनांमध्ये एक दुःखद दोष आहे. यांच्यापैकी बहुतेक योजना या शेअर बाजाराशी संलग्न आहेत आणि कदाचित तुमच्या लक्षात आलं असेल त्याप्रमाणे शेअर बाजार चढू शकतो आणि घसरूही शकतो. कोट्यवधी कष्टाळू लोक शेअर बाजारात आपलं आर्थिक भवितव्य आणि आर्थिक सुरक्षितता आता पणाला लावत आहेत हे लक्षात आलं की, मला ती गोष्ट मोठीच धक्कादायक वाटते. उदाहरणार्थ, घसरण, चोरी किंवा बाजार कोसळल्यामुळे एखाद्या ८५ वर्षांच्या निवृत्ताची निवृत्ती योजना बंद पडली तर त्याचं काय होईल? तुम्ही अशा व्यक्तीला 'नोकरी मिळवा आणि निवृत्तीसाठी बचत करण्यास सुरुवात करा,' असं सांगणार आहात का? म्हणूनच मला चिंता वाटते आणि म्हणूनच मी लिहितो आणि शिकवतो. माहितीच्या युगात राहण्यासाठी लोकांना अधिक चांगल्या प्रकारे शिक्षित करण्याची आणि लोकांची जास्त चांगली तयारी करून घेण्याची गरज आहे. या युगात आपण सर्वांनीच पैशाविषयी मोठ्या प्रमाणात जाणून घेण्याची गरज आहे. ज्या युगात आपल्याला स्वतःला जास्त प्रमाणात आर्थिकदृष्ट्या जबाबदार बनण्याची आणि आपले काम करण्याचे दिवस संपल्यानंतर आपल्या गरजांसाठी कंपनीवर किंवा सरकारवर कमीत कमी प्रमाणात अवलंबून राहण्याची गरज आहे, त्या युगाविषयीही आपण बरीच माहिती घेण्याची गरज आहे.

आता फक्त पुढील आकडेवारीवर एक नजर टाका. 'बेबी बूमर्स' (दुसऱ्या महायुद्धानंतरच्या काळात तात्पुरत्या स्वरूपात जन्मदरात वाढ झाली होती. त्या काळात जन्मलेले लोक) या नावानं ओळखल्या जाणाऱ्या लोकांपैकी पहिले साडेसात कोटी लोक सन २०१० या वर्षात निवृत्त होऊ लागले. त्यानंतरच्या काळात असं समजूया की, या साडेसात कोटी निवृत्तांपैकी प्रत्येकाला आर्थिक बाजारपेठांतून १,००० डॉलर्स मासिक उत्पन्न मिळालं. जर माझं गणित बरोबर असेल तर साडेसात कोटी गुणिले १,००० डॉलर्स हा आकडा ७५ अब्ज डॉलर्स असा येतो आणि हे उत्पन्न आर्थिक बाजारपेठांतून येतं. सरकारकडून आणि आर्थिक बाजारपेठांतून येणाऱ्या या मासिक पंचाहत्तर अब्ज डॉलर्सचा या दोन्ही संस्थांवर नाट्यमय परिणाम होईल. सरकार काय करेल? कर वाढवेल? आर्थिक

बाजारपेठांमध्ये पैशांची भर पडण्याऐवजी त्यांच्यातून ७५ अब्ज डॉलर्स बाहेर पडले तर या बाजारपेठा काय करतील? त्या तुम्हाला सल्ला देतील, शेअर्स विकत घ्या आणि तसेच ठेवा. दीर्घकाळासाठी गुंतवणूक करत राहा आणि तुमच्या पोर्टफोलिओत वैविध्य ठेवा. बरोबर? आर्थिक सल्लागार 'सरासरीवर असलेला शेअर बाजार नेहमीच चढतो,' असंच सांगत राहतील ना? माझ्याकडे भविष्य सांगण्याचा जादूचा स्फटिकगोल नाही आणि मी भविष्यही सांगत नाही; पण मी इतकं तरी नक्कीच सांगू शकतो. या दोन्ही मोठ्या संस्थांकडून एकत्रितपणे दिल्या जाणाऱ्या १५० अब्ज डॉलर्सच्या रकमेमुळे अर्थव्यवस्थेवर काही तरंग तरी निश्चितपणे उमटतील.

जुन्या अर्थकारणातील जुन्या योजनेमुळे कोट्यवधी लोकांचे काम करण्याचे, नोकरीचे दिवस संपले की, त्यांना आर्थिक हालअपेष्टांना तोंड द्यावं लागेल. अमेरिकेतील कोट्यवधी लोकांच्या कंपन्यांकडे निवृत्तिवेतन योजना नाहीत किंवा त्या लोकांकडे स्वतःच्या वैयक्तिक निवृत्ती योजना नाहीत. ते काय करतील? नोकरीचा शोध घेतील? संपूर्ण आयुष्यभर काम करत राहतील? त्यांच्या मुलांबरोबर आणि नातवंडांबरोबर काम करतील की, त्यांच्यावर अवलंबून राहतील? संपूर्ण आयुष्यभर प्रचंड कष्ट उपसत राहण्याची योजना आखणं ही अतिशय निकृष्ट योजना असते; पण ही योजना निकृष्ट असली तरीही आज भरपूर पैसे मिळवत असलेल्या कोट्यवधी लोकांकडे हीच योजना आहे. ते आज प्रचंड कष्ट करत आहेत; पण उद्यासाठी बाजूला काढून ठेवण्यासाठी, शिल्लक टाकण्यासाठी त्यांच्याकडे पैसा नाही. अनेक 'बेबी बूमर्स'कडची 'काळ' ही आपल्या सर्वांकडेच असलेली सर्वांत महत्त्वाची मालमत्ता सध्या संपत चालली आहे.

मग 'मला निवृत्तीनंतर फारशा पैशांची गरज असणार नाही. माझं घर कर्जमुक्त असेल आणि माझा निर्वाहाचा खर्चही कमी होईल,' असं अनेक निवृत्त म्हणत असल्याचं मी ऐकतो. तुमचा उदरनिर्वाहाचा खर्च कमी होईल हे खरं असलं तरीही तुमचे वैद्यकीय खर्च वाढतील. आधीच नोकरीत असणाऱ्या लोकांचाच औषधं, आरोग्य आणि दातांची काळजी यावरचा खर्च भरपूर असतो. ज्या वेळी कोट्यवधी निवृत्तांना जगण्यासाठी आरोग्याची काळजी तर घ्यायची असेल; पण त्यांच्याकडे त्यासाठी देण्यास पैसे नसतील, त्या वेळी अशा निवृत्तांना तोंड द्यावं लागल्यावर वैद्यकीय उद्योगाचं काय होईल? जर तुम्हाला मेडिकेअर वाचवेल असा तुमचा विश्वास असेल तर तुम्ही बहुधा ईस्टर बनीवरही विश्वास ठेवत असाल.

म्हणूनच कदाचित ॲलन ग्रीनस्पॅन या फेडरल रिझर्व्ह बँकेच्या माजी अध्यक्षानं असं म्हटलं होतं की, 'आपल्या शाळांमधून आपण आर्थिक साक्षरता शिकवण्यास सुरुवात करण्याची गरज आहे.' मुलांना ती निवृत्त झाल्यानंतर सरकार किंवा कंपनी त्यांची काळजी घेईल, असं शिकवण्याऐवजी त्यांना आर्थिकदृष्ट्या स्वतःची काळजी घेण्यास शिकवलं पाहिजे.

जर तुम्हाला तरुणपणी निवृत्त होण्याची आणि श्रीमंत होऊन निवृत्त होण्याची इच्छा असेल तर बहुतेक लोकांकडे असते, त्याहून अधिक चांगली योजना तुमच्याकडे असण्याची गरज असेल. दोन क्रमांकाच्या विभागात, तरुणपणी कसं निवृत्त व्हावं आणि श्रीमंत होऊन कसं निवृत्त व्हावं याविषयीची योजना असलेल्या अत्यंत महत्त्वाच्या तरफेच्या शक्तीविषयी माहिती देण्यात आली आहे.

तिसरा विभाग : तुमच्या कृतींची तरफेची शक्ती

कुंपणावर बसलेल्या तीन पक्ष्यांची अगदी चावून चावून चोथा झालेली एक गोष्ट आहे. यातला प्रश्न असा आहे की : जर दोन पक्ष्यांनी उडून जायचं असं ठरवलं तर किती पक्षी उरतील? 'तीन पक्षी उरतील,' हे त्याचं उत्तर आहे. यातला धडा असा आहे की, फक्त तुम्ही एखादी गोष्ट करायची असं ठरवलं तर त्याचा अर्थ तुम्ही जे ठरवता ते करताच असा नसतो. प्रत्यक्षात अमेरिकन लोकसंख्येपैकी ५ टक्क्यांहून कमी लोक श्रीमंत आहेत, कारण ९५ टक्के लोकसंख्येला श्रीमंत होण्याची इच्छा असली तरीही फक्त ५ टक्के लोकच त्यासाठी आवश्यक असलेली कृती करतात.

रिच कीड, स्मार्ट कीड या माझ्या तिसऱ्या पुस्तकात चुका केल्याबद्दल शालेय व्यवस्था मुलांना कशा शिक्षा करतात, त्याविषयी मी लिहिलं आहे, तरीही आपण कसे शिकतो ते तुम्ही पाहिलं तर आपण चुकांतूनच शिकतो हे तुमच्या लक्षात येईल. आपल्यापैकी बहुतेक जण काही वेळा पडल्यानंतरच सायकल चालवायला शिकतात. मग आपण शाळेत जातो आणि आपल्याला पडताच कामा नये असं शिकवलं जातं. जे लोक पडतात ते मूर्ख असतात असं आपल्याला शिकवलं जातं. त्या तीन पक्ष्यांप्रमाणे कुंपणावर बसून राहणारे लोक हुशार असतात, असं आपल्याला शिकवलं जातं आणि त्याबरोबरच उत्तरांची घोकंपट्टी करण्यासही शिकवलं जातं. फक्त ५ टक्के अमेरिकन लोकच का श्रीमंत होतात ही अगदीच थोडी आश्चर्याची गोष्ट आहे. तुम्ही जगातील सर्वाधिक श्रीमंत लोकांकडे – म्हणजे मायक्रोसॉफ्टचा संस्थापक बिल गेट्स, डेल कॉम्प्युटर्सचा संस्थापक मायकेल डेल, सीएनएनचा संस्थापक टेड टर्नर, फोर्ड मोटर कंपनीचा संस्थापक हेन्री फोर्ड आणि जनरल इलेक्ट्रिकचा संस्थापक थॉमस एडिसन यांच्यासारख्या लोकांकडे पाहिलं तर त्या कोणीही त्यांचं शालेय शिक्षण पूर्ण केलं नव्हतं.

शाळा वाईट असते असं मी म्हणत नाही. माहितीच्या युगात शाळा आणि शिक्षण या गोष्टी पूर्वी कधीही नव्हत्या इतक्या महत्त्वाच्या आहेत. मी असं सांगत आहे की, काही वेळा यशस्वी होण्यासाठी आपल्याला जे शिकवलेलं असतं ते न करण्यास शिकण्याची गरज नसते. तुम्हाला जास्त यशस्वी व्हायचं असेल तर मुलं कसं शिकतात ते फक्त पाहा आणि त्यांचं अनुकरण करा. चुका करण्याच्या, अपयशी होण्याच्या आणि शरमिंदे होण्याच्या भीतीवर कशी मात करावी ही गोष्ट मला शिकावीच लागली होती; पण ही गोष्ट स्वाभाविकपणेच कशी करावी हे बहुतेक लहान मुलांना माहिती असतं तरीही शाळेत आपण त्यांना तसं न करण्यास शिकवतो. जर मी चुका कशा कराव्यात, कसं अपयशी व्हावं आणि माझ्या शरमिंदेपणातून कसं बाहेर पडावं हेच शिकण्यास सक्षम नसेन तर मी तरुणपणी निवृत्त होण्यास आणि श्रीमंत होऊन निवृत्त होण्यासही सक्षम नसेन.

श्रीमंत होण्यासाठी कोणीही करू शकेल अशा तीन सोप्या गोष्टी

आपल्याला श्रीमंत होण्यासाठी जे करावं लागतं ते सोपं आणि साधं असतं असं मी नेहमीच म्हणतो. जवळजवळ कोणीही ते करू शकतो. हे पुस्तक तुमच्या हाती देताना मला

आनंद होत आहे. कारण, तुम्हाला तरुणपणी निवृत्त व्हायचं असेल आणि श्रीमंत होऊन निवृत्त व्हायचं असेल तर या पुस्तकातील पहिल्या आणि दुसऱ्या विभागांतून त्यासाठी कोणत्या साध्या आणि सोप्या गोष्टी केल्या पाहिजेत ते देण्यात आलं आहे. ज्या तीन प्रमुख मालमत्तांमुळे लोक श्रीमंत होतात आणि तरुणपणी निवृत्ती पत्करू शकतात त्या तीन मालमत्तांचे वर्ग मी इथे देत आहे :

१. रिअल इस्टेट
२. बाँड्स, शेअर्स इ. कागदपत्रांच्या स्वरूपातील मालमत्ता
३. व्यवसाय

या तिन्ही अत्यंत महत्त्वाच्या मालमत्ता मिळवण्यास सुरुवात करण्यासाठी तुम्ही काय केलं पाहिजे हे तुम्हाला तिसऱ्या विभागात आढळेल. माझी पत्नी किम आणि मी तरुण असताना निवृत्त होऊ शकलो आणि श्रीमंत होऊन निवृत्त होऊ शकलो. कारण, आम्ही पैशासाठी काम करण्याऐवजी मालमत्ता मिळवण्यावर आमचा वेळ खर्च केला.

तुम्ही हे पुस्तक वाचत असाल तर या महत्त्वाच्या मालमत्ता मिळवण्यास सुरुवात करण्यासाठी तुम्ही काही साध्या कृती करू शकता. ५ टक्के श्रीमंत लोकांकडे याच मालमत्ता असतात. तुम्ही यासाठीच्या कृतींची पावलं उचलू शकाल याची मी तुम्हाला खात्री देतो; पण त्याआधी तुम्हाला या पुस्तकाचे पहिले दोन विभाग वाचावे लागतील. जर तुम्ही पहिले दोन विभाग वाचले नाहीत तर तुम्हाला कितीही सोपी असली तरी कृतीसाठी पावलं उचलता येणार नाहीत. श्रीमंत वडिलांनी मला काही वर्षांपूर्वी सांगितलं होतं की, 'श्रीमंत बनण्याची सुरुवात योग्य मनोरचनेतून, योग्य शब्दांतून आणि योग्य योजनेतून होते. तुझ्याकडे या गोष्टी असल्या की कृतीसाठी पावलं उचलणं सोपं असतं.'

मग डेव्हिड गोलियथला का भेटला होता? याला श्रीमंत वडिलांचं उत्तर असं होतं : आपल्यातील राक्षसाची भेट घेता यावी म्हणून डेव्हिड गोलियथला भेटला होता.'

त्यांनी असंही सांगितलं होतं की, 'आपल्या प्रत्येकाच्या अंतरंगात डेव्हिड आणि गोलियथ असतो. अनेक लोक आयुष्यात अयशस्वी होतात. कारण, गोलियथची भेट झाली की ते पळ काढतात. गोलियथशिवाय डेव्हिडला कधीही पुरुषांमधली महान व्यक्ती बनता आलं नसतं.' श्रीमंत वडिलांनी त्यांच्या मुलाला आणि मला आर्थिकदृष्ट्या बलाढ्य, महान व्यक्ती बनण्यासाठी स्फूर्ती, प्रेरणा देण्यासाठी या गोष्टीचा उपयोग केला होता. दुसऱ्या शब्दांत, राक्षसाला ठार मारण्याऐवजी श्रीमंत वडिलांनी आम्हाला राक्षस बनण्याची स्फूर्ती दिली होती.

हे पुस्तक आर्थिकदृष्ट्या स्वतंत्र होण्याविषयी आहे. आम्हाला कष्ट करावे लागू नयेत, यासाठी स्वतःच कठोर परिश्रम करणाऱ्या मालमत्ता संपादित करून आणि त्यांची उभारणी करून किमनं आणि मी हे स्वातंत्र्य मिळवलं. एकदा आम्ही स्वतंत्र, मुक्त झाल्यानंतर आम्ही फक्त या तीन वर्गांतील मालमत्तांचा पोर्टफोलिओ तयार करण्याच्या मागे लागलो. व्यवसाय, कागदपत्रांच्या स्वरूपातील मालमत्ता आणि रिअल इस्टेट या त्या तीन मालमत्ता होत. आम्ही तरुण असताना निवृत्त झालो आणि या मालमत्तांच्या उभारणीसाठी आम्ही

वापरू शकत असलेल्या सगळ्या तरफांच्या शक्तींचा वापर करून घेऊन अधिकाधिक श्रीमंत बनत गेलो. आज त्या मालमत्ता अधिकाधिक उत्पन्नाची निर्मिती करत आहेत आणि आम्ही अधिकाधिक कमी काम करत आहोत. तुम्हालाही असंच करण्याची इच्छा असेल तर हे पुस्तक तुमच्यासाठी आहे. तुमची स्वतःची आर्थिक मुक्तता तुम्हाला शोधता यावी, स्वतःच्या उदरनिर्वाहासाठी काबाडकष्ट करण्यापासून तुमची सुटका व्हावी, यासाठी हे पुस्तक लिहिलं आहे.

हे प्रकरण संपवताना एवढंच सांगतो की, डेव्हिडकडे असलेल्या सगळ्या तरफांच्या शक्तींचा वापर करून तो महान बनला. तुम्हीही तेच करू शकता. हे पुस्तक तुमच्यात तो बलाढ्यपणा, शक्तिशालीपणा आणण्याविषयीचं - आणि त्या अर्थानं तुमच्यात तो राक्षस निर्माण करण्याविषयीचं आहे.

विभाग एक

तुमच्या मनाच्या तरफेच्या शक्ती

आपल्याकडे असलेल्या तरफेच्या शक्तींपैकी सर्वाधिक शक्तिशाली प्रकार हा मनाच्या शक्तीचा असतो. तरफेच्या शक्तीचा वापर करण्यातील समस्या अशी असते की, ही शक्ती एक तर तुम्हाला अनुकूल काम करते किंवा ती तुम्हाला प्रतिकूल कामही करू शकते. तुम्हाला तरुण असताना निवृत्त होण्याची आणि निवृत्त होताना श्रीमंत असण्याची इच्छा असेल तर तुम्हाला श्रीमंत बनवण्यासाठी तुमच्या मेंदूच्या शक्तीचा वापर तुम्ही करून घेतलाच पाहिजे. तुम्ही करावयाच्या गोष्टींपैकी ही सगळ्यात पहिली गोष्ट असेल. ज्या वेळी पैशांचा प्रश्न येतो, त्या वेळी कित्येक लोक स्वतःला गरीब बनवण्यासाठी त्यांच्या मेंदूच्या शक्तीचा वापर करून घेतात.

श्रीमंत वडिलांनी सांगितलं होतं की, 'श्रीमंत आणि गरीब यांच्यातला सगळ्यात मोठा फरक असा असतो की, श्रीमंतांच्या तुलनेत अनेक वेळा गरीब लोक 'मला हे परवडत नाही' असं म्हणतात.' त्यांनी असंही सांगितलं होतं की, 'मी संडे स्कूलमध्ये असताना 'आणि तो शब्द साकार झाला,' हे बायबलमधील वचन शिकलो. ते पुढे असं म्हणाले की, 'गरीब लोक गरीब, निकृष्ट शब्दांचा वापर करतात आणि गरीब शब्द गरीब लोकांना तयार करतात. तुमचे शब्दच साकार होतात, प्रत्यक्षात उतरतात.'

या विभागात तुम्ही श्रीमंत, समृद्ध शब्दांमधील आणि गरीब शब्दांमधील फरक काय असतो ते शिकाल. त्याबरोबरच जलद शब्दांतील आणि मंद शब्दांतील फरकही शिकाल. तुम्ही वापरत असलेल्या शब्दांमध्ये आणि तुमच्या विचारपद्धतीत बदल करून तुमच्या आर्थिक भवितव्यात तुम्ही कसा बदल घडवून आणू शकता तेही तुम्ही शिकाल. तुम्ही आपले शब्द आणि विचार यांच्यात श्रीमंती आणली, तसे श्रीमंत शब्द तुम्ही वापरू लागलात आणि समृद्धीचे, श्रीमंत विचार करू लागलात की, तुमच्यासाठी तरुण असताना निवृत्त होणं आणि श्रीमंत होऊन निवृत्त होणं या गोष्टी सोप्या होतील.

प्रकरण एक

श्रीमंत कसं व्हावं आणि तरुणपणी निवृत्त कसं व्हावं?

माझी पत्नी किम, माझा जिवलग मित्र लॅरी आणि मी कफल्लक अवस्थेपासून ते श्रीमंत होण्यापर्यंतच्या आणि दहाहून कमी वर्षांत निवृत्त होण्याच्या प्रवासाला सुरुवात केली. तरुणपणी निवृत्त होण्याविषयी तुमच्यापैकी कोणाच्याही मनात शंका असेल किंवा तरुणपणी निवृत्त होण्याच्या प्रवासात तुम्हाला थोड्याशा आत्मविश्वासाची गरज असेल तर तुम्हाला प्रोत्साहन देण्यासाठी मी ही कथा सांगत आहे. मी आणि किमनं हा प्रवास सुरू केला, त्या वेळी आमच्याकडचे जवळजवळ सगळे पैसे संपले होते. आमच्याकडे आत्मविश्वासही कमी होता आणि सगळ्या शंका-कुशंकांनी आमची मनं भरून गेली होती. आमच्या मनात शंका होत्याच. फक्त आम्ही त्या शंकांचं काय केलं यातूनच हा सगळा फरक निर्माण झाला आहे.

प्रवासाची सुरुवात

सन १९८४च्या डिसेंबरमध्ये किम, माझा जिवलग मित्र लॅरी क्लर्क आणि मी ब्रिटिश कोलंबियातील व्हॅनकुव्हरमध्ये व्हिसलर माऊंटनवर स्किईंग करत होतो. बर्फाचे खूपच जाड थर होते. स्किईंगचं अंतरही जास्त होतं आणि त्यामुळे अतिशय थंडी असूनही स्किईंगचा अनुभव विलक्षण होता. रात्री आम्ही तिघे जण उंचच उंच पाईन वृक्षांना खेटून असलेल्या छोट्याशा खोलीत बसलो होता. ती खोली जेमतेमच दिसू शकत होती. कारण, तिच्या छपरापर्यंत बर्फ साचला होता.

रोज रात्री शेकोटीभोवती बसून आम्ही भविष्यातील आमच्या योजनांवर चर्चा करत होतो. आमच्या मनात खूपच मोठमोठ्या आशा होत्या; पण आमच्याकडे अत्यल्प संसाधनं होती. किमकडे आणि माझ्याकडे त्या वेळी थोडेफार उरलेसुरले डॉलर्स होते आणि लॅरी दुसऱ्या व्यवसायाची उभारणी करण्याच्या प्रक्रियेत गुंतला होता. रोज रात्री अगदी उशिरापर्यंत आमच्या चर्चा सुरू असत. आम्ही अलीकडेच वाचलेल्या पुस्तकांवर आणि पाहिलेल्या चित्रपटांवर चर्चा करत होतो. आम्ही बरोबर नेलेल्या शैक्षणिक टेप्स आम्ही ऐकत होतो आणि नंतर पुन्हा त्या टेप्समधील धड्यांवर सखोल चर्चा करत होतो.

नववर्षदिनी आम्ही दर वर्षी जे करत होतो तेच केलं. आम्ही आगामी वर्षासाठी उद्दिष्टं निश्चित केली; पण त्या वर्षी आमचं उद्दिष्ट निश्चित करण्याचं सत्र वेगळं होतं. लॅरीला आगामी वर्षासाठी फक्त उद्दिष्टं निश्चित करण्याहूनही आणखी काहीतरी करायचं होतं. त्याला आमच्या वस्तुस्थितींमध्ये बदल घडवून आणून आमची आयुष्यं बदलवून टाकणारी उद्दिष्टं निश्चित करायची होती. तो म्हणाला, 'आपण सगळेच जण आर्थिकदृष्ट्या मुक्त, स्वतंत्र होऊ अशा योजना आपण का लिहून काढू नयेत?'

मी त्याचे शब्द काळजीपूर्वक ऐकले आणि तो काय बोलला होता तेही ऐकलं; पण तो जे काही बोलला होता, ते माझ्या प्रत्यक्ष जीवनात मी चपखल बसवू शकत नव्हतो. मी त्याविषयी बोललो होतो, मी त्याची स्वप्नं पाहिली होती आणि एखाद्या दिवशी मी ते करू शकेन हेही मला माहिती होतं; पण आर्थिकदृष्ट्या स्वावलंबी, स्वतंत्र होण्याची कल्पना ही दर वेळी भविष्यातील कल्पना असे, ती आजची कल्पना नसे, त्यामुळे ती कल्पना मला समर्पकपणे जीवनात बसवता येण्याजोगी वाटत नव्हती. 'आर्थिकदृष्ट्या स्वतंत्र?' मी विचारलं. ज्या क्षणी हा प्रश्न विचारतानाचा माझा आवाज मी ऐकला त्या वेळी मी किती भेकड, पळपुटा बनलो होतो ते माझ्या लक्षात आलं. माझ्या आधीच्या आवाजासारखा तो आवाज नव्हता.

'आपण याविषयी अनेक वेळा बोललो आहोत,' लॅरी म्हणाला. 'पण मला वाटतं की आता फक्त बोलत राहणं, स्वप्नं बघत राहणं थांबवण्याची आणि या उद्दिष्टाशी बांधिलकी पत्करण्याची वेळ आली आहे. आपण ते लिहून काढू या. एकदा आपण ते लिहून काढलं की, आपल्याला ते करावंच लागतं हे तुला माहिती आहे. एकदा आपण ते लिहून काढलं की, या प्रवासात आपण एकमेकांना आधार देऊ.'

आमच्याकडचा पैसा जवळजवळ संपलेला असल्यामुळे मी आणि किमनं एकमेकांकडे पाहिलं. शेकोटीच्या ज्वाळांच्या प्रकाशातून आमच्या चेहऱ्यांवरच्या शंका आणि अनिश्चितता दिसत होत्या. 'ही चांगली कल्पना आहे; पण मला वाटतं की, त्यापेक्षा आपण पुढच्या वर्षीपर्यंत कसा तग धरून राहू, कसा उदरनिर्वाह चालवू शकू यावर लक्ष केंद्रित केलं पाहिजे,' मी म्हणालो. मी नुकताच नायलॉन आणि वेल्क्रो वॉलेटचा व्यवसाय सोडला होता. १९७९मध्ये तो बंद पडल्यानंतर पुढची पाच वर्षं मी व्यवसायाची पुनर्उभारणी करण्यात घालवली होती आणि नंतर तो पूर्णपणे सोडून दिला होता. मी लवकरच त्यापासून दूर गेलो होतो. कारण, त्या व्यवसायात खूप मोठे बदल झाले होते. आम्ही त्यानंतर अमेरिकेतून उत्पादन करत नव्हतो. वाढत्या स्पर्धेला तोंड देण्यासाठी आम्हाला चीन, तैवान आणि कोरिया इथे फॅक्टऱ्या हलवाव्या लागल्या होत्या. मी व्यवसाय सोडला होता. कारण, आपल्याला श्रीमंत बनवण्यासाठी मिठाईच्या दुकानांतील बालकामगारांचा वापर करून घेण्याची कल्पना वापरणं मला जास्त काळ योग्य वाटलं नव्हतं. तो व्यवसाय माझ्या खिशात पैसा टाकत होता; पण तो मला जीवघेणं दुःखही मिळवून देत होता. मी माझ्या भागीदारांशीही जमवून घेऊ शकत नव्हतो. आम्ही वेगळे झालो होतो आणि एकमेकांचं तोंडही बघत नव्हतो. अत्यल्प प्रमाणातील समभाग घेऊन मी व्यवसायातून बाहेर पडलो. माझ्या आत्म्याचा, चैतन्याचा भंग करणाऱ्या आणि ज्या भागीदारांबरोबर मला बोलण्याचीही

इच्छा नव्हती, त्यांच्याबरोबर काम करावं लागणाऱ्या व्यवसायात राहणं मला शक्यच नव्हतं. मी व्यवसाय ज्या प्रकारे सोडला होता, त्याविषयी मला अभिमान वगैरे वाटत नाही; पण तरीही मला हे माहिती होतं की, तो व्यवसाय सोडण्याची वेळ आली होती. मी तिथे आठ वर्षं काम केलं आणि तिथे खूप काही शिकलोही. व्यवसायाची उभारणी कशी करावी, व्यवसायाचा सत्यानाश कसा करावा आणि त्याची पुनर्उभारणी कशी करावी ते मी शिकलो. मी अत्यल्प पैसा घेऊन बाहेर पडलो असलो तरीही असं अमूल्य शिक्षण आणि अनुभव घेऊन मी बाहेर पडलो होतो.

'चल, सोडून दे तो विचार,' लॅरी म्हणाला. 'तू अगदीच भित्रट बनत चाललायस. फक्त एका वर्षाचं उद्दिष्ट निश्चित करण्याऐवजी ते प्रत्यक्षात उतरवण्याचा प्रयत्न करू या. अनेक वर्षांचं मोठं उद्दिष्ट निश्चित करू या. आता आपण स्वातंत्र्य मिळवण्याकडे, स्वावलंबनाकडे जाऊ या.'

'पण आमच्याकडे फारसा पैसा नाही,' मी किमकडे पाहत म्हणालो. तिच्या चेहऱ्यावरही काळजीचे भाव उमटले होते. 'आम्ही पुन्हा नव्यानं सुरुवात करत आहोत ते तुला माहिती आहेच. सध्या आम्ही फक्त पुढचे सहा महिने किंवा फार फार तर वर्षभर उदरनिर्वाह चालवण्याचा विचार करत आहोत. मी जर आता आर्थिकदृष्ट्या फक्त तग धरून राहण्याचा विचार करत असेन, तर आर्थिक स्वातंत्र्याचा मी कसा काय विचार करू शकेन?' माझा आवाज किती भ्याडपणाचा वाटत होता ते ऐकल्यावर मला पुन्हा एकदा धक्का बसला होता. माझा आत्मविश्वास खरोखरच तळावला होता. माझी ऊर्जाही खरोखरच खालावली होती.

'ही आणखी चांगली गोष्ट आहे. नव्यानं सुरुवात म्हणून तिचा विचार कर,' लॅरी आता मागेच लागला होता. तो थांबलाच नसता.

'पण आमच्याकडे पैसाच नसला तर आम्ही लवकर निवृत्त कसे काय होऊ शकू?' मी तसाच विरोध केला. माझ्यातील अधिकाधिक भ्याडपणा बाहेर पडत असल्याचं मी ऐकू शकत होतो. मला आतून दुबळं झाल्यासारखं, मोडून पडल्यासारखं वाटत होतं आणि त्यामुळेच तोपर्यंत कुठल्याही गोष्टीची बांधिलकी पत्करण्याची माझी इच्छा नव्हती. मला फक्त अल्प काळापर्यंत आर्थिकदृष्ट्या तग धरून राहायचं होतं आणि भवितव्याचा विचारही करायचा नव्हता.

'मी वर्षभरातच आपण निवृत्त होऊ या असं म्हटलेलं नाही,' लॅरी म्हणाला. आता माझ्या भ्याड प्रतिसादामुळे तोही संतप्त झाला होता. 'मी फक्त एवढंच सांगतोय की, आताच निवृत्तीची योजना आखू या. उद्दिष्ट लिहू या, योजना तयार करू या आणि नंतर या कल्पनेवर लक्ष केंद्रित करू या. अनेक लोक खूपच उशीर होईपर्यंत निवृत्तीचा विचारही करत नाहीत. मला जास्त चांगली योजना हवी आहे. मला फक्त बिलं भागवण्यासाठी आयुष्यभर काम करत राहण्याची इच्छा नाही. मला जगायचं आहे. मला श्रीमंत बनायचं आहे. प्रवासाचा आनंद घेता येण्याइतपत तरुण असेपर्यंतच मला जगभर प्रवास करायचा आहे.'

अशा प्रकारचं उद्दिष्ट तयार करण्याची त्याची कल्पना आणि त्या कल्पनेचे फायदे माझ्या गळी उतरवण्याचा प्रयत्न करणाऱ्या लॅरीचं बोलणं मी ऐकत असतानाच हळूहळू मी

त्याच्या विचारांशी एकरूप होऊ लागलो. तो काय म्हणत होता त्याच्यावर मी विचार करत होतो. त्याच वेळी आर्थिकदृष्ट्या स्वतंत्र बनण्याचं आणि लवकर निवृत्त होण्याचं उद्दिष्ट अवास्तव का वाटत होतं, असा प्रश्न माझा आतला दबलेला, म्लान आवाज मला विचारत होता. खरं तर ते उद्दिष्ट फक्त असत्यच नव्हे, तर अशक्य असल्यासारखं वाटत होतं.

लॅरी पुढे बोलतच होता. मी किंवा किम त्याचं बोलणं ऐकत होतो का याचीही त्याला पर्वा नव्हती, त्यामुळे मीही त्याच्या विचारांमध्ये हरवून गेलो. तो काय बोलत होता, त्याचा लक्षपूर्वक विचार करू लागलो. मूकपणे मी स्वतःशीच म्हटलं, 'लवकर निवृत्त होण्याचं उद्दिष्ट निश्चित करणं ही चांगली कल्पना आहे, मग मी तिला विरोध का करत आहे? एखाद्या चांगल्या कल्पनेला विरोध करणं ही गोष्ट माझ्या नेहमीच्या स्वभावाला धरून नाही.'

अचानक त्या शांततेत माझ्या श्रीमंत वडिलांचा आवाज माझ्या कानांत घुमू लागला, 'आपल्या स्वतःविषयीच्या शंकेला आणि आळसाला आव्हान देणं हे आपल्यासमोरचं सगळ्यात मोठं आव्हान असतं. तुमची स्वतःविषयीची शंका आणि आळसच तुम्ही कोण आहात त्याची व्याख्या करत राहतात आणि तुम्हाला मर्यादित बनवतात. तुम्ही कोण आहात ते तुम्हाला बदलायचं असेल तर तुम्ही स्वतःविषयीच्या शंकेला आणि तुमच्या आळसाला दूर केलंच पाहिजे. तुमच्या स्वतःविषयीच्या शंका आणि आळसच तुम्हाला लहान बनवतात. या स्वतःविषयीच्या शंका आणि आळस तुम्हाला हवं असलेलं आयुष्यही तुम्हाला नाकारतात.' श्रीमंत वडिलांचा आवाज पुन्हा एकदा दुमदुमू लागला. त्यांचा मुद्दा ते पुन्हा एकदा ठासून सांगत असल्याचं मला ऐकू येऊ लागलं. 'तुमच्या स्वतःखेरीज आणि तुमच्या शंकांखेरीज दुसरं इतर कोणीही तुमच्या मार्गात अडथळा म्हणून येत नाही. तुम्ही जसे असता तसेच राहणं ही सोपी गोष्ट असते. बदल न करणं ही सोपी गोष्ट असते. बहुतांश लोक संपूर्ण आयुष्यभर जसे असतात तसेच राहणं पसंत करतात. तुम्ही जर स्वतःविषयीच्या शंकेवर आणि तुमच्या आळसावर मात केली तर तुम्हाला स्वातंत्र्याचे, मुक्ततेचे नवीन दरवाजे सापडतील.'

या ट्रिपसाठी मी हवाईतून बाहेर पडलो होतो, त्याच्या थोडंसंच आधी श्रीमंत वडील माझ्याशी हे बोलले होते. मी बहुधा माझ्या भल्यासाठीच हवाई सोडत होतो हे त्यांना माहिती होतं. मला ज्या ठिकाणी अतिशय आरामशीर, निवांत वाटत होतं ते माझं घर आणि ती जागा मी सोडत होतो हे त्यांना माहिती होतं. सुरक्षिततेच्या कुठल्याही हमीशिवाय मी जगाचा धांडोळा घेण्यासाठी निघालो होतो हेही ते जाणून होते. आता श्रीमंत वडिलांशी माझं जे बोलणं झालं होतं, त्यानंतर बरोबर एका महिन्यानं मी त्या बर्फाच्छादित उंच पर्वतांमध्ये बसून माझ्या जिवलग मित्राकडूनही त्याच गोष्टी ऐकत होतो. त्याचं बोलणं ऐकताना मला आतून अतिशय दुर्बलतेची, दुबळेपणाची जाणीव होत होती. मला असुरक्षितपणा जाणवत होता. मला माहिती होतं की, ती एक तर वाढीची किंवा सारं काही सोडून देऊन घरी परतण्याची वेळ होती. माझ्या हे लक्षात आलं होतं की, मी त्या पर्वतातील त्या वेळच्या त्या दुर्बलतेच्या क्षणासाठीच तिथे आलो होतो. कारण, त्या क्षणातच पुन्हा एकदा ती निर्णय घेण्याची वेळ होती. ती निवड करण्याची वेळ होती. एक तर स्वतःविषयीच्या संशयाला, शंकेला आणि आळसाला मी जिंकायला देऊ शकलो असतो किंवा त्यांच्यावर मात करू

शकलो असतो. स्वतःविषयीच्या माझ्या आकलनात बदल करू शकलो असतो. ती एक तर पुढे जाण्याची किंवा मागे फिरण्याची वेळ होती.

मी पुन्हा एकदा लॅरीच्या बोलण्याकडे लक्ष वळवलं. माझ्या लक्षात आलं की, तो खरं तर स्वातंत्र्याविषयी बोलतच नव्हता. त्या क्षणी माझ्या लक्षात आलं की, माझ्या स्वतःविषयीच्या शंकांवर आणि आळशीपणावर मात करणं ही मी करू शकत असलेली सगळ्यात महत्त्वाची गोष्ट होती. मी त्यावर मात केली नसती तर माझं आयुष्य मागे गेलं असतं.

'ठीक आहे. आपण तसंच करू या,' मी म्हटलं. 'आपण आर्थिकदृष्ट्या स्वतंत्र, स्वावलंबी होण्याची योजना आखू या.'

तो १९८५चा नववर्षदिन होता. त्यानंतर १९९४मध्ये मी आणि किम आर्थिकदृष्ट्या स्वावलंबी, मुक्त बनलो होतो. लॅरी त्याच्या कंपनीच्या उभारणीत व्यग्र होता आणि १९९६मध्ये इंक.मॅग्झिननं तयार केलेल्या 'अत्यंत जलद गतीनं वाढत चाललेल्या जगातील कंपन्यांच्या' यादीत त्याच्या कंपनीचं नाव होतं. सन १९९८मध्ये वयाच्या ४६व्या वर्षी लॅरीनं कंपनी विकली आणि तो निवृत्त झाला. त्यानंतर त्याने एक वर्षाची सुट्टी घेतली.

तुम्ही हे कसं केलं?

ज्या ज्या वेळी मी ही गोष्ट सांगतो, त्या त्या वेळी मला हा प्रश्न विचारला जातो की, 'तुम्ही हे कसं केलं?'

त्यावर मी सांगतो की, 'ही गोष्ट कसं याविषयीची नाही, ती का याविषयीची आहे. मी आणि किमनं ते का केलं याविषयीची आहे. मी पुढे सांगतो की, 'का शिवाय कसं ही गोष्ट अशक्य असते.'

मी, किमनं आणि लॅरीनं ते कसं केलं हे मी तुम्हाला सांगू शकतो; पण मी ते सांगणार नाही. आम्ही ते कसं केलं हे महत्त्वाचं नाही. आम्ही ते कसं केलं या प्रश्नाबद्दल मी एवढंच सांगेन की, १९८५ ते १९९४ या काळात आम्ही श्रीमंत वडिलांनी सांगितलेल्या प्रचंड श्रीमंत बनण्याच्या तीन मार्गांवर लक्ष एकवटलं होतं. ते मार्ग असे :

१. व्यावसायिक कौशल्यांत वाढ करणं.
२. पैशाच्या व्यवस्थापनाविषयीच्या कौशल्यांत वाढ करणं.
३. गुंतवणुकींमध्ये वाढ करणं.

या प्रत्येक मार्गाविषयी अनेक पुस्तकं लिहिण्यात आली आहेत. मीही तेच केलं तर कसं करावं या प्रकारच्या या पुस्तकांमध्ये फक्त आणखी एका पुस्तकाची भर पडेल; पण आम्ही कसं केलं यापेक्षाही आम्ही ते का केलं याला जास्त महत्त्व आहे, असं मला वाटतं. मला स्वतःविषयीच्या शंकांना, संशयाला आणि माझ्या आळसाला आव्हान देण्याची इच्छा होती हे या 'का'चं उत्तर आहे.

श्रीमंत वडील नेहमीच असं सांगत होते की, 'अनेक लोक मला नेहमीच एखादी गोष्ट कशी करावी, असं विचारतात. मी त्यांना ते सांगितलं तरीही मला नेहमीच असं आढळलं

होतं की, त्यांनी तसं कधीही केलं नव्हतं. त्या वेळी माझ्या लक्षात आलं की, मी कसं केलं यापेक्षा मी ते का केलं हे जास्त महत्त्वाचं होतं. का ही गोष्टच तुम्हाला कसं करावं याची शक्ती मिळवून देते.' त्यांनी असंही सांगितलं की, 'अनेक लोक ते जे करू शकतात तेही करत नाहीत यामागे त्यांच्याकडे पुरेशा ताकदीचा 'का' नसतो. एकदा तुम्हाला हा 'का' सापडला की, तुमचा स्वतःचा 'कसं' शोधणं ही सोपी गोष्ट असते. स्वतःच्या अंतरंगात श्रीमंत बनण्याच्या इच्छेमागच्या 'का'चा शोध घेण्याऐवजी बहुतेक लोक श्रीमंतीकडे नेणाऱ्या सोप्या मार्गाच्या शोधात असतात. या सोप्या मार्गाविषयीची समस्या अशी असते की, तो सहसा कुठे ना कुठेतरी संपतो. त्याच्या पुढे जाण्यासाठी मार्गच नसतो.'

स्वतःशीच वाद

त्या रात्री पर्वतांमधील त्या थंडगार खोलीत मी लॅरीचं बोलणं ऐकत बसलो होतो, त्या वेळी माझ्या असं लक्षात आलं की, मी त्याच्याशी शांतपणे वाद घालत होतो. 'आपण उद्दिष्ट निश्चित करू या, लिहून काढू या आणि योजना तयार करू या,' असं त्याने दर वेळी म्हटलं की, प्रतिसाद म्हणून मी त्याच्याशी वाद घालत होतो हे माझ्या लक्षात येऊ लागलं. मी असं काही ना काही म्हणत होतो की :

१. 'पण आमच्याकडे बिलकूल पैसा नाही.'
२. 'मी हे करू शकत नाही.'
३. 'मी आणि किम स्थिरस्थावर झालो की, पुढच्या वर्षी मी याचा विचार करेन.'
४. 'आमची परिस्थिती तुझ्या लक्षात येत नाही.'
५. 'मला आणखी थोडा वेळ हवा आहे.'

गेली अनेक वर्षं माझ्या श्रीमंत वडिलांनी मला अनेक धडे शिकवले होते. 'एखाद्या चांगल्या कल्पनेवर आपण वाद घालत असल्याचं तुझ्या लक्षात आलं तर बहुधा तुला वाद थांबवण्याची इच्छा होऊ शकेल,' हा त्यांनी दिलेल्या धड्यांपैकी एक होता.

त्या रात्री लॅरी श्रीमंत होण्याविषयी आणि लवकर निवृत्त होण्याविषयी जास्तीत जास्त सांगत राहिला होता, त्या वेळी चांगल्या कल्पनेवर वाद घालण्याविषयीचा श्रीमंत वडिलांचा इशारा पुनःपुन्हा माझ्या कानांत घुमत राहिला होता. ते म्हणाले होते, 'ज्या वेळी एखादी व्यक्ती अमुक गोष्ट तिला परवडत नाही किंवा मी हे करू शकत नाही, असं म्हणते त्या वेळी तिच्यामध्ये एक मोठी समस्या असते. जगातील कोणत्याही व्यक्तीनं आपल्याला हवी ती गोष्ट करण्यासाठी 'मला हे परवडत नाही' किंवा 'मी हे करू शकत नाही' असं का म्हणावं? त्यांना हव्या असलेल्या गोष्टी कोणीही स्वतःलाच देणं का नाकारावं? त्याला तर्कनिष्ठ विचार केला तर काहीही अर्थ नसतो.'

शेकोटीतील आगीच्या ठिणग्या उडाल्या, त्याच वेळी माझ्या लक्षात आलं की, मला जे हवं होतं त्याविषयीच मी वाद घालत होतो. 'श्रीमंत होऊन, लवकर निवृत्त का होऊ नये?' अखेरीस मी स्वतःलाच प्रश्न विचारला. 'त्यात असं काय चुकीचं आहे?' माझं मन आता हळूहळू खुलं होऊ लागलं आणि मी स्वतःलाच पुनःपुन्हा प्रश्न विचारू लागलो, 'मी

या कल्पनेवर का वाद घालत आहे?' ही तर चांगली कल्पना आहे. मी तिच्याविषयी बरीच वर्षं बोलतही आलो आहे. मलाही ३५ वर्षांपर्यंत निवृत्त व्हायचं होतं आणि आता तर मी जवळजवळ ३७ वर्षांचा झालो होतो; पण मी तर निवृत्तीच्या जवळपासही नव्हतो. खरं तर मी जवळजवळ कफल्लक बनलो होतो. मग मी वाद का घालत होतो?

एकदा मी हे स्वतःलाच सांगितल्यानंतर मी चांगल्या कल्पनेवर का वाद घालत होतो ते माझ्या लक्षात आलं. २५ वर्षांचा असताना मी श्रीमंत होण्याची आणि तीस ते पस्तीस वर्षांदरम्यान निवृत्त होण्याची योजना आखली होती. ते माझं स्वप्न होतं; पण माझ्या वेल्क्रो वॉलेट व्यवसायातून बाहेर पडल्यानंतर पहिल्यांदाच माझ्यातील चैतन्य, उत्साह लोप पावला होता. माझा आत्मविश्वासही मोठ्या प्रमाणात कमी झाला होता आणि त्यामुळेच मी हा वाद घालत होतो. त्या रात्री आम्ही शेकोटीभोवती बसलो असताना माझ्या एकदम लक्षात आलं की, मला हव्या असलेल्या स्वप्नाविषयीच मी वाद घालत होतो. मला पुन्हा एकदा निराश, हताश होण्याची इच्छा नव्हती म्हणून मी वाद घालत होतो. मी वाद घालत होतो. कारण, मोठी स्वप्नं प्रत्यक्षात उतरली नाहीत, तर मोठी स्वप्नं पाहण्यामुळे निर्माण होणाऱ्या दुःखापासून मी स्वतःचं संरक्षण करू पाहात होतो. मी स्वप्न पाहिलं होतं आणि त्यात अपयशी ठरलो होतो. त्या रात्री मला जाणवलं होतं की, मी पुन्हा स्वप्न बघण्याच्या विरोधात नव्हे, तर पुन्हा अपयशी होण्याच्या विरोधात वाद घालत होतो.

'ठीक आहे, मग मोठं उद्दिष्ट निश्चित करू या,' मी शांतपणे लॅरीला म्हणालो. अखेरीस चांगल्या कल्पनेवर वाद घालणं मी थांबवलं होतं. अजूनही माझ्या मनात वाद होता; पण त्या वादाला, त्या युक्तिवादाला मी माझे पाय खेचू दिले नव्हते. काहीही झालं तरी तो फक्त मी स्वतःशी घालत असलेला एक वाद होता आणि त्याहून जास्त काहीही नव्हतं. वाढीची आणि अधिक मोठं होण्याची इच्छा असलेल्या माझ्याशी माझ्यातील छोटी व्यक्ती वाद घालत होती.

'छान,' लॅरी म्हणाला. 'तू असा पळपुटा, भ्याड बनणं थांबवलंस हे चांगलं झालं. हा सगळा काळाचा महिमा आहे. मला खरोखरच तुझी चिंता वाटत होती.'

मी हे करण्याचं ठरवलं कारण मला माझा 'का' सापडला होता. त्या क्षणी मला मी ते 'कसं' करणार होतो हे माहिती नसलं तरीही मी ते 'का' करणार होतो ते मला माहिती होतं.

मी लवकर निवृत्त होण्याचं का ठरवलं?

तुमच्यापैकी किती जण स्वतःशीच असं म्हणतात की, 'आता मला या सगळ्याचा अगदी वीट आला आहे. मी अगदी थकून गेलो आहे.' असं तुमच्यापैकी किती जण किती वेळा म्हणतात? असो, तर त्या नववर्षदिनाच्या आदल्या रात्री किम, लॅरी आणि मी शेकोटीभोवती बसलो होतो आणि माझ्या जुन्या स्वत्वाचा मला अगदी वीट आला होता आणि मी त्याला कंटाळून गेलो होतो आणि त्यामुळेच मी बदलायचं असं ठरवलं. तो फक्त मानसिक बदल नव्हता. तो बदल माझ्या सखोल अंतःकरणातून आला होता.

ती मोठा बदल करण्याची वेळ होती आणि मला हे माहिती होतं की, मी बदल करू शकत होतो. कारण, मला तो बदल का करायचा होता ते मी शोधून काढलं होतं. खाली

दिलेले काही माझे वैयक्तिक 'का' आहेत – मी तरुणपणी निवृत्त व्हायचं आणि श्रीमंत होऊन निवृत्त व्हायचं का ठरवलं होतं – त्यामागे हे 'का' होते :

१. मला कफल्लक बनण्याचा आणि सतत पैशासाठी संघर्ष करण्याचा अगदी कंटाळा आला होता. माझ्या वॉलेटच्या व्यवसायात मी अल्प काळ श्रीमंत होतो; पण तो व्यवसाय डबघाईला आल्यानंतर मी पुन्हा संघर्ष करू लागलो. माझ्या श्रीमंत वडिलांनी मला व्यवस्थित शिकवलं असलं तरीही मी तोपर्यंत फक्त त्यांनी शिकवलेल्या धड्यांवरच होतो. मी तोपर्यंत श्रीमंत बनलो नव्हतो आणि आता श्रीमंत बनण्याची माझी वेळ आली होती.
२. मला सर्वसामान्य होऊन राहण्याचा कंटाळा आला होता. शाळेत शिक्षकांनी असं म्हटलं होतं की, 'रॉबर्ट हा हुशार मुलगा आहे; पण तो स्वतःच्या बुद्धीचा वापर करत नाही.' त्यांनी असंही म्हटलं होतं की, 'तो हुशार आहे; पण हुशारीची निसर्गदत्त देणगी लाभलेल्या मुलांइतका काही तो हुशार नाही. तो एक सर्वसामान्य मुलगा आहे.' त्या रात्री त्या डोंगराळ भागात मी बसलो होतो, त्या वेळी मला या सर्वसामान्य असण्याचा कमालीचा वीट आला. मी त्यामुळे अगदी कंटाळून गेलो. आता सर्वसामान्य असणं थांबवण्याची माझी वेळ आली होती.
३. मी आठ वर्षांचा असताना मी घरी आलो होतो, त्या वेळी माझी आई जेवणाच्या टेबलाजवळ रडत बसल्याचं मला दिसलं होतं. आमच्या खर्चाची बिलं भागवण्याची काळजी वाटल्यामुळे ती रडत होती. माझे वडील जास्त पैसे मिळवण्याचे शक्य तितके सगळे प्रयत्न करत होते; पण एका शाळेत शिक्षक असल्यामुळे आर्थिकदृष्ट्या त्यांना जास्त पैसे मिळत नव्हते. ते फक्त एवढंच म्हणू शकत की, 'काळजी करू नको. मी काय करायचं ते बघतो.' पण ते काहीच बघत किंवा करत नव्हते. माझे वडील जे करत होते ते त्यांचं नेहमीचंच काम होतं – ते शाळेत जात होते, भरपूर कष्ट करत होते आणि आपल्या वार्षिक वेतनवाढीची वाट बघत होते. दरम्यान, बिलांचा ढिगारा साचत जात होता आणि माझ्या आईला कोणाकडेही जायला मार्ग नसल्यामुळे जास्तीत जास्त एकटं पडल्यासारखं वाटत होतं. माझ्या वडिलांना पैशाच्या विषयावर चर्चा करायला आवडत नव्हतं आणि जर त्यांनी ती केलीच, तर ते फक्त संतप्त होत होते.

   माझ्या आईला मदत करू शकणारी उत्तरं शोधण्याचं मी वयाच्या आठव्या वर्षी ठरवलं होतं हे मला आठवतं. त्या रात्री त्या पर्वतराजीत बसलेला असताना माझ्या असं लक्षात आलं की, वयाच्या आठव्या वर्षापासून मी शोधत असलेली उत्तरं मला सापडली होती. आता ती उत्तरं घेऊन प्रत्यक्ष जगाकडे वळण्याची वेळ आली होती.
४. त्या सगळ्यातला सगळ्यात मोठा दुःखद 'का' हा माझ्या आयुष्यातील वास्तवाचा होता. माझ्या आयुष्यात आता किम नावाची एक सुंदर तरुणी होती. माझ्या जीवनाच्या सहचारिणीला मी भेटलो होतो आणि या सगळ्या आर्थिक गोंधळात तीही सापडली होती, कारण तिचं माझ्यावर प्रेम होतं. त्या रात्री त्या डोंगराळ प्रदेशात माझ्या लक्षात आलं की, माझे वडील माझ्या आईच्या बाबतीत जे करत होते, तेच मी किमच्या

बाबतीत करत होतो. मी कौटुंबिक संरचनेची पुनरुक्ती करत होतो. त्या क्षणी मला माझ्या खऱ्या 'का'चं उत्तर सापडलं.

तर हे माझे 'का' होते. मी त्या रात्री ते लिहून काढले आणि त्यांना एका गुप्त जागी ठेवून दिलं. तुमच्यापैकी ज्या लोकांनी *रिच डॅड्स कॅशफ्लो क्वाड्रंट* हे माझं दुसरं पुस्तक वाचलं असेल, त्यांना हे आठवत असेल की, आम्ही त्या डोंगराळ प्रदेशातून बाहेर पडल्यानंतर प्रत्यक्ष जगात आमच्यासाठी सगळ्या गोष्टी जास्तच वाईट बनल्या होत्या. आमच्याकडचे पैसे संपल्यानंतर मी आणि किम तीन आठवडे आमच्या कारमध्येच राहत होतो, हा प्रसंग सांगूनच मी त्या पुस्तकाची सुरुवात केली आहे, त्यामुळे आम्ही श्रीमंत होऊन निवृत्त होण्याचा निर्णय घेतल्यामुळे लगेच सगळं आलबेल झालं नव्हतं; पण 'का'ची कारणं आम्हाला आमच्या मार्गावरून पुढे नेत राहिली.

आम्ही त्या डोंगराळ भागातून बाहेर पडल्यानंतर लगेच लॅरीच्या बाबतीतही सगळ्या गोष्टी सुरळीतपणे सुरू झाल्या नव्हत्या. त्यालाही १९८०च्या दशकाच्या उत्तरार्धात भरपूर आर्थिक झळी सोसाव्या लागल्या; पण तरीही त्याच्याकडचे 'का' त्यालाही पुढे नेत राहिले.

> माझ्या श्रीमंत वडिलांना आढळलं होतं, त्याप्रमाणेच माझ्याही लक्षात आलं होतं की, मी कोणालाही श्रीमंत कसं व्हावं ते सांगू शकत नव्हतो. आता मी लोकांना विचारतो की, त्यांना का श्रीमंत व्हायचं आहे? पुरेशा प्रमाणात ताकदवान 'का' असल्याखेरीज श्रीमंत 'कसं' व्हावं याचा सगळ्यात सोपा मार्गही अतिशय कठीण बनू शकेल. श्रीमंत बनण्याचे अनेकानेक मार्ग आहेत; पण तुम्हाला का श्रीमंत बनायचं आहे, याची फक्त थोडीच वैयक्तिक कारणं असतात. तुमच्या 'का'चा शोध घ्या, मग तुम्हाला तुमच्या 'कसं'चा शोध लागेल. इच्छा तिथे मार्ग अशी एक जुनी म्हण आहे. माझ्यासाठी माझ्या इच्छेचा शोध घेतल्यामुळे माझा मार्ग शोधणं मला शक्य झालं. इच्छेशिवाय मार्ग शोधला तर तो मार्ग खूपच खडतर असू शकतो.

एक सूचना : मी अनेक वर्षांपूर्वी असं शिकलो होतो की, उत्कट इच्छेत प्रेम आणि तिरस्कार यांचं मिश्रण असतं. कोणाच्याही मनात एखाद्या गोष्टीविषयीची उत्कट इच्छा असल्याखेरीज कोणतीही गोष्ट प्राप्त करणं अवघड असतं. श्रीमंत वडील असं म्हणत असत की, 'तुम्हाला एखादी गोष्ट हवी असेल तर तिच्याविषयी उत्कट इच्छा बाळगा. तीव्र इच्छा तुमच्या आयुष्याला ऊर्जा मिळवून देते. तुमच्याकडे नसलेली एखादी गोष्ट तुम्हाला हवी असेल तर तुम्हाला जे हवं आहे ते तुम्हाला का आवडतं ते शोधून काढा आणि तुम्हाला हवी असलेली गोष्ट तुमच्याकडे नसल्यामुळे तुम्हाला कोणत्या गोष्टीचा तिरस्कार वाटतो तेही शोधून काढा. हे दोन्ही विचार तुम्ही एकत्र केले की, तुमच्या जागेवरून उठून तुम्हाला हवी असलेली गोष्ट मिळवण्यासाठी आवश्यक असलेली ऊर्जा मिळाल्याचं तुम्हाला आढळेल.'

त्यामुळे तुम्हाला आता प्रेमाच्या आणि तिरस्काराच्या गोष्टींची तुलनात्मक यादी करून याची सुरुवात करावीशी वाटू शकेल. उदाहरणार्थ, मी पुढे एक यादी देत आहे.

प्रेम	**तिरस्कार**
श्रीमंत असणं	गरीब असणं
स्वतंत्र, मुक्त असणं	काम करावं लागणं
मला हवी असलेली कुठलीही गोष्ट खरेदी करणं	मला हवी असलेली गोष्ट माझ्याकडे नसणं
महागड्या गोष्टी	स्वस्त गोष्टी
मला जे करण्याची इच्छा नाही, ते करणारे इतर लोक माझ्याकडे असणं	मला करण्याची इच्छा नसलेल्या गोष्टी मलाच कराव्या लागणं

मी तुम्हाला असं सुचवतो की, पुढे दिलेल्या यादीत तुम्हाला तुमच्या प्रेमाच्या आणि तिरस्काराच्या गोष्टींची यादी लिहिण्यास सुरुवात करा. माझी इच्छा आहे, त्याप्रमाणे तुम्हाला जास्त जागा हवी असेल तर एक मोठा कागद घ्या. अधिकाधिक उत्कट इच्छांसह तुम्ही तुमचं आयुष्य जगा.

तुम्हाला प्रेम वाटणाऱ्या गोष्टी	*तुम्हाला तिरस्कार वाटणाऱ्या गोष्टी*
____________________	____________________
____________________	____________________
____________________	____________________
____________________	____________________
____________________	____________________
____________________	____________________
____________________	____________________
____________________	____________________
____________________	____________________
____________________	____________________
____________________	____________________
____________________	____________________
____________________	____________________
____________________	____________________

तुमच्या आवडत्या आणि तुम्हाला तिरस्कार वाटणाऱ्या गोष्टी शोधून काढण्यासाठी शांतपणे बसा. त्यानंतर तुमचे 'का' लिहून काढा. आर्थिकदृष्ट्या मुक्त बनण्याची, लवकर निवृत्त होण्याची आणि शक्य तितक्या तरुणपणी निवृत्त होण्याची तुमची स्वप्नं, उद्दिष्टं आणि योजना लिहून काढा. तुम्ही एकदा हे लिहून काढलं की, तुम्हाला हवं ते मिळवण्यासाठी पाठिंबा देणाऱ्या मित्राला किंवा मैत्रिणीला तुम्ही ते दाखवू शकता. तुमची स्वप्नं, उद्दिष्टं आणि योजना लिहिलेल्या या कागदावर नियमितपणे नजर टाकत राहा. त्याविषयी सतत बोलत राहा. पाठिंबा, पाठबळ मागा, सतत शिकण्याची इच्छा बाळगा आणि मग बघा – तुम्हाला समजण्याच्या आतच गोष्टी घडू लागतील.

एक अखेरची गोष्ट सांगतो. मी अनेक लोकांना असं म्हणताना ऐकलं आहे की, 'पैसा तुम्हाला आनंदी बनवू शकत नाही,' या विधानात काही अंशी तथ्य आहे. नाही असं नाही; पण पैसाच मला हव्या असलेल्या, मला आवडणाऱ्या गोष्टींवर घालवण्यासाठी आवश्यक असलेला वेळ मला मिळवून देतो. त्याबरोबरच मला ज्या गोष्टींचा तिरस्कार, कंटाळा वाटतो, त्या इतरांकडून करून घेण्यासाठी इतर लोकांना वेतन किंवा पैसा देणंही मला मी मिळवलेल्या पैशामुळेच शक्य होतं.

प्रकरण दोन

शक्य तितक्या तरुणपणी निवृत्त व्हा

सुमारे दहा वर्षं कठोर परिश्रम आणि संघर्ष केल्यानंतर वयाच्या सत्तेचाळिसाव्या वर्षी मी आर्थिकदृष्ट्या मुक्त बनलो. ते १९९४ साल होतं. त्या वर्षी माझ्या एका मित्रानं मला फोन करून सांगितलं की, 'व्यवसायाची विक्री केल्यानंतर किमान एक वर्ष तरी तू सुट्टी घेशील असं बघ.'

'वर्षभराची सुट्टी?' मी विचारलं, 'मी निवृत्त होत आहे आणि माझं उर्वरित सगळं आयुष्यभर मी सुट्टी घेणार आहे.'

'नाही, तू तसं करू शकणार नाहीस,' माझा मित्र नील म्हणाला. अनेक प्रमुख व्यवसाय सुरू करणाऱ्या आणि त्यांची उभारणी करणाऱ्या टीमचा नील हा सदस्य होता. या व्यवसायांमध्ये एमटीव्हीचा आणि सीएमटीचा, तसंच १९८०च्या दशकाच्या सुरुवातीच्या काळातील कंट्री म्युझिक टेलिव्हिजनचा समावेश आहे. या व्यवसायांची उभारणी करून ते कोणाला ना कोणाला विकल्यानंतर वयाच्या एक्केचाळिसाव्या वर्षी तो निवृत्त झाला. आम्ही मित्र बनलो होतो आणि निवृत्तीतून त्याला मिळालेले धडे तो मला देत होता. 'तीन महिन्यांच्या आतच तू कंटाळून जाशील आणि तू दुसरी कंपनी सुरू करशील,' तो म्हणाला. 'काहीही न करणं ही गोष्ट तुझ्यासाठीची कर्मकठीण गोष्ट असेल. म्हणूनच दुसरा व्यवसाय सुरू करण्याचा अगदी विचारसुद्धा करण्याच्या आधीच निदान वर्षभर तरी काहीही न करण्याचं उद्दिष्ट निश्चित कर, असं मी तुला सुचवतोय.'

मी खो खो हसलो आणि मी चांगल्या गोष्टीसाठी निवृत्त झालो आहे, याची त्याला खात्री दिली. 'आणखी एखादा व्यवसाय सुरू करण्याची माझी कोणतीही योजना नाही,' मी म्हणालो. 'मी निवृत्त झालो आहे. मी पुन्हा काम करणार नाही. तू पुढच्या वेळी मला भेटलास तर ओळखणारही नाहीस. मी अंगावर सूट चढवलेला नसेल किंवा मी केसही बारीक कापलेले नसतील. मी एखाद्या समुद्रकिनाऱ्यावरच्या धिप्पाड माणसासारखा दिसत असेन.'

नीलनं माझे शब्द ऐकले; पण तरीही त्याने माझ्याकडे त्याची सूचना ऐकण्याचा आग्रह धरला. तो मला जे सांगण्याचा प्रयत्न करत होता ते मी ऐकून घ्यावं आणि व्यवस्थित समजून घ्यावं, असं त्याला वाटत होतं. मला त्याचा संदेश समजला आहे याविषयी स्वतःची खात्री पटणं त्याला महत्त्वाचं वाटत होतं. प्रदीर्घ संभाषणानंतर त्याचं म्हणणं माझ्यापर्यंत

पोहोचू लागलं. अखेरीस मी त्याचं म्हणणं ऐकलं, कारण त्या वेळी तो म्हणाला होता की, 'तुला मिळालेली संधी खूपच थोड्या लोकांना मिळते. खूप लोकांना काम करणं थांबवून काहीही न करता राहणं आर्थिकदृष्ट्या परवडत नाही. मध्यमवयात खऱ्या अर्थानं फारसे लोक निवृत्त होत नाहीत. कारण, ती तुमची पैसा कमावण्याची महत्त्वाची वर्षं असतात. अनेक लोकांना काम करणं थांबवण्याची इच्छा असली तरी त्यांना तसं करणं परवडत नाही. त्यांना त्यांच्या नोकरीचा तिरस्कार वाटत असला तरीही ते काम करणं थांबवू शकत नाहीत म्हणून या देणगीला सहज घेऊ नकोस. ही देणगी फक्त थोड्याच लोकांना दिली जाते, त्यामुळे ती घे. काहीही न करता विश्रांती घेण्यासाठी एक वर्षभराचा अवधी घे.'

नील पुढे बोलतच होता. त्याने असं स्पष्ट केलं की, बहुतेक उद्योजक एक व्यवसाय विकला रे विकला की लगेच दुसरा व्यवसाय सुरू करतात. तो म्हणाला, 'मला व्यवसायांची उभारणी करणं, ते विकणं आणि पहिला व्यवसाय विकला रे विकला की दुसरा व्यवसाय सुरू करणं याची सवय आहे. मी पस्तीस वर्षांचा होईपर्यंत अशा प्रकारे मी तीन व्यवसायांची उभारणी केली होती आणि ते विकूनही टाकले होते. माझ्याकडे भरपूर पैसा होता; पण मी काम करणं थांबवू शकलो नाही. मला थांबणं म्हणजे काय ते माहितीच नव्हतं. मी काम करत नसलो तर मला निरुपयोगी असल्यासारखं आणि मी वेळ वाया घालवत असल्यासारखं वाटत होतं, त्यामुळे मी अधिक कष्टाळूपणानं काम केलं पाहिजे, असं मला वाटत होतं. माझे कष्ट माझ्याकडून माझं आयुष्य आणि माझं कौटुंबिक जीवन ओरबाडून घेत होते. अखेरीस मी काय करत होतो ते माझ्या लक्षात आलं आणि काहीतरी वेगळं करायचं असं ठरवलं. माझा अखेरचा व्यवसाय विकल्यानंतर आणि बँकेच्या खात्यात कोट्यवधी डॉलर्सचा धनादेश जमा केल्यानंतर मी असं ठरवलं की, आता आपण एक वर्षभराची सुट्टी घ्यायची. ते वर्ष माझ्यासाठी आणि माझ्या कुटुंबीयांसाठी घालवायचं हा मी घेतलेला निर्णय माझ्या आजपर्यंतच्या निर्णयातला उत्तम निर्णय ठरला. त्या काळात काहीही न करता मी स्वतःबरोबर एकटा राहिलो आणि ही गोष्ट माझ्यासाठी अमूल्य होती. पाच वर्षांचे असल्यापासूनच आपण शाळेत शिकायला जातो हे तुझ्या लक्षात येतंय का? आणि आपण शाळेतून बाहेर पडलो की, काम करू लागतो. अत्यल्प लोकांकडेच आरामात एक वर्ष बसण्याची आणि फक्त स्वतःचा विचार करण्याची आणि स्वतःबरोबर राहण्याची संधी असते, फक्त अत्यल्प लोकांनाच अशी सुखासीनता प्राप्त होते.'

त्याने मला सांगितलं की, घरातील सगळ्या कामांचा व्यवस्थित निपटारा झाल्याबरोबर लगेच तो कुटुंबासह फिजी या दूरस्थ बेटावर गेला आणि आरामात तिथल्या समुद्रकिनाऱ्यावर बसला. तो म्हणाला, 'बरेच महिने मी असाच फक्त किनारपट्टीवर जाऊन बसत होतो आणि समोरच्या महासागराच्या स्फटिकासारख्या निळ्या स्वच्छ पाण्याकडे पाहत होतो. आम्ही सगळ्यांनीच ज्या आयुष्याचं स्वप्न पाहिलं होतं, त्या आयुष्याचा माझी मुलं आनंद लुटत असल्याचं मी पाहत होतो.' त्यांना फिजीत राहणं आता पुरे झालं असं वाटल्यानंतर आमचं कुटुंब इटलीला रवाना झालं आणि काहीही न करता पुढचे काही महिने आम्ही तिथे राहिलो. 'मी पुन्हा एकदा सुज्ञ माणूस बनेपर्यंत मी असंच एक संपूर्ण वर्ष घालवलं,' तो म्हणाला. 'जागं झाल्यानंतर आज मला आपली सगळी बिलं भरण्यासाठी पुरेसा पैसा मिळवण्यासाठी कुठली तरी गोष्ट करायची आहे, कुठल्या तरी बैठकीला जायचं आहे किंवा

विमान पकडायचं आहे असा विचार न करणं ही किती कठीण गोष्ट असू शकते याची मला बिलकूल कल्पना नव्हती. शांत होण्यासाठी आणि माझ्या शरीराला अॅड्रेनालिननं सोडून द्यावं, यासाठी मला संपूर्ण एक वर्ष लागलं. मी पुन्हा एकदा सरळ, सुस्पष्ट विचार करायला लागून संपूर्ण व्यक्ती बनण्यासाठी मला एक वर्षभर आराम करावा लागला आणि शांत व्हावं लागलं. मी ४१ वर्षांचा होतो आणि गेली ३६ वर्षं मी कुठेतरी पोहोचण्यासाठी सतत इकडेतिकडे धावत राहिलो होतो आणि आता मी तिथे पोहोचलो होतो.'

मला करावी लागलेली कर्मकठीण गोष्ट

नीलचं म्हणणं बरोबर होतं. करायला काहीही नसणं ही निवृत्त होण्याविषयीची सगळ्यात कठीण गोष्ट असते. शाळा, वर्ग, चाचण्या, बैठका, विमानं आणि डेडलाइन यांच्यामध्ये वर्षानुवर्षं घालवल्यानंतर, उठल्यानंतर घाईघाईनं काही ना काही करण्याची मला खरोखरच सवयच जडून गेली होती. मला आठवतं की, निवृत्तीच्या अगदी थोडंसंच आधी मला दबावाचा आणि कामाविषयीच्या काळजीचा अतिशय तिटकारा वाटत होता. मी असाही विचार करत असल्याचं मला आठवतं की, 'फक्त आता आणखी सहा महिनेच. मग मी स्वतंत्र असेन. मी निवृत्त होईन आणि मग काहीही करणार नाही. मी व्यवसाय विकला जाण्याचीही वाट पाहणार नाही आणि हा मूर्खपणा मी थांबवू शकेन.'

सन १९९४च्या सप्टेंबरमध्ये व्यवसायातील मालमत्तांची विक्री आणि हस्तांतरण ही कामं पूर्ण झाली होती. मी थोडा पैसा बँकेत ठेवला होता आणि आणखी थोडा पैसा काही अपार्टमेंटमध्ये आणि वेअरहाउसेसमध्ये गुंतवला होता. त्यानंतर मी औपचारिकपणे निवृत्त झालो. मी सत्तेचाळीस वर्षांचा होतो आणि माझी पत्नी किम सदतीस वर्षांची होती. आम्ही आता आमचं उर्वरित आयुष्य जगण्यासाठी आणि उपभोगण्यासाठी आर्थिकदृष्ट्या मुक्त होतो; पण तरीही नीलनं दिलेल्या इशाऱ्याप्रमाणेच व्यवसाय विकल्यानंतरच्या सुरुवातीच्या काही आठवड्यांतच मी अस्वस्थ झालो. मी सकाळी तसाच लवकर उठत होतो आणि माझ्या लक्षात येत होतं की, माझ्याकडे त्या दिवसाची कुठलीच योजना नव्हती. मला कोणाला फोन करायचा नव्हता किंवा मला कोणी फोन करत नव्हतं. माझ्या घरात मी एकटा होतो आणि मला कुठे जायचंही नव्हतं. लवकरच मी अस्वस्थ आणि चिडखोर बनलो. मला निरुपयोगी झाल्यासारखं आणि आपण कोणाला नको असल्यासारखं वाटू लागलं. माझं आयुष्य वाया चालल्यासारखं आणि मी अनुत्पादक असल्यासारखं मला वाटू लागलं. मला कुठल्या तरी गोष्टीवर काम केलंच पाहिजे अशी तळमळ वाटू लागली; पण माझ्याकडे करण्यासारखं काहीच नव्हतं. नीलचं म्हणणं बरोबर होतं. काहीही करायला नसणं हीच गोष्ट माझ्या दृष्टीनं कर्मकठीण होती.

किमकडे तिचा गुंतवणुकीचा व्यवसाय होता. रिअल इस्टेट पोर्टफोलिओचं व्यवस्थापन करण्याचं काम होतं. तिला त्यात आनंद मिळत होता आणि तिच्या स्वतःच्या गतीनं ती त्यात रमली होती. तिला मी स्वयंपाकघरात काहीतरी खुडबूड करताना दिसत असे किंवा काहीही न करण्याचा प्रयत्न करत इकडेतिकडे फिरताना आढळत असे. 'तुला काहीतरी करायचं आहे का?' ती मला विचारत असे.

'नाही,' मी उत्तर देत असे. 'मी फक्त काहीही न करता कसं राहावं ते शोधतोय.'

'ठीक आहे, तुला ते सापडलं की मलाही सांग, आपण दोघंही काहीही न करता राहू या,' ती खिदळत म्हणत असे. 'तू तुझ्या मित्रांना बोलावून त्यांच्याबरोबर काही गमतीजमती का करत नाहीस?' तिने मला एकदा विचारलं.

'मी ते करून बघितलंय,' मी उत्तर दिलं. 'पण ते सगळेच जण कामात व्यग्र असतात. त्यांच्याकडे मोकळा वेळ नसतो.'

काही महिने काहीही न करता राहण्याचा प्रयत्न केल्यावर किम आणि मी असं ठरवलं की, नील ज्याप्रमाणे फिजीवर सुट्टी घालवायला गेला होता, त्याप्रमाणे आपणही वर्षातील उर्वरित दिवस फिजीवर जावं. मला काही करण्यासाठी जायचं नसलं तरीही निदान कुठेतरी जायचं एवढ्याच कल्पनेनं खूप उत्साह वाटला.

फिजीला जायचं असं ठरवल्यानंतर तीन आठवड्यांत आम्ही सी-प्लेननं फिजीला पोहोचलो. तिथे हातात फुलांचा हार आणि उष्णकटिबंधीय पेयं घेऊन स्मित करत उभ्या असलेल्या फिजीच्या नागरिकांनी आमचं स्वागत केलं. त्या स्फटिकासारख्या निळ्या पाण्याच्या किनारपट्टीवरून किम आणि मी बराच वेळ लांबलचक फेरफटका मारला. मला आपण 'फँटसी आयलंड'वर आल्यासारखं वाटलं आणि आता लवकरच एखादा गोलमटोल, गुबगुबीत माणूस आपल्याला 'बॉस, द प्लेन, द प्लेन' असं म्हणेल याची खरं तर मी वाट पाहत होतो.

नीलनं वर्णन केलं होतं, त्याहूनही हे बेट खूपच जास्त सुंदर होतं. मला त्याचं सौंदर्य अविश्वसनीय वाटत होतं. हवाईत वाढल्यामुळे मी स्वतःशीच 'या जीवनपद्धतीची सवय हवाईनंही जडवून घेतली पाहिजे आणि हवाईही असंच असलं पाहिजे,' असं म्हणण्यापासून स्वतःला रोखू शकलो नाही. ते बेट इतकं निवांत, एकांत देणारं असलं तरीही मला ते खूपच मंद गतीचं वाटलं. स्वर्गही मला त्रस्त, वेडपट बनवू शकेल, असं मला कधीच वाटलं नव्हतं. मी सकाळी उठत होतो, आरोग्यपूर्ण फलाहार करत होतो आणि थोडा वेळ जॉगिंग करत होतो. त्यानंतर मी दिवसभर समुद्रकिनाऱ्यावर भटकत होतो; पण तिथे पोहोचल्यावर जवळजवळ तासातच मला त्रासून गेल्यासारखं वाटत होतं. त्या बेटावरचे समुद्रकिनारे कितीही सौंदर्यपूर्ण असले तरीही मला तातडीनं अमेरिकेला परत जाऊन नवीन व्यवसाय सुरू करावा असं वाटत होतं. मी निदान एक वर्षाची सुट्टी घेईन असं मी नीलला वचन दिलं होतं; पण मला आता त्याचा पश्चात्ताप होत होता. मी फक्त दोन आठवडेच त्या स्वर्गात राहू शकलो. किम तिथे कायमही राहू शकली असती; पण मी ॲरिझोनातील आमच्या घरी जाण्याच्या तयारीत होतो. मला घरी परतण्याची का गरज वाटत होती ते मला माहिती नाही; पण आम्ही तो स्वर्ग सोडला आणि घरी परतलो.

समुद्रकिनाऱ्यावर बसण्याहून घरी बसून राहणं ही गोष्ट जास्त चांगली नव्हती; पण तिथे निदान माझ्याकडे कार होती आणि माझं लक्ष वेधून घेणारी काही परिचित ठिकाणं होती. एके दिवशी आमचा नवीन शेजारी आपली ओळख करून देण्यासाठी आमच्याकडे आला. तोही निवृत्त झाला होता; पण तो माझ्यापेक्षा जवळजवळ वीस वर्षांनी मोठा होता. तो ६८ वर्षांचा होता आणि फॉर्च्युन ५०० कंपनीचा उच्च दर्जाचा व्यवस्थापक होता. रोज

तो आमच्याकडे येत असे आणि बातम्या, हवामान, खेळ यांविषयी गप्पा मारत असे. तो एक चांगला माणूस होता; पण काहीही न करता त्याच्याबरोबर फक्त गप्पा मारत बसणं ही गोष्ट मी तोपर्यंत केलेल्या सगळ्यात वाईट बैठकांहूनही वाईट गोष्ट होती. त्याला फक्त त्याच्या परसदारी काम करायचं होतं आणि गोल्फ खेळायचा होता. त्याच्या दृष्टीनं निवृत्ती म्हणजे निव्वळ स्वर्ग होता. त्याला औद्योगिक जगाची बिलकूल आठवण येत नव्हती आणि काहीही न करता आपल्या मोकळ्या वेळाचा आनंद घेणं त्याला आवडत होतं. मी त्याच्याभोवती जास्त काळ घुटमळत राहिलो तर मीही लवकरच त्याच्यासारखाच बनेन याची मला जाणीव झाली. कंट्री क्लबमधील पुरुषांच्या पत्ते खेळण्याच्या क्लबमध्ये मीही सहभागी व्हावं, असं त्याला वाटलं, त्या वेळी मला जाणवलं की काहीही करायचं नसेल तरीही मला करण्यासाठी काहीतरी शोधण्याची गरज होती.

अखेरीस मला ते सगळं असह्य झालं. एके दिवशी मी किमला म्हणालो, 'मी बिस्बीला जातोय. काहीही न करताही मी जिथे व्यग्र राहीन अशा ठिकाणी जाण्याची मला गरज वाटते.' थोड्याच दिवसांत माझ्या आणि किमच्या मालकीच्या एका कुरणातील जागेत मी राहायला गेलो. ती एका खोऱ्यात आडोशाला असलेली एक सुंदर आणि तरीही एकांतातील निवांत जागा होती. तिथे सगळीकडे उंचच उंच ओकचे वृक्ष वाढले होते. अधूनमधून खळाळते झरे वाहत होते आणि कित्येक हरणांचे कळप तिथे बागडत होते. त्याबरोबरच तिथे वरचेवर पर्वत प्रदेशातील सिंहही येत होते. ती जागा मेक्सिको/न्यू मेक्सिको/ॲरिझोना सीमेवर उंच पर्वतरांगांच्या कुशीत वसली होती. एक वर्षभराचा काळ आरामात घालवण्यासाठी मला हवी तशी जागा अखेरीस मला सापडली होती. तिथे काहीही न करताही मी व्यग्र राहिलो असतो. डोंगरांमधल्या टेलिव्हिजन किंवा रेडिओ नसलेल्या माझ्या त्या छोट्या घरात काही दिवस फक्त बसून राहिल्यानंतर मी शांत होऊ लागलो आणि माझी गतीही मंदावू लागली. बैठकांच्या आणि डेडलाइनच्या दबावाऐवजी शांतता आणि स्थिरचित्तता या माझ्या दैनंदिन जीवनाचा भाग बनल्या. अखेरीस माझी वर्षभराची सुट्टी आता सुरू झाली होती आणि नीलनं म्हटल्याप्रमाणेच ती सुरू होती. त्याने म्हटलं होतं की, 'काही अत्यल्प लोकांनाच मिळणारी देणगी तुला लाभली आहे. ती घे.' माझ्या वर्षभराच्या सुट्टीची सुरुवात करण्यासाठी, माझी गती मंद करण्यासाठी मला जवळजवळ सहा महिने लागले.

पुन्हा जीवनाची सुरुवात

पर्वतांमधील माझ्या घरात मी एकटाच बसलेल्या वेळी माझ्या गतायुष्याचं चिंतन करण्यासाठी माझ्याकडे वेळ होता. माझ्या तारुण्यात मूर्खपणानं आणि भावनाविवशतेपोटी मी केलेल्या सगळ्या गोष्टी मला आठवल्या. मी केलेल्या प्रत्येक निवडीचा मी विचार केला. मी केलेली प्रत्येक निवड अगदी बुद्धिमानतेनं केलेली नव्हती. तरीही आयुष्यात मी जो कोणी बनलो होतो त्याला आकार देण्यासाठी मी केलेली प्रत्येक निवड कशी महत्त्वाची होती, त्यावरही मी विचार केला. आता माझ्याकडे शांतपणे बसून माझ्या हायस्कूलच्या दिवसांत रमण्याएवढा आणि मी ज्यांच्या सान्निध्यात वाढलो त्या मित्रांच्या

आठवणी काढण्याएवढा वेळ होता. आज क्वचितच मला ते मित्र भेटत होते. माझ्या महाविद्यालयीन मित्रांची मला आठवण झाली आणि आता ते काय करत असतील, असा विचार माझ्या मनात आला. मी जो पुरुष बनलो होतो, त्यावर माझ्या तारुण्यातील मित्र-मैत्रिणींचा किती परिणाम झाला होता, त्यावर चिंतन करण्याची संधी फक्त याच एकमेव वेळी मला मिळाली होती.

माझ्या घरात मी बसलेला असताना अनेक क्षणी मला मी पुन्हा एकदा काळात मागे जाऊ शकलो असतो तर किती बरं झालं असतं असं वाटून गेलं. माझ्या बालपणीच्या मित्रांच्या सोबत मी पुन्हा एकदा राहू शकलो असतो तर मला ते हवं होतं. मला फक्त पुन्हा एकदा जोरात हसायचं होतं आणि तरुण व्हायचं होतं; पण आता माझ्याकडे फक्त त्या सगळ्या क्षणांच्या मूल्यवान आठवणीच उरल्या होत्या. मी जास्त छायाचित्रं घ्यायला हवी होती आणि जास्त पत्रं लिहायला पाहिजे होती, असं मला वाटलं. मी त्यांच्याशी जास्त संपर्क ठेवायला हवा होता असंही मला वाटलं; पण आम्ही सगळेच आयुष्यात गुरफटून गेलो होतो आणि आपापल्या स्वतंत्र मार्गांनी पुढे गेलो होतो. त्या डोंगराळ प्रदेशात आगीनं धडधडणाऱ्या शेकोटीसमोर बसलेला असताना माझ्या तारुण्यातील आठवणींना पुन्हा उजाळा देणं ही गोष्ट चित्रपटगृहात जाऊन चित्रपट पाहण्यापेक्षाही जास्त चांगली होती. मला या सुट्टीमुळे माझ्या भूतकालीन आठवणींचे स्पष्ट तपशील पुन्हा एकदा आठवण्याएवढी फुरसत आणि एकांत मिळाला होता. तेव्हा अगदी वाईट वाटलेला काळही आता तितकासा वाईट वाटत नव्हता, ही यातली रोचक बाब होती. माझ्या आयुष्याशी, माझ्या आयुष्यातील भल्या-बुऱ्या लोकांशी कृतज्ञ राहण्यापर्यंत मी आलो होतो. मला त्या सगळ्याचंच मोठं कौतुक वाटत होतं. एके काळी माझ्या आयुष्याचा कितीतरी विचका झाला होता; पण तरीही मला लाभलेल्या अद्वितीय आयुष्याशी मी अतिशय कृतज्ञ होतो.

त्या शांत, निवांत क्षणांमध्ये माझ्या असं लक्षात आलं की, आपल्या सगळ्यांकडेच चांगली आणि वाईट अशा दोन्ही क्षमता असतात. आपल्या सगळ्यांकडेच महान बनण्याची क्षमता असते; पण महानता हा माझ्या तारुण्याच्या काळाचा भाग नव्हता. मी बुद्धिमान मुलगा नव्हतो, असामान्य सांगीतिक गुण लाभलेला किंवा क्रीडा क्षेत्रात स्टार ठरलेला मुलगाही नव्हतो. मी गर्दीच्या गळ्यातील ताईत नव्हतो किंवा मला अनेक पार्ट्यांना आमंत्रण दिलं जात होतं असंही नव्हतं. माझ्या आयुष्याकडे मागे वळून पाहताना माझ्या असं लक्षात आलं की, माझं आयुष्य सर्वसामान्य होतं; पण त्या वेळी लॅरीसोबत पर्वतांमध्ये बसलेला असताना झालेल्या घटनेनं माझं सर्वसामान्य आयुष्य माझ्यासाठी खूपच खास बनल्याचं दिसत होतं.

माझ्या कुटुंबाविषयी, जुन्या मित्र-मैत्रिणींविषयी, मी ज्यांच्यासोबत खेळलो होतो त्या माझ्या मित्रांविषयी, जुन्या प्रेयसींविषयी आणि जुन्या व्यावसायिक भागीदारांविषयी विचार करण्यासाठी मला वेळ मिळाला होता. मी केलेल्या निवडींचा मी विचार केला. मी जर माझ्या महाविद्यालयीन प्रेयसीबरोबर विवाह केला असता तर काय झालं असतं, तिला हवं होतं त्याप्रमाणे मी स्थिरस्थावर झालो असतो आणि आम्हाला मुलं झाली असती. मी

पायलट व्हायचं आणि व्हिएतनाममध्ये जायचं असं ठरवलं नसतं तर माझ्या आयुष्याचं काय झालं असतं? माझ्या बहुतांश मित्रांनी टाळलं होतं, त्याप्रमाणे मीही ते युद्ध टाळलं असतं तर काय झालं असतं? माझा नायलॉन आणि वेल्क्रो वॉलेट व्यवसाय सुरू करण्याऐवजी मी पदव्युत्तर पदवी मिळवण्यासाठी गेलो असतो तर काय झालं असतं? अखेरीस मी तिसऱ्या व्यवसायात यशस्वी झालो होतो; पण त्याआधीच्या दोन व्यवसायांत मी अपयशी झालो नसतो तर काय झालं असतं? माझी किमशी भेट झाली नसती आणि आम्ही लग्न केलं नसतं तर काय झालं असतं? आणि सगळ्यात महत्त्वाची गोष्ट ही होती की – आयुष्यानं माझ्यासमोर आणलेल्या या सगळ्या यशांपासून आणि अपयशांपासून मी काय शिकलो होतो आणि त्यांच्यामुळे कोण बनलो होतो?

तुमचा भूतकाळ तुम्ही बदलू शकत नाही हे खरं आहे; पण तुमच्या भूतकाळाविषयीचं तुमचं मत तुम्ही बदलू शकता. आता या पर्वतांच्या कुशीत आम्ही बसलो होतो, त्या वेळेपर्यंत माझा भूतकाळ हा फक्त अस्पष्ट, अंधुक, काहीसा कलंकित होता. माझ्या आयुष्याच्या प्रत्येक दिवसातून मी घाईघाईनं भराभरा पुढे चालला होतो, त्या वेळी मला भेटलेल्या लोकांच्या आणि घडलेल्या घटनांच्या मालिकांनी फक्त तो घरघरत राहिला होता. यावेळच्या पर्वतीय प्रदेशातील या एकांतानं माझं आयुष्य थांबवून त्याच्यावर एक नजर फिरवण्याची संधी मला दिली होती. भूतकाळात मी केलेल्या अनेक गोष्टी मला अभिमानास्पद वाटण्याजोग्या नव्हत्या आणि मी त्या पुन्हा केल्याही नसत्या. मी केलेल्या अनेक चुका मी केल्या नसत्या तर बरं झालं असतं असं मला वाटत होतं. मी बरंचसं खोटंही बोललो होतो, तेही मी बोललो नसतो तर बरं झालं असतं असंही मला आता वाटत होतं. या सगळ्या प्रवासात माझे काही प्रिय मित्र होते आणि मी त्यांना दुखावलं होतं. अनेक लोकांवर माझं मनापासून प्रेम होतं; पण कुठल्या तरी वेडगळ गोष्टींवरून वाद झाल्यामुळे आता आम्ही एकमेकांशी बोलतही नव्हतो. त्या सगळ्या घटना माझ्या आयुष्यात किती महत्त्वाच्या होत्या ते या वेळी वर्षअखेरीच्या सुमारास माझ्या लक्षात आलं होतं. पर्वतांच्या त्या शांत एकांतात बसून माझ्या भूतकालीन मित्र–मैत्रिणींशी, कुटुंबीयांशी आणि स्वतःशीही मी पुन्हा संपर्क साधला होता आणि माझ्या आयुष्याचा भाग झाल्याबद्दल मी त्यांचे आभार मानले होते. त्या पर्वतीय प्रदेशात एकांतात बसलेला असताना माझ्या भूतकाळाचे आभार मानण्यासाठी आणि भविष्यकाळासाठी स्वतःची तयारी करवून घेण्यासाठी माझ्याकडे वेळ होता.

आज मी वेगवेगळ्या गटांसमोर बोलताना त्यांना एक वर्षाची सुट्टी घेण्याविषयी सांगतो, त्या वेळी मी म्हणतो की, 'माझं लवकर निवृत्त होणं आणि मध्यमवयीन असताना एक वर्षाची सुट्टी घेणं यात एक उत्तम गोष्ट समाविष्ट होती. ती म्हणजे तिच्यामुळे मला आयुष्याची पुन्हा एकदा नव्यानं सुरुवात करण्याची संधी मिळाली.'

माझा व्यवसाय विकल्यानंतर आणि निवृत्त झाल्यानंतर अठरा महिन्यांनी मी अखेरीस दक्षिण ॲरिझोनातील त्या डोंगराळ प्रदेशातून बाहेर पडलो. मी तिथून बाहेर पडलो होतो, त्या वेळी मला खरोखरच मी पुढे काय करणार होतो ते माहिती नव्हतं. मला फक्त एवढंच माहिती होतं की, मला वेगळ्या पद्धतीनं गोष्टी करायच्या होत्या. माझ्या ॲपल मॅसिन्टोश संगणकात *रिच डॅड पुअर डॅडचा* कच्चा मसुदा होता आणि माझ्या ब्रीफकेसमध्ये *कॅशफ्लो १०१ गेमचा* कच्चा आराखडा होता.

माझ्या आयुष्याचा उत्तरार्ध सुरू झाला होता. या वेळी ते माझं आयुष्य होतं. ते माझ्या पालकांच्या, शिक्षकांच्या, मित्र-मैत्रिणींच्या किंवा एका लहान मुलाच्या स्वप्नांनी आकार दिलेलं आयुष्य नव्हतं. मी आता जास्त वयस्कर, जास्त समजूतदार, सुज्ञ, जास्त हुशार, कमी बेफिकीर आणि थोडा जास्तच विश्वासू बनलो होतो. माझ्या आयुष्याचा हा उत्तरार्ध सुरू झाला होता आणि या वेळी माझ्या स्वतःच्या अटींवर माझं आयुष्य उभारलं जाणार होतं.

शक्य तितक्या तरुणपणी निवृत्त होण्याचा मी सल्ला देतो, त्यामागचं हे मुख्य कारण आहे, त्यामुळे तुम्हाला मुळापासून नव्यानं आयुष्याची सुरुवात करण्याची संधी मिळते.

एक सूचना : तुम्ही लवकर निवृत्त व्हा किंवा होऊ नका; पण मी तुम्हाला असं सुचवेन की, आपल्या आयुष्यावर विचार करण्यासाठी, त्याचं चिंतन करण्यासाठी दर महिन्यात किमान एक तासाचा वेळ तरी काढाच.

माझ्या आयुष्यावर चिंतन करण्यासाठी मी वेळ काढल्यामुळे मला पुढील गोष्टींचा शोध लागला :

१. मला ज्या गोष्टी महत्त्वाच्या वाटत होत्या त्या महत्त्वाच्या नव्हत्या.
२. मी कुठे चाललो होतो ती गोष्ट नव्हे, तर मी कुठे होतो ती गोष्ट महत्त्वाची होती.
३. प्रत्येक क्षणी – त्या क्षणी तुमच्यासमोर जी व्यक्ती असते, तिच्याहून त्या वेळी अन्य कोणीही महत्त्वाचं नसतं. त्या क्षणाचा वापर त्याच्यासमवेत किंवा तिच्यासमवेत राहण्यासाठीच करा.
४. वेळ मूल्यवान असतो. तो दवडू नका. त्याच्याशी कृतज्ञ राहा.
५. काही वेळा क्षणभरासाठी थांबणं हे व्यग्र राहण्यापेक्षाही जास्त कठीण असतं.

आयुष्य धावपळीचं, धामधुमीचं, तणावपूर्ण आणि समस्यांनी भरलेलं असलं तरीही त्याच्याशी कृतज्ञ राहण्यास शिकणं ही गोष्ट माझ्या दृष्टीनं लवकर निवृत्त होण्यातील उत्तम गोष्ट होती. माझ्याकडे करण्यासारखं काहीच नसेल तर काय करावं हे मला माहिती नव्हतं, असं मला दिसून आलं. आज आयुष्यातील धावपळीविषयी मी खरोखरच कृतज्ञ आहे, कारण काहीही न करता फक्त बसून राहणं म्हणजे काय असतं ते मला माहिती आहे, त्यामुळे सध्या तुमचं आयुष्य कुठल्याही स्थितीत असलं तरीही त्याच्याशी कृतज्ञता बाळगण्यासाठी क्षणभराचा वेळ काढा. कारण, उद्या ते फक्त एक स्मृती बनून राहणार आहे.

प्रकरण तीन

मी लवकर निवृत्त कसा झालो?

सन १९९९च्या वसंत ऋतूत लॉस एंजेलिसमधील सुमारे २५० बँक कर्मचाऱ्यांच्या समूहासमोर व्याख्यानाचा माझा नियोजित कार्यक्रम होता. सकाळच्या वक्त्यांपैकी मी पहिलाच वक्ता असल्यामुळे मी आदल्या रात्रीच फिनिक्स या माझ्या वास्तव्याच्या ठिकाणाहून विमानानं निघालो होतो. सकाळचा नाष्टा झाल्यानंतर मी हॉटेलच्या खोलीत बसून बँक कर्मचाऱ्यांच्या या समूहासमोर काय बोलावं, यासाठी डोकं खाजवत होतो. माझ्या नेहमीच्या मानांकित व्याख्यानात आर्थिक विवरणपत्रं, आर्थिक साक्षरता, मालमत्ता व करभरणा, कर्जफेड यावर मी बोलत होतो; पण या गोष्टी या गटासमोर अपुऱ्या ठरतील, असं मला वाटत होतं. ते फक्त सर्वसामान्य बँक कर्मचारीही नव्हते, तर ते कर्जविषयक व्यवहार करणारे कर्मचारी होते. मी असं गृहीत धरलं होतं किंवा निदान माझी अशी अपेक्षा होती की, मी नेहमीच ज्या आर्थिक मूलभूत तत्त्वांविषयी बोलत होतो, ती त्यांना माहिती असावीत.

माझं व्याख्यान सकाळी ९:३० वाजता ठेवण्यात आलं होतं. त्या वेळी ८ वाजले होते आणि तरीही माझ्या मनात व्याख्यानाची नेमकी दिशा स्पष्ट होत नव्हती. त्या गटासाठी कोणती नवीन कल्पना योग्य ठरेल ते मला ठरवता येत नव्हतं. हॉटेलच्या खोलीतील माझ्या डेस्कजवळ बसून मी हॉटेलकडून दिल्या जाणाऱ्या वर्तमानपत्रावर नजर फिरवत होतो. पहिल्याच पानावर गोल्फ कार्टमध्ये बसलेल्या एका आनंदी जोडप्याचं छायाचित्र होतं. त्या छायाचित्रावर ठळक अक्षरातील ओळ होती : 'आम्ही लवकर निवृत्त व्हायचं ठरवलं आहे.'

त्याविषयीच्या लेखात या जोडप्याची ४०१ (के) योजना स्पष्ट करण्यात आली होती. त्यांनी म्हटलं होतं की, दहा वर्षांत त्यांची ही योजना भरभराटीला आलेल्या शेअर बाजारात अतिशय चांगल्या प्रकारे पार पडली होती आणि त्यामुळे त्यांनी केलेल्या नियोजनाच्या सहा वर्षं आधीच त्यांनी निवृत्ती घेण्याचं ठरवलं होतं. तो पुरुष एकोणसाठ वर्षांचा होता आणि त्याची पत्नी छप्पन्न वर्षांची होती. त्या लेखात त्यांची अशी विधानं देण्यात आली होती की, 'आमच्या म्युच्युअल फंडांनी एवढी चांगली कामगिरी केली आहे की, आम्ही एके दिवशी कोट्यधीश बनू हे आमच्या लक्षात आलं आहे, त्यामुळे आणखी सहा वर्षं काम करत

राहण्याचा निर्णय आम्ही मागे घेतला आहे. आम्ही आमचं घर विकलं आहे, निवृत्तिग्रामात आम्ही एक जास्त लहान घर विकत घेतलं आहे. आमच्या घराच्या विक्रीतून मिळालेला पैसा उच्च उत्पन्न देणाऱ्या मुदतठेवीत ठेवला आहे. खर्चात कपात केली आहे आणि आता आम्ही रोज गोल्फ खेळत आहोत.'

मला व्याख्यानाचा विषय सापडला होता. मी तो लेख वाचून संपवला. त्यानंतर शॉवर घेतला, कपडे चढवले आणि जिना उतरून थेट बँक कर्मचाऱ्यांच्या खोलीच्या दिशेनं गेलो. बरोबर ९:३० वाजता माझी ओळख करून देण्यात आली आणि मला व्यासपीठावर बोलावलं गेलं. मी वर्तमानपत्र हवेत उंच फडकावलं आणि त्या नव्यानंच निवृत्त झालेल्या जोडप्याच्या चित्राकडे निर्देश करत माझ्या व्याख्यानाला सुरुवात केली. मी ते शीर्षक मोठ्यानं वाचलं. 'आम्ही लवकर निवृत्त व्हायचं ठरवलं आहे.' त्यानंतर मी त्या जोडप्याची वयं सांगितली. अर्थातच ती ५९ आणि ५६ अशी होती आणि त्या लेखातील काही विधानं वाचून दाखवली. त्यानंतर वर्तमानपत्र खाली ठेवून मी म्हणालो, 'माझी पत्नी किम आणि मी लवकर निवृत्त झालो. आम्ही १९९४मध्ये निवृत्त झालो. त्या वेळी मी सत्तेचाळीस वर्षांचा होतो आणि माझी पत्नी सदतीस वर्षांची होती.' मी खोलीत सर्वत्र नजर फिरवली आणि आमच्या वयातील फरक आणि तारखा सगळ्यांना व्यवस्थित समजाव्यात यासाठी क्षणभर थांबलो. सुमारे दहा सेकंदांच्या शांततेनंतर मी प्रश्न विचारून सुरुवात केली. 'मग आता मी तुम्हाला विचारतो की : या व्यक्तीहून १२ वर्षं आधी मी आणि त्याच्या पत्नीच्या तुलनेत १९ वर्षं आधी माझी पत्नी कशी काय निवृत्त होऊ शकली? हा फरक कशामुळे घडून आला?'

तिथे प्रचंड शांतता पसरली होती. मी वाईट प्रकारे सुरुवात केली होती. मला हे माहिती होतं की, मी श्रोत्यांना लवकरच प्रश्न विचारला होता. मी त्यांना ऐकायला लावण्याऐवजी विचार करायला लावत होता. वर्तमानपत्रातील त्या जोडप्याच्या लवकर निवृत्ती घेण्याशी आमच्या निवृत्तीची तुलना केल्यामुळे कदाचित मी उद्धट आणि अहंमन्यही वाटलो असेन हेही मला माहिती होतं. तरीही मला त्या गटासमोर हा मुद्दा मांडायचाच होता आणि आता त्यापासून माघार घ्यायची म्हटली असती तरी त्यासाठी खूपच उशीर झाला होता. एखाद्या स्टँड-अप विनोदवीरानं नुकताच त्याच्याकडचा उत्तम विनोद सांगितलेला असावा आणि हसू तर दूरच; पण श्रोत्यांच्या चेहऱ्यावरची रेघही हललेली नसावी तसं काहीसं मला वाटत होतं; पण माझा मुद्दा तसाच पुढे रेटत मी लोकांना विचारलं, 'तुमच्यापैकी किती जण लवकर निवृत्ती घेण्याचं नियोजन करत आहेत?'

पुन्हा मला कुठलाही प्रतिसाद मिळाला नव्हता. कोणीही हात वर केला नव्हता. खोलीतील अस्वस्थता वाढत चालली होती. मी व्यासपीठावरच मरणप्राय होण्याची वेळ आली होती. मला झटपट काहीतरी करण्याची गरज होती हे मला समजलं होतं. मी त्या गटाकडे पाहिलं आणि माझ्या लक्षात आलं की, त्या गटातील बहुतांश लोक माझ्याहून जास्त तरुण होते. त्यांच्यापैकी थोडे जण माझ्या वयाचे होते आणि तरुणपणी निवृत्त होण्याच्या माझ्या बोलण्याचा त्यांच्यावर प्रभाव पडला नव्हता. मी झटकन विचारलं, 'तुमच्यापैकी किती लोक पंचेचाळिशीच्या आतले आहेत?'

अचानकच तिथे चैतन्य पसरलं. मला प्रतिसाद मिळाला. हळूहळू खोलीच्या सगळ्या भागातून हात वर येऊ लागले. मी हिशेब केला. जवळजवळ ६० टक्के लोकांनी हात वर केले होते. याचा अर्थ असा होता की, ते सगळे ४५ वर्षं वयाहून तरुण होते. तो तरुणांचा गट होता - म्हणजे निदान माझ्या तुलनेत तरी! माझा पवित्रा बदलून त्यानंतर मी त्या गटाशी बोलू लागलो. मी त्यांना विचारलं, 'तुमच्यापैकी किती जणांना चाळीस ते पन्नास या वयोगटात असताना निवृत्त व्हायला आणि उर्वरित आयुष्यभर आर्थिकदृष्ट्या मुक्त, स्वावलंबी बनायला आवडेल?'

आता जास्तच उत्साहानं हात वर आले होते. मी थोड्या जास्तच चांगल्या प्रकारे त्यांच्याशी संपर्क साधू लागलो होतो आणि श्रोत्यांमध्ये आता चैतन्य संचारल्यासारखं दिसत होतं. माझ्या वयाच्या सहभागी व्यक्ती आणि माझ्याहूनही वयस्कर लोक आपल्याहून अधिक तरुण सहकाऱ्यांकडे पाहून चुळबुळ करत होते. अनेक तरुणांनी हात वर केले होते म्हणजे त्यांना या उद्योगात राहण्याची इच्छा नव्हती. माझ्या वयाच्या आणि माझ्याहून अधिक वयस्कर असलेल्या लोकांची अस्वस्थतेची जाणीव झाल्यानंतर माझ्या असं लक्षात आलं की, त्या गटाला आमच्यापासून वेगळं पडल्यासारखं, वगळणूक केल्यासारखं वाटू नये, यासाठी लगेच काही तरी करण्याची आवश्यकता होती.

त्यानंतर मी स्मित करत हात खाली घेतले जाण्याची वाट पाहिली. वयस्कर कर्मचाऱ्यांकडे पाहून मी म्हणालो, 'जगातील कर्जविषयक व्यवहार करणाऱ्या बँक कर्मचाऱ्यांचे मी आभार मानू इच्छितो, कारण तुमच्यामुळेच मला लवकर निवृत्त होता आलं. माझ्या रिअल इस्टेट ब्रोकरमुळे किंवा स्टॉक ब्रोकरमुळे नव्हे! माझ्या आर्थिक नियोजनकर्त्यांमुळे किंवा माझ्या हिशेबनीसांमुळेही हे शक्य झालं नाही. ते तुम्हीच होतात, जगातील कर्जविषयक व्यवहार पाहणारे बँक कर्मचारी. त्यांनी माझ्या वडिलांच्या तुलनेत जवळजवळ २० वर्षं आधी मला निवृत्त होऊ दिलं.'

श्रोत्यांकडे पाहिल्यावर माझ्या लक्षात आलं होतं की, काही प्रमाणात तिथली अस्वस्थता निवळू लागली होती आणि आता मी माझं व्याख्यान पुढे सुरू ठेवू शकत होतो. या उद्योगाविषयी मी व्यक्त केलेल्या कृतज्ञतेचा उपयोग झाल्यासारखं दिसत होतं. माझ्या अंदाजानुसार सुमारे ८० टक्के श्रोते आता माझ्या व्याख्यानाकडे लक्ष देत होते. आता व्याख्यान तसंच पुढे सुरू ठेवताना मी आधीच्याच प्रश्नाची पुनरुक्ती केली : 'मग वर्तमानपत्रातील या जोडप्याच्या तुलनेत मी कसा काय लवकर निवृत्त होऊ शकलो आणि निवृत्त होण्यासाठी कर्जविषयक व्यवहार पाहणाऱ्या बँक कर्मचाऱ्यांची मला कशी काय मदत होऊ शकली?'

पुन्हा तिथे शांतता पसरली. त्यांनी मला कशी मदत केली होती, याची त्यांना कल्पनाच नव्हती हे माझ्या लक्षात आलं. आताही तिथे तशीच प्रचंड शांतता पसरलेली असली तरीही निदान काही मिनिटांपूर्वी ते अलिप्त होते, त्या तुलनेत ते आता जास्त प्रमाणात जागृत तरी झाले होते. ते उत्तरं द्यायला बिचकत असल्यामुळे यापुढे प्रश्न विचारायचे नाहीत असं ठरवून मी पुढे बोलू लागलो. व्यासपीठावरच्या माझ्या फ्लिप चार्टकडे वळून मी त्यावर मोठ्या ठळक अक्षरांत लिहिलं :

कर्ज
विरुद्ध
समभाग (इक्विटी शेअर)

पुन्हा श्रोत्यांकडे वळून मी कर्ज या शब्दाकडे निर्देश केला आणि म्हणालो, 'मी लवकर निवृत्त होऊ शकलो. कारण, माझ्या निवृत्तीच्या निधीसाठी मी कर्जाचा वापर केला आणि वर्तमानपत्रातील या जोडप्यानं - ४०१ (के)ची योजना असलेल्या या जोडप्यानं त्यांच्या निवृत्तीच्या निधीसाठी समभागांचा वापर केला, त्यामुळे त्यांना निवृत्त होण्यासाठी जास्त काळ लागला.'

क्षणभर थांबून मी जे बोललो ते लोकांच्या पचनी पडण्याची मी वाट बघितली. अखेरीस एक हात वर आला आणि त्या व्यक्तीनं मला विचारलं, 'म्हणजे तुम्हाला असं म्हणायचं आहे का की, वर्तमानपत्रातील त्या व्यक्तीनं निवृत्तीसाठी त्याचा पैसा वापरला आणि तुम्ही निवृत्तीसाठी आमचा पैसा वापरला?'

'अगदी बरोबर,' मी म्हणालो. 'मी कर्जात खोल बुडण्यासाठी तुमच्या पैशांचा वापर करत राहिलो आणि ही व्यक्ती कर्जातून बाहेर पडण्याचा प्रयत्न करत आहे.'

'म्हणजे म्हणून त्याला तुमच्याहून १२ वर्षांचा जास्त काळ लागला,' दुसरी व्यक्ती म्हणाली. 'त्याने त्याच्या स्वतःच्या पैशांचा वापर केला, त्याच्या स्वतःच्या इक्विटी शेअरचा वापर त्याने आपल्या निवृत्तीसाठी केला म्हणून त्याला निवृत्त होण्यासाठी जास्त काळ लागला.'

आयुष्याची अठरा वर्षं

मी स्मित केलं, मान डोलावली आणि म्हणालो, 'आणि ४७व्या वर्षी निवृत्त झाल्यामुळे जी व्यक्ती ६५ वर्षी निवृत्त होते तिच्या तुलनेत मला अठरा वर्षं अधिक मिळाली आणि आयुष्याच्या अठरा वर्षांची तुमच्या दृष्टीनं काय किंमत असते, तुमच्या तारुण्याच्या अठरा वर्षांची किंमत काय असते? माझ्या पत्नीच्या दृष्टीनं, तिला आपल्या तारुण्याचा आनंद घेण्यासाठी २८ वर्षांचा अतिरिक्त कालावधी मिळाला. तुमच्यापैकी किती जणांना आपल्या तारुण्याचा, आपल्या चैतन्याचा आणि पैशाचा वापर करून आपल्याला हवं ते करण्याच्या स्वातंत्र्याचा आनंद मिळवण्याची इच्छा आहे?'

आता खोलीतून सर्वत्र हात वर झाले होते. आता त्या हातांबरोबरच चेहऱ्यांवर स्मितही झळकत होतं. लोकांमध्ये चैतन्य पसरल्याचं दिसत होतं. तरीही अपेक्षेप्रमाणे जे लोक अजूनही त्यांच्या हातांची घडी घालून आणि पायांवर पाय ठेवून तसेच बसून राहिले होते, ते यात सहभागी नव्हते. निदान अत्यंत वाईट सुरुवातीपासून मी मला वाचवत होतो आणि त्या गटातील काही लोक माझ्या बाजूला आले होते.

पहिल्याच रांगेतील एका तरुणानं हात वर केला आणि विचारलं, 'तुमची हरकत नसेल तर कर्जाचा वापर करून तुम्ही कसे काय लवकर निवृत्त झालात आणि त्या दुसऱ्या व्यक्तीनं इक्विटी शेअरचा कसा वापर केला हे तुम्ही आणखी थोडं स्पष्ट करून सांगाल का?'

'नक्कीच,' मी म्हणालो. आणखी स्पष्टीकरण देण्याची संधी मिळाल्यामुळे मला आनंद झाला होता. वर्तमानपत्र उचलून मी त्या चित्राकडे निर्देश केला आणि म्हणालो, 'जर ६५ वर्षं ही निवृत्तीच्या वयाची अट आहे, असं मानलं तर ही व्यक्ती त्यांनी निश्चित केलेल्या वेळापत्रकाहून सहा वर्षं आधी निवृत्त झाली आहे, कारण शेअर बाजाराची कामगिरी चांगली झाली, त्यामुळे त्यांचीही कामगिरी चांगली झाली, कारण त्यांनी त्यांचे स्वतःचे पैसे शेअर बाजारात गुंतवले होते; पण त्याऐवजी त्याने तुमच्या बँकेकडून कर्जाऊ पैसा घेतला असता आणि तुमचा पैसा त्याच शेअर बाजारात गुंतवला असता तर त्याने आणखी किती जास्त प्रमाणात चांगली कामगिरी केली असती?'

श्रोत्यांमध्ये अस्वस्थतेची लाट पसरली. मी नुकतंच जे म्हणालो होतो, त्यामुळे श्रोत्यांपैकी अनेक जण अस्वस्थ झाले होते. आता चेहऱ्यावर बुचकळ्यात पडल्याचे भाव असलेल्या एका तरुणानं नंतर विचारलं, 'पण आम्ही तर त्याला शेअर बाजारात गुंतवण्यासाठी पैसे कर्जाऊ दिलेच नसते.'

'का नाही?'

'कारण ते खूपच जोखमीचं असतं,' तो म्हणाला.

मान डोलावत मी म्हणालो, 'आणि यात मोठी जोखीम असल्यामुळेच या निवृत्ताला त्याचे स्वतःचे पैसे, त्याच्या स्वतःच्या इक्विटी शेअर्सचा वापर करावा लागला. त्याच्या ४०१ (के) निवृत्ती योजनेनं चांगली कामगिरी केली आणि त्याप्रमाणेच त्याने निवडलेल्या शेअर्सनीही चांगली कामगिरी केली. त्याने चांगली कामगिरी केली, कारण शेअर बाजारानं चांगली कामगिरी केली. शेअर बाजारानं चांगली कामगिरी केली, कारण त्याच्यासारखे कोट्यवधी लोक त्याच्याप्रमाणेच त्याच वेळी तीच गोष्ट करत होते म्हणून तो लवकर निवृत्त झाला. यातली रोचक बाब अशी आहे की, तुमचा उद्योग जोखमीचा घटक असल्यामुळे ज्या गुंतवणुकीसाठी कर्जाऊ पैसे देत नाही, त्या गुंतवणुकीत त्याने त्याचा पैसा गुंतवला. तुम्ही बँक कर्मचारी लोकांना शेअर बाजारातील जुगार खेळण्यासाठी पैसा कर्जाऊ देत नाही. बरोबर?

खोलीतील बहुतेकांनी आपल्या माना नकारार्थी हलवल्या.

'म्हणजे तो माणूस नशीबवान होता असं तुम्हाला म्हणायचं आहे का?' दुसऱ्या एकानं विचारलं.

'अं... तो योग्य वयाचा असताना योग्य स्थानी होता आणि बाजाराच्या योग्य चक्रात होता,' मी म्हणालो. 'जर आणि ज्या वेळी हा कल बदलेल त्या वेळी कदाचित त्याला असं वाटू शकेल की, त्याने लवकर निवृत्त व्हायला नको होतं.'

'आणि तुम्ही आमचा पैसा कशात गुंतवण्यासाठी वापरला होता?'

'रिअल इस्टेटमध्ये,' मी म्हणालो. 'तुम्ही आणखी कशासाठी पैसा कर्जाऊ देता? तुम्ही कर्जविषयक व्यवहार करणारे कर्मचारी आहात. बरोबर? तुम्ही गुंतवणुकीचा व्यवहार करणारे बँक कर्मचारी नाही.'

त्या तरुणानं मान डोलावली आणि शांतपणे म्हणाला, 'आम्ही कर्जविषयक व्यवहार पाहणारे बँक कर्मचारी आहोत आणि आम्ही रिअल इस्टेटसाठी पैसे कर्जाऊ देतो, शेअर्ससाठी, बाँड्ससाठी आणि म्युच्युअल फंडांसाठी आम्ही कर्जाऊ पैसे देत नाही.'

'पण गेल्या दहा वर्षांत शेअर बाजार रिअल इस्टेटच्या तुलनेतही जास्त प्रमाणात वधारला नाही का?' सुरुवातीच्या रांगांपैकी एका रांगेत बसलेल्या एका तरुणीनं विचारलं. 'माझ्या ४०१(के)नं मी पाहिलेल्या रिअल इस्टेटमधील गुंतवणुकींच्या तुलनेत खूपच चांगली कामगिरी केली आहे,' ती म्हणाली.

'कदाचित, हे खरं असेलही,' मी उत्तरलो, 'पण तुमच्या ४०१(के)चं मूल्य बाजारपेठेला संवेग प्राप्त झाल्यामुळे आणि भांडवली मूल्यवाढ (कॅपिटल ॲप्रिसिएशन) झाल्यामुळे वाढलं. बाजारपेठ संवेगात किंवा संभाव्य भांडवली मूल्यवाढीत गुंतवणूक करणं हा तुमच्या धोरणाचा एक भाग असू शकतो का?'

'ते धोरण असणार नाही.'

'मीही धोरण म्हणून अशी गुंतवणूक करत नाही,' मी म्हणालो. 'मी फक्त भांडवली मूल्यवाढीसाठी गुंतवणूक करत नाही. माझ्या मालमत्तांच्या किमती या मूल्यांच्या दृष्टीनं वाढल्या पाहिजेत, याची मला गरज वाटत नाही. अर्थातच काही मालमत्तांचं मूल्य याच कालावधीत प्रचंड प्रमाणात वाढलं आहे आणि अनेक शेअर्सच्या व म्युच्युअल फंडांच्या किमती घसरल्या आहेत, त्याप्रमाणे त्यांच्या किमती घसरलेल्या नाहीत.'

'मग तुम्ही भांडवली मूल्यवाढीसाठी गुंतवणूक करत नसाल तर कशासाठी गुंतवणूक करता?' त्या तरुणीनं विचारलं.

'मी कॅशफ्लोसाठी (रोख पैशाच्या खेळत्या प्रवाहासाठी) गुंतवणूक करतो,' मी शांतपणे उत्तर दिलं. 'तुमची ४०१(के) दर महिन्याला खर्चासाठी तुमच्या खिशात किती खेळता पैसा टाकते?'

'अं, काहीही नाही,' ती तरुणी म्हणाली. 'माझी सगळी भांडवली मूल्यवाढ करमुक्त असावी हा माझ्या निवृत्ती योजनेचा हेतू आहे, त्यामुळे माझा सगळा पैसा माझ्या निवृत्ती खात्यात जमा होईल. त्यात मला मासिक कॅशफ्लो देण्यासाठीची रचना करण्यात आलेली नाही.'

'मग तुम्ही गुंतवणूक केलेली, तुमच्या मालकीची एखादी रिअल इस्टेट आहे का आणि ती तुम्हाला मासिक कॅश फ्लो आणि त्याशिवाय करातून मुक्तता देते का?'

'नाही,' ती तरुणी म्हणाली. 'माझ्याकडे फक्त एक गुंतवणुकीची योजना आहे आणि ती म्युच्युअल फंडांमध्ये गुंतवणूक करते.'

'आणि तुम्ही कर्जविषयक व्यवहार करणाऱ्या बँक कर्मचारी आहात?' मी मिश्किलपणे स्मित करत तिला विचारलं.

'मला हे व्यवस्थित सरळसरळ मांडू दे,' ती तरुणी म्हणाली. 'तुमच्या रिअल इस्टेट विकत घेण्यासाठी तुम्ही आमचे पैसे कर्जाऊ घेतले. दर महिन्यात त्या रिअल इस्टेट तुम्हाला कॅशफ्लोचा परतावा देतात. तुम्ही आणि तुमची पत्नी लवकर निवृत्त होऊ शकलात. कारण, तुमच्याकडे कॅशफ्लो आहे. मात्र आम्ही उर्वरित सगळे जण आमच्या म्युच्युअल फंडांच्या भांडवली मूल्यवाढीची आशा धरून बसलो आहोत आणि आयुष्यात उशिरा निवृत्त होण्याचा आमचा मानस आहे. त्यातही ज्या वेळी आमची निवृत्त होण्याची वेळ येईल, त्या वेळी शेअर बाजार कधीच कोसळणार नाही, अशी आशाही आम्ही बाळगलेली आहे. दुसऱ्या

शब्दांत, आम्ही तुम्हाला लवकर निवृत्त होण्यास मदत केली आहे; पण आम्ही स्वतःला त्यासाठी मदत करत नाही. बरोबर?'

'हा कदाचित याकडे पाहण्याचा एक दृष्टिकोन असावा,' मी उत्तर दिलं. 'आणि म्हणूनच माझ्या निवृत्तीच्या फंडात सहभाग दिल्याबद्दल मी तुमचे आणि तुमच्या उद्योगाचे आभार मानतो. मला लवकर निवृत्त होता यावं म्हणून तुम्ही कोट्यवधी डॉलर्सचं योगदान दिलं. तुम्हीही तुमच्यासाठी हेच करण्याचा विचार करावा असं मला वाटतं.'

लवकरच माझी व्याख्यानाची वेळ संपली आणि मला टाळ्याही मिळाल्या. आता खोलीत जागृती निर्माण झाली होती आणि मी जे सांगितलं होतं त्याविषयी विशेषतः तरुणांमध्ये बऱ्याच प्रमाणात रोमहर्षकता निर्माण झाल्याचं दिसत होतं. मी गर्दीतून हस्तांदोलन करत निघालो होतो, त्या वेळी माझ्या भाषणाविषयीची काही शेरेबाजी ऐकण्याची संधी मला मिळाली. ते कर्जविषयक व्यवहार करणारे बँक कर्मचारी असले तरीही मला नेहमीच जे प्रतिसाद ऐकायला मिळत होते, तेच प्रतिसाद त्या वेळीही त्यांच्याकडून ऐकायला मिळत होते. ते पुढील प्रकारचे होते :

१. 'तो जे सांगतोय, ते फार म्हणजे फारच जोखमीचं, खरं तर धोकादायक आहे.'
२. 'मी त्याला कधीच कर्जाऊ पैसा देणार नाही.'
३. 'तो कशाबद्दल बोलतोय ते त्याचं त्यालाच कळत नाही.'
४. 'तो हे आज करू शकणार नाही. आजची बाजारपेठ वेगळी आहे.'
५. 'तो नशीबवान होता. फक्त बाजार कोसळू देत, मग कसा गुडघ्यावर रांगत आपल्याकडे भीक मागायला येतो की नाही ते बघा.'
६. 'मी संडास बसवून देण्याचा धंदा करत नाही, त्यामुळे माझ्याकडे कुठलीही रिअल इस्टेट नाही.'
७. 'रिअल इस्टेटची बाजारपेठ नको इतकी भरभराटीला आलेय. लवकरच ती कोसळेल.'
८. 'त्याच्यासारखे किती तरी लोक रिअल इस्टेटमध्ये डबघाईला येऊन भिकेला लागलेयत ते तुम्हाला माहिती आहे का?'
९. 'त्याच्या डोक्यावर कर्जाचा एवढा मोठा डोंगर असेल, तर आता मी त्याला एकही पैसा कर्जाऊ देणार नाही.'
१०. 'जर तो स्वतः निवृत्त झालाय, तर आपल्याशी कशाला बोलतोय?'

गरीब वडिलांचे धडे

माझे गरीब वडील मला नेहमी असा सल्ला देत की, 'शाळेत जा, चांगले गुण मिळव, एखादी सुरक्षित, संरक्षित नोकरी मिळव. भरपूर कष्ट कर आणि पैशांची बचत कर.' ते नेहमीच त्या प्रसिद्ध ओळींचा उल्लेख करत, 'पैसा उधार देऊ नकोस किंवा कोणाकडून कर्जाऊ घेऊ नकोस. बचत केलेला एकेक पैसा म्हणजे मिळवलेला एकेक पैसा असतो किंवा तुला एखादी गोष्ट विकत घेणं परवडत नसेल तर ती घेऊ नकोस. नेहमीच रोखीनं व्यवहार कर. थोडक्यात, बिकट वाट वहिवाट नसावी, धोपट मार्गा सोडू नको.'

माझ्या गरीब वडिलांनी जर त्यांचा स्वतःचा सल्ला ऐकला असता तर त्यांचं आयुष्य खूपच छान झालं असतं; पण इतर अनेक लोकांप्रमाणे त्यांना जे शब्द योग्य वाटत होते तेच त्यांनी बोलून दाखवले होते; पण त्यांनी योग्य गोष्टी केल्या नव्हत्या. त्यांनी त्यांचं घर आणि त्यांच्या कार विकत घेण्यासाठी कर्ज काढलं होतं. त्यांनी कधीही गुंतवणूक केली नव्हती. कारण, ते नेहमीच असं म्हणत की, 'गुंतवणूक करणं ही जोखमीची गोष्ट असते.' त्याऐवजी त्यांनी पैशाची बचत करण्याचा प्रयत्न केला; पण दर वेळी कोणती ना कोणती तातडीची गरज उद्भवत असे आणि त्यांना त्यांच्या बचतीतून पैसे काढावे लागत. त्यांनी काढलेल्या कर्जामुळे ते गरीब बनले होते आणि कदाचित ज्या गोष्टींमुळे ते श्रीमंत होऊ शकले असते त्या गोष्टींसाठी त्यांनी कधीच कर्ज काढलं नव्हतं. या सूक्ष्म फरकांमुळे त्यांच्या आयुष्यात खूप मोठा फरक पडला होता. त्यांच्या आयुष्यभराच्या विचार करण्याच्या आणि पैशांची हाताळणी करण्याच्या पद्धतीमुळे त्यांना पासष्ट वर्षांचे असतानाही निवृत्त होणं परवडलं नव्हतं. कर्करोगानं अगदी जर्जर होऊन काम करणं अजिबात शक्य होईनासं होईपर्यंत ते काम करत राहिले होते. त्यांना असं का करावं लागलं त्याचं कारणही त्यांच्या या पद्धतींमध्येच आहे. त्यांनी कर्ज टाळण्याच्या आणि पैशांची बचत करण्याच्या प्रयत्नांत आयुष्यभर प्रचंड कष्ट उपसले. मलाही आयुष्याविषयीचे आणि पैशाविषयीचे हेच धडे देण्याचे त्यांनी प्रयत्न केले.

श्रीमंत वडिलांचे धडे

माझे श्रीमंत वडील हे माझ्या जिवलग मित्राचे वडील होते. त्यांनी मला वेगळा सल्ला दिला आणि पैशाविषयीच्या वेगळ्या विचारपद्धती दिल्या. ते पुढीलप्रमाणे गोष्टी सांगत आणि प्रश्न विचारत :

१. 'तुम्हाला १० लाख डॉलर्सची बचत करण्यासाठी किती काळ लागेल?' त्यानंतर ते पुढे विचारत, '१० लाख डॉलर्सचं कर्ज घ्यायला तुम्हाला किती वेळ लागेल?'

२. दीर्घकाळाचा विचार केला तर आयुष्यभर दहा लाख डॉलर्सची बचत करणारी व्यक्ती लवकर श्रीमंत बनेल की १० टक्के व्याजानं १० लाख डॉलर्स कर्जाऊ घेण्याची, ते कसे गुंतवावेत याची आणि त्यांच्यापासून २५ टक्के परतावा कसा मिळवावा याची माहिती असलेली व्यक्ती लवकर श्रीमंत बनेल?'

३. बँक कर्मचारी कोणाला पैसे देईल? जो पैशासाठी प्रचंड कष्ट करत राहिलेला असेल त्याला की पैसे कसे कर्जाऊ घ्यावेत आणि स्वतःसाठी त्या पैशांना सुरक्षितपणे आणि बुद्धिमानतेनं कसं कामाला लावावं ते माहिती असलेल्याला?

४. तुम्ही कोण बनलं पाहिजे? बँक कर्मचाऱ्याला फोन करून त्याला 'मला दहा लाख डॉलर्सचं कर्ज हवंय,' असं सांगितल्यानंतर त्याच्याकडून 'ठीक आहे. वीस मिनिटांत मी तुमच्या सहीसाठी कागदपत्रं तयार करून ठेवतोय,' असं उत्तर मिळवणारी व्यक्ती तुम्हाला बनायचं नाही का?

५. तुमच्या बचतीवर कर लादले जातात आणि तुम्ही कर्ज घेतलं असेल तर तुम्हाला करांमध्ये सूट दिली जाते. सरकार असं का करतं?

६. आर्थिकदृष्ट्या अधिक हुशार आणि आर्थिकदृष्ट्या अधिक साक्षर कोण असलंच पाहिजे? – जी व्यक्ती दहा लाखांची बचत करते ती की दहा लाख डॉलर्सचं कर्ज घेते ती?

७. तुम्हाला कुठलं शिक्षण घ्यावं याची निवड करण्याची संधी मिळाली तर तुम्ही शाळेत जाऊन पैशासाठी खडतर कष्ट करण्यास शिकण्याची निवड कराल की पैशाला तुमच्यासाठी खडतर कष्ट करायला लावण्यास शिकण्याची निवड कराल?

८. रिअल इस्टेटच्या जुगारात गुंतवण्यासाठी बँक कर्मचारी तुम्हाला आनंदानं पैसे का देतो; पण शेअर बाजारातील सट्ट्यात गुंतवण्यासाठी तो तुम्हाला का पैसा देत नाही?

९. जे लोक अतिकठोर परिश्रम करतात आणि भरपूर बचत करतात त्यांना कमी कष्ट करून जास्त कर्ज घेणाऱ्यांच्या तुलनेत करापोटी सर्वाधिक पैसा का भरावा लागतो?

ज्या वेळी काम करण्याचा, पैशाचा, बचतीचा आणि कर्जाचा प्रश्न येतो, त्या वेळी माझ्या दोन्ही वडिलांचे दृष्टिकोन पूर्णपणे भिन्न होते ही गोष्ट अगदी स्पष्ट आहे; परंतु या दृष्टिकोनांमधील सगळ्यात मोठा फरक माझ्या श्रीमंत वडिलांच्या पुढील वाक्यातून समोर येतो. ते म्हणत, 'गरिबांना आणि मध्यमवर्गीयांना श्रीमंत बनण्यासाठी खडतर काळातून जावं लागतं. कारण, श्रीमंत बनण्यासाठी ते स्वतःच्या पैशांचा वापर करतात. जर तुम्हाला श्रीमंत व्हायचं असेल तर तुम्हाला स्वतःच्या पैशांचा नव्हे, तर इतर लोकांच्या पैशांचा वापर करून श्रीमंत कसं व्हावं हे माहिती असावं लागतं.'

सावधगिरीचा इशारा आणि सूचना : लवकर निवृत्त होण्यासाठी आणि श्रीमंत होऊन निवृत्त होण्यासाठी कर्जाचा साधन म्हणून उपयोग करण्यावर मी चर्चा करणार असलो तरीही हे पुस्तक पैसे कर्जाऊ घेण्याविषयी आणि कर्जात गळ्यापर्यंत बुडण्याविषयी नाही. तरफेची शक्ती ही एक ताकद असते आणि या शक्तीचा वापर, गैरवापर करणं शक्य असतं किंवा तिला घाबरणंही शक्य असतं. आपल्याकडे बार भरलेली बंदूक असल्यानंतर आपण जितक्या सावधगिरीनं विचार करू तितकाच विचार आपण कर्जाविषयीही केला पाहिजे. त्याची हाताळणीही तितक्याच दक्षतेनं केली पाहिजे. भरलेल्या बंदुकीप्रमाणेच ती कोण हाताळत आहे याचा विचार न करता कर्जही तुम्हाला मदत करू शकतं किंवा ठारही मारू शकतं. तुम्ही सगळ्या बंदुकांचा विचार धोकादायक म्हणूनच केला पाहिजे, त्याप्रमाणेच सगळ्या कर्जांना ती धोकादायक असल्याप्रमाणेच हाताळा.

मी यावर भर देतो, कारण एका तरुणानं माझ्या वेबसाईटवर मला असं लिहिलं होतं की त्याने नुकतीच नोकरी सोडली होती, अनेक क्रेडिट कार्ड घेतली होती आणि रिअल इस्टेटची खरेदी करून तो अगदी गळ्यापर्यंत कर्जात बुडाला होता. त्याने असं म्हटलं होतं की, 'मी रॉबर्टचा सल्ला मानत आहे आणि चांगल्या कर्जाच्या साहाय्यानं कर्जाच्या विळख्यात गळ्यापर्यंत बुडालो आहे.'

सगळ्यात पहिली गोष्ट अशी की, मी कोणालाही रिअल इस्टेटच्या खरेदीसाठी क्रेडिट कार्डच्या वापराचा सल्ला देत नाही. तुम्हाला कशी गुंतवणूक करायची हे माहिति असेल तर तुमच्या गुंतवणुकींसाठी तुम्हाला वित्तपुरवठ्याच्या असल्या धोकादायक योजनांचा वापर करण्याची गरज भासत नाही.

क्रेडिट कार्डांचा वापर करून रिअल इस्टेटमध्ये गुंतवणूक केलेले लोक मला माहिती असले तरीही मी या प्रक्रियेची शिफारस करत नाही. कारण, ती खूपच धोकादायक ठरू शकते. मी या प्रक्रियेची शिफारस करत नाही, कारण क्रेडिट कार्ड वापरून रिअल इस्टेटची खरेदी केलेले आणि नंतर कफल्लक बनलेले अनेक लोक मला माहिती आहेत. मी तुम्हाला असाच सल्ला देत आहे की, शिक्षित बना आणि कर्जाचा वापर सुज्ञपणे कसा करावा ते शिकून घ्या.

मी प्रकरणाची सुरुवात कर्ज विरुद्ध इक्विटी शेअर यांच्यातील फरकाविषयी बोलण्यानं केली असली तरीही हे पुस्तक फक्त कर्जाविषयी नाही. ज्या कोणाला लवकर निवृत्त व्हायचं असेल आणि श्रीमंत बनूनच निवृत्ती पत्करायची असेल त्या प्रत्येकासाठी हे पुस्तक आहे आणि कर्जाहूनही ही गोष्ट जास्त महत्त्वाची आहे.

दुसरी अत्यंत महत्त्वाची गोष्ट

श्रीमंत वडील नेहमीच असं म्हणत असत की, ‘कॅशफ्लो (वित्तप्रवाह किंवा खेळता पैसा) हा पैशाच्या जगातील सगळ्यात महत्त्वाचा शब्द आहे. त्याखालोखाल अतिशय महत्त्वाचा असलेला शब्द आहे, तरफेची ताकद किंवा शक्ती. ज्या वेळी त्यांचा पैसा लवकर निवृत्त होण्यासाठी वापरल्याविषयी मी कर्जविषयक व्यवहार करणाऱ्या बँक कर्मचाऱ्यांशी बोललो, त्या वेळी खरोखरच त्यांच्या पैशाचा वापर मी तरफेची शक्ती म्हणून करून घेण्याच्या संदर्भात बोललो होतो. मी लहान असताना माझ्या श्रीमंत वडिलांकडून शिकत होतो, त्या वेळी त्यांनी त्यांच्या मुलाला आणि मला या तरफेच्या शक्तीचं महत्त्व सांगण्यात बराचसा वेळ घालवला होता.

मी आधीच उल्लेख केला आहे त्याप्रमाणे डेव्हिड आणि गोलियथ यांची कथा ही श्रीमंत वडिलांची तरफेच्या शक्तीविषयीची आवडती कथा होती. आम्हाला जितक्या वेळा ती ऐकणं शक्य होतं, तितक्या वेळा श्रीमंत वडिलांनी आम्हाला ही कथा सांगितली होती. ते आम्हाला सांगत, ‘मुलांनो, नेहमी एक गोष्ट लक्षात ठेवा. ती म्हणजे डेव्हिडला तरफेच्या शक्तीचं तत्त्व समजलं होतं म्हणूनच तो गोलियथला हरवू शकला.’

‘मला वाटतं की, त्याने गोफणीचा वापर केला होता,’ मी एकदा म्हटलं.

‘अगदी बरोबर,’ श्रीमंत वडील म्हणाले, ‘योग्य हातांत गोफण असणं हा तरफेच्या शक्तीचाच एक प्रकार आहे. तुम्ही एकदा का ही तरफेची शक्ती समजून घेतली की, तुम्हाला सगळीकडे ती दिसू लागेल. तुम्हाला श्रीमंत व्हायचं असेल तर तुम्ही तरफेच्या या शक्तीला कामाला जुंपण्यास शिकलंच पाहिजे.’ श्रीमंत वडिलांनी आमच्या डोक्यांत तरफेची शक्ती हा शब्द अगदी निनादत ठेवला होता. ‘तुम्ही जगातील अगदी छोटी मुलं असलात तरीही तुम्हाला तरफेची शक्ती समजली तर तुम्ही अगदी भल्या मोठ्या व्यक्तीलाही पराभूत करू शकाल.’

आम्ही मोठे झाल्यानंतर श्रीमंत वडिलांनी आम्हाला तरफेच्या शक्तीची आणखी काही उदाहरणं सांगितली. पैशांविषयीचे त्यांचे धडे त्यांच्या मुलाला, माईकला आणि मला रोचक वाटावेत, यासाठी ते नेहमीच आम्हाला स्वारस्य असलेल्या विषयांची निवड करून त्यांना शिकवायचे असलेले धडे शिकवत. उदाहरणार्थ, १९६०मध्ये अमेरिकेत पहिल्यांदा बीटल्स आले आणि माझ्या वयाची मुलं त्यांच्यासाठी अगदी वेडी झाली, त्या वेळी माझ्या श्रीमंत वडिलांवर बीटल्स किती प्रचंड पैसा मिळवत होते, त्याचा प्रभाव पडला होता. ते आम्हाला शिकवत असताना त्यांनी सांगितलं की, 'बीटल्स जास्त पैसे मिळवत आहेत, कारण त्यांच्याकडे जास्त प्रमाणात तरफेची ताकद आहे.' श्रीमंत वडील याचं पुढे स्पष्टीकरण देऊ लागले. ते म्हणाले की, 'तरफेच्या शक्तीच्या तत्त्वामुळेच बीटल्सनं अमेरिकेच्या राष्ट्राध्यक्षाहून, वैद्यकीय डॉक्टरांहून, वकिलांहून, लेखा परीक्षकांहून आणि अगदी माझ्याहूनही जास्त पैसे मिळवले होते.' ते म्हणाले की, 'बीटल्स तरफेची शक्ती म्हणून टेलिव्हिजनचा, रेडिओचा आणि ध्वनिमुद्रिकांचा(रेकॉर्ड्सचा) वापर करतात म्हणूनच ते श्रीमंत आहेत.'

त्या वेळी माईक या त्यांच्या मुलानं असं विचारलं, 'तरफेच्या शक्तीचे टेलिव्हिजन, रेडिओ आणि ध्वनिमुद्रिका एवढेच प्रकार आहेत का?'

'आम्हाला श्रीमंत व्हायचं असेल तर रॉकस्टार बनावं लागेल का?' मी विचारलं. त्या वेळी मी १६ वर्षांचा होतो आणि गाणं म्हणण्यात मी तितकासा तरबेज नव्हतो हे मला माहिती होतं. रेडिओ हे मी 'वाजवू' शकत असलेलं एकमेव सांगीतिक साधन होतं!

श्रीमंत वडील जोरात हसले आणि म्हणाले, 'नाही, तुम्हाला श्रीमंत होण्यासाठी रॉकस्टार बनण्याची गरज नाही आणि तरफेच्या शक्तीचे फक्त टेलिव्हिजन, रेडिओ आणि ध्वनिमुद्रिका एवढेच प्रकारही नाहीत; पण तुम्हाला श्रीमंत व्हायचं असेल तर तुम्हाला कोणत्या ना कोणत्या स्वरूपातील तरफेच्या शक्तीचा वापर करावाच लागेल. श्रीमंत, गरीब आणि मध्यमवर्गीय यांच्यातील फरक हा तो प्रत्येक वर्ग वापरत असलेल्या तरफेच्या शक्तीमधील फरक असतो. श्रीमंत लोक अधिक श्रीमंत असतात. कारण, ते वेगवेगळ्या तरफेच्या शक्तींचा वापर करतात आणि ते त्यांचा अधिकाधिक वापर करून घेतात.'

हे पुस्तक तरफेच्या शक्तीविषयी आहे.

श्रीमंत वडील त्यांच्या मुलाला आणि मला पुनःपुन्हा सांगत की, 'आर्थिक तरफेची शक्ती हा गरीब आणि मध्यमवर्गीय यांच्या तुलनेत जास्त प्रमाणात श्रीमंतांना मिळालेला फायदा असतो.

रिच डॅड मालिकेतील पहिली पुस्तकं ही वित्तप्रवाह म्हणजेच कॅशफ्लोवर लक्ष एकवटून लिहिलेली आहेत. हे पुस्तक तरफेची शक्ती म्हणजेच लिव्हरेज या शब्दावर जास्त बारकाईनं लक्ष केंद्रित करेल. कारण, तुम्हाला तरुणपणी आणि श्रीमंत होऊन निवृत्त व्हायचं असेल तर तुम्हाला कोणत्या ना कोणत्या स्वरूपातील तरफेच्या शक्तीचा वापर करून घेण्याची गरज असेल. मला आणि किमला लवकर निवृत्त होता आलं ते या तरफेच्या शक्तीमुळे, कठोर परिश्रमामुळे नव्हे. पुढच्या प्रकरणात आपण तरफेच्या शक्तीची आणखी काही उदाहरणं पाहणार आहोत.

कर्जविषयक व्यवहार करणाऱ्या बँक कर्मचाऱ्यांसमोर मी दिलेल्या व्याख्यानाच्या कथेनं आणि लवकर निवृत्त होण्यासाठी माझ्या पैशाऐवजी मी त्यांचा पैसा कसा वापरला होता हे सांगून मी या प्रकरणाची सुरुवात केली होती. ते तरफेची शक्ती म्हणून कर्जाचा वापर करण्याचं एक उदाहरण होतं.

तरफेच्या शक्तीसंदर्भात अशी समस्या असते की, ही एक दुधारी तलवार असते. ती दोन्ही बाजूंना इजा करू, कापू शकते. दुसऱ्या शब्दांत एखादी व्यक्ती आर्थिकदृष्ट्या पुढे जाण्यासाठी तरफेच्या शक्तीचा वापर करू शकते; पण त्याच शक्तीचा गैरवापर झाला तर त्यांना आर्थिकदृष्ट्या मागे कोसळावं लागतं.

मध्यमवर्गीय आणि गरीब लोक कठोर परिश्रम करतात, जास्त वर्षं काम करत राहतात, कर्जफेडीसाठी संघर्ष करत राहतात आणि अधिक कर भरतात, त्याचं एक कारण असं आहे की, त्यांच्याकडे तरफेच्या शक्तीच्या महत्त्वाच्या प्रकाराचा अभाव असतो. ती तरफेची शक्ती असते : आर्थिक शिक्षण. म्हणून तुम्ही बाहेर पडून मालमत्तांमध्ये कर्जाऊ पैसे गुंतवण्याआधी कृपया हे समजून घ्या की, कर्ज हा तरफेच्या शक्तीचा फक्त एक प्रकार आहे आणि तरफेच्या शक्तीचे सगळे प्रकार तीक्ष्ण व दुधारी असतात. पुनरुक्ती करताना माझे श्रीमंत वडील म्हणत की,

'कोणती व्यक्ती आर्थिकदृष्ट्या जास्त हुशार आणि आर्थिकदृष्ट्या जास्त शिक्षित असलीच पाहिजे? दहा लाख डॉलर्सची बचत करणारी की दहा लाख डॉलर्स कर्जाऊ घेणारी?'

मला मांडायचा असलेला सगळ्यात महत्त्वाचा मुद्दा हा आहे की, हे पुस्तक मूलतः आर्थिक शिक्षणाविषयी आहे. तुम्ही तरफेच्या शक्तीच्या कोणत्या प्रकाराचा वापर करता याचा विचार न करता मी तुम्हाला पहिल्यांदा अशी शिफारस करतो की, तुम्हाला ज्या तरफेच्या शक्तीमध्ये स्वारस्य वाटेल त्या शक्तीचा वापर कसा करायचा त्याचं शिक्षण तुम्ही घेतलं पाहिजे.

एक सूचना : श्रीमंत वडिलांनी असं म्हटलं होतं की, 'तुम्हाला श्रीमंत होण्याची इच्छा असेल तर तुम्हाला चांगलं कर्ज आणि वाईट कर्ज, चांगला खर्च आणि वाईट खर्च, चांगलं उत्पन्न आणि वाईट उत्पन्न, चांगल्या कर्जफेडी, करभरणा आणि वाईट कर्जफेडी, करभरणा यांच्यातील फरक माहिती असण्याची गरज असते.'

हे प्रकरण नेमकेपणानं तरफेच्या शक्तीचा एक प्रकार असलेल्या कर्जाविषयी असल्यानं तुम्हाला बहुधा चांगलं कर्ज आणि वाईट कर्ज यांची यादी करायची असेल. तुम्हाला या संकल्पनांमधील फरक माहिती नसेल तर हे लक्षात ठेवा की, चांगलं कर्ज दर महिन्याला तुमच्या खिशात पैसे ठेवतं आणि वाईट कर्ज हे दर महिन्याला तुमच्या खिशातून पैसे काढून घेतं. उदाहरणार्थ, माझ्या अनेक अपार्टमेंटसाठी मी घेतलेल्या कर्जामुळे माझ्या

खिशात दर महिन्याला पैसे येतात आणि माझ्या निवासस्थानासाठी मी काढलेल्या कर्जापोटी (माझं तारण) माझ्या खिशातून दर महिन्याला पैसे जातात.

चांगलं कर्ज	***वाईट कर्ज***
______________________	______________________
______________________	______________________
______________________	______________________
______________________	______________________
______________________	______________________
______________________	______________________
______________________	______________________
______________________	______________________
______________________	______________________
______________________	______________________

आपली यादी तपासून पाहिल्यानंतर तुमच्या कर्जातून तुम्हाला काय करायचं आहे, यावर तुम्हाला विचार करावा लागेल. तुम्हाला वाईट कर्ज कमी करण्याची आणि चांगलं कर्ज वाढवण्याची इच्छा असू शकते. तुम्ही चांगलं कर्ज वाढवण्यावर काम केलं तर तरुणपणी निवृत्त होण्याच्या आणि श्रीमंत होऊन निवृत्त होण्याच्या तुमच्या संधी मोठ्या प्रमाणात वाढतील; पण नेहमीच एक गोष्ट लक्षात ठेवा, नेहमीच प्रत्येक कर्जाला भरलेल्या बंदुकीप्रमाणे अत्यंत काळजीपूर्वकच हाताळा.

प्रकरण चार

तुम्ही कशा प्रकारे लवकर निवृत्त होऊ शकता?

माझ्या दोन्ही वडिलांनी मला तरफेच्या शक्तीची दोन वेगवेगळी जगं पाहण्याची मुभा दिली होती. माझे खरे वडील उच्चशिक्षित, अतिशय कष्टाळू व्यक्ती होते. माझे श्रीमंत वडील हे उच्च प्रमाणात तरफेची शक्ती मिळवलेली व्यक्ती होते म्हणूनच ते कमी काम करत होते आणि माझ्या गरीब वडिलांच्या तुलनेत कितीतरी अधिक पैसा मिळवत होते. तुम्हाला लवकर निवृत्त व्हायचं असेल आणि श्रीमंत होऊन निवृत्त व्हायचं असेल, तर तरफेच्या शक्तीचं तत्त्व समजून घेणं ही अत्यंत महत्त्वाची गोष्ट असते.

या शब्दाच्या व्यापक व्याख्येचा विचार केला तर तरफेची शक्ती या शब्दाचा साधा अर्थ आहे कमी आणि जास्त कमी गोष्टींपासून जास्त आणि अधिक जास्त करण्याची क्षमता. ज्या वेळी कामाचा, पैशाचा आणि तरफेच्या शक्तीचा प्रश्न येतो, त्या वेळी श्रीमंत वडील असं म्हणत की, 'तुम्हाला श्रीमंत व्हायचं असेल तर तुम्ही कमी काम केलं पाहिजे आणि जास्त पैसे कमावले पाहिजेत. हे करण्यासाठी तुम्हाला कोणत्या ना कोणत्या प्रकारच्या तरफेच्या शक्तीचा वापर करून घ्यावा लागतो.' याच विधानाचं द्वंद्व-विधानही ते मांडत. ते म्हणत, 'जे लोक फक्त कष्ट, कष्ट आणि कष्टच करत राहतात, त्यांच्याकडे मर्यादित तरफेची शक्ती असते. तुम्ही शारीरिकदृष्ट्या भरपूर परिश्रम करत असाल आणि आर्थिकदृष्ट्या पुढे जात नसाल तर बहुधा तुम्ही दुसऱ्या कोणाची तरी तरफेची शक्ती असता.' ते असंही म्हणत होते की, 'जर तुमचे पैसे बँकेत बचत खात्यात किंवा निवृत्तीच्या खात्यात पडून असतील तर तुमचा पैसा हा दुसऱ्या कोणाची तरी तरफेची शक्ती असतो.'

तरफेची शक्ती सर्वत्र असते

मी लहान असताना माझ्या श्रीमंत वडिलांनी तरफेच्या शक्तीच्या तत्त्वाचं विश्लेषण करताना पुढील चित्र रेखाटलं होतं.

श्रीमंत वडील म्हणाले, 'तरफेची शक्ती सगळीकडे असते. माणसांनी नैसर्गिकरीत्याच अधिकाधिक तरफेच्या शक्तीचा शोध घेतल्यामुळे माणसांना जनावरांच्या तुलनेत कितीतरी

अधिक प्रमाणात लाभ झाला.' सुरुवातीला प्राणी माणसांहून जलद गतीनं धावत होते; पण आज माणूस अधिक जलद गतीनं प्रवास करू शकतो आणि प्राण्यांच्याही किती तरी पट अधिक जलद गतीनं पुढे जाऊ शकतो. कारण, माणसानं सायकल, कार, ट्रक, ट्रेन, विमानं यांसारखी तरफेची शक्ती देणारी साधनं तयार केली.

तरफेची शक्ती नसलेली व्यक्ती

तरफेची शक्ती वापरणारी व्यक्ती

सुरुवातीला पक्षी उडू शकत होते आणि माणूस उडू शकत नव्हता. आज माणूस कोणत्याही पक्ष्याच्या तुलनेत जास्त उंचावरून, जास्त दूरपर्यंत आणि अधिक जलद गतीनं उडू शकतो.

तरफेच्या शक्तीचा वापर ही ताकद असते

आपल्या निसर्गदत्त तरफेच्या शक्तीचा वापर करण्याकडे प्राण्यांचा कल असतो. सर्वसामान्यपणे तरफेच्या शक्तीचा आणखी लाभ करून घेण्यास ते सक्षम नसतात म्हणूनच अंतिमतः प्राण्यांना माणसाहून अधिक प्रमाणात मिळालेले नैसर्गिक लाभ आता त्यांनी गमावले आहेत आणि माणूस पृथ्वीवर राज्य करत आहे. हीच गोष्ट ज्या वेळी काही लोक तरफेच्या शक्तीचा वापर इतरांच्या तुलनेत अधिक करतात, त्या वेळी त्यांच्याही बाबतीत घडते. माझ्या श्रीमंत वडिलांनी म्हटलं होतं की, 'तरफेच्या शक्तीचा जास्त वापर करणाऱ्या लोकांचं या शक्तीचा कमी वापर करणाऱ्या लोकांवर वर्चस्व असतं.' दुसऱ्या शब्दांत, ज्याप्रमाणे तरफांचा वापर करून माणसानं वेगवेगळी साधनं तयार करून प्राण्यांहून अधिक लाभ मिळवला, त्याचप्रमाणे तरफेचा वापर असलेल्या या साधनांचा जे लोक जास्त प्रमाणात वापर करतात, त्यांच्याकडे जे लोक त्यांचा वापर करत नाहीत त्यांच्यापेक्षा जास्त ताकद असते. हे साध्या शब्दांत मांडायचं झालं तर 'तरफेची शक्ती ही ताकद किंवा सत्ता देते.'

माणसांनी जास्तीत जास्त प्रमाणात तरफेच्या वापराची शक्ती कशी मिळवली हे स्पष्ट करताना श्रीमंत वडील म्हणाले, 'पक्षी निसर्गदत्त पंखांचा वापर त्याची एकमेवाद्वितीय तरफेची शक्ती म्हणून करतो. माणसानं पक्ष्याच्या उड्डाणाचं निरीक्षण केलं आणि नंतर माणूससुद्धा कशा प्रकारे उडू शकेल, याचा शोध लावण्यासाठी आपल्या मनांचा वापर केला. जी व्यक्ती अमेरिकेहून युरोपपर्यंत उडू शकते तिच्याकडे अटलांटिकमधून नौकेतून प्रवास करणाऱ्या माणसाहून खूपच जास्त प्रमाणात तरफेची शक्ती असते.' त्यांनी असंही सांगितलं की, 'गरीब लोक श्रीमंत लोकांच्या तुलनेत कमी प्रमाणात तरफांची शक्ती असलेली साधनं वापरतात. तुम्हाला श्रीमंत व्हायचं असेल आणि श्रीमंतच बनून राहायचं असेल तर तुम्ही तरफेच्या शक्तीला समजून घेतलं पाहिजे.'

यातली चांगली गोष्ट अशी आहे की, आज तरफेच्या शक्तीचा वापर असलेली अधिकाधिक साधनं तयार केली जात आहेत. यात संगणक, इंटरनेट यांचा समावेश होतोच, शिवाय भविष्यात ज्या कशाची निर्मिती होईल, त्या सगळ्यांचाही यात समावेश होईल. जे लोक तरफेच्या शक्तीचा वापर करून तयार करण्यात आलेल्या साधनांशी जुळवून घेऊ शकले, ते पुढे चालले आहेत. जे लोक तरफेच्या शक्तीचा वापर असलेल्या साधनांचा अधिकाधिक वापर करण्यास शिकले नाहीत, ते आर्थिकदृष्ट्या मागे पडत आहेत किंवा आर्थिक पातळीवर तग धरून राहण्यासाठी अधिकाधिक कठोर परिश्रम करत आहेत. आयुष्यातील तरफेच्या शक्तीचा फायदा मिळवण्याकरिता काम करण्याऐवजी तुम्ही जर उठल्याबरोबर फक्त पैसे कमावण्यासाठी बाहेर पडत असाल तर तुम्ही आजच्या काळाच्या मागे पडत चालल्याच्या शक्यता अधिक असतात. जगाच्या इतिहासात कधीही इतक्या अल्पावधीत तरफेच्या शक्तीचा वापर असलेल्या इतक्या साधनांचा शोध लागला नव्हता. जे

लोक या साधनांचा वापर करतात ते पुढे जातात. जे लोक या साधनांचा वापर करत नाहीत ते ज्याप्रमाणे माणसाच्या तुलनेत प्राणी मागे पडले, त्याप्रमाणे या साधनांचा वापर करणाऱ्या लोकांच्या तुलनेत मागे पडतात.

निसर्गदत्त तरफेची शक्ती

न्यू यॉर्कमधील आंतरराष्ट्रीय वाणिज्यविषयक इतिहासाचा अभ्यास करताना मला असं समजलं की, सुमारे ५,००० वर्षांपूर्वी अथांग जलाशयांमध्ये होड्या आणि जहाजं चालवण्यासाठी माणूस शिडांचा आणि पवनशक्तीचा वापर करत होता. या उदाहरणात वारा आणि जहाजांची शिडं या गोष्टी म्हणजे तरफांच्या शक्ती आहेत. त्यांनी माणसाला कमी श्रमात जास्त पुढे जाण्याची, प्रवास करण्याची आणि जास्त प्रमाणात ओझी, सामान वाहून नेण्याची मुभा दिली. ज्या लोकांनी मोठ्या शिडांसह मोठ्या जहाजांच्या ताकदीचा वापर केला ते लोक, ज्यांनी तो वापर केला नाही त्यांच्या तुलनेत जास्त श्रीमंत बनले. त्या वेळी माझ्या डोक्यात प्रकाश पडला की, जे लोक श्रीमंत बनले आहेत त्या लोकांनी नवीन साधनं तयार करण्यासाठी त्यांच्यासमोर असलेल्या निसर्गदत्त तरफांच्या शक्तीचा वापर करून घेतला. आज आपण समुद्रातून प्रवास करणाऱ्या कोणत्याही जहाजाच्या तुलनेत फक्त माउसच्या एका क्लिकबरोबर अधिक मालाची वाहतूक करू शकतो आणि अधिक संपत्ती मिळवू शकतो.

तरफेची शक्ती नसलेले लोक ती शक्ती असलेल्या लोकांसाठी काम करतात

संपूर्ण इतिहासात जे लोक मागे पडले, ते त्यांच्या जीवनकाळात तरफेच्या शक्तीच्या वापरातून तयार करण्यात आलेल्या नवीन साधनांचा वापर करण्यात अपयशी ठरले होते. जे लोक हे करण्यात अपयशी ठरले, ते ज्या लोकांनी या साधनांचा वापर करण्यात यश मिळवलं होतं, त्यांच्यासाठी काम करत होते. शिवाय जे लोक ही साधनं वापरत होते त्यांच्या तुलनेत हे लोक शारीरिकदृष्ट्या जास्त खडतर कष्ट करत होते. माझे श्रीमंत वडील नेहमी म्हणत होते, ‘ज्यांच्याकडे तरफेची शक्ती असते, त्या लोकांसाठी ज्यांच्याकडे तरफेची शक्ती नसते, असे लोक काम करतात.’

कालबाह्य तरफेची शक्ती

मानवी मनातून तंत्रज्ञानाची निर्मिती झाल्यामुळे आपल्या पूर्वजांच्या तुलनेत आपल्याकडे तरफेच्या शक्तीचा वापर करून करावयाच्या वाहतुकीचे अनेक पर्याय उपलब्ध आहेत. आज फक्त चालण्याऐवजी आपल्याकडे सायकल चालवणं, कार चालवणं किंवा विमान उडवणं असे पर्याय आहेत किंवा आपण कदाचित अंतरं ओलांडण्यासाठी टेलिव्हिजनची, टेलिफोनची किंवा ई-मेलचीही निवड करू शकतो.

ज्याप्रमाणे वाहतुकीच्या आणि संपर्काच्या तरफांच्या शक्तींच्या बाबतीत आपल्याकडे अनेक निवडी असतात, त्याप्रमाणेच आर्थिक तरफांच्या शक्तीच्या प्रकारांचा विचार केला

तरीही आपल्याकडे तुलनेत अनेक प्रकार आहेत. जे लोक अधिक तरफांची शक्ती असलेली आर्थिक साधनं वापरतात ते आर्थिकदृष्ट्या पुढे जातात. जे लोक आर्थिक तरफांच्या शक्तींच्या जुन्या, कालबाह्य अप्रचलित साधनांचा वापर करतात, ते त्यांची आर्थिक सुरक्षितता आणि आर्थिक भवितव्य धोक्यात टाकतात. आज आपला निवृत्तीसाठीचा निधी तयार करण्यासाठी कोट्यवधी लोक म्युच्युअल फंड या आर्थिक साधनाचा वापर करत आहेत. म्युच्युअल फंड कुठल्याही अर्थानं कालबाह्य झालेले नसले तरीही जास्त शिक्षित गुंतवणूकदारांच्या दृष्टीनं म्युच्युअल फंड हे तरफेची शक्ती असलेलं साधन नाही आणि हे पुस्तक त्याविषयीच आहे. जर लोकांना तरुणपणी निवृत्त व्हायचं असेल आणि श्रीमंत होऊन निवृत्त व्हायचं असेल तर त्यांना म्युच्युअल फंडांच्या जागी आर्थिकदृष्ट्या तरफेची शक्ती असलेल्या अधिक जलद गतीच्या, अधिक सुरक्षित आणि अधिक माहितीनं समृद्ध साधनांचा वापर करावा लागेल.

लोक आर्थिक तरफेची शक्ती असलेल्या साधनांचा वापर का करत नाहीत?

गरीब आणि मध्यमवर्गीय लोक तरफेची शक्ती असलेली आर्थिक साधनं धोकादायक असल्याचा विचार करतात ही एक औपरोधिक बाब आहे. या लोकांना असं वाटतं की, आर्थिक तरफेची शक्ती ही खूपच धोकादायक असते. बहुतांश लोक आर्थिक तरफेच्या शक्तीची अधिक जलद साधनं वापरत नाहीत. श्रीमंत लोक वापरत असलेल्या आर्थिक तरफेच्या शक्तीचा वापर करण्याऐवजी गरीब आणि मध्यमवर्गीय लोकांचा कल शारीरिक तरफेच्या शक्तीचा वापर करून पुढे जाण्याकडे असतो. शारीरिक तरफेच्या शक्तीलाच कठोर परिश्रम किंवा काबाडकष्ट असं म्हणतात. श्रीमंत लोक अधिक श्रीमंत होतात कारण मूलतः ते तरफेची शक्ती असलेली आर्थिक साधनं वापरतात आणि गरीब व मध्यमवर्गीय लोक ती वापरत नाहीत.

कर्ज ही जेत्याची किंवा पराभूताचीही तरफेची शक्ती असू शकते

उत्पन्न मिळवून देणारी रिअल इस्टेट मिळवण्यासाठी कर्जाचा वापर करण्याविषयी मी आधीही बोललो आहे. या उदाहरणात, कर्ज ही माझी तरफेची शक्ती होती. एखादी व्यक्ती फक्त भरपूर कष्ट करून आपल्या बचतीतून इक्विटी शेअर या नावानं ओळखल्या जाणाऱ्या प्रकारात गुंतवणूक करण्याचा प्रयत्न करत असेल, तर तिच्या तुलनेत मी खूपच मोठ्या गुंतवणुकी करू शकतो आणि अधिक जलद गतीनं पुढे जाऊ शकतो. कर्जाच्या शक्तीला कसं कामाला जुंपावं हे समजत नसलेल्या एखाद्याच्या तुलनेत, मालमत्ता संपादित करण्यासाठी कर्जाचा वापर कसा करावा हे माहिती असलेल्या व्यक्तीकडे अधिक श्रेष्ठ प्रकारची आर्थिक तरफेची शक्ती असते. माझे श्रीमंत वडील म्हणाले होते, 'श्रीमंत लोक आर्थिकदृष्ट्या जिंकण्यासाठी कर्जाचा वापर करतात. गरीब आणि मध्यमवर्गीय लोक कर्जाचा वापर आर्थिकदृष्ट्या पराभूत होण्यासाठी करतात.' परंतु कर्जाचा उपयोग तरफेच्या शक्तीचं साधन म्हणून करण्यासाठी एखाद्या व्यक्तीकडे अधिक आर्थिक शिक्षण असण्याची गरज असते. या पुस्तकातील पुढच्या प्रकरणांमध्ये हे आर्थिक शिक्षण तुम्ही कसं मिळवू शकाल ते स्पष्ट करण्यात येणार आहे.

माझे गरीब वडील मला नेहमीच सांगत होते, 'कोणाला उसने पैसे देऊ नकोस, कोणाकडून पैसे (कर्ज) घेऊ नकोस.' त्यांनी असंही सांगितलं होतं, 'शक्य तितक्या लवकर आपली बिलं देऊन टाक. शक्य तितक्या लवकर गहाण टाकलेली किंवा तारण म्हणून ठेवलेली मालमत्ता सोडवून घेत जा. कर्जात राहणं धोकादायक असतं.' माझे गरीब वडील आयुष्यभर भरपूर कष्ट करत राहिले आणि आर्थिकदृष्ट्या कधीही पुढे जाऊ शकले नाहीत, त्याला या कल्पना आणि समजुती कारणीभूत होत्या. माझ्या श्रीमंत वडिलांनी माझ्या गरीब वडिलांच्या तुलनेत त्यांच्या आयुष्यात कमी काम केलं होतं आणि ते जसजसे अधिकाधिक वयस्कर होत चालले होते, तसतशी ते अधिकाधिक संपत्ती कमावत राहिले होते. माझ्या श्रीमंत वडिलांचं आयुष्य वेगळं होतं, कारण त्यांना आर्थिक तरफांच्या शक्तीच्या ताकदीचा वापर कसा करून घ्यायचा ते माहिती होतं. माझ्या गरीब वडिलांना ते माहिती नव्हतं, कारण तसं करणं धोकादायक असतं असं त्यांना वाटत होतं.

मालमत्ता विकत घेण्यासाठी कर्जाचा वापर करणं धोकादायक असतं असा विचार गरीब आणि मध्यमवर्गीय लोक करतात; पण तरीही ते उत्साहानं बाहेर पडतात आणि बिलं भरण्यासाठी, दायित्वं पूर्ण करण्यासाठी कर्जाचा वापर करतात. ही औपरोधिक बाब आहे. गरीब आणि मध्यमवर्गीय लोक वाईट कर्जाच्या ताकदीचा वापर करतात हे – असे लोक आयुष्यात मागे पडतात त्याचं एक कारण आहे. श्रीमंत लोक पुढे जाण्यासाठी चांगल्या कर्जाच्या आर्थिक शक्तीचा वापर करून घेतात. जी व्यक्ती कठोर परिश्रम करते, पैशाची बचत करते आणि कर्जापासून दूर राहते ती – आर्थिक तरफेची शक्ती म्हणून कर्जाचा वापर करून घेण्यासाठी प्रशिक्षित झालेल्या व्यक्तीच्या तुलनेत मागे पडते. सर्वसामान्य व्यक्ती कर्ज वाईट असल्याचा विचार करते किंवा ती कर्जाचा वाईट प्रकारे उपयोग करते. म्हणूनच बहुतांश लोक कर्जातून बाहेर पडण्याचा आणि निवृत्तीसाठी पैशांची बचत करण्याचा विचार करतात. त्यांच्या दृष्टीनं कर्जापासून दूर राहणं आणि पैशाची बचत करणं हा आयुष्य जगण्याचा हुशारीचा आणि सुरक्षित मार्ग असतो. सर्वसामान्य व्यक्तीच्या आर्थिक शिक्षणाचा (किंवा आर्थिक शिक्षणाच्या अभावाचा) विचार करता, ती त्यांच्या दृष्टीनं कदाचित जास्त हुशारीची निवड असूही शकेल.

तरफेच्या शक्तीचे इतर प्रकार

लवकर निवृत्त होण्यासाठी कर्जाखेरीज तरफेच्या शक्तीच्या इतर प्रकारांचाही किमनं आणि मी वापर केला होता. अकरा कार्यालयं असलेल्या व्यवसायाची उभारणी करण्यासाठी, 'व्यवसाय' नावाच्या इतर प्रकारच्या मालमत्तेची उभारणी करण्यासाठी आम्हाला ओपीटीचा (इतर लोकांच्या वेळेचा) वापर करून घ्यावाच लागला. या उदाहरणात, मालमत्तेची अधिक जलद गतीनं उभारणी करण्यासाठी, तिला अधिक मोठी आणि मूल्यवान बनवण्यासाठी लोकांना नोकरीवर ठेवणं ही तरफेची शक्ती होती.

बहुतांश लोक झपाट्यानं श्रीमंत होत नाहीत, त्याचं एक साधं कारण असतं. त्यांचा पैसा (त्यांनी बँकेत ठेवलेली त्यांची बचतीची रक्कम) आणि त्यांचा वेळ व श्रम (सुरक्षित, संरक्षित नोकरी) यांचा वापर श्रीमंत लोक तरफेची शक्ती म्हणून करून घेतात आणि त्याचा

वापर करून घेऊन श्रीमंत बनण्यासाठी ते मालमत्ता संपादित करतात आणि त्यांची निर्मितीही करतात. मी जर आर्थिक तरफांच्या दोन शक्तींचा वापर करून घेतला नसता तर इतक्या अल्पावधीत मला इतक्या सगळ्या मालमत्ता संपादित करता आल्याच नसत्या. या दोन शक्ती आहेत ओपीएम (अदर पीपल्स मनी – इतर लोकांचा पैसा) आणि ओपीटी (अदर पीपल्स टाइम, इतर लोकांचा वेळ.)

यातली चांगली गोष्ट अशी आहे की, ओपीएम आणि ओपीटीखेरीजही तरफेच्या शक्तीचे अनेक प्रकार असतात. तुमच्या मालमत्ता संपादित करण्यासाठी किंवा निर्माण करण्यासाठी तुम्ही त्यांचाही वापर करून घेऊ शकता. ५,००० वर्षांपूर्वी आपल्या जहाजांच्या शिडांना ऊर्जा, ताकद मिळवून देण्यासाठी ज्याप्रमाणे माणसांनी पवनऊर्जेचा उपयोग करून घेतला, त्याप्रमाणेच तुम्हाला मदत करू शकणाऱ्या अनेक तरफांच्या शक्तींचा तुम्ही उपयोग करून घेऊ शकता. तुम्ही एकदा तरफेच्या शक्तीचं तत्त्व समजून घेतलं की, मग तुम्हाला तरफेच्या शक्तीचे असंख्य प्रकार असल्याचं आढळेल आणि तुम्ही त्यांचा जास्तीत जास्त शोधही घेऊ लागाल. माझ्या श्रीमंत वडिलांनी कित्येक वर्षांपूर्वी मला सांगितलं होतं की, 'माणसांनी नेहमीच उच्चतर आणि नवीन प्रकारच्या तरफांच्या शक्तींचा शोध लावला आहे.' मासे पकडण्याचं जाळं तयार करण्यासाठी वेळ काढणाऱ्या माणसाचा विचार करा. आपल्या मोकळ्या हातांनी मासे पकडण्याचा प्रयत्न करणाऱ्या माणसांच्या तुलनेत जाळं असलेल्या माणसाकडे खूपच जास्त प्रमाणात तरफेची ताकद असते. अर्थातच, जाळं असलेल्या व्यक्तीला जाळ्याचा उपयोग कसा करायचा हे माहिती असेल तरच ही गोष्ट लागू होते. लागवडीसाठी १,००० एकर शेती असलेल्या शेतकऱ्याकडे १०० एकर शेती असलेल्या शेतकऱ्याच्या तुलनेत जास्त प्रमाणात तरफेची शक्ती असते. मात्र तरीही पुन्हा एकदा, एवढ्या मोठ्या शेतीची व्यवस्था पाहण्याच्या त्या शेतकऱ्याच्या क्षमतांवरच बरंच काही अवलंबून असतं. संगणक हे तरफेच्या शक्तीचं विलक्षण साधन आहे; पण इथेही संगणकाचा वापर कशासाठी केला जातो त्यावर सारं काही अवलंबून असतं.

पुढे इतर प्रकारच्या तरफेच्या शक्तीची काही उदाहरणं दिली आहेत. तुमचं आरोग्य, तुमचा वेळ, तुमचं शिक्षण आणि तुमचे नातेसंबंध या गोष्टी एक तर लवकर निवृत्त होण्याचं आणि श्रीमंत होऊन निवृत्त होण्याचं तुमचं उद्दिष्ट साध्य करण्यात तुम्हाला मदत करू शकतात किंवा तुमच्या मार्गात अडथळे आणू शकतात.

आरोग्य

अर्थातच आरोग्य हा तरफेच्या शक्तीचा अत्यंत महत्त्वाचा प्रकार आहे. सहसा नेहमीच आरोग्य गमावेपर्यंत लोक आपल्या आरोग्याच्या मूल्याची कदर करत नाहीत. तुम्ही खूपच आजारी असलात किंवा निवृत्तीचा आनंद उपभोगण्यास सक्षम नसलात तर अशा लवकर घेतलेल्या निवृत्तीपासून तुम्हाला काय लाभ मिळणार आहे?

वेळ

वेळ हासुद्धा तरफेच्या शक्तीचा महत्त्वाचा प्रकार आहे. एकदा लोक आर्थिकदृष्ट्या मागे पडू लागले की आयुष्यात पुढे जाण्यासाठी वेळ मिळवणं नेहमीच कठीण होतं. जर एखादी व्यक्ती आर्थिकदृष्ट्या कशीबशी वाटचाल करत असेल तर समोर आलेल्या संधींचा लाभ घेणंही तिला कठीण जातं. मी नेहमीच लोकांना असं म्हणताना ऐकतो की, 'तो नशीबवान ठरला, कारण तो योग्य वेळी योग्य ठिकाणी होता.' मला वाटतं की, याहूनही अधिक अचूक वाक्य असं असलं पाहिजे : 'तो नशीबवान ठरला, कारण तो शिक्षित, अनुभवी आणि तयारीत होता. संधी समोर आली त्या वेळी तो त्या संधीचा लाभ घेण्याच्या तयारीत होता.'

लवकर निवृत्ती पत्करल्यामुळे मला उपभोगता आलेल्या अतिरिक्त वेळामुळे माझ्या संपत्तीत आणखी जास्त वाढ करण्यास मला मदत झाली. आता माझ्याकडे संधी शोधण्यासाठी आणि त्यांना ओळखण्यासाठी वेळ आहे.

शिक्षण

शिक्षण हा तरफेच्या शक्तीचा महत्त्वाचा फरक आहे. हायस्कूलचं शिक्षण अर्धवट सोडून बाहेर पडलेल्या व्यक्तीच्या आणि महाविद्यालयातून पदवीधर होऊन बाहेर पडलेल्या व्यक्तीच्या कमाईतील फरक हा ज्या वेळी त्यांच्या आयुष्यभराच्या कमाईचा विचार केला जातो, त्यामवेळी कोट्यवधी डॉलरमध्ये मोजणं शक्य असतं, तरीही महाविद्यालयातून पदवीधर होऊन बाहेर पडलेल्या व्यक्तीकडे जर अल्प आर्थिक शिक्षण असेल तर ती नेहमीच आर्थिकदृष्ट्या शिक्षित व्यक्तीच्या मागे पडते, मग अशा व्यक्तीकडे महाविद्यालयीन शिक्षण असो वा नसो.

शालेय कर्जांमध्ये बुडून गेलेल्या अवस्थेत शाळा सोडून महाविद्यालयांमधून पदवीधर झालेल्या अनेकांना मी भेटलो आहे; पण शालेय कर्जाहूनही वाईट गोष्ट म्हणजे असे अनेक पदवीधर नोकरी मिळवण्याच्या चिंतेत असतात आणि ग्राहक कर्जात बुडून जातात. मूलभूत आर्थिक शिक्षण न घेता फक्त चांगलं शिक्षण घेतल्यामुळे चुकती करावी लागलेली ती किंमत असते. आर्थिक शिक्षणाखेरीज उच्च वेतनाची नोकरी करत राहणं याचा नेहमीच असा अर्थ असतो की, ती व्यक्ती कमी पगाराच्या नोकरीतील एखाद्या व्यक्तीच्या तुलनेत जास्त जलद गतीनं कर्जात बुडत जाते. ही गोष्ट फारशी बुद्धिमानतेची नसते.

आर्थिक शिक्षण तुम्हाला तरुणपणी निवृत्त होण्यासच मदत करत नाही, तर ते तुमची संपत्ती पुढच्या अनेक पिढ्यांसाठी जपून ठेवण्यासही तुम्हाला मदत करतं.

नातेसंबंध

तुमच्या व्यावसायिक आणि वैयक्तिक नातेसंबंधांमध्येही तुम्हाला तरफेची शक्ती सापडू शकते. नातेसंबंधांमध्ये सापडणाऱ्या तरफेच्या शक्तींची काही उदाहरणं पुढे दिली आहेत :

- अक्षम मालकांकडून किंवा व्यवस्थापनांकडून चालवल्या जाणाऱ्या व्यवसायांमध्ये काम केल्यामुळे अनेक लोकांना मी दुःख भोगताना पाहिलं आहे. काही लोकांना मी

आर्थिकदृष्ट्या अगदी उत्तम प्रकारे काम करताना पाहिलं आहे. कारण, ते आर्थिकदृष्ट्या माहितगार लोकांशी संबंधित असतात.

- शिक्षक संघटना किंवा पायलट संघटना यांसारखी कामगार संघटना हा नातेसंबंधांच्या तरफेच्या शक्तीचा प्रकार असतो. अमेरिकन मेडिकल असोसिएशनसारखी व्यावसायिक संघटना हा नातेसंबंधांच्या तरफेच्या शक्तीचा प्रकार असतो. संघटना आणि व्यावसायिक संघटना यांच्यामध्ये व्यावसायिक तरफेची शक्ती असलेले लोक असतात. भक्कम आर्थिक तरफेची शक्ती असलेल्या लोकांपासून स्वतःचं संरक्षण करण्यासाठी हे लोक एकमेकांना घट्ट धरून राहतात.
- अनेक लोक आर्थिकदृष्ट्या उत्तम कामगिरी करतात, कारण त्यांच्याकडे विलक्षण उत्तम वित्त सल्लागार असतात. त्याप्रमाणेच आर्थिकदृष्ट्या दुःख भोगणारेही अनेक लोक असतात, कारण त्यांच्याकडे अक्षम वित्त सल्लागार असतात. माझे श्रीमंत वडील म्हणाले होते, 'कित्येक वित्त सल्लागारांना ब्रोकर्स म्हटलं जातं. कारण, ते नेहमीच तुमच्यापेक्षा जास्त मोडून पडलेले असतात. म्हणून तुम्ही कोणाचा सल्ला घेत आहात त्याविषयी दक्ष राहा.' श्रीमंत वडिलांनी असंही म्हटलं होतं की, 'नेहमीच फुकट मिळणारा सल्ला हा सर्वांत महागात पाडणारा, त्रासदायक सल्ला असतो. पैसा, गुंतवणुकी आणि व्यवसाय यांच्याविषयीचा हा सल्ला असतो आणि तो तुमच्या गरीब मित्रांकडून आणि नातेवाइकांकडून मिळतो.'
- आपल्यापैकी बहुतेकांनी शक्तीसंगमाविषयी ऐकलेलं असतं. याला इंग्रजीत पॉवर मॅरेज असं म्हणतात. याचा अर्थ दोन शक्तिशाली लोक एकत्र येतात आणि आणखी शक्तिशाली बनतात. विवाहात प्रेम, एकात्मता आणि उत्कर्षाची स्थिती नसल्यामुळे काही विवाहित दाम्पत्यांना आर्थिकदृष्ट्या कष्ट, दुःख भोगावं लागत असल्याचं आपण पाहतो. जिवलग मैत्रीण आणि व्यावसायिक भागीदार म्हणून माझ्याबरोबर माझी पत्नी किम नसती तर आज मी श्रीमंत होऊ शकलो नसतो.
- विवाहाविषयी बोलताना एका वक्त्यानं असं म्हटल्याचं मी एकदा ऐकलं होतं की, 'तुमच्या जोडीदारालाही श्रीमंत बनण्याची इच्छा नसेल तर तुम्ही श्रीमंत होणं जवळजवळ अशक्यच असतं.' ही गोष्ट १०० टक्के खरी आहे का ते मला माहिती नाही; पण त्यात थोडा तरी सत्याचा अंश असलाच पाहिजे, याची मला खात्री आहे.

म्हणून तुमच्या सभोवतालचे सकारात्मक आणि नकारात्मक लोक हा तरफेच्या शक्तीचा महान स्रोत असू शकतो. तुमच्या सभोवतालचे किती लोक तुम्हाला आर्थिकदृष्ट्या मागे खेचत आहेत आणि किती लोक तुम्हाला पुढे ढकलत आहेत, उत्तेजन देत आहेत हे स्वतःला विचारा. पैशाचा प्रश्न येतो त्या वेळी तुमचे नातेसंबंध हे तरफेच्या शक्तीचे महत्त्वाचे स्रोत असू शकतात. श्रीमंत वडील नेहमीच म्हणत असत की, 'श्रीमंत असणं हे तुम्हाला काय माहिती आहे, यावर फारसं अवलंबून नसतं, तर तुम्हाला कोण लोक माहिती आहेत यावर अवलंबून असतं.'

साधनं

प्लंबरला योग्य साधनं वापरण्यातून तरफेची शक्ती मिळते. डॉक्टरला आपलं काम करण्यासाठी वैद्यकीय साधनं वापरावी लागतात. आपल्यापैकी बहुतेकांसाठी कार हा तरफेच्या शक्तीचा एक प्रकार असतो. संगणक आता आपल्याला वेबच्या माध्यमातून जगभरातील लोकांशी व्यवसाय करण्याची मुभा देतो म्हणून हे तरफेच्या शक्तीचं अत्यंत महत्त्वाचं साधन आहे.

फावला वेळ

फावल्या किंवा रिकाम्या वेळातही तरफेची शक्ती सापडणं शक्य असतं. टीव्ही पाहण्यात किंवा खरेदी करण्यात वेळ घालवणारे अनेक लोक मला माहिती आहेत. मला भेटलेल्या किंवा मी ज्यांच्याविषयी वाचलं आहे असे अनेक लोक नोकरीत असताना नव्हे, तर त्यांच्या फावल्या वेळातच श्रीमंत झाले आहेत. ह्युलेट-पॅकार्ड आणि फोर्ड मोटर कंपनी यांची सुरुवात गॅरेजमधून झाली. डेल कॉम्प्युटर्सचा प्रारंभ शेजघरातून झाला. माझा एक वकील मित्र आठवडाभर वकील म्हणून आणि आठवडाअखेरीला इस्टेट एजंट म्हणून काम करत असे. आज धर्मादाय संघटनांना तो त्याचा कायदेशीर सल्ला मोफत देतो आणि त्याच्या मुलांबरोबर खेळतो किंवा संपूर्ण वेळ गोल्फ खेळत असतो. त्याने नुकताच चाळिशीत प्रवेश केला आहे.

तुमच्यासाठी उत्तम प्रकारे काम करणारी तरफेची शक्ती शोधा

म्हणून तरफेच्या शक्तीचे अनेक प्रकार असतात आणि तुम्हाला आर्थिकदृष्ट्या झपाट्यानं पुढे नेण्याकरिता मालमत्ता संपादित आणि निर्माण करण्यासाठी तुम्ही आज त्यांचा वापर करू शकता, यावर मला भर द्यायचा आहे. तुम्हाला श्रीमंत होण्यासाठी ओपीएमचा आणि ओपीटीचा वापर करण्याची इच्छा नसेल तर तुम्ही त्यांचा वापर करण्याची गरज नाही, तरीही जर तुम्हाला तरुणपणी निवृत्त होण्याची आणि श्रीमंत होऊन निवृत्त होण्याची इच्छा असेल तर तुम्ही तुमच्यासाठी उत्तम प्रकारे काम करणाऱ्या तरफेच्या शक्तींचा शोध घेण्याची गरज असेल.

मी याची पुनरुक्ती करतो. कारण, हीच या पुस्तकाची मध्यवर्ती कल्पना आहे. श्रीमंत वडिलांनी सांगितलं होतं, 'जे लोक फक्त कठोर परिश्रम करत राहतात, त्यांच्याकडे तरफेची शक्ती मर्यादित प्रमाणात असते. तुम्ही जर शारीरिक काबाडकष्ट करत असाल आणि तरीही आर्थिकदृष्ट्या पुढे जात नसाल तर तुम्ही दुसऱ्या कोणासाठी तरी तरफेची शक्ती म्हणून वापरले जात असता.' त्यांनी असंही सांगितलं होतं की, 'जर तुमच्या बचत खात्यात किंवा निवृत्तीसाठीच्या रकमेच्या खात्यात पैसे पडून असतील तर इतर लोक तुमच्या पैशांचा वापर त्यांची तरफेची शक्ती म्हणून करत असतात.'

'आणि' या शब्दाचं महत्त्व

कमी आणि आणखी कमी गोष्टींपासून जास्त आणि आणखी जास्त करण्याची क्षमता अशी तरफेच्या शक्तीची एक व्याख्या आहे. तरफेची शक्ती म्हणजे अधिकाधिक कमी गोष्टींच्या

साहाय्यानं अधिकाधिक मोठी गोष्ट करण्याची क्षमता. या ठिकाणी 'कमीत कमी'च्या किंवा 'कमी आणि कमी'च्या साहाय्यानं 'अधिकाधिक' किंवा 'अधिक आणि अधिक' ही कल्पना महत्त्वाची आहे. श्रीमंत वडिलांनी सांगितलं होतं, 'श्रीमंत आणि गरीब व मध्यमवर्गीय यांच्यातील फरक हा अधिक आणि त्यानंतरचा पुढचा शब्द अधिक यांच्या दरम्यान सापडतो आणि या दोन शब्दांच्या मधला शब्द 'आणि' हाच असतो.'

श्रीमंत वडिलांनी हे पुढे स्पष्ट करताना असं सांगितलं की, 'श्रीमंत लोक अधिक आणि अधिकच तरफेच्या शक्तीची भर घालत राहतात आणि त्यामुळे ते जास्त श्रीमंत आणि जास्त श्रीमंत बनत राहतात. गरीब आणि मध्यमवर्गीय लोक तरफेच्या शक्तीची भर घालणं थांबवतात. ज्या ठिकाणी तुम्ही तरफेच्या शक्तीची आणखी भर घालवणं थांबवता, तेच तुमच्या आयुष्यातील आर्थिक स्थानक असतं. तेच तुमचं प्रवास करून उतरण्याचं ठिकाण असतं.' दुसऱ्या शब्दांत, ज्या वेळी एखादी व्यक्ती तरफेच्या शक्तीची भर टाकणं थांबवते, त्या वेळी ती गरीब बनते. हीच गोष्ट मध्यमवर्गीयांसाठीही खरी असते. खरोखरचे श्रीमंत लोक कधीही आपल्या तरफेच्या शक्तीत वाढ करणं थांबवत नाहीत.

माझ्या गरीब वडिलांचं म्हणणं हे या कल्पनेचं उदाहरण आहे. ते म्हणत, 'चांगलं शिक्षण घे, त्यामुळे तुला चांगली नोकरी मिळेल.' मध्यमवर्गीयांपैकी अनेक लोकांचं शिक्षण हे जिथे त्यांचं पुस्तकी आणि व्यावसायिक शिक्षण थांबतं, तिथेच थांबतं. श्रीमंत लोक तिथेच थांबत नाहीत. अधिकाधिक तरफेच्या शक्तीच्या आपल्या यादीत आर्थिक शिक्षणाची भर टाकून ते जास्त तरफेच्या शक्तीची भर टाकतात.

गरीब हे मध्यमवर्गीयांहून वेगळे असतात, कारण त्यांच्या शिक्षणाच्या तरफेच्या शक्तीच्या यादीत सर्वसामान्यपणे कमी शिक्षण असतं. गरीब लोकांकडे तर बहुतेक वेळा मूलभूत शिक्षणही नसतं किंवा मध्यमवर्गीयांप्रमाणे आपल्या शिक्षणाच्या यादीत व्यावसायिक शिक्षणाची भर टाकण्यात ते अपयशी ठरतात. गरीब लोक शिक्षणाच्या एका विशिष्ट पातळीपर्यंत पोहोचतात आणि मध्यमवर्गीय यात अधिक शिक्षणाची थोडी भर टाकतात; पण ते शिक्षण त्यांना श्रीमंत बनवण्यासाठी पुरेसं नसतं.

शिक्षणाचे तीन भिन्न प्रकार असतात. ते असे :

१. पुस्तकी (शालेय किंवा महाविद्यालयीन) शिक्षण
२. व्यावसायिक शिक्षण
३. आर्थिक शिक्षण

माझ्या गरीब वडिलांनी व्यावसायिक शिक्षण घेतलं नाही आणि आर्थिक शिक्षणातही त्यांना रस नव्हता. त्यातूनच त्यांचं जीवनातील आर्थिक स्थानक निश्चित झालं. माझ्या श्रीमंत वडिलांनी कधीही त्यांचं आर्थिक शिक्षण थांबवलं नव्हतं आणि त्यामुळेच त्यांच्या आयुष्यातील त्यांचं आर्थिक स्थानकही निश्चित झालं. ते होतं 'श्रीमंत' हे स्थानक. गरीब लोक नेहमी गरीबच राहतात. कारण, त्यांच्याकडे नेहमीच या तिन्ही प्रकारच्या शिक्षणांचा अभाव असतो.

आज मागे पडणाऱ्या लोकांमध्ये ज्यांनी कोणत्या ना कोणत्या प्रकारच्या तरफेच्या शक्ती मिळवलेल्या असतात; पण जे लोक अधिक तरफेची शक्ती मिळवण्यात अपयशी

ठरतात अशा लोकांचा समावेश असतो. तुम्ही दहा वर्षांपूर्वी महाविद्यालयातून पदवीधर होऊन बाहेर पडलात, तर याचा अर्थ तुम्ही जास्त आणि आणखी जास्त तरफेची शक्ती मिळवणं थांबवू शकता असा होत नाही. श्रीमंत वडील नेहमीच असं म्हणत असत की, 'महाविद्यालयीन पदवी मिळवणं याचा अर्थ तुम्हाला अध्ययन किंवा शिकणं थांबवण्याची आणि तुमची तरफेची शक्ती वाढवणं थांबवण्याची पात्रता लाभली असा होत नाही.' ते पुढे म्हणत की, 'तुमच्या बँकेत कोट्यवधी डॉलर्स पडून असतील तरीही तुम्ही अध्ययन थांबवण्यास पात्र ठरत नाही. खरं तर तुम्ही शिकणं थांबवलं की, लवकरच तुमचा पैसा शिकणं सुरू ठेवलेल्या व्यक्तीकडे जाईल. कमी आणि आणखी कमी गोष्टींपासून सातत्यानं जास्त आणि आणखी जास्त करण्याची क्षमता असणं म्हणजे खरोखरची तरफेची शक्ती असते, हे समजलेल्या व्यक्तीकडे तुमचा पैसा जाईल.'

तरफेच्या शक्तीचं भवितव्य

आज आपल्याकडे कोट्यवधी डॉलर्सला आपले व्यवसाय विकून सहजगत्या निवृत्ती पत्करणारी हायस्कूलची मुलं आहेत. याचं कारण म्हणजे या मुलांनी नोकरीसुद्धा नसताना त्यांचे पालक वापरत असलेल्या तरफेच्या शक्तीहून वेगळ्या प्रकारच्या तरफेच्या शक्तीचा वापर केलेला असतो. त्याच वेळी आपल्याकडे आपल्या नोकऱ्या टिकवण्यासाठी पुन्हा शाळेत जावं लागणारे बेबी बूमर्सही आहेत. तरफेची शक्ती व 'आणि' या शब्दांत यातला फरक सापडतो. आज तुमची स्पर्धा फक्त तुमच्या शहरापुरती किंवा अगदी तुमच्या देशापुरती मर्यादित असण्याची गरज नसते. कमी आणि आणखी कमी यांपासून जास्त आणि आणखी जास्त गोष्टी मिळवण्याची इच्छा असलेले लोक आर्थिकदृष्ट्या जिंकतील. कमी आणि आणखी कमी करण्यासाठी जास्त आणि आणखी जास्त वेतन मिळवण्याची इच्छा असलेले लोक जिंकणार नाहीत.

आगामी प्रकरणांमध्ये मी डॉलरमधील काही रकमेविषयी बोलणार आहे आणि कदाचित त्या रकमा खऱ्या आहेत, यावर तुमचा विश्वासही बसणार नाही. काहीही झालं तरी सध्या वार्षिक ५०,००० डॉलर्स कमावण्यासाठी तुम्ही कठोर परिश्रम करत असाल तर काम न करता वार्षिक दहा लाख डॉलर्स कमावणं ही गोष्ट नेहमीच कठीण असते. आणखी आणि जास्त आणखी तरफेच्या शक्तीच्या कल्पनेवर मी भर देत आहे. कारण, जर तुम्हाला कमी आणि आणखी कमी गोष्टींपासून जास्त आणि आणखी जास्त गोष्टी करण्यावर विचार करत राहायचं असेल तर तुम्ही आज किती कमावता याचा विचार न करता वार्षिक दहा लाख डॉलर्स कमावणं ही गोष्ट अगदी पूर्णपणे शक्य आहे; पण या संदर्भात तुम्हाला विचारच करण्याची इच्छा नसेल, तर वार्षिक ५०,००० डॉलर्सपासून १० लाख डॉलर्सपर्यंत पोहोचणं ही गोष्ट कठीण असते.

यातली औपरोधिक बाब अशी आहे की, कमी आणि आणखी कमी गोष्टींपासून जास्त आणि आणखी जास्त गोष्टी करण्याची इच्छा नसलेले लोक नेहमीच कमी आणि

आणखी कमी गोष्टीसाठी जास्त आणि आणखी जास्त काम करत राहतात. यातली चांगली गोष्ट अशी आहे की जोपर्यंत तुम्ही कमी आणि आणखी कमी गोष्टींपासून जास्त आणि आणखी जास्त गोष्टी करण्याच्या संदर्भात विचार करता तोपर्यंत तुम्ही कमी आणि आणखी कमी कामापासून जास्त आणि आणखी जास्त कमावत राहाल. त्यासाठी तुम्हाला फक्त ही कल्पना तुमच्या डोक्यात ठेवावी लागेल आणि मग तुमच्यासाठी तरुणपणी निवृत्त होणं आणि श्रीमंत होऊन निवृत्त होणं अधिक सोपं असेल.

एक सूचना : एक स्वच्छ कागद घ्या आणि त्यावर या प्रश्नाची उत्तरं लिहायला सुरुवात करा. प्रश्न असा आहे :

मी जे करत आहे ती गोष्ट मी कमी काम करून जास्त लोकांसाठी अधिक चांगल्या किमतीत कशी काय देऊ शकेन?

या संदर्भात तुम्ही कसलाही विचार करू शकला नाहीत तरीही विचार करणं तसंच सुरू ठेवा. हा अतिशय महत्त्वाचा प्रश्न आहे. या प्रश्नाचं उत्तर देऊन त्या उत्तराची अंमलबजावणी केली तर लोक कोट्यधीश आणि अगदी अब्जाधीशही बनू शकतात म्हणूनच श्रीमंत वडील या प्रश्नाला 'कोट्यवधी डॉलर्सचा प्रश्न' म्हणत होते.

या प्रश्नासारख्या प्रश्नांची उत्तर देण्यास समर्थ असणं ही गोष्ट तरुणपणी निवृत्त होण्याच्या आणि श्रीमंत असताना निवृत्त होण्याच्या दृष्टीनं महत्त्वाची असते. पुढच्या प्रकरणात तरफेच्या शक्तीचं साधन म्हणून मी तुमच्या मनाच्या ताकदीचा विचार करणार आहे.

प्रकरण पाच

तुमच्या मनाची तरफेची शक्ती

काही लोक करू शकतात आणि काही लोक करू शकत नाहीत, असं का असतं?

*रिच डॅड्स गाइड टू इन्व्हेस्टिंग*मध्ये मी श्रीमंत वडिलांविषयीचा लिहिलेला धडा हा पुनरावृत्ती करण्याजोगा आहे.

किनारपट्टीसमोरच्या सुंदर मालमत्तेतून श्रीमंत वडील, त्यांचा मुलगा आणि मी फिरत निघालो होतो, तिथूनच या धड्याची सुरुवात होते. श्रीमंत वडील थांबले आणि त्यांनी निर्देश करून सांगितलं की, 'मी... मी ही जमीन नुकतीच विकत घेतली.'

एवढी महागडी मालमत्ता विकत घेणं त्यांना परवडू शकलं, याचं मला आश्चर्य वाटलं. मी तुलनेत लहान असलो तरीही मला हे माहिती होतं की, हवाईतील महासागराच्या किनारपट्टीवरची मालमत्ता महागडी होती. माझे श्रीमंत वडील तितके श्रीमंत नसल्यामुळे एवढी गुंतवणूक करणं त्यांना कसं काय परवडू शकलं, याचं मला आश्चर्य वाटलं. त्यांना विकत घेणं न परवडणारी मालमत्ता ते कशी काय विकत घेऊ शकले होते, याविषयीचं रहस्य श्रीमंत वडील मला आता सांगणार होते. ते त्यांना श्रीमंत बनवणाऱ्या रहस्यांपैकी एक होतं.

एक वेगळं सत्य

अगदी साध्या भाषेत सांगायचं झालं तर श्रीमंत वडिलांकडे त्या वेळी महागडी जमीन विकत घेण्याइतके पैसे नसले तरीही ती विकत घेणं त्यांना परवडलं होतं. कारण, त्यांनी ती 'परवडण्याजोगी बनवणं' याला आपल्या वास्तवाचा एक भाग बनवला होता. माझे गरीब वडील त्या वेळी जास्त पैसे कमावत असले तरीही त्यांनी असं म्हटलं असतं की, 'मला हे परवडत नाही,' कारण एवढी महागडी रिअल इस्टेट विकत घेणं ही गोष्ट त्यांच्या प्रखर वास्तवाच्या पलीकडची होती.

अत्यंत महत्त्वाचा धडा

कित्येक वर्षांपर्यंत श्रीमंत वडिलांनी मला अनेक महत्त्वाचे धडे शिकवले आणि त्यांनी शिकवलेल्या या धड्यांनी माझ्या आयुष्याच्या दिशेवर आणि फलितावर मूलभूत परिणाम केला. व्यक्तीच्या प्रखर वास्तवाच्या शक्तीवरचा हा धडा सर्वांत जास्त महत्त्वाच्या धड्यांपैकी एक आहे. ज्या लोकांनी *रिच डॅड, पुअर डॅड* वाचलं आहे, त्यांना हे आठवतच असेल की, त्यांनी त्यांच्या मुलाला आणि मला 'हे परवडत नाही' हे शब्द उच्चारण्यास बंदी केली होती. श्रीमंत वडिलांना व्यक्तीच्या प्रखर वास्तवाची शक्ती समजली होती. त्यांच्या धड्यामागचा धडा असा होता :

तुम्ही ज्याचा विचार खरी गोष्ट म्हणून करता, तेच तुमचं प्रखर वास्तव असतं.

धार्मिक व्यक्ती असल्यामुळे श्रीमंत वडील नेहमीच गॉस्पेल ऑफ जॉन या नवीन करारातील उताऱ्याचा उल्लेख करत : ...आणि तो शब्द साकार झाला. दैनंदिन जीवनातील अनेक संदर्भांत ते हा उतारा सांगत, त्यामुळे आमच्यासारख्या लहान मुलांना तो समजू शकत होता. त्यांनी माईकला आणि मला सतत असं सांगितलं होतं की, 'आणि तो शब्द साकार झाला - याचा असा अर्थ आहे की, तुम्ही ज्याचा विचार करता आणि जे खरं आहे असं समजून बोलता ते तुमचं प्रखर वास्तव किंवा वास्तविक परिस्थिती बनते.' महासागरासमोरची ती सुंदर मालमत्ता त्यांच्या पाहण्यात आली त्या वेळी त्यांनी 'ही विकत घेणं मला परवडणार नाही,' असं म्हणणं नाकारलं. खरं तर त्यांच्याकडे त्या वेळी पैसे नव्हते; पण तरीही त्यांनी तसं म्हटलं नाही. त्याऐवजी त्यांनी आगामी काही महिने ती घेणं कसं परवडेल याची योजना आखली. त्यांच्या प्रखर वास्तवाच्या जे पलीकडे होतं त्याला त्यांच्या वास्तवाचा भाग बनवण्यासाठी त्यांनी कठोर परिश्रम केले. माझ्या श्रीमंत वडिलांना पैशानं अधिक श्रीमंत बनवलं नाही. आपल्या वास्तव परिस्थितीचा आवाका वाढवण्याच्या त्यांच्या क्षमतेनं त्यांना अखेरीस अधिक श्रीमंत आणि त्याहूनही अधिक श्रीमंत बनवलं.

गुंतवणूक करणं धोकादायक असतं का?

लोक नेहमीच गुंतवणूक करणं जोखमीचं असतं असं म्हणतात. त्यांच्या दृष्टीनं ती कल्पना खरी असते आणि त्यांना ती खरी आहे असं वाटत असल्यामुळे ती त्यांची वास्तव परिस्थिती बनते किंवा प्रखर वास्तव बनतं. खरं तर गुंतवणूक करणं ही गोष्ट जोखमीची असण्याची गरजच नसते आणि तसं पाहायला गेलं तर जोखीम कुठे नसते? ती सगळीकडेच असते. अगदी रस्ता ओलांडण्यात किंवा सायकल चालवण्यातही जोखीम असते; पण तरीही या कृती स्वतःच जोखमीच्या किंवा धोकादायक असण्याची गरज नसते. अनेक लोकांना गुंतवणूक करण्यात जोखीम असल्यासारखं वाटतं, कारण त्यांना ती कल्पना खरी आहे असं वाटतं.

एका प्रसिद्ध बँकेचा एक नामवंत गुंतवणूक सल्लागार आणि मी यांची एका रेडिओ कार्यक्रमात मुलाखत होती. त्या नामवंत सल्लागारानं त्या मुलाखतीत *रिच डॅड, पुअर डॅड*मध्ये मी लिहिलेल्या कल्पनांना आव्हान दिलं. त्याने सुरुवातच अशी केली की, : 'रॉबर्ट कियोसाकी असं सांगतात की, श्रीमंत व्हायचं असेल तर लोकांनी आपले स्वतःचे व्यवसाय

सुरू करावेत. बहुतांश लोक आपले स्वतःचे व्यवसाय सुरू करू शकत नाहीत, हे लक्षात घेण्यात श्री. कियोसाकी अपयशी ठरले आहेत. व्यवसाय सुरू करणं ही खूपच जोखमीची गोष्ट आहे. आकडेवारीवरून असं दिसून येतं की, दहांपैकी नऊ व्यवसाय पहिल्या पाच वर्षांतच अपयशी ठरतात म्हणूनच श्री. कियोसाकी यांची कल्पना धोकादायक आहे. या वस्तुस्थितींविषयी त्यांना काय म्हणायचं आहे ते त्यांना विचारा.'

आपल्या कार्यक्रमात काही प्रमाणात वाद निर्माण झाल्यामुळे रेडिओवरचा समालोचक खूश झाला होता. त्याने उत्साहभरल्या स्वरात मला विचारलं, 'या वस्तुस्थितींविषयी तुम्हाला काय म्हणायचं आहे, श्री. कियोसाकी?'

याआधीही अनेकदा मी हे ऐकलेलं असल्यानं हे शाब्दिक आव्हान शांतपणे स्वीकारण्यास मी सज्जच होतो. क्षणभर थांबून मी घसा खाकरला आणि म्हणालो, 'याआधीही मी हीच आकडेवारी पाहिली आहे आणि ऐकलीही आहे. माझ्या अनुभवावरून मी असं सांगू शकतो की, ही आकडेवारी अगदी अचूक आहे. आपला पाचवा वर्धापनदिन साजरा करण्याच्या आधीच अनेक व्यवसाय अपयशी झाल्याचं मीसुद्धा पाहिलं आहे.'

'मग तुम्ही लोकांना स्वतःचे व्यवसाय उभारण्याची शिफारस कशी काय करू शकता?' त्या नामवंत सल्लागारानं विचारलं. त्याच्या स्वरात संतापाची झाक होती.

'सगळ्यात पहिली गोष्ट म्हणजे मी लोकांना त्यांचे स्वतःचे व्यवसाय उभे करण्याची शिफारस करत नाही,' मी उत्तर दिलं. 'मी लोकांना असं सांगतो की, प्रत्येकानं स्वतःच्या उद्योगाकडे लक्ष द्यावं. ज्या वेळी त्यांनी आपल्या उद्योगाकडे लक्ष द्यावं असं मी म्हणतो, त्या वेळी त्यांनी आपल्या गुंतवणूक पोर्टफोलिओकडे लक्ष द्यावं असा माझ्या म्हणण्याचा अर्थ असतो. याचा अर्थ त्यांनी आपला स्वतःचा व्यवसाय उभा केलाच पाहिजे, असा होत नाही. अर्थातच चांगल्या प्रकारे चालणारा व्यवसाय हा नेहमीच श्रीमंताला अधिक श्रीमंत बनवणारी मालमत्ता असतेच.'

'मग जोखमीचं काय?' त्या नामवंत वित्त सल्लागारानं विचारलं. 'दहांपैकी अपयशी ठरलेल्या नऊ व्यवसायांविषयी तुम्हाला काय वाटतं?'

'होय. त्यांच्याविषयी काय?' त्या समालोचकानंही विचारलं. ती चर्चा प्रक्षेपित होत असलेल्या वादविवादाची तीव्रता वाढवत नसल्याचं लक्षात आल्यामुळे त्याच्या आवाजात आता कमी उत्साह होता.

'पहिली गोष्ट म्हणजे दहांपैकी नऊ व्यवसाय यश मिळवू शकत नसले तरी त्यांच्यापैकी एक व्यवसाय यशस्वी होऊ शकतो हे लक्षात घ्या. एकदा मला हे समजलं की, दहांपैकी नऊ व्यवसाय यशस्वी होत नाहीत की, मग मी किमान नऊ वेळा अपयशी होण्याची तयारी ठेवली पाहिजे.'

'तुम्ही स्वतः दहांपैकी नऊ वेळा अपयशी होण्याची तयारी ठेवली होती का?' त्या वित्त सल्लागारानं मला विचारलं. त्याच्या आवाजात उपरोध होता.

'होय,' मी म्हणालो. 'जे व्यवसाय टिकले नाहीत, अशा नऊ व्यवसायांचा मी एक भाग होतो. खरं तर जे व्यवसाय दोनदा तग धरून उभे राहू शकले नाहीत त्या नऊ व्यवसायांचा मी भाग होतो; पण तिसऱ्यांदा प्रयत्न केल्यानंतर मी ते करू शकलो.'

'मग तुम्हाला अपयशी झाल्यानंतर कसं वाटलं होतं?' त्या वित्त सल्लागारानं विचारलं. तो बँकेतील एक कर्मचारी होता आणि कुठल्याही व्यवसायाचा मालक नव्हता. 'तुमच्या दृष्टीनं ही गोष्ट तितकं मूल्य चुकतं करण्याच्या योग्यतेची होती का?'

'पहिल्यांदा अपयशी झाल्यावर मला ते अगदीच भीतिदायक, त्रासदायक असल्यासारखं वाटलं. दुसऱ्या वेळी ही गोष्ट आणखी वाईट वाटली; पण होय, माझ्या दृष्टीनं ती तितकीच महत्त्वाची होती. मी जर दोन वेळा अपयशी ठरलो नसतो, तर मी १८ वर्षं आधी निवृत्त होऊ शकलो नसतो किंवा आज आर्थिकदृष्ट्या स्वतंत्र बनू शकलो नसतो,' मी उत्तरलो. 'दर वेळी मला सावरायला, अपयशातून बाहेर पडायला थोडा वेळ जरूर लागला; पण मला वाईट वाटलं तरीही गरज भासलीच तर त्यामधून १० वेळाच काय, २० वेळाही जाण्याची माझी मानसिक तयारी होती.'

'मला ही गोष्ट खूपच जोखमीची वाटते आणि बहुतांश लोकांसाठीही ती खूपच धोकादायकही आहे,' तो सल्लागार म्हणाला.

'मी हे मान्य करतो,' मी म्हणालो. 'विशेषतः तुम्हाला अपयशी व्हायचं नसेल किंवा तुम्हाला प्रयत्न सोडून देण्याच्या आधी फक्त एखाद्या वेळीच अपयशी व्हायचं असेल तर तुमच्यासाठी ही गोष्ट खूपच जोखमीची असते. जर अपयश वाईट असतं असा तुम्ही विचार करत असाल तर ही गोष्ट आणखी वाईट बनते. माझ्या श्रीमंत वडिलांनी मला असं शिकवलं होतं की, अपयश हा यशाचाच एक भाग असतो हे समजून घे. मी भूतकाळात यशस्वी ठरलो असलो तरीही अडथळे, प्रतिकूलता तशाच आहेत याची मला जाणीव आहे. दर वेळी मी व्यवसाय सुरू करतो, त्या वेळी दहांपैकी नऊ वेळा मी अपयशी होऊ शकेन याची मला जाणीव असते.'

'तुम्ही असं का म्हणता?' समालोचकानं मला विचारलं.

'कारण, मी नेहमीच विनयशील राहिलं पाहिजे आणि प्रतिकूलतांविषयी आदरही बाळगला पाहिजे. मला या गोष्टींची गरज असते. मी अनेकदा असं पाहिलं आहे की, लोक व्यवसायांची उभारणी करतात, भरपूर पैसा कमावतात, अहंमन्य, गर्विष्ठ बनतात आणि आता त्या प्रतिकूलता त्यांच्यासाठी अनुकूल बनल्या असतील असं समजून दुसरा व्यवसाय सुरू करतात. त्यांच्या आधीच्या अनुभवामुळे आणि यशामुळे त्या प्रतिकूलतांमध्ये काहीशी सुधारणा झाली असली तरीही सर्वच नव्यानं सुरू करण्यात आलेल्या दहांपैकी नऊ व्यवसायांसाठी त्या प्रतिकूलता तशाच असतात हे समजून घेण्याइतपत आपण विनम्र, विनयशील असलंच पाहिजे.'

'ही गोष्ट अर्थपूर्ण आहे,' तो समालोचक म्हणाला. 'म्हणजे आज तुम्ही नवीन व्यवसाय सुरू करता, त्या वेळी तुम्ही अजूनही दक्ष असताच. तुम्ही अजूनही यशासाठी दहांपैकी एकच शक्यता आहे, या गोष्टीविषयी आदर बाळगता.'

'अगदी बरोबर,' मी उत्तर दिलं. 'अहंमन्य बनलेले माझे अनेक मित्र आहेत. त्यांनी त्यांच्या आधीच्या व्यवसायातून मिळालेला सगळा पैसा त्यांच्या नवीन व्यवसायात ओतला आणि नंतर तो सगळा गमावून बसले. तुम्हाला आयुष्यात यशस्वी व्हायचं असेल, तर तुम्ही कितीही यशस्वी असलात तरी तुम्ही नेहमीच तुमच्या भूतकाळातील प्रतिकूलतांविषयी

आदर बाळगला पाहिजे. प्रत्येक व्यावसायिक ब्लॅकजॅक खेळाडूला हे माहिती असतं की, त्याने आधीच्या डावात एक राजा आणि एक्का दाखवला असला तरी त्यामुळे पुढच्या डावात त्याच्यासमोर येणाऱ्या प्रतिकूलतांमध्ये बदल होत नाही.'

'मी हे लक्षात ठेवेन,' समालोचक म्हणाला.

'मला अजूनही असं वाटतं की, ही गोष्ट खूपच जोखमीची आहे,' तो सल्लागार म्हणाला. 'तुम्ही आणि तुमची पुस्तकं धोकादायक आहेत. तुम्ही जे करता ते बहुतांश लोक करू शकत नाहीत. बहुतांश लोकांची स्वतःचा व्यवसाय चालवण्याची तयारी झालेली नसते.'

'तुम्हाला हे मान्य आहे का?' समालोचकानं विचारलं.

'या विधानातही काही प्रमाणात तथ्य आहे,' मी उत्तर दिलं. 'आपल्या शालेय व्यवस्था मुलांना व्यवसायांचे मालक बनण्याऐवजी कर्मचारी बनण्याचं शिक्षण देतात आणि म्हणूनच बहुतांश लोकांची स्वतःचा व्यवसाय चालवण्यासाठी तयारीच झालेली नसते म्हणून आपल्या नामवंत सल्लागारांशी मी सहमत आहे.'

माझं सहमतीचं विधान व्यवस्थित लक्षात यावं म्हणून मी क्षणभर थांबलो. मला त्या वित्त सल्लागाराच्या बोलण्यानं डिवचलं गेल्यासारखं वाटत असलं तरीही मी वादात न पडण्याचे सर्वतोपरी प्रयत्न करत होतो. तोच धागा पुढे पकडून मी म्हणालो, 'तरीही मी तुम्हाला याची आठवण करून देईन की, १०० वर्षांपूर्वी बहुतेक लोक हे लहान स्वतंत्र व्यावसायिक होते. आपल्यापैकी बहुतेकांचे नातेवाईक हे शेतकरी किंवा लहान व्यवसायांचे मालक होते. ते सगळेच जण उद्योजक होते. १०० वर्षांपूर्वीचे लोक जोखमी असल्या तरीही आपले व्यवसाय चालवण्याएवढे खंबीर होते. अगदी आता, आतापर्यंत म्हणजे हेन्री फोर्डसारख्या माणसांनी प्रचंड मोठे व्यवसाय सुरू करेपर्यंत अशीच परिस्थिती होती; पण नंतर अशा व्यवसायांमध्ये अनेक लोक कर्मचारी म्हणून काम करू लागले. फोर्ड किंवा जनरल इलेक्ट्रिक यांसारख्या प्रचंड मोठ्या व्यवसायांच्या आगमनापर्यंत लहान स्वतंत्र व्यवसाय भरभराटीला येतच होते.'

'खरं तर नोकऱ्यांच्या या जवळजवळ सगळ्या वाढीला लहान व्यवसायच जबाबदार आहेत आणि करसंकलनातही त्यांचा मोठा वाटा आहे म्हणून जोखमी असल्या तरीही जास्तीत जास्त लोक स्वतःचा व्यवसाय सुरू करत राहिले आहेत. ते नसते तर आताच्या तुलनेत जास्त प्रमाणात बेरोजगारी बोकाळली असती. जोखीम घेण्याची इच्छा असलेले हे लोक नसते तर आपलं राष्ट्र आर्थिकदृष्ट्या मागास राहिलं असतं. मुक्त उद्योजकता आपल्याला जोखमी पत्करण्याच्या आणि वाढ करून घेण्याच्या सगळ्या संधी देते. जर लोकांनी जोखमी पत्करल्या नसत्या तर आपलं राष्ट्र आज इतकं भरभराटीला आलंच नसतं. जे लोक जोखमी घेतात तेच भरभराटीत वाढ करतात.'

त्यानंतरही आणखी दहा मिनिटं मुलाखत सुरू राहिली. या मुलाखतीतून कोणतंही ठाम प्रतिपादन समोर आलं नाही किंवा कशावरही एकवाक्यताही झाली नाही. आम्ही दोघेही वेगवेगळ्या वास्तवांमधून आलो होतो ही गोष्ट अगदी स्पष्ट होती. ते संभाषण कोणत्याही सहमतीशिवाय तसंच पुढे सुरू राहिलं होतं, त्या वेळी माझ्या मनात श्रीमंत वडिलांचे शब्द घुमत होते, 'प्रत्यक्ष जीवनातील अनेक वाद हे वास्तव परिस्थितींमधील फरकांमुळे निर्माण होतात.'

जोखीम–बक्षीस गुणोत्तरं तुम्हाला अनुकूल असतात

जोखीम–बक्षीस गुणोत्तर मला अनुकूल होतं ही त्या सल्लागाराला मला सांगायच्या असलेल्या गोष्टींपैकी एक गोष्ट होती; परंतु यामुळे निश्चितपणे वाद झाला असता आणि कोण बरोबर होता आणि कोण चूक याची ती चाचणी ठरली असती. मी रेडिओवर माझा मुद्दा मांडला नाही; पण माझा मुद्दा मला तुम्हाला स्पष्ट करून सांगायचा आहे. तो असा आहे : मी करत असलेल्या गोष्टीत जोखीम आहे; पण याचा अर्थ ती नेहमीच जोखमीची किंवा धोकादायक असलीच पाहिजे असा मात्र नाही.

काही वर्षांपूर्वी श्रीमंत वडिलांनी त्यांच्या मुलाला आणि मला जोखमीची, बक्षिसांची आणि पराभवाचा समावेश असलेल्या जिंकण्याच्या व्यूहरचनेची माहिती असण्याचं महत्त्व स्पष्ट करून सांगितलं होतं. श्रीमंत वडिलांना बहुतांश नव्यानं सुरू झालेल्या दहांपैकी नऊ कंपन्या अपयशी ठरतात, हा अपयशाचा दर माहिती होता. दहांपैकी नऊ वेळा अपयशी ठरण्याच्या जोखमीच्या तुलनेत दहांपैकी एकदा यशस्वी ठरण्याचा आनंदही त्यांना माहिती होता. श्रीमंत वडिलांनी त्यांची बाजू आणखी स्पष्ट करताना सांगितलं होतं, 'बहुतेक लोक कोणती गोष्ट हुशारीची आणि कोणती जोखमीची आहे, याचा विचार करतात. दुसऱ्या शब्दांत, कुठलीही गोष्ट तत्काळ खूपच जोखमीची आहे असं सांगण्याऐवजी किंवा बरोबर अगर चुकीची आहे, चांगली अगर वाईट आहे असं सांगण्याऐवजी आर्थिकदृष्ट्या बुद्धिमान लोक जोखमींचा अंदाज घेतात आणि ते बक्षिसांचाही अंदाज घेतात. जर बक्षिसं पुरेशा प्रमाणात मोठी असतील तर ते त्यांच्या यशाच्या व्यूहरचनेसह किंवा योजनेसह पुढे जातात. मग त्या वेळी मात्र जिंकण्याआधी आपण किती वेळा हरू याचा विचार ते करत नाहीत.

जिंकणाऱ्याची व्यूहरचना

उदाहरणार्थ, शेअर बाजारातील दैनंदिन ट्रेडिंगसाठी आपल्या साध्या जोखीम–बक्षीस व्यूहरचनेचा वापर करणारा माझा एक मित्र आहे. त्याला हे माहिती आहे की, वीस ट्रेडपैकी एका ट्रेडमध्ये त्याला बाजार पुढे चालल्याचं शोधणं शक्य होतं म्हणूनच तो ज्याला 'पैसा–व्यवस्थापन व्यूहरचना' म्हणतो, त्या व्यूहरचना तो निश्चित करतो. जर त्याच्याकडे असलेल्या एकूण २,००,००० डॉलर्सपैकी तो बाजारात २०,००० डॉलर्स गुंतवत असेल तर ती रक्कम त्याच्याकडच्या एकूण रकमेच्या एक दशांश असेल आणि तो प्रती ट्रेड फक्त १,००० डॉलर्सची जोखीम पत्करेल. दुसऱ्या शब्दांत, त्याची अशी व्यूहरचना असते की, नेहमीच २० पैकी १९ वेळा तो अपयशी ठरला तरीही त्याच्याकडे पुरेशा प्रमाणात पैसे असले पाहिजेत. त्याने एका पाठोपाठ थेट चौदा वेळा अपयशी होऊन १४,००० डॉलर्स गमावल्याचं; पण नंतर बाजारातील पुढच्या चालीत अचानकच त्याला ५०,००० डॉलर्सचा फायदा झाल्याचं मी पाहिलं आहे. त्याच्या जिंकण्याच्या व्यूहरचनेत वीसपैकी १९ वेळा हरण्याची शक्यता गृहीत धरलेली असते. खरं तर एकापाठोपाठ सलग एकोणीस वेळा तो कधीही हरत नाही, तरीही तो असं करतो. दर वेळी तो जिंकला की लगेच वीसमध्ये एक असलेल्या त्याच प्रतिकूलतांकडे परततो. त्याला हे माहिती असतं की, त्याच्याकडे किती पैसे आहेत त्यानुसार त्या प्रतिकूलता बदलत नाहीत, तरीही तो वीसपैकी १९ वेळा आपण हरू असं गृहीत धरूनच नियोजन करतो.

हरणाऱ्याची व्यूहरचना

पराजय टाळणारी आणि १०० टक्के वेळा जिंकण्याची अपेक्षा ठेवणारी सर्वसामान्य व्यक्ती ही नेहमीच हरणाऱ्याची किंवा पराभूत होणाऱ्याची व्यूहरचना असलेली व्यक्ती असते. १०० टक्के वेळा जिंकण्याची आणि कधीही पराभूत न होण्याची अपेक्षा बाळगणं हे पराभूतांचं प्रखर वास्तव असतं. श्रीमंत वडील म्हणाले होते, 'जिंकण्याच्या व्यूहरचनेत हरण्याचा समावेश असलाच पाहिजे.' आज बहुतांश लोक शेअर बाजार फक्त वर चढण्याचीच अपेक्षा ठेवतात आणि ज्या वेळी ते निवृत्त होतात त्या वेळी त्यांनी जमा केलेली पुंजी त्यांच्या आयुष्याच्या अखेरीपर्यंत त्यांना पुरावी अशीही त्यांची अपेक्षा असते. या योजनेत हरण्याला जागाच नसते आणि म्हणूनच ही हरणाऱ्याची किंवा पराभूत होणाऱ्याचीच योजना असते. जेत्यांना हे माहिती असतं की हरणं हा कोणत्याही योजनेचा एक भाग असला पाहिजे. मी मरीन कॉर्प्समध्ये होतो, त्या वेळी आमच्याकडे नेहमीच आकस्मिक घटनांसाठीच्या योजना असत. आमच्या अपेक्षांप्रमाणे गोष्टी घडत नसतील तर त्या वेळी वापरण्यासाठी या योजना तयार केलेल्या असत. आज अनेक लोकांकडे आकस्मिक निवृत्तीच्या योजना नसतात. बहुतांश लोकांकडे ते निवृत्त झाल्यानंतर जर शेअर बाजार प्रचंड प्रमाणात कोसळला किंवा त्यांच्याकडची पुंजी लवकर संपली तर पर्यायी निवृत्ती योजना नसतात. दुसऱ्या शब्दांत, ज्या वेळी निवृत्ती योजनांचा प्रश्न येतो त्या वेळी बहुतांश लोकांकडे पराभूत लोकांची व्यूहरचना असते. कारण, चुकीला जागाच न ठेवणारी ती एक व्यूहरचना असते.

९८ टक्के वेळेचा अपव्यय करणं

थेट-प्रतिसाद विपणनाच्या (डायरेक्ट रिस्पॉन्स मार्केटिंगमध्ये) क्षेत्रात असलेल्या बहुतांश लोकांना हे माहिती असतं की त्यांनी पत्रव्यवहार केलेल्या लोकांपैकी ९८ टक्के लोक त्यांचा माल विकत घेणार नाहीत म्हणून व्यावसायिक विपणनकर्ते त्यांच्या विपणन मोहिमांचा हिशेब २ टक्के परताव्यावर किंवा काही जण त्याहूनही कमी परताव्यावर करतात. त्यांना हे माहिती असतं की २ टक्के परताव्यातून प्रतिसाद न मिळणाऱ्या ९८ टक्के पत्रव्यवहाराचा खर्च भरून निघाला पाहिजे. एकदा का थेट विपणनकर्त्यांना त्यांच्या पत्रव्यवहारातून २ टक्के किंवा त्याहून जास्त प्रतिसाद मिळत असल्याचं समजलं की ते फक्त पत्रव्यवहाराची संख्या वाढवतात. त्या वेळीही त्यांना हे माहिती असतं की, ते त्या वेळीही ९८ टक्के वेळा हरतील. फक्त २ टक्के वेळा जिंकून आणि ९८ टक्के वेळा हरून अत्यंत श्रीमंत कसं व्हावं हे त्यांना माहिती असतं.

पराभूतांना पराजय वाईट असतो असं वाटतं

श्रीमंत वडील म्हणाले, 'पराभूत हे पराजय वाईट असल्याचा विचार करणारे लोक असतात. पराभूतांना हरणं परवडू शकत नाही आणि ते नेहमीच कोणत्याही परिस्थितीत हरणं टाळतात. अनेक पराभूत फक्त खात्री असलेल्या गोष्टींवरच पैसा लावतात. त्यात नोकरीची सुरक्षितता, स्थिर पगाराचा धनादेश, हमी असलेलं निवृत्तिवेतन आणि बँकेच्या खात्यातील व्याज यांचा

समावेश असतो. पराभूत हरत राहतात आणि जिंकणारे फक्त जिंकत राहतात याचं साधं कारण असं असतं की, हरणं हा जिंकण्याचा एक भाग आहे हे जेत्यांना माहिती असतं.'

आम्ही लहान असल्यामुळे श्रीमंत वडील आम्हाला नेहमी विचारत की, 'तुम्हाला १०० पैकी ९९ वेळा हरण्याची इच्छा आहे का?'

त्यांना आमच्याकडून असं उत्तर हवं असे की : 'जर जिंकण्याचं बक्षीस हे ९९ वेळा जोखमी घेण्याहून आणि हरण्याहून जास्त किमतीचं असेल तर आम्हाला हरण्याची इच्छा आहे.' ते आम्हाला आमचं उत्तर आणखी स्पष्ट करायला सांगत. त्या वेळी आम्ही म्हणत असू, 'आम्हाला जर जिंकल्यावर आम्ही दहा लाख डॉलर जिंकू शकतो हे माहिती असेल आणि जोखीम-बक्षीस गुणोत्तर १:१०० असेल आणि किमान १ डॉलर डावावर लावायचा असेल तर आम्ही एका बिलात १०० डॉलर्स मिळवू आणि १०० वेळा, प्रत्येक बोलीत आमचा एक डॉलर लावण्याची व्यूहरचना आखू. आम्ही एकदा जरी जिंकलो तरी आम्ही त्याच प्रतिकूलतांना तोंड देण्यासाठी पुन्हा परत जाऊ, कारण प्रतिकूलता क्वचितच बदलतात. आम्ही आमच्या बोलींचा आकडा कदाचित वाढवूही; पण १०० पैकी ९९ वेळा हरूनही आम्ही तग धरून राहू शकतो हे आम्हाला माहिती असेल तरच आम्ही ते करू.'

योग्य आणि अयोग्य, जोखमीचं किंवा सुरक्षित असा विचार करण्याऐवजी जोखीम आणि बक्षीस या संदर्भात विचार करण्यासाठी आम्हाला प्रशिक्षित करण्याचा त्यांचा हा साधा मार्ग होता. श्रीमंत वडिलांना जुगार आवडत नव्हता किंवा ते आम्हाला जुगार खेळण्यासाठी प्रोत्साहनही देत नव्हते. ते फक्त त्यांच्या मुलाला आणि मला जोखीम आणि बक्षीस या संदर्भात विचार करण्याचं प्रशिक्षण देत होते.

राईट बंधूंचं वागणं 'राईट' (योग्य) का होतं?

श्रीमंत वडिलांनी त्यांच्या मुलाला आणि मला नॉर्थ कॅरोलिनातील किट्टी हॉकच्या ट्रिपविषयी सांगितलं होतं. दुसऱ्या महायुद्धानंतर लष्करातून बाहेर पडल्यानंतर ते तिकडे गेले होते. ते म्हणाले, 'मुलांनो, एखाद्या दिवशी तुम्हालाही किट्टी हॉकला जावं आणि ऑर्विल व विल्बर राईट किती हुशार होते ते पाहावं असं वाटेल. या बंधूंना हे माहिती होतं की पहिल्यांदा उड्डाण करण्यात जोखमी होत्या; पण त्या धोकादायक नव्हत्या.' श्रीमंत वडिलांनी पुढे असं स्पष्ट केलं की, 'राईट बंधूंनी पडण्यासाठी खूप मोठ्या गवताळ आणि पुळणीच्या सपाट प्रदेशाची निवड केली होती. आपण पडणार आहोत हे त्या तरुणांना माहिती होतं, त्यामुळे त्यांनी पडण्यासाठी अतिशय सुरक्षित जागेची निवड केली. त्यांनी पुलांवरून किंवा डोंगरांच्या उंच सुळक्यांवरून उड्या मारल्या नाहीत. त्यांनी जमिनीचा मोठा सपाट भाग निवडला. त्याबरोबरच तिथे जोरदार वाऱ्याचा झोत असेल याची खात्री करून घेतली आणि नंतर उड्डाण करणं शक्य होईपर्यंत पडण्याचा सराव केला.'

'सुज्ञपणे धोके पत्करण्याच्या त्यांच्या इच्छाशक्तीमुळे त्या दोघा तरुणांनी जगाला कायमचं बदलून टाकलं. एखाद्या दिवशी तुम्ही दोघं मुलंही तिकडे जा आणि तो जमिनीचा भाग पाहा. त्या दोन शूर पुरुषांनी आपल्याला सगळ्यांना उड्डाण करता यावं, यासाठी तिथेच अनेकदा पडण्याची निवड केली होती. अनेक लोक पडणं टाळण्याची निवड करतात आणि फक्त

म्हणूनच ते आर्थिकदृष्ट्या कधीही उड्डाण करू शकत नाहीत.' सन २०००च्या ऑगस्टमध्ये मी त्याच भल्या मोठ्या गवताळ, पुळणीच्या सपाट प्रदेशावर उभा होतो आणि श्रीमंत वडिलांनी सुमारे ५० वर्षांपूर्वी जे पाहिलं होतं जवळजवळ तीच गोष्ट मी तेव्हाही पाहू शकत होतो. मला उड्डाणाआधी पडण्यासाठी अतिशय परिपूर्ण असलेला भूप्रदेश दिसला होता.

राईट बंधूंविषयीचा श्रीमंत वडिलांचा धडा मी जशाच्या तसा तुमच्यापर्यंत पोहोचवला आहे. श्रीमंत वडील त्यांच्या मुलासाठी आणि माझ्यासाठी पुढील आकृती काढत असत :

सत्य परिस्थिती

ही आकृती स्पष्ट करताना श्रीमंत वडिलांनी मला असं सांगितलं होतं की, 'ज्या वेळी व्यक्ती पुढील वाक्यं म्हणते की :

१. मला हे परवडू शकत नाही.
२. तुम्ही हे करू शकत नाही.
३. मी हे करू शकत नाही.
४. ही गोष्ट अशक्य आहे.

त्या वेळी ती तिच्या अंतर्यामीच्या वास्तवातून तिच्या बाह्य वास्तवाविषयीच्या कल्पनांविषयीची विधानं करते.'

ते पुढे सांगत की, 'ज्या वेळी राईट बंधूंनी आपण उडू शकणारे पहिले मानव असल्याचा दावा केला, त्या वेळी अनेक लोकांनी असं सांगितलं होतं की, 'माणूस कधीच

उडू शकणार नाही.' कारण ती कल्पना तत्कालीन बहुतांश लोकांना ज्ञात असलेल्या त्यांच्या वास्तव परिस्थितीच्या मर्यादेपलीकडची होती; पण ती कल्पना राईट बंधूंच्या शक्य कोटीतील गोष्टींच्या वास्तवाच्या परिघाबाहेरची नव्हती, त्यामुळे त्यांनी त्या शक्यतेला वास्तव बनवण्यावर काम करण्यात अनेक वर्षं घालवली.'

ज्या वेळी पैशांचा प्रश्न आला, त्या वेळी श्रीमंत वडिलांनी हीच गोष्ट केली आणि माझ्या गरीब वडिलांनी ती केली नाही. आज सर्वसामान्यपणे नेहमीच असं विधान केलं जातं की, 'चौकटीबाहेरचा विचार करण्याची इच्छा बाळगा.' श्रीमंत वडील म्हणत की, 'एखाद्या दिवशी प्रत्येक जणच चौकटीबाहेरचा विचार करू शकतो; पण यातला खरा प्रश्न असा आहे की तुम्ही वर्षानुवर्षं चौकटीबाहेरचा विचार करू शकता का? जर तुम्ही तो करू शकत असलात तर तुम्ही अधिक श्रीमंत आणि त्याहूनही अधिक श्रीमंत बनत जाल.'

शक्यता

मी नंतर त्या वित्त सल्लागाराला असं म्हटलं होतं की, मी व्यवसायात दहापैकी नऊ वेळा अपयशी होण्याची इच्छा बाळगून होतो, त्या वेळी व्यवसायांमध्ये जोखमींच्या तुलनेत बक्षिसं खूपच मोठी होती म्हणून मी ते म्हटलं होतं. त्याने ते नीट ऐकलं होतं का याविषयी माझ्या मनात साशंकताच आहे. 'मी बहुधा अपयशी ठरेन हे माहिती असताना मी व्यवसायाची सुरुवात केली होती. मी यशस्वी होईन असा मी विचार केला नव्हता, तेव्हाही मला अपयशी व्हावंच लागणार आहे हे मला माहिती होतं,' असं मी जे म्हटलं होतं, ते मात्र त्याने खरोखरच ऐकलं नव्हतं. अशा प्रकारचा विचार करणं ही गोष्ट त्याच्या विचारसरणीचा भागच नसावी.

इथे कोणाचं बरोबर आहे किंवा कोणाचं चूक आहे हा मुद्दाच नाही. आपली वास्तवं भिन्न असतात हा मुद्दा मला इथे मांडायचा आहे आणि आपली वास्तवं भिन्न असल्यामुळेच आपण भिन्न प्रकारे विचार करतो आणि जगाकडे भिन्न दृष्टिकोनांतून पाहतो.

तुमच्या मनाची तरफेची ताकद

मी कोणालाही सहजपणे कुठेही बाहेर पडा किंवा कॅसिनोत जाऊन ब्लॅकजॅकचा डाव खेळायला लागा आणि पराभव पत्करू लागा असं सांगत नाही, त्यासाठी उत्तेजनही देत नाही. ती गोष्टही जवळजवळ तुमच्या निवृत्तीनंतरच्या जीवनासाठी लॉटरीवर पैसा लावत राहण्याएवढीच मूर्खपणाची आहे. हे प्रकरण वैयक्तिक वास्तवांमधील भिन्नतांविषयीचं आहे.

यातला धडा असा आहे की, आपलं मन हे तरफेच्या शक्तीचं अतिशय प्रभावशाली साधन असतं. आपण ज्या ज्या गोष्टी खऱ्या आहेत असा विचार करतो, त्या त्या गोष्टी बहुतांश वेळा वास्तवात उतरतात, प्रत्यक्षात येतात. ज्या व्यक्तीला गुंतवणूक करणं धोकादायक वाटतं त्यांना नेहमी हे वास्तव सिद्ध करणाऱ्याच सगळ्या वास्तविकता आढळतात. अशी व्यक्ती वर्तमानपत्र उघडते आणि त्यांना ज्या लोकांनी गुंतवणुकीद्वारे पैसा गमावला त्याच सगळ्या लोकांविषयीच्या बातम्या दिसतात. दुसऱ्या शब्दांत तुमचं मन ज्या ज्या गोष्टी खऱ्या आहेत असा विचार करतं त्या त्या गोष्टी प्रत्यक्षात किंवा वास्तवात आणण्याची शक्ती मनाकडे असते आणि अशा वेळी ते इतर वास्तवांकडे डोळेझाक करतं. राईट बंधूंना लोकांनी असं म्हटलं होतं की, 'माणूस कधीही उडू शकणार नाही,' आणि ख्रिस्तोफर कोलंबसला त्यांनी म्हटलं होतं की, 'तुला जग सपाट आहे हे दिसत नाही का?' याचं कारण हेच आहे की, लोकांकडे नेहमीच त्यांच्या स्वतःच्या वास्तविकता असतात.

तरुणपणी निवृत्त होण्यासाठी आणि श्रीमंत होऊन निवृत्त होण्यासाठी तुमच्या स्वतःच्या वास्तवावर तुम्ही नियंत्रण मिळवणं ही सगळ्यात महत्त्वाची गोष्ट असते. तुम्ही हे करायला शिकलात तर कमी आणि जास्त कमी परिश्रमांद्वारे जास्त आणि आणखी जास्त पैसा मिळवणं ही गोष्ट अधिक सोपी आणि आणखी अधिक सोपी बनत जाईल. तुम्हाला तुमच्या वास्तवावर नियंत्रण ठेवून त्याच्यात बदल घडवून आणता आला नाही तर तुम्हाला हव्या असलेल्या कालावधीहून तुम्हाला अधिक श्रीमंत आणि त्याहून अधिक श्रीमंत बनण्यासाठी जास्त दीर्घ काळ लागेल. माझ्या श्रीमंत वडिलांकडे आपलं वास्तव सातत्यानं बदलत राहण्याची क्षमता होती आणि त्यामुळेच ते अखेरीस श्रीमंत बनले. किनारपट्टीवरच्या त्या मोक्याच्या जागेनं त्यांना श्रीमंत बनवलं नव्हतं. वास्तवात बदल घडवून आणण्याच्या त्यांच्या क्षमतेनं त्यांना श्रीमंत बनवलं होतं. त्यांनी मालमत्तेचा तो भाग विकत घेतल्यानंतर लवकरच, विकत घेण्यासाठी त्याहूनही जास्त मोठ्या मालमत्तेचा ते शोध घेऊ लागले. त्यांच्या वास्तवाची ते चाचणी घेत होते.

त्याच वेळी माझ्या गरीब वडिलांच्या आपल्या वास्तवात बदल घडवून आणण्याच्या अक्षमतेमुळे त्यांना कठोर परिश्रम करावे लागत होते आणि ते आर्थिकदृष्ट्या पुढे जात नव्हते. ते सातत्यानं असं म्हणत असत, 'हे मला परवडत नाही.' आणि या वाक्यानंच त्यांच्या वास्तवाला आकार दिला होता. माझे गरीब वडील अतिशय हुशार व्यक्ती होते.

त्यांना आपल्या वास्तवात बदल घडवून आणण्याची इच्छा असती तर त्यांनाही ती मालमत्ता विकत घेणं परडवलं असतं; पण आपल्या मार्गात आपलं वास्तव आडवं येतंय याची त्यांना जाणीव नव्हती. त्यांनी खरोखरच असा विचार केला होता की, त्यांना कोट्यवधी डॉलर्स किमतीचा तो रिअल इस्टेटचा भाग विकत घेणं परवडलं नसतं. त्यांचे विचार हेच त्यांचं वास्तव होतं.

अखेरीस, माझ्या श्रीमंत आणि गरीब वडिलांमधील फरक हा त्यांच्या वास्तवातील फरक होता. आपलं वास्तव विस्तारण्याचा, व्यापक करण्याचा प्रयत्न करणारी एखादी व्यक्ती तिला ती मालमत्ता विकत घेणं अगदी त्या वेळी परवडत नसलं तरीही 'ती समुद्रकिनाऱ्यावरची मालमत्ता मी कशी विकत घेऊ शकेन, ती मला परवडावी यासाठी मी काय करू शकेन?' असा विचार करेल. दुसरी एखादी व्यक्ती असं म्हणेल की, 'मला ती परवडू शकतच नाही.' ती समुद्रकिनाऱ्यावरची मालमत्ता कोणालाही श्रीमंत किंवा गरीब बनवत नाही. त्यांच्या वास्तवाची ते करत असलेली निवड त्यांना गरीब किंवा श्रीमंत बनवते.

#१ तरफेची शक्ती

पहिल्या क्रमांकाची तरफेची शक्ती ही तुमच्या मनातच सापडते. कारण, तिथेच तुमचं वास्तव किंवा सत्य परिस्थिती तयार होतात. किमसाठी आणि माझ्यासाठी तरुणपणी निवृत्त होणं आणि निवृत्त होताना श्रीमंत असणं महत्त्वाचं होतं, त्यामुळे आम्हाला सातत्यानं आमच्या वास्तवांवर नियंत्रण ठेवणं, त्यांना बदलणं आणि त्यांचा विस्तार करणं या गोष्टी करण्याची गरज होती. आज मी लोकांना सांगतो, 'वार्षिक ५०,००० डॉलर्स कमाईपासून आणि भरपूर कठोर परिश्रमापासून १० लाख डॉलर्स वार्षिक कमाईपर्यंत जाण्याच्या पहिल्या पायरीची सुरुवात ही वास्तवात बदल करण्यावर किंचित काम करून होते.' वास्तवात बदल घडवणं ही गोष्ट खरोखरच खूप मोठी किंवा अधिक चांगली असलीच पाहिजे असं नाही. वास्तवात बदल घडवणं याचा अर्थ फक्त दृष्टिकोनात बदल घडवून आणणं एवढाच असू शकतो. उदाहरणार्थ, अनेक असंस्कृत गुंतवणूकदार एखादी गोष्ट 'खूपच धोकादायक आहे,' असं म्हणतात त्याऐवजी 'जोखीम-बक्षीस गुणोत्तर काय आहे?' असा प्रश्न विचारा किंवा 'ही जमीन खूपच महागडी आहे', असं म्हणण्याऐवजी 'मी जिंकण्याआधी किती वेळा अपयशी ठरू शकतो?' असा प्रश्न विचारा. ज्या व्यक्तीला ती जमीन खरेदी करणं परवडू शकलं तिच्याविषयीचं पुस्तक वाचा आणि त्याला ती घेणं कसं काय परवडू शकलं ते शोधून काढा. जमीन ही महत्त्वाची गोष्ट नाही, तर तुमच्या वास्तवातील बदल ही महत्त्वाची गोष्ट आहे.

एक वडील अधिक श्रीमंत आणि एक वडील अधिक गरीब का बनले?

श्रीमंत वडिलांकडे आपलं वास्तव सातत्यानं बदलण्याची, त्याच्यावर नियंत्रण ठेवण्याची आणि ते विस्तारण्याची क्षमता होती. ते सातत्यानं वास्तवाचा विस्तार करू शकल्यामुळे ते जास्त कमी आणि त्याहूनही जास्त कमी काम करून अधिक श्रीमंत आणि त्याहूनही अधिक श्रीमंत होत राहिले.

दुसरीकडे माझ्या गरीब वडिलांनी त्यांच्या वास्तवात राहण्याची निवड केली होती. माझ्या गरीब वडिलांनी त्यांना खरं वाटणाऱ्या जगात राहण्याची निवड केली होती आणि त्यामुळे त्यांच्यासाठी फक्त हेच वास्तव शक्य बनलं होतं म्हणूनच ते आणखी खडतर आणि त्याहूनही जास्त खडतर कष्ट करत राहिले आणि निवृत्तीच्या वेळी गरीबच राहिले. त्यांच्याकडे एकच एक निश्चित वास्तव होतं आणि त्यांना त्यावर कसं नियंत्रण मिळवावं, त्यात कसा बदल घडवून आणावा किंवा त्याचा कसा विस्तार करावा हे माहिती नव्हतं. आपल्या वास्तवात बदल घडवून आणण्याऐवजी ते सतत 'मला हे परवडणार नाही', 'मी कधीच श्रीमंत बनणार नाही', 'मला पैशात स्वारस्य नाही', 'मी निवृत्त होईन त्या वेळी माझ्या उत्पन्नात घसरण होईल,' यांसारखी विधानंच करत राहिले. त्यांचे शब्द हेच त्यांच्या जीवनाचं वास्तव बनलं.

तुम्हाला तरुणपणी निवृत्त व्हायचं असेल आणि श्रीमंत होऊन निवृत्त व्हायचं असेल तर तुम्हाला तुमच्या वास्तवात बदल घडवून आणण्याची आणि ते विस्तारण्याची गरज असेल. त्याबरोबरच आपल्या वास्तवाचा विस्तार करत राहण्याची आणि त्यात बदल घडवत राहण्याची सवयही जडवून घ्यावी लागेल. माझे श्रीमंत वडील त्यांच्या मुलाला आणि मला सातत्यानं अशी आठवण करून देत राहिले होते की, 'तुमचे विचार आणि शब्दच प्रत्यक्षात उतरतात किंवा साकार होतात.'

आपल्या वर्षानुवर्षांच्या वास्तवाच्या पलीकडे

नववर्षदिनाच्या आदल्या रात्री कॅनडातील त्या थंडगार पर्वतीय प्रदेशात बसलेल्या वेळी माझ्या असं लक्षात आलं होतं की, मला माझ्या वास्तवाच्या पलीकडचे विचार करण्याची इच्छाशक्ती राखण्याची गरज होती. त्याबरोबरच त्या कल्पना शक्यतेच्या जगातून प्रत्यक्षात उतरेपर्यंत त्यांच्याविषयीच्या विचारांवर विचार करत राहण्याचीही गरज होती. राईट बंधूंनी ज्याप्रमाणे वर्षानुवर्षं बहुतांश लोकांच्या वास्तवाच्या पलीकडे जगण्याची इच्छाशक्ती बाळगली होती, त्याप्रमाणे बहुतांश लोकांना, किमला, लॅरीला आणि मलासुद्धा बहुतांश लोकांच्या वर्षानुवर्षांच्या वास्तवाच्या पलीकडे जाण्याची गरज होती. खरं तर आम्हाला आमच्या स्वतःच्याच वर्षानुवर्षांच्या वास्तवांच्या पलीकडे जाण्याची गरज होती. आम्ही नेहमीच इतर लोकांशी वाद घालत होतो आणि स्वप्नाळू, अविवेकी किंवा धोकादायक लोक म्हणून आमच्यावर नेहमी टीकाही केली जात होती. आमच्या वास्तवाच्या अंतर्भागात काही स्पष्ट परिणाम दिसण्याची सुरुवात होण्यासाठी किमला, लॅरीला आणि मला जवळजवळ चार वर्षं वाट बघावी लागली. दुसऱ्या शब्दांत आम्हाला आमच्या वास्तवाला शक्यतेच्या क्षेत्रात असलेल्या आमच्या उद्दिष्टाच्या दिशेनं ढकलण्यासाठी चार ते आठ वर्षांचा कालावधी लागला.

आज ज्या वेळी लोक मला श्रीमंत होण्यासाठी काय करावं लागतं असं विचारतात, त्या वेळी मी म्हणतो, 'त्यासाठी तुमच्याकडे तुमच्या वास्तवाचा विस्तार करण्याची क्षमता असावी लागते. तुम्हाला तुमच्या वास्तवाचा विस्तार करण्याची इच्छा नसेल तर श्रीमंत बनण्यासाठी खूपच प्रदीर्घ कालावधी लागू शकतो.'

एक सूचना : श्रीमंत वडिलांनी त्यांच्या मुलाच्या आणि माझ्या वास्तवांचा विस्तार करण्याचा एक मार्ग आम्हाला दाखवला होता. आयुष्यात आपल्या इच्छेनुरूप, आपल्याला हवं त्याप्रमाणे जगलेल्या लोकांची आत्मचरित्रं त्यांनी आम्हाला वाचायला लावली. उदाहरणार्थ, श्रीमंत वडिलांनी जॉन डी. रॉकफेलरचं आणि हेन्री फोर्डचं आत्मचरित्र वाचलं होतं. अगदी अलीकडे मी बिल गेट्स, रिचर्ड ब्रॅन्सन, स्टीव्ह जॉब्ज आणि इतरांची आत्मचरित्रं वाचली आहेत.

'मी खूपच वयस्कर आहे,' असं म्हणणाऱ्या लोकांमध्ये मी असतो, त्या वेळी मी त्यांना कर्नल सँडर्सची कथा वाचण्याची इच्छा आहे का, असं विचारतो. त्याने साठी ओलांडेपर्यंत श्रीमंत बनण्याची सुरुवातही केली नव्हती. एका महिलेनं मला असं म्हटलं की, 'या पुरुषांच्या जगात मी पुढे जाऊ शकत नाही,' त्या वेळी तिने अनिता रॉडिक या बॉडी शॉपच्या संस्थापिकेची कथा वाचली होती का असं मी तिला विचारलं. ज्या वेळी लोक आपण अजून खूपच लहान असल्याचं सांगतात त्या वेळी मी त्यांना बिल गेट्सचं आत्मचरित्र वाचलं आहे का ते विचारतो. बिल गेट्स हा तिशीच्या सुरुवातीलाच जगातील सर्वांत श्रीमंत व्यक्ती बनला होता. जर या कथांनी त्यांच्या वास्तवांचा विस्तार केला नाही तर इतर एखाद्या गोष्टीनं तो होऊ शकेल असं मला तरी वाटत नाही.

बॉडी फॉर लाइफ हे बिल फिलिप्सचं पुस्तक हे या प्रकारातील आणखी एक पुस्तक आहे. माझा कमरेचा घेर वाढत चालल्याचं बघितल्यानंतर माझ्या एका मित्रानं मला ते वाचायला सांगितलं आणि मी ते वाचलं. माझ्या श्रीमंत वडिलांनी मला शिकवलेल्या अनेक गोष्टी बिल फिलिप्सनंही सांगितल्या आहेत; फक्त त्यात फरक इतकाच आहे की, शारीरिक आरोग्य हा त्याचा विषय आहे आणि आर्थिक श्रीमंती हा श्रीमंत वडिलांचा विषय होता.

विषयाच्या वेगळेपणाचा विचार सोडून दिला तर इतर प्रक्रिया सारखीच असल्याचं मला आढळलं. उदाहरणार्थ, बिल फिलिप्स सांगतो की वजन कमी करायला सुरुवात करण्याआधी ते का कमी केलं पाहिजे याची कारणं शोधा, समजून घ्या. श्रीमंत वडिलांनी याला 'का' असं म्हटलं होतं. बिल फिलिप्सच्या पुस्तकात स्वप्नं वि. उद्दिष्टं आणि प्रक्रियेच्या दृष्टीनं दोन्हीही का आवश्यक आहेत, यावरचा एक अतिशय सुंदर विभाग आहे. तरीही तंदुरुस्त असणं आणि श्रीमंत असणं यांच्यात मला अत्यंत जवळचा एक सहसंबंध आढळला. तो खाण्याशी आणि वास्तवाच्या पलीकडे जाण्याशी संबंधित होता.

बिल फिलिप्स लोकांना कमी नव्हे, तर जास्त खाण्यास प्रोत्साहित करतो. तुम्हाला वजन कमी करायचं असेल, ताकद मिळवायची असेल आणि तुमचं आरोग्य परत मिळवायचं असेल तर तुम्ही दिवसात सहा वेळा खा असं तो सांगतो. तो म्हणतो की, जे लोक वजन कमी करण्यासाठी उपासमार करतात ते अल्प काळच असं करू शकतात. त्या काळात ते चरबी नव्हे तर स्नायू गमावतात आणि नंतर ते एकदम झपाट्यानं खाण्यापिण्याचा अतिरेक करण्याकडे वळतात, त्यामुळे ते आधीच्या तुलनेत जास्त लठ्ठ बनतात. आता त्यांच्या उष्मांकात भर पडलेली असते आणि त्या जास्तीच्या उष्मांकांचं ज्वलन करणारे स्नायू कमी असतात, साहजिकच ते जास्त लठ्ठ बनतात. मला ही संरचना चांगलीच माहिती आहे.

कंजूष, चिक्कू बनून आणि पैशाचा तुटपुंजा वापर करून, आपल्याला सहज परवडणाऱ्या जीवनशैलीहून कनिष्ठ राहणीमानाची निवड करून आणि नको इतकी काटकसर करून श्रीमंत

होण्याचा प्रयत्न करणाऱ्या लोकांच्या बाबतीतही श्रीमंत वडिलांनी हीच गोष्ट सांगितली होती. माझे श्रीमंत वडील म्हणाले होते, 'खर्चातही चांगले खर्च आणि वाईट खर्च असतात.' आपल्यापैकी बहुतेकांना चांगलं अन्न आणि वाईट अन्न असतं हेही माहिती आहे. एखादी व्यक्ती उपासमार करून वजन कमी करण्याचा प्रयत्न करते, त्याप्रमाणेच एखादी व्यक्ती स्वस्तातल्या गोष्टी वापरून, अति काटकसर करून आर्थिकदृष्ट्या जास्त दुर्बल बनत जाते. मग अचानकच तीही एकदम अतिरेक करू लागते. फक्त हा अतिरेक खाण्याचा नसतो, तर तो पैसे खर्च करण्याचा असतो. ती उधळपट्टी करू लागते. अतिरेकी प्रमाणात खाणारे लोक जसे जंक फूडचा अतिरेकी वापर करतात त्याप्रमाणेच अति कंजूष माणूस हलक्या, स्वस्तातल्या, निकृष्ट वस्तूंच्या खरेदीचा अतिरेक करतो.

बिल फिलिप्स असं सुचवतो की, 'तुम्हाला अपयश आलं की कमालीची उत्कट इच्छा निर्माण होते.' माझा असा विश्वास आहे की, याचा अर्थ बिल फिलिप्सला असंच सांगायचं आहे की, ज्या क्षणी तुम्ही अपयशी होता, ज्या क्षणानंतर तुम्ही पुढे जाऊ शकत नाही, त्या क्षणापासूनच तुमच्यात दुरुस्ती होऊ लागते आणि तुमची पुन्हा जोमानं वाढ होते. दुसऱ्या शब्दांत, तुम्ही स्वतःला तुमच्या मर्यादांच्या पलीकडे ढकललं की तुम्ही अधिक निरोगी बनता आणि शारीरिकदृष्ट्या तुमचं वजन घटतं. अधिक श्रीमंत बनण्याच्या बाबतीतही हीच गोष्ट लागू पडते असं मी म्हणतो. माझ्या असं लक्षात आलं आहे की, बहुतांश लोक यशस्वी होत नाहीत. कारण, ते कुठल्याही परिस्थितीत, वाटेल ते करून अपयश टाळतात. दहांपैकी नऊ व्यवसाय अपयशी ठरतात म्हणून त्या वित्त सल्लागारानं व्यवसाय सुरू न करण्याचा सल्ला दिला होता, त्याप्रमाणेच बहुतेक लोक अपयशाकडे वाईट गोष्ट म्हणून बघतात. वैयक्तिकरीत्या सांगायचं तर मी अपयशाआधी जितकं शिकलो होतो, त्या तुलनेत अपयशानंतरच खूप काही शिकलो. काही वेळा अपयशामुळे आपण दुखावले जातो हे खरं आहे. मात्र तरीही जखमा भरून येण्याची प्रक्रिया ही अपयशानंतर लगेच सुरू होते आणि मला तिच्यामुळे जास्त भावनिक आणि आर्थिक बळ प्राप्त झालं.

फक्त अपयशी होण्यात यशस्वीपणे अपयशी ठरल्यामुळेच यशस्वी होऊ न शकलेल्या अनेक लोकांना मी भेटलो आहे. त्यांना जे शक्य आहे असं वाटत होतं, त्या त्यांना स्वतःला आकलन झालेल्या वास्तवाच्या पलीकडे जाण्यात ते अपयशी ठरले होते. ज्या वेळी ते करण्यात ते अपयशी ठरले त्या वेळी त्यांच्या आयुष्यात काय काय करणं शक्य होतं ते शोधण्यातही ते अपयशी ठरले होते. तंदुरुस्त बनण्याच्या संदर्भात बिल फिलिप्सनंही हेच सांगितलं आहे. तुम्ही किती ताकदवान आहात याविषयीच्या तुमच्या वास्तवात राहून तुम्ही जास्त तंदुरुस्त बनत नाही. तुम्हाला जास्त तंदुरुस्त, जास्त श्रीमंत बनायचं असेल तर तुम्हाला तुमच्या वास्तवाच्या पलीकडे जाण्याची गरज असते. नवीन शक्यतांच्या क्षेत्रात तुमची आयुष्यं जगण्याची तुम्हाला गरज असते. तुम्ही सातत्यानं तुमच्या मर्यादांच्या पलीकडे गेलात तर तुम्हाला सर्वांहून उत्तम प्रकारची तरफेची ताकद प्राप्त करता येते, ही यातली चांगली गोष्ट आहे. तुम्ही अधिक तंदुरुस्त राहण्याची, जास्त श्रीमंत बनण्याची, दीर्घकाळ तरुण राहण्याची आणि कदाचित अधिक चांगलं दिसण्याची अशी तरफेची शक्ती प्राप्त करता. माझ्या दृष्टीनं ही तरफेची ताकद जगण्याच्या दृष्टीनं महत्त्वाची असते.

तुम्हाला तुमच्या वास्तवाची व्याप्ती वाढवायची असेल, विस्तार करायचा असेल तर तुम्हाला जे प्राप्त करून घेण्याची इच्छा आहे ते आधीच मिळवलेल्या लोकांची पुस्तकं वाचण्याची किंवा अशा लोकांचं म्हणणं ध्वनिमुद्रित केलेल्या ध्वनिमुद्रिका ऐकण्याची इच्छाशक्ती बाळगा. माझ्या गरीब वडिलांनी मला महान नेत्यांची पुस्तकं वाचण्यासाठी प्रोत्साहन दिलं होतं. त्यांमध्ये लिंकन, केनेडी, गांधी, रेव्हरंड मार्टिन ल्युथर किंग आणि इतर लोकांचा समावेश होता. दोन्ही वडिलांनी वास्तवाचा विस्तार करण्यासाठीच वाचन करण्यास सांगितलं असलं तरीही त्यांनी नेमक्या एकाच वास्तवांची शिफारस केली नव्हती, कारण ते दोघे वेगवेगळ्या वास्तवांमधून आले होते. मला दोन्ही प्रकारच्या वास्तवांचा लाभ घेता आला याचा मला आनंद वाटतो.

तुम्हाला खरोखरच तरुणपणी निवृत्त व्हायचं असेल आणि श्रीमंत होऊन निवृत्त व्हायचं असेल तर तुमचं स्वतःचं वास्तव हे त्याची सुरुवात करण्याचं स्थान असेल.

प्रकरण सहा

तुम्ही धोकादायक कशाला म्हणता?

माझ्याशी वडीलकीच्या नात्यानं बोलणारे आणि सल्ला देणारे दोन भक्कम पुरुष मला लाभल्यामुळे वेगवेगळ्या वास्तवांविषयी जाणीव बाळगण्याची संधी मला मिळाली होती. काही वेळा ही बाब गोंधळात टाकणारी आणि अगदी परस्पर-विसंगत वाटत असली तरीही दोन भिन्न वास्तवांचं म्हणणं ऐकून घेणं ही गोष्ट दीर्घ कालावधीचा विचार करता माझ्या दृष्टीनं लाभदायक होती. माझ्या असं लक्षात आलं की, दोन्ही पुरुषांना त्यांचं म्हणणं बरोबर आहे, असं वाटत होतं आणि बहुतेक वेळा दुसऱ्याचं म्हणणं चुकीचं आहे, असंही त्यांना वाटत होतं.

माझे खरे वडील झपाट्यानं राज्य सरकारी नोकरीची शिडी चढून वर पोहोचले होते. लवकरच ते शाळा शिक्षकापासून हवाई परगण्याचे शिक्षण अधीक्षक बनले. त्यांची झपाट्यानं झालेली प्रगती बघून माझे वडील एखाद्या दिवशी राजकीय पद मिळवण्यापर्यंत पोहोचतील अशी कुजबुज सुरू झाली होती.

माझे वडील अशा प्रकारे सरकारी शिडीवर चढून जात होते, नेमके त्याच वेळी श्रीमंत वडील गरिबीतून स्वतःला बाहेर काढून अत्यंत श्रीमंत बनण्यासाठी भरपूर कष्ट करत होते. त्यांचा मुलगा आणि मी हायस्कूलमध्ये जाईपर्यंत ते श्रीमंत बनले होते आणि जास्त श्रीमंत बनत चालले होते. गेली २०हून जास्त वर्षं ते ज्या योजनेवर काम करत होते ती आता त्यांना फळं देत होती. अचानकच लोकांच्या नजरेत त्यांचं कामकाज आणि ते येऊ लागले. एके काळी त्यांना कोणीही ओळखत नसलं तरी आता ते तसे किरकोळ, सामान्य व्यक्ती राहिले नव्हते. हवाईतील अत्यंत मोक्याच्या मालमत्ता विकत घेणारा हा माणूस आहे तरी कोण याचं लोकांना आश्चर्य वाटत होतं. श्रीमंत वडिलांनी हातात काहीही नसताना सुरुवात केली होती आणि त्यांच्याकडे दीर्घकालीन योजना होती. त्यांनी त्यावर काम केलं होतं आणि आता ते श्रीमंतांच्या आणि हवाईतील बड्या लोकांच्या रडारवर आले होते.

चाळिशीत असताना श्रीमंत वडील ते राहात असलेल्या लहान गावातून बाहेर पडले आणि वायकिकी समुद्रकिनाऱ्यावर त्यांनी बऱ्याच मोठ्या जमिनी खरेदी केल्या. रिसॉर्ट बाजारपेठेतील या नवीन खेळाडूवरच्या लेखांनी वर्तमानपत्रांचे रकानेच्या रकाने भरून चालले

होते. लवकरच त्यांनी वायकिकीच्या समुद्रकिनाऱ्यावरच्या मालमत्तांवर नियंत्रण मिळवलं आणि त्याबरोबरच बाहेरच्या भागांतील बेटांवरही अशाच समुद्रकिनाऱ्यांवरच्या मालमत्ता मिळवल्या. श्रीमंत वडील आता दुर्गम बेटावरच्या लहान गावातून आलेला एक गरीब मुलगा राहिले नव्हते. श्रीमंत वडिलांनी जोरदार कामकाज सुरू केलं होतं आणि ते लोकांच्या नजरेत भरले होते.

माझे दोन्ही वडील त्यांच्या करिअरमध्ये मोठमोठ्या हालचाली करत असताना मी न्यू यॉर्कमधील मिलिटरी ॲकॅडमीच्या महाविद्यालयात शिकत होतो. माईक हा आता श्रीमंत व्यक्तीचा मुलगा होता आणि तो वायकिकी समुद्रकिनाऱ्यावरच्या पेंटहाउस अपार्टमेंटमध्ये राहत होता आणि युनिव्हर्सिटी ऑफ हवाईमध्ये शिकत होता. त्याच्या वडिलांचं वाढतं साम्राज्य चालवण्यासाठी त्याची चांगलीच तयारी करवून घेण्यात आली होती. तो पेंटहाउस अपार्टमेंटमध्ये राहत असल्याचं ऐकायला अगदी प्रभावी वाटत होतं; पण प्रत्यक्षात ते पेंटहाउस हे एक हॉटेल होतं आणि माईक शाळेत असताना ते चालवत होता.

ख्रिसमसच्या सुट्टीत घरी आल्यानंतर माईक आणि मी श्रीमंत वडिलांच्या कार्यालयात जात असू आणि शाळेत आणि इतरत्र आम्हाला भेटलेल्या नवीन माणसांकडून आम्ही काय काय शिकलो ते त्यांना सांगत असू. देशभराच्या सर्व भागांतून येणाऱ्या तरुणांना भेटल्यामुळे मी माईकला आणि श्रीमंत वडिलांना असं म्हणालो की, 'लोक पैशाविषयी कसा वेगवेगळ्या प्रकारे विचार करतात ते माझ्या लक्षात आलं आहे. मी गर्भश्रीमंत कुटुंबातील मुलांना भेटलो आहे आणि अठराविश्वं दारिद्र्य असलेल्या घरातील मुलांनाही भेटलो आहे. शैक्षणिकदृष्ट्या विचार करता शाळेत येणारी यांपैकी बहुतेक मुलं हुशार असली तरीही गरीब आणि मध्यमवर्गीय मुलं श्रीमंत कुटुंबांमधील मुलांहून वेगळ्या प्रकारे विचार करताना दिसतात.'

श्रीमंत वडिलांनी माझ्या या अखेरच्या वाक्याला झटकन प्रतिसाद दिला. ते म्हणाले, 'ते वेगळ्या प्रकारे विचार करत नाहीत. ते बरोबर विरुद्ध दिशेनं विचार करतात.' त्यांच्या डेस्कजवळ बसून त्यांनी त्यांचा टॅब्लेट घेतला आणि झटकन पुढील प्रकारे तुलनात्मक विधानं लिहिली :

विरुद्ध विचार

मध्यमवर्गीय	***श्रीमंत***
नोकरीची सुरक्षितता	व्यवसायांची उभारणी
एक मोठं घर	अपार्टमेंट घरं.
पैशांची बचत	पैसे गुंतवणं
श्रीमंत लोभी असतात असं मानणं	श्रीमंत उदार असतात असं मानणं

लेखन संपवल्यानंतर श्रीमंत वडिलांनी पुन्हा माझ्याकडे बघितलं आणि ते म्हणाले, 'तुम्ही कशाला हुशारीच्या गोष्टी आणि कशाला धोकादायक, जोखमीच्या गोष्टी म्हणतात त्यावरून तुमचं वास्तव निश्चित होतं.'

त्यांनी लिहिलेल्या तुलनात्मक गोष्टींकडे पाहून मी विचारलं, 'मध्यमवर्गीयांना नोकरीतील सुरक्षितता ही हुशारीची गोष्ट आणि व्यवसायाची उभारणी ही धोकादायक गोष्ट वाटते असं तुम्हाला म्हणायचं आहे का?' मला हे वास्तव चांगलंच माहिती होतं, कारण माझ्या गरीब वडिलांचं ते वास्तव होतं.

'अगदी बरोबर,' श्रीमंत वडील म्हणाले. 'नोकरीतील सुरक्षिततेविषयी आणखी काय सांगता येईल?'

मी क्षणभर विचार केला आणि काहीच न सुचल्यामुळे त्यांना म्हटलं, 'तुम्हाला काय सुचवायचं आहे ते मला समजत नाही. माझे वडील आणि इतर अनेक लोक सुरक्षित, संरक्षित नोकरी असणं ही गोष्ट हुशारीची मानतात हे बरोबर आहे. मग माझ्या नजरेतून कुठली गोष्ट सुटतेय?'

'तुझ्या नजरेतून माझं वास्तव सुटतंय,' श्रीमंत वडील म्हणाले. 'मी तुला असं सांगितलं की, मध्यमवर्गीय आणि गरीब फक्त वेगळ्या प्रकारे विचार करत नाहीत, तर ते बरोबर एकमेकांच्या विरुद्ध विचार करतात. मग माझं विरुद्ध असलेलं वास्तव काय आहे?'

अचानकच श्रीमंत वडिलांची आणखी काही वास्तव माझ्या मनात डोकावले. 'म्हणजे तुम्ही व्यवसायाची उभारणी करणं हुशारीचं समजता आणि नोकरीची शाश्वती किंवा सुरक्षितता असणं धोकादायक समजता. तुम्ही जे विरुद्ध वास्तव म्हणता त्याचा हाच अर्थ आहे का?' मी विचारलं.

श्रीमंत वडिलांनी मान डोलावली.

'व्यवसायाची उभारणी करणं धोकादायक असतं असं तुम्हाला वाटत नाही, असं तुम्हाला म्हणायचं आहे का?' मी विचारलं.

श्रीमंत वडिलांनी नकारार्थी मान हलवली आणि ते म्हणाले, 'नाही. व्यवसायाची उभारणी करायला शिकणं ही गोष्ट इतर कुठलीही गोष्ट शिकण्यासारखीच असते. आयुष्यभर तुम्ही नोकरीच्या शाश्वतीला, सुरक्षिततेला चिकटून राहण्याचा विचार करणं ही गोष्ट व्यवसायाची उभारणी करण्यास शिकण्याहून खूपच जास्त धोकादायक असते. एक धोका अल्पकालीन असतो आणि दुसरा धोका आयुष्यभरासाठीचा असतो.'

तो १९६० च्या दशकाच्या उत्तरार्धाचा काळ होता. आम्हाला तोपर्यंत डाऊनसायझिंग हा शब्द माहिती नव्हता. त्या वेळी आमच्यापैकी बहुतेकांना जे काही माहिती होतं ते एवढंच होतं की तुम्ही शाळेत जाता, नोकरी मिळवता, आयुष्यभर काम करता आणि ज्या वेळी निवृत्त होता त्या वेळी – तुमच्या निवृत्तीनंतरच्या जीवनाची काळजी कंपनी आणि सरकार घेतं. आम्हाला घरी आणि शाळेत फक्त एवढंच शिकवलं जात होतं की, 'तुम्हाला चांगले नोकरदार बनता यावं यासाठी भरपूर शिका.' ते प्रत्यक्ष बोलून दाखवलं जात नसलं तरी गर्भित होतं. शाळेत जाणं याचा अर्थ चांगली नोकरी बनवण्यास सक्षम बनणं असा होता आणि ही करण्यासारखी असलेली गोष्टच हुशारीची होती – असं स्पष्टपणे बोलून दाखवलं जात नसलं तरी त्याचा तोच सूचक अर्थ होता. आज आपल्यापैकी बहुतेकांना हे माहिती आहे की, नोकरीतील सुरक्षितता ही भूतकालीन गोष्ट आहे; पण त्या वेळी हुशारीची गोष्ट म्हणून नोकरीत सुरक्षितता शोधली पाहिजे या कल्पनेविषयी कोणाच्याही मनात शंका नव्हती.

श्रीमंत लोक लोभी असतात विरुद्ध श्रीमंत लोक उदार असतात या श्रीमंत वडिलांच्या तुलनात्मक ओळींकडे मी पाहिलं. त्या क्षणी माझं वास्तव काय होतं हे माझ्या लक्षात आलं. माझ्या कुटुंबात श्रीमंतांना पाषाणहृदयी, लोभी लोक असंच म्हटलं जात होतं. त्यांना फक्त पैशातच रस असतो आणि गरिबांची किंमत नसते असंही त्यांच्याविषयी म्हटलं जात होतं.

त्या यादीकडे निर्देश करत श्रीमंत वडील म्हणाले, 'विचार करण्यातला फरक तुझ्या लक्षात आला आहे का?'

'विचार करण्याची पद्धत एकमेकांच्या विरुद्ध आहे,' मी हळुवारपणे म्हणालो. 'ते फक्त वेगळं असण्याच्या पलीकडचं आहे म्हणूनच लोकांच्या दृष्टीनं श्रीमंत होणं इतकं कठीण असतं. श्रीमंत होण्यासाठी फक्त वेगळ्या पद्धतीनं विचार करण्याखेरीज आणखीही काही गोष्टींची गरज असते.'

श्रीमंत वडिलांनी मान डोलावली आणि ती कल्पना माझ्या मनात भिनू दिली. त्यानंतर ते म्हणाले, 'तुला श्रीमंत बनायचं असेल तर तू आता जसा विचार करत आहेस, त्याच्या बरोबर विरुद्ध विचार करायला शिकण्याची गरज आहे.'

'म्हणजे तुम्ही विचार करता अगदी त्याच प्रकारे?' मी विचारलं. 'यासाठी गोष्टीही वेगळ्या प्रकारे करण्याची गरज नसते का?'

'अगदी तसंच म्हणता येणार नाही,' श्रीमंत वडील म्हणाले. 'तुम्ही नोकरीच्या शाश्वततेसाठी, सुरक्षिततेसाठी काम करत असाल तर बहुतांश आयुष्यभर तुम्ही खडतर कष्ट करत राहाल. तुम्ही व्यवसायाची उभारणी करण्यासाठी काम केलं तर तुम्हाला सुरुवातीला खडतर, कठोर कष्ट करावे लागतील; पण नंतर अखेरीस तुम्ही कमी आणि आणखी कमी काम करू लागाल. तुम्ही बहुधा दसपट, शतपट किंवा हजार पट जास्त पैसा मिळवू शकाल. मग कोणती गोष्ट जास्त हुशारीची आहे?'

'आणि गुंतवणुकीविषयी काय?' मी विचारलं. 'माझी आई आणि वडील नेहमीच असं म्हणतात की, गुंतवणूक करणं धोकादायक असतं. त्यांना असं वाटतं की, पैशाची बचत करणं हा हुशारीचा मार्ग आहे. तुम्ही गुंतवणूक करता त्या वेळी वेगळ्या प्रकारे गोष्टी करत नाही का?'

श्रीमंत वडील हसले आणि माझं विधान ऐकून नंतर तर अगदी गदगदून हसले. 'पैशाची बचत करणं आणि त्यांची गुंतवणूक करणं या दोन्हींसाठी अगदी एकाच प्रकारची कृती करावी लागते.' ते म्हणाले. 'तुमचे विचार जरी अगदी परस्परविरुद्ध तरीही तुम्ही अगदी त्याच गोष्टी करता.'

'त्याच गोष्टी?' मी विचारलं. 'पण त्यांच्यापैकी एक गोष्ट जास्त जोखमीची नसते का?'

'नाही,' श्रीमंत वडील हसतच म्हणाले. 'मी तुम्हाला आयुष्यातील एक अतिशय महत्त्वाचा धडा देतो.' मी आता मोठा झालो होतो आणि त्यांनी आम्हाला आधी दिलेल्या धड्यांमधील आणखी तपशील ते आता आम्हाला देऊ शकत होते. 'पण तुला धडा देण्याआधी मी तुला एक प्रश्न विचारू का?' त्यांनी विचारलं.

'नक्कीच, तुम्ही हवं ते विचारा.'

'पैशांची बचत करण्यासाठी तुझे पालक काय करतात?' त्यांनी विचारलं.

'ते बऱ्याच गोष्टी करतात,' मी त्या प्रश्नाचा थोडा वेळ विचार करत उत्तर दिलं.

'ठीक आहे. त्यांपैकी एक गोष्ट सांग,' श्रीमंत वडील म्हणाले. 'जी गोष्ट करण्यात ते जास्त वेळ घालवतात अशी एखादी गोष्ट सांग.'

'ठीक आहे. सुपरमार्केट दर बुधवारी अन्नधान्यांवरच्या खास साप्ताहिक ऑफर जाहीर करतात. माझे आई-वडील वर्तमानपत्रं वाचतात आणि साप्ताहिक अन्नधान्याचं अंदाजपत्रक तयार करतात. ते सेल्सचा शोध घेतात आणि अन्नधान्यावरची कूपन कापून घेतात,' मी म्हणालो. 'यात त्यांचा भरपूर वेळ जातो. खरं तर आमचा घरातील आहारच सुपरमार्केटमधील विक्रीवर आधारित असतो.'

'नंतर ते काय करतात?'

'नंतर ते गावातल्या वेगवेगळ्या सुपरमार्केटमध्ये जातात आणि विक्रीसाठी जाहिरात करण्यात आलेला माल त्या त्या ठिकाणांहून विकत घेतात,' मी उत्तर दिलं. 'ते असं म्हणतात की, सेलवरून अन्न खरेदी केल्यामुळे ते बराचसा पैसा वाचवतात.'

'ते नक्कीच वाचवत असतील, याबद्दल माझ्या मनात थोडीशीही शंका नाही,' श्रीमंत वडील म्हणाले. 'सेलवरच्या कपड्यांची खरेदीही ते करतात का?'

मी मान डोलावली. 'होय, आणि ज्या वेळी नवीन किंवा वापरलेल्या कारसाठी ते बाजारात फिरतात त्या वेळीही ते हेच करतात. पैसा वाचवण्यासाठी खरेदी करण्यावर ते बराच वेळ खर्च करतात.'

'मग त्यांचा असा विचार आहे की, बचत करणं ही हुशारीची गोष्ट आहे?' श्रीमंत वडिलांनी विचारलं.

'अगदी नक्की,' मी उत्तर दिलं. 'खरं तर त्यांना ज्या वेळी सेलवर एखादी गोष्ट मिळते, त्या वेळी ते तिची भरमसाट खरेदी करतात आणि मोठ्या फ्रीजरमध्ये ती ठेवून देतात. एखाद्या दिवशी त्यांना डुकराच्या मांसाची विक्री सेलवर होत असल्याचं दिसलं तर पुढचे सहा महिने टिकू शकणारं मांस ते खरेदी करून घेऊन येतात. अशा प्रकारच्या बचतीमुळे ते अगदी रोमहर्षित होतात.'

श्रीमंत वडील जोरजोरात हसू लागले. 'डुकराचं मांस?' आता त्यांना हसू आवरतच नव्हतं. 'त्यांनी असं किती पाऊंड डुकराचं मांस विकत घेतलं होतं?'

'ते मला माहिती नाही; पण त्यांनी भरपूर मांस आणलं होतं. आमचा फ्रीझर अगदी पूर्ण भरून गेला होता; पण त्यांनी फक्त डुकराचं मांसच विकत घेतलं नव्हतं. त्यांनी दुसऱ्या दुकानातून सेलवर मिळणारा हॅम्बर्गर विकत घेतला होता आणि तोही असाच फ्रीजरमध्ये ठेवून दिला होता.'

'म्हणजे अशा प्रकारच्या अति-खास सेल्ससाठी ते फ्रीजरचा वापर करतात का?' श्रीमंत वडिलांनी विचारलं. अजूनही ते खिदळल्यासारखे हसतच सुटले होते.

'होय,' मी उत्तर दिलं. 'अगदी पेनी न् पेनी वाचवण्यासाठी ते भरपूर कष्ट घेतात. कूपन कापून घेऊन सेल्सवर खरेदी करण्यात ते भरपूर वेळ घालवतात. यात काही चुकीचं आहे का?' मी विचारलं.

'नाही,' श्रीमंत वडील म्हणाले. 'यात काहीही चुकीचं नाही. हे फक्त एक वेगळं वास्तव आहे.'

'तुम्हीही असंच करत नाही का?' मी विचारलं.

श्रीमंत वडील आणखी एकदा हसले आणि म्हणाले, 'तू हा प्रश्न विचारण्याचीच मी वाट बघत होतो. आता तू आतापर्यंत शिकलेल्या धड्यांमधला सगळ्यात महत्त्वाचा धडा मी तुला शिकवणार आहे.'

'माझे पालक करत असलेल्याच गोष्टी तुम्ही करत नाही, याविषयीचा हा धडा आहे का?' माझ्या आधीच्या प्रश्नाच्या उत्तराच्या प्रतीक्षेत असतानाच मी पुन्हा एकदा विचारलं.

'नाही.' श्रीमंत वडील म्हणाले. 'तुझे पालक जे करतात तेच– अगदी तंतोतंत तेच मीही कसं करतो त्याविषयीचा धडा. खरं तर ते करताना तू मला पाहिलंही आहेस.'

'काय?' मी म्हणालो. 'तुमचा फ्रीजर भरून टाकण्यासाठी तुम्हीही सेलवरचा माल खरेदी करता? हे करताना मी तुम्हाला पाहिलं आहे, असं मला तरी वाटत नाही.'

'नाही. तू मला हे करताना पाहिलेलं नाही,' श्रीमंत वडील म्हणाले. 'पण माझा पोर्टफोलिओ भरण्यासाठी गुंतवणूक करण्याकरिता मला सेलवरच्या गुंतवणुकींची खरेदी करताना पाहिलं आहेस.'

हे विधान ऐकल्यानंतर क्षणभर मी तसाच शांत बसून राहिलो. नंतर मी विचारलं, 'तुमचा पोर्टफोलिओ भरण्यासाठी तुम्हीही खरेदी करता आणि माझे पालक त्यांचा फ्रीजर भरण्यासाठी खरेदी करतात. बरोबर? म्हणजे तुम्हाला असं म्हणायचं आहे की, तुम्ही त्याच गोष्टी करता, फक्त तुम्ही वेगळ्या गोष्टी भरण्यासाठी वेगळ्या गोष्टींची खरेदी करता.'

श्रीमंत वडिलांनी होकारार्थी मान डोलावली. मी वीस वर्षांचा होतो. माझ्या डोक्यात तो धडा नीट बसावा यासाठी तो थोडा वेळ थांबले.

'तुम्हीही त्याच गोष्टी करता; पण माझे पालक जास्त गरीब बनत चालले आहेत आणि तुम्ही जास्त श्रीमंत बनत चालला आहात. हाच तो धडा आहे का?'

श्रीमंत वडिलांनी मान डोलावली आणि ते म्हणाले, 'हा त्या धड्याचा एक भाग आहे.'

'मग या धड्याचा दुसरा भाग काय आहे?' मी विचारलं.

'विचार कर,' श्रीमंत वडील म्हणाले. 'आपण कशाविषयी बोलत आहोत?'

मी क्षणभर विचार केला आणि अखेरीस त्या धड्याचा उत्तरार्ध माझ्या लक्षात आला. 'अरेच्चा!' मी मोठ्यानं म्हणालो.'तुम्ही आणि माझे पालक एकच गोष्ट करत आहात; पण तुमची वास्तवं भिन्न आहेत.'

'तुझ्या ते लक्षात येऊ लागलंय,' श्रीमंत वडील म्हणाले. 'हुशारी आणि धोकादायक याविषयी काय?'

'अं... हो, ते पैशाची बचत करणं ही हुशारीची गोष्ट समजतात आणि गुंतवणूक करणं ही धोकादायक गोष्ट मानतात.'

'आणखी थोडं सांग,' श्रीमंत वडील म्हणाले.

'त्यांना गुंतवणूक करणं धोकादायक आहे, असं वाटत असल्यानं ते पैशाची बचत करण्यासाठी कठोर परिश्रम करतात; पण प्रत्यक्षात तुम्ही करत असलेली गोष्टच तेही करतात. जर त्यांनी गुंतवणुकीविषयीचं त्यांचं वास्तव बदललं आणि जी गोष्ट ते डुकराचं मांस विकत घेऊन पैशाची बचत करण्याविषयी करतात तीच आणि तशाच गोष्टी ते गुंतवणुकीविषयीही करू लागले तर तेही अधिकाधिक श्रीमंत बनत जातील. ते करतात त्याच गोष्टी तुम्हीही करता; पण तुम्ही व्यवसायासाठी खरेदी करता, रिअल इस्टेट, स्टॉक्स, बाँड्स आणि इतर व्यावसायिक संधींमध्ये गुंतवणुकी करता. तुम्ही पोर्टफोलिओसाठी खरेदी करता आणि ते त्यांच्या फ्रीजरसाठी खरेदी करतात.'

'म्हणून तेही त्याच गोष्टी करतात; पण एका वेगळ्या वास्तवातून ते त्या गोष्टी करतात,' श्रीमंत वडील म्हणाले. 'त्यांच्या वास्तवामुळे ते गरीब किंवा मध्यमवर्गीय बनतात, त्यांच्या कृतींमुळे नव्हे.'

'म्हणजे त्यांचं मानसिक वास्तव त्यांना गरीब बनवतं,' मी हळुवारपणे म्हणालो. 'आपण कोणत्या गोष्टी धोकादायक आणि कोणत्या गोष्टी हुशारीच्या मानतो त्यावरून आयुष्यातील आपलं सामाजिक, आर्थिक स्थान निश्चित होतं.' माझ्या महाविद्यालयीन वर्गात शिकलेल्या नवीन शब्दाचा मी वापर केला होता.

श्रीमंत वडील पुढे बोलत होते, 'आपण त्याच गोष्टी करतो; पण आपण वेगवेगळ्या मनोरचनेतून काम करतो. मी श्रीमंत व्यक्तीच्या मनोरचनेतून आणि तुझे पालक मध्यमवर्गीय मनोरचनेतून काम करतात.'

'म्हणून तुम्ही नेहमीच असं म्हणता की, तुम्हाला जी गोष्ट खरी आहे असं वाटतं तेच तुमचं वास्तव असतं,' मी पुन्हा एकदा हळुवारपणे भर घातली.

श्रीमंत वडिलांनी मान डोलावली आणि ते पुढे सांगू लागले, 'आणि त्यांना गुंतवणूक करणं जोखमीचं आहे असं वाटत असल्यामुळे त्यांना पैसा पूर्णपणे गमावलेल्या किंवा आपला जवळजवळ बराच पैसा गमावलेल्या लोकांची उदाहरणं सापडतात. त्यांचं वास्तव त्यांना इतर वास्तवांकडे डोळेझाक करायला लावतं. ते जी गोष्ट खरी आहे असा विचार करतात ती पूर्णपणे खरी नसली तरीही त्यांना तीच खरी असल्याचं दिसतं.'

'म्हणजे ज्या व्यक्तीला नोकरीत सुरक्षितता मिळणं ही हुशारीची गोष्ट वाटते, त्याला नोकरीत सुरक्षितता मिळणं ही का हुशारीची गोष्ट आहे त्याची उदाहरणं सापडतील आणि व्यवसायाची उभारणी करणं का धोकादायक असतं त्याचीही उदाहरणं सापडतील. ज्या वास्तवावर व्यक्तीला विश्वास ठेवायचा असतो ती सिद्ध करणारी उदाहरणंच लोक शोधतील,' माईकनं भर घातली

'हे बरोबर आहे,' श्रीमंत वडील म्हणाले. 'याचा अर्थ समजलाय का? तुम्हाला तुमचा धडा मिळालाय का?'

मी मान डोलावली; पण तरीही मी थोडा वेळ थांबून तो धडा आत्मसात केला. टॅब्लेटवरच्या 'मोठं घर' आणि 'अपार्टमेंट घर' या ओळीकडे निर्देश करत मी म्हणालो, 'म्हणजे माझे आई, वडील नेहमीच स्वप्नातल्या मोठ्या घरासाठी खरेदी करतात आणि तुम्ही नेहमीच जास्त मोठ्या अपार्टमेंट हाउसेससाठी खरेदी करता. तुम्ही दोघंही तीच गोष्ट

करता; पण तुम्ही अधिक श्रीमंत बनता, तर माझे आई-वडील फक्त जास्त मोठ्या कर्जाऊ रकमा भरत राहता. हे मनोरचनेच्या आणि वास्तवाच्या शक्तीचं आणखी एक उदाहरण आहे. नाही का?'

'हो तर,' श्रीमंत वडील म्हणाले, 'आणि तुझे पालक नेहमीच अधिक मोठ्या घरासाठी का खरेदी करत राहतात?'

'कारण, माझ्या वडिलांचा पगार वाढला की, त्यांना भरावा लागणारा करही वाढतो. त्यांचा हिशेबनीस त्यांना सांगतो की अधिक मोठं घर खरेदी करा, त्यामुळे त्यांना आणखी करसवलत मिळू शकते.' मी उत्तर दिलं.

'आणि त्यांना ही गोष्ट हुशारीची वाटते. होय ना?' श्रीमंत वडिलांनी विचारलं.

'त्यांना ही गोष्ट हुशारीची वाटते. कारण, घर ही मालमत्ता आहे असं त्यांना वाटतं आणि त्याबरोबरच त्यांना घरावरच्या कर्जापोटी सरकारकडून मोठ्या करसवलतीही मिळतात.'

मी मान डोलावत पुढे भर घातली, 'आणि अपार्टमेंट घरं विकत घेणं त्यांना धोकादायक आहे असंही वाटतं.'

'आम्हाला दोघांनाही तशाच करसवलती मिळतात, फक्त माझ्या करसवलती मला अधिक श्रीमंत बनवतात आणि तुझ्या आई-वडिलांना मिळणाऱ्या करसवलतींमुळे त्यांना जास्तीत जास्त कठोर परिश्रम करणं भाग पडतं. मला चांगल्या कर्जापोटी करसवलती मिळतात. मला हे कर्ज अधिक श्रीमंत बनवतं आणि तुझ्या आई-वडिलांना वाईट कर्जापोटी करसवलती मिळतात. आता हुशार आणि धोकादायक गोष्टी व्यक्तीचं वास्तव कसं ठरवतं हे तुझ्या लक्षात आलं का?'

माईकनं आणि मी मान डोलावली. 'आता मला ते जास्तच चांगल्या प्रकारे समजलंय,' माईक म्हणाला.

'पण या शेवटच्या ओळीचं काय?' 'श्रीमंत लोक लोभी असतात' आणि 'श्रीमंत लोक उदार असतात' या ओळींकडे बोट दाखवत मी विचारलं.

'सगळ्यात पहिली गोष्ट म्हणजे श्रीमंत हे लोभी किंवा उदार असलेच पाहिजेत, असं काहीही नसतं. जगात लोभी असलेले अनेक गरीब लोक असतात आणि त्याबरोबरच उदार असलेले गरीबही असतात. हीच गोष्ट श्रीमंतांच्या बाबतीतही लागू पडते,' श्रीमंत वडील म्हणाले. 'शिवाय मी तुम्हाला नेहमीच सांगितलं आहे, त्याप्रमाणे श्रीमंत बनण्याचे अनेक मार्ग असतात. तुम्ही कंजूष बनून तुमच्या संपत्तीत वाढ करू शकता; पण यातली समस्या अशी असते की, अशा वेळी अखेरपर्यंत तुम्ही कंजूषच राहता. एखाद्या व्यक्तीशी पैशासाठी लग्न करून तुम्ही श्रीमंत होऊ शकता, हा एक अगदी लोकप्रिय खेळ आहे; पण त्यामुळे तुम्ही काय बनता ते तुम्हाला माहिती आहे. तुम्ही लांड्यालबाड्या करून श्रीमंत होऊ शकता; पण जर तुम्ही तुरुंगात न जाता बाहेर राहून सहजपणानं श्रीमंत होऊ शकत असाल तर तुरुंगाची हवा खाण्यासारखे उद्योग कशाला करायचे? याखेरीज नशिबानंही तुम्ही श्रीमंत होऊ शकता; पण यातली समस्या अशी असते की तुम्ही कधी श्रीमंत बनायचं यासाठी तुम्हाला तुमच्या बुद्धीऐवजी नशिबावर अवलंबून राहावं लागतं.'

मी हे सगळं त्याआधीही अनेक वेळा ऐकलं होतं. उदार बनून कसं काय श्रीमंत बनता येतं, याचं या वेळी मला खरोखरच स्पष्टीकरण हवं होतं म्हणून मी ते उत्तर मिळवण्याचा जोरदार प्रयत्न म्हणून असं विचारलं की, 'मग श्रीमंत लोभी असतात आणि श्रीमंत उदार असतात यामधला फरक काय आहे?'

'तुम्हा मुलांना मी कमी आणि आणखी कमीपासून जास्त आणि आणखी जास्त करण्याविषयी सांगितलं होतं, ते तुम्हाला आठवतं का?' श्रीमंत वडिलांनी माझ्या प्रश्नाला प्रतिसाद म्हणून प्रतिप्रश्न विचारला.

आम्ही दोघांनीही मान डोलावून याचं उत्तर दिलं.

'मग ठीक आहे, कमी आणि आणखी कमी यापासून जास्त आणि आणखी जास्त करणं हा औदार्याचा एक प्रकार आहे. खरं तर उदार बनून श्रीमंत होण्याचा तो एक जास्त सोपा मार्ग आहे,' श्रीमंत वडील म्हणाले.

'याचा अर्थ अधिक लोकांची सेवा करून श्रीमंत बनता येतं असं तुम्ही म्हणत आहात,' माईक म्हणाला.

'अगदी बरोबर,' श्रीमंत वडील म्हणाले. 'मला केव्हाही जास्त पैसा मिळवण्याची इच्छा असेल तर मी जास्त लोकांची सेवा कशी करू शकतो, असा प्रश्न मला स्वतःला विचारावाच लागतो.'

माईक त्यानंतर माझ्याकडे वळून म्हणाला, 'माझ्या वडिलांनी तुझ्यासमोर हे कधीच म्हटलं नव्हतं; पण मला वाटतं की, त्यांचा पुढचा धडा शिकण्यासाठी तुझी तयारी झाली आहे. आणखी थोडंसं जास्त चांगल्या प्रकारे समजून घेण्याएवढे आपण आता मोठे आहोत.'

'काय समजून घेण्याएवढे?' मी विचारलं.

'मी त्याला ते सांगू का?' माईकनं विचारलं.

'तू आधीच सांगायला सुरुवात केली आहेस, त्यामुळे सुरुवात केलेली गोष्ट तू पूर्ण करणं केव्हाही जास्त चांगलं ठरेल,' श्रीमंत वडील म्हणाले.

माईक माझ्याकडे वळला आणि शांतपणे बोलू लागला, 'तुझ्या वडिलांनी नेहमीच तुला श्रीमंत लोक लोभी असतात सांगितलं होतं. बरोबर आहे ना?'

मी मान डोलावली.

'पण तुझ्या हे लक्षात येतंय का की बहुतेक वेळा एखादी व्यक्ती पहिल्यापासून नेहमीच फक्त पूर्वीइतकंच काम करत राहते किंवा तीच नोकरी करत राहते?'

'मी ते समजू शकतो,' मी उत्तर दिलं. 'पण माझे वडील या दृष्टिकोनातून याकडे बघत नाहीत. त्यांचा खरोखरच असा विश्वास आहे की, निष्ठा आणि वय या आधारावर वेतनवाढ झाली पाहिजे.'

'म्हणजे तुझ्या वडिलांना श्रीमंत लोक लोभी असतात असं वाटतं, कारण ते निष्ठेसाठी आणि वयासाठी वेतन देत नाहीत. बरोबर आहे ना?'

'होय, त्यांना असंच वाटतं,' मी उत्तर दिलं.

'तितकंच काम करत राहून जास्त पैसा मागणं ही गोष्ट किती लोभीपणाची आहे ते तुझ्या लक्षात येतंय का?' माईकनं विचारलं. 'किंवा ओव्हरटाइमसाठी किंवा कामाच्या

तपशिलाबाहेरचं काम करण्यासाठी जास्त पैसे मागणं ही गोष्ट लोभीपणाची आहे हे तुला समजतंय का?'

'पण माझ्या वडिलांच्या जगातले लोक अशाच प्रकारे पैसे कमावतात,' मी म्हणालो. 'ते त्यांचं वास्तव असतं.'

'तो शब्द असतो,' श्रीमंत वडील म्हणाले. 'शब्द हे वास्तव असतं. आपण वेगवेगळ्या वास्तवांमधून येतो. माझ्या जगात तेच काम करण्यासाठी जास्त पैसे मागणं हा लोभीपणा असतो. माझ्या जगात मला जर जास्त पैसे हवे असतील तर मी पहिल्यांदा कमी आणि आणखी कमी पैशात जास्त आणि आणखी जास्त लोकांसाठी जास्त आणि आणखी जास्त काम केलं पाहिजे. त्यानंतर मी श्रीमंत बनतो.'

'यासाठीच माझ्या वडिलांनी आपल्याला हेन्री फोर्डचं आत्मचरित्र वाचायला लावलं होतं,' माईक म्हणाला. 'हेन्री फोर्ड जगातली सर्वाधिक श्रीमंत व्यक्ती बनला, कारण त्याने कमीत कमी किमतीत जास्तीत जास्त लोकांना स्वयंचलित वाहनं पुरवली. माझ्या वडिलांच्या दृष्टिकोनातून हेन्री फोर्ड हा खूपच उदार माणूस होता; पण तरीही अनेक लोकांना तो लोभीही वाटतो, कारण त्यांच्या वास्तवांच्या दृष्टिकोनांतून विचार केला तर त्याने कामगारांचं शोषण केलं. हा संघर्ष भिन्न वास्तवांमुळे निर्माण होतो.'

'मी ते समजू शकतो,' मी म्हणालो. 'मी आता मोठा झालो आहे आणि कमी आणि आणखी कमी पैशांसाठी जास्त आणि आणखी जास्त काम करणारे लोक, तसंच जास्त आणि आणखी जास्त पैशांसाठी कमी आणि आणखी कमी काम करण्याची इच्छा असलेले लोक यांच्यातील फरक माझ्या लक्षात आला आहे. माझ्या वडिलांच्या जगात विद्यापीठीय प्राध्यापकांना किमान गोष्टी शिकवण्यासाठी भरमसाट पैसा दिला जातो. त्याला ते 'नोकरीतील कालावधी' असं म्हणतात आणि माझ्या वडिलांच्या वास्तवाचा हाच नमुना आहे.'

'आणि ही विचारपद्धती हुशारीची आहे असंच ते समजतात,' श्रीमंत वडील म्हणाले. 'पण ही योग्य पद्धत नाही असं मला वाटतं.'

'म्हणूनच तुझ्या वडिलांकडे माझ्या वडिलांच्या तुलनेत मोठं घर आहे,' माईक म्हणाला. 'पण माझ्या वडिलांनी अनेक कुटुंबांना जास्तीत जास्त परवडणाऱ्या किमतीत घरं मिळावीत यासाठी अपार्टमेंट घरं खरेदी करण्यात आणि त्यांची उभारणी करण्यात अनेक वर्षं घालवली. ते जितकी जास्तीत जास्त अपार्टमेंट बांधतात, तितकं घरांचं भाडं कमी कमी होत जातं. जर माझ्या वडिलांसारखे लोक नसते तर अनेक कमी उत्पन्न गटातील लोक आज जास्तीत जास्त भाडं भरत राहिले असते, कारण त्यांच्यासाठी अगदी कमी घरं उपलब्ध झाली असती. जास्त अपार्टमेंट याचा अर्थ कमी भाडं. हे मागणी आणि पुरवठा यांचं मूलभूत आर्थिक तत्त्व आहे. तुझ्या वडिलांनी आपल्यासाठी आणि आपल्या कुटुंबासाठी एकापेक्षा एक जास्त मोठी घरं घेण्यासाठी कठोर परिश्रम केले. ते इतर कोणालाही घर पुरवत नाहीत आणि तरीही ते असा विचार करतात की, श्रीमंत लोभी असतात. ते तुझ्या वडिलांचं वास्तव आहे; पण ते माझ्या वडिलांचं वास्तव नाही.'

या विषयावर माईक आणि त्याचे वडील माझ्याशी शक्य तितक्या हळुवारपणे आणि सहानुभूतीनं बोलत असल्यामुळे मी तिथेच कृतज्ञतापूर्वक मूकपणे बसून राहिलो. लोभी

आणि उदार या शब्दांतील फरक माझ्या लक्षात आणून देण्यासाठी ते शक्य तितके प्रयत्न करत होते. वयाच्या विसाव्या वर्षी माझ्या वास्तवात बदल घडवून घाणण्यास मी सुरुवात केली होती. मला हव्या असलेल्या वास्तवाची मी निवड करू शकत होतो, हे मला माहिती होतं आणि मी ज्या वास्तवाची निवड करत होतो, ते माझ्या श्रीमंत वडिलांचं वास्तव होतं. अनेक श्रीमंत लोक उदार असतात हे ते वास्तव होतं. मला हे माहिती होतं की, आता यापुढे मला जास्त श्रीमंत बनण्याची इच्छा असती तर त्यासाठी मला पहिल्यांदा जास्त उदार कसं बनावं ते समजून घेण्याची गरज होती. कमी कामासाठी जास्त पैशाची मागणी करण्याचा प्रयत्न करण्याची मी निवड करू शकत होतो, हे मला माहिती होतं; पण मला हेही माहिती होतं की, लोकांसाठी जास्त आणि आणखी जास्त करून मी जास्त श्रीमंत होऊ शकलो असतो. माझ्याकडे त्या वास्तवाची निवड असू शकत होती. श्रीमंत वडील म्हणाले होते, 'विचार फक्त भिन्न नाहीत. ते पूर्णपणे परस्पर-विरुद्ध आहेत.' विसाव्या वर्षी माझ्या स्वतःच्या कुटुंबाच्या विचारसरणीच्या बरोबर विरुद्ध विचार करण्यास मी सुरुवात केली होती. माझ्यासाठी तरुणपणी निवृत्त होण्यासाठी आणि श्रीमंत होऊन निवृत्त होण्यासाठी मला फक्त जास्तीत जास्त उदार कसं बनता येईल ते शोधून काढण्याची गरज होती, जास्तीत जास्त लोभी बनण्याची नव्हे. माझ्या स्वतःच्या कुटुंबाची विचारसरणी लोभीपणाची होती हे माझ्या लक्षात येऊ लागलं होतं.

रिच डॅड्स कॅशफ्लो क्वाड्रंट या माझ्या दुसऱ्या पुस्तकात चौफुल्याच्या वेगवेगळ्या कप्प्यात कोणते वेगवेगळे लोक येतात ते मी लिहिलं आहे. त्याची आकृती पुढे देत आहे.

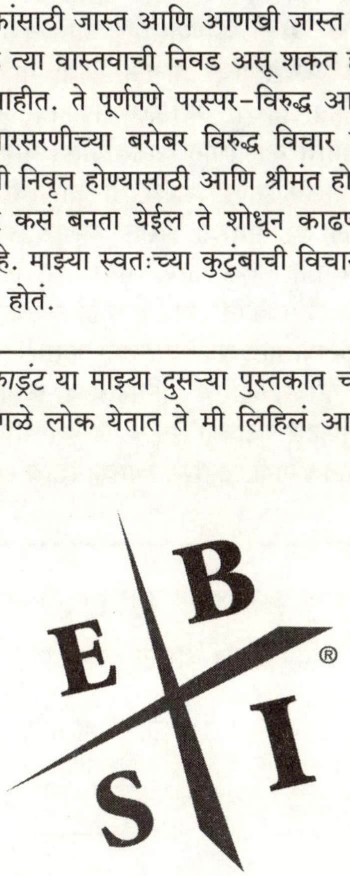

वेगवेगळे कप्पे वेगवेगळ्या वास्तवांचं प्रतिनिधित्व करतात. व्यक्तीला आपला कप्पा बदलायचा असेल किंवा दोन किंवा त्याहून जास्त कप्प्यांमध्ये राहायचं असेल तर त्याला वास्तवात बदल घडवून आणण्याची गरज असते. उदाहरणार्थ, ई कप्पा हा कर्मचाऱ्यांचं प्रतिनिधित्व करतो. तो नोकरीतील शाश्वतीच्या किंवा सुरक्षिततेच्या वास्तवातून जगाकडे पाहतो.

एस कप्पा हा लघू व्यावसायिकांचं किंवा स्वयंरोजगारितांचं प्रतिनिधित्व करतो. या कप्प्यातील लोक वैयक्तिक स्वातंत्र्याच्या, स्वतःच सारं काही केलं पाहिजे किंवा कणखर वैयक्तिक मानसिकता असलेल्या दृष्टिकोनातून जगाकडे पाहतात. अगदी एस आणि बी कप्प्यांची तुलना केली तर या बी म्हणजेच व्यवसायाच्या कप्प्यातील लोकांकडे तरफेची शक्ती जास्त प्रमाणात असल्याचं तुम्हाला आढळेल. एखादा लघू व्यावसायिक आणि मोठा व्यावसायिक यांच्यातील एक मुख्य फरक हा त्या व्यवसायाचा मालक किती लोकांची सेवा करतो त्या आकड्यावर अवलंबून असतो. मोठ्या व्यवसायाचा मालक शक्य तितक्या जास्त लोकांची सेवा करण्यासाठी आवश्यक असलेल्या यंत्रणेची उभारणी करतो. लहान व्यवसायाचा मालक किंवा मालकीण लोकांची सेवा करण्यासाठी त्याच्या किंवा तिच्या वैयक्तिक संपर्कावर अवलंबून असते. लघू व्यावसायिक सहसा नेहमीच कालौघात व्यवसायातून बाहेर पडतो आणि सहसा मोठ्या व्यवसायाच्या मालकाइतक्या संख्येच्या लोकांची तो सेवा करू शकत नाही ही एस कप्प्यातील एक समस्या असते. म्हणून लघू व्यावसायिक आणि मोठा व्यावसायिक यांच्यातील एक फरक असा असतो की लघू व्यावसायिक लोकांची वैयक्तिकरीत्या सेवा करतो आणि मोठा व्यावसायिक शक्य तितक्या जास्त लोकांची सेवा करण्यासाठी यंत्रणेचा वापर करतो.

आय कप्पा हा गुंतवणूकदारांचं प्रतिनिधित्व करतो आणि हे श्रीमंतांचं क्रीडांगण असतं. गुंतवणूकदार पैशाच्या साहाय्यानं पैशाची निर्मिती करतात. त्यांना स्वतःला काम करावं लागत नाही. कारण, त्यांचा पैसाच त्यांच्यासाठी काम करत राहतो.

एक सूचना : झटकन एका प्रश्नमंजुषेची उत्तरं द्या. ती अशी आहे :

तुमच्या कुटुंबाचं पुढील विषयांवरचं वास्तव काय होतं?

		हुशारीची गोष्ट		धोकादायक गोष्ट
१. नोकरीतील सुरक्षितता		________		________
२. व्यवसायाची उभारणी		________		________
३. मोठं घर		________		________
४. अपार्टमेंट घरं		________		________
५. पैशाची बचत		________		________
६. पैशांची गुंतवणूक		________		________
७. श्रीमंत लोक असे असतात	लोभी	________	उदार	________

आता हीच प्रश्नमंजुषा तुम्हाला तुमच्या वास्तवावर आधारित उत्तरांतून सोडवायची असेल तर मी तुम्हाला असं सांगेन की, तुम्ही पहिल्यांदा तुमच्या कुटुंबाची बाजू घ्याल, कारण ते वास्तव हे अत्यंत भक्कम भावनिक असू शकेल. तुमच्या वास्तवाची तुमच्या कुटुंबाच्या वास्तवाशी तुलना केल्यानंतर तुमच्या कदाचित असं लक्षात येईल की, एकाच कुटुंबातील वेगवेगळ्या सदस्यांच्या वास्तवामध्येही काही फरक असतात.

तरुणपणी निवृत्त होण्यासाठी आणि श्रीमंत होऊन निवृत्त होण्यासाठी माझ्या स्वतःच्या वास्तवांचा स्वीकार करण्याआधी माझ्या स्वतःच्या कुटुंबाच्या काही वास्तवांना मी नाकारलं होतं.

किमच्या आणि माझ्या दृष्टीनं तरुणपणी निवृत्त होणं आणि श्रीमंत होऊन निवृत्त होणं याचा अर्थ कमी लोकांची सेवा करणं आणि जास्त वेतन मिळवणं असा असण्याऐवजी अधिकाधिक लोकांच्या सेवेचे मार्ग शोधणं असा होता.

प्रकरण सात

कमी काम करून जास्त पैसे कसे कमवावेत?

(टीप : पुस्तकातील करविषयक दर हे अमेरिकन आहेत, भारतीय नाहीत, त्यामुळे वाचकांनी संकल्पना समजून घेऊन भारतीय करांचा विचार करावा.)

'तुम्हाला श्रीमंत बनायचं असेल तर वेतनवाढ मागू नका,' श्रीमंत वडील म्हणाले. 'त्याऐवजी तुम्ही जास्त लोकांची सेवा कशी करू शकाल ते विचारण्याची सुरुवात करा. खरं तर तुम्हाला खरोखरच श्रीमंत व्हायचं असेल आणि त्याविषयी तुम्ही गंभीर असाल तर तुम्हाला वेतनवाढीची इच्छाही नसेल. तुम्हाला वेतनवाढ मिळाली तर तुम्ही चुकीच्या प्रकारच्या पैशासाठी काम करत असता.'

आधीच्या प्रकरणात कर्जाबाहेर पडण्याचा प्रयत्न करण्याऐवजी माझ्या कर्जात वाढ करून मी कसा लवकर निवृत्त झालो ते मी तुम्हाला सांगितलं. बहुतांश लोक लवकरात लवकर कर्जफेड करण्याचा प्रयत्न करतात. मी कर्जात वाढ केली, कारण या विचारसरणीमागचं तर्कशास्त्र असं आहे की, कर्जं चांगली आणि वाईट अशा दोन प्रकारची असतात आणि बहुतांश लोक वाईट प्रकारच्या कर्जाच्या ओझ्याखाली दबलेले असतात.

उत्पन्नाच्या बाबतीतही हीच गोष्ट लागू पडते. बहुतांश लोकांना चांगलं उत्पन्न आणि वाईट उत्पन्न अशा दोन गोष्टी असतात याची जाणीव नसते आणि बहुतांश लोक श्रीमंत बनत नाहीत. कारण, ते वाईट उत्पन्नासाठी कठोर परिश्रम करत राहतात. तुम्ही वेतनवाढीची मागणी करता त्या वेळी तुम्ही वाईट उत्पन्नात वाढ करण्याची मागणी करता. तुम्हाला तरुणपणी निवृत्त व्हायचं असेल आणि श्रीमंत होऊन निवृत्त व्हायचं असेल तर तुम्ही योग्य प्रकारच्या उत्पन्नासाठी कठोर परिश्रम करण्याची गरज असते.

आधीच्या पुस्तकांमध्ये मी तीन प्रकारच्या उत्पन्नांची चर्चा केली होती. ती पुढीलप्रमाणे असतात...

१. *सर्वसामान्य उत्पन्न :* सर्वसामान्य कमावलेलं उत्पन्न म्हणजे तुम्ही पैशासाठी काम करून मिळवता ते उत्पन्न असतं. हे उत्पन्न वेतनाच्या धनादेशाच्या स्वरूपात मिळतं.

तुम्ही वेतनवाढ, बोनस, ओव्हरटाइमचं वेतन, कमिशन किंवा टिप्स मागता त्या वेळी तुम्ही याच प्रकारचं उत्पन्न जास्त प्रमाणात मागता.

२. *पोर्टफोलिओ उत्पन्न :* पोर्टफोलिओ उत्पन्न हे स्टॉक, बाँड आणि म्युच्युअल फंड यांसारख्या कागदपत्रांच्या स्वरूपात असलेल्या गोष्टींपासून मिळतं. सर्व प्रकारच्या निवृत्तीविषयक खात्यांपैकी बहुसंख्य खाती ही आगामी पोर्टफोलिओ उत्पन्नावर आधारित असतात.

३. *निष्क्रिय उत्पन्न :* निष्क्रिय उत्पन्न हे सहसा रिअल इस्टेटपासून मिळतं. पेटंटपासून किंवा गाणी, पुस्तकं अगर बौद्धिक मूल्याच्या इतर वस्तूंसारख्या तुमच्या बौद्धिक मालमत्तांच्या वापरापोटी मिळणाऱ्या रॉयल्टींचाही यात समावेश होतो.

श्रीमंत वडिलांना सर्वसामान्य उत्पन्न का आवडत नव्हतं?

श्रीमंत वडिलांच्या मते, सर्वसामान्य उत्पन्न हे अत्यंत कष्ट करून मिळणारं सगळ्यात वाईट प्रकारचं उत्पन्न होतं. त्यांना ते अत्यंत वाईट का वाटत होतं, याची चार कारणं पुढे दिली आहेत :

१. या उत्पन्नावर सर्वोच्च कर लादला जातो आणि या उत्पन्नावरचा किती कर तुम्ही भरला पाहिजे आणि तो कधी भरला पाहिजे यावर तुमचं नियंत्रण नसतं.

२. तुम्हाला त्यासाठी वैयक्तिकरीत्या काम करावं लागतं आणि ते तुमचा मूल्यवान वेळ घेतं.

३. सर्वसामान्य उत्पन्नात तरफेची अत्यल्प शक्ती असते. बहुतांश लोक जास्तीत जास्त कठोर कष्ट करून त्यांच्या अशा प्रकारच्या उत्पन्नात वाढ करतात.

४. तुमच्या कामाला अवशिष्ट मूल्य नसतं. दुसऱ्या शब्दांत तुम्ही काम करता, तुम्हाला वेतन मिळतं आणि नंतर पुन्हा वेतन मिळवण्यासाठी तुम्हाला पुन्हा काम करावंच लागतं. श्रीमंत वडिलांच्या दृष्टीनं सर्वसामान्य उत्पन्नासाठी काम करण्यात तरफेची अत्यल्प ताकद असते.

श्रीमंत वडिलांना सर्वसामान्य उत्पन्न बिलकूल आवडत नव्हतं, ही गोष्ट मोठा झाल्यानंतर मला रोचक वाटली होती. ते नेहमीच असं म्हणत होते, 'उच्च वेतनाची नोकरी मिळवण्यासाठी शाळेत जाऊन शिक, असं म्हणणं हा तुमच्या मुलाला तुम्ही देत असलेला सगळ्यात वाईट सल्ला असतो.' ते शाळेच्या विरोधात होते हे यामागचं कारण नव्हतं. ते सर्वसामान्य उत्पन्नासाठी तुमच्या मुलांना त्यांची आयुष्यं वाया घालवायला शिकवण्याच्या विरोधात होते. प्रचंड प्रमाणात सर्वसामान्य उत्पन्न असलेल्या भरपूर वेतनाच्या नोकऱ्या मिळवणं हे मला माहिती असलेल्या अनेक लोकांचं स्वप्न होतं. मी आधी सांगितलं आहे, त्याप्रमाणे वास्तवांमधील फरक हा फक्त भिन्नत्वाहूनही बरंच काही होता. तो अगदी तंतोतंत परस्पर विरुद्ध होता. श्रीमंत वडिलांनी असं सांगितलं होतं की, 'लोकांना सर्वसामान्य उत्पन्नासाठी त्यांची आयुष्यं घालवायला सांगणं हे एखाद्याला उच्च वेतन मिळवण्यासाठी आयुष्यभर गुलामगिरी पत्करण्यास सांगण्यासारखं असतं.'

श्रीमंत वडिलांना निष्क्रिय उत्पन्न का आवडत होतं?

श्रीमंत वडिलांना तिन्ही प्रकारची उत्पन्नं मिळत असली तरीही त्या तीन उत्पन्न प्रकारांचा पर्याय दिला असता तर त्यांनी सदा सर्वकाळ निष्क्रिय उत्पन्नच मिळवलं असतं. का? कारण या उत्पन्नासाठी त्यांना किमान काम करावं लागत होतं. त्याच्यावर नेहमीच किमान कर भरावा लागत होता आणि या उत्पन्नानं त्यांना दीर्घकाळापर्यंत काही सर्वोच्च परतावे मिळवून दिले होते. दुसऱ्या शब्दांत त्यांनी निष्क्रिय उत्पन्नासाठी कठोर परिश्रम केले होते. कारण, दीर्घकाळात त्यांना त्यासाठी कमी आणि आणखी कमी कष्ट करावे लागत होते. त्याबरोबरच ते वयस्कर होत चालले होते तसं त्यांना या उत्पन्नापासून जास्त आणि आणखी जास्त उत्पन्न मिळालं होतं.

तरुणपणी निवृत्त होण्याच्या आणि श्रीमंत होऊन निवृत्त होण्याविषयीच्या माझ्या पाठपुराव्यात कोणत्या पैशासाठी मी कठोर परिश्रम केलेच पाहिजेत ते मला माहिती असणं गरजेचंच होतं. किम आणि मी लवकर निवृत्त होऊ शकलो, कारण आमच्या योजनेत आम्हाला निष्क्रिय उत्पन्नासाठी कठोर परिश्रम करावे लागत होते, सर्वसामान्य उत्पन्नासाठी नव्हे. बहुतांश लोक सर्वसामान्य उत्पन्नासाठी कठोर परिश्रम करतात. आम्ही पोर्टफोलिओ उत्पन्नासाठी नव्हे, तर अधिक निष्क्रिय उत्पन्नासह निवृत्त होण्याची योजना आखली होती, हाही आणखी एक फरक होता. बहुतांश लोक निवृत्तीनंतरच्या जीवनासाठी पोर्टफोलिओ उत्पन्नावर भिस्त ठेवतात; पण आम्ही तसं केलं नव्हतं; पण पोर्टफोलिओ उत्पन्न हे नेहमीच उत्तम उत्पन्न नसतं. कारण, या तीन उत्पन्नांपैकी जास्त प्रमाणात कर लादलं जाणारं ते दुसऱ्या क्रमांकाचं उत्पन्न आहे आणि कर हा तुमचा आयुष्यभरातील सर्वांत मोठा खर्च असतो. असं का होतं ही गोष्ट हे प्रकरण स्पष्ट करेल.

माझ्या श्रीमंत वडिलांकडे या तिन्ही प्रकारचं उत्पन्न होतं. त्यांच्याकडे हे तिन्ही प्रकारचं उत्पन्न असण्याचं कारण असं होतं की, प्रत्येक प्रकारच्या उत्पन्नाचे वेगवेगळे फायदे आणि तोटे असतात. माझ्या गरीब वडिलांनी फक्त एकाच प्रकारच्या उत्पन्नासाठी भरमसाट परिश्रम केले. या दोघांच्या कामकाजाच्या आयुष्याच्या कालावधीचं मापन केलं तर या दोन पुरुषांमधील या फरकानंच त्यांच्या उत्पन्नात मोठा फरक निर्माण केला होता.

माझ्या दोन्ही वडिलांनी वेगवेगळ्या प्रकारच्या पैशांसाठी कठोर परिश्रम केले

माझे दोन्ही वडील एकाच प्रकारच्या पैशासाठी कठोर परिश्रम करत नव्हते. माझ्या गरीब वडिलांनी मला पुनःपुन्हा सांगितलं होतं, 'शाळेत जा, शिकलास तर तुला गलेलठ्ठ पगाराची नोकरी मिळेल.' माझ्या श्रीमंत वडिलांनी सांगितलं होतं, 'तू किती पैसे मिळवतोस ते महत्त्वाचं नाही, तू किती पैसे राखतोस ते महत्त्वाचं असतं.' त्यांनी पुढे असंही सांगितलं होतं की, 'सर्वसामान्य उत्पन्न हे तू एखाद्या गोष्टीसाठी प्रचंड प्रमाणात कष्ट केल्यानंतर किमान प्रमाणातलं वेतन तुझ्या हातात देतं.'

५० टक्के पैसा

श्रीमंत वडिलांनी नेहमीच तुम्हाला वेतनचिठ्ठीद्वारे मिळणाऱ्या वेतनाला म्हणजेच सर्वसामान्य उत्पन्नाला '५० टक्के पैसा' असं म्हटल होतं. ते या उत्पन्नाला '५० टक्के पैसा' म्हणत, कारण तुम्ही कितीही पैसा कमावला तरी सरकार नेहमीच त्याच्यातील ५० टक्के किंवा त्याहूनही अधिक पैसा कोणत्या ना कोणत्या प्रकारे घेतं. तुम्ही वार्षिक ५०,००० डॉलर्स कमावत असाल तर किमान २५,००० डॉलर्स सरकारला जातात. त्यापैकी बराचसा पैसा तुमच्या हाताला लागण्याआधीच (तुम्ही ताब्यात घेण्याआधी) परस्पर गेलेला असतो. यात कर भरण्याचाही समावेश असतोच. बहुतांश लोकांना माहिती असतं त्याप्रमाणे, तुम्ही पैसा कमावता, खर्च करता, बचत करता, गुंतवणूक करता आणि ज्या वेळी तुम्ही मरण पावता त्या प्रत्येक वेळी तुमच्यावर कर लादला जातो. खरं तर त्या घटनेसाठी तुम्ही योग्य प्रकारे तयारी, तजवीज केलेली नसेल, तर मृत्यूसमयीचे तुमचे कर अत्युच्च असू शकतात. श्रीमंत वडील नेहमीच म्हणत, 'तुमच्या मृत्यूनंतरची योजना तुम्ही तयार केली नसेल तर सरकार ती तयार करतं.'

श्रीमंत वडिलांच्या दृष्टिकोनातून विचार करता कठोर परिश्रम करणं, ही गोष्ट मोठ्या हुशारीची नव्हती आणि तुम्ही अतिशय कष्ट करून जे मिळवता त्यातलं ५० टक्के उत्पन्न सरकार काढून घेतं (काही वर्षांपूर्वी कराचा दर हा ५० टक्क्यांहूनही जास्त होता. मात्र गेल्या काही वर्षांत हा दर खाली आला आहे. कराचा दर कमी केल्यानंतर त्याची भरपाई म्हणून करविषयक प्रणालीतील अनेक पळवाटा दूर करण्यात आल्या आहेत. खरं तर श्रीमंत वडील त्यांच्या कमावण्याच्या ऐन उमेदीच्या वयात होते, त्या वेळी त्यांनी ८० टक्के उत्पन्नाला सर्वसामान्य उत्पन्न म्हटलं होतं, कारण भरपूर वेतन असलेल्या लोकांकडून सरकार त्यांचं तितकं उत्पन्न करापोटी किंवा इतर मार्गांनी घेत होतं).

उत्पन्नाचे विविध प्रकार असतात हे माझ्या गरीब वडिलांना माहिती नव्हतं. त्यांना उत्पन्नांमध्ये फरक असतो हे माहिती नसल्यामुळे ते '५० टक्के पैशासाठी' भरपूर कष्ट करत राहिले आणि नंतर करविषयक सवलती मिळवण्यासाठी जास्त मोठं घर घेत राहिले. खरं तर त्या सवलती त्यांना खरोखरच्या मिळतच नव्हत्या. विविध प्रकारच्या उत्पन्नांचा शोध घेण्याऐवजी माझे वडील बढती आणि वेतनवाढ मिळवण्यासाठी पुन्हा शिक्षण संस्थांमध्ये जाऊन शिकत होते. दुसऱ्या शब्दांत त्यांनी भरपूर कष्ट केले, कष्टानं शिकले, जास्त पैसा कमावला आणि अधिकाधिक करही भरले. कारण, त्यांनी '५० टक्के पैशा'साठी काम केलं होतं.

उच्च वेतन देणाऱ्या नोकऱ्यांमध्ये किंवा जास्त वेतनवाढ देणाऱ्या नोकऱ्यांमध्ये आपली आयुष्यं घालवणाऱ्या लोकांना समजून घेणं श्रीमंत वडिलांच्या दृष्टीनं मोठं कठीण काम होतं. त्यांनी नेहमीच असं म्हटलं होतं की, 'तुम्हाला वेतनवाढ मिळते त्या वेळी सरकारलाही वेतनवाढ मिळते.' त्यांच्या दृष्टीनं ५० टक्के पैशांसाठी आपली आयुष्यं कठोर परिश्रमांमध्ये घालवणं ही गोष्ट आर्थिकदृष्ट्या हुशारीची गोष्ट नव्हती.

२० टक्के पैसा

माझे श्रीमंत वडील ज्याला '२० टक्के पैसा' म्हणत तो वापरून आज बहुतांश लोक निवृत्त होण्याचा प्रयत्न करतात. हा पैसा त्यांना भांडवली लाभातून किंवा स्टॉकच्या किमती वाढल्यामुळे आणि काही वेळा रिअल इस्टेटमधून मिळतो. ज्या वेळी 'माझा विरोधक श्रीमंतांना करसवलती देतो,' असं राजकारणी म्हणत असल्याचं तुम्ही ऐकता त्या वेळी ते नेहमीच गुंतवणुकीच्या उत्पन्नावरच्या करसवलतीच्या एखाद्या प्रकाराचा संदर्भ देत असतात.

अनेक लोक आर्थिकदृष्ट्या अधिक हुशार असतात आणि सर्वसामान्य उत्पन्नासाठी ते खडतर कष्ट उपसत नाहीत. अनेक लोक स्टॉकच्या पर्यायाकडे वळतात आणि स्टॉकची कंपनी यशस्वी झाली, तर त्यांना '२० टक्के पैसा' मिळतो (यापैकी विशिष्ट भागाच्या उत्पन्नाला सर्वसामान्य उत्पन्न समजलं पाहिजे; परंतु मूल्यात नंतर झालेली वाढ ही कदाचित २० टक्के असू शकते). जर संबंधित व्यवसायानं बाजारपेठेतील त्याचं मूल्य वाढवलं नाही, तर स्टॉक पर्यायालाही फारसं महत्त्व उरत नाही. यातला मुद्दा असा आहे की, लोक करलाभाचा आणि विविध प्रकारच्या उत्पन्नाच्या तरफेच्या शक्तीच्या विविध पातळ्यांचा लाभ घेतात. 'आहे रे' (श्रीमंत) आणि 'नाही रे' (गरीब) वर्गातील तफावत वाढत चालली आहे, कारण बहुतेक लोकांना उत्पन्नाचे विविध प्रकार असतात हे माहिती नसतं आणि ते चुकीच्या प्रकारच्या उत्पन्नासाठी जोरदार कष्ट करत राहतात.

० टक्के पैसा

मी आणि किम लवकर निवृत्त होऊ शकलो कारण आम्ही कर-स्थगित (टॅक्स-डिफर्ड) पैशाचा वापर केला होता. माझे श्रीमंत वडील याला '० टक्के पैसा' असं म्हणत. कर-स्थगित पैसा हा भांडवली लाभापासून मिळणारा आणि तत्काळ कर लादला न जाणारा पैसा असतो. आपण ते कर भरणं जितका काळ स्थगित ठेवण्याची निवड करू तितका काळ ते स्थगित ठेवता येतात.

उदाहरणार्थ : समजा, आपण ५,००० डॉलर्स डाऊन पेमेंट दिलं आणि ५०,००० डॉलर्सचं एखादं घर खरेदी केलं. दोन वर्षांनी आपण ते घर १,००,००० डॉलर्सला विकलं. आपल्याला ५०,००० डॉलर्सचा भांडवली लाभ झाला; पण आपण भांडवली लाभावरचा २० टक्के म्हणजे सुमारे १०,००० डॉलर्सचा कर न भरण्याची निवड केली. तुम्ही जर स्टॉकमधून किंवा म्युच्युअल फंडांतून एवढा भांडवली लाभ मिळवला तर तुम्हाला जो भांडवली कर भरायला लागतो – तो या व्यवहारात लगेच भरण्याऐवजी आपण स्थगित ठेवू शकतो आणि सुरुवातीच्या ५,००० डॉलर्स डाऊन पेमेंटसह ५५,००० डॉलरची गुंतवणूक आपल्या पुढच्या गुंतवणुकीत करू शकतो.

दुसऱ्या शब्दांत आपल्याकडे दोन वर्षांत १,००० टक्के परतावा असतो आणि आपण तत्काळ कर भरलेला नसतो. आपण कायदेशीररीत्या आपले कर स्थगित ठेवलेले असतात आणि तांत्रिकदृष्ट्या सरकारचा असलेला पैसा एखाद्या जास्त मोठ्या ३,३०,००० डॉलर्स किमतीच्या अपार्टमेंट हाउससाठी डाऊन पेमेंट म्हणून वापरलेला असतो. त्यानंतर

आपण बँकेचा पैसा वापरतो आणि एखाद्या विक्रेत्याच्या इक्विटीही आपण वापरतो आणि आपल्याकडे नसलेल्या २,७०,००० डॉलर्सची आर्थिक तरतूद करतो. याचा अर्थ आपण फक्त ओपीएमच (दुसऱ्या व्यक्तीचा पैसा) वापरलेला नसतो, तर आपल्याला तरुणपणी निवृत्त होता यावं आणि श्रीमंत होऊन निवृत्त होता यावं, यासाठी आपण सरकारचा पैसाही वापरलेला असतो. १९८८ आणि १९९४ या दरम्यान आम्ही अनेक वेळा याच गुंतवणूक आणि करविषयक व्यूहरचनेचा वापर केला होता.

अमेरिकेत कागदोपत्राच्या स्वरूपातील मालमत्तांमध्ये गुंतवणूक करण्याऐवजी रिअल इस्टेटमध्ये गुंतवणूक केल्यामुळे करसंहितेतील या कायदेशीर पळवाटीचा फायदाही मिळतो. सरकार या पळवाटेला मुभा देतं कारण सरकारला गुंतवणूकदारांनी रिअल इस्टेटमध्ये त्यांचा पैसा तसाच गुंतवत राहावं असं वाटतं, कारण त्याद्वारे ज्या लोकांना घरं विकत घ्यायची नसतात किंवा ज्यांना ती विकत घेणं परवडत नाही त्यांना घरांचा पुरवठा होत राहावा असं सरकारला वाटतं. करसवलतीमुळे किमसारख्या आणि माझ्यासारख्या गुंतवणूकदारांना भाड्यानं देण्यासाठी पुष्कळ घरांचा पुरवठा होत राहतो, त्यामुळे घरांच्या किमती कमी राहू शकतात.

या करसवलतींमुळे रिअल इस्टेटच्या व्यवसायात सातत्यानं चैतन्य राहतं आणि राष्ट्राचं अर्थकारण बळकट राहण्यास मदत होते, कारण रिअल इस्टेटनं अमेरिकन अर्थकारणाच्या मोठा भाग व्यापलेला आहे. जर रिअल इस्टेट उद्योगाला झळ बसली तर देशालाही झळ बसेल.

करमुक्त पैसा

करमुक्त पैसा कमावण्याचे अनेक मार्ग आहेत. करमुक्त पालिका रोख्यांमध्ये गुंतवणूक करणं हा त्यापैकी एक मार्ग आहे. उदाहरणार्थ, समजा, एखाद्या व्यक्तीनं १,००० डॉलर्सच्या करमुक्त रोख्यात ५ टक्के दरानं गुंतवणूक केली, तर त्याचा अर्थ त्या व्यक्तीला दर वर्षी करमुक्त ५० डॉलर्स मिळतील.

ही गोष्ट फारशी उत्साहदायी वाटत नसली तरीही अनेक वेळा यातून इच्छित परतावा मिळतो.

टक्के पैशापासून करमुक्त पैसा

तुमच्या मालमत्तेत सुधारणा करण्यातून घसारा मिळवणं हा कर स्थगित ठेवण्याचा आणखी एक मार्ग आहे. उदाहरणार्थ, असं समजा की, मी १,००,००० डॉलर्सला एखादी मालमत्ता भाड्यानं घेतली. त्या जागेची किंमत २०,००० डॉलर्स आहे आणि त्यावर बांधलेल्या इमारतीची किंमत ८०,००० डॉलर्स आहे. सरकार मला इमारतीचा घसारा घेऊ देतं आणि त्या रकमेवर मला कर भरावा लागत नाही. याचा अर्थ सरकार मला ८०,००० रुपयांच्या सुधारणेवर वीस वर्षांचं घसारा वेळापत्रक घेण्याची मुभा देतं. असं समजूया की, सरकारनं मला ८०,००० डॉलर्सच्या सुधारणेवर वीस वर्षांच्या घसारा वेळापत्रकाची मुभा दिली. अनेक प्रकारे यामुळे मला त्या वर्षी करभरणा न करावं लागणारं ४,००० डॉलर्सचं अतिरिक्त

उत्पन्न मिळतं. ४,००० डॉलर्सची रक्कम म्हणजे भरपूर पैसा असल्यासारखं वाटत असलं तरीही ज्या वेळी तुमचा पोर्टफोलिओ कोट्यवधी डॉलर्सचा असतो, त्या वेळी घसाऱ्याच्या स्वरूपातील ही रक्कम खरोखरचे तोटे नसलेल्या इतर तोट्यांमध्ये मिसळली तर ती लक्षणीय असू शकते.

फक्त आपल्या रिअल इस्टेटवरचा भांडवली लाभ स्थगित ठेवणं आणि आयुष्याच्या अखेरीला चॅरिटेबल रिमेंडर ट्रस्टसारख्या एखाद्या गोष्टीत ती रिअल इस्टेट परिवर्तित करणं ही कायदेशीररीत्या करमुक्त पैसा मिळवण्यासाठी श्रीमंत लोक वापरत असलेली एक पद्धत आहे. ज्या क्षणी ते हे करतात, त्या क्षणी त्यांना त्या सगळ्या भांडवली लाभांवर किंवा त्यांनी स्थगित ठेवून आपल्या आयुष्याच्या बऱ्याच कालावधीसाठी वापरलेल्या घसाऱ्यावर कधीही कर भरावा लागत नाही. या कायदेशीर पळवाटांमुळे अनेक श्रीमंत लोक त्यांची मोठमोठी मॅन्शन किंवा त्यांच्या मालमत्तांचे इतर भाग आयुष्यअखेरीला दान करतात. त्यांनी दान केलेल्या या मालमत्तांवरच्या कर स्थगितीतून त्यांची कुटुंबं आधीच गब्बर श्रीमंत बनलेली असतात आणि त्यांना श्रीमंत बनवलेल्या त्या मालमत्तांची त्यांना त्यापुढे गरज नसते. त्यांनी इतर मालमत्ता संपादित करून पुरेसा पैसा कमावलेला असतो. पुन्हा एकदा यासाठी उदार असण्याची गरज असतेच.

सक्षम सल्ला

सक्षम सल्ला मिळवणं हा उत्तम सल्ला असतो. मी करविषयक वकील, कर हिशेबनीस किंवा इस्टेटविषयक वकील नाही. या गोष्टी म्हणजे अत्यंत तज्ज्ञतेची आणि गुंतागुंतीची क्षेत्रं असतात आणि त्यांच्यासाठी तुम्हाला जितका जास्तीत जास्त तज्ज्ञ, सक्षम सल्ला मिळवता येईल तितका तो मिळवा. विशेषतः तुम्ही श्रीमंत असाल किंवा श्रीमंत बनण्याची योजना आखत असाल तर हे कराच. श्रीमंत वडील नेहमीच म्हणत होते की, 'तुम्हाला मोफत मिळणारा सल्ला हा सर्वांत महागात पाडणारा सल्ला असतो. श्रीमंत नसलेल्या आणि श्रीमंत बनण्याची योजनाही आखत नसलेल्या तुमच्या मित्रांकडून आणि नातेवाइकांकडून तो मिळतो.'

वाईट सल्ला

तुम्हाला फक्त मित्रांकडून आणि कुटुंबाकडूनच वाईट सल्ला मिळू शकत नाही, तर तो तुम्हाला तथाकथित व्यावसायिक आणि आर्थिक सल्लागारांकडूनही मिळू शकतो.

अनेक लोक असा सल्ला देतात की, त्यांच्या घरामुळे त्यांना उत्तम करकपात मिळते. माझ्या मते, हा सल्ला वाईट सल्ल्याच्या वर्गवारीत मोडतो. अमेरिकेत प्रत्येक डॉलरसाठी तुम्ही व्याज भरता, सरकार सुमारे ३० टक्के करकपातीची मुभा देतं. याचा अर्थ तुम्ही सरकारला एक डॉलर देत असाल तर सरकार तुम्हाला ३० सेंटची बचत करण्यास मुभा देतं. हे तुम्हाला अर्थपूर्ण वाटत असेल तर मला एक डॉलर पाठवा मी तुम्हाला ५० सेंट परतावा पाठवून देतो. यातला आणखी एक किरकोळ मुद्दा बहुतांश सल्लागार तुम्हाला सांगत नाहीत. तो असा आहे की सर्वसामान्य उत्पन्नाच्या उच्चतर पातळी ओलांडून तुमचं उत्पन्न पुढे गेलं

तर तुम्हाला मिळणारी तुमच्या घरावरची व्याजकरकपात तुम्ही गमावू लागता. सर्वसामान्य उत्पन्नासाठी आणि करसवलतींसाठी मोठं घर घेण्याकरिता प्रचंड कष्ट का करू नयेत त्याचं हे आणखी एक कारण आहे.

सर्वांत उत्तम पळवाट

काही लोकांना हुशारीच्या वाटणाऱ्या गोष्टी इतर काही लोकांना धोकादायक किंवा जोखमीच्या वाटतात याविषयी मी आधीच्या प्रकरणात लिहिलं आहे. माझ्या पहिल्या उदाहरणात मी असं सांगितलं होतं की माझ्या गरीब वडिलांना असं वाटत होतं की नोकरीतील सुरक्षितता ही हुशारीची गोष्ट होती आणि व्यवसायाची उभारणी करणं ही धोकादायक, जोखमीची गोष्ट होती. माझ्या श्रीमंत वडिलांचा याविषयीचा दृष्टिकोन अगदी भिन्न होता. श्रीमंत वडिलांनी असं सांगितलं होतं, 'तुम्ही नोकरीतील सुरक्षिततेसाठी काम करत असाल तर तुम्ही जितकं जास्त काम कराल तितकं कमीत कमी कमावत जाल. माझ्या दृष्टीनं अत्यल्प सुरक्षिततेसाठी मोजावी लागणारी ती खूपच मोठी किंमत आहे.'

मी लहान असताना जी परिस्थिती होती, तीच आजही आहे आणि म्हणूनच स्वतःच्या व्यवसायाचा मालक बनून जास्त पैसा कमावणं आणि कमी काम करणं ही गोष्ट हा उत्तम मार्ग आहे. पहिल्यापासूनच ही जगातील उत्तम पळवाट आहे. तुमचा स्वतःचा व्यवसाय सुरू करण्यामागचं एक कारण असं आहे की, तुम्ही पहिल्यांदा खर्च करता आणि नंतर उर्वरित रकमेवर कर आकारला जातो.

कर्मचारी	**व्यवसायाचा मालक**
पैसा कमावतो	पैसा कमावतो
कर भरतो	खर्च करतो
उर्वरित रकमेतून खर्च करतो	उर्वरित रकमेवर कर भरतो

एखादा कर्मचारी आज कर दिल्यानंतरच्या डॉलर्समधून आयुष्यासाठी आवश्यक असलेल्या अनेक छान छान गोष्टींसाठी पैसे खर्च करतो. उदाहरणार्थ, बहुतांश कर्मचाऱ्यांना त्यांच्या कारसाठी करपश्चात डॉलर्समधून खर्च करावा लागतो. व्यवसायाच्या मालकाला किंवा मालकिणीला त्याची किंवा तिची कार व्यवसायासाठी वापरली जाणार असेल आणि काही महत्त्वाच्या अटींची पूर्तता होत असेल तर कारसाठी करपूर्व डॉलर्समधून खर्च करण्याची मुभा मिळते. तुम्ही '५० टक्के पैशां'साठी काम करत असता, त्या वेळी तुमच्या वरिष्ठाच्या कारच्या तुलनेत तुमच्या कारची किंमत कमी असली तरीही तुमची कार तुम्हाला खूपच महागडी पडते. अगदी फुटबॉलच्या सामन्याची तिकिटं, ट्रिप, रात्रीची जेवणं, मुलांसाठीची दिवसाची पाळणाघरं आणि इतर काही गोष्टींवरही व्यवसायाचे मालक करपूर्व पैशातून खर्च करतात आणि कर्मचारी करपश्चात पैशातून हे खर्च भागवतो (त्यातही कायदेशीर व्यावसायिक खर्चांच्या नियमांचं पालन त्यांना करावंच लागतं आणि त्याविषयीच्या मर्यादाही पाळाव्याच लागतात).

त्यामुळे अमेरिकेतील बहुतेक लोक हे '५० टक्के पैशांसाठीच' फक्त काम करत नाहीत, तर बहुतेक लोक आयुष्यातील चांगल्या गोष्टींसाठी त्यांचा जास्त पैसाही खर्च करतात आणि हा पैसा मुळातच त्यांनी कमावलेल्या पैशाच्या निम्माच असतो. श्रीमंत वडिलांबरोबर मी या फरकाचा अभ्यास केल्यानंतर माझ्या झटकन असं लक्षात आलं की, नोकरीतील सुरक्षिततेची किंमत अत्यंत महागडी असते.

सावधगिरीचा इशारा

हे पुस्तक म्हणजे कायदेशीर पाठ्यपुस्तक नाही. हे पुस्तक फक्त उत्पन्नातील काही फरकांविषयी तुम्हाला सजग करण्यासाठी लिहिण्यात आलं आहे. मी तुम्हाला सावध करत आहे, कारण जोपर्यंत तुम्ही अधिक पैसा मिळवण्याच्या मागे लागलेले असता तोपर्यंतच तुम्हाला या करविषयक व्यूहरचनांचा वापर करता येतो आणि तोपर्यंतच कर कपात करून घेणंही कायदेशीर असतं. तुम्ही या व्यूहरचनेचा उपयोग फक्त कर कमीत कमी करण्यासाठी केला तर तुम्ही तांत्रिकदृष्ट्या कायद्याचा भंग करता. हा अतिशय महत्त्वाचा मुद्दा आहे आणि म्हणूनच मी तुम्हाला शक्य तितक्या उत्तम कर सल्लागाराचा सल्ला घेण्यास सांगत आहे. फक्त कर वाचवण्याच्या हेतूनं अशा गोष्टी करत असलेले अनेक लोक मला भेटले आहेत आणि सरकारकडून त्यांना गंभीर शिक्षा ठोठावण्यात आल्या आहेत. पुन्हा एकदा सांगतो की, या क्षेत्रातील उत्तम व्यावसायिक मदत ही नेहमीच अमूल्य असते.

अतिशय थोड्याच करसवलती

तुम्ही कॅशफ्लो चौफुल्याचा अभ्यास करता आणि त्याला समजून घेता त्या वेळी तुमच्या असं लक्षात येऊ लागतं की, करविषयक कायदे हे कर्मचाऱ्यांच्या दृष्टीनं अत्यंत वाईट असतात. खरं तर कमी वेतन असलेले कर्मचारीच सर्वोच्च टक्केवारीत कर भरतात. कामगार वर्गाचं संरक्षण करण्याचा सरकार किती बरं हा मोठाच प्रयत्न करत आहे! अगदी एस कप्प्यातील लोकांसाठीही ई कप्प्यातील लोकांच्या तुलनेत अधिक पळवाटा आहेत.

बी कप्पा हा सगळ्यात उत्तम कप्पा असतो. कारण, बी कप्पा तुम्हाला वेगवेगळ्या कप्प्यांमधील करविषयक विविध कायद्यांचा लाभ घेण्याची मुभा देतो. उदाहरणार्थ, बी कप्प्यातील व्यक्ती ई, एस आणि आय कप्प्यांमधील करलाभांचा वापर करू शकते. मात्र ई आणि एस कप्प्यांतील लोकांना दर वेळी ही बाब लागू होतेच असं नाही. दुसऱ्या शब्दांत, तुम्ही वकील किंवा डॉक्टर यांच्यासारखे व्यावसायिक नसाल तर तुम्हाला बी कप्प्यातील लोकांना ज्या पळवाटांचा लाभ घेता येतो, त्यांचा वापर करण्याची मुभा नसते. तरीही बी कप्प्यातील लोक मात्र ई, एस आणि आय कप्प्यांतील कायद्यांचा सोईस्करपणे उपयोग करून घेऊ शकतात. पुन्हा एकदा सांगतो की, तुम्हाला तुमच्या फायद्यासाठी या कायद्यांचा वापर करून घ्यायचा असेल तर सक्षम आर्थिक आणि करविषयक सल्ला आणि नियोजन या गोष्टी महत्त्वाच्या असतात.

तुम्ही कोणत्या प्रकारच्या पैशासाठी कष्ट करत आहात?

यातला प्रश्न असा आहे : तुम्ही कोणत्या प्रकारच्या पैशासाठी कष्ट करत आहात? तुम्ही ५० टक्के पैशासाठी काम करत असाल तर तुम्हाला कमी महागड्या पैशासाठी काम करणाऱ्या व्यक्तीच्या तुलनेत जास्त कठोर परिश्रम करावे लागतील. सर्वाधिक महागडा पैसा हा ई कप्प्यात सापडतो. तुम्ही एखाद्या सीपीएला विचाराल तर तो किंवा ती तुम्हाला सांगेल की, ते तुमच्यासाठी अत्यल्प गोष्टी करू शकतात. सरकारनं या कप्प्यातील बहुतांश पळवाटा बंद करून टाकल्या आहेत.

४०१ (के) विषयीची समस्या

अमेरिकेतील ४०१ (के) निवृत्ती कार्यक्रमात काही महत्त्वाचे दोष आहे. त्यापैकी एक महत्त्वाचा दोष असा आहे की, तुम्ही या योजनेत पैशांची बचत करत असलात आणि ती २० टक्के भांडवली-लाभ कायद्यापासून मुक्त राहून वाढत असली तरीही निवृत्तीच्या वेळी तुम्ही तिच्यातून बाहेर पडता, त्या वेळी तुमच्यावर सामान्य उत्पन्नाच्या ५० टक्के करदरानं कर लादला जातो. आपण पोर्टफोलिओत किंवा २० टक्के पैशात गुंतवणूक करत आहोत असा तुमचा विश्वास असला तरीही ज्या वेळी तुम्ही रोख पैसा मिळवता त्या वेळीही तुमच्यावर ५० टक्के या सर्वसामान्य उत्पन्न दरानं कर लादला जातो.

दुसऱ्या शब्दांत तुम्ही अगदी कर-स्थगित २०-टक्के पैशात गुंतवणूक करत असलात तरीही तुम्हाला पैशांची गरज असेल त्या वेळी तुमच्यावर ५० टक्के कर आकारला जातोच. याचा अर्थ तुम्ही आयुष्यभर ५०-टक्के पैशासाठी काम करता आणि ज्या वेळी निवृत्त होता, त्या वेळीही तुमच्यावर ५० टक्के कर आकारला जातो.

४०१(के) योजनेतील दुसरी समस्या अशी आहे की, जे लोक गरीब बनण्याचं नियोजन करतात फक्त त्यांच्याचसाठी ती काम करते. तुम्ही निवृत्त झाल्यानंतरही तुमचं उत्पन्न उच्च असेल तर तुमच्या निवृत्तीनंतरच्या पैशावरही तुम्ही उच्चतर करभरणा करत राहता, कारण तुमचं उत्पन्न वाढलेलं असतं, कमी झालेलं नसतं.

आर्थिक योजनांच्या तीन वेगवेगळ्या पातळ्यांची मी चर्चा करतो, त्या वेळी संरक्षित आणि सुरक्षित, आरामदायक आणि श्रीमंत होणं याविषयीच्या प्रत्येक योजनेच्या प्रकारासाठी वेगवेगळे गुंतवणूक मार्ग असतात ही गोष्ट लक्षात ठेवा. ४०१ (के) योजना आणि बचती या सुरक्षित, संरक्षित आणि आरामदायक योजनेचा भाग आहेत. या योजना श्रीमंत होण्याच्या माझ्या योजनेचा भाग नाहीत.

सोशल सिक्युरिटी योजनेतील समस्या

सोशल सिक्युरिटी योजनेमध्ये अशी समस्या आहे की, ती फक्त ज्या लोकांचं गरीब बनण्याचं नियोजन आहे त्यांच्यासाठीच काम करते. निवृत्तीनंतरच्या जीवनासाठी तुम्हाला फक्त सोशल सिक्युरिटी योजना (सामाजिक सुरक्षितता) एवढीच गोष्ट पुरेशी नाही असं वाटलं आणि तुम्ही सर्वसामान्य उत्पन्नासाठी काम करायला गेलात तर सरकार तुमच्या सोशल सिक्युरिटी

वेतनात कपात करण्यास सुरुवात करतं. दुसऱ्या शब्दांत, गरीब राहणं हा संपूर्ण वेतन मिळवण्याचा एकमेव मार्ग आहे.

बचतींच्या संदर्भातील समस्या

आपला सगळा पैसा बँकेत ठेवण्यावर ज्या लोकांचा विश्वास असतो ते असा विचार करतात की, बचत करणं ही हुशारीची गोष्ट आहे; पण प्रत्यक्षात त्यांचा पैसा ५० टक्के पैशांसाठी काम करत असतो. माझेही काही पैसे बँकेत आहेत; पण अनेक लोकांना वाटतं त्याप्रमाणे बचत करणं ही हुशारीची गोष्ट आहे असं मला वाटत नाही. सुरक्षित आणि संरक्षित राहण्याच्या माझ्या आर्थिक योजनेचा एक भाग म्हणून माझा काही पैसा बचत खात्यात आहे; पण श्रीमंत होण्याच्या माझ्या योजनेचा तो भाग नाही, तरीही माझ्या पैशानं ५० टक्के पैशासाठी काम करणं आणि महागाईवाढीला बळी पडणं ही हुशारीची गोष्ट आहे असं मला वाटत नाही.

अत्यंत वाईट वास्तव

शाळेत जा, नोकरी मिळवा, भरपूर कष्ट करा, पैशाची बचत करा आणि तुमचा पैसा ४०१(के) योजनेत किंवा कोणत्याही निवृत्तिवेतनविषयक योजनेत ठेवा हा सल्ला करविषयक दृष्टिकोनातून अत्यंत वाईट सल्ला का असू शकतो, याविषयी यापुढच्या प्रकरणांमध्ये तुम्हाला समजेल. हा सल्ला या मार्गावरच्या प्रत्येक पावलावर ५०-टक्के पैशासाठी खडतर कष्ट करण्याची शिफारस करतो. माझे गरीब वडील गरीब होते, कारण त्यांनी हा सल्ला स्वतःला आणि त्यांच्या मुलांनाही दिला होता. ज्या वेळी पैशाचा प्रश्न येत होता, त्या वेळी त्यांच्याकडे असलेलं हेच एकमेव वास्तव होतं.

जास्त करलाभाचं उत्पन्न तुम्ही कसं मिळवू शकता?

तुम्हाला तरुणपणी निवृत्त व्हायचं असेल आणि श्रीमंत होऊन निवृत्त व्हायचं असेल तर तुम्ही श्रीमंत वडिलांचा सल्ला अनुसरण्याची गरज असेल. आपल्या स्वतःच्या उद्योगाकडे लक्ष देण्याच्या सल्ल्यानंच त्यांच्या सल्ल्याची सुरुवात होते.

एखादा घरगुती लहान उद्योग सुरू करून, एखाद्या कंपनीच्या उत्पादनाचे विक्रीहक्क (फ्रँचाईज) मिळवून किंवा नेटवर्क मार्केटिंग कंपनीत सहभागी होऊ तुम्ही जास्त करलाभ देणाऱ्या उत्पन्नाकडे वळता. करलाभातील डॉलरचा उपयोग करून तुमच्या एखाद्या खर्चात तुम्ही कपात करू शकलात तर तुम्ही आर्थिकदृष्ट्या पुढे जाता; पण नेहमी एक गोष्ट लक्षात ठेवा. जास्तीत जास्त पैसा मिळवणं हाच तुमचा उद्देश असला पाहिजे, कर भरणा टाळणं हा उद्देश असता कामा नये. कारण, याकडे एक व्यक्ती कर नियोजन म्हणून पाहते आणि दुसरी कर चुकवेगिरी म्हणून पाहते.

श्रीमंत होण्याचा आणि श्रीमंतच राहण्याचा गांभीर्यानं विचार करणाऱ्यांसाठी कर व्यूहरचना ही स्वतःच करण्याची कृती नसते. व्यूहरचनात्मक कर योजना आखण्यासाठी तुमच्याबरोबर काम करणाऱ्या सक्षम सल्लागाराला शोध तुम्हाला घ्यावा लागेल.

मोफत काम करणं

रिच डॅड पुअर डॅडमध्ये मी तुम्हाला माझे श्रीमंत वडील माझं ताशी १० सेंट वेतन परत घेऊन मला फुकट काम करायला सांगत असल्याची कथा सांगितली होती. अनेक लोकांना ही एक रोचक कथा वाटते; पण मोफत काम करणं हा त्यांच्या वास्तवाचा एक भाग नसतो. मला तुम्हाला पुढील विचार सांगायचा आहे : तुम्हाला कर-स्थगित किंवा करमुक्त पैशासाठी काम करण्याची इच्छा असेल तर त्याचाच अर्थ बहुतेक प्रसंगी मोफत काम करणं असा असतो.

सर्व उत्पन्नांमध्ये श्रमशक्तीसाठी देण्यात आलेल्या पैशावर सर्वोच्च कर लादला जातो म्हणून मी ज्या वेळी भरपूर वेतनाची नोकरी मिळवण्यासाठी उत्सुक असलेल्या शालेय युवकांना भेटतो, त्या वेळी मी थोडासा कचरतो. अशी मनोरचना किंवा वास्तव असलेली युवा किंवा तरुण व्यक्ती ही ५० टक्के पैशांसाठी जास्तीत जास्त काबाडकष्ट करणारी व्यक्ती असते. एके दिवशी चाळिशीच्या सुमारास त्यांच्या उच्च वेतन देणाऱ्या नोकरीविषयी ते सजग बनतात आणि त्यांचे काही मित्र आर्थिकदृष्ट्या का पुढे गेले याचा विचार करू लागतात. प्रचंड कष्ट करणारे कर्मचारी नंतर आर्थिकदृष्ट्या मागे पडतात, कारण त्यांनी सर्वसामान्य उत्पन्नासाठी प्रचंड कष्ट उपसलेले असतात. त्यांनी वेतनवाढीसाठी आणि बोनससाठी कठोर परिश्रम केलेले असतात.

माझ्या गरीब वडिलांनी माझ्या श्रीमंत वडिलांच्या तुलनेत जास्त सर्वसामान्य वेतनावर कामाला सुरुवात केली असली तरीही अखेरीस माझे श्रीमंत वडील माझ्या गरीब वडिलांच्या कमावण्याच्या क्षमतेला मागे टाकून - खूपच मागे टाकून पुढे गेले होते. माझे श्रीमंत वडील असं म्हणत होते की, 'तुम्ही सर्वसामान्य, पोर्टफोलिओ किंवा निष्क्रिय यांपैकी कुठल्याही उत्पन्नासाठी काम करत असलात तरीही तुम्ही त्यात तुमच्या वेळेची गुंतवणूक केलेली असते. सर्वसामान्य उत्पन्नासाठी काम करण्यातील त्रस्तता अशी असते की, तुम्हाला त्याच्यासाठी सतत भरपूर कष्ट करत राहावं लागतं. अखेरीस पोर्टफोलिओसाठी आणि निष्क्रिय उत्पन्नासाठी काम करणारी व्यक्ती सर्वसामान्य उत्पन्न कमावण्याच्या क्षमतेच्या पुढे जाते. कारण, तुम्ही पोर्टफोलिओवर आणि निष्क्रिय उत्पन्नावर काम करता, त्या वेळी तुम्ही कमी काम करून जास्त पैसा कमवू शकता आणि करांचा विचार करता कमीत कमी कर भरता.'

त्यामागच्या कारणाचं स्पष्टीकरण इथे देत आहे :

सर्वसामान्य उत्पन्न	५० टक्के पैसा
पोर्टफोलिओ उत्पन्न	२० टक्के पैसा
निष्क्रिय उत्पन्न	० टक्के पैसा

माझ्या गरीब वडिलांना माझ्या श्रीमंत वडिलांनी मागे टाकलं, याचं फक्त हेच कारण होतं की सर्वसामान्य उत्पन्न हे श्रमातून मिळणारं उत्पन्न असतं. इतर दोन प्रकारची उत्पन्नं ही मालमत्तेपासून मिळणारी उत्पन्नं असतात. काळ पुढे सरकत गेला तसे माझे श्रीमंत वडील हळूहळू पण निश्चितपणे त्यांच्यासाठी काम करणाऱ्या मालमत्तांची संख्या आणि आकार वाढवत राहिले. माझ्या गरीब वडिलांना '५० टक्के पैशांसाठी' फक्त वैयक्तिकरीत्या जास्तीत जास्त भरपूर कष्ट कसे करावेत हे माहिती होतं.

ई कप्प्यातील लोकांचं त्यांच्या करांवर किमान नियंत्रण असतं. अगदी निवृत्त झाल्यावरही ते सर्वाधिक कर भरतात. तुमचं आजचं उत्पन्न जर ई कप्प्यातून येत असेल तर इतर कप्प्यांपासूनही उत्पन्न कमावण्यासाठी तुम्ही काहीतरी करण्याचा विचार करण्याची गरज असेल. एस कप्प्यातील लोकांकडे ई कप्प्यातील लोकांच्या तुलनेत आणखी थोडेसेच जास्त फायदे असतात. कर आकारणीच्या आधी तुमच्या निव्वळ उत्पन्नातून काही खर्चांची कपात करण्याची क्षमता त्यांच्याकडे असते हा त्यांपैकी एक फायदा असतो. ई आणि एस या दोन्ही कप्प्यांविषयीची समस्या अशी असते की वैयक्तिक श्रमाची तरफेची शक्ती किमान असते आणि कर उच्चतर असतात. बी आणि आय हे कप्पे म्हणजे करांवर मोठ्या प्रमाणात नियंत्रण असलेले, श्रमविरहित उत्पनासाठी तरफेच्या शक्तीची सर्वोच्च क्षमता असलेले आणि सर्वाधिक करलाभ असणारे कप्पे असतात.

तुम्ही जर तरुणपणी निवृत्त होण्याचा आणि श्रीमंत होऊन निवृत्त होण्याचा गांभीर्यानं विचार करत असाल तर तुम्हाला मोफत काम करण्याचा विचार करण्याची इच्छा असू शकेल. 'मोफत काम करून मी कसा काय श्रीमंत होऊ शकेन?' हा प्रश्न तुम्ही स्वतःला विचारता, त्या वेळी तुम्ही आपल्या मनाला दुसऱ्या वास्तवाकडे ढकलण्यास सुरुवात करता. मोफत काम करून आपण कसे काय श्रीमंत होऊ शकतो या संदर्भात तुमच्या मनात कुठलाही विचार येत नसेल तर बी आणि आय कप्प्यांमधील श्रीमंत बनलेल्या लोकांच्या जीवनांचा अभ्यास करण्यात तुमच्या वेळाची आणि शिक्षणाची गुंतवणूक करण्यास सुरुवात करा किंवा तुमच्या वास्तवावर जास्तीत जास्त जोर देऊन त्याच्या मर्यादा वाढवण्याचा प्रयत्न करत राहा.

माझ्या श्रीमंत वडिलांनी म्हटलं होतं, 'पैशासाठी काम करून श्रीमंत होणं कठीण असतं. तुम्हाला खरोखरच श्रीमंत बनायचं असेल तर मालमत्तांची उभारणी करण्यास, त्या विकत घेण्यास किंवा त्यांची निर्मिती करण्यास शिका.' त्यांनी असंही म्हटलं होतं की, 'वेतनवाढीसाठी प्रचंड कष्ट करणं ही गोष्ट अतिशय धोकादायक असते.' ती जोखमीची आणि धोकादायक असते. कारण, वेतनवाढीसाठी काम करताना लोक आयुष्याच्या जीवघेण्या स्पर्धेत खूपच खोलात शिरतात. शिवाय इतर लोक आर्थिकदृष्ट्या तुमच्या पुढे जातात ते वेगळंच.

अनेक अतिशय श्रीमंत लोक त्यांच्या फावल्या वेळात श्रीमंत बनले म्हणून तुमच्यावर आर्थिक जबाबदाऱ्या असल्यामुळे तुम्ही नोकरी करत असाल तर ती तशीच करत राहा; पण तुमच्या फावल्या वेळेचा अधिक चांगला उपयोग करा. तुमचे मित्र गोल्फ खेळत असतील किंवा मासेमारीचा आनंद घेत असतील अगर टीव्ही बघत असतील त्या वेळी तुम्ही अर्ध वेळ व्यवसायाची सुरुवात करू शकता. ह्युलेट-पॅकार्डची सुरुवात फोर्ड मोटर कंपनीप्रमाणेच गॅरेजमधून झाली. आज तुम्ही गरीब असण्यापासून श्रीमंत होण्यापर्यंतचा प्रवास पूर्वीच्या कुठल्याही काळी कधीही करता आला नसता इतक्या खूपच जलद गतीनं करू शकता. मायकेल डेलनं महाविद्यालयीन युवकापासून अब्जाधीश होण्यापर्यंतचा प्रवास अवघ्या तीन वर्षांत केला. त्याचे वर्गमित्र गृहपाठ करत असताना किंवा पार्ट्यांमध्ये बिअर पीत फिरत असताना त्याच्या झोपण्याच्या खोलीत तो अब्जावधी डॉलर्सच्या व्यवसायाची उभारणी

करत होता. त्याचे बहुतेक वर्गमित्र आता तिशीत आहेत आणि ५० टक्के उत्पन्नासाठी भरपूर कष्ट करत आहेत. त्यांच्यापैकी अनेक जण बढती आणि वेतनवाढ मिळवण्याच्या आशेनं पुन्हा शिकण्याकडे वळत आहेत. अजूनही ते बिअर पीत आहेत आणि टीव्हीवर खेळांचे सामने पाहत आहेत. त्यांच्याकडे मोठं घर असू शकेल, एसयूव्ही असेल, त्यांची मुलं खासगी शाळांमध्ये शिकत असतील आणि निवृत्तीनंतर आपल्याकडे पुरेसा पैसा असावा, यासाठी ते ४०१ (के) या योजनेत पैसाही गुंतवत असतील. महाविद्यालयीन शिक्षण अर्धवट सोडून बाहेर पडलेला मायकेल डेल इतका नशीबवान कसा काय ठरला याचं काही जण मूकपणानं मनातल्या मनात आश्चर्य करत असतील. त्याच्या नशिबाची सुरुवात वास्तवातील फरकानं, अभ्यास करण्याच्या इच्छाशक्तीनं झाली; पण हा अभ्यास गुण मिळवण्यासाठीचा नव्हता आणि ती इच्छाशक्ती मोफत काम करण्याची होती.

किम आणि मी लवकर निवृत्त झालो. कारण, आम्ही व्यवसायाची उभारणी करण्यासाठी आणि रिअल इस्टेट विकत घेण्यासाठी कठोर परिश्रम केले होते. त्या योजनेमुळे आम्हाला कमीत कमी काम करण्याची आणि जास्तीत जास्त पैसा कमावण्याची मुभा मिळाली. आम्ही पैशासाठी काम केलं नाही. माझ्या श्रीमंत वडिलांनी दिलेल्या सल्ल्याप्रमाणे आम्ही मालमत्तांची उभारणी करण्यासाठी, त्या विकत घेण्यासाठी किंवा त्यांची निर्मिती करण्यासाठी भरपूर कष्ट केले होते. आम्हाला भरपूर पगार देणाऱ्या नोकऱ्यांमध्ये किंवा वेतनवाढींमध्ये रस नव्हता.

तरफेची फारशी शक्ती नसलेल्या नोकरीत काम करण्यात आम्हाला रस नव्हता आणि ज्या पैशांची तरफेची शक्ती ५० टक्क्यांनी घटलेली होती अशा पैशांसाठी काम करण्यातही रस नव्हता. आमच्या दृष्टीनं ती गोष्ट दीर्घकाळाचा विचार करता हुशारीची नव्हती. ती खूपच धोकादायक होती. यानंतरच्या प्रकरणांमध्ये कमी जोखीम पत्करून उच्चतर आर्थिक उत्पन्न देणाऱ्या जास्त मालमत्ता कशा मिळवाव्यात याविषयी मी तुम्हाला सांगणार आहे, तरीही मी तुम्हाला एक सावधगिरीचा इशारा देत आहे, तो म्हणजे अशा मालमत्ता कशा संपादित कराव्यात हे शिकण्यासाठी तुम्हाला मोफत काम करावं लागेल आणि अभ्यासही करावा लागेल. मी तुम्हाला आधीच सावध करत आहे, कारण मोफत अभ्यास करणं आणि काम करणं या गोष्टी फक्त थोडेच लोक करू शकतात म्हणूनच थोडेच लोक तरुणपणी निवृत्त होऊ शकतात आणि श्रीमंत होऊन निवृत्त होऊ शकतात.

> मी कर भरण्याच्या विरोधात नाही. सुसंस्कृत समाजात कर ही जगण्यासाठी मोजावी लागणारी किंमत आहे. करांखेरीज आपल्याला पोलीस, अग्निशामक दलाचे जवान, शिक्षक, स्वच्छता कर्मचारी, न्यायालयं, रस्ते, वाहतुकीचे सिग्नल आणि अर्थातच राजकारणी लोकही मिळणार नाहीत. तुम्ही किती आणि केव्हा करभरणा करता यावर कायदेशीर आणि बुद्धिमानतेनं राखावयाचं नियंत्रण शिकणं हा या प्रकरणातील महत्त्वाचा मुद्दा आहे.

एक सूचना : पुढील प्रकारच्या उत्पन्नांपासून तुम्ही मासिक किती पैसा कमावता त्याची यादी तयार करा.

१. सर्वसामान्य उत्पन्न ____________________ डॉलर

२. निष्क्रिय उत्पन्न ____________________ डॉलर

३. पोर्टफोलिओ उत्पन्न ____________________ डॉलर

तुम्हाला निवृत्त होण्याची इच्छा असेल तर बहुतेक वेळा तुम्हाला निष्क्रिय आणि पोर्टफोलिओ उत्पन्नाची गरज असते. तुम्ही जितक्या जास्त लवकर निष्क्रिय आणि पोर्टफोलिओ उत्पन्न संपादित करायला शिकाल, तितक्या लवकर तुम्ही तरुणपणी निवृत्त होण्याच्या आणि श्रीमंत होऊन निवृत्त होण्याच्या मार्गावर असाल. तुम्ही जास्त लवकर निवृत्तच होऊ शकणार नाही, तर तुम्हाला आर्थिकदृष्ट्याही अधिक सुरक्षितपणा जाणवू शकेल. बहुतांश लोक ज्या प्रकारच्या उत्पन्नासाठी प्रचंड परिश्रम करतात त्या ५० टक्के उत्पन्नाऐवजी तुम्ही २० टक्के उत्पन्न किंवा अगदी कर-स्थगिती उत्पन्न मिळवू लागल्यामुळे तुम्हाला जास्त हुशार झाल्यासारखं वाटेल.

या पुस्तकातील अखेरचे विभाग खूपच मोठ्या सुरक्षिततेच्या आणि उच्चतर परताव्यांच्या साहाय्यानं अधिक पोर्टफोलिओ आणि निष्क्रिय उत्पन्न मिळवण्याच्या मार्गाकडे जातील.

पण पुन्हा एकदा तुम्ही त्या प्रकारचं उत्पन्न मिळवण्याआधी, जास्त अभ्यास करण्याची आणि मोफत काम करण्याची गरज असेल. त्यासाठी अगदी निष्ठापूर्वक अभ्यास करण्यासाठी आणि दुसऱ्या वास्तवात जाण्यासाठी मोफत काम करावं लागतं. अधिक चांगल्या तरफेच्या शक्तीचं उत्पन्न मिळवण्यासाठी तुम्ही या मार्गावरून जाण्याचा निर्णय घेतला असेल तर नेहमीच राईट बंधूंची आठवण ठेवा. ज्या लोकांना खरोखरच शिकायचं होतं आणि फक्त गुण मिळवण्यासाठी शिकायचं नव्हतं अशा लोकांचं राईट बंधू हे महत्त्वाचं उदाहरण आहेत. त्यांनी कोणत्याही हमीशिवाय मोफत कठोर परिश्रम केले, बुद्धिमानतेनं धोके पत्करले आणि स्वतःला आणि जगाला दुसऱ्या वास्तवापर्यंत अक्षरशः ढकलून नेलं.

प्रकरण आठ

श्रीमंत होण्याचा सगळ्यात जलद मार्ग

रिच डॅड मालिकेतील *रिच किड, स्मार्ट किड* प्रकाशित झाल्यानंतर लवकरच एका महत्त्वाच्या वृत्तपत्रात त्याविषयीचं परीक्षण छापून आलं. रिच डॅड मालिकेविषयी माहिती देणारी जवळजवळ सगळीच प्रसारमाध्यमं या मालिकेविषयी अनुकूल मत प्रसिद्ध करत होती. माझ्या पुस्तकांचं समालोचन करताना ती खूपच न्याय्यपणानं आणि त्याबरोबरच वस्तुनिष्ठपणे लिहीत, बोलत होती. *रिच किड, स्मार्ट किड* पुस्तकावरच्या या विशिष्ट वृत्तपत्रातील लेखात याच प्रकारे सुरुवात करण्यात आली होती. मात्र या समीक्षकानं माझ्या लेखनाविषयीच्या अक्षमतेवर हल्ला चढवून परीक्षणाची सुरुवात केली होती. मी पुन्हा शाळेत जाऊन लेखनाचे धडे गिरवण्याची गरज आहे, असं सांगण्यावरच त्याचा थोडा-फार रोख होता. यातला औपरोधिक भाग असा होता की, मी स्वतःच या पुस्तकात लेखनाविषयीच्या अक्षमतेमुळे मी इंग्लिशमध्ये दोनदा नापास झालो होतो, असा उल्लेख केला होता. मी निकृष्ट लेखक असल्यामुळे पंधराव्या वर्षी माझ्यावर मूर्ख आणि अपयशी असा शिक्का मारला गेला होता. माझ्या आयुष्यातील तो एक अत्यंत क्लेशदायक प्रसंग होता.

तेव्हापासून मी कधीही लेखक असल्याचा दावा केला नव्हता. लेखन हे माझ्याकडचं अत्यंत दुर्बल कौशल्य असू शकत होतं आणि शाळेत असतानाचा माझा काळ अतिशय वाईट आणि बिकट गेला होता, त्यामागचं हेच कारण होतं. रिच डॅड मालिकेतील चौथ्या पुस्तकात, मी महाविद्यालयातून पदवीधर होऊन बाहेर पडेपर्यंत वाचनातील आणि लेखनातील या अकुशलतेवर कशी मात केली त्याविषयी मी लिहिलं होतं. *रिच किड, स्मार्ट किड* हे पुस्तक मुलांमधील अद्वितीय बुद्धिमत्ता शोधून विकसित करण्याविषयी आहे. त्याचबरोबर त्यांच्यातील आर्थिकदृष्ट्या तग धरून राहण्याच्या कौशल्यांचा विकास करण्याची गरज असते, याविषयीही मी लिहिलं आहे, त्यामुळे त्या समीक्षकानं केलेली टीका ही माझ्या पुस्तकातील माहितीवर नव्हती, तर माझ्या लेखन कौशल्यावर होती. शाळेतही माझ्या संदर्भात हीच समस्या उद्‌भवली होती.

आपण एखादं अनुकूल विधान करत आहोत आणि आपला लेख समतोल आणि वस्तुनिष्ठ बनवत आहोत असं वाटावं, यासाठी त्याने एक विधान टाकून त्याचं परीक्षण संपवलं होतं. त्याने लिहिलं होतं, 'हे पुस्तक तुमच्या मुलाला जास्त रोजगारक्षम बनवेल.' आता माझ्या लेखन कौशल्याविषयीच्या टीकेबद्दल मला काहीच म्हणायचं नव्हतं. मला ती समर्थनीय वाटली होती; पण माझ्या पुस्तकातील सामाजिक उपयुक्ततेचा एकमेव घटक म्हणून मुलाला जास्त रोजगारक्षम बनवणं या घटकाचा उल्लेख करणं ही गोष्ट म्हणजे सगळ्या मर्यादा ओलांडणारी होती, त्यामुळे मी विरोध केला. त्या समीक्षकानं माझं पुस्तक वाचलं तरी होतं का याविषयी माझ्या मनात शंका आली. *रिच किड, स्मार्ट किड* हे पुस्तक तुमच्या मुलाला रोजगारक्षम बनवण्याविषयी नाही. ते तुमच्या मुलाला जास्त अरोजगारक्षम बनवण्याविषयी आहे. तुम्हाला तरुणपणी निवृत्त व्हायचं असेल आणि श्रीमंत होऊन निवृत्त व्हायचं असेल तर तुम्हाला जास्त रोजगारक्षम बनण्याचा विचार करण्याची नव्हे, तर कमी रोजगारक्षम बनण्याचा विचार करण्याची गरज असेल. पुन्हा एकदा मानसिक वास्तवांमध्ये हा फरक सापडतो.

अरोजगारक्षम कसं बनावं?

मानसिक तरफेच्या शक्तीचा सारांश सांगताना मी याचा पुनरुच्चार केला आहे की, तुम्ही जी गोष्ट खरी आहे असा विचार करता ते तुमचं वास्तव बनतं किंवा सर्वसामान्यपणे सांगितलं जातं त्याप्रमाणे तुमचं आकलन हे तुमचं वास्तव असतं. ज्या वेळी असं विचारलं जातं की, 'एखाद्याचं वास्तव बदलणं कठीण असतं का?' त्या वेळी मी सांगतो की, 'ते व्यक्तीवर अवलंबून असतं.' माझ्या दृष्टीनं माझे गरीब वडील ज्या गोष्टी हुशारीच्या असतात असं मानत होते ते वास्तव मनातून झिडकारणं आणि श्रीमंत वडिलांना ज्या गोष्टी हुशारीच्या आहेत, असं वाटत होतं त्या कल्पना स्वीकारणं हा माझा वैयक्तिक संघर्ष होता. अनेक प्रकारे गरीब किंवा मध्यमवर्गीय असलेल्या एखाद्याचं वास्तव श्रीमंताच्या वास्तवात बदलणं ही गोष्ट म्हणजे तुम्ही वर्षानुवर्षं उजव्या हातानं खात असताना तुम्हाला अचानक डाव्या हातानं खायला सांगण्यासारखी असते. ही गोष्ट करायला कठीण नसली आणि एकदा ठरवल्यानंतर ती कोणीही करू शकत असलं तरीही ती करायला सगळ्यात सोपी असलेली गोष्ट असतेच असंही नाही.

तुमच्या वास्तवांमध्ये जास्त जलद गतीनं बदल घडवणं हा श्रीमंत होण्याचा सगळ्यात जलद मार्ग असतो. बहुतेक लोकांसाठी ही गोष्ट करण्यापेक्षा बोलायलाच जास्त सोपी असते, कारण माझं निरीक्षण असं आहे की, जरी आपल्या वास्तवामुळे आर्थिक संघर्ष आणि निर्बंध सहन करावे लागत असले तरीही बहुतेक लोक आपापल्या वास्तवाच्या चैनीतच आरामात राहतात. श्रीमंत वडिलांनी असं म्हटलं होतं की, 'बहुतेक लोक आपल्या मिळकतीच्या मर्यादा वाढवण्याऐवजी तिच्या मर्यादेतच जगतात.' काही वर्षांची अस्वस्थता आणि त्रास सहन करण्याऐवजी आयुष्यभर कष्ट करत राहण्यातच बहुतेक लोकांना धन्यता वाटते, असंही त्यांना वाटत होतं. आपली वास्तवं बदलण्यासाठी कठोर परिश्रम करून

उर्वरित आयुष्य आराम करण्याऐवजी त्यांना आयुष्यभराचे काबाडकष्ट आवडतात. उजव्या हाताऐवजी डाव्या हाताचा वापर करण्याच्या रूपकाचा आणखी वापर करायचा झाला तर असं म्हणता येईल की, बहुतांश लोक गरीब असतात आणि ते त्यांच्या उजव्या हातानं खात असतात; पण श्रीमंत बनण्यासाठी त्यांना डाव्या हातानं खाण्याची गरज असते. मानसिक वास्तवातील बदलासाठी अनेक प्रकारे याच गोष्टीची गरज असते.

माहिती विरुद्ध संदर्भ

फास्ट कंपनी नियतकालिकातील *लर्निंग १०१* या शीर्षकाच्या लेखात आपल्याला पुढील ओळी वाचायला मिळतात.

नवीन अर्थकारणात ज्यांना जलद गतीनं काम करायचं आहे,
जलद गतीनं काम करत राहायचं आहे अशा लोकांसाठी, संघांसाठी आणि कंपन्यांसाठी अध्ययन हे एक अत्यंत महत्त्वाचं साधन आहे...

जुन्या अर्थकारणात माहिती राजा होती.
नवीन अर्थकारणात संदर्भ राजा आहे.

दुसऱ्या शब्दांत, उजव्या हातानं खाण्याऐवजी डाव्या हातानं खाण्यास शिकण्यासाठी कोणता काटा-चमचा वापरला जातो, यापेक्षा वर्चस्वाला किंवा श्रेष्ठत्वाला महत्त्व असतं.

आपण सध्या राहत असलेल्या माहितीच्या युगानं जगाचा संदर्भ कसा बदलून टाकला आहे, याकडे पाहण्याऐवजी सध्याची शालेय व्यवस्था अद्यापही जास्त चांगली माहिती देण्यासाठीच संघर्ष करत आहे. आधी उल्लेख केलेल्या समीक्षकानं ज्याप्रमाणे पुस्तकाची समीक्षा करताना माझ्या पुस्तकातील सामाजिकदृष्ट्या उपयुक्त असलेला एकमेव घटक हा मुलांना रोजगारक्षम कसं बनवावं हा असल्याचं म्हटलं होतं, त्याप्रमाणेच बहुतेक शाळांमधील शिक्षकही तुमच्या मुलाला जास्त रोजगारक्षम बनवण्यास उपयुक्त ठरणाऱ्या माहितीचा अभ्यासक्रम तयार करतात म्हणूनच शालेय व्यवस्था संदर्भाऐवजी माहितीवर लक्ष केंद्रित करते.

जगाचा संदर्भ बदलला आहे. महामंदीच्या काळात (१९२९-१९४० दरम्यानचा कालावधी) माझी आई आणि वडील मोठे होत असतानाचा संदर्भ असा होता की नोकऱ्या मिळणं ही दुर्मीळ गोष्ट होती. नोकरीच्या सुरक्षिततेची हमी ही गोष्टच त्या काळाचा राजा होती म्हणून माझ्या आईनं आणि वडिलांनी चांगल्या गुणांवर आणि सुरक्षित नोकरीवर भर दिला होता. माझ्या पालकांच्या काळात एखाद्या चांगल्या कंपनीत तुम्ही सुरक्षित नोकरी मिळवली, तुम्ही निष्ठेनं आणि कठोर परिश्रमांनी काम करत राहिलात की, तुम्हाला आयुष्यभराची निश्चिंती मिळत होती. तुमच्या निवृत्तीनंतरच्या जीवनाच्या आर्थिक सुरक्षिततेसाठी कंपनी जबाबदार असत होती. आज बहुतांश लोकांना याची जाणीव आहे की, रोजगाराचा संदर्भ किंवा नियम हे कायमचेच बदलून गेले आहेत.

माहिती, संदर्भ आणि क्षमता

माझे श्रीमंत वडील माहिती आणि संदर्भ हे शब्द वरचेवर वापरत नव्हते. त्याऐवजी ते वास्तव या शब्दाची निवड करत होते. मात्र तरीही ते क्षमता या शब्दाचा नियमितपणे वापर करत होते. ते म्हणत की, 'गरीब व्यक्तीकडे फक्त गरीब वास्तवच नसतं, तर तिच्याकडे स्वतःकडे पैसा ठेवून घेण्याची क्षमताही कमी असते.'

त्यांच्या बोलण्याचा अर्थ असा होता की, ज्या वेळी लोक 'मी कधीही श्रीमंत बनणार नाही', 'मला हे परवडत नाही' किंवा 'गुंतवणूक धोकादायक असते' असं म्हणतात, त्या वेळी त्यांचं हे बोलणं त्यांची श्रीमंत बनण्याची क्षमता संपुष्टात आणतं. त्यांनी सांगितलं होतं की, 'गरीब किंवा मध्यमवर्गीय वास्तव असलेल्या व्यक्तीकडे अचानकच पैसा येतो, त्या वेळी तिच्याकडे पैशाची एवढी समृद्धी हाताळण्याची मानसिक किंवा भावनिक क्षमता नसते. म्हणून त्यांच्याकडचा पैसा उधळला जातो आणि संपुष्टात येतो.' म्हणूनच तुम्ही लोकांना असं म्हणताना ऐकलं असेल की, 'माझ्या हातात पैसा टिकतच नाही' किंवा 'मला कितीही पैसा मिळाला तरी महिनाअखेरीला तो कमीच पडतो' अगर 'माझ्याकडे थोडा जास्त पैसा आला की मग मी गुंतवणूक करेन.'

श्रीमंत वडील त्यांचा संदेश माझ्यापर्यंत आणि त्यांच्या मुलापर्यंत पोहोचवण्यासाठी घरी असताना जे उदाहरण वापरत, तेच मीही वरचेवर वापरतो. श्रीमंत वडील पाण्याचे रिकामे ग्लास घेत आणि पूर्ण भरलेल्या मोठ्या सुरईतून त्यात पाणी ओतत. त्या लहानशा ग्लासातून लवकरच पाणी वाहून जाऊ लागे आणि ते जितका वेळ पाणी ओतत राहत तितका वेळ ते वाहून जात असे. श्रीमंत वडील म्हणत, 'जगात भरपूर पैसा आहे. तुम्हाला श्रीमंत बनायचं असेल तर त्या वैपुल्यातील तुमचा वाटा घेण्यासाठी तुम्ही तुमचं वास्तव (संदर्भ) व्यापक बनवण्याची गरज असते.'

माहिती, संदर्भ आणि क्षमता यांच्यातील संबंध स्पष्ट करण्यासाठी मी याच उदाहरणाचा वापर करतो. मी पहिल्यांदा एक औंस जिगर (मद्य मोजण्याचं छोटं माप) मध्ये आणि नंतर लहान ग्लासात व त्यानंतर मोठ्या ग्लासात पाणी ओततो. ती भरून वाहून जाईपर्यंत मी पाणी ओततो. गरीब, मध्यमवर्गीय आणि श्रीमंत यांच्याकडची पैसा हाताळण्याची, सांभाळण्याची शक्ती किंवा धारणशक्ती यांच्यातील फरक स्पष्ट करण्याचं हे एक साधं प्रात्यक्षिक आहे.

तुमच्या क्षमतेचा विस्तार कसा करावा?

ज्या वेळी असं विचारलं जातं की, 'माझं वास्तव किंवा संदर्भ विस्तारण्यास मी कशी सुरुवात करू?' त्या वेळी मी असं उत्तर देतो की, 'तुमच्या कल्पनांचं निरीक्षण करून.' लोकांना मी श्रीमंत वडिलांच्या एका वक्तव्याची आठवणही करून देतो. ते म्हणत की, 'पैसा ही फक्त एक कल्पना आहे.' त्यांनी मला दिलेला हा संदेशच इतरांपर्यंत पोहोचवून मी उत्तर देतो.

त्यांनी पुढे दिलेल्या विधानांसारख्या विधानांकडे निर्देश केला होता :

१. 'मला हे परवडत नाही.'
२. 'मी हे करू शकत नाही.'

३. 'हे चुकीचं आहे.'
४. 'मला हे आधीच माहिती आहे.'
५. 'मी ते एकदा करून बघितलंय; पण त्याचा काहीच उपयोग झाला नाही.'
६. 'ही गोष्ट अशक्य आहे. ती कधीच काम करणार नाही.'
७. 'तू हे करू शकत नाहीस.'
८. 'ही गोष्ट बेकायदेशीर आहे.'
९. 'हे करायला खूपच कठीण आहे.'
१०. 'माझं बरोबर आहे आणि तुझं चुकलंय.'

श्रीमंत वडिलांनी असं सांगितलं होतं की, 'उपेक्षावादी किंवा फक्त दोषदृष्टी असलेले लोक आणि मूर्ख लोक या वास्तव आणि शक्यता यांच्या विरुद्ध बाजूला असलेल्या जुळ्या गोष्टी आहेत.' ते पुढे असं म्हणाले होते, 'मूर्ख लोक एखाद्या खूपच अतिशयोक्त योजनेवर विश्वास ठेवतात आणि दोषदृष्टीचे लोक त्यांच्या वास्तवाबाहेरच्या प्रत्येक गोष्टीवर टीका करतात.' त्यानंतर पुढील गोष्ट सांगून ते त्यांचं स्पष्टीकरण पूर्ण करत. 'दोषदृष्टी असलेल्या व्यक्तीच्या वास्तवात कोणतीही नवीन गोष्ट येत नाही आणि मूर्खाच्या वास्तवाकडे मूर्ख कल्पना बाहेर ठेवण्याची क्षमता नसते. तुम्हाला प्रचंड प्रमाणात श्रीमंत व्हायचं असेल तर तुमच्याकडे खुलं मन, लवचीक वास्तव आणि नवीन कल्पना प्रत्यक्षात उतरवण्याची आणि नफा मिळवून देणारे उद्योग करण्याची कौशल्यं असण्याची गरज असते.'

फास्ट कंपनी नियतकालिकातील विधानाची पुनरुक्ती करायची तर :

जुन्या अर्थकारणात माहिती राजा होती.

नवीन अर्थकारणात संदर्भ राजा आहे.

माझे श्रीमंत वडील हीच गोष्ट अशा प्रकारे बोलत, 'तुम्हाला श्रीमंत होण्याचा जास्त जलद मार्ग हवा असेल, तर नवीन कल्पनांविषयी तुमचं मन खुलं असण्याची गरज असते आणि तुमच्या सध्याच्या क्षमतांहून अधिक मोठ्या शक्यतांवर काम करण्यासाठी तुमच्याकडे कौशल्यं असण्याची गरज असते. हे करण्यासाठी तुमच्याकडे झपाट्यानं बदलू, विस्तारू आणि वाढू शकणारं वास्तव असावंच लागतं. गरीब व्यक्तीच्या वास्तवासह किंवा अभावातून आणि मर्यादांतून आलेल्या वास्तवासह श्रीमंत होण्याचा प्रयत्न करणं आणि श्रीमंत होणं ही गोष्ट निव्वळ अशक्य असते.'

श्रीमंत का होऊ नये?

सन १९८५मध्ये ब्रिटिश कोलंबियातील पर्वतांच्या कुशीत किम आणि माझा मित्र लॅरी यांच्यासमवेत मी बसलो होतो. त्याच वेळी मी ठरवलं की, मुळात आम्हीच अतिशय अस्वस्थ राहण्याची इच्छा बाळगत होतो आणि म्हणूनच आम्हाला तरुणपणी निवृत्त होण्यासाठी आणि श्रीमंत होऊन निवृत्त होण्यासाठी स्वतःला नवीन वास्तवांकडे ढकलण्याची गरज होती. माझ्यावर विश्वास ठेवा, काही वेळा ती गोष्ट अतिशय त्रासदायक, अस्वस्थपणाची

होती. ज्या वेळी मला विचारलं जातं की, आम्ही कसे श्रीमंत झालो आणि तरुणपणी कसे निवृत्त झालो, त्या वेळी मी फक्त एवढंच उत्तर देतो की, आम्ही आमची वास्तवं बदलत राहिलो.

एखाद्याचं वास्तव कसं बदललं पाहिजे असं विचारलं जातं, त्या वेळी मी रॉबर्ट केनेडीच्या प्रसिद्ध वाक्यांचा संदर्भ देतो :

काही लोक गोष्टी जशा असतात तशाच पाहतात आणि 'का?' असं विचारतात.
मी कधीही नसलेल्या गोष्टींची स्वप्नं बघतो आणि विचारतो 'का नाही?'

ही तुमच्या सध्याच्या वास्तवांच्या पलीकडे आणि तुमच्या आयुष्यासाठीच्या नवीन शक्यतांच्या राज्यात जाण्याची गोष्ट असते. रॉबर्ट केनेडींनी म्हटलं होतं त्याप्रमाणे 'का नाही?' – नवीन शक्यतांच्या राज्यात का जाऊ नये?

विशेषतः या झपाट्यानं बदलणाऱ्या जगात आपलं वास्तव किंवा संदर्भ झपाट्यानं विस्तारू शकणारं मन असणं हा तरफेच्या शक्तीचा महत्त्वाचा प्रकार असतो. श्रीमंत वडिलांच्या दृष्टीनं आपलं वास्तव झपाट्यानं बदलू शकणारं मन असणं ही अतिशय महत्त्वाची गोष्ट होती. खरं तर माझा असा विश्वास आहे की तेच त्यांच्याकडचं महान वैयक्तिक कौशल्य होतं आणि त्यांच्या सातत्यानं वाढत चाललेल्या यशाचं गुपितही होतं. आता मी प्रौढ आहे आणि मला वाटतं की, बहुधा मी जास्त सुज्ञही झालो असेन, त्यामुळे श्रीमंत वडिलांनी त्यांच्या मुलावर आणि माझ्यावर 'मला हे परवडू शकत नाही,' असं म्हणायचंच नाही अशी सक्ती का केली होती ते मला आता समजू शकतं. आगामी काळात तुमची बदलण्याची आणि तुमचं वास्तव विस्तारण्याची क्षमता हाच तुमच्याकडे असलेला तरफेच्या शक्तीचा सर्वाधिक महत्त्वाचा प्रकार असेल. आगामी काळात जे लोक आपला संदर्भ बदलू आणि विस्तारू शकतील त्यांचा उत्कर्ष होईल आणि ते असं करू न शकणाऱ्या लोकांच्या पुढे जातील. फास्ट कंपनीच्या नियतकालिकात म्हटलं गेलं होतं त्याप्रमाणे, नवीन अर्थकारणात संदर्भ हा राजा आहे.

तुम्हाला काळाबरोबर राहायचं असेल, तरुणपणी निवृत्त व्हायचं असेल आणि श्रीमंत होऊन निवृत्त व्हायचं असेल तर तुमच्याकडे सातत्यानं झपाट्यानं तुमचे संदर्भ बदलण्याची क्षमता असण्याची गरज असेल, कारण संदर्भच माहिती निश्चित करतो. संदर्भ अधिक माहिती बरोबर क्षमता असं हे समीकरण असतं.

तुम्ही जर वास्तवात बदल करू शकलात आणि तुमच्याकडे भक्कम योजना असेल तर तुम्हाला असं आढळेल की, आयुष्यभर ५०,००० डॉलर्ससाठी काम करत बसण्यापेक्षा काम न करता १ दशलक्ष डॉलर्स किंवा त्याहून अधिक पैसा मिळवणं ही गोष्ट खूपच जास्त सोपी असू शकते. यासाठी फक्त लवचीक वास्तव किंवा संदर्भ असण्याची आणि त्यानंतर त्यापाठोपाठ त्याविषयीची योजना आखण्याची गरज असते. पुढचा विभाग हा तुमच्या योजना तयार करण्याविषयीचा आहे. तरुणपणी निवृत्त होण्यासाठी आणि श्रीमंत होऊन निवृत्त होण्यासाठी एक उच्च कोटीची तरफेची शक्ती असलेली योजना तयार करण्याविषयी तुम्हाला या विभागात सांगितलं जाणार आहे.

या समीकरणामुळे मानसिक तरफेच्या शक्तीच्या महत्त्वाविषयीची कल्पना कमी- अधिक प्रमाणात पूर्ण होते. मानसिक-वास्तव विभागाची ही अखेर असली तरीही एखाद्या वास्तवाच्या शक्तीच्या या अत्यंत महत्त्वाच्या संकल्पनेचा संदर्भ या पुस्तकाच्या बऱ्याचशा भागात दिला जाणार आहे.

पुस्तकाच्या यापुढच्या विभागात तुमच्या वैयक्तिक आर्थिक योजनेच्या तरफेच्या शक्तीचं महत्त्व सांगण्यात येणार आहे. योजना असणं ही गोष्ट इतकी महत्त्वाची असण्याचं कारण असं आहे की, बहुतांश लोकांकडे स्वप्नं असतात; पण त्यांच्याविषयीच्या योजना आखण्यात ते अपयशी ठरतात. तरुणपणी निवृत्त होण्याचं स्वप्न असणं ही महत्त्वाची गोष्ट असतेच; पण हे स्वप्न सत्यात उतरवण्यासाठी व्यक्तीकडे स्वप्न आणि सत्य यांच्यातील तफावत दूर करणारा योजनेचा पूल असण्याची गरज असते.

तुमच्या मानसिक तरफेच्या शक्तीची चाचणी पुढच्या विभागात घेतली जाईल. कारण, बहुतेक लोकांच्या वास्तवाच्या पलीकडच्या असलेल्या डॉलर्स रकमांचा विचार आपण तिथे करणार आहोत. जर डॉलर्समधील या रकमा तुमच्या वास्तवाच्या किंवा तुमच्या संदर्भाच्या पलीकडच्या असल्या तर त्या डॉलर्समधील रकमा या फक्त स्वप्नंच उरतील. आधी सांगितल्याप्रमाणे जी व्यक्ती वार्षिक ५०,००० डॉलर्सहून कमी कमावते, तिच्यासाठी थोड्याच वर्षांत कोट्यवधी डॉलर्सच्या उत्पन्नासह निवृत्त होण्याची कल्पना करणं अवघड असतं. बहुतांश लोकांचं इतक्या उत्पन्नासह निवृत्त होण्याचं स्वप्न असलं तरी प्रत्यक्षात फक्त १ टक्क्याहून कमी अमेरिकन एवढ्या उत्पन्नासह निवृत्त होतात. उर्वरित ९९ टक्के लोकांसाठी हे वास्तव फक्त स्वप्नच बनून राहतं.

यातली चांगली गोष्ट अशी आहे की, तुम्हाला योग्य वास्तव किंवा संदर्भ असण्याचं महत्त्व समजलं आणि तुम्हाला तुमच्याकडे योजना असण्याचं महत्त्वही समजलं तर तरुणपणी निवृत्त होण्याच्या आणि निवृत्त होताना श्रीमंत होण्याच्या तुमच्या संधींमध्ये मोठ्या प्रमाणात वाढ होईल.

विभाग दोन

तुमच्या योजनेच्या तरफेची शक्ती

क्लिंटन प्रशासनातील कामगारमंत्री रॉबर्ट रिच यांच्या मुलाखतीतील काही भाग पुढे देत आहे :

> ‘श्रीमंत आणि गरीब यांच्यातील वाढत्या तफावतीमुळे आपण गंभीर संकटात सापडत आहोत.’
>
> ‘कामगारमंत्री म्हणून अधिक रोजगारनिर्मितीचे प्रयत्न करणं, हे प्रयत्नं प्रत्यक्षात उतरवणं आणि अमेरिकन लोकांना अधिक चांगलं वेतन मिळवून देणं हे माझं उद्दिष्ट आहे. या भूमिकेवर अनेक वर्षं कठोर परिश्रम केल्यानंतर तुम्हाला नोकऱ्या आणि रोजगार म्हणजेच सर्वस्व आहे, असं वाटल्यावाचून राहत नाही; पण तसं नसतं.’
>
> ‘ही गोष्ट फक्त नोकरी मिळवणं किंवा चांगला पगार असणं याच्याशी यापुढे निगडित असणार नाही.’
>
> ‘अंदाज बांधता न येण्याजोग्या, अनिश्चित स्वरूपाच्या पैसे कमावण्याविषयीच्या नवीन अर्थकारणात... दोन मार्ग उदयास येत आहेत. जलद गतीचा मार्ग आणि मंद गतीचा मार्ग आणि या दोहोंमध्ये इतर कुठल्याही श्रेणीचे मार्ग नसतात.’

यातला प्रश्न असा आहे की : तुम्ही आणि तुमच्या योजना या जलद गतीच्या मार्गावरच्या आहेत की मंद गतीच्या मार्गावरच्या आहेत?

प्रकरण नऊ

तुमची योजना किती जलद गतीची आहे?

'मला जलद गतीची गरज आहे.'
– *टॉप गन* या चित्रपटातील टॉम क्रूझचं वाक्य

आयुष्यभर काम करत राहण्याची, बचत करण्याची आणि तुमच्या निवृत्तीविषयक योजनेत पैसा भरत राहण्याची कल्पना ही अत्यंत मंद गतीची योजना आहे. ९० टक्के लोकांना ही योजना चांगली आणि अर्थपूर्ण वाटते; पण तरुणपणी निवृत्त होण्याची आणि श्रीमंत होऊन निवृत्त होण्याची योजना असलेल्या कोणत्याही व्यक्तीसाठीची ती योजनाच नाही. तुम्हाला तरुणपणी निवृत्त होण्याची आणि निवृत्त होताना श्रीमंत असण्याची इच्छा असेल तर तुमच्याकडे बहुतांश लोकांच्या योजनेच्या तुलनेत अत्यंत जलद गतीची योजना असण्याची गरज असते.

तुम्हाला संधी मिळाली तर *टॉप गन* हा चित्रपट पाहा आणि त्या तरुण पायलटना किती जलद गतीनं विमानं चालवावीच लागतात आणि जीवन-मृत्यूचे निर्णय घ्यावेच लागतात ते पाहा. त्या तरुण पायलट्सकडे गतीला हाताळण्याची क्षमता असणं ही गोष्ट महत्त्वाची असते, कारण त्यांची आयुष्यं ते किती जास्त गतीनं काम करू शकतात, त्या गतीवर अवलंबून असतात.

आयुष्यात आणि आजच्या व्यवसायातही हीच गोष्ट खरी आहे. आजच्या व्यावसायिक जगातील बदल स्वीकारण्यासाठी तुम्ही किती जलद गतीनं तुमचे संदर्भ बदलू आणि विस्तारू शकता ही गोष्ट ज्याला आर्थिकदृष्ट्या यशस्वी होण्याची आणि चांगलं काम करण्याची इच्छा आहे त्याच्यासाठी निर्णायक ठरते. आता यापुढे ही तफावत 'आहे रे' आणि 'नाही रे' या वर्गातील नाही. आज दोन वर्गांत झपाट्यानं वाढत चाललेली ही तफावत म्हणजे मध्यमवर्गीय आणि श्रीमंत यांच्यातील आर्थिक तफावत आहे. अधिक स्पष्टपणे सांगायचं झालं तर जर तुमच्याकडे औद्योगिक युगातील मंद गतीची किंवा संदर्भाची योजना असेल तर तुम्ही आर्थिकदृष्ट्या मागे पडता – तुमच्या समवयस्कांच्या संदर्भातच नव्हे, तर जलद गतीनं

काम करणारी मनं आणि अधिक जलद गतीच्या कल्पना असलेल्या तुमच्याहून अधिक तरुणांच्या तुलनेतही तुम्ही मागे पडता. संदर्भात होणाऱ्या बदलाच्या गतीत झपाट्यानं होत चाललेल्या वाढीचा दर लक्षात घेतला तर – आपण पन्नास वर्षांचे असूनही अद्याप वार्षिक ५०,००० डॉलर्सची नोकरी मिळवण्यातच समाधान मानत आहोत. मात्र त्याच वेळी आपल्याकडे पंचवीस वर्षांचे अब्जाधीश कसे काय तयार होत आहेत, त्याचं उत्तर आपल्याला सापडतं. यातली वाईट गोष्ट अशी आहे की, माझ्या त्याच पन्नास वर्षांच्या समवयस्क गटातील बहुतांश लोक आपल्या मुलांना अजूनही त्यांच्या पावलांवर पाऊल टाकून चालण्याचा सल्ला देत आहेत. या मुलांनाही ते त्यांच्या पालकांनी ज्या मंद गतीच्या ट्रेनमधून प्रवास केला, त्याच ट्रेनमधून प्रवास करण्याचा सल्ला देत आहेत.

रिच डॅड गाइड टू इनव्हेस्टिंग या माझ्या तिसऱ्या पुस्तकाची सुरुवात मी गुंतवणूक म्हणजे योजना असते या विधानानं केली होती. मी असंही म्हटलं होतं की, बहुतांश लोक गरीब होण्याची योजना आखतात म्हणूनच माझे गरीब वडील म्हणत तसंच अनेक लोक म्हणतात की, 'मी निवृत्त होईन त्या वेळी माझं उत्पन्न कमी होईल.' दुसऱ्या शब्दांत, त्यांनी फक्त जास्त गरीब होण्यासाठी आयुष्यभर कठोर परिश्रम करण्याचं नियोजन केलेलं असतं. श्रीमंत वडिलांनी असं सांगितलं होतं की, 'तुला श्रीमंत व्हायचं असेल आणि तरुणपणी निवृत्त व्हायचं असेल तर तुला कमीत कमी कामातून जास्तीत जास्त श्रीमंत आणि अधिक श्रीमंत बनवणारी योजना तू आखलीच पाहिजेस.'

तुम्ही जलद गतीची योजना कशी तयार करू शकता?

'पैसा हीच कल्पना असते,' हे श्रीमंत वडिलांचं पैशाविषयीचं एक तत्त्व होतं. यात आणखी भर घालताना त्यांनी असं म्हटलं होतं की, 'ज्याप्रमाणे जलद गतीच्या आणि मंद गतीच्या ट्रेन असतात, त्याप्रमाणेच काही कल्पना जलद गतीच्या आणि काही मंद गतीच्या असतात. पैशाचा प्रश्न येतो त्या वेळी बहुतांश लोक मंद गतीच्या ट्रेनमधून प्रवास करतात आणि त्यांच्या बाजूनं झपाट्यानं पुढे जाणाऱ्या जलद गतीच्या ट्रेनला खिडकीतून पाहत राहतात. तुम्हाला श्रीमंत होण्याचा अधिक जलद मार्ग हवा असेल तर तुमच्या योजनेत जलद गतीच्या कल्पनांचा समावेश असलाच पाहिजे.'

आपल्याला घर बांधायचं असेल तर बहुतांश लोक पहिल्यांदा वास्तुविशारदाला भेटतात. तो तुमच्याबरोबर बसून अनेक योजना तयार करतो, तरीही ज्या वेळी हेच लोक आपल्या भवितव्याची उभारणी करण्यास किंवा त्याचं नियोजन करण्यास सुरुवात करतात, त्या वेळी नेमकी कुठून सुरुवात केली पाहिजे हे बहुतांश लोकांना माहितीच नसतं. त्यांच्या आयुष्यासाठी ते कधीही आर्थिक योजना तयार करत नाहीत. श्रीमंतीच्या काही ब्ल्यूप्रिंट असतात. पैशाचा प्रश्न येतो त्या वेळी बहुतेक लोक त्यांच्या आर्थिक योजनेचं अनुकरण करतात आणि ती योजना ही बहुतेक वेळा कठोर परिश्रम करा आणि पैशाची बचत करा अशीच असते. या योजनेचं अनुसरण करून कोट्यवधी लोक कामावर नेणाऱ्या आणि तिथून परत आणणाऱ्या ट्रेनमधून प्रवास करत राहतात. त्यांच्या ट्रेनच्या खिडकीतून ते मोठमोठ्या लिमोझिन कार, औद्योगिक विमानं, सुखसोईंनी युक्त घरं यांच्याकडे फक्त बघत राहतात.

वाहतूक प्रचंड असलेल्या वेळेत वाहतुकीच्या कोंडीत अडकल्यानंतर आपल्या ट्रेनच्या, विमानाच्या किंवा कारच्या खिडकीतून बाहेर फक्त नजर टाकत राहण्यात तुम्हाला आपलं आयुष्य गमवायचं नसेल तर तुम्हाला अधिक जलद आर्थिक योजना तयार करण्यास सुरुवात करावी लागेल. अधिक जलद गतीच्या योजनेची उभारणी करण्याची आणि ती विकसित करण्याची सुरुवात कशी करावी यासाठी पुढे काही कल्पना दिल्या आहेत.

१. पहिल्यांदा तुमच्या बाहेर पडण्याच्या मार्गाची व्यूहरचना करा.

मला नेहमीच असं विचारलं जातं की, 'मी गुंतवणूक करण्याची सुरुवात कशी करू?' किंवा 'मी कशात गुंतवणूक करावी?' मी आणखी एक प्रतिप्रश्न विचारून त्यांना उत्तर देतो. मी विचारतो, 'तुमची गुंतवणुकीतून बाहेर पडण्याची व्यूहरचना काय आहे?' आणि काही वेळा माझा दुसरा प्रश्न असा असतो – 'तुम्हाला गुंतवणुकीतून बाहेर पडायचं असेल, त्या वेळी तुमचं वय काय असावं असं तुम्हाला वाटतं?'

माझ्या श्रीमंत वडिलांनी पुनःपुन्हा असं सांगितलं होतं की, 'व्यावसायिक गुंतवणूकदार नेहमीच गुंतवणुकीपूर्वी गुंतवणुकीतून बाहेर पडण्याची व्यूहरचना आखतो.' बाहेर पडण्याची व्यूहरचना ही गुंतवणुकीतील मूलभूत गोष्ट असते म्हणूनच श्रीमंत वडिलांनी असंही सांगितलं होतं की, 'तुम्ही सुरुवातीजवळ पोहोचण्याआधी नेहमीच शेवटापासून सुरुवात करा.' दुसऱ्या शब्दांत तुम्ही गुंतवणूक करण्यास सुरुवात करण्यापूर्वी तुम्हाला पहिल्यांदा कशी, कधी, कुठे आणि किती रकमेसह बाहेर पडायचं आहे हे माहिती असलं पाहिजे. उदाहरणार्थ, एखादी व्यक्ती तुमच्याकडे येऊन तुम्हाला विचारू लागली की, 'सुट्टीवर जाण्याचं नियोजन करण्यापूर्वी तुम्ही पहिली कोणती गोष्ट केली पाहिजे?' किंवा 'मी कशाचा अभ्यास करावा?' असं तुम्हाला कोणी विचारलं तर त्याचं एक उत्तर असं असेल की, 'तुला कधी परत यायचं आहे' ते आधी ठरव. किंवा 'तुला पदवी मिळवल्यानंतर कोण व्हायचं आहे?' त्याचा विचार कर. गुंतवणुकीच्या बाबतीतही हीच गोष्ट लागू होते. तुम्ही कशात गुंतवणूक केली पाहिजे हे ठरवण्याच्या आधी तुम्हाला पहिल्यांदा ही गुंतवणूक कधी थांबवायची आहे ते माहिती असलं पाहिजे म्हणूनच श्रीमंत वडील पुनःपुन्हा असं सांगत होते की, 'बाहेर पडण्याची व्यूहरचना माहिती असणं हे गुंतवणुकीतील मूलभूत तत्त्व असतं.'

अनेक लोक गुंतवणूक करतात. कारण, आपल्या निवृत्तीनंतर आपण काम करत असलेली कंपनी किंवा सरकार, आपले कामाचे दिवस संपल्यानंतर आपली काळजी घेणार नाही हे त्यांना माहिती असतं. आज अनेक लोक त्यांच्या दीर्घकालीन आर्थिक सुरक्षिततेसाठी गुंतवणूक करत आहेत. आज खूपच जास्त लोक गुंतवणूक करत आहेत ही गोष्ट चांगली असली तरीही अनेक लोक गुंतवणूक सुरू करण्याआधी त्यांच्या बाहेर पडण्याच्या व्यूहरचनेचा विचार करत नाहीत, असं मला वाटतं.

तुम्ही काम करणं थांबवाल त्या वेळी तुमच्याकडे किती पैसे असतील?

काही वर्षांपूर्वी मला कोणीतरी फेडरल सरकारकडची ही आकडेवारी दिली होती. ही आकडेवारी काही वर्षांपूर्वीची असली तरीही आतापर्यंत त्यातली गुणोत्तरं किंवा डॉलर्समधील रकमांमध्ये फार मोठा बदल झाला असेल असं मला वाटत नाही.

निवृत्त होण्याचा विचार करता बहुतांश लोक पासष्ट वर्षानंतर निवृत्त होण्याचं किंवा नोकरीतून बाहेर पडण्याचं नियोजन करतात. यातला प्रश्न असा आहे : तुमचे कामाचे दिवस संपल्यानंतर तुम्हाला किती उत्पन्न मिळालं पाहिजे अशी अपेक्षा आहे? सरकारनं २० ते ६५ या वयोगटातील लोकांचा मागोवा घेतला आणि त्यांना असं आढळलं की, ६५ वर्षांपर्यंत दर १०० लोकांपैकी –

३६ लोक मरण पावले होते.

५४ लोक सरकारच्या किंवा कुटुंबाच्या आधारावर राहत होते.

५ लोक तरीही काम करत होते, कारण त्यांना ते करणं भागच होतं.

४ लोक उत्तम सांपत्तिक स्थितीत होते.

१ व्यक्ती श्रीमंत होती.

मी आधी असं म्हटलं होतं की, बहुतेक लोकांकडे आयुष्यभर कठोर कष्ट करण्याची आणि गरीब होऊन निवृत्त होण्याची योजना असते. माझ्या या विधानावर या आकडेवारीमुळे शिक्कामोर्तब होतं. एक तर त्यांनी गरीब होऊन निवृत्त होण्याची योजना आखलेली असते किंवा आपल्या आर्थिक योजनेकडे अगर बाहेर पडण्याच्या व्यूहरचनेकडे लक्ष दिलेलं नसतं.

या आकडेवारीवर नजर टाकल्यावर एक प्रश्न निर्माण होतो : तुम्ही ६५ वर्षांचे असाल त्या वेळी नोकरीतून बाहेर पडल्यानंतर तुम्हाला कोणत्या गटात जाण्याची इच्छा असेल किंवा तुम्ही त्यासाठी काय नियोजन करता? माझे गरीब वडील भरपूर शिकलेले आणि कष्टाळू असले तरीही त्यांना सातत्यानं अधिक उच्च शिक्षणासाठी शैक्षणिक संस्थांमध्ये जावं लागलं आणि तरीही आयुष्याच्या अखेरीस निवृत्तीच्या वेळी ते बाहेर पडले, त्या वेळी त्यांच्या क्षेत्रातील सगळ्यात तळाशी असलेल्या गटातील व्यक्तीइतकं त्यांचं उत्पन्न होतं. दुसरीकडे माझ्या श्रीमंत वडिलांनी श्रीमंत वर्गवारीत खूपच वरचं स्थान पटकावून निवृत्ती पत्करली होती. दोन्ही पुरुषांनी जवळजवळ शून्यातून सुरुवात केली असली तरीही त्या प्रत्येकाकडे वेगवेगळी योजना आणि बाहेर पडण्याची व्यूहरचना होती. दोन्ही पुरुषांनी ६५ वर्षांनंतरही काम करणं सुरूच ठेवलं असलं तरीही त्यांच्यातला फरक असा होता की, एकाला काम करणं भागच होतं आणि दुसऱ्याला त्या कामातून आनंद मिळत होता म्हणून तो काम करत होता.

तुमच्या बाहेर पडण्याच्या व्यूहररचनेचं उद्दिष्ट काय असतं?

सरकारी आकडेवारीवर नजर टाकल्यानंतर माझ्या असं लक्षात आलं की, एखाद्याची आर्थिकदृष्ट्या नोकरीतून किंवा व्यवसायातून बाहेर पडण्याची व्यूहरचना ठरवण्यासाठी जास्त उपयुक्त तक्ता तयार करायचा असेल तर आणखीही काही फरक लक्षात घेतले पाहिजेत. अमेरिकन सरकारची ही आकडेवारी लक्षात घेता मी या आकडेवारीत सन २०००च्या डॉलर मूल्यांकनाच्या आधारावर डॉलर्समधल्या फरकाची आणखी भर टाकली. ६५ वर्षांचे असताना निवृत्त झाल्यानंतर काम नसताना मिळणारं उत्पन्न तीन वर्गवारीत मोडतं :

गरीब :	२५,००० किंवा त्याहून कमी डॉलर्सचं वार्षिक उत्पन्न
मध्यमवर्गीय :	२५,००० ते १,००,००० डॉलर्सचं वार्षिक उत्पन्न
भरपूर पैसा असलेले किंवा उच्च मध्यमवर्गीय :	१,००,००० ते १० लाख डॉलर्सचं वार्षिक उत्पन्न
श्रीमंत :	१० लाख डॉलर किंवा त्याहून अधिक डॉलर्सचं वार्षिक उत्पन्न
अतिश्रीमंत :	१० लाख किंवा त्याहून अधिक डॉलर्सचं मासिक उत्पन्न

यातलं दुर्दैवी वास्तव असं आहे की, कामातून बाहेर पडताना प्रत्येक १०० अमेरिकनांपैकी फक्त एक जण उच्च मध्यमवर्गीय किंवा भरपूर पैसा असलेल्या अगर त्याहून उच्च वर्गवारीपर्यंत पोहोचतो. सरकारी आकडेवारी सांगते त्यानुसार, १०० पैकी ३६ जण मरण पावण्याची शक्यता असते. हे ३६ जण कामातून बाहेर पडण्याच्या आधीच जगाचा निरोप घेतात. याचा अर्थ ६४ पैकी ५९ लोक भरपूर पैसा असलेल्या लोकांच्या वर्गवारीहून कमी वर्गवारीत असताना नोकरीतून किंवा व्यवसायातून बाहेर पडतात. फक्त पाच जण या पातळीच्या पलीकडे पोहोचतात. स्पष्टपणे निश्चित करण्यात आलेल्या बाहेर पडण्याच्या व्यूहरचनेखेरीज असलेली मंद गतीची आर्थिक योजना हे यामागचं एक कारण असतं.

माझ्या गुंतवणूक चर्चासत्रांमध्ये मी नेहमीच गुंतवणूकदारांना विचारतो, 'तुमचे काम करण्याचे दिवस संपुष्टात आले की, तुम्हाला कोणत्या गटात राहण्याची इच्छा आहे?' दुसऱ्या शब्दांत 'तुमची बाहेर पडण्याची लक्ष्य पातळी काय आहे?' बहुतेक लोकांना बाहेर पडण्याच्या मध्यमवर्गीय वर्गवारीत असताना बाहेर पडण्यात आनंद वाटतो ही गोष्ट मला स्वारस्यपूर्ण वाटते. मग मी म्हणतो, 'जर तुम्हाला त्यात आनंद वाटत असेल तर तुम्ही मंद गतीच्या ट्रेनमधून प्रवास करत राहा. ती मंद गतीची ट्रेन तुम्हाला तिथपर्यंत घेऊन जाईल.' मी पुढे असं स्पष्ट करतो की, 'मंद गतीची ट्रेन सुरक्षित नोकरी शोधण्याच्या, कष्ट करण्याच्या, तुमच्याकडच्या साधनसामग्रीहून कमी दर्जात जगण्याच्या आणि दीर्घकालीन गुंतवणूक करत राहण्याच्या वेळापत्रकाचं अनुसरण करते.'

'मी मंद गतीच्या ट्रेनमधूनही भरपूर पैसा असलेल्या वर्गवारीत जाऊ शकतो का?' असं मला विचारलं जातं, त्या वेळी माझं उत्तर असतं, 'होय. तुम्ही सुरक्षित, संरक्षित, उच्च वेतनाच्या नोकरीच्या साहाय्यानं तिथपर्यंत पोहोचू शकता; पण तुम्हाला त्यासाठी तरुणपणापासून गुंतवणुकीला सुरुवात केलीच पाहिजे. काटकसरीनं जगलं पाहिजे, तुमच्या उत्पन्नाचा मोठा भाग गुंतवणूक पर्यायांमध्ये गुंतवलाच पाहिजे आणि शेअर बाजार कोसळणार नाही, याची सतत इच्छा करत राहिलं पाहिजे आणि पंचावन्न वर्षांनंतर निवृत्त होण्याची इच्छाही बाळगली पाहिजे.' याचं स्पष्टीकरण देताना मी पुढे सांगतो, 'नोकरीतील सुरक्षिततेच्या आणि काटकसरीच्या योजनेचा वापर करून भरपूर पैसा असलेली व्यक्ती बनण्यासाठी एक किंमत चुकती करावी लागते. अशा प्रकारच्या पारंपरिक योजनेचा वापर करून श्रीमंत आणि अतिश्रीमंत पातळीपर्यंत पोहोचणं नेहमीच अतिशय अवघड असतं.' तुम्हाला जर निवृत्त

झाल्यानंतर मध्यमवर्गीय किंवा भरपूर पैसा असलेल्या व्यक्तीच्या वर्गवारीत राहायचं असेल तर तुम्हाला या पुस्तकाची गरजच नाही. या पातळ्यांसाठी किंवा हा संदर्भ आणि वास्तव असलेल्या लोकांसाठी अनेक पुस्तकं लिहिण्यात आली आहेत. मध्यमवर्गीय पातळी आणि भरपूर पैसा असलेली पातळी या नोकरी किंवा व्यवसाय सोडून बाहेर पडण्याच्या चांगल्या पातळ्या आहेत; पण सुमारे ५० टक्के लोकसंख्या या पातळ्यांपर्यंतही पोहोचत नाही, त्यांची मला खरी काळजी वाटते.

जलद गतीची ट्रेन पकडा

माझ्याप्रमाणेच अत्यल्प पैसा असताना तुम्हाला आयुष्याची सुरुवात करायची असेल आणि तरुणपणी व श्रीमंत होऊन निवृत्त व्हायचं असेल तर तुम्हाला नोकरीतील सुरक्षिततेचा त्याग करण्याची आणि जलद गतीची ट्रेन पकडण्याची सर्वाधिक गरज असेल. अशा व्यक्तीकडे खुलं मन, जलद गतीच्या कल्पना, अधिक चांगलं व्यावसायिक आणि गुंतवणुकीचं शिक्षण आणि जास्त जलद गतीची योजना असण्याची गरज असेल. दुसऱ्या शब्दांत, अशा लोकांना अनेक लोकांच्या तुलनेत वेगळ्या मानसिक संदर्भातून आणि माहितीतून काम करण्याची गरज असेल. जे लोक पुष्कळ पैसा असलेल्या पातळीपर्यंत पोहोचण्यासाठी नोकरीच्या सुरक्षिततेचा आणि दीर्घकालीन गुंतवणूक योजनेचा वापर करतात, त्यांच्याकडे श्रीमंत आणि अति श्रीमंत पातळ्यांचा कडकपणा, कठोरपणा हाताळण्यासाठी लागणाऱ्या माहितीचा, संदर्भाचा आणि क्षमतेचा अभाव असतो. दुस-या शब्दांत त्यांच्याकडे पैसा असू शकतो; पण श्रीमंतांकडच्या आणि अति श्रीमंतांकडच्या वास्तवाचा त्यांच्याकडे अभाव असतो. माझ्या श्रीमंत वडिलांनी असं म्हटलं होतं की, 'भरपूर पैसे असण्याहूनही श्रीमंत असणं ही आणखीही बरंच काही असावं लागणारी गोष्ट असते.'

माझ्या पत्नीनं – किमनं आणि मी निवृत्तीच्या वेळी भरपूर पैसे असलेल्या पातळीवर आयुष्याच्या या रस्सीखेचीतून बाहेर पडायचं असं ठरवलं होतं. आमचं तेच उद्दिष्ट होतं. १९८५मध्ये एकदा आम्ही आमचं उद्दिष्ट निश्चित केल्यानंतर आम्ही पुन्हा मागे फिरलो आणि मुळापासून काम सुरू केलं आणि पहिल्यांदा बाहेर पडण्याची व्यूहरचना, आमची गुंतणूक योजना विकसित केली आणि फक्त त्यानंतरच आम्ही आमची गुंतवणुकीत प्रवेश करण्याची व्यूहरचना ठरवली. आमच्याकडे एकदा कधी बाहेर पडायचं याची व्यूहरचना असल्यानंतर आम्हाला नेमकं काय करायचं आहे आणि कुठून सुरुवात करायची आहे ते माहिती होतं. आमच्या दृष्टीनं ती गोष्ट म्हणजे व्यवसायाची उभारणी करण्यासाठी आणि रिअल इस्टेटमध्ये गुंतवणूक करण्यासाठी जलद गतीच्या ट्रेनमध्ये बसणं होती. याचा अर्थ काही आठवडाअखेरीला सुट्ट्या घेणं सोडून देणं आणि कमी प्रमाणात टी.व्ही. पाहणं असा होता. याचा अर्थ मित्रांनी आणि नातेवाइकांनी 'तू नोकरी का मिळवत नाहीस?' आणि 'तू इतके प्रचंड कष्ट घेऊन का काम करतोस?' असं विचारणं असा होतो.

जलद गतीची ट्रेन पकडण्यासाठी कठोर परिश्रम, नोकरीतील सुरक्षिततेचा अभाव आणि कठोर वेळापत्रक पार पाडणं अशी किंमत मोजावीच लागते. किम सदतीस वर्षांची आणि मी सत्तेचाळीस वर्षांचा असताना आम्ही आमचं उद्दिष्ट गाठलं होतं. आम्ही योजना

तयार केल्यापासून उद्दिष्ट साध्य करण्यापर्यंतचा कालावधी हा तब्बल नऊ वर्षांचा होता. आम्ही आमची योजना १९८५मध्ये तयार केली होती आणि १९९४मध्ये तिच्यातून बाहेर पडलो. १९८५मध्ये आम्हाला झपाट्यानं भरपूर पैसे असलेल्या पातळीपर्यंत नेणाऱ्या योजनेची आम्ही निवड केली होती. त्याबरोबरच या योजनेनं आम्हाला श्रीमंत व अतिश्रीमंत पातळ्यांपर्यंत जाण्याची पात्रता प्राप्त होण्यासाठी आवश्यक अनुभवही मिळवून दिला होता. अशाच योजनेची आम्ही निवड केली होती. पात्रता हा इथला महत्त्वाचा शब्द आहे. या आणि यापुढच्या प्रकरणांमध्ये मी याचं स्पष्टीकरण देणार आहे.

आमच्या गुंतवणुकांनी आम्हाला वार्षिक १,००,००० डॉलर्सचं निष्क्रिय उत्पन्न मिळवून दिल्यामुळे आम्ही श्रीमंत बनण्याच्या पुढच्या पातळीपर्यंत जाऊ शकलो. आमच्याकडे या पातळीपर्यंत जाण्यासाठी लागणारा वेळ, पैसा आणि मूलभूत पात्रता होत्या, हे यामागचं कारण होतं. आम्ही पाच वर्षांत भरपूर पैसा असल्याच्या पातळीपासून श्रीमंत या पातळीपर्यंत पोहोचलो. अवशिष्ट उत्पन्नाची अतिश्रीमंत पातळी हे यानंतरचं थांबण्याचं ठिकाण आहे.

सैद्धान्तिकदृष्ट्या सर्व पातळ्यांतून जाणारी आमची मूलभूत योजना साधी होती. व्यवसायाची उभारणी करणं आणि रिअल इस्टेटमध्ये गुंतवणूक करणं अशी ती योजना होती. आज आम्ही व्यवसायाची उभारणी करणं आणि रिअल इस्टेटमध्ये गुंतवणूक करणं या गोष्टी सुरूच ठेवल्या आहेत. ही योजना साधीच असली तरीही आमच्या शिक्षणात आणि अनुभवात मात्र वाढ झाली आहे. या शिक्षणामुळे आणि अनुभवामुळेच आम्हाला व्यवसायाची उभारणी करणं आणि रिअल इस्टेट विकत घेणं या गोष्टी गतीनं करणं शक्य झाल्या. दुसऱ्या शब्दांत, आम्ही चुका केल्या, त्या दुरुस्त केल्या आणि त्यांच्यापासून शिकलो. त्या चुका केल्यामुळे आणि त्यांच्यातून शिकल्यामुळे आमच्या संदर्भाचा, आमच्याकडचा माहितीचा किंवा ज्ञानाचा आकार वाढला. जास्त मोठे प्रकल्प आणि डॉलरमधील जास्त मोठ्या रकमा हाताळण्याची आमची क्षमता आणि त्याबरोबरच या जास्त मोठ्या आणि जास्त गुंतागुंतीच्या वस्तुस्थितींवर व आकड्यांवर प्रक्रिया करण्याची आमची गतीही वाढली. आम्ही जलद गतीच्या ट्रेनमध्ये चढल्यामुळे, जे लोक मंद गतीच्या ट्रेनमधून प्रवास करून भरपूर पैसे मिळवण्याच्या पातळीपर्यंत पोहोचले होते, त्यांच्या तुलनेत आम्हाला वेगळा व्यवसाय आणि गुंतवणूकदार म्हणून वेगळी पात्रता मिळाली.

आम्ही सुरुवात मंद गतीनं केली; पण शिक्षण, अनुभव आणि समान मनोरचनेचे मित्र मिळवले. आमच्या साध्या योजनेसह, आमच्या संदर्भासह, माहितीसह, क्षमतेसह आम्ही पुढे जात राहिल्यानंतर आमच्या व्यवसायाच्या उभारणीत किंवा उत्पन्न मिळवून देणाऱ्या रिअल इस्टेटच्या संपादनात गती निर्माण झाली. ज्या वेळी माझे अनेक समवयस्क लोक त्यांच्या भरपूर उत्पन्न कमावण्याच्या काळापर्यंत पोहोचले होते, त्या वेळी आमची उत्पन्नाची क्षमता नुकतीच कुठे उड्डाण करण्याच्या पातळीपर्यंत पोहोचली होती. माझे अनेक समवयस्क लोक ज्या वेळी ८०,००० ते ३,५०,०००० डॉलर्स उत्पन्न मिळवण्यात समाधानी होते, त्या वेळी आमचं उत्पन्न अतिजलद ट्रेनमधून प्रवासाला लागलं होतं. यातली चांगली गोष्ट अशी आहे की, आम्ही कमी आणि आणखी कमी काम करत होतो, तर आम्हाला जास्त आणि आणखी जास्त उत्पन्न मिळत चाललं होतं. आमच्या योजनेप्रमाणेच गोष्टी चालल्या होत्या.

१९६०च्या दशकात मी हायस्कूलमध्ये असताना माझे गरीब वडील माझ्या श्रीमंत वडिलांच्या तुलनेत खूपच जास्त पैसा कमावत होते. मी महाविद्यालयात जाईपर्यंत माझ्या गरीब वडिलांच्या तुलनेत माझे श्रीमंत वडील जवळजवळ वीस पट जास्त कमाई करत होते. खरं तर माझे गरीब वडील त्या वेळी त्यांच्या सर्वोच्च उत्पन्न मिळवण्याच्या काळात होते. ते दोघेही ज्या वेळी त्यांच्या साठीजवळ पोहोचले होते, त्या वेळी माझ्या गरीब वडिलांना कशीबशी आर्थिकदृष्ट्या वाटचाल करता येत होती. जर सामाजिक सुरक्षिततेचा आणि मेडिकेअरचा आधार नसता तर त्यांच्यावर रस्त्यावर राहण्याची किंवा त्यांच्या मुलांबरोबर राहण्याची वेळ आली असती. त्याच वेळी माझ्या श्रीमंत वडिलांची एकूण संपत्ती ही जवळजवळ १५ कोटी डॉलर्सवर पोहोचली होती आणि ती आणखी वाढतच चालली होती. ते दोघेही ६५ वर्षांचे होईपर्यंत माझ्या गरीब वडिलांनी त्यांच्या हयातीत जितकी कमाई केली होती, तितकी कमाई माझे श्रीमंत वडील फक्त एका वर्षात करत होते. दोन्ही पुरुषांची आयुष्यं त्यांच्या योजनांप्रमाणेच गेली होती. माजी कामगारमंत्री रॉबर्ट रिच यांनी म्हटलं होतं की, 'दोन मार्ग निर्माण होतात. एक जलद गतीचा आणि एक मंद गतीचा आणि त्यांच्या दरम्यान कुठल्याही श्रेणी नसतात.'

२. तुमच्यासाठी काम करणारी योजना तयार करा.

माझ्या अंदाजाप्रमाणे सुमारे ९० टक्के लोकसंख्या एकाच योजनेचं अनुसरण करते म्हणूनच ९९ टक्क्यांहून अधिक लोकसंख्या भरपूर पैसे मिळवण्याच्या वर्गवारीच्या खालीच राहते. काही लोक भरपूर पैसा मिळवण्याच्या किंवा श्रीमंत पातळीपर्यंत पोहोचण्याचा प्रयत्न करतात आणि तिथपर्यंत पोहोचतातही; पण त्यांची योजना प्रत्यक्षात उतरवण्यात ते अपयशी ठरतात.

मी तुमची स्वतःची योजना तयार करण्यावर भर देतो, कारण आपल्यापैकी प्रत्येकानं आपल्या स्वतःच्या ताकदी आणि दुर्बलता, आशा आणि आकांक्षा विचारात घेण्याची गरज असते. मला हे माहिती होतं की, मला माझी स्वतःची योजना निर्माण करण्याची गरज होती. कारण, माझ्या गरीब वडिलांप्रमाणे मी पुस्तकी ज्ञानाचा, शैक्षणिक पातळीचा विचार करता, हुशार नव्हतो. मी इतर क्षेत्रांमध्ये हुशार होतो; पण आपली शैक्षणिक व्यवस्था ज्या गोष्टी हुशारीच्या मानते त्यांच्यात मी हुशार नव्हतो. तुमची अंगभूत हुशारी कशात आहे आणि तुम्ही कोणत्या प्रक्रियेद्वारे उत्तम प्रकारे शिकू शकता हे शोधून काढणं ही तुमची योजना तयार करण्यातील एक पायरी असते.

रिच किड, स्मार्ट किड या माझ्या पुस्तकात मी सात वेगवेगळ्या प्रकारच्या बुद्धिमत्तांविषयी आणि चार वेगवेगळ्या प्रकारच्या अध्ययन मार्गांविषयी लिहिलं आहे. सध्याची शिक्षणव्यवस्था फक्त एकच बुद्धिमत्ता ओळखते. या व्यवस्थेत मौखिक, शाब्दिक-भाषिक बुद्धिमत्ता, लिहिण्या-वाचण्याची क्षमता आणि फक्त अध्ययनाचा एकारलेला मार्ग यातली बुद्धिमत्ताच ओळखली जाते. माझे गरीब वडील प्रमुख असलेल्या संघटनेकडून - सरकारी शिक्षण विभागाकडून इतर क्षेत्रातील बुद्धिमत्ता ओळखली जात नसली तरीही माझ्या गरीब वडिलांनी माझी बुद्धिमत्ता आणि माझा अध्ययनमार्ग शोधण्यात मला मदत केली. आज मला शाळेत जे शिकवलं गेलं होतं त्याच्या साहाय्यानं नव्हे, तर माझ्या स्वतःच्या योजनेचं अनुसरण करून मी जे शिकलो होतो, त्याचा वापर करून मी पैसा मिळवत आहे.

तुम्ही आता शाळेत नसलात आणि तुम्हाला मुलं नसली तरीही आपली स्वतःची बुद्धिमत्ता आणि तुमची स्वतःची वैयक्तिक अध्ययनशैली शोधून काढणं हे तुमच्यासाठी एक चांगलं काम ठरू शकेल. तुम्हाला तरुणपणी निवृत्त व्हायचं असेल आणि निवृत्त होताना श्रीमंत बनायचं असेल तर तुमची बुद्धिमत्ता माहिती करून घेणं आणि तुमच्या अध्ययनाचा अद्वितीय मार्ग समजून घेणं हा तुमच्या योजनेचा महत्त्वाचा भाग असेल.

नोकरीच्या सुरक्षिततेचा मार्ग सोडणं

लॅरी आणि मी झेरॉक्स कॉर्पोरेशनमधून १९७०च्या उत्तरार्धात उशिरा बाहेर पडलो तो दिवस मला अगदी स्पष्टपणे आठवतो. ती माझी अखेरची पारंपरिक नोकरी होती. त्यानंतर वीस वर्षांनी झेरॉक्समधील माझे बरेचसे सहकारी झेरॉक्ससमोरच्या तांत्रिक आणि आर्थिक आव्हानांमुळे कर्मचारीकपात होण्याच्या शक्यतेनं चिंताग्रस्त झाले होते. वीस वर्षांतील तफावत फक्त पैशांपेक्षाही जास्त गोष्टींनी वाढत गेली होती. ती जुन्या आणि नव्या वास्तवांमधील तफावत होती.

संदर्भातील बदल

वीस वर्षांपूर्वी नोकरी शोधणं आणि उद्योगातील शिडीच्या पायऱ्या भराभरा चढणं ही हुशारीची गोष्ट होती. एवढ्या चांगल्या कंपनीतील एवढ्या चांगल्या करिअरची संधी सोडून मी आणि लॅरी का बाहेर पडत होतो ते लोकांना समजत नव्हतं हे मला चांगलंच आठवतं. काहीही झालं तरी आम्ही वेगवेळ्या विभागांमधील विक्रीच्या कामात अव्वल स्थानी होतो. कंपनी तोपर्यंत आणखी वाढतच होती आणि आमची भवितव्यं उज्ज्वल असल्याचं दिसत होतं. त्या आर्थिक काळाच्या दरम्यान, नोकरी सोडून बाहेर पडण्याचा आमच्या दृष्टीनंही फारसा अर्थ असल्यासारखं दिसत नव्हतं. त्या काळात भरपूर पगाराची नोकरी सोडून बाहेर पडणं ही स्वीकारार्ह कृती नव्हती. तुमच्या पद्धतीनं काम करून उद्योगाच्या शिडीच्या पायऱ्या झपाट्यानं चढून वर जाणं ही स्वीकारार्ह कृती होती. एखाद्या दिवशी व्यवस्थापक किंवा अगदी तुमच्या विभागाचे उपाध्यक्ष बनणं ही स्वीकारार्ह कृती होती. ज्या वेळी १९७५ नंतर जन्मलेल्या म्हणजेच ज्या दरम्यान झेरॉक्स कंपनी सोडून मी बाहेर पडलो होतो, त्यादरम्यान जन्मलेल्या तरुणांबरोबर मी बोलतो त्या वेळी त्यांच्यापैकी अनेकांना उद्योग-व्यवसायातील शिडीच्या पायऱ्या चढून वर जाण्याची इच्छा नसल्याचं मला आढळलं. त्यांच्यापैकी बहुतेकांच्या दृष्टीनं स्वतःची कंपनी सुरू करणं, आयपीओच्या (इनिशियल पब्लिक ऑफरिंगच्या) माध्यमातून ती कंपनी सार्वजनिक क्षेत्रात नेणं आणि नंतर तरुणपणी निवृत्त होणं किंवा दुसरी कंपनी सुरू करून ती सार्वजनिक क्षेत्रात नेणं या गोष्टी करणं महत्त्वाचं असतं. २५ वर्षांच्या संदर्भात झालेला हा बदल खूपच मोठा आहे. माझ्या काही सहकाऱ्यांना तर आयपीओ म्हणजे काय हेही माहिती नाही; पण या मुलांना ते माहिती आहे. त्यांची मुलं उद्योजक बनण्याविषयी किंवा कंपनीला सार्वजनिक क्षेत्रात नेणाऱ्या उद्योजकाबरोबर काम करण्याविषयी बोलतात. कारण, त्यांना जलद मार्गानं निर्माण होणारी

संपत्ती हवी असते. आपल्या पालकांप्रमाणे जीवघेण्या स्पर्धेत काम करण्यात अडकून पडण्यापेक्षा माझ्या पिढीतील कोट्यवधी कष्टाळू लोकांचा गरिबखाना बनणाऱ्या कंपनीकडे त्यांना नेणारा जलद गतीचा मार्ग त्यांना हवा असतो.

तुम्ही बदलाला कसं हाताळता?

माझे काही मित्र फॅशनमधील, संगीतातील आणि तंत्रज्ञानातील बदलाची हेटाळणी करतात. ते रॅप संगीताची हेटाळणी करतात, त्यांच्याकडे ऑनलाइन व्यवसाय नसतो आणि अनेक डॉटकॉम अयशस्वी ठरल्याचा त्यांना आनंद होतो. जे लोक नोकरीतील सुरक्षितता, सोशल सिक्युरिटी आणि मेडिकेअर यांच्यावर विश्वास ठेवतात, त्यांच्यापैकीच हे लोक असतात – हे सगळे औद्योगिक युगातील कल्पनांना किंवा वचनांना चिकटून राहणारे लोक असतात.

काही लोक बदलाला विरोध करतात आणि काही लोक बदलापासून पळून जातात. माझे काही मित्र इंटरनेटचा परिणाम न होणाऱ्या किंवा त्याचा धोका नसलेल्या नोकऱ्यांच्या सक्रिय शोधात आहेत. त्यांच्यापैकी एकानं शिक्षकाची नोकरी पत्करली. त्याला मुलांना शिकवायला आवडत होतं अशातला भाग नव्हता, त्याला जगात होत असलेल्या बदलांपासून सुरक्षितता देणारं 'अभयारण्य' हवं होतं. जिथे त्याला नोकरीतील सुरक्षितता लाभेल आणि काढून टाकलं जाणार नाही, अशी नोकरी त्याला हवी होती. शालेय व्यवस्था हे बदलत्या जगापासून अभय देणारं त्याचं आश्रयस्थान होतं.

माझ्या आणखी एका मैत्रिणीनं इंटरनेटमुळे कधीही परिणाम होऊ न शकणारा एक व्यवसाय विकत घेतला. ती म्हणाली, 'ऑनलाइन व्यवसाय कसा करावा हे शिकण्याचं आता माझं वय राहिलेलं नाही. म्हणून मला इंटरनेटरोधक व्यवसाय हवा आहे. माझ्याकडे निवृत्तीनंतरच्या आयुष्यासाठी पैसा नाही, त्यामुळे मला काम करणं अगदी शक्य होणार नाही, तोपर्यंत – माझं शरीर पूर्ण थकून जाईपर्यंत मला काम करत राहायचं आहे.'

या उदाहरणांमधून बदलत्या काळाबरोबर न बदलणारी वास्तवं किंवा संदर्भ दिसून येतात. मध्यमवर्गीय आणि श्रीमंत यांच्यातील सातत्यानं वाढत चाललेल्या तफावतीत हे लोक मागे पडण्याची सर्वाधिक शक्यता असते. खूप मोठ्या संधी, पैसा आणि संपत्ती मिळवण्यासाठी जहाज बंदरातून बाहेर पडत आहे; पण अनेक लोक मागे राहण्याचीच निवड करत आहेत... आणि यामागचं कारण काय आहे? आपल्या मानसिक संदर्भात बदल घडवून आणणं त्यांना शक्य नाही हेच काय ते त्यामागचं कारण आहे. निघून गेलेल्या काळात – भूतकाळात ते अडकून पडले आहेत.

भविष्याकडे कसं पाहावं?

लंडनवरून न्यू यॉर्कला जाणाऱ्या विमानात मी आयबीएममधील एका उच्चस्तरीय अधिकाऱ्याच्या शेजारी बसलो होतो. आम्ही एकमेकांची ओळख करून घेतल्यानंतर मी त्याला विचारलं, 'तुम्ही भविष्यासाठी कशी काय तजवीज करता?' त्याचं उत्तर असं होतं, 'प्रौढांनी भविष्याकडे पाहताना केलेली चूक अशी होती की त्यांनी त्यांच्या स्वतःच्या नजरेनं भविष्याकडे पाहिलं होतं म्हणूनच अनेक प्रौढांना बदल होत असल्याचं पाहता आलं नाही. आगामी दहा वर्षांनी

जग कसं असेल हे तुम्हाला पाहायचं असेल तर फक्त पंधरा वर्षांच्या मुलाचं किंवा मुलीचं निरीक्षण करा. त्यांच्या नजरेनं जगाकडे बघा, मग तुम्हाला भविष्य दिसेल.

'तुम्ही तुमच्या मनातील जगाविषयीचा दृष्टिकोन सोडून दिला आणि प्रत्यक्षात जास्त तरुण लोकांच्या दृष्टिकोनातून जगाकडे पाहिलं तर तुम्हाला जास्त मोठं जग पाहता येईल, ते प्रचंड बदलानं भरलेलं असेल आणि त्यात तुम्हाला अद्याप निर्माण न झालेल्या पुष्कळ संधी भविष्यात मिळणार असल्याचं दिसेल. हेन्री फोर्डसाठी वाहन व्यवसायानं, जॉन डी रॉकफेलरसाठी तेल व्यवसायानं, बिल गेट्ससाठी संगणकांनी आणि याहू, गूगल आणि फेसबुकच्या तरुण संस्थापकांसाठी इंटरनेटनं ज्याप्रमाणे अधिक मोठं भवितव्य निर्माण केलं त्याप्रमाणेच या जगात व्यवसायाच्या आणि गुंतवणुकीच्या अनेक संधी असतील.'

मी त्याला नंतर विचारलं, 'हायस्कूलची किशोरवयीन मुलं ही स्वयंभू अब्जाधीश बनल्याचं आपल्याला लवकरच पाहायला मिळेल का?'

त्याचं उत्तर होतं, 'नक्कीच. मी तर यावर पैज लावायलाही तयार आहे.'

बंदरातून सुटलेलं अखेरचं जहाज पकडणं शक्य न झाल्यामुळे तुम्ही आज श्रीमंत नसाल तर काळजी करू नका. श्रीमंतांच्या आणि संधीच्या भूमीकडे जाणारं दुसरं जहाज प्रवासासाठी सज्ज होत आहे. यातला प्रश्न फक्त एवढाच आहे की : तुम्ही त्यावर असाल का?

इतिहासाची पुनरावृत्ती होते

अर्थशास्त्र आणि आर्थिक इतिहास हे माझे शाळेतील आवडते विषय होते. आर्थिक इतिहास हा कोणत्याही काळातील आघाडीच्या अर्थतज्ज्ञांशी निगडित असतो. ॲडम स्मिथ, डेव्हिड रिकार्डो, थॉमस माल्थस आणि जॉन मेनार्ड किनेस हे त्यांच्यापैकी काही अर्थशास्त्रज्ञ होत. त्यांच्या जीवनकथा आणि त्यांनी जगाकडे कोणत्या दृष्टिकोनातून पाहिलं होतं, या दोन्ही गोष्टींचा अभ्यास अतिशय रुचीपूर्ण आहे. तंत्रज्ञान, माणूस आणि अर्थकारण यांचा विकास कसा झाला हे पाहणं अत्यंत स्वारस्यपूर्ण आहे.

आर्थिक इतिहासातील एका कालखंडाला लुडाईट्स या लोकांच्या गटाचं नाव देण्यात आलं आहे. लुडाईट्स हे लोक फॅक्टऱ्या आणि फॅक्टऱ्यांमधील यंत्रसामग्रीची नासधूस करण्यासाठी एकत्र आलेले लोक होते. कारण, त्यांना नोकऱ्या गमावण्याची भीती वाटत होती. आज ज्या वेळी एखादी व्यक्ती लुडाईट आहे असं कोणीतरी म्हणतं त्या वेळी नेहमीच ते तंत्रज्ञानातील बदलावर हल्ला करणाऱ्या किंवा तंत्रज्ञानातील बदलामुळे धास्तावलेल्या किंवा फक्त तंत्रज्ञान दूर व्हावं आणि त्याने जग तंत्रज्ञानमुक्त व्हावं असं वाटणाऱ्या लोकांचा संदर्भ देत असतात. मूळचे लुडाईट्स लोक केव्हाच काळाच्या उदरात गडप झाले असले तरी आधुनिक काळातील लुडाईट्सनी त्यांची जागा घेतली आहे. इतिहासाकडे आपली पुनरावृत्ती घडवून आणण्याचा मार्ग असतोच असतो.

तुम्ही भूतकाळात अडकून पडला आहात का?

आपल्यापैकी अनेक जण टीव्हीवरचे कार्यक्रम पाहतात. काही कार्यक्रमांमध्ये सूत्रसंचालक विचित्र पोशाख केलेल्या व्यक्तीला आणतो आणि नंतर त्याचं किंवा तिचं रूप आमूलाग्र

पालटून टाकतो. केशरचनाकारांची, प्रतिमा सल्लागारांची आणि रंग तज्ज्ञांची टीम फॅशनच्या जगात आपत्तिजनक, विचित्र ठरणाऱ्या त्या व्यक्तीवर तुटून पडते आणि मग तिचं फॅशनमधील चमत्कारात रूपांतर करते. काही कायापालट खरोखरच आश्चर्यकारक असतात आणि काही तर अगदी आयुष्य बदलून टाकणारेही असतात.

माझा एक मित्र जागतिक पातळीवरच्या सर्वोच्च व्यावसायिक प्रतिमा सल्लागारांपैकी एक आहे. याचा अर्थ त्याला श्रीमंत लोकांचे पोशाख तयार करण्यासाठी आणि त्यांची प्रतिमा बदलून टाकण्यासाठी पैसे दिले जातात. माझ्या पोशाखासाठी मी ज्या लोकांना पैसे देतो, त्यांच्यात त्याचाही समावेश आहे. मला भूतकाळात बंदिस्त होऊन, अडकून पडायचं नाही हे माझ्या कपड्यांच्या निवडीसाठी आणि केशरचनेसाठी मी कोणाला तरी पैसे देण्यामागचं कारण आहे. त्याऐवजी मला संदर्भ आणि माहिती यांच्यातील बदलांशी एकतानता साधून काळाबरोबर पुढे जायचं आहे. माझी प्रतिमा मी बदलतो. कारण, त्यामुळे मला गेलेल्या काळात अडकून पडण्याच्या तुलनेत काळाशी सुसंगत राहण्यास मदत होते.

या व्यावसायिक प्रतिमा सल्लागारानं मला एकदा असं सांगितलं होतं की, 'ज्या काळात लोकांना आयुष्याविषयी आत्यंतिक उत्सुकता, रोमहर्षकता वाटत असते, त्या काळात लोक सहसा नेहमीच अडकून पडतात. त्या काळात त्यांना कदाचित आपण खूपच यशस्वी झालो आहोत असं वाटतं किंवा त्या काळात त्यांना खूप गंमत वाटलेली असते. तो काळ त्यांना खूपच चैतन्यमयी वाटलेला असतो. त्या काळात ते लैंगिकदृष्ट्या अतिशय सक्रिय असतात किंवा त्या काळात या सगळ्याच गोष्टी त्यांच्या बाबतीत घडलेल्या असतात. म्हणूनच तुम्हाला माझ्या वयाचे स्त्री-पुरुष अजूनही हिप्पींसारखे दिसत असल्याचं आढळेल. त्यांच्यापैकी अनेकांना व्हिएतनामच्या युद्धाला विरोध करण्यात आलेला काळ अतिशय चैतन्यमय वाटतो. त्याच्या बरोबर विरुद्ध बाजू अशी आहे की त्याच काळातील अनेक नामवंत अद्यापही लष्करी पोशाखात आढळतात. युद्धकाळात त्यांना आपण खूपच चैतन्यशील असल्यासारखं वाटत होतं किंवा त्या वेळी त्यांच्या आयुष्याला जास्त मोठा अर्थ होता, असं त्यांना वाटतं..'

पदवीधर झाल्याला अनेक वर्षं उलटून गेल्यानंतरही आपले महाविद्यालयीन स्वेटशर्ट घातलेले लोक तुम्हाला दिसतात, त्या वेळी ही गोष्टही आपल्या कपड्यांच्या माध्यमातून आपल्या भूतकाळाविषयीचं प्रेम व्यक्त करण्याचीच असते. भूतकाळात अडकून पडल्याचं आणखी एक उदाहरण म्हणजे ज्या वेळी लोक जास्त प्रौढ बनतात, त्या वेळी ते जास्तीत जास्त प्रमाणात आपल्या पालकांप्रमाणे कृती करू लागतात, दिसू लागतात आणि पोशाखही करू लागतात. याच्या विरुद्ध गोष्टही दिसते. काही लोक मुलांसारखे पोशाख करू लागतात. याचा अर्थ ते जास्त तरुण दिसण्याचा आणि ज्या वेळी ते सर्वाधिक आकर्षक होते त्या काळात परतण्याचा प्रयत्न करत असतात. कालौघात बदलण्याऐवजी भूतकाळात अडकून पडल्याची ही उदाहरणं आहेत. ते कशा प्रकारे पोशाख करतात त्यावरून हे दिसून येतं. हे लोक नेहमीच जसजसे जास्त प्रौढ बनत जातात तसतसे अधिक कर्मठ, कट्टर बनत जातात आणि कमी लवचीक बनतात.

तुम्हाला भूतकाळात अडकून पडण्याची इच्छा का नसते?

अतिरेकी प्रमाणात फॅशन करणारे किंवा नवीन प्रकारची फॅशन करणारे किंवा अत्याधुनिक फॅशन करणारे असे वेगवेगळ्या प्रकारचे लोक आपल्याला दिसतात. मी त्यांच्याविषयी बोलत नाही. मी पोशाखाच्या बाबतीत हुशारीनं फॅशन करण्याची शिफारस करतो, कारण तुम्ही काळाशी सुसंगत राहण्याची गरज असते. जे घडत असतं त्याच्या आघाडीच्या रेषेवर तुम्ही नसाल तर तुम्ही भूतकाळात असता.

तुम्ही भूतकाळात असाल तर नेहमीच भूतकालीन गुंतवणुकींमध्ये गुंतवणूक करत राहण्याकडे तुमचा कल असतो. भूतकालीन गुंतवणुकी तुम्हाला श्रीमंत बनवण्याऐवजी खाली खेचतात. ज्या गुंतवणूक पर्यायांचा काळ संपलेला असतो अशा गुंतवणुकांमध्ये लोक गुंतवणुकी करतात, कारण ती गुंतवणूक करणारी व्यक्ती कदाचित भूतकाळात अडकलेली असते.

आगामी काळात घडणारी गोष्ट महत्त्वाची

तुम्हाला तरुणपणी निवृत्त व्हायचं असेल आणि श्रीमंत होऊन निवृत्त व्हायचं असेल तर जी गोष्ट घडून गेलेली असते तिच्यात गुंतवणूक करण्याऐवजी जी गोष्ट घडणार असते तिच्यात तुम्ही गुंतवणूक करण्याची गरज असते. 'पहिल्यांदा येणाऱ्या पक्ष्याला कीडा सापडतो', ही जुनी म्हण गुंतवणुकीच्या जगात मोठ्या प्रमाणात खरी ठरते.

भविष्यात डोकावल्यामुळे तुम्ही श्रीमंत होता

श्रीमंत वडील नेहमीच असं म्हणत होते की, 'तुम्हाला श्रीमंत व्हायचं असेल तर तुम्ही दृष्टिकोन विकसित करण्याची गरज असते. तुम्ही काळाच्या कडेवर उभं राहून भविष्यात डोकावण्याची गरज असते.' जॉन डी. रॉकफेलर कसे श्रीमंत बनले होते याच्या कथा आम्हाला श्रीमंत वडील सांगत, कारण वाहनांसाठी कच्च्या तेलाला येत चाललेलं वाढतं महत्त्व त्यांनी पाहिलं होतं. ज्या वेळी फक्त श्रीमंतांकडे कार होत्या, त्या वेळी मध्यमवर्गीयांना त्यांच्या स्वतःच्या कार हव्या असल्याचं हेन्री फोर्डच्या कसं लक्षात आलं होतं, याची ते आम्हाला आठवण करून देत. आज अधिक आधुनिक काळात बिल गेट्स अब्जाधीश बनला, कारण त्याने पीसीजमध्ये वाढ होणार असल्याचं पाहिलं, मात्र त्याच वेळी आयबीएमच्या प्रौढ आणि जास्त विद्वान लोकांना मेनफ्रेम्समध्ये वाढ असल्याचं दिसलं. आयबीएमच्या प्रौढ लोकांनी हेन्री फोर्डसारखा विचार केला नाही आणि त्यामुळे आयबीएम आपलं भविष्य गमावून बसली आणि ते मायक्रोसॉफ्टकडे चालत गेलं. जर मी आयबीएममधला गुंतवणूकदार असतो तर मी अशा अंध लोकांना लगेच कामावरून काढून टाकलं असतं आणि त्यांचे पगार त्यांना परत द्यायला लावले असते; पण आयबीएममध्ये त्याऐवजी त्यांना बोनस मिळाले आणि गुंतवणूकदार त्यांचं उज्ज्वल भवितव्य गमावून बसले. ज्या तरुणांनी तुमच्यासाठी याहू, गूगल, फेसबुक आणि इतर प्रसिद्ध इंटरनेट कंपन्या आणल्या, ते महाविद्यालयांतून पदवीधर होण्याआधीच अब्जाधीश बनले, कारण त्यांनी भविष्य पाहिलं होतं.

तुम्ही तेलाच्या क्षेत्रांकडे निघालेल्या जहाजांतून गेला नसाल, संगणकीय किंवा इंटरनेटच्या युगाकडे निघालेलं तुमचं जहाज चुकलं असेल, तर काळजी करू नका. आणखी एक जहाज निघत आहे; पण तुम्ही भूतकाळात अडकून पडला असाल तर तुमचं पुढचं जहाजही चुकण्याच्या शक्यता आहेत. त्याहूनही वाईट गोष्ट म्हणजे तुम्ही टायटॅनिकमध्ये चढण्याची शक्यता आहे, कारण ते सुरक्षित आणि मोठं दिसतं, खूपच चांगलं दिसतं. विशेषतः आजच्या जगात संदर्भ आणि माहिती इतक्या झपाट्यानं बदलत असताना तुम्ही असा विचार करून त्या जहाजात चढण्याची शक्यता आहे.

टॉप गन या चित्रपटात सगळे फायटर पायलट एक अभिजात ओळ म्हणतात, 'टेक द शॉट! टेक द शॉट!' तुम्ही तो चित्रपट पाहिला असेल तर तुम्हाला कदाचित आठवत असेल की, शत्रूच्या विमानावर हल्ला करण्यासाठी त्यांच्याकडे फक्त सेकंदांच्या काही अंशाचा भाग एवढा अत्यल्प कालावधीच असतो. तुम्ही खूप दीर्घकाळ वाट पाहत राहिलात किंवा तयारी न करता बघत बसलात तर तुमची संधी हुकते. पैशाच्या जगातही हीच गोष्ट खरी असते. संधीवर झडप घालण्याची खिडकी अतिशय अरुंद असते. तुम्ही भूतकाळात अडकून पडला असाल तर तुमच्या आईसारखा किंवा वडिलांसारखा पोशाख करणं, व्यवसायासाठी किंवा गुंतवणुकीसाठी आवश्यक असलेल्या कौशल्यांचा अभाव असणं या गोष्टी तुमच्याकडून आपोआपच घडतात. तुम्हाला कदाचित अगदी संधीसुद्धा दिसत नाही. तुम्ही फक्त संधीची खिडकीच गमावून बसत नाही, तर तुम्ही भूतकाळातील संधींवर नेम धरून गोळी घालता आणि त्यामुळे कुठेही जाऊ शकत नाही.

माझ्याकडे एक मित्र आला आणि सांगू लागला की, 'मी तुझा सल्ला घेतला आणि भाड्यानं द्यावयाच्या मालमत्तेत गुंतवणूक केली. मी चांगला शेजार असलेलं एक डुप्लेक्स १,५०,००० डॉलर्सला खरेदी केलं. ही एक चांगली सुरुवात आहे, हो ना?'

खरं तर त्याने ज्या वेळी अचूक नेम धरून लक्ष्यवेध करायला हवा होता, त्या वेळी केला नव्हता. मी असं म्हणतो, कारण मी आणि किम १९८९ आणि १९९४च्या दरम्यान लक्ष्यवेध करत होतो, त्या वेळी तोही किमबरोबर आणि माझ्याबरोबर होता. मी आणि किमनं मंदीच्या बाजारपेठेत खरेदी केली होती. त्यानेही आताच खरेदी करावी असं आम्ही त्याला सांगितलं त्या वेळी तो म्हणाला, 'नाही. ते खूपच धोकादायक आहे. माझी नोकरी जाण्याची शक्यता आहे. तुला माहितीच आहे की, अनेक लोकांना कामावरून कमी केलं जातंय. शिवाय रिअल इस्टेटच्या किमती खूपच खालावलेल्या आहेत आणि त्या आणखी घसरत चालल्या आहेत. त्या अशाच घसरत राहिल्या तर काय करायचं? आपण मंदीत सापडलो तर?'

संधीची खिडकी उघडली होती आणि नंतर ती बंदही झाली होती. त्यानंतर दहा वर्षांनी ज्या वेळी रिअल इस्टेटच्या किमती भलत्याच चढल्या होत्या आणि शेअर बाजारात पुन्हा एकदा तेजीची लाट उसळली होती, त्या वेळी माझ्या मित्राच्या लक्षात आलं की, त्याने लक्ष्यवेध करायला सुरुवात केली पाहिजे. आता तो जुन्या लक्ष्यांवर नेम धरून गोळ्या झाडत आहे आणि त्यामुळे त्याच्या हाती काहीच लागत नाही. तो भूतकाळात अडकून पडला आहे आणि आता भूतकाळात अडकून पडलेल्या लक्ष्यांचा वेध घेत आहे; निदान त्याने काहीतरी करायला सुरुवात केली असली तरी तो मोठी किंमत मोजत आहे असं मला

वाटतं. त्याच्या अतिरेकी किमतीच्या डुप्लेक्सपेक्षाही ही मोठी किंमत आहे. ही मालमत्ता त्याला अत्यल्प कॅशफ्लो देईल आणि तिचं मूल्यही जर पुढे मागे कधी काळी वाढलंच तर अत्यंत मंद गतीनं वाढत जाईल. त्याने ज्या लक्ष्याचा वेध घेण्याची वेळ निघून गेली आहे त्याचा निदान अखेरीस का होईना; पण लक्ष्यवेध केला आहे, एवढंच.

पण त्याने त्याच्या पालकांहून वेगळं असलेलं – औद्योगिक युगातील पावलांहून वेगळं असलेलं हे पहिलं पाऊल तरी उचललं यामुळे मला त्याचा अभिमान वाटतो.

किम आणि मी अजूनही आमच्या व्यवसायात आणि रिअल इस्टेटमध्ये गुंतवणूक करत राहिलोच आहे. यातला फरक इतकाच आहे की, आम्ही आता भूतकाळातील नव्हे, तर भविष्यात विकसित होणाऱ्या संधीच्या लक्ष्यांचं निरीक्षण करत असतो. म्हणूनच तुम्हाला भविष्यकाळाशी सुसंगत राहण्याची इच्छा असते आणि ज्या वेळी संधीची खिडकी उघडते, त्या वेळी तत्परतेनं लक्ष्यवेध करावा लागतो. १९८९ ते १९९३ दरम्यान संधीच्या खिडक्या अशाच उघडल्या गेल्या होत्या. रिअल इस्टेट आणि शेअर बाजार या दोन्ही क्षेत्रांतही त्या उघडल्या होत्या. २००१मध्ये शेअर बाजार गडगडला. नॅस्डॅकचं जवळजवळ ५० टक्के नुकसान झालं होतं. १९२९मध्ये शेअर बाजार फक्त ४२ टक्क्यांनी घसरला होता. ज्या वेळी पुन्हा एकदा बाजार घसरला त्या वेळी माझा मित्र विव्हळ झाला. त्याच्या असं लक्षात आलं की, त्याने बहुधा त्या डुप्लेक्ससाठी भरपूर किंमत मोजली होती. माझ्या दृष्टीनं खिडक्या पुन्हा एकदा उघडण्याच्या तयारीत होत्या.

माझ्या गुंतवणूकविषयक चर्चासत्रात नेहमीच किमही गुंतवणुकीच्या तिच्या अनुभवाविषयी बोलते. ती नेहमीच असं सांगते की, १९८९मध्ये आम्ही गुंतवणुकीला सुरुवात केली होती आणि १९९४मध्ये गुंतवणूक थांबवली होती. त्यानंतर ती अशी भर घालते की १९८५ ते १९८९ या कालावधीत आम्ही आमच्या योजनेनुसार गुंतवणुकीची तयारी करत होतो. त्या कालावधीत आम्ही आमच्या व्यवसायाची उभारणी करत होतो आणि रिअल इस्टेटमध्ये गुंतवणूक करण्याचा अभ्यास करत होतो. तुमच्यापैकी ज्यांना तो काळ आठवत असेल, त्यांना हे माहिती असेल की १९८५ ते १९८९ हा रिअल इस्टेटच्या किमती अत्युच्च असण्याचा कालावधी होता. ज्या वेळी संधीची खिडकी उघडली त्या वेळी मी आणि किम लक्ष्यवेध करण्याची तयारी करत होतो. ज्या वेळी ती उघडली त्या वेळी आमचा मित्र एकदम हतबल झाला आणि आम्ही खरेदी करण्यास सुरुवात केली. त्याच्या योजनेत संधीच्या खिडकीसाठी तयारी करण्याचा समावेश नव्हता. आज त्याला उशीर झाला आहे आणि अतिशय महागड्या मालमत्तांमध्ये तो गुंतवणूक करत आहे. त्यातली सगळ्यात वाईट गोष्ट अशी आहे की, पुढे घडणाऱ्या गोष्टींसाठी त्याची तयारीही झालेली नाही. तो माझ्याहूनही लहान असला तरी वृद्ध व्यक्तीसारखा पोशाख करतो आणि एखाद्या वृद्ध व्यक्तीसारखीच गुंतवणूकही करतो.

अमेरिकन फुटबॉलमध्ये ज्या ठिकाणी चेंडू पकडायला कोणीही नसतो त्या ठिकाणी चेंडूला लाथ मारून पाठवू शकणारा खेळाडू हा जिंकणारा क्वार्टरबॅक असतो. दुसऱ्या शब्दांत क्वार्टरबॅकच्या मनात चेंडू पकडणारा तोपर्यंत तिथे नसला तरीही तो कुठे असेल याचा अंदाज असला पाहिजे आणि त्या दृष्टीनं त्याने चेंडू तिकडे टोलवला पाहिजे. सॉकरच्या खेळाडूंनही

ज्या ठिकाणी प्रतिस्पर्धी संघाचा गोली नसेल त्या ठिकाणी चेंडूला ढकललं पाहिजे. ज्या व्यक्तीकडे तरुणपणी निवृत्त होण्याची आणि श्रीमंत होऊन निवृत्त होण्याची योजना असेल तिनेही हीच गोष्ट केली पाहिजे. त्याने किंवा तिने तोपर्यंत तिथे दिसत नसलेल्या पण भविष्यात निर्माण होणाऱ्या संधीचा अंदाज घेऊन त्यांची योजना आखली पाहिजे. म्हणूनच वर्तमानात, काळाशी सुसंगत राहणं आणि भविष्यात डोकावणं ही महत्त्वाची गोष्ट असते.

भविष्यासाठीची योजना

तुम्हाला तरुणपणी निवृत्त होण्याची आणि श्रीमंत होऊन निवृत्त होण्याची इच्छा असेल तर तुमच्या योजनेत भविष्यासाठीची योजना असण्याची गरज असते. जॉन डी. रॉकफेलरनं ज्याप्रमाणे स्वयंचलित वाहनांच्या भविष्याची तयारी केली होती, बिल गेट्स आणि मायकेल डेल ज्याप्रमाणे संगणकीय युगासाठी सज्ज झाले होते, त्याप्रमाणे तुम्हीसुद्धा भविष्यकालीन संधींसाठी तयारीत असलंच पाहिजे. जर तुम्ही तसे तयारीत नसाल तर तुम्ही भूतकालीन गुंतवणुकींमध्ये गुंतवणूक कराल आणि भूतकालीन गुंतवणुकींना भविष्य नसतं.

तुम्ही भविष्याकडे कसं पाहता?

तरुणपणी निवृत्त होण्यासाठी आणि श्रीमंत होऊन निवृत्त होण्यासाठी तुम्हाला बहुधा भविष्यासाठी प्रशिक्षित होण्याची गरज असेल आणि अर्थातच ते भविष्य असल्यामुळे अद्याप अस्तित्वात नसेल. आयबीएमच्या एका अधिकाऱ्यानं असं म्हटलं होतं की, 'ज्या वेळी प्रौढ व्यक्ती त्यांच्या स्वतःच्या नजरेनं भविष्याकडे पाहतात, त्या वेळी ते भविष्य पाहण्यात चुका करतात म्हणूनच आगामी काळात होणारे बदल अनेक प्रौढ लोक पाहू शकले नाहीत.' कदाचित, तरुण बिल गेट्सनं शिकवलेले धडे आयबीएम शिकलीही असेल. हा धडा असा होता की : तुम्हाला भविष्य पाहायचं असेल तर तुम्ही जास्त तरुण असलेल्या व्यक्तींच्या डोळ्यांनी ते पाहिलं पाहिजे. तुम्ही कसा विचार करता आणि तुमचा मानसिक संदर्भ किती लवचीक आहे याचं प्रतिबिंब तुम्ही फॅशनमधील, संगीतातील आणि तंत्रज्ञानातील बदलांकडे कसं पाहता यातून पडतं. तुम्ही पूर्णपणे भूतकाळात अडकून पडला असाल किंवा वर्तमानाशी तुमची नाळ तुटली असेल तर तुम्ही भविष्याला पूर्णपणे गमावून बसाल.

भूतकाळाचा अभ्यास करणं हा भविष्याकडे पाहण्याचा दुसरा मार्ग आहे. इतिहास जरी तंतोतंत त्याच पद्धतीनं स्वतःची पुनरावृत्ती करत नसला तरीही इतिहासाकडे पुनरावृत्ती करण्याची प्रवृत्ती असते ही गोष्ट माझ्या वास्तवात आहे. अनेक प्रौढ लोक भविष्याला गमावून बसतात किंवा भविष्यकाळ त्यांना मागे टाकून, त्यांना धडक देऊन पुढे निघून जातो, कारण त्यांच्या भविष्यासाठीच्या योजनांकडे भूतकालीन दृष्टिकोन नसतो.

महाविद्यालयातून नुकत्याच बाहेर पडलेल्या सॅन फ्रान्सिस्कोतील एका नवोदित पत्रकाराशी मी बोलत होतो. म्युच्युअल फंड धोकादायक होते आणि मला ते कोसळणार असल्याचं दिसत होतं असं मी तिला सांगितल्यावर ती अतिशय संतप्त झाली. त्यानंतर तिच्या स्टॉक ब्रोकरनं तिला सांगितलेले शब्द आणि कल्पना ती मला सांगू लागली : 'मी

गुंतवणूक केलेला फंड तीन वर्षं सलग सर्वोच्च मानांकन लाभलेला आहे. तो वार्षिक सरासरी २५ टक्के दरानं वाढला आहे. शेअर बाजार ही गुंतवणुकीची उत्तम जागा आहे, कारण बाजारात घसरणी होत असल्या तरीही गेली ४० वर्षं बाजार सातत्यानं चढत चालला आहे. पैसे गुंतवण्याची ती उत्तम जागा आहे.' तिने माझी मुलाखत कधीच प्रक्षेपित केली नाही, कारण तिच्या भविष्यकालीन दृष्टिकोनाशी माझे दृष्टिकोन जुळत नव्हते. तिचे ते 'पवित्र' फंड त्यानंतर ५० टक्क्यांनी घसरले.

तिने सांगितलेल्या वस्तुस्थिती आणि माहिती काही प्रमाणात अचूक असली तरी त्यातली समस्या अशी होती की, तिची माहिती ही भूतकालीन माहितीच्या फारशी पुढे पोहोचली नव्हती. तिला जर तिच्या शेअर बाजारांचा इतिहास माहिती असता तर आपल्याकडे सरासरी दर ७५ वर्षांनी मंदी आली आहे हे तिला माहिती असतं. याचा अर्थ दर ७५ वर्षांनी मंदी येईलच असा नाही; पण या प्राचीन इतिहासातून काही प्रमाणात गेल्या ४० वर्षांत बाजार का चढला होता त्याचं स्पष्टीकरण मिळतं. गेल्या वेळी १९२९मध्ये बाजार कोसळला होता आणि मंदी आली होती. त्यानंतर १९२९पर्यंतच्या पातळीपर्यंत पोहोचण्यासाठी बाजाराला जवळजवळ २५ वर्षं लागली होती आणि १९५५मध्ये तो त्या पातळीपर्यंत पोहोचला होता. मी तिच्याशी १९९८मध्ये बोलत होतो. त्यामुळे गेल्या ४० वर्षांत बाजार सातत्यानं चढत राहिला होता ही तिने सांगितलेली वस्तुस्थिती अगदी अचूक होती. तिच्या भविष्यकालीन दृष्टिकोनात अडथळा आला होता, कारण तिच्या भविष्यकालीन दृष्टिकोनात पुरेशा प्रमाणात भूतकाळाचा समावेश नव्हता.

माझ्या श्रीमंत वडिलांनी मला करायला लावलेल्या गोष्टींपैकी एक गोष्ट अशी होती की, त्यांनी मला आर्थिक इतिहास वाचायला लावला होता. भविष्य जाणून घ्यायचं असेल तर रॉबर्ट हेलब्रोनर याचं द *वर्ल्डली फिलॉसॉफर्स* हे पुस्तक वाचावं असं मी लोकांना सांगतो. हे एक अतिशय उत्तम पुस्तक आहे. भूतकाळाचा अभ्यास करून भविष्याचा वेध घेऊ इच्छिणाऱ्या कोणासाठीही हे उत्तम पुस्तक आहे.

माझ्या गुंतवणूकविषयक वर्गांमध्ये मी शिकवतो, त्या वेळी मी लोकांना आर्थिक विवरणपत्रं भरायला लावतो. मी त्यांना त्यांच्या भूतकाळावर नजर टाकायला लावतो आणि त्यांचं भविष्य त्यांना कसं दिसतं ते त्यांना सांगायला लावतो. त्यांना जे दिसतं ते त्यांना आवडत नसेल तर त्याचा अर्थ त्यांचं आर्थिक विवरणपत्र वाईट कर्जानं, वाईट उत्पन्नानं, वाईट खर्चांनी, वाईट आर्थिक जबाबदाऱ्यांनी, कर्जफेडींनी भरलेलं असतं आणि त्यांना कसलंच भवितव्य नसतं. त्यांचं आर्थिक विवरणपत्र त्यांना त्यांच्या भविष्याचं असं चित्र दाखवत असेल तर मी त्यांना असा सल्ला देतो की त्यांनी भूतकाळातून स्वतःला सोडवून घेण्यास सुरुवात करावी. त्यांना मी आर्थिक क्षेत्राविषयीची आधुनिक माहिती देणारा सल्लागार मिळवण्यास सांगतो. जणू काही मी त्यांना कपाटातील जुने कपडे फेकून देऊन नवीन कपडे कपाटात ठेवण्यास सांगतो. त्यांना मी त्यांचे जुने मित्र बदलायला आणि भविष्याकडे पाहण्यास सुरुवात करायला सांगतो. भविष्यातील संधींविषयी उत्सुक बनून तुम्ही जर तुमचा संदर्भ बदलू शकलात, तर तुमच्याकडे तरुणपणी निवृत्त होण्याच्या आणि श्रीमंत होऊन निवृत्त होण्याच्या अधिक चांगल्या संधी असतात.

यापैकी काही बदल अतिशय सोपे असतात; पण बऱ्याच वेळा आपलं कपाट स्वच्छ करून नवीन, अद्ययावत कपड्यांनी ते भरण्याचं काम अनेक लोकांना अतिशय अवघड वाटतं हे बघून मला नेहमीच आश्चर्य वाटतं. अनेक लोक बाहेर जातात आणि नवीन कपडे विकत आणतात; पण ते अद्ययावत कपडे आणण्यात अपयशी ठरतात. ते फक्त जुन्या काळातील नवीन कपडे विकत घेतात. ते कपडे त्यांच्या आयुष्यातील मौजमजेच्या, रोमहर्षकतेच्या, रोमांचक, उत्साहवर्धक आणि ज्या वेळी त्यांना आपण खूपच यशस्वी आहोत असं वाटत असतं त्या कालखंडातील असतात. काही लोकांना भविष्याची आणि भविष्य मौजेचं, अद्ययावत माहितीचं, छान आणि रोमहर्षक असू शकेल का या शक्यतेची इतकी भीती वाटत असते की त्यापेक्षा ते भूतकाळालाच चिकटून राहणं पसंत करतात.

तरुणपणी निवृत्त होणं आणि श्रीमंत होऊन निवृत्त होणं ही गोष्ट सोपी होती, असं मी उपोद्घातात लिहिलं आहे. ती अवघड गोष्ट नव्हती. तरीही अनेक लोकांसाठी आपला भूतकाळ सोडून देणं आणि भविष्यकाळाच्या अनिश्चिततेत धाडसानं पाऊल टाकणं ही गोष्ट श्रीमंत होऊन तरुणपणी निवृत्त होण्यापेक्षाही जास्त कठीण असते. कोट्यवधी लोकांना आपल्या पालकांच्या आणि भूतकाळाच्या संदर्भात आणि म्हणून भूतकालीन कपड्यांमध्ये आणि संग्रहात अडकून पडणं ही गोष्ट जास्त सुरक्षितपणाची वाटते. म्हणूनच एकूण लोकसंख्येच्या ५० टक्के लोकसंख्या निवृत्त होते, त्या वेळी जवळजवळ दारिद्र्यरेषेजवळ पोहोचलेली असते. त्यांच्या योजनेत मंद गतीच्या ट्रेनमध्ये चढणं आणि आयुष्याच्या अखेरीपर्यंत तिच्यातून प्रवास करत राहणं याच सगळ्या गोष्टी समाविष्ट असतात.

प्रकरण दहा

समृद्ध भवितव्य पाहण्याच्या तरफेची शक्ती

मी घेत असलेल्या वर्गांमध्ये मी नोकरीतून किंवा व्यवसायातून अगर गुंतवणुकीतून बाहेर पडण्याच्या अनेक व्यूहरचना दाखवतो, त्या वेळी अनेक लोकांना आगामी वर्षांत काम न करता वार्षिक १,००,००० डॉलर्स किंवा त्याहून अधिक पैसे मिळवणं आणि आर्थिकदृष्ट्या मुक्त भवितव्य असणं या गोष्टींची कल्पना करणंही शक्य होत नाही.

गरीब	वार्षिक २५,००० किंवा त्याहून कमी डॉलर्स
मध्यमवर्गीय	वार्षिक २५,००० ते १,००,००० डॉलर्स
भरपूर पैसा असलेले	वार्षिक १,००,००० ते १० लाख डॉलर्स
श्रीमंत	वार्षिक १० लाख किंवा त्याहून जास्त डॉलर्स
अतिश्रीमंत	मासिक १० लाख किंवा त्याहून जास्त डॉलर्स

इतका पैसा मिळू शकतो अशी कल्पनाही अनेक लोक करू शकत नाहीत. कारण, ते त्यांच्या वास्तवात नसतं. अनेक लोकांचं इतक्या जास्त डॉलर्सची रक्कम मिळवण्याचं स्वप्न असतं आणि एखाद्या दिवशी ते तितका पैसा मिळवू शकतील असंही त्यांचं स्वप्न असतं; पण वास्तवात बहुतांश लोक फक्त स्वप्न बघत राहतात. आकडेवारीतून या वास्तवावर शिक्कामोर्तब होतं.

तुमच्या भवितव्याची आज निर्मिती होते

अनेक लोकांना त्यांच्या आर्थिक उद्दिष्टांची जाणीव नसते, कारण ते एखाद्या दिवशी, कदाचित किंवा भविष्यात यांसारख्या शब्दांचा वापर करतात. श्रीमंत वडील नेहमीच असं सांगत की, 'तुम्ही उद्या काय कराल त्यामुळे नव्हे, तर आज काय करता त्यामुळे तुमच्या भविष्याची निर्मिती होते.' तुम्ही वर दिलेल्या आकड्यांवर नजर टाकता त्या वेळी तुम्हाला बहुधा स्वतःला पुढील प्रश्न विचारावा असं वाटेल : मी आज जे काही करत आहे ते माझ्या उद्याच्या आर्थिक उद्दिष्टांपर्यंत मला घेऊन जाईल का?'

यातलं कठोर वास्तव असं आहे की, ९९ टक्के अमेरिकन लोक फक्त १,००,००० डॉलर्सहून थोडेसे अधिक डॉलर्स कमावण्यापर्यंतच पोहोचतात. बहुतांश लोक त्यांच्या पालकांच्या योजनांच्या पावलांवर पाऊल टाकून, त्यांचं अनुकरण करत पुढे जातात. दुसऱ्या शब्दांत, ते त्यांच्या पालकांनी केलेलीच गोष्ट करतात आणि त्याच उद्दिष्टापर्यंत पोहोचतात.

मी व्हिएतनामवरून परत आल्यानंतर मरिन कॉर्प्स अधिकारी म्हणून मला फक्त ९०० डॉलर्स मिळत होते आणि त्याच वेळी माईकला फक्त त्याच्या गुंतवणुकींपासून मासिक सुमारे दहा लाख डॉलर मिळत होते. त्या वेळी मला वाटलेलं नैराश्य आजही माझ्या लक्षात आहे. त्याच्या आणि माझ्या जगातील, त्याच्या आणि माझ्या वास्तवातील तफावतीमुळे मला पराभूत झाल्यासारखं आणि दडपलं गेल्यासारखं वाटत असल्याचं मला आठवत आहे.

मी मरिन कॉर्प्स सोडून माझी योजना विकसित करत असताना मला त्यात मदत करण्यासाठी माझे श्रीमंत वडील माझ्या सोबत बसले होते, हे तुमच्यापैकी ज्या लोकांनी *रिच डॅड्स गाइड टू इन्व्हेस्टिंग* वाचलं असेल, त्यांना आठवत असेल. या पुस्तकात सांगितलं गेलं आहे त्याप्रमाणे, 'गुंतवणूक ही योजना असते, ते उत्पादन नसतं किंवा प्रक्रियाही नसते.'

योजना हा तुम्हाला तुमच्या स्वप्नांकडे नेणारा पूल असतो

श्रीमंत वडिलांनी एक चित्र काढलं होतं. त्यात त्यांनी एक खूप मोठी नदी दाखवली होती आणि तिच्या एका काठावर मी उभा असल्याचं दाखवलं होतं. ते म्हणाले होते, 'योजना हा तुम्हाला तुमच्या स्वप्नांकडे नेणारा पूल असतो. त्या योजनेला किंवा त्या पुलाला प्रत्यक्षात उतरवणं हे तुमचं काम असतं. जर तुम्ही फक्त नदीकाठावर उभे राहून पलीकडचा काठ कसा असेल याचं स्वप्न बघत राहिलात, तर तुमची स्वप्नं कायमच फक्त स्वप्नंच राहतील. पहिल्यांदा तुमच्या योजनेला सत्यात उतरवा. मग त्यापाठोपाठ तुमची स्वप्नं आपोआप सत्यात उतरतील.'

सन १९८५ ते १९९४ या कालावधीदरम्यान किमनं आणि मी फक्त आमच्या स्वप्नांविषयी स्वप्नं पाहत बसण्याऐवजी आमची योजना प्रत्यक्षात उतरवण्यावर काम केलं. बहुतेक युद्धातील पायलट जे करतात तेच आम्ही केलं होतं. आमच्यासमोर आमची संधीची खिडकी येईल त्या वेळी आपण काय केलं पाहिजे त्याचा आम्ही रोज सराव करत होतो. एकदा ती खिडकी समोर आल्यावर आम्ही तातडीनं नेम धरले आणि लक्ष्यवेध केले. त्यानंतर ती खिडकी बंद झाली.

श्रीमंत वडिलांनी म्हटलं होतं त्याप्रमाणे, 'तुम्ही उद्या जे कराल त्यातून नव्हे, तर आज जे करता, त्यातून तुमच्या भविष्याची निर्मिती होते.' दुसऱ्या शब्दांत तुम्ही आज जे करता तेच तुमचं भवितव्य असतं. आम्ही रोख पैशासाठी संघर्ष करत होतो, तरीही किमनं आणि मी नोकऱ्या केल्या नाहीत, कारण भविष्यात कर्मचारी बनणं ही आमची योजना नव्हती. त्याऐवजी व्यवसायाची उभारणी कशी करावी किंवा रिअल इस्टेटमध्ये कशी गुंतवणूक करावी हे शिकण्यासाठी आमचा वेळ आम्ही चर्चासत्रांमध्ये घालवला. आमच्याकडे पैसा नसला तरीही आम्ही रोजच्या रोज अधिक चांगल्या व्यवसायांची उभारणी करण्याचा आणि रिअल इस्टेटमध्ये गुंतणूक करण्याचा सराव करत राहिलो. भविष्यात जे काही

करण्याची आम्ही योजना आखली होती तेच आम्ही आज करत आहोत. आज आम्ही व्यवसायांची उभारणी केली आहे आणि रिअल इस्टेटमध्ये गुंतवणूक केली आहे. उद्या कदाचित आम्ही आणखी व्यवसायांची उभारणी करू आणि आणखी रिअल इस्टेटमध्ये गुंतवणूक करू. माझ्या गरीब वडिलांनी निवृत्तीनंतर जे केलं ते करण्याची माझी योजना नाही. त्यांनी आपल्या सोशल सिक्युरिटी उत्पन्नाला हातभार लागावा म्हणून पुन्हा नोकऱ्या शोधल्या होत्या. त्यांनी आयुष्याची सुरुवातही नोकऱ्यांसाठी तयारी करून केली होती आणि नोकऱ्यांचा शोध घेण्यातच आपलं आयुष्य संपवलं होतं. २०२०पर्यंत माझ्या वयाचे कोट्यवधी लोक माझ्या गरीब वडिलांनी केलेली गोष्टच करत असतील. त्यांच्या सोशल सिक्युरिटी उत्पन्नाला हातभार लावण्यासाठी ते नोकऱ्यांचा शोध घेत असतील. ते आज जे करत आहेत तेच उद्याही करत असतील.

वास्तवांमधील बदल

माझ्या गरीब वडिलांनी त्यांच्या आयुष्यात जवळजवळ रोजच आणखी एक गोष्ट केली होती. ते नेहमीच असं म्हणत होते की, 'माझ्याकडे पैसा आला की, मी गुंतवणूक करेन.' ते नियमितपणे असं म्हणत होते की 'मला हे परवडत नाही.' अगदी कृती करण्याचा दबाव आला तरीही ते म्हणत, 'हे बघ, याविषयी काही करण्यासाठी आज माझ्याकडे वेळ नाही. आपण याविषयी उद्या बोलू या.' हे त्यांचं दैनंदिन वास्तव होतं आणि त्यांच्या आयुष्याच्या अखेरीपर्यंत तेच त्यांचं वास्तव राहिलंही. माझ्या मते, त्यांनी भरपूर पैसा कमावला असला तरीही त्यांच्याकडे गरीब माणसाचं वास्तव होतं आणि त्यांचं वास्तव बदलण्याची त्यांची इच्छा नव्हती हेच ते गरीब असण्यामागचं मूलभूत कारण होतं.

मी आधी सांगितलं आहे त्याप्रमाणे आपल्या वास्तवात सातत्यानं बदल आणि सुधारणा करत राहणं हा श्रीमंत होण्याचा सगळ्यात सोपा मार्ग आहे. तरीही हे स्पष्टपणे दिसून येतं की अनेक लोकांसाठी त्यांचं वास्तव बदलणं, ते आज जे करत आहेत त्यात बदल घडवून आणणं हीच श्रीमंत बनण्याच्या त्यांच्या मार्गातील कर्मकठीण गोष्ट असते. मी हवाईतील माझ्या घरी जातो, त्या वेळी मला माझे अनेक मित्र त्यांच्या पालकांनी जे केलं होतं तेच करत असल्याचं दिसतं. मी काय करतो असं माझे मित्र मला विचारतात त्या वेळी मी त्यांना मी व्यवसायांची उभारणी करतो आणि रिअल इस्टेटमध्ये गुंतवणूक करतो असं सांगतो, त्या वेळी माझे पालक जे म्हणत तेच त्यांच्यापैकी अनेक जण म्हणतात. 'मी हे करू शकत नाही' किंवा 'मी गुंतवणूक करण्याचा विचार करतोय. एखाद्या दिवशी माझ्याकडे पैसे आले की मग मी गुंतवणूक करायला सुरुवात करेनही.'

गुंतवणूक करण्यापूर्वी त्यासाठीची तयारी करण्यास आणि शिकण्यास मी त्यांना सांगतो त्या वेळी ते सहसा असं म्हणतात की, 'अरे बापरे, मी किती व्यस्त आहे ते तुला माहिती आहे का? मला गुंतवणुकीसंदर्भात शिकायला अजिबात वेळ नाही. गुंतवणूक कशी करावी यावर सरकारनं मोफत अभ्यासक्रम सुरू केले पाहिजेत. मी गेलोच तर बहुधा अशा काही वर्गांना जाईन. गुंतवणुकीविषयी शिकण्यासाठी मी स्वतःच्या खिशातून कशाला खर्च करू? काहीही झालं तरी गुंतवणूक करणं ही गोष्ट अतिशय जोखमीची, धोकादायक असते.

त्यापेक्षा माझे पैसे मी बँकेत ठेवेन.' माझ्या श्रीमंत वडिलांनी असं म्हटलं असतं की, 'त्यांचे शब्द नीट ऐक, मग तुला त्यांचं भवितव्य दिसू लागेल.'

तुम्हाला तरुणपणी निवृत्त व्हायचं असेल आणि श्रीमंत होऊन निवृत्त व्हायचं असेल तर तुम्हाला तुमचे शब्द काळजीपूर्वक ऐकून तुमच्या भवितव्याचा वेध घ्यावा लागेल. स्वतःला प्रश्न विचारा की : मी हेच शब्द वापरत राहिलो आणि हेच विचार करत राहिलो तर मी कोणत्या पातळीवर राहीन? ती गरीब, मध्यमवर्गीय, भरपूर पैसे असलेली, श्रीमंत किंवा अतिश्रीमंत पातळी असेल का? तुम्ही प्रामाणिकपणे खरं बोलत असाल आणि तुमच्या योजनांमध्ये तुम्हाला बदल घडवून आणायचा असेल तर पहिली गोष्ट म्हणजे तुमच्या योजनांमध्ये, शब्दांमध्ये आणि तुमच्या दैनंदिन कृतींमध्ये बदल घडवून आणून तुमच्या वास्तवात बदल घडवून आणा. तुमची स्वप्नं काहीही असली तरी तुम्ही आज जे करता तेच तुमचं भवितव्य असतं. श्रीमंत वडील असं म्हणत की, 'तुम्ही फक्त कोचावर बसून टीव्ही बघत, वेफर्स खात राहिलात तर तुमच्या स्वप्नातील राजकुमार किंवा राजकुमारी भेटणं कठीण असतं.'

तुमच्या भविष्यासाठी आजच सुरुवात करा

इतके सगळे लोक गरीब असताना आणि वृद्ध झाल्यानंतरच का निवृत्त होतात? कारण, ते जे करत असतात त्याला काहीही भवितव्य नसलं तरीही ते करणं ते थांबवू शकत नाहीत. नोकरीतील सुरक्षितता, कठोर परिश्रम आणि पैशांची बचत या त्यांच्या संदर्भामध्ये ते बदल घडवून आणू शकत नाहीत. अनेक लोक वृद्ध होतात, जो काळ निघून गेलेला असतो त्या काळातील कपडे घालतात, त्यांच्या पालकांच्या आणि औद्योगिक काळातील कल्पनांना चिकटून राहतात, मग नंतर ते वर्तमानकाळाशी आणि भविष्यकाळाशी सुसंगत राहत नाहीत. व्यक्तीचं वय हा महत्त्वाचा मुद्दाच नसतो. व्यक्तीच्या संदर्भाला महत्त्व असतं.

मग एखादी व्यक्ती तिचं समृद्धीचं, श्रीमंतीचं भविष्य तयार करायला आज कशी सुरुवात करू शकेल? पुन्हा एकदा यातली चांगली गोष्ट अशी आहे की या गोष्टीची सुरुवात तुमच्या मनातून होते. तुमच्या दैनंदिन शब्दांतून, विचारांतून आणि कृतींमधून याची सुरुवात होते. तुमचा वेळ तुम्ही कुठे आणि कोणाबरोबर घालवता याचा अंदाज घेण्यातून याची सुरुवात होते. तुम्ही जिथे असता तिथपासून तुमच्या स्वप्नांपर्यंतचा पूल तुम्हाला त्याखालच्या उसळत्या, फेसाळत्या लाटांवरून बांधायचा असतो हे तुम्ही लक्षात घेतलंच पाहिजे. श्रीमंत वडील म्हणत होते की, 'स्वप्नाळू लोक स्वप्नं बघतात. श्रीमंत लोक योजना तयार करतात आणि त्यांच्या स्वप्नांपर्यंत जाणारे पूल बांधतात.' भविष्याची योजना आखून आजच तुमच्या भवितव्याची सुरुवात करा. तुम्हाला जी गोष्ट भविष्यात करण्याची इच्छा नसेल, ती करणं आताच थांबवणं ही या योजनेतील पहिली पायरी होय. तुम्हाला सर्वसामान्य उत्पन्नासाठी आयुष्यभर प्रचंड कष्ट उपसत राहायचं नसेल तर तुम्ही निष्क्रिय आणि पोर्टफोलिओ उत्पन्नासाठी कशा प्रकारे काम करू शकता असं स्वतःलाच विचारा. तुम्हाला याची काही उत्तरं सापडली की त्यांना तुमच्या योजनेचा भाग बनवा. याचा अर्थ जास्त अभ्यास करणं, जास्त पुस्तकं वाचणं, टेप ऐकणं, आणखी चर्चासत्रांना उपस्थित

राहणं, घरगुती व्यवसाय सुरू करणं आणि नवीन मित्रांच्या भेटी घेणं असा असतो. दुसऱ्या शब्दांत तुमच्या उद्यांसाठी तुम्हाला जे हवं असेल ते आजच करा.

तुम्ही भविष्याकडे कसं बघता?

मला नेहमीच असा प्रश्न विचारला जातो की, 'मला जर माझ्या डोळ्यांनी अद्याप भविष्य दिसतच नसेल तर मी ते कसं काय बघू शकेन?' किंवा 'जर आज मला वार्षिक ५०,००० डॉलर्सही मिळत नसतील तर मी वार्षिक दहा लाख डॉलर्स मिळत असल्याचं कसं काय बघू शकेन?'

संदर्भ विस्ताराचा हा एक विलक्षण सुंदर प्रश्न आहे. माझ्या श्रीमंत वडिलांनी मला अनेक वर्षांपूर्वी सांगितलेल्या गोष्टीत याचं उत्तर सापडतं. त्यांनी त्यांच्या टॅब्लेटवर मला ठळक अक्षरांत असं लिहून दाखवलं होतं की :

> तुमच्या डोळ्यांनी तुम्ही जे पाहता ते दृश्य असतं.
> तुमच्या मनानं तुम्ही जे पाहता तो तुमचा दृष्टिकोन असतो.

व्यक्तीच्या दृष्टिकोनात कशामुळे सुधारणा होते, असं मी श्रीमंत वडिलांना विचारल्यावर ते म्हणाले होते, 'शब्दांनी आणि आकड्यांनी.' त्यांनी आर्थिक विवरणपत्रं कशी वाचावीत हे शिकण्याच्या महत्त्वावर भर दिला, कारण जर तुम्ही आर्थिक विवरणपत्रं वाचली नाहीत, तर तुम्ही तुमचं आर्थिक भवितव्य बघू शकत नाही. खरं तर तुम्ही जर आर्थिक विवरणपत्र वाचू शकला नाहीत तर तुम्ही तुमचा आर्थिक भूतकाळ, वर्तमानकाळ किंवा भविष्यकाळही पाहू शकत नाही. श्रीमंत माणसांचे आकडे आणि शब्दसंग्रह शिकवून लोकांच्या मानसिक दृष्टिकोनात सुधारणा घडवून आणून लोकांना साहाय्य करण्यासाठी मी कॅशफ्लो गेम्सची निर्मिती केली. *कॅशफ्लो १०१* खेळण्यासाठी नियमितपणे मित्रांचा गट मिळवणं ही गोष्ट अनेकांसाठी उपयुक्त ठरली. तुम्ही एकदा *कॅशफ्लो १०१*वर प्रभुत्व मिळवलं की तुम्हाला तो इतरांना शिकवावा आणि त्यांना कृती करण्याची स्फूर्ती द्यावी असं वाटतं आणि/किंवा तुम्हाला जास्त प्रगत असलेल्या *कॅशफ्लो २०२* या खेळाकडे जावं असं वाटतं. तुम्ही खेळत असताना नेहमीच श्रीमंत वडिलांचं विधान लक्षात ठेवा, 'आज हाच तुमचा भविष्यकाळ आहे.' मी इतक्या झटपट कसा काय श्रीमंत झालो, असं मला लोक विचारतात त्या वेळी मी म्हणतो, 'मी हा खेळ रोजच खेळतो.' यातलं वास्तव असं आहे की, तुम्ही जितक्या जास्त वेळा हा गेम खेळाल, जितक्या जास्त वेळा तो शिकवाल आणि जितक्या जास्त वेळा तुम्ही या गेमला तुमच्या आयुष्याचा भाग बनवाल तितका तुमचा भविष्यविषयक दृष्टिकोन जास्त चांगला बनेल. श्रीमंत वडिलांनीसुद्धा असं म्हटलं होतं की, 'तुम्हाला भविष्यकाळात तुमचे दात निरोगी राहावेत असं वाटत असेल तर तुम्ही आजच ते ब्रशनं नीट घासा.'

जलद योजनेसाठी जलद शब्द

तुम्हाला जलद गतीची योजना बनवायची असेल तर तुम्ही जलद गतीचे शब्द वापरायला शिकलं पाहिजे. अनेक लोक झपाट्यानं श्रीमंत होऊ शकत नाहीत, कारण ते त्यांच्या

योजनेत जलद गतीच्या शब्दांऐवजी मंद गतीचे शब्द वापरतात. तुम्हाला अधिक जलद गतीनं श्रीमंत होण्याच्या तुमच्या दृष्टिकोनात सुधारणा करायची असेल तर तुम्ही जलद गतीचे शब्द वापरण्याची गरज असते.

तुम्हाला तरुणपणी निवृत्त व्हायचं असेल आणि श्रीमंत होऊन निवृत्त व्हायचं असेल तर तुम्ही अधिक अद्ययावत असण्याची, अधिक माहितगार व्यक्तींचा उपयोग करून घेण्याची, व्यवसायातील आणि गुंतणुकीतील अधिक जलद गतीच्या शब्दांचा वापर करण्याची गरज असेल. जर जास्त जलद गतीनं ते वापरले नाहीत तर व्यावसायिक लाकूडतोडे म्हणतात तसं घडतं. ते म्हणतात की, 'मी यांत्रिक करवतीनं जास्त लाकूड तोडू शकेन आणि जास्त पैसे मिळवेन हे खरं असलं तरी मला त्याची पर्वा नाही. माझ्या वडिलांनी मला ही कुऱ्हाड दिली होती आणि मरेपर्यंत तीच वापरण्याची माझी योजना आहे.' आज अनेक लोक कामावर जात आहेत आणि पैसा मिळवण्यासाठी आणि गुंतवण्यासाठी वडिलांनी आणि आईनं दिलेल्या कुऱ्हाडीचा वापर करत आहेत.

तुम्ही वडिलांनी दिलेल्या कुऱ्हाडीनंच घाव घालत आहात का?

यांत्रिक करवतीऐवजी कुऱ्हाडीनं लाकूड तोडण्याची कथा सांगितल्यानंतर मी लोकांना विचारतो की, ते अजूनही त्यांच्या वडिलांनी दिलेल्या कुऱ्हाडीनेच घाव घालत बसले आहेत का?

गोंधळलेल्या अवस्थेतील काही क्षणांत आणि बुचकळ्यात पडल्याचे दाखवणाऱ्या काही दृष्टिक्षेपांत थोडा वेळ गेला की सहसा मला असं विचारलं जातं की, 'म्हणजे तुम्ही मला असं विचारत आहात का की, ज्या वेळी पैशांच्या व्यवस्थापनाचा प्रश्न येतो त्या वेळी मी अजूनही माझ्या पालकांप्रमाणेच गोष्टी करत आहे का?'

माझं उत्तर असतं, 'होय. मी तुम्हाला नेमकं हेच विचारत आहे.' मी पुढे सांगत राहतो, 'आज अनेक लोक त्यांच्या पालकांच्याच व्यवसायात नाहीत; परंतु ज्या वेळी पैशांचा, गुंतवणुकीचा आणि निवृत्तीचा प्रश्न येतो त्या वेळी ते अगदी नेमकेपणानं त्यांच्या पालकांनी केलेल्या गोष्टीच करतात. ज्या वेळी पैशांचा प्रश्न येतो त्या वेळी अनेक लोक अजूनही त्यांच्या पालकांनी दिलेल्या कुऱ्हाडीनंच घाव घालत राहतात.'

याचं आणखी स्पष्टीकरण मागितलं गेलं तर मी म्हणतो की, 'शब्द हेसुद्धा कुऱ्हाडीसारखंच एक साधन किंवा हत्यार असतात. ज्या वेळी पैशांचा प्रश्न येतो त्या वेळी कोट्यवधी लोक शब्दांच्या साधनाचा उपयोग करतात; पण त्यांची ती साधनं अगदी मंद गतीची आणि लाकूड तोडण्यासाठी कुऱ्हाडीचा वापर करण्यासारखी कालबाह्य ठरलेली असतात.'

तुमच्या मेंदूसाठीची साधनं

मी शिकवत असलेल्या एका वर्गात एका हुशार तरुणीनं मला विचारलं की, 'पैशाच्या संदर्भात वापरले जाणारे शब्द मंद गतीचे आणि जलद गतीचे असे दोन प्रकारचे असतात असं तुम्हाला म्हणायचं आहे का?'

मी तिला म्हणालो होतो, 'मला नेमकं हेच म्हणायचं आहे. जर पैसा ही कल्पना असेल तर कल्पना या शब्दांनी बनलेल्या असतात. बहुतांश लोक मंद गतीचे शब्द वापरतात आणि त्यांच्यातून मंद गतीच्या कल्पना तयार होतात. याचा अर्थ ते मंद गतीनं संपत्ती गोळा करतात.'

'शब्द ही साधनं आहेत?' तिने शांतपणे म्हटलं. जेमतेम तिच्या आवतीभोवतीचे लोकच ऐकू शकतील एवढ्याच प्रमाणात तिचा आवाज मोठा होता.

मी मान डोलावली आणि म्हणालो, 'माझ्या श्रीमंत वडिलांनी सांगितलं होतं की, शब्द ही तुमच्या मेंदूसाठीची साधनं आहेत. इतके लोक आर्थिकदृष्ट्या संघर्ष करत असतात त्यामागे असं कारण आहे की, ते त्यांच्या मेंदूंना वापरासाठी जुनाट, मंद गतीची आणि कालबाह्य ठरलेली साधनं देतात. तुम्हाला श्रीमंत व्हायचं असेल तर तुम्हाला पहिल्यांदा तुमच्या साधनांना अद्ययावत बनवण्याची गरज असते.'

'तुम्ही मला जुन्या आणि मंद गतीच्या शब्दांच्या साधनांचं उदाहरण देऊ शकाल का?' तिने विचारलं.

'नक्कीच,' मी उत्तर दिलं. 'बहुतांश लोकांना पैशांची बचत करणं ही हुशारीची गोष्ट आहे असं वाटतं. पैशांची बचत करणं ही मंद गतीची गोष्ट आहे. तुम्ही पैशाची बचत करून श्रीमंत होऊ शकता; पण त्यासाठी तुम्ही तुमच्या आयुष्यभराच्या वेळेची किंमत चुकती करता म्हणून माझ्या दृष्टीनं बचत करणं हा शब्द मंद गतीचा आहे. माझ्या गरीब वडिलांनी मला पैशांची बचत कशी करावी ते शिकवलं होतं. माझे श्रीमंत वडील बचत करत नव्हते. त्याऐवजी त्यांनी मला भांडवलात वाढ कशी करावी ते शिकवलं.'

'पण भांडवलवाढ कशी करावी हे एखाद्याला माहितीच नसेल तर?' दुसऱ्या विद्यार्थ्यानं विचारलं.

'मग अशा वेळी तुम्ही बचत करणं आणि भांडवलवाढ कशी करावी ते शिकल्यानंतर कधीतरी पैशाची गुंतणूक करणं ही उत्तम गोष्ट असेल. भांडवलात वाढ करणं ही शिकण्याची गोष्ट आहे.'

'पण लोकांकडे पैसे मागणं ही अवघड गोष्ट नाही का?' एका विद्यार्थ्यानं विचारलं.

'कोणतीही नवीन गोष्ट शिकणं जितकं अवघड असतं तितकीच पहिल्यांदा माझ्यासाठीही ही गोष्ट अवघड होती. हे सायकल चालवायला शिकण्यासारखं होतं. सुरुवातीला मी अगदी हताश झालो होतो आणि चुकाही केल्या होत्या; पण अजूनही मी चुका करत राहतो. अजूनही मी त्या चुकांतून शिकतो म्हणूनच मी जसजसा प्रौढ होत चाललो आहे, तसतसं माझं शिक्षण आणि अनुभवही वाढत चालला आहे आणि तसतशी भांडवलाची उभारणी करणंही अधिकाधिक सोपं बनत चाललं आहे. अजूनही प्रौढ बनत चाललेले अनेक लोक कठोर परिश्रम करून आणि पैशांची बचत करून पुढे जाण्याचा प्रयत्न करत आहेत. हा मार्ग म्हणजे जुन्या आणि मंद गतीच्या शब्दांच्या साधनांचा वापर करण्याची योजना असते आणि बहुधा त्या लोकांनी त्यांच्या पालकांकडून ती वारसा हक्कानं मिळवलेली असते.'

'म्हणून ज्या वेळी मी मासिक १०० डॉलर्सची बचत करण्यासाठी संघर्ष करतो, त्या वेळी तुम्ही त्याच काळात कोट्यवधी डॉलर्सची उभारणी करता,' एका विद्यार्थ्यानं आमच्या

सुरातच सूर मिसळत म्हटलं. 'म्हणूनच तर तुम्ही शब्द हे साधन असतं, असं म्हणता आणि काही शब्द जलद गतीचे आणि काही मंद गतीचे असतात असंही म्हणता,' तो पुढे म्हणाला.

मी फक्त मान डोलावली आणि म्हणालो, 'शब्द ही तुमच्या मेंदूसाठीची साधनं असतात.'

अधिक जलद गतीच्या शब्दांचा वापर करण्याची योजना

तुम्ही तरुणपणी निवृत्त होण्याची आणि श्रीमंत होऊन निवृत्त होण्याची योजना आखत असाल, तर तुम्हाला तुमचा शब्दसंग्रह अद्ययावत करण्याची गरज असेल. तुम्ही शब्दसंग्रहात बदल घडवला तर तुमच्या कल्पनांना गती मिळेल. उदाहरणार्थ :

मंद गतीचे शब्द	**जलद गतीचे शब्द**
उच्च वेतनाची नोकरी	कॅशफ्लो

माझ्या गरीब वडिलांनी मला नेहमीच असा सल्ला दिला होता की, 'उच्च वेतन देणारी नोकरी मिळव.'

माझ्या श्रीमंत वडिलांनी मला नेहमीच असा सल्ला दिला होता की, 'मालमत्तांपासून कॅशफ्लो मिळवण्याची तुझी इच्छा असली पाहिजे.'

भरपूर पगाराची नोकरी शोधणं ही गोष्ट सुरुवातीला श्रीमंत होण्याचा जलद गतीचा मार्ग असल्यासारखं वाटतं; पण अखेरीस बहुतांश लोकांच्या बाबतीत तो मंद गतीचा मार्ग असतो. करिअरच्या सुरुवातीला माझ्या गरीब वडिलांनी माझ्या श्रीमंत वडिलांच्या तुलनेत जास्त पैसा मिळवला होता हे लक्षात घ्या; पण दोघांच्याही आयुष्याच्या अखेरीला त्यांच्या उत्पन्नातील तफावत ही प्रशांत महासागराइतकी व्यापक होती. खरं तर अत्यल्प लोकच नोकरीच्या माध्यमातून श्रीमंत होऊ शकतात... अगदी भरपूर पगाराची नोकरी असली तरीही. मालमत्तांपासून मिळणारा कॅशफ्लो हा नोकरीतून मिळणाऱ्या उत्पन्नापेक्षा अधिक चांगला असतो, त्यामागे पुढे दिलेली कारणं असतात.

पुन्हा एकदा उत्पन्नाच्या तीन प्रकारांचा आढावा घेऊ या.

सर्वसामान्य उत्पन्न	५०%
पोर्टफोलिओ उत्पन्न	२०%
निष्क्रिय उत्पन्न	०%

बहुतेक लोकांच्या बाबतीत सर्वसामान्य उत्पन्न हे व्यक्तीच्या श्रमातून किंवा कामातून मिळणारं उत्पन्न असतं.

बहुतेक लोकांच्या बाबतीत पोर्टफोलिओ उत्पन्न हे शेअर, बाँड आणि म्युच्युअल फंड यांसारख्या कागदोपत्रांच्या स्वरूपातील मालमत्तांपासून मिळणारं उत्पन्न असतं.

बहुतेक लोकांच्या बाबतीत निष्क्रिय उत्पन्न हे रिअल इस्टेटपासून मिळणारं उत्पन्न असतं.

नेहमीप्रमाणेच कोणताही आर्थिक निर्णय घेण्यापूर्वी करांसह प्रत्येक बाबतीत सक्षम व्यावसायिक सल्ला घेणं ही गोष्ट अतिशय महत्त्वाची असते.

एका व्यक्तीसाठी जी गोष्ट म्हणजे कायदेशीर कर नियोजन असते, ती गोष्ट दुसरीसाठी करविषयक नियमाचा भंग करण्यासारखी असू शकते. शब्दांमुळे निर्माण होणारा फरक जाणून घेणं हा या विभागातील महत्त्वाचा मुद्दा आहे. सर्वसामान्य उत्पन्न आणि निष्क्रिय उत्पन्न यांमध्ये पुष्कळ करविषयक फरक असू शकतो. तरफेच्या शक्तीचा विचार करता, बहुतांश लोकांसाठी कर ही विरुद्ध प्रकारची किंवा नकारात्मक तरफेची शक्ती असते. सर्वसामान्य उत्पन्नासाठी जी व्यक्ती कठोर परिश्रम करते ती निष्क्रिय उत्पन्न मिळवणाऱ्या व्यक्तीच्या तुलनेत किमान दुप्पट श्रम करते. सर्वसामान्य उत्पन्नासाठी काम करणं ही गोष्ट दोन पावलं पुढे जाणं आणि एक पाऊल मागे येणं यांसारखी असते.

तुम्ही काम करणं थांबवल्यानंतरही ते तुमच्यावर कर लादतात

भरपूर कष्ट करा, पैशांची बचत करा आणि ४०१ (के)मध्ये गुंतवणूक करा, असं सांगणारे लोक ५० टक्के पैशांसाठी काम करतात. एकदा तुम्ही निवृत्त झालात आणि तुमच्या ४०१ (के) योजनेतून पैसे काढून घेऊ लागलात की, त्या योजनेत असलेल्या पैशावर सर्वसामान्य उत्पन्नावर लादल्या जाणाऱ्या कराच्या दरानं कर लादला जातो.

अनेक लोक सांगतात की, 'मला काम करणं सुरू ठेवलंच पाहिजे, कारण माझ्या सोशल सिक्युरिटी उत्पन्नातून माझा उदरनिर्वाहाचा खर्च भागत नाही.' ज्या क्षणी आपल्या या सोशल सिक्युरिटी उत्पन्नात भर घालण्यासाठी एखादी व्यक्ती सर्वसामान्य उत्पन्नासाठी काम करू लागते, त्या वेळी सरकार फक्त तुम्ही कमावलेल्या उत्पन्नावरच कर लादत नाही, तर तुमच्या सोशल सिक्युरिटी वेतनातही कपात करू लागतं, कारण तुमच्याकडे नोकरी असते. माझ्या श्रीमंत वडिलांनी म्हटलं होतं की, 'बहुतांश लोक गरीब होण्याचंच नियोजन करतात,' त्या वेळी ते कशाविषयी बोलत होते हे त्यांना माहिती होतं. निवृत्तीनंतर कमावलेल्या उत्पन्नाविषयीचे सरकारी नियम त्यांना माहिती होते. तुम्ही गरीब नसलात आणि तुम्हाला जास्त पैसा कमवायचा असेल तर सरकार तुम्हाला मदत करणार नाही. अनेक निवृत्त लोकांच्या असं लक्षात येतं की, कराविषयीच्या या नियमांमुळे पुन्हा कामावर जाण्यापेक्षा गरीब राहणंच अधिक चांगलं ठरतं.

यातला मुद्दा असा आहे की, भरपूर कष्ट करा, पैशांची बचत करा आणि ४०१(के)मध्ये गुंतवणूक करा या शब्दांची निवड करणं म्हणजे अत्यंत मंद गतीच्या शब्दांची निवड करणं आहे, त्यामुळे तुमच्याकडे अतिशय मंद गतीची आर्थिक योजना असते. तुमच्या आर्थिक योजनेत या शब्दांचा वापर करण्याची निवड केल्यामुळे तुम्हाला कदाचित भरपूर उत्पन्नाच्या पातळीपर्यंत म्हणजे वार्षिक १,००,००० ते १०,००,००० डॉलर्स उत्पन्नाच्या निवृत्तिपश्चात उत्पन्नापर्यंत पोहोचणं शक्य होईलही; पण याच शब्दांच्या साहाय्यानं तुम्हाला श्रीमंत आणि अतिश्रीमंत पातळ्यांपर्यंत मात्र पोहोचता येणार नाही. श्रीमंत वडिलांनी म्हटलं होतं, 'भरपूर पैसा असण्याखेरीज श्रीमंत होण्यासाठी आणखीही बरंच काही लागतं,' श्रीमंत लोक वेगळ्या प्रकारचा शब्दसंच वापरतात आणि ते शब्द त्यांना आयुष्यातील वेगवेगळ्या अनुभवांकडे

नेतात. या अनुभवांमध्ये पैशांची बचत करण्याऐवजी भांडवलवाढ करण्यास शिकण्याचा समावेश असतो.

इतर शब्द असे असतात :

मंद गतीचे शब्द	*जलद गतीचे शब्द*
पैशांची बचत करा	पैसा तयार करा, मिळवा

श्रीमंत वडिलांनी अशी शिफारस केली होती की, बहुतांश लोक पैशांची कशी बचत करावी ते शिकतात; पण त्यांनी स्वतः पैशांची बचत केली नव्हती. त्यांनी असं सांगितलं होतं की, 'पैशांची बचत करण्यावर लक्ष केंद्रित करण्यात माझा बराचसा वेळ जातो आणि पैशांची बचत करण्यात तरफेची पुरेशी ताकदही नसते.' श्रीमंत वडिलांनी असंही म्हटलं होतं की, 'बहुतांश लोक ज्या पैशांची बचत करतात, तो पैसा त्यांच्याकडे करपश्चात (कर भरल्यानंतर) उरलेला पैसा असतो.' एखाद्या व्यक्तीला १० डॉलर्सची बचत करण्यासाठी प्रत्यक्षात २० डॉलर्स एवढी कमाई करावी लागते. कारण, ते सर्वसामान्य किंवा ५० टक्के उत्पन्न असतं. या सर्वांवरची कडी म्हणजे तुमच्या बचतीवर तुम्हाला मिळणारं व्याज हाही उच्चतर करांचा विषय असतो.

पैशांच्या बचतीवर लक्ष केंद्रित करण्याऐवजी श्रीमंत वडिलांनी त्यांचं आयुष्य पैसे मिळवण्यासाठी स्वतःला प्रशिक्षित करण्यात व्यतीत केलं. ते म्हणाले, 'व्यवसायांची उभारणी कशी करावी आणि पैसा कसा गुंतवावा हे तुम्हाला माहिती असेल तर तुम्ही इतका पैसा तयार करू शकता की प्रचंड प्रमाणात मिळालेला पैसा हीच तुमची समस्या बनते. तुमच्याकडे प्रचंड पैसा असतो त्या वेळी बचतीऐवजी भरपूर प्रमाणातील रोख रक्कम तुमच्या बँकेत पडून राहिलेली असते.'

रिच डॅड्स गाइड टू इन्व्हिस्टिंगमध्ये मी पैशांविषयीच्या दोन प्रकारच्या अडचणींविषयी लिहिलं आहे. त्या अशा आहेत :

१. पुरेशा प्रमाणात पैसा नसणं आणि
२. प्रचंड प्रमाणात पैसा असणं.

बहुतांश लोकांना फक्त पुरेशा प्रमाणात पैसा नसणं ही पैशाची पहिली अडचण माहिती असते. त्या लोकांनी निश्चितपणे पैशांची बचत कशी करावी हे शिकण्याची गरज असते. प्रचंड प्रमाणात पैसा मिळवणं ही माझ्या श्रीमंत वडिलांची आर्थिक योजना होती. त्यांची समस्या अशी होती की, त्यांच्या बचत खात्यात बराचसा पैसा पडून होता आणि अतिरिक्त पैसा खेळता ठेवण्यासाठी ते सातत्यानं गुंतवणुकांच्या शोधात राहत होते. जगाकडे विपुल प्रमाणात पैसा असतो हे त्यांचं वास्तव किंवा संदर्भ होता. तुटपुंजा पैसा असणं हे माझ्या गरीब वडिलांचं वास्तव होतं आणि म्हणूनच पैशाची बचत करण्याच्या प्रयत्नांत ते आयुष्यभर संघर्ष करत राहिले.

पैशासाठी काम करणं आणि पैशाची निर्मिती करणं यात काय फरक असतो? तुम्ही *रिच डॅड, पुअर डॅड* वाचलं असेल तर तुम्हाला माझ्या गरीब वडिलांकडून मी कथा ऐकत

असल्याचं आणि शब्दशः पैसा मिळवण्याचा किंवा तयार करण्याचा प्रयत्न करत असल्याचं आठवत असेल. मी शिशाच्या टूथपेस्ट ट्यूब वितळवून, प्लास्टर ऑफ पॅरिसच्या साच्यातून क्वार्टर, डाईम्स आणि निकेल्स तयार करण्याचे प्रयत्न केले होते. माझ्या गरीब वडिलांना मला पैसा मिळवणं आणि बनावट पैसा तयार करणं यातला फरक स्पष्ट करून सांगावाच लागला. पैसा सहजपणे कसा मिळवता येतो हे माझ्या गरीब वडिलांना सांगता आलं नव्हतं. कारण, त्यांना फक्त पैशासाठी काम करणंच माहिती होतं. पैशाच्या खऱ्या जगात अनेक श्रीमंत लोक पैशासाठी काम करण्यापेक्षा पैशाची निर्मिती करून अतिशय श्रीमंत बनतात. उदाहरणार्थ, बिल गेट्स पैशासाठी काम करून नव्हे, तर पैशाची निर्मिती करून जगातील सर्वाधिक श्रीमंत व्यक्ती बनला. कंपनीची उभारणी करून आणि तिचे शेअर्स विकून तो जगातील सर्वांत श्रीमंत माणूस बनला.

तुमच्या कंपनीतील शेअर्स विकणं हा पैसा निर्मितीचा एक प्रकार आहे. तत्त्वतः जोपर्यंत आणि जितका काळ तुम्ही जे उत्पादित करता त्यासाठी खरेदीदारांची आणि विक्रेत्यांची तयार बाजारपेठ असेल तोपर्यंत आणि तितका काळ त्या संदर्भात तुम्ही पैसा मिळवत राहता किंवा पैशाची निर्मिती करत राहता. उदाहरणार्थ, माझी पुस्तकं हा पैसा निर्मितीचा एक प्रकार आहे. जोपर्यंत पुस्तक विक्रेत्यांच्या माध्यमातून त्यांच्या विक्रीची तयार बाजारपेठ असेल तोपर्यंत मला पैशांसाठी काम करावं लागण्याऐवजी माझी पुस्तकं मला पैसा मिळवून देतील. जर मी डॉक्टर असतो आणि वैयक्तिकपणे काम करून पैसा मिळवत असतो तर मी पैशासाठी काम करणारा डॉक्टर ठरलो असतो. जर मी नवीन औषधाचा शोध लावलेला आणि औषध कंपन्यांच्या माध्यमातून त्या औषधाची विक्री करणारा डॉक्टर असतो तर ती गोळी म्हणजे माझा किंवा अशा डॉक्टरचा पैसा निर्मितीचा मार्ग ठरली असती. तो डॉक्टर पैशासाठी काम करणारा नव्हे, तर पैसे मिळवणारा, पैशांची निर्मिती करणारा डॉक्टर ठरला असता.

सारांशानं विचार करता, बहुतांश प्रकरणांमध्ये पैशासाठी काम करणं हे मंद गतीचं काम असतं. तुम्ही काय करत आहात ते तुम्हाला माहिती असेल तर पैसा निर्मितीचे मार्ग शोधणं ही गोष्ट अधिक जलद गतीची असू शकते म्हणून तुम्ही पैशासाठी काम करण्याची आणि नंतर पैशांची बचत करण्याची योजना आखत असाल तर तुम्ही तुमच्या आई-वडिलांच्या अतिशय मंद गतीच्या आणि अतिशय मंद कुऱ्हाडीचा वापर करत आहात.

तुमच्या संपत्तीच्या निर्मितीचा वेग कमी करणारे आणखीही काही शब्द आहेत आणि पैसा निर्मितीचा तुमचा वेग वाढवू शकणारेही काही शब्द आहेत.

मंद गतीचे शब्द	*जलद गतीचे शब्द*
मूल्यवर्धन	घसारा

तुम्हाला मूल्यवर्धन आणि घसारा हे शब्द पूर्णपणे समजले नसतील तर काळजी करू नका. मलाही ते समजून घेण्यासाठी थोडा वेळ लागला होता. तुम्हाला खरोखरच त्यांना जास्त चांगल्या प्रकारे समजून घ्यायचं असेल तर एखाद्या हिशेबनीसाला किंवा व्यावसायिक रिअल इस्टेट गुंतवणूकदाराला त्या संकल्पना तुम्हाला समजावून सांगण्यास सांगा. या संज्ञांपैकी प्रत्येक संज्ञा तुमच्या आर्थिक योजनेला कशी लागू पडते याचं संक्षिप्त उदाहरण पुढे देत आहे.

एकदा टेलिव्हिजनवरच्या कार्यक्रमात हायस्कूलची मुलं शेअर बाजारात कशी गुंतवणूक करावी हे शिकत असल्याची बातमी दाखवण्यात आली होती. मुलाखत घेतल्या गेलेल्या एका मुलानं असं सांगितलं होतं की, 'मी भरपूर पैसे कमावले, कारण मी अमुक एका कंपनीचे शेअर्स विकत घेतले आणि त्या शेअर्सची किंमत वाढली.' दुसऱ्या शब्दांत त्याने निवडलेल्या शेअर्सच्या किमतीतील भांडवलवाढीच्या किंवा मूल्यसंवर्धनाच्या आशेनं तो बाजारात काम करत होता. अनेक लोक असं म्हणतात की, 'आमचं घर ही एक चांगली गुंतवणूक आहे.' त्यांच्या घराच्या मूल्यात वाढ होईल अशी त्यांची अपेक्षा असते, हेच त्यांनी असं म्हणण्यामागचं कारण असतं.

'या नवीन गोल्फ कोर्स व्यवसायात मी बरंच काही खरेदी केलं आहे. ही एक चांगली गुंतवणूक आहे आणि येत्या पाच वर्षांत बऱ्याच गोष्टी दुपटीनं वाढतील, अशी माझी अपेक्षा आहे,' असं माझे काही मित्र म्हणत असल्याचं मी ऐकतो. त्यांच्या दृष्टीनं असे परतावे ही एक चांगली गुंतवणूक असते आणि पाच वर्षांत आपला पैसा दुप्पट वाढेल अशी त्यांना आशा असते.

श्रीमंत वडिलांनी त्यांच्या मुलाला आणि मला वेगवेगळ्या शब्दांचा वापर करण्यास शिकवलं. ज्या वेळी एखादी गुंतवणूक खरेदी करण्याचा प्रश्न येत असे त्या वेळी ते नेहमीच म्हणत की, 'तुम्ही विकता तेव्हा नव्हे, तर तुम्ही विकत घेता त्याच वेळी तुम्हाला नफा झालेला असतो.' दुसऱ्या शब्दांत त्यांनी कधीही त्यांच्या गुंतवणुकीचं मूल्यवर्धन होईल अशी अपेक्षा बाळगली नव्हती. जर तसं घडलं तर ती मूल्यवाढ हा त्यांच्या दृष्टीनं तुम्हाला मिळालेला बोनस असतो. श्रीमंत वडिलांनी त्यांच्या गुंतणुकींवरच्या तातडीच्या परताव्यांसाठी किंवा कॅशफ्लोसाठी गुंतवणुकी केल्या होत्या. त्यांनी 'फँटम कॅशफ्लो' ऊर्फ घसारा या नावानं ओळखल्या जाणाऱ्या गोष्टींतही गुंतवणूक केली होती. इमारतीच्या घसाऱ्याचं उदाहरण आधीच्या प्रकरणात देण्यात आलं आहे. त्यांना तातडीचा कॅशफ्लो आणि घसारा आवडत होता. कारण, त्यांना त्यामुळे पैसा कमावण्यासाठी त्यांच्या गुंतवणुकीचं मूल्यवर्धन होण्याची वाट बघत बसावं लागत नव्हतं. ते म्हणत, 'शेअरमध्ये किंवा रिअल इस्टेटमध्ये मूल्यवर्धनाची वाट बघत बसणं ही गोष्ट अतिशय मंद गतीची आणि खूपच धोकादायक असते.'

यातला मुद्दा असा आहे की, तुम्ही कधीतरी भविष्यात पैसा मिळवण्याची वाटत बघत राहिलात तर तुमची योजना मंद गतीची योजना असते. कारण, तुम्ही मंद शब्दांचा आणि त्यांच्याद्वारे निर्माण होणाऱ्या मंद कल्पनांचा वापर करता. इथे माझ्या श्रीमंत वडिलांच्या वाक्यांची मी पुनरुक्ती करतो, 'तुम्ही विक्री करता त्या वेळी नव्हे, तर तुम्ही विकत घेता तेव्हा तुम्हाला नफा झालेला असतो.' रिअल इस्टेट विकत घेऊन दर महिन्याला तिच्यासाठी पैसे गमावत बसलेले अनेक लोक मला भेटतात. नंतर ते मला सांगतात की, 'ज्या वेळी या मालमत्तेची किंमत चढेल त्या वेळी ती विकल्यानंतर माझा पैसा मला परत मिळेल.'

ऑस्ट्रेलियात अनेक लोक मालमत्ता खरेदी करतात, दर महिन्याला तिच्यापोटी पैसा गमावतात आणि ती चांगली गुंतवणूक आहे असं मानतात. कारण, पैसे गमावण्यापोटी सरकार त्यांना करसवलत देतं. माझ्या मते, ही पराभूताची विचारपद्धती आहे. मी त्यांना नेहमीच विचारतो, 'दर महिन्याला पैसा मिळवून देणारी आणि दर महिन्यात करसवलत

देणारी मालमत्ता का विकत घेऊ नये?' मला नेहमीच असं उत्तर मिळतं, 'नाही, माझ्या हिशेबनीसानं मला दर महिन्याला पैसा भरावा लागणारी आणि करसवलत मिळवून देणारी मालमत्ता विकत घ्यायला सांगितलंय.' हे संभाषण जलद गतीच्या, जास्त फायद्याच्या ट्रेनमध्ये चढण्याऐवजी मंद गतीच्या धोकादायक ट्रेनची निवड करण्याविषयीचं आहे.

मंद गतीचे शब्द	*जलद गतीचे शब्द*
धोका टाळा	नियंत्रण मिळवा

माझे गरीब वडील मला सांगत की, 'हे खूपच जोखमीचं, धोकादायक आहे.' किंवा 'हे सुरक्षितपणानं हाताळ.' किंवा 'जोखीम कशाला पत्करायची?' त्यांनी या कल्पनांवर जितका जास्त विश्वास ठेवला, तितकं त्यांच्या आर्थिक जीवनावरचं नियंत्रण ते गमावून बसले. एक कर्मचारी म्हणून सुरक्षितपणे जगताना त्यांच्या करांवरचं त्यांचं नियंत्रण सुटलं होतं. गुंतवणूक जोखमीची असते आणि त्यांना पैशात रस नव्हता, असं बोलून त्यांनी त्यांच्या आर्थिक शिक्षणावरचं नियंत्रण जास्तीत जास्त प्रमाणात गमावलं. अखेरीस निवृत्तीनंतरही ते जास्तीत जास्त कर भरत राहिले आणि फक्त सुरक्षित गुंतवणुकींमध्ये गुंतवणूक करत राहिले. अशा गुंतवणुकींतून त्यांना लाभ तर झाला नाहीच; पण ते पैसे गमावून बसले.

माझ्या एका दूरच्या नातेवाइकानं लष्करात २५ वर्षं काम केलं आणि तो अधिकारी म्हणून निवृत्त झाला. आज तो आर्थिक बाबींवरचे टेलिव्हिजनवरचे कार्यक्रम बघत बसतो. शेअरच्या किमती जास्तीत जास्त घसरत चालल्याचं बघतो. तो जास्तीत जास्त निराश होतो. कारण, त्याच्या पोर्टफोलिओच्या मूल्यावर त्याचं नियंत्रण नाही. त्याने एका कंपनीच्या शेअर्समध्ये भरपूर गुंतवणूक केली होती. एके दिवशी त्याने टेलिव्हिजनवरच्या कार्यक्रमात त्या कंपनीचा अध्यक्ष त्याच्या नव्याकोऱ्या विमानातून निघून जात असल्याचं पाहिलं. त्या वेळी त्या अध्यक्षानं त्याच्या सर्व कर्मचाऱ्यांना दहा लाख डॉलर्सचा बोनस जाहीर केला होता; पण संतप्त भागधारकांना त्याला तोंड द्यावं लागलं, त्या वेळी तो फारसं काही करू शकला नव्हता.

रिच डॅड्स गाइड टू इन्व्हेस्टिंगमध्ये मी श्रीमंत वडिलांच्या गुंतवणूकविषयक दहा नियंत्रणांविषयी लिहिलं आहे. आपल्या आयुष्यावर आणि भवितव्यावर काही प्रमाणात नियंत्रण राखण्याची इच्छा असलेल्या कोणासाठीही ही नियंत्रणं अतिशय महत्त्वाची आहेत. सध्या मला अमेरिकेतील आणि इतर अनेक पाश्चात्त्य देशांमधील ९० टक्के लोकांची चिंता वाटते. त्यांचं त्यांच्या आर्थिक भवितव्यावर अत्यल्प नियंत्रण आहे. विकसनशील देशांमधील ही टक्केवारी आणखी वाईट आहे.

श्रीमंत वडिलांनी मला असं सांगितलं होतं की, आपल्या आर्थिक भवितव्यावर जास्तीत जास्त नियंत्रण कसं राखता येईल हे शिकण्याची योजना आख. त्यांनी म्हटलं होतं की, 'जलद गती मार्गावरून धावणारा खेळाडू म्हणून तुझ्याकडे अधिकाधिक नियंत्रण कसं राखता येईल याची योजना असण्याची गरज असेल. जलद गती मार्गावर नियंत्रणाला पैशापेक्षाही जास्त महत्त्व असतं.' तुम्हाला या दहा नियंत्रणांविषयी जास्त माहिती हवी असेल तर तुम्ही *रिच डॅड्स गाइड टू इन्व्हेस्टिंग* वाचा किंवा आधी वाचलं असेल तर पुन्हा एकदा वाचा.

जोखीम किंवा धोका विरुद्ध नियंत्रण यांविषयी श्रीमंत वडिलांनी उच्चारलेले अतिशय महत्त्वाचे शब्द असे होते : 'माणूस जितका जास्त सुरक्षितता शोधत जातो, तितकं त्याच्या आयुष्यावरचं त्याचं नियंत्रण सुटत जातं.' आज मला दोन विश्वं विकसित होत असल्याचं दिसतं. एका जगाला मी 'जबाबदार समाज' असं म्हणतो. हा गट आपल्या आयुष्यांसाठी आणि आपल्या आयुष्यांच्या अंतिम फलितासाठी आपण स्वतःच जबाबदार आहोत असं मानतो. दुसऱ्या जगाला मी 'दुर्बल किंवा बळी ठरणारा समाज' असं म्हणतो. त्याचा असा विश्वास असतो की कंपनी किंवा सरकार असं कोणीतरी त्यांच्या आयुष्यासाठी जबाबदार असतं. कोणत्याही गटात, कुटुंबात किंवा कंपनीत सहसा हे दोन्ही प्रकारचे समाज असतात. हे दोन्ही गट आपापल्या स्वतःच्या संदर्भातून किंवा वास्तवातून जगाकडे पाहतात आणि दोघांनाही त्यांचं म्हणणं रास्त आहे असं वाटतं. मला असं आढळून आलं आहे की, जोखीम विरुद्ध नियंत्रण या संदर्भातील कल्पनांविषयीचा त्यांचा मूलभूत, महत्त्वाचा दृष्टिकोन हा या दोन्ही समाजांना एकमेकांपासून भिन्न ठरवणारा एक घटक असतो. धोका किंवा जोखीम टाळण्यासाठी आपल्या आयुष्याचं नियंत्रण दुसऱ्या कोणाकडे तरी सोपवण्याकडे बळी ठरणाऱ्या दुर्बल समाजाचा कल असतो. त्यानंतर मुळातच त्यांनीच त्यांचा गैरफायदा घेणाऱ्यांकडे त्यांच्या आयुष्याचं नियंत्रण सोपवलेलं असलं तरीही ती व्यक्ती किंवा संस्था वगैरे त्यांचा गैरफायदा घेत आहे, असं त्यांच्या लक्षात आलं की ते संतापतात. दुसऱ्या शब्दांत बळी ठरणारे लोक हे नेहमीच स्वतःचेच बळी ठरलेले असतात.

आगामी काळात असे अनेक आर्थिक बळी असतील. त्यांनी आर्थिक व्यावसायिकांकडे त्यांचं नियंत्रण सोपवलेलं असेल आणि त्यांचा सल्ला मिळवलेला असेल. भवितव्यातील बहुतांश बळींचा 'दीर्घकाळासाठी गुंतवणूक करा, वैविध्यपूर्ण पर्यायांत गुंतवणूक करा आणि दीर्घकाळ त्या गुंतवणुकी तशाच सुरू ठेवा. बाजार गेल्या ४० वर्षांत चढला आहे आणि त्याच्यात सुरक्षितपणे गुंतवणूक करत राहा,' या मंत्रावर विश्वास असेल. हे बळी, सल्ल्याचे हे शब्द फक्त एवढ्याचसाठी विकत घेतात, कारण त्यांना त्या शब्दांवर विश्वास ठेवण्याची इच्छा असते. जर आपल्या सल्लागारांची सुज्ञपणानं निवड करण्यात ते अपयशी ठरले तर ते आर्थिक बळी ठरतात.

मंद गतीचे शब्द	*जलद गतीचे शब्द*
म्युच्युअल फंड	रेग्युलेशन डी, नियम ५०६

आज कोट्यवधी लोकांनी शेअरमध्ये आणि म्युच्युअल फंडांमध्ये त्यांचं आर्थिक भवितव्य आणि आर्थिक सुरक्षितता पणाला लावलेलं आहे.

वैयक्तिकरीत्या शेअर बाजारावर माझा फारसा विश्वास नाही. म्युच्युअल फंडही खूपच मंद गतीचे असल्याचं आणि त्यांच्यात गुंतवणुकीसाठी मला माझा स्वतःचा पैसा वापरावा लागत असल्याचंही माझ्या लक्षात आलं आहे. या पुस्तकात मी आधीच सांगितलं आहे त्याप्रमाणे श्रीमंत होण्यासाठी सहसा माझा स्वतःचा पैसा वापरण्यापेक्षा मी कर्जाऊ पैसाच वापरतो आणि म्युच्युअल फंडांच्या खरेदीसाठी बँका मला कर्ज देत नाहीत.

म्युच्युअल फंड मंद गतीचे असतात असं मी म्हणतो त्यामागचं आणखी एक कारण म्हणजे कोणत्याही कागदोपत्राच्या स्वरूपातील मालमत्तेच्या बाबतीत कोणताही मोठा नफा किंवा मूल्यवर्धन हे कंपनी सार्वजनिक बनण्याआधी तिच्या निर्मितीच्या वेळीच होतं. ज्या वेळी श्रीमंत गुंतवणूकदार कंपनीच्या शेअरमध्ये गुंतवणूक करण्यास सुरुवात करतात, त्या वेळी नियम ५०६च्या रेग्युलेशन डीमधील एसईसीच्या (सिक्युरिटीज अँड एक्सचेंज कमिशनच्या) अटींनुसार आणि शर्तींनुसार किंवा इतर अशाच प्रकारच्या नियमांतर्गत ते गुंतवणूक करतात. दुसऱ्या शब्दांत ज्या वेळी कंपनी खासगी कंपनी असते, त्या वेळी श्रीमंत लोक कंपनीच्या शेअरमध्ये गुंतवणूक करतात. ज्या वेळी कंपनी सार्वजनिक बनते, फक्त त्याच वेळी सर्वसामान्य लोक कंपनीच्या शेअरमध्ये गुंतवणूक करतात. यातले फरक खूप मोठे आणि अनेक असतात. उदाहरणार्थ, तुम्ही इंटेलमध्ये ती सार्वजनिक होण्याआधी २५,००० डॉलर्सची गुंतवणूक केली तर आज त्यांची किंमत शेअर बाजारातील चढ-उतारांचा विचार करता कदाचित ४ कोटी डॉलर झालेली असेल.

यातला मुद्दा असा आहे की, लोकांना एखादी कंपनी अस्तित्वात आल्याचं समजण्याच्याही आधीच श्रीमंतांनी त्यांचा पैसा कमावलेला असतो. याचा अर्थ श्रीमंत नेहमीच खूपच कमी जोखीम पत्करून खूपच जास्त परताव्याची शक्यता असलेल्या गोष्टीत गुंतवणूक करतात. म्युच्युअल फंडांनी कंपनीचे शेअर विकत घेण्याच्या आधीच श्रीमंतांनी त्यांचा नफा कमावलेला असतो. त्यानंतर सर्वसामान्य लोक म्युच्युअल फंड विकत घेतात आणि या फंडांनी सार्वजनिक कंपनीच्या शेअर्सची खरेदी केलेली असते. याच कंपनीत ती खासगी कंपनी असतानाच श्रीमंतांनी गुंतवणूक केलेली असते. दुसऱ्या शब्दांत म्युच्युअल फंडांमध्ये किंवा सार्वजनिक शेअर्समध्ये गुंतवणूक करण्याऐवजी श्रीमंतांनी ५०६ नियम डीच्या माध्यमातून प्रायव्हेट प्लेसमेंट मेमोरँडमच्या माध्यमातून गुंतवणूक केलेली असते. म्युच्युअल फंडांची आणि आयपीओची किंवा ५०६ नियम डीची श्रीमंत होण्याची संभाव्य गती यांमध्ये आश्चर्यकारक फरक असतो. श्रीमंत वडिलांनी असं म्हटलं होतं की, 'म्युच्युअल फंडांमध्ये गुंतवणूक करणं हे अन्नसाखळीच्या अखेरच्या टोकात गुंतवणूक करण्यासारखं असतं.'

मला माहिती आहे की, तुमच्यापैकी काही जण असं म्हणत असतील की, 'उसळलेल्या शेअर बाजाराच्या बहराच्या काळात आयपीओ चांगले होते; पण घसरलेल्या किंवा स्थिर बाजारात ते चांगले नाहीत.' या विधानात काही प्रमाणात सत्य आहे. तरीही बाजाराचा विचार न करता, नेहमीच सर्वसामान्य जनतेला ज्या खासगी गुंतवणुकीच्या संधी कधीच दिल्या जात नाहीत, त्या श्रीमंत लोकांना नेहमीच दिल्या जातात म्हणूनच श्रीमंत लोकांचे शब्द, शब्दसंग्रह आणि गुंतवणुकींची परिभाषा समजून घेतल्यामुळे अधिक जलद गतीनं श्रीमंत बनण्याच्या तुमच्या शक्यताही वाढतात.

नजीकच्या भविष्यात श्रीमंत जास्त श्रीमंत बनतील. कारण, त्यांना आयपीओपूर्व 'ऑफरिंग'चा फायदा मिळालेला असेल. ते तंत्रज्ञानात किंवा संगणकांमध्ये किंवा डॉटकॉम्समध्ये गुंतवणूक करणार नाहीत. त्याऐवजी ते महत्त्वाची जैव-तंत्रज्ञान कंपन्यांमध्ये, जैवअभियांत्रिकी कंपन्यांमध्ये आणि कंपन्यांच्या नावांच्या शेवटी सिस्टिम किंवा नेटवर्क असे शब्द असलेल्या नवीन कंपन्यांमध्ये गुंतवणूक करतील. आपण ज्या कंपन्यांची अद्याप नावंही ऐकलेली नाहीत अशा भविष्यकालीन महत्त्वाची कंपन्यांमध्ये ते गुंतवणूक करतील.

सर्वसामान्य लोकांना ज्या कंपन्यांविषयी आणि रिअल इस्टेट प्रकल्पांविषयी श्रीमंतांनी नफा मिळवून झाल्यानंतर समजेल, अशा कंपन्यांमध्ये ते गुंतवणूक करतील. ते म्युच्युअल फंडांऐवजी प्रायव्हेट प्लेसमेंट मेमोरँडमध्ये किंवा मर्यादित भागीदारींमध्ये आणि अशाच प्रकारच्या गुंतवणूक पर्यायांमध्ये गुंतवणूक करतील.

मंद गतीचे शब्द	*जलद गतीचे शब्द*
किरकोळ खरेदी करा	ठोक खरेदी करा

आपल्यापैकी बहुतेकांना हे माहिती असतं की, मालाची नेहमीच ठोक (होलसेल) आणि किरकोळ अशी किंमत असते. गुंतवणुकीच्या बाबतीतही हेच खरं असतं. श्रीमंत अधिक श्रीमंत बनतात, कारण ते किरकोळ किंमत मोजण्याऐवजी ठोक किंमत मोजतात.

तुम्ही कॅशफ्लो बोर्ड गेमकडे पाहता त्या वेळी तुम्हाला रॅट रेस आणि फास्ट ट्रॅक दिसतात. रॅट रेस ही गुंतवणूकदार किरकोळ पैसे भरत असलेली जागा असते. फास्ट ट्रॅक ही गुंतवणूकदार ठोक गोष्टींसाठी पैसे भरत असलेली जागा असते. श्रीमंत अधिक श्रीमंत बनत जातात कारण त्यांना ठोक पातळीवरच्या किमती असलेल्या गुंतवणुका उपलब्ध असलेल्या लोकांचे मित्र किंवा कुटुंबीय म्हणून ओळखलं जातं.

मंद गतीचे शब्द	*जलद गतीचे शब्द*
शेअर्स खरेदी करा	शेअर्सची विक्री करा

मायक्रोसॉफ्टचे शेअर्स विकून बिल गेट्स जगातील सर्वांत श्रीमंत माणूस बनला नव्हता. तो जगातील सगळ्यात श्रीमंत माणूस बनला कारण, त्याला 'विक्री करणारा भागधारक (शेअरहोल्डर)' म्हणून ओळखलं जात होतं. श्रीमंत लोक श्रीमंत होतात कारण ते नेहमी स्टॉकची विक्री करणारे भागधारक असतात. विक्री करणारा भागधारक बनण्यासाठी तुम्ही एक तर संस्थापक किंवा संस्थापकाचा मित्र अगर कुटुंबीय असण्याची गरज असते.

मंद गतीचे शब्द	*जलद गतीचे शब्द*
शाळेत जा	चर्चासत्राला जा

माझे गरीब वडील नेहमीच शैक्षणिक संस्थांमध्ये शिकायला जात होते म्हणूनच त्यांनी युनिव्हर्सिटी ऑफ शिकागोमध्ये, नॉर्थवेस्टर्नमध्ये आणि स्टॅन्फोर्ड युनिव्हर्सिटीत हजेरी लावली होती. या सगळ्या विलक्षण, प्रतिष्ठित शिक्षणसंस्था आहेत. माझे खरे वडील तिथून परत येताना अतिशय रोमहर्षित, उत्साही झालेले असत आणि त्यांना बढतीची अपेक्षा असे, कारण त्यांनी पुन्हा एकदा शिक्षण घेण्यासाठी त्यांच्या वेळेची गुंतवणूक केलेली असे.

माझे श्रीमंत वडील चर्चासत्रांना गेले होते. त्यांनी असं म्हटलं होतं की, 'तुला जास्त चांगला कर्मचारी किंवा डॉक्टर, वकील अगर हिशेबनीस यांच्यासारखा जास्त चांगला व्यावसायिक बनायचं असेल तर तू शाळेत जा. जर तुला पदवीची, बढत्यांची किंवा नोकरीतील सुरक्षिततेची फिकीर वाटत नसेल तर तू चर्चासत्रांना जा. ज्या लोकांना

नोकरीतील बढती किंवा नोकरीतील वाढती सुरक्षितता यांपेक्षा अधिक चांगले आर्थिक परिणाम हवे असतील त्यांनी चर्चासत्रांना जावं.'

मी शैक्षणिक संस्थांमध्ये शिकवण्याऐवजी चर्चासत्रांमध्ये शिकवतो. चर्चासत्रांच्या तुलनेत शैक्षणिक संस्थांमध्ये वेगळ्या प्रकारचे विद्यार्थी येतात. उदाहरणार्थ, वर्षातून आपण किमान दोन चर्चासत्रांना तरी गेलंच पाहिजे यावर माझी पत्नी – किमचं आणि माझं एकमत आहे. आम्ही एकत्रच जातो. कारण, अगदी वाईट असलेली चर्चासत्रंही आमचं वैवाहिक आयुष्य, मैत्री आणि व्यावसायिक भागीदारी अधिक भक्कम बनवतात. माहितीत किंवा शिक्षणात, सर्वसामान्य अनुभवाच्या माध्यमातून लोकांना अधिक जवळ आणून जोडण्याचं सामर्थ्य असतं. जर ते एकत्र शिकले नाहीत तर त्यामुळे त्यांच्यात वैरभावही निर्माण होतो.

गेल्या अनेक वर्षांत आम्ही विपणन, विक्री, यंत्रणा विकास, कर्मचाऱ्यांची हाताळणी आणि अर्थातच गुंतवणूक यांविषयीच्या अनेक चर्चासत्रांना उपस्थित राहिलो आहोत. चर्चासत्रासाठी फक्त ८५ डॉलर्सचा खर्च येतो आणि तो सरकारकडून केला जातो आणि आम्ही जे शिकतो त्यापासून आम्हाला कोट्यवधींची कमाई होण्याची आमची अपेक्षा असते. लोक बढत्यांऐवजी परिणामांसाठी, फलनिष्पत्तींसाठी चर्चासत्रांना उपस्थित राहतात असं मी म्हणतो त्याचा हाच अर्थ आहे.

लेखक म्हणून शाळेत मोठं नाव मिळवलेल्या काही लेखकांना मी भेटलो आहे; पण त्यांची पुस्तकं माझ्या पुस्तकांइतकी खपत नाहीत. मी त्यांना ज्या वेळी थेट विपणन अभ्यासक्रमांना किंवा विक्री प्रशिक्षण अभ्यासक्रमांना अगर लेखन कौशल्य अभ्यासक्रमांना उपस्थित राहण्याविषयी सुचवलं, त्या वेळी त्यांना खूपच राग आला. मी *रिच डॅड पुअर डॅडमध्ये* म्हटलं आहे त्याप्रमाणे मी पुस्तकांची उत्तम विक्री होत असलेला लेखक आहे, मी उत्तम लेखन करणारा लेखक नाही.

एके दिवशी माझी एका मित्राशी भेट झाली. त्याने तुलनेत जास्त चांगल्या असलेल्या शिक्षण संस्थेत त्याच्या मुलीला घातलं होतं. तिच्या चार वर्षांच्या शिक्षणासाठी ८५,००० डॉलर भरल्याचा त्याला अभिमान वाटत होता. तिला फक्त वार्षिक ५५,००० डॉलर्सची नोकरी मिळाली आणि तो अक्षरशः रोमांचित झाला.

माझ्या चर्चासत्रांसाठी किती खर्च येतो असं त्याने मला विचारलं. त्यावर मी त्याला सांगितलं की तीन दिवसांसाठी सुमारे ५,००० डॉलर्स. त्याने त्या मूल्यावर विचार केला आणि तो म्हणाला, 'मला हे परवडणार नाही. एवढ्या अत्यल्प काळासाठी एवढा पैसा भरायचा म्हणजे हे चर्चासत्र खूपच महागडं आहे.' मी तीन दिवसांत काय शिकवलं असं त्याने विचारल्यावर मी उत्तर दिलं, 'पहिल्या दिवशी आम्ही बिल गेट्सनं उभारणी केलेल्या व्यवसायासारखा व्यवसाय कसा उभारावा आणि तो आयपीओच्या माध्यमातून सार्वजनिक क्षेत्रात कसा आणावा हे मी शिकवलं. तुम्हाला जर बिल गेट्स बनायचं नसेल आणि फक्त ठोक पातळीवर शेअर विकत घ्यायचे असतील, तर आयपीओच्या मैत्रीपूर्ण आणि कौटुंबिक पातळीचे सदस्य कसं बनावं तेही आम्ही पहिल्याच दिवशी पाहिलं.' त्यानंतर मी म्हणालो, 'दुसऱ्या आणि तिसऱ्या दिवशी आम्ही गुंतवणुकीसाठी रिअल इस्टेटचा कसा शोध घ्यावा ते शिकलो आणि त्याचं झटपट विश्लेषण कसं करावं आणि त्यासाठी पैशाची

उभारणी कशी करावी हेही आम्ही पाहिलं. दुसऱ्या शब्दांत, आम्ही डोनाल्ड ट्रम्पसारखे लोक कसा विचार करतात आणि रिअल इस्टेटमध्ये गुंतवणूक करतात त्याप्रमाणे तुम्हालाही विचार करायला, वाटाघाटी करायला आणि व्यवहारांचं विश्लेषण करायला शिकवतो. अखेरच्या दिवशी आम्ही हेज फंड व्यवस्थापक ज्या पर्यायांचा वापर करतात ते कसे वापरावेत ते शिकवतो. म्युच्युअल फंडांचे व्यवस्थापक याच प्रकारे या पर्यायांचा वापर करत नाहीत. या सगळ्याहूनही महत्त्वाची गोष्ट म्हणजे आम्ही उद्योगांना कमी कर भरून आपल्या मालमत्तांचं कसं रक्षण करावं ते शिकवतो. तुम्हाला फास्ट ट्रॅकवरच्या गुंतवणूकदारांना भेटता येतं. ते तुम्हाला जगातील उत्तम तरफेची शक्ती असलेल्या गुंतवणुकी कशा शोधाव्यात ते सांगतात. या सगळ्याहूनही महत्त्वाची गोष्ट म्हणजे अगदी तुमच्याचसारखा विचार करणाऱ्या लोकांनाही तुम्ही भेटता. दुसऱ्या शब्दांत तुमच्याच गतीनं पुढे चाललेल्या नवीन मित्रांना तुम्ही भेटू शकता.'

तो फक्त एवढंच म्हणू शकला, 'पण तरीही तीन दिवसांसाठी हे पैसे फारच होतात.'

मी आधी सांगितलं आहे, त्याप्रमाणे मंद गतीचे आणि जलद गतीचे शब्द असतात. माझ्या मते, आयुष्यभर वार्षिक फक्त ५५,००० डॉलर्स मिळवण्यास शिकण्यासाठी ८५,००० डॉलर्स गुंतवण्यापेक्षा मी कोट्यवधी आणि कदाचित अब्जावधी डॉलर्सही कसे मिळवावेत, हे शिकण्याकरिता तीन दिवसांसाठी अगदी सहजपणे ५,००० डॉलर्स गुंतवले असते. यातली आणखी महत्त्वाची गोष्ट म्हणजे ५५,००० डॉलर्स हे सर्वसामान्य उत्पन्न आहे.

जलद गतीचं, कमी किमतीचं, उच्च परिणामाचं शिक्षण मिळवण्याचा आणखी एक स्रोत आहे. मी त्याचा सातत्यानं उपयोग करतो. १९७४मध्ये मी मरिन कॉर्प्स सोडली त्या वेळी मला माहिती होतं की, मी त्यापुढे माझ्या गरीब वडिलांप्रमाणे ई कप्प्यात राहणार नव्हतो. त्या वेळी मी नाईंटिंगेल-कॉनन्ट कंपनीचं ध्वनिमुद्रण विकत घेण्यास सुरुवात केली. त्यांच्याकडे खूपच मोठे व्यवसाय, प्रेरणा आणि नेतृत्व या क्षेत्रांवर प्रभुत्व असलेल्या काही बड्या लोकांच्या ध्वनिमुद्रणाची ऑडिओ लायब्ररी होती. मला अजूनही *लीड द फिल्ड* ही अर्ल नाईंटिंगेलची ध्वनिमुद्रिका विकत घेऊन ती टेप पुनःपुन्हा ऐकत राहिल्याचं आठवतं. त्या वेळी माझ्या विक्रीक्षेत्रात मी कार्यरत होतो, ई कप्प्यातून आणि औद्योगिक जगतातून माझी सुटका करून घेण्याचं नियोजन करत होतो. खरं तर मी अजूनही वर्षातून एकदा तरी व्यायामशाळेत किंवा कारमध्ये असताना तो कार्यक्रम ऐकतो.

लोक मला विचारतात की, 'मी सल्लागाराची निवड कशी करतो?' त्या वेळी मी नेहमीच त्यांना सांगतो की, 'नाईंटिंगेल कॉनन्टकडे कॅटलॉग मागा आणि त्यामधील सदा सर्वकाळासाठी अत्यंत महान ठरलेल्या सल्लागारांचं ध्वनिमुद्रण ऐका.' श्रीमंत वडील नेहमीच म्हणत की, 'खरा श्रीमंत हा घरीच राहून फावल्या वेळात श्रीमंत बनतो.' ते असंही म्हणत की, 'तुम्हाला श्रीमंत बनवणं हे तुमच्या वरिष्ठाचं काम नसतं. ते तुमचं काम असतं.'

नाईंटिंगेल कॉनन्टच्या वाचनालयात असलेल्या काही महान लोकांमध्ये टेंपल्टन फंडाचे संस्थापक सर जॉन टेंपल्टन, ब्रायन ट्रेसी, झिग झिगलर, डेनिस वेटली, ऑग मान्दिनो, सेठ गोडिन, हार्वे मॅके आणि इतरांचा समावेश आहे. मी पुढे जात राहण्यासाठी जास्त शिकलो, जास्त पैसे कमावले आणि नवनवीन स्फूर्तिस्थानांचा शोध घेत राहिलो.

अगदी कार चालवत असताना, व्यायामशाळेत काम करत असताना किंवा फिरायला गेल्यावर मी नवीन कल्पना शोधल्या किंवा गोष्टी वेगळ्या पद्धतीनं करण्याचे नवीन मार्ग शोधले. नाईंटिंगेल कॉनन्टकडचा तज्ज्ञांचा संग्रह अमूल्य आहे. तरीही जगातील काही महान शिक्षकांच्या आणि तज्ज्ञांच्या सान्निध्यात तुम्हाला वैयक्तिक वेळ व्यतीत करायची इच्छा असेल तर या मार्गानं तुम्हाला त्यासाठी फक्त शंभर डॉलर्सहूनही कमी खर्च येतो. तुम्हाला फक्त टेप रिवाईंड करावी लागते एवढंच, मग त्यांनी सांगितलेली जी गोष्ट तुम्हाला पुन्हा ऐकायची असते तीच गोष्ट ते तुम्हाला पुन्हा एकदा सांगतात. मला या टेपमधून महाविद्यालयीन पदवी मिळाली नाही; पण मला आर्थिक स्वातंत्र्य मिळवता आलं आणि सगळ्यात महत्त्वाची गोष्ट म्हणजे मी खरा कोण आहे त्याच्याशी प्रामाणिक राहून काम करण्याविषयीचा आत्मविश्वासही मिळवता आला.

काही लोक फक्त समाधानच का शोधतात?

शाळेत जाणाऱ्या आणि चर्चासत्रांना उपस्थित राहणाऱ्या लोकांमध्ये पुन्हा एकदा संदर्भ आणि माहिती याविषयी फरक असतो. हा फरक या दोन्ही प्रकारच्या लोकांमधील अनेक मोठ्या फरकांपैकी एक असतो. ज्या वेळी शाळेत जाणारी एखादी व्यक्ती चर्चासत्रांना जाणाऱ्या व्यक्तीला विचारते की, 'तुला त्या चर्चासत्रातून काय मिळतं?' त्या वेळी चर्चासत्राला उपस्थित असलेली व्यक्ती आपल्याला चर्चासत्रातून काय मिळालं ते नेमकेपणानं सांगू शकत नाही, असं माझ्या लक्षात आलं आहे. याचं कारण असं असतं की, अनेक चर्चासत्र ही माहितीत भर टाकण्याऐवजी संदर्भांचा विस्तार करणारी असतात. ज्या व्यक्तीचा संदर्भ नुकताच विस्तारित झालेला असतो ती नेमकेपणानं आपल्याला काय मिळालं हे सांगू शकत नाही. शाळाभिमुख असलेली व्यक्ती ही सहसा प्रामुख्यानं कर्मचारीच बनू शकते, तिला बहुतांश वेळा अशा प्रकारचा संदिग्धपणा समजू शकत नाही. आपले संदर्भ तसेच ठेवण्याची इच्छा असलेली व्यक्ती, आपलं वास्तव विस्तारल्यामुळे आनंदी असलेल्या आणि नवीन माहिती मिळण्याची वाट पाहत असलेल्या व्यक्तीला समजून घेऊ शकत नाही म्हणूनच ते 'माहिती विरुद्ध संदर्भाचा विस्तार' याचा शोध घेतात. यातली चांगली गोष्ट अशी आहे की ते दोघेही पुढे जातात. ते कशाचा शोध घेतात, याच्याशी त्यांच्या पुढे जाण्याचा काहीही संबंध नसतो, तरीही जे लोक आपल्या संदर्भाच्या विस्ताराचा आणि माहितीच्या वाढीचा शोध घेतात ते अत्यंत जलद गतीनं पुढे जातात.

जीवघेण्या स्पर्धेतून बाहेर पडण्याची वेळ आली आहे का?

एके दिवशी एका व्यक्तीनं मला सांगितलं की, 'मी तुमचा कॅशफ्लो गेम एकदा खेळलो आहे. आता मी काय करू?'

मी उत्तर दिलं, 'तुम्ही कॅशफ्लो १०१ एकदाच खेळला आहात का? फक्त एकदाच?'

'होय. फक्त एकदाच,' त्याने उत्तर दिलं.

'तुम्ही किती वेळ तो खेळ खेळलात?' मी विचारलं.

'जवळजवळ तीन तास,' त्याने उत्तर दिलं

'तुम्ही रॅट रेसच्या बाहेर पडलात का?' मी विचारलं.

'नाही. मी कधीच बाहेर पडलो नाही; पण मला त्यामागचा धडा समजला.'

'तुम्हाला कोणता धडा मिळाला?' मी विचारलं.

'मी कंटाळून गेलो. रॅट रेसमध्ये असणं ही कंटाळवाणी आणि दमवणारी गोष्ट आहे हे मी शिकलो. माझ्या असं लक्षात आलं की, मला खेळांचा तिटकारा वाटतो म्हणून मी तुम्हाला पुढे काय करू ते विचारतोय. मला खेळ खेळायचे नाहीत. मला श्रीमंत व्हायचं आहे म्हणून मी पुढे काय करू ते मला सांगा.'

मी पुढे चित्रात दाखवल्याप्रमाणे असलेला खेळाचा पट बाहेर काढला आणि 'रॅट रेस' असं लिहिलेल्या वर्तुळाकडे निर्देश केला.

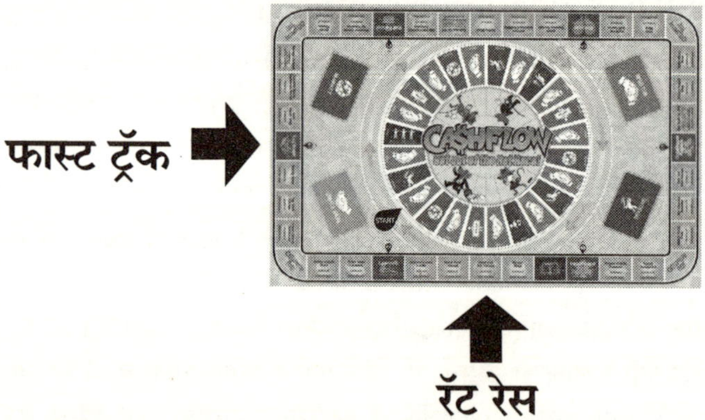

रॅट रेसच्या वर्तुळाकडे तसाच निर्देश करत राहून मी जाणीवपूर्वक हळूहळू सांगू लागलो, 'म्हणजे तुम्हाला हा खेळ फक्त एक मूर्खपणाचा खेळ वाटतोय तर. बरोबर?'

त्याने मान डोलवत स्मित केलं आणि म्हणाला, 'ह्यँ, मला तर हा खेळ बिलकूल खेळावा, असं वाटत नाही. मला खऱ्या आयुष्यात श्रीमंत व्हायचं आहे.'

'मग हा खेळ म्हणजे खरं आयुष्य आहे, असं तुम्हाला वाटत नाही की काय?' मी विचारलं.

'बिलकूलच नाही,' त्याने म्हटले. त्याच्या चेहऱ्यावर कुत्सित भाव होता. 'हा खेळ माझ्या उपयोगाचा नाही.'

'ही रोचक गोष्ट आहे,' मी म्हटलं. अजूनही मी रॅट रेसकडेच निर्देश करत राहिलो होतो. 'माझ्या दृष्टीनं हा खेळ म्हणजे खरं आयुष्य आहे. मी तुम्हाला विचारतो की, तुम्ही कोणत्या मार्गावर आहात? रॅट रेसच्या की फास्ट ट्रॅकच्या?'

त्या तरुणानं माझ्याकडे निर्विकारपणे बघितलं. तो काहीही बोलला नाही.

मी पुढे म्हणालो, 'माझ्या दृष्टीनं हा खेळ म्हणजे खरं आयुष्य आहे आणि खऱ्या आयुष्यात आपल्यापैकी प्रत्येक जण यांपैकी एका मार्गावर असतो.' योगायोगानं त्या वेळी

माझ्याकडे या दुसऱ्या विभागाच्या सुरुवातीला मी दिलेला माजी कामगारमंत्री रॉबर्ट रिचचा लेख होता. तो लेख बाहेर काढून मी रॉबर्ट रिचची विधानं त्याला वाचून दाखवली.

> 'ही गोष्ट फक्त उत्तम नोकरी मिळवणं किंवा चांगला पगार असणं याच्याशी यापुढे निगडित असणार नाही.'
>
> 'अंदाज बांधता न येण्याजोग्या, अनिश्चित स्वरूपाच्या पैसे कमावण्याविषयीच्या नवीन अर्थकारणात... दोन मार्ग उदयास येत आहेत. जलद गतीचा मार्ग आणि मंद गतीचा मार्ग आणि या दोहोंमध्ये इतर कुठल्याही श्रेणीचे मार्ग नसतात.'

'म्हणजे जलद गतीचा मार्ग खरोखरच अस्तित्वात असतो, असं तुम्हाला म्हणायचं आहे का?' त्याने विचारलं.

मान डोलवत मी म्हणालो, 'तो असतोच आणि त्याप्रमाणेच जीवघेणी शर्यत किंवा स्पर्धाही असतेच. अमेरिकन लोकसंख्येपैकी ९९ टक्के लोक जीवघेण्या शर्यतीत किंवा स्पर्धेत गुंतलेले असतात आणि या जीवघेण्या स्पर्धेतील लोक जास्तीत जास्त प्रमाणात मागे पडत जातात. रॉबर्ट रिच यांनी म्हटल्याप्रमाणे या दोन मार्गांच्या दरम्यान इतर कुठल्याही श्रेणी अस्तित्वातच नसतात. मग तुम्ही तुमचा वेळ, श्रम कुठल्या मार्गात गुंतवत आहात?'

'सांगतो, माझ्याकडे भरपूर पगाराची नोकरी आहे आणि मी भरपूर पैसा कमावतो. याचा अर्थ मी जलद गतीच्या मार्गात गुंतवणूक करत आहे असा होत नाही का?' त्याने विचारलं.

'मला तसं वाटत नाही; पण मला खरोखरच माहिती नाही. तुम्हालाच ते मला सांगावं लागेल. तुम्ही कशात गुंतवणूक करत आहात?' मी विचारलं. 'तुम्ही कोट्यधीश आहात का आणि वार्षिक २,००,००० डॉलर्सहून अधिक पैसा तुम्ही कमवता का?' मी विचारलं.

'४०१ (के) योजनेत मी ३,५०,००० डॉलर्सची गुंतवणूक केली आहे आणि मी वार्षिक १,२०,००० डॉलर्सहून जास्त पैसा कमवतो. याचा अर्थ मी जलद गतीच्या मार्गात गणला जाण्यासाठी पात्र आहे असा होत नाही का?' त्याने विचारलं.

'मला तसं वाटत नाही,' मी उत्तर दिलं. 'निदान एसईसीच्या नियमांनुसार तुम्ही जलद गतीच्या मार्गात गणले जाण्यास पात्र नाही.'

'मला काहीच समजत नाही,' तो म्हणाला. 'माझं काय चुकतंय ते तुम्ही मला सांगाल का?'

मी एक दीर्घ श्वास घेतला. त्याने आता अखेरीस त्याचा संदर्भ किंवा त्याची मनोरचना खुली केली होती आणि तो नवीन माहिती समजून घेण्यास तयार झाला होता, या गोष्टीमुळे मी सैलावलो होतो. ज्या लोकांना आपल्याला सगळी उत्तरं माहिती असतात असं वाटतं त्यांना एखादी गोष्ट शिकवणं अतिशय अवघड असल्याचं मला आढळतं. पूर्ण भरलेल्या ग्लासात आणखी पाणी ओतणं शक्य नसतं हे आपल्याला सगळ्यांनाच माहिती आहे. त्याप्रमाणेच ज्याचं मन बंद असेल किंवा आधीच इतर माहितींनी भरलेलं असेल, त्यालाही कुठलीही नवीन गोष्ट शिकवणं अवघड असतं.

मी हळुवारपणे सुरुवात करून म्हटलं, ‘मी दोन मार्गांच्या साहाय्यानं या खेळाची सुरुवात केली आहे, कारण माझ्या दृष्टीनं हा खेळ म्हणजे आयुष्याचा खरा खेळ आहे. खऱ्या आयुष्यात आपल्यापैकी प्रत्येक जण यांपैकी एका मार्गावर असतो. रॉबर्ट रिचनी म्हटल्याप्रमाणे त्या दरम्यान कुठल्याही प्रकारच्या श्रेणी नसतात.’

‘म्हणजे एक तर जीवघेणी स्पर्धा किंवा जलद गतीचा मार्ग. असंच ना?’ त्याने विचारलं. आता त्याला आणखी थोडी रुची वाटू लागली होती.

‘होय,’ मी म्हणालो. ‘आणि तुम्ही किंवा मी या जीवघेण्या स्पर्धेतून कसे बाहेर पडू शकतो, याविषयीचा धडा या खेळातून मिळतो. तुम्ही श्रीमंत होऊ शकता आणि आपल्यापैकी बहुतेकांना माहिती असलेल्या या जीवघेण्या स्पर्धेतून बाहेर पडून आर्थिकदृष्ट्या मुक्त बनू शकता या शक्यतेकडे तुम्हाला खुल्या मनानं पाहणं शक्य व्हावं, हा या खेळाचा हेतू आहे. शिवाय पैशासाठी काम करत, काबाडकष्टात आयुष्य घालवण्याच्या जोखडातून आणि आपल्याकडच्या साधनसामग्रीच्या तुलनेत कमी प्रतीच्या जीवनशैलीचं आयुष्य जगण्यातून तुम्ही आपली सुटका करून घ्यावी, असाही याचा उद्देश आहे. तुम्ही जितक्या जास्त वेळा हा खेळ खेळाल आणि जितक्या जास्त वेळा तो इतरांनाही शिकवाल तितकं तुमचं मन या शक्यतेविषयी खुलं होण्याच्या शक्यताही वाढतील. तुमच्या मनात, संदर्भात आणि माहितीत अधिक खरं आर्थिक स्वातंत्र्य तयार होईल. जर तुमचं मन खुलं नसेल तर तुम्हीही जीवघेण्या शर्यतीत आपलं आयुष्य घालवणाऱ्या १०० पैकी ९९ लोकांपैकी एक बनाल.’

‘म्हणजे मी भरपूर पैसा मिळवत असलो तरीही?’

‘खूपच छान प्रश्न आहे,’ मी मोठ्यानं म्हणालो. ‘तुम्ही विचारू शकत असलेला उत्तम प्रश्न तुम्ही विचारला आहे. याचं उत्तर असं आहे की फक्त एकटा पैसा तुम्हाला या जीवघेण्या स्पर्धेतून बाहेर काढू शकणार नाही आणि फक्त एकटा पैसाच तुम्हाला जलद गतीच्या मार्गावर घेऊनही जाणार नाही म्हणूनच माझे श्रीमंत वडील नेहमीच असं म्हणत होते की, पैसा तुम्हाला श्रीमंत बनवत नाही.’

‘का?’ त्याच्या चेहऱ्यावर बुचकळ्यात पडल्याचे भाव होते. ‘फक्त जलद गतीच्या मार्गावर जाण्यासाठीही भरपूर पैसा लागत नाही का?’

‘आणखी एक उत्तम प्रश्न आणि ‘नाही’ असं याचं उत्तर आहे,’ मी म्हणालो. आपल्याला सगळी उत्तरं माहिती आहेत असं ढोंग करण्याऐवजी त्याचं मन आता नवीन कल्पनांविषयी खुलं बनत चाललं होतं हे लक्षात आल्यामुळे मी आता आणखी सैलावलो होतो. ‘जीवघेण्या स्पर्धेतून बाहेर पडण्यासाठी पैशाहून आणखीही जास्त गोष्टी लागतात आणि जलद गतीच्या मार्गात गुंतवण्यासाठी पैशाहून आणखीही इतर गोष्टी लागतात.’

‘मला समजलं नाही,’ तो म्हणाला. ‘त्याच्यासाठी पैशाहून आणखी काय लागतं? जीवघेण्या स्पर्धेतून बाहेर पडण्यासाठी पैशाहून आणखी जास्त गोष्टी लागतात, ते मला समजलं; पण जलद गतीच्या मार्गावर गुंतवण्यासाठी पैशाहून जास्त गोष्टी लागतात हे मला समजलं नाही.’

त्याच्या प्रश्नाचं उत्तर देण्यापूर्वी मी विचार गोळा केले आणि म्हणालो, ‘द वॉल स्ट्रीट जर्नलसारख्या प्रकाशनांमधील जाहिराती तुम्हाला आठवतात का? या जाहिरातींमध्ये उत्तम

पोशाख केलेला पैसेवाला माणूस दिसतो. रस्त्याच्या कोपऱ्यावर 'माझ्याकडे गुंतवणुकीसाठी पैसा आहे,' असं लिहिलेला फलक घेऊन तो उभा असतो.'

'होय. मीही त्या जाहिराती पाहिल्या आहेत; पण मला खरोखरच त्या समजल्या नव्हत्या,' त्याने हळुवारपणे म्हटलं. तो काहीसा गोंधळून गेला होता.

'१९९५ ते १९९९ दरम्यान अशा पुष्कळ जाहिराती होत्या. त्यातला संदेश असा होता की, अनेक व्यक्तींनी शेअर बाजारातून किंवा त्यांच्या नोकऱ्यांमधून भरपूर पैसा कमावला होता आणि आता ते पैसा गुंतवण्यासाठी श्रीमंतांच्या गुंतवणुकींचा म्हणजेच जलद गतीच्या मार्गावरच्या गुंतवणुकींचा शोध घेत होते. यातली समस्या अशी होती की, त्यांच्याकडे पैसा असला तरीही त्यांना जलद गतीच्या मार्गावरच्या अधिक चांगल्या गुंतवणुकींमध्ये प्रवेश मिळाला नव्हता. जलद गतीच्या मार्गावर अनेक ठिसूळ, अविश्वसनीय आणि काही वेळा कुटील, कपटी व्यवहारही असतात, त्यामुळे तुमच्याकडे पैसा असला तरीही बहुतांश लोकांसाठी उत्तम व्यवहार खुले होतच नाहीत, हे इथे गृहीत धरण्यात आलं होतं.'

'त्यांच्याकडे पैसा असला तरीही?' त्याने विचारलं. 'का? मला तर काहीच समजेनासं झालंय.'

'कारण, जलद गतीच्या मार्गावर पैशाला महत्त्वच नसतं,' मी म्हणालो. 'खऱ्या आयुष्यातील गुंतवणुकीत जे लोक जीवघेण्या शर्यतीत अडकलेले असतात, त्यांच्याच दृष्टीनं फक्त पैशाला किंमत असते.'

'पैशाला किंमत नसते?' तो म्हणाला. 'पण पैशाला का किंमत नसते?'

'कारण, जलद गतीच्या मार्गावर असलेल्या प्रत्येकाकडे आधीच भरपूर पैसा असतो, त्यामुळे त्या मार्गावर पैशाला फारसं महत्त्व नसतं. जलद गतीच्या मार्गांवरच्या अधिक चांगल्या गुंतवणुकी मिळवण्यासाठी तुम्हाला काय माहिती आहे किंवा तुम्ही कोणाला ओळखता हे महत्त्वाचं असतं.'

'म्हणजे तुम्ही चर्चेच्या वेळी ज्या गोष्टी समोर आणता त्याला महत्त्व असतं, पैशाला नसतं, असं तुम्हाला म्हणायचं आहे,' तो शांतपणे म्हणाला.

'तुम्हाला आता नेमकी गोष्ट समजलेय,' मी स्मित करत म्हणालो. 'श्रीमंत, मध्यमवर्गीय आणि गरीब यांच्याकडच्या गोष्टींमध्ये फरक नसतोच. फक्त त्या गोष्टी परस्परविरुद्ध असतात. एक बाजू असा विचार करते की पैशाला महत्त्व असतं. मग एकदा तुम्ही श्रीमंत झालात की, तुमच्या लक्षात येतं की पैशाला आता यापुढे फारसं महत्त्व राहिलेलं नाही.'

त्यानंतर त्याला बाहेर पडण्याच्या व्यूहरचनांच्या वेगवेगळ्या पातळ्या दाखवण्यात माझी पुढची काही मिनिटं गेली. मी त्याला असं स्पष्ट करून सांगितलं की, अनेक लोक भरपूर पैसा मिळवण्याच्या पातळीपर्यंत पोहोचण्यास समर्थ असतात. ही पातळी १,००,००० ते १० लाख डॉलर्स वार्षिक उत्पन्नाची आहे. ही पातळी त्यांनी कठोर परिश्रम करून, बचत करून आणि कंजूष बनून गाठलेली असते. त्यांना कदाचित श्रीमंत आणि अतिश्रीमंत करत असलेल्या गुंतवणुकांमध्ये गुंतवणूक करण्याची मुभा मिळालेली नसते. अनेकांकडे फक्त पैसा असला तरी जलद गतीच्या मार्गांवरच्या गुंतवणुकीसाठी आवश्यक असलेलं शिक्षण नसतं आणि अनुभवही नसतो आणि फक्त एवढ्याचसाठी त्यांना गुंतवणुकीची मुभा मिळालेली

नसते. त्यांच्याकडे पैसा असतो; पण त्यांनी चर्चेच्या दरम्यान त्याखेरीज इतर कुठलीही गोष्ट मांडलेली नसते.'

'म्हणजे म्हणूनच भरपूर पैसा असलेल्या त्या लोकांनी 'माझ्याकडे गुंतवणुकीसाठी पैसा आहे,' असा फलक हातात घेतलेल्या त्या जाहिराती होत्या तर!' त्या तरुणाचं मन आता काही नवीन संदर्भ प्राप्त करू लागलं होतं. 'त्यांच्याकडे पैसा असतो; पण त्यांचा पैसा कोणालाही नको असतो कारण जलद गतीच्या मार्गावर जाण्यासाठी त्यांची तयारी झालेली नसते.'

'अगदी बरोबर,' मी म्हणालो. 'आणि म्हणूनच माझे श्रीमंत वडील म्हणत होते की, भरपूर पैसा असण्याखेरीज श्रीमंत होण्यासाठी आणखी बऱ्याच गोष्टींची गरज असते.'

'मग मी काय केलं पाहिजे?' त्या तरुणानं विचारलं.

'पहिली गोष्ट म्हणजे तुम्ही घरी परत जा आणि किमान बारा वेळा तरी कॅशफ्लो १०१ हा खेळ खेळा. तुमचा व्यवसाय काय आहे, तुमचं वेतन उच्च की कमी आहे आणि त्या खेळात कोणत्या बाजारपेठीय स्थितींचा किंवा माघारींचा तुम्हाला सामना करावा लागतो, या कशाचाही विचार न करता, तासाच्या आत तुम्हाला रॅट रेसमधून बाहेर पडणं शक्य होईपर्यंत तो खेळ खेळत राहा. त्यानंतर फास्ट ट्रॅकवरच्या शब्दांवर नजर टाका आणि त्या शब्दांच्या काही व्याख्या पाहा. त्या व्याख्या समजून घेतल्यानंतर फास्ट ट्रॅक गुंतवणुकींमध्ये जे गुंतवणूकदार नक्कीच गुंतवणूक करतात अशा गुंतवणूकदारांचा शोध घेऊ लागा. त्यांच्या समवेत काही वेळ घालवा. त्यांचे शब्द ऐका आणि पैशाखेरीज त्या शब्दांचं काय महत्त्व आहे ते समजून घ्या. त्यांचे शब्द तुम्ही जितके जास्त समजून घ्याल तितका तुम्हाला त्यांच्याशी जास्त संवाद साधणं आणि त्यांचं जग – म्हणजे जलद गतीच्या मार्गावरचं जग पाहण्यास सुरुवात करणं शक्य होईल.'

'तुम्ही हेच केलं होतं का?' त्याने विचारलं.

'नाही. हे मी फक्त केलं नाही, तर मी हे करत आहे. माझ्या आयुष्यात रोजच्या रोज मी हेच करत आहे. मी तुम्हाला सांगितल्याप्रमाणे तो खेळ म्हणजे खरं आयुष्य आहे. तुम्ही एक तर जीवघेण्या शर्यतीत, स्पर्धेत असू शकता किंवा जलद गतीच्या मार्गावर राहू शकता.'

'मग तुम्ही जीवघेण्या स्पर्धेतून कसे बाहेर पडलात?' त्याने विचारलं. 'तुमच्याकडे काहीही नसताना, तुम्ही सुरुवात केली होती हे मला माहिती आहे.'

'माझ्याकडे योजना होती. जीवघेण्या स्पर्धेतून कसं बाहेर पडायचं याची माझ्याकडे योजना होती. यातला एक मोठा फरक असा होता की, माझी योजना पहिल्यापासूनच एक समृद्धीची, श्रीमंतीची योजना होती. त्या योजनेमुळेच मला भरपूर पैसे कमवता आले; पण त्याहूनही महत्त्वाची गोष्ट म्हणजे त्या योजनेनं मला जलद गतीच्या मार्गावरचे शब्द, शिक्षण आणि अनुभव प्राप्त करून घेता आले म्हणून पहिल्यांदा तुमची गुंतवणुकीतून बाहेर पडण्याची व्यूहरचना निश्चित करून तुमच्या वेळेची गुंतवणूक करा आणि नंतर तुमच्या स्वतःच्या योजनेची निर्मिती आणि रचना करण्याची सुरुवात करा. त्यात जलद गती मार्गावर जाण्यासाठी आवश्यक शिक्षण, अनुभव आणि शब्दसंग्रह यांचा समावेश असला पाहिजे.'

त्या तरुणानं मान डोलावली. त्याचं मन खुलं झालं होतं. 'अनेक लोक निवृत्त होतात; पण तरीही ते त्या जीवघेण्या स्पर्धेतच/शर्यतीतच राहतात का,' त्याने विचारलं.

'बहुतेक लोक राहतात,' मी शांतपणे उत्तर दिलं. 'त्यांची आयुष्यं योजनेबरहुकूमच गेलेली असतात. त्यांनी मंद गतीच्या ट्रेनमधून प्रवास केलेला असतो आणि आयुष्यभर त्या मंद गतीच्या ट्रेनमध्येच ते राहिलेले असतात. मला मंद गतीच्या ट्रेनमधून प्रवास करण्याची इच्छा नव्हती, त्यामुळे माझ्यासाठी काम करू शकणाऱ्या जास्त चांगल्या योजनेचा मी शोध घेतला. मला वाटतं की, तुम्हालासुद्धा अधिक चांगली योजना सापडेल.'

त्या तरुणानं मान डोलावली आणि शांतपणे म्हटलं, 'मी नक्कीच तिचा शोध घेईन.'

तुमच्या योजनेला तरफेची शक्ती प्राप्त करून देणं

माझ्या मते, अनेक लोक आयुष्यभर प्रचंड कष्ट उपसता राहतात आणि तरीही गरिबीतच राहतात किंवा आयुष्याच्या जीवघेण्या स्पर्धेत अडकतात, याचं कारण असं असतं की ते मंद योजनेनुसार जगलेले असतात. तुम्हाला तरुणपणी निवृत्त व्हायचं असेल आणि श्रीमंत होऊन निवृत्त व्हायचं असेल तर त्यासाठी उचलावयाचं एक महत्त्वाचं पाऊल म्हणजे शांत बसा आणि स्वतःला प्रश्न विचारा, 'मी कुठल्या आणि कोणाच्या योजनेचं अनुसरण करत आहे?'तुम्ही स्वतःला विचारू शकत असलेले इतर प्रश्न पुढीलप्रमाणे असतील :

१. माझ्या आयुष्यासाठी कामातून बाहेर पडण्याची व्यूहरचना काय आहे?
२. माझे शब्द आणि कल्पना किती जलद गतीच्या आहेत?
३. मी आज कोणत्या मार्गावर आहे? भविष्यात मी कोणत्या मार्गावर असावं असं मला वाटतं?
४. आज मी कोणत्या प्रकारच्या उत्पन्नासाठी काम करत आहे? उद्यासाठी कोणत्या प्रकारचं उत्पन्न मिळवण्याची माझी इच्छा आहे?
५. सुरक्षिततेची दीर्घकालीन किंमत काय आहे?

प्रकरण अकरा

प्रामाणिकपणाची तरफेची शक्ती

सन १९८५पासून १९८९पर्यंत किमकडे आणि माझ्याकडे निष्क्रिय अगर पोर्टफोलिओ यांपैकी कुठल्याही प्रकारचं उत्पन्न नव्हतं. आमच्याकडे सर्वाधिक तरफेच्या शक्तीचं उत्पन्न असावं यासाठी आम्ही व्यवसायाच्या उभारणीसाठी अतिशय परिश्रमपूर्वक काम करत होतो. आम्ही मिळवलेला सगळा अतिरिक्त पैसा आम्ही व्यवसायाच्या उभारणीत घातला होता. आम्हाला कोणत्या प्रकारचं उत्पन्न हवं होतं ते आम्हाला माहिती होतं. आम्हाला हव्या असलेल्या उत्पन्नांच्या व्याख्या आम्हाला माहिती होत्या. आम्हाला सर्वसामान्य उत्पन्नाला निष्क्रिय आणि पोर्टफोलिओ उत्पन्नात रूपांतरित करायचं आहे हे आम्हाला माहिती होतं; पण त्या दोन उत्पन्नांचा प्रश्न येत होता, त्या वेळी प्रत्यक्षात आमच्याकडे त्या प्रकारच्या उत्पन्नांपैकी काहीच नव्हतं. वर्षं पुढे सरकत चालली होती, तसतसा माझ्या कानांत माझ्या श्रीमंत वडिलांचा आवाज घुमत होता, 'ज्या क्षणी तू निष्क्रिय आणि पोर्टफोलिओ उत्पन्नाला तुझ्या आयुष्याचा भाग बनवशील त्या क्षणी तुझं आयुष्य बदलून जाईल. हे शब्द खरे ठरतील.'

शब्दांच्या व्याख्या समजून घेण्याच्या बाबतीत माझे दोन्ही वडील आग्रही होते. यातला फरक असा होता की, त्यांनी एकाच शब्दांवर लक्ष केंद्रित केलं नव्हतं. एका वडिलांनी मला शाळेसाठी आवश्यक असणारे शब्द शिकायला लावले आणि दुसऱ्या वडिलांनी पैसा, व्यवसाय आणि गुंतवणूक यांच्याशी संबंधित शब्द शिकायला लावले. अनेक रात्री मी माझ्याकडचे शब्दकोश (डिक्शनऱ्या) घेऊन बसत होतो आणि दोन्ही वडिलांसाठी वेगवेगळ्या शब्दांचे वेगवेगळे अर्थ शोधून काढत होतो.

स्वतःला गुंतवणूकदार म्हणवून घेणाऱ्या अनेक लोकांना मी भेटलो आहे. त्यांच्याकडे किती निष्क्रिय किंवा पोर्टफोलिओ उत्पन्न आहे असं मी विचारल्यावर त्यांच्यापैकी अनेक जण त्यांच्याकडे या प्रकारचं फारसं उत्पन्न नाही हे मान्य करतात, तरीही ते स्वतः गुंतवणूकदार असल्याचा दावा करतात. माझ्या दोन्ही वडिलांनी असं सांगितलं होतं की, 'तुमच्या शब्दांइतकेच तुम्ही चांगले असता. जे लोक आपला शब्द पाळत नाहीत, ते

चांगले नसतात.' अनेक लोक आपल्या शब्दांशी प्रामाणिक राहत नाहीत. तरुणपणी निवृत्त होणाऱ्या आणि श्रीमंत होऊन निवृत्त होणाऱ्या लोकांचं प्रमाण इतकं कमी आहे, त्याचं हे एक कारण आहे.

फक्त व्याख्यांहून अधिक माहिती मिळते

रिच डॅड, पुअर डॅड पुस्तक वाचलेल्या वाचकांना मी असं सांगतो की, माझ्या दोन्ही वडिलांनी मालमत्ता किंवा संपत्ती आणि दायित्व या शब्दांच्या वेगवेगळ्या व्याख्या केल्या होत्या ते आठवून बघा. आपल्याला या दोन्ही शब्दांच्या व्याख्या माहिती आहेत असं माझ्या गरीब वडिलांना माहिती असल्यामुळे त्यांनी कधीही त्यांचा अर्थ शोधण्याचा प्रयत्नही केला नाही. माझ्या गरीब वडिलांनी त्यांचा अर्थ शोधला असता तरीही त्यामुळे काही जास्त चांगलं घडलंच नसतं. कारण, बहुतेक शैक्षणिक शब्दकोशांमध्ये दिल्या जाणाऱ्या व्याख्यांमध्ये या दोन्ही शब्दांतील फरक स्पष्ट शब्दांत सांगण्यात आलेले नसतात.

मला शब्दांच्या व्याख्या शोधण्याचा तिटकारा वाटतो, तरीही मी जे शब्द मला खरोखरच समजत नव्हते. त्या शब्दांचे अर्थ शोधणं तसंच सुरू ठेवलं होतं. मी त्यांचा अर्थ का शोधत होतो? मी त्यांचा अर्थ शोधत होतो. कारण, माझ्या मते शब्द हेच माणसाला उपलब्ध असलेली सगळ्यात शक्तिशाली साधनं असतात. श्रीमंत वडील म्हणत की, 'शब्द ही मेंदूसाठीची साधनं असतात. जे डोळ्यांना दिसत नाही ते पाहण्यास शब्दच मेंदूला शिकवतात.' ते असंही म्हणत होते की, 'जी व्यक्ती खराब निकृष्ट म्हणजेच गरीब शब्दांचा वापर करते, तिच्याकडे गरीब कल्पना असतात आणि म्हणून तिचं आयुष्यही गरिबीचंच असतं.' क्षणभर थांबून यावर विचार करा. सर्वसामान्यपणे कमावलेल्या, पोर्टफोलिओ आणि निष्क्रिय उत्पन्नातील फरक जाणून घेण्याचा माझ्या आणि इतर अनेकांच्या जीवनावर झालेल्या प्रचंड परिणामाचा विचार करा. तुलनेत हे साधे शब्द असतात; पण फक्त त्यांच्यातील फरक समजून घेण्याचा तुमच्या आयुष्यावर प्रचंड मोठा परिणाम होऊ शकतो.

तुम्हाला तुमचं आर्थिक भविष्य बदलण्याची इच्छा असेल, तर तुम्ही वापरत असलेल्या शब्दांच्या व्याख्या माहिती करून घेणं हे त्यासाठी तुम्हाला उचलाव्या लागणाऱ्या सर्वाधिक महत्त्वाच्या आणि अत्यंत मूल्यवान पावलांपैकी एक पाऊल असतं. टेलिव्हिजनवर अनेक मोठ्या गुंतवणूक ब्रोकरेज हाउसेसचे नामवंत लोक पी/ई गुणोत्तर, लाभांश पुनर्गुंतवणूक योजना, बाजारपेठ भांडवलीकरण आणि इतर गुंतवणूकविषयक पारिभाषिक शब्द उच्चारतात. अधिक चांगले गुंतवणूकदार बनण्यासाठी तुम्हाला या शब्दांच्या व्याख्या माहिती असणं महत्त्वाचं असतं असा विचार तुम्ही करावा असं या गुंतवणूक कंपन्यांना वाटत असतं, तरीही तुम्ही जर खरोखरच तरुणपणी निवृत्त होण्याची आणि श्रीमंत होऊन निवृत्त होण्याची योजना आखत असाल तर तुम्हाला याहूनही बऱ्याच मूलभूत आणि महत्त्वाच्या शब्दांच्या व्याख्या जाणून घेण्याची आवश्यकता असते. समजून घेण्याचे काही मूलभूत, पायाभूत आणि महत्त्वाचे शब्द असे आहेत : करंट रेश्शो, क्विक रेश्शो, लिक्विडिटी रेश्शो, डेब्ट -टू-अर्निंग्ज रेश्शो आणि त्याबरोबरच मालमत्ता आणि दायित्व यामधील फरक, सर्वसामान्य, पोर्टफोलिओ आणि निष्क्रिय उत्पन्न यांच्यातील फरकही तुम्ही समजून घेतला पाहिजे.

शब्दांच्या ताकदीचा वापर करून घेणं

नंतरचे शब्द जास्त महत्त्वाचे का असतात? कारण पीई रेश्शो, लाभांश पुनर्गुंतवणूक योजना आणि बाजारपेठ भांडवलीकरण यांच्याशी तुमचा तसा काहीही संबंध नसतो. विशेषतः ज्या वेळी तुम्ही नुकतीच व्यवसायाची किंवा गुंतवणुकीची सुरुवात केलेली असते, त्या वेळी तर तो नसतोच. मात्र डेब्ट टू इक्विटी (कर्जाचं समभागाशी) किंवा लिक्विडिटीशी (तरलतेशी) रेश्शो (गुणोत्तर) ही तुमच्यासाठी आणि तुमच्या जीवनासाठी आवश्यक असलेली मूलभूत गुणोत्तरं असतात. का? कारण ही गुणोत्तरं तुमच्यासाठी वैयक्तिकरीत्या महत्त्वाची असतात. तुम्ही खऱ्या आयुष्यात त्या व्याख्यांचा उपयोग करू शकता. ही गुणोत्तरं वैयक्तिकरीत्या तुमच्यासाठी कशी लागू पडतात, हे तुम्हाला समजलं तर हे शब्द तुमच्या आयुष्याचा एक भाग बनून जातात. ते शब्द साकार होतात. ज्या वेळी हे घडतं त्या वेळी तुम्ही शब्दांच्या ताकदीचा वापर केलेला असतो.

पी/ई गुणोत्तर हे सहसा आयबीएम आणि मायक्रोसॉफ्ट यांसारख्या सार्वजनिक क्षेत्रात व्यापार करणाऱ्या कंपन्यांना लागू पडतं. तुम्ही वैयक्तिकरीत्या स्वतःची विक्री करत नसाल तर पी/ई गुणोत्तर तुम्हाला लागू पडत नाही आणि माझा असा विश्वास आहे की सध्याच्या काळात गुलामगिरी नष्ट झालेली आहे. पी/ई गुणोत्तर म्हणजे काय हे माहिती नसलेल्यांसाठी मी सांगतो की, संबंधित स्टॉक किती महागडा किंवा कमी स्वस्त आहे हे पी/ई गुणोत्तर झपाट्यानं सांगतं. डुकराच्या मांसाची प्रति पाऊंड किंमत किती आहे असं एखादा खरेदीदार विचारतो तसंच हे आहे; पण २.०० डॉलर प्रति पाऊंड या दरानं विकल्या जाणाऱ्या डुकराच्या मांसात आणि १.९९ डॉलर प्रति पाऊंड या दरानं विकल्या जाणाऱ्या डुकराच्या मांसात फरक असतो. कोणत्याही सुज्ञ खरेदीदाराला हे माहिती असतं की, डुकराचं मांस स्वस्त असणं याचा अर्थ तो चांगला व्यवहार असतोच असं नसतं. हीच गोष्ट उच्च किंवा खालावलेल्या पी/ई गुणोत्तराच्या बाबतीतही खरी असते.

पी/ई गुणोत्तर स्टॉकच्या अर्जन किंमतीशी (अर्निंग्जशी) तुलना करून त्याचं संबंधित मूल्य कसं आहे, या संदर्भात स्टॉकचं मूल्यमापन करतं. उदाहरणार्थ, जर स्टॉकनं प्रति शेअर २ डॉलर्स लाभांश दिला आणि स्टॉकची किंमत प्रति शेअर २० पाऊंड असेल तर स्टॉकचं पी/ई गुणोत्तर १० असेल. याचा अर्थ जर सगळ्या गोष्टी तशाच राहिल्या तर तो स्टॉक तुम्हाला तुमचे २० डॉलर्स परत मिळवून देण्यासाठी १० वर्षांचा कालावधी घेईल. स्टॉककडे उच्च किंवा कनिष्ठ पी/ई गुणोत्तर असणं याचा अर्थ तो स्टॉक विकत घेण्यासाठी चांगला किंवा वाईट असतो असा होत नाही. ज्याप्रमाणे डुकराच्या मांसाच्या प्रति पाऊंड किमतीवरून तुम्हाला ते मांस विकत घेण्याच्या दृष्टीनं चांगलं की वाईट आहे ते समजत नाही त्याप्रमाणेच हेसुद्धा असतं. डुकराचं स्वस्त मांस खरेदी करण्याआधी तुम्हाला इतर गोष्टींचीही तपासणी करावी लागते.

डॉटकॉमच्या उन्मादी वातावरणात अनेक स्टॉककडे उच्च पी होते आणि ई नव्हते, त्यामुळेच तुम्ही फक्त किंमत–अर्जन गुणोत्तरांचा विचार करून डॉटकॉममध्ये गुंतवणूक केली असली तर ती गुंतवणूक मूर्खपणाची ठरली. ज्या वेळी बाजार कोसळला त्या वेळी कित्येक लोकांना आपण उच्च पी असलेल्या आणि ई नसलेल्या स्टॉकची खरेदी करण्याऐवजी स्वस्त

किमतीचं डुकराचं मांस विकत घेतलं असतं आणि फ्रीजर भरून ठेवला असता तर बरं झालं असतं असं वाटत होतं. आज अगदी गोठवलेलं डुकराचं मांसही काही डॉटकॉम स्टॉक्सच्या शेअर्सच्या तुलनेत जास्त मूल्यवान आहे. आज कुठलंही वास्तव नसताना भविष्याची खात्रीशीर हमी देणाऱ्या वचनात तुम्ही गुंतवणूक करू शकता यावर विश्वास ठेवलेले लोक खरोखरच चेष्टेचा विषय ठरले आहेत. डॉटकॉमच्या अनेक तरुण प्रवर्तकांकडे योग्य संदर्भ होता; पण योग्य माहिती असण्याच्या बाबतीत ते अपयशी ठरले होते. व्यवसायविषयक आणि गुंतवणूकविषयक शिक्षण व अनुभव हे त्या योग्य माहितीचं नाव होतं.

समजून घेण्यासाठी आणखीही काही महत्त्वाची, मूलभूत आणि पायाभूत गुणोत्तरं आहेत. तुम्ही जर ती समजून घेतली आणि त्यांचा वापर केला तर तुमच्या अधिक श्रीमंत आणि आर्थिकदृष्ट्या यशस्वी बनण्याच्या शक्यतांमध्ये वाढ होते. तुमचं कर्जाशी समभागाचं गुणोत्तर हे अधिक उपयुक्त गुणोत्तर असतं. ते का जास्त महत्त्वाचं असतं? कारण, आपल्यापैकी प्रत्येक जण या गुणोत्तराचा वापर करू शकतो आणि आपण या गुणोत्तराचा प्रत्येक महिन्यात उपयोग करून घेतला पाहिजे. उदाहरणार्थ, असं समजा की, तुम्ही दीर्घ आणि अल्पकालीन मिळून १,००,००० डॉलर्सचं कर्ज घेतलं आहे आणि तुमच्याकडे २०,०००डॉलर्सचे समभाग आहेत. त्या वेळी तुमचं कर्जाशी समभागाचं गुणोत्तर असं असेल :

$$\frac{\text{१,०००० डॉलर्स}}{\text{२०,००० डॉलर्स}}$$

म्हणून या बाबतीत तुमचं कर्जाशी समभागाचं गुणोत्तर ५ असेल. यातला प्रश्न असा आहे : याचा काय अर्थ होतो? ठीक आहे, प्रत्यक्षात याला अगदी अत्यल्प अर्थ आहे, तरीही जर पुढच्या महिन्यात तुमचं गुणोत्तर १० असेल तर तुम्ही तुमच्या आयुष्याचं गैरव्यवस्थापन करत आहात असा त्याचा अर्थ होतो. कर्जाशी समभागाचं गुणोत्तर १० असणं याचा अर्थ असा होतो की एक तर तुमचं कर्ज २,००,००० डॉलर्सपर्यंत गेलं आहे किंवा तुमचे समभाग १०,००० डॉलर्सपर्यंत घसरले आहेत. यांपैकी कोणत्याही परिस्थितीत या आकड्यांना जास्त अर्थ आहे. कारण, ते तुमच्या आयुष्याशी संबंधित असलेले खरे आकडे आहेत. श्रीमंत वडील म्हणत होते की, 'तुमच्या स्वतःच्या उद्योगाकडे लक्ष द्या.' ही साधी गुणोत्तरं समजून घेणं हे तुमच्या स्वतःच्या उद्योगाकडे कसं लक्ष द्यावं आणि त्याचं कसं व्यवस्थापन करावं हे स्वतःला शिकवण्याचं विलक्षण साधन आहे.

तुमच्या आयुष्यात वापरावयाची गुणोत्तरं

पी/ई गुणोत्तरातून सार्वजनिक कंपनीच्या व्यवस्थापनावर गुंतवणूक करणाऱ्या कंपनीचा किती विश्वास आहे हे ज्याप्रमाणे स्पष्ट होतं, त्याप्रमाणेच आपल्या स्वतःच्या आयुष्याचे व्यवस्थापक म्हणून तुम्हीसुद्धा हे गुणोत्तर तुमच्या आयुष्याला लागू केलं पाहिजे. तुम्हाला आपल्या आर्थिक जीवनाचे अधिक चांगले व्यवस्थापक बनण्याची इच्छा असेल तर पुढे दिलेल्या काही गुणोत्तरांचा तुम्ही सतत आढावा घेतला पाहिजे.

माझ्या श्रीमंत वडिलांनी मला काही गुणोत्तरांचं निरीक्षण करायला आणि त्यांच्यावर देखरेख ठेवायला लावली होती. श्रीमंत वडील ज्याला श्रीमंतीचं गुणोत्तर म्हणत होते ते अशा गुणोत्तरांपैकी एक होतं. त्यांचं श्रीमंतीचं गुणोत्तर असं होतं :

$$\frac{\textbf{निष्क्रिय उत्पन्न + पोर्टफोलिओ उत्पन्न}}{\textbf{एकूण खर्च}}$$

तुमचं निष्क्रिय आणि पोर्टफोलिओ उत्पन्न तुमच्या खर्चाएवढं किंवा त्याहून अधिक असलं पाहिजे हे तुमचं श्रीमंतीचं गुणोत्तर मोजण्यामागचं उद्दिष्ट होतं. याचा अर्थ असा होता की, तुम्ही तुमची नोकरी (सर्वसामान्य उत्पन्नाचा स्रोत) सोडली असती आणि तरीही तुमचं जीवनमान तसंच राखलं गेलं असतं. एकदा का तुमचं निष्क्रिय आणि पोर्टफोलिओ उत्पन्न तुमच्या खर्चांहून अधिक झालं असतं की, मग गुणोत्तर एक किंवा त्याहून अधिक आलं असतं आणि तुम्ही जीवघेण्या स्पर्धेतून बाहेर पडला असतात. माझा कॅशफ्लो १०१ गेम खेळायला लावण्यामागे हेच उद्दिष्ट आहे. हा खेळ तुम्हाला निष्क्रिय आणि पोर्टफोलिओ उत्पन्न कसं तयार करावं ते शिकवतो. त्यासाठी पुढील उदाहरण पाहा :

$$\frac{\textbf{निष्क्रिय ६०० डॉलर्स + पोर्टफोलिओ २०० डॉलर्स}}{\textbf{४,००० डॉलर्स}}$$

श्रीमंत वडिलांना हे गुणोत्तर ०.२ असल्याचं दिसलं असतं, तर त्याचा अर्थ निष्क्रिय आणि पोर्टफोलिओ उत्पन्न हे २० टक्के खर्चाएवढं आहे, असा असल्यामुळे त्यांनी मला कडक शब्दांत, माझं निष्क्रिय किंवा पोर्टफोलिओ उत्पन्न वाढवण्यासाठी कठोर परिश्रम करायला सांगितलं असतं. श्रीमंत वडिलांनी म्हटलं होतं, 'ज्या क्षणी निष्क्रिय उत्पन्नाला आणि पोर्टफोलिओ उत्पन्नाला तुम्ही तुमच्या आयुष्याचा भाग बनवाल, त्या क्षणी तुमचं आयुष्य बदलून जाईल. ते शब्द साकार होतील.'

श्रीमंत वडील असा विचार करत होते की, श्रीमंतीचं गुणोत्तर हा तुमच्या आयुष्याच्या व्यवस्थापनाचा उद्योग तुम्ही किती चांगल्या प्रकारे हाताळत आहात त्याचा निर्देशक असतो म्हणूनच आपलं श्रीमंतीचं गुणोत्तर अगदी कळकळीनं माहिती असणं अत्यंत महत्त्वाचं असतं. ते म्हणत होते की, 'अनेक लोक गरीब होऊन निवृत्त होतात. कारण, आपल्या आयुष्यात निष्क्रिय किंवा पोर्टफोलिओ उत्पन्न असल्यामुळे काय वाटतं हेच त्यांना माहिती नसतं. त्यांना कदाचित या उत्पन्नांची व्याख्या माहिती असते; पण त्यांच्याकडे त्या शब्दांना आपल्या आयुष्याचा खरा भाग बनवण्याचा प्रामाणिकपणा नसतो.'

किमला आणि मला या शब्दांच्या व्याख्या काय आहेत ते पाच वर्षं माहिती होतं आणि आम्हाला ते शब्द आमच्या आयुष्यातही साकार व्हायला हवे असल्याचंही आम्हाला माहिती होतं; पण पाच वर्षांपर्यंत आमच्या आयुष्यात या प्रकारचं उत्पन्नं नव्हतं. अचानकच १९८७नंतर शेअर बाजार कोसळला आणि त्या पाठोपाठ सात वर्षं मंदी आली. आम्हाला माहिती होतं की, आता संधीची खिडकी आली होती. आता आपले शब्द साकार करण्याची आमची वेळ आली होती हे आम्हाला समजलं होतं. श्रीमंतीचं गुणोत्तर शून्याहून अधिक

असण्याची वेळ आली होती. आम्ही १९८९मध्ये आमची पहिली मालमत्ता विकत घेतली आणि १९९४पर्यंत आमच्याकडे सुमारे १०,००० डॉलर्सचं मासिक निष्क्रिय उत्पन्न होतं आणि आमचा एकूण मासिक खर्च ३,००० डॉलर्सहून कमी होता, त्यामुळे आम्हाला ३.३ एवढं श्रीमंतीचं गुणोत्तर लाभलं होतं. आज आमचा खर्चही लक्षणीयरीत्या वाढला असला तरीही आमचं श्रीमंतीचं गुणोत्तर १२च्या पुढे गेलं आहे. त्या शब्दांना आमच्या आयुष्याचा भाग बनवण्याची ही शक्ती आहे.

तरुणपणी निवृत्त होण्याविषयी आणि श्रीमंत होऊन निवृत्त होण्याविषयी तुम्ही गांभीर्यानं विचार करत असाल तर तुम्ही श्रीमंत वडिलांच्या श्रीमंतीच्या गुणोत्तराला तुमच्या आयुष्याचा भाग बनवला पाहिजे. तुमच्या असं लक्षात येईल की, आयबीएम किंवा मायक्रोसॉफ्टच्या पी/ई गुणोत्तराहूनही ही गोष्ट कितीतरी पटीनं जास्त महत्त्वाची असते. तुम्ही दर महिन्याला या गुणोत्तरावर नजर टाकली तर मला वाटतं की, वेतनवाढीसाठी काम करणाऱ्या एखाद्या व्यक्तीच्या तुलनेत तुम्हाला तुमचं आयुष्य खूपच गतीनं बदलत चालल्याचं दिसून येईल. श्रीमंत वडिलांच्या श्रीमंतीच्या गुणोत्तरानं माझ्या आयुष्यावर मोठाच परिणाम केला आणि मला वाटतं की, हीच गोष्ट माझ्या आयुष्यासाठी महत्त्वाचीही होती.

आज मी सिंहावलोकन करतो - आयुष्यावर सहज एक नजर टाकतो त्या वेळी माझ्या श्रीमंत वडिलांच्या या साध्या धड्यांनीच मला आयुष्यभर बहुतांश पैसा कमवायला भाग पाडलं असं माझ्या लक्षात येतं. आज माझं वैयक्तिक कर्ज-समभाग गुणोत्तर हे सुमारे ०.७ आहे. याचा अर्थ मला भरपूर कर्ज असलं तरीही मला रात्रीची छान झोप लागते. मी कुठल्याही अर्थानं कर्जमुक्त नाही आणि कधीही कर्जमुक्त होण्याची योजनाही मी आखलेली नाही. यातला मुद्दा असा आहे की, मी गणित, कॅलक्युलस, स्फेरिकल ट्रिग्नॉमेट्री आणि रसायनशास्त्र शिकवण्यात घालवलेल्या वर्षांच्या तुलनेत श्रीमंत वडिलांनी दिलेल्या या साध्या धड्यांनीच माझ्या आयुष्यावर खूपच मोठा प्रभाव टाकला होता. श्रीमंत वडिलांच्या साध्या धड्यांचा आयुष्यावर प्रचंड प्रभाव पडण्याचं साधं कारण असं होतं की, त्यांचे धडे आयुष्यभर माझ्या आयुष्याशी समर्पक ठरणारे आहेत. गुंतवणुकीविषयीचे निर्णय घेण्यास चालना मिळावी यासाठी मला कॅलक्युलस, स्फेरिकल ट्रिग्नॉमेट्री आणि पी/ई गुणोत्तर या कशाचाही कधीच वापर करावा लागला नाही. मी त्यांचा वापर केला नाही. कारण, ते उपयुक्त नाहीत आणि माझ्या वैयक्तिक आर्थिक यशासाठी ते अत्यल्प प्रमाणात समर्पक आहेत.

तुमच्या आयुष्यात ताकदीची भर घाला

शब्द, कृती आणि प्रामाणिकपणा यांमध्ये मला दोन मुद्द्यांची भर घालायची आहे. पहिला मुद्दा असा आहे की, फक्त थोड्या साध्या व्याख्या आणि साधे आकडे व्यक्तीच्या आयुष्यात खूपच मोठ्या ताकदीची भर टाकतात. ज्याप्रमाणे कुठल्याही चांगल्या खरेदीदाराला डुकराच्या मांसाचा प्रति पाऊंड दर जाणून घेण्याची इच्छा असते त्याप्रमाणेच आपल्यापैकी प्रत्येकाला कर्ज-समभाग गुणोत्तरांची, आपल्या वैयक्तिक श्रीमंतीच्या गुणोत्तराची आणि इतर साध्या गणिती निर्देशकांची जाणीव असली पाहिजे. या इतर साध्या गणिती निर्देशकांविषयी मी इथे माहिती देणार नाही.

दुसरा मुद्दा असा आहे की, फक्त शब्दांच्या व्याख्या माहिती असणं आणि आपण बुद्धिमान आहोत असं वाटावं यासाठी करावयाच्या प्रयत्नांमध्ये काही पारिभाषिक शब्द समोरच्या व्यक्तीसमोर फेकता येणं यापेक्षाही यशासाठी आणखी इतर गोष्टी लागतात. आज अनेक लोक त्यांना स्वतःला अर्थ न समजलेले अनेक शब्द वापरतात. आपल्या ग्राहकांहून आपण अधिक बुद्धिमान आहोत हे दाखवण्यासाठी आर्थिक सेवा देणारे अनेक विक्रेते आर्थिक क्षेत्रातील शब्द वापरतात; पण त्यांना स्वतःलाच त्यांचा अर्थ माहिती नसतो. यातला मुख्य मुद्दा असा आहे की, तुम्हाला तरुणपणी निवृत्त व्हायचं असेल आणि श्रीमंत होऊन निवृत्त व्हायचं असेल तर तुमच्या आर्थिक क्षेत्रासंबंधीच्या शब्दांमध्ये तुम्ही सातत्यानं सुधारणा करत राहिलं पाहिजे; पण तुमच्या शब्दसंग्रहात पूर्ण सुधारणा करण्यासाठी तुम्हाला केवळ व्याख्या माहिती असून चालणार नाही, तुम्ही त्याही पलीकडचा अर्थ समजून घेतला पाहिजे. माझ्या मते, तुम्ही त्या शब्दाला तुमच्या आयुष्याचा आणि तुमच्या वास्तवाचा भाग बनवलं पाहिजे. उदाहरणार्थ, ज्या वेळी मी निष्क्रिय उत्पन्न असा शब्द वापरतो, त्या वेळी मी तो उत्कटतेनं वापरतो. कारण, तो माझ्या आयुष्याचा महत्त्वाचा भाग आहे. कोणत्याही कर्मचाऱ्याच्या दृष्टीनं वेतनवाढ या शब्दाचा जो अर्थ असतो तोच अर्थ माझ्या दृष्टीनं निष्क्रिय उत्पन्न या शब्दाचा आहे. मी वेतनवाढीविषयी उत्कटतेनं विचार करत नाही, तिचा उच्चारही करत नाही, कारण माझ्या दृष्टीनं ते फारसं भवितव्य नसलेलं उत्पन्न आहे.

सर्वसामान्य उत्पन्नाचं निष्क्रिय उत्पन्नात कसं रूपांतर करावं हे शिकण्यात मी अनेक वर्षं घालवली. मी जितकी जास्त वर्षं प्रत्यक्षात सर्वसामान्य उत्पन्नाचं निष्क्रिय उत्पन्नात रूपांतर करण्यात घालवली, तितक्या जास्त प्रमाणात मला प्रत्यक्ष आयुष्यातील अनुभव मिळवता आले. स्टॉक ब्रोकर, रिअल इस्टेट ब्रोकर आणि आर्थिक नियोजनकर्ते यांसारख्या आर्थिक सेवा क्षेत्रातील अनेक विक्रेत्यांच्या बाबतीत मला आढळलेल्या समस्या अशा आहेत की, ते तुम्हाला गुंतवणूकविषयक उत्पादनं विकत असतात. त्या उत्पादनांनी कधी ना कधी तुम्हाला निष्क्रिय किंवा पोर्टफोलिओ उत्पन्न द्यावं, अशी अपेक्षा असते; पण त्या वेळी ते स्वतः मात्र फक्त सर्वसामान्य उत्पन्नासाठी काम करत असतात. माझ्या दृष्टीनं ही गोष्ट फारशी प्रामाणिकपणाची नाही.

तुमच्या आर्थिक सल्लागाराचं नाक किती लांब आहे?

श्रीमंत वडिलांना नितीकथा आवडत होत्या. पिनोकिओची कथा ही त्यांची आवडती नितीकथा होती. पिनोकिओ या लाकडी कळसूत्री बाहुलीला खरा मुलगा बनण्याची इच्छा असते. या कथेत पिनोकिओ खोटं बोलतो आणि तो जितकं जास्तीत जास्त खोटं बोलत जातो, तितक्या जास्त प्रमाणात त्याचं लाकडी नाक लांब होत जातं. अखेरीस ज्या वेळी त्याला आपल्या अंतःकरणातील आवाज सापडतो आणि तो खरं बोलू लागतो फक्त त्याच वेळी तो खराखुरा रक्तामांसाचा मुलगा बनतो. श्रीमंत वडील त्यांच्या मुलाला आणि मला ही नितीकथा सांगत त्या वेळी ते म्हणत, 'शब्द साकार होण्याचं हे आणखी एक उदाहरण आहे.'

आपलं आर्थिक भवितव्य आणि आर्थिक सुरक्षितता शेअर बाजारात पणाला लावणाऱ्या कोट्यवधी लोकांचा मी विचार करतो, त्या वेळी मी भीतीनं दबकून जातो. कामगार कपातींची आकडेवारी वाढू लागली आणि बाजारात चढ-उतार सुरू झाले की, कोट्यवधी लोकांना त्यांच्या आर्थिक भवितव्याची चिंता वाटू लागते.

आपला विश्वास असलेल्या सल्लागारांना आणि विमा विक्रेत्यांना निवृत्त लोकांनी त्यांची बचत कशी देऊन टाकली होती, यावर वृत्तपत्रात आलेला एक लेख मी वाचला होता. वृत्तपत्रातील या लेखात असं सांगण्यात आलं होतं की, सल्लागारांनी आणि विमा एजंटांनी या निवृत्तांना बोगस गुंतवणुकी विकल्या होत्या आणि मान्यता नसलेल्या ब्रोकरेज हाउसेसनी किंवा विमा कंपन्यांनीही असंच केलं होतं. यामागे एवढंच कारण होतं की हे विक्रेते ज्या कंपन्यांसाठी काम करत होते, त्या त्यांना कमिशन (सर्वसामान्य उत्पन्न) देत होत्या, त्यामुळे आपल्यावर विश्वास ठेवलेल्या लोकांना विकण्यासाठी एजंटांना नवीन बोगस पॉलिसी मिळाल्या होत्या. या निवृत्त लोकांना आपल्या वृद्धापकाळासाठी काही प्रमाणात निष्क्रिय आणि पोर्टफोलिओ उत्पन्न हवं होतं.

आगामी दशकांमध्ये कोट्यवधी लोकांना त्यांच्या वृद्धापकाळात आर्थिक त्रास सहन करावा लागणार आहे आणि यामागचं एक साधं कारण असं आहे की, त्यांनी लांबलचक लाकडी नाकं असलेल्या तथाकथित व्यावसायिक लोकांवर भरवसा ठेवला होता. या लांब लाकडी नाकांच्या लोकांनी सातत्यानं असं सांगितलं होतं की, 'शेअर बाजार नेहमीच चढतो, म्युच्युअल फंड सरासरी वार्षिक १२ टक्के उत्पन्न देतात. दीर्घकाळासाठी गुंतवणूक करा, गुंतवणुकीत वैविध्य ठेवा आणि डॉलर्सच्या किमतीमुळे तुम्हाला सरासरी तोटा कमी होईल... वगैरे.'

प्रामाणिकपणाची ताकद

दोन्ही वडिलांनी त्याच शब्दांवर भर दिला नसला तरीही त्या दोघांनीही प्रामाणिकपणा, सचोटी या शब्दांवर मात्र भर दिला होता. व्यक्तीचे शब्द आणि व्यक्तीच्या कृती यांमध्ये

संबंध असणं ही प्रामाणिकपणाची एक व्याख्या आहे, यावर दोन्ही वडिलांचं एकमत होतं. दोन्ही वडिलांनी असं सांगितलं होतं की, 'एखादी व्यक्ती काय सांगत आहे ते लक्ष देऊन ऐक; पण त्याहूनही महत्त्वाची गोष्ट म्हणजे ती व्यक्ती काय करते त्याचं निरीक्षण कर.'

दुसऱ्या शब्दांत जर 'मी तुला न्यायला सकाळी ७ वाजता येतो,' असं एखादी व्यक्ती म्हणत असेल आणि ती तुम्हाला नेण्यासाठी सकाळी ७ वाजता आली तर तो किंवा ती त्या क्षणी १०० टक्के प्रामाणिकपणानं वागलेले असतात. त्यांचे शब्द आणि कृती परिपूर्ण असतात. जर 'मी तुला न्यायला सकाळी ७ वाजता येतो,' असं एखादी व्यक्ती म्हणत असेल आणि ती कधीच आली नाही, तिने फोनही केला नाही आणि कधीच माफीही मागितली नाही तर त्या क्षणी त्या व्यक्तीकडे ० टक्के प्रामाणिकपणा असतो. त्यांच्या कृती आणि त्यांचे शब्द एकमेकांशी जुळत नाहीत. त्यांचे शब्द आणि त्यांच्या कृती परिपूर्ण नसतात.

प्रामाणिकपणा या शब्दकोशातील शब्दाच्या अर्थाकडे माझ्या खऱ्या वडिलांनी माझं लक्ष वेधलं होतं. या शब्दाचा अर्थ संपूर्ण किंवा परिपूर्ण असा होता. ते सातत्यानं असं म्हणत असत की, 'तुम्ही तुमच्या शब्दांइतकेच चांगले असता.' त्यांच्या मुलांना ते सातत्यानं शब्द पाळण्याच्या महत्त्वाची आठवण करून देत होते. ते म्हणत, 'अखेरीस आपण म्हणजे आपले शब्दच असतो. अखेरीस, आपल्याकडे जे काही असतं ते म्हणजे आपले शब्द असतात. तुमचे शब्द चांगले नसले तर तुम्हीही चांगले नसता.' म्हणूनच ते असं म्हणत की, 'जी वचनं पाळण्याचा तुमचा विचार नसतो, ती कधीही देऊच नका.'

'आम्ही तुमच्या चर्चासत्रांना येऊ का?', असं डल्लासमधील दोन तरुणांनी मला विचारलं होतं. त्यांनी माझ्याकडे मोफत तिकिटांची मागणी केली. कारण, त्यांच्याकडे पैसे नव्हते. ते अतिशय ठाम असल्यासारखं दिसल्यामुळे किमनं आणि मी त्यांच्यासाठी प्रवेशद्वाराजवळ दोन मोफत तिकिटं ठेवण्याचं मान्य केलं. ते कधीही आले नाहीत आणि त्यांच्याकडे खूपच चांगल्या नोकऱ्या असल्या तरीही त्या रात्री बहुधा त्यांना पैशांची अडचण का असावी ते माझ्या लक्षात आलं.

प्रामाणिकपणाची योजना

भरपूर श्रीमंतीचं आयुष्य मिळवण्याच्या माझ्या योजनेचे काही जास्त साधे आणि तरीही प्रभावी भाग होते. माझे शब्द पाळण्याची आणि माझ्या कृतींतून माझे शब्द दाखवून देण्याची शक्ती माझ्याकडे होती का याची खात्री करून घेणं हा त्यांच्यापैकी एक भाग होता. मला गेली अनेक वर्षं माझ्या श्रीमंत वडिलांनी माझ्या छोट्याशा करारांमधील शब्दांचं मी पालन करत असल्याची खात्री करून घ्यायला लावली होती. ते म्हणत होते की, 'तू तुझ्या छोट्या करारांचं पालन केलंस तर तुझ्या मोठ्या करारांचंही तू पालन करशील. जी व्यक्ती आपल्या करारांचं पालन करू शकत नाही ती आपली मोठी स्वप्नं कधीही सत्यात उतरवू शकत नाही.'

अनेक लोकांकडे मोठ्या योजना असतात; पण त्यांच्या त्या मोठ्या योजना कधीही प्रत्यक्षात येऊ शकत नाहीत. त्याचं कारण असं असतं की, अनेक लोकांकडे मोठ्या योजना असतात; पण आपल्या छोट्या करारांचं पालन ते करू शकत नाहीत. श्रीमंत वडील म्हणत

होते की, 'जे लोक आपली छोटी वचनं, करार पाळू शकत नाहीत, त्यांच्यावर विश्वास ठेवणं शक्य नसतं. तुमच्यावर छोट्या करारांच्या बाबतीत विश्वास ठेवणं शक्य नसेल तर तुम्ही स्वतःची मोठी स्वप्नं प्रत्यक्षात आणण्यासाठी स्वतःलाही मदत करू शकणार नाही. तुमच्या शब्दांचं तुम्ही पालन करू शकला नाहीत, तर लोक तुमच्यावर विश्वास ठेवत नाहीत आणि तुमच्यावर व तुमच्या शब्दांवरही ते अत्यल्प विश्वास ठेवतात.'

बोलल्या गेलेल्या शब्दांच्या शक्तीविषयी दोन्ही वडिलांनी दिलेल्या सल्ल्यातील विद्वत्तेचं मी बारकाईनं निरीक्षण केलं होतं. अनेक लोक दबाव असतानाच त्यांचं महत्त्वाचं वर्तन करतात असं मला आढळून आलं आहे. माझा एक मित्र माझ्या भेटीच्या वेळा घेत असे; पण तो त्या वेळी बिलकूल येत नसे आणि नंतर मला त्याच्याबरोबर व्यवसाय करावा असं का वाटत नाही याविषयी आश्चर्य व्यक्त करत असे. त्याचे भागीदार, कर्मचारी आणि बँकर्स यांच्याबरोबरचे करारही तो मोडत असे आणि नेहमीच त्यांना कायदेशीर बाबींमध्ये फसवत असे. तो यशस्वी झाला असला तरीही त्याला नेहमीच व्यवसाय करण्यासाठी नवनवीन लोकांचा शोध घेत राहावं लागतं. आपल्या नातेसंबंधांची उभारणी करण्याऐवजी तो ते नष्ट करतो आणि मग त्याला पूर्णपणे नवीन असलेल्या लोकांबरोबर नव्यानं नातेसंबंध जोडावे लागतात. नवीन लोकांना शोधण्यात त्याला कसलीही अडचण येत नाही; पण त्याचं लाकडी नाक सतत मोठं -मोठं होत चाललं आहे आणि ते लपवणं त्याला कठीण होत आहे.

माझी आणखी एक पूर्वाश्रमीची मैत्रीण दबाव आला की खोटं बोलते. खरं बोलण्याऐवजी ती खोटं बोलते आणि त्या परिस्थितीतून आपण बाहेर पडू शकू असं तिला वाटतं. ज्या वेळी ती कोंडीत सापडते किंवा तिला लोकांच्या विरोधाला तोंड द्यावं लागतं त्या वेळी ती म्हणते, 'ही माझी चूक नाही. मी याविषयी काहीच करू शकत नाही. शिवाय मी खोटंही बोलत नाही. मी काय बोलले होते ते तुम्हालाच समजलं नाही.'

माझे श्रीमंत वडील म्हणत, 'जे लोक त्यांच्या छोट्या करारांचं पालन करू शकत नाहीत, त्यांच्यावर विश्वास ठेवणं शक्य नसतं. तुमच्यावर छोट्या वचनांच्या बाबतीत जर विश्वास ठेवता येत नसेल तर तुमची मोठी स्वप्नं प्रत्यक्षात उतरवण्यासाठी लोक तुम्हाला मदत करणार नाहीत.'

माझ्या दोन्ही वडिलांचे शब्द मी तुमच्यापर्यंत पोहोचवतो आणि ते असे आहेत : 'तुमचे शब्द आणि तुमच्या कृती सारख्याच असतील याची खात्री करून घ्या म्हणजेच उक्ती आणि कृतीमध्ये मेळ ठेवा.'

जलद गतीच्या आणि मंद गतीच्या शब्दांचा उल्लेख करताना मी तुम्हाला अशी हमी दिली होती की, त्यांच्यापैकी प्रत्येक शब्दाला मानसिकदृष्ट्या, भावनिकदृष्ट्या आणि शारीरिकदृष्ट्या पूर्णपणे समजून घेणं हा माझ्या योजनेचा भाग होता. श्रीमंत वडिलांनी त्यावर भर दिला होता. उदाहरणार्थ, त्यांनी असं म्हटलं होतं की, 'एकदा तुम्ही किरकोळ पैसे भरत राहण्याच्या विरोधात ठोक पातळीवर किंवा होलसेल स्वरूपात स्टॉक विकत घेण्यास शिकलात की तुमचं आयुष्य कायमस्वरूपी बदलून जाईल. होलसेल खरेदी करून तुमचं आयुष्य तुम्ही कसं बदलवून टाकू शकता हे तुम्ही एकदा शिकलात की मग तुम्हाला

पुन्हा कधीही किरकोळ खरेदी करावी असं वाटणार नाही.' त्यांनी असंही म्हटलं होतं की, 'तुम्हाला एकदा पैशांची बचत करणं आणि पैशाची निर्मिती करणं यातला फरक समजला की, तुमचं आयुष्य कायमचं बदलून जाईल. आशा आणि मूल्यवाढीसाठी प्रार्थना करण्यापेक्षा घसारा असणं ही गोष्ट का जास्त चांगली असते हे तुम्हाला एकदा समजलं की मग तुमचं आयुष्य कायमचं बदलून जाईल.' श्रीमंत वडिलांनी म्हटलं होतं, 'जर तुम्ही शब्दांना सत्यात उतरवण्यासाठी आणि आपल्या आयुष्याचा भाग बनवण्यासाठी स्वतःचं आयुष्य वाहून घेतलं, तर मग ज्याला फक्त त्यांच्या मानसिकतेनुसार शब्दांच्या व्याख्या माहिती असतात, त्यांच्या तुलनेत तुमचं आयुष्य खूपच वेगळं बनेल.'

मी शिकलेले आणि अधिक जलद गतीचे शब्द माझ्या आयुष्याचा सक्रिय भाग बनतील, याची खात्री करून घेणं किंवा त्याविषयी सजग राहणं हा माझ्या योजनेचा एक लक्षणीय भाग होता. माझ्या श्रीमंत वडिलांच्या दृष्टिकोनातून विचार करता, मी जर फक्त इतर लोकांवर प्रभाव टाकण्यासाठी आणि मी बुद्धिमान आहे हे फक्त दाखवण्यासाठीच त्या आर्थिक शब्दांना आयुष्यभर लोकांसमोर फेकत राहिलो असतो आणि प्रत्यक्षात माझ्या आयुष्यात त्यांचा उपयोग केला नसता तर मी प्रामाणिकपणापासून कितीतरी दूर गेलो असतो.

म्हणून माझ्या श्रीमंत आणि गरीब वडिलांकडून मिळालेला जो धडा मी तुमच्यापर्यंत पोहोचवत आहे तो असा आहे : तुम्हाला ज्या अधिक जलद गतीच्या नवीन शब्दांची शक्ती समजून घ्यायची असते आणि त्यांचा पूर्ण वापर करून घ्यायचा असतो त्या शब्दांचा वापर योजना तयार करत असतानाच तिच्यात करा. फक्त व्याख्या माहिती करून घेऊ नका किंवा त्याहूनही वाईट गोष्ट म्हणजे व्याख्या माहितीही करून न घेता फक्त त्यांची माहिती नसलेल्या लोकांना प्रभावित करण्यासाठी पारिभाषिक शब्दांभोवती ते शब्द फेकत राहू नका. त्या शब्दांना तुमच्या जीवनाचा अविभाज्य भाग बनवा, मग तुम्हाला शब्दांच्या ताकदीचा वापर करून घेता येईल.

श्रीमंत वडिलांनी नेहमीच असं म्हटलं होतं की, 'सगळीकडे नेहमीच नीतीपर उपदेश करणारे किंवा प्रवचनकार आणि शिक्षक असतात. प्रवचनकार किंवा नीतीपर उपदेश करणारे लोक हे लोकांना काय करावं ते सांगतात; पण ते तुम्हाला जे करायला सांगतात ते कदाचित स्वतः करत नाहीत. शिक्षक हे लोक स्वतः काय करत आहेत किंवा त्यांनी आधी काय केलं आहे ते लोकांना सांगतात.' श्रीमंत वडील असंही म्हणत की, 'पैसा, व्यवसाय आणि गुंतवणुकीच्या या जगात आपल्याकडे नीतीपर उपदेश करणाऱ्या प्रवचनकारांचा सुळसुळाट झाला आहे.'

सारांश

तुम्हाला जर तरुणपणी निवृत्त व्हायचं असेल आणि श्रीमंत होऊन निवृत्त व्हायचं असेल तर तुमचा आर्थिक शब्दसंग्रह सातत्यानं अद्ययावत करण्यासाठी वेळ काढा आणि बोले तैसा चाले या उक्तीप्रमाणे वागण्याचा प्रामाणिकपणा बाळगा. नेहमीच हे लक्षात ठेवा की शब्द ही मेंदूची साधनं आहेत आणि श्रीमंतीसाठी जलद गतीचे आणि संथ गतीचे शब्द असतात.

सर्व शब्दांमधील सर्वाधिक विनाशकारी शब्द

श्रीमंत वडील नेहमीच असं म्हणत की, 'उद्या हा शब्द या सर्व शब्दांमधील सर्वाधिक विनाशकारी, घातक शब्द आहे.' ते म्हणत, 'बहुतांश वेळा उद्या हा शब्द वापरणारे लोकच मोठ्या प्रमाणात गरीब, अयशस्वी, दुःखी आणि रोगी असतात.' हे लोक सहसा नेहमीच असं म्हणतात की, 'मी उद्यापासून गुंतवणुकीला सुरुवात करेन' किंवा 'मी उद्यापासून माझ्या आहारविषयक नियमांचं पालन करू लागेन आणि व्यायामालाही सुरुवात करेन.' अगर 'मी उद्यापासून वाचन करायला सुरुवात करेन.' श्रीमंत वडील म्हणत की, 'उद्या हा शब्दच इतर कुठल्याही एखाद्या शब्दापेक्षा जास्त प्रमाणात अनेक आयुष्यं नष्ट करतो.' त्यांनी असं सांगितलं होतं की, 'उद्या या शब्दाविषयीची समस्या अशी आहे की, मी कधीच हा उद्या पाहिलेला नाही. उद्या अस्तित्वातच नसतात. उद्या फक्त स्वप्नाळूंच्या आणि पराभूतांच्या मनातच अस्तित्वात असतात. जे लोक कोणतीही गोष्ट उद्यावर ढकलतात, त्यांच्या असं लक्षात येतं की त्यांच्या भूतकालीन वाईट सवयी आणि पापं त्यांच्यावर आपली पकड पक्की करतात.' त्यांनी पुढील शेरा मारून त्यांचं बोलणं संपवलं होतं, 'मी कधीच उद्या पाहिलेला नाही. माझ्याकडे फक्त आज असतात. आज हा शब्द जेत्यांचा शब्द आहे. उद्या हा शब्द पराभूतांचा आहे.'

आगामी प्रकरणांमधून आणि धड्यांमधून तुमच्या उद्यांमध्ये मोठ्या प्रमाणात सुधारणा घडवून आणणाऱ्या साध्या गोष्टी आज कशा कराव्यात ते तुम्ही शिकणार आहात.

प्रकरण बारा

नीतीकथांची तरफेची शक्ती

श्रीमंत वडिलांना 'ससा आणि कासवाची' कथा आवडत होती.

त्यांनी मला एकदा असं सांगितलं होतं की, 'मी यशस्वी आहे. कारण, मी नेहमीच कासवच राहिलो आहे. मी श्रीमंत कुटुंबातून आलो नाही. मी शाळेत हुशार नव्हतो. मी शालेय शिक्षण पूर्ण केलं नाही. मी अगदी बुद्धिमानही नाही, तरीही मी अनेक लोकांपेक्षा जास्त श्रीमंत आहे, याचं साधं कारण असं आहे की, मी कधीही थांबलो नाही. मी कधीही माझं आयुष्य घडवू शकेल असं शिकणं थांबवलं नाही किंवा माझ्या अशा वास्तवाचा विस्तार करणंही थांबवलं नाही.

श्रीमंत वडिलांना लोककथा, नितीकथा आणि बायबलमधील कथा आवडत होत्या. या पुस्तकाच्या सुरुवातीला मी तुम्हाला डेव्हिड आणि गोलियथची कथा सांगितली होती. गोफणीची तरफेची शक्ती वापरून एक लहानसा मुलगा एखाद्या राक्षसाला पराभूत करू शकतो, ही गोष्ट श्रीमंत वडिलांना आवडत होती.

श्रीमंत वडिलांना नितीकथा आवडत होत्या; पण तरीही ते खूप मोठ्या प्रमाणात वाचन करत नव्हते. त्यांनी त्या नितीकथांपासून मिळणारे धडे आत्मसात केले होते आणि

त्या धड्यांनी त्यांच्या आयुष्याला मार्गदर्शन केलं होतं. त्या आयुष्याला त्यांनी काहीही नसताना सुरुवात केली होती आणि अखेरीस ते आर्थिक शक्तिस्थळ बनले होते.

मी आणि किम अनेक वेळा कफल्लक बनलो आणि अत्यल्प पैशांवर आम्हाला गुजराण करावी लागली. अशा वेळी मी शांतपणे बसता येण्याजोगी जागा शोधत असे आणि त्या वेळी श्रीमंत वडिलांनी सांगितलेली ससा आणि कासवाची गोष्ट आठवत असे. त्यांनी सांगितलेल्या गोष्टीचे शब्द मला आठवू लागत : 'आयुष्यात बऱ्याच वेळा तुम्ही जास्त हुशार, जास्त जलद गतीच्या, जास्त श्रीमंत आणि जास्त शक्तिशाली, जास्त नैसर्गिक देणग्या लाभलेल्या लोकांना भेटता. फक्त त्यांनी शर्यतीच्या सुरुवातीला तुमच्या तुलनेत आघाडी घेतली आहे, याचा अर्थ तुम्ही शर्यत जिंकू शकत नाही असा होत नाही. तुम्ही स्वतःवर विश्वास ठेवला, बहुतांश लोकांना ज्या गोष्टी करण्याची इच्छा नसते, त्या केल्या आणि दैनंदिन प्रगती करत राहिलात तर आयुष्याची शर्यत तुम्ही जिंकताच.'

'तीन छोटी डुकरं' ही नितीकथा ही श्रीमंत वडिलांना आवडत असलेली आणखी एक नितीकथा होती. ते नेहमीच ससा आणि कासवाच्या कथेची तीन छोटी डुकरं या कथेशी सांगड घालत. मी सुमारे बारा वर्षांचा असताना श्रीमंत वडिलांनी मला सांगितलं होतं की, 'गरीब लोक पेंढ्यांची घरं बांधतात. मध्यमवर्गीय लोक काटक्यांची घरं बांधतात आणि श्रीमंत लोक विटांची घरं बांधतात. त्यानंतर यात भर घालताना ते पुढे म्हणत, 'यशस्वी कासव बनण्यासाठी गती मंद असली तरी हरकत नाही; पण तुम्ही हळूहळू का होईना; पण विटांची घरं बांधत आहात याची खात्री करून घ्या.'

सन १९६८मध्ये मी न्यू यॉर्कमध्ये ज्या अकादमीत शिकत होतो तिथून ख्रिसमससाठी घरी आलो होतो. त्या वेळी श्रीमंत वडिलांनी आणि त्यांच्या मुलानं मला त्यांच्या नवीन घरी बोलावलं. ते त्यांच्या नवीन हॉटेलचं पेंटहाउस होतं. 'तुला मी सांगितलेल्या कथा आठवतात का?' त्यांनी मला विचारलं. त्या वेळी त्यांच्या घराच्या गच्चीतून आम्ही वालुकामय किनाऱ्यावर आणि स्फटिकासारख्या स्वच्छ निळसर महासागराकडे पाहत होतो.

'होय, मला त्या आठवतात,' त्यांच्या नवीन घराच्या सौंदर्यामुळे मी खूपच भारावून गेलो होतो. ते त्यांच्या नवीन हॉटेलच्या वरच्या भागात उंचावर होतं. 'माझ्या त्या चांगल्याच लक्षात आहेत,' मी म्हणालो.

'ठीक आहे. इथे हे विटांचं घर आहे,' त्यांनी हसत हसत सांगितलं.

१९६८ सालातील त्या दिवशी श्रीमंत वडिलांना याहून अधिक काही सांगण्याची गरज नव्हती. त्यांनी पुनःपुन्हा नितीकथा सांगितल्या होत्या आणि त्यांनी सांगितलेली नितीकथा सत्यात उतरली होती हे मला समजलं होतं. ते जास्त लांबीचा, जास्त संथ गतीचा, कमी सुरक्षितता असलेला रस्ता पत्करलेलं कासव होते; पण आता ते सर्वोच्च स्थानी पोहोचले होते आणि अधिक उच्च स्थानी चढून चालले होते. ते ४९ वर्षांचे होते आणि त्या मार्गावर त्यांनी अनेक सशांना मागे टाकलं होतं.

होनोलुलूतील अत्यंत प्रतिष्ठित आणि श्रीमंत ठिकाणी माझ्या गरीब वडिलांनी महागडं, काटक्यांचं घर बांधलं होतं हे मला माहिती होतं. माझ्या गरीब वडिलांना नुकतीच हवाई राज्याच्या शालेय यंत्रणेचे प्रमुख म्हणून बढती मिळाली होती. तेही त्यांच्या शिडीच्या सर्वोच्च स्थानी पोहोचले होते. श्रीमंत वडिलांप्रमाणेच तेही सर्वोच्च स्थानी असल्यामुळे लोकांच्या नजरेत भरत होते. फक्त यातला फरक असा होता की, श्रीमंत वडिलांनी त्यांच्या भविष्यावर नियंत्रण मिळवलं होतं आणि गरीब वडिलांनी ते मिळवलं नव्हतं. गरीब वडील तट्ट्याच्या घरात राहत होते आणि श्रीमंत वडील विटांच्या गगनचुंबी घरात राहत होते. तीन वर्षांनंतर माझ्या वडिलांची सुरक्षित, संरक्षित नोकरी गेली आणि त्या वेळी त्यांच्याकडे फक्त त्यांचं ते एकमेव काटक्यांचं घर होतं.

बदकाचं कुरूप पिल्लू असण्याचं मूल्य

सन १९६८मध्ये त्यांच्या पेंटहाउसच्या गच्चीत उभे असताना श्रीमंत वडिलांनी मला आणखी एका नितीकथेची आठवण करून दिली होती. त्या नितीकथेचा त्यांच्या दृष्टीनं इतका मोठा अर्थ होता हे माझ्या लक्षात आलं नव्हतं. कारण, त्यांनी त्यांच्या मुलाला किंवा मला आम्ही लहान असताना ती कधीच सांगितली नव्हती. 'तुम्हाला बदकाच्या कुरूप पिल्लाची गोष्ट आठवते का?' त्यांनी विचारलं.

त्या गच्चीवरून खाली डोकावून पाहत असताना मी मान डोलावली.

'तर जवळजवळ आयुष्यभर मी स्वतःकडे ते बदकाचं कुरूप पिल्लू म्हणूनच पाहत आलो आहे.'

'तुम्ही थट्टा करत आहात. होय ना? तुम्ही स्वतःकडे बदकाचं कुरूप पिल्लू म्हणून कसं काय पाहू शकता?' मला यावर विश्वास ठेवणं अतिशय कठीण जात होतं, कारण श्रीमंत वडील अतिशय देखणे होते.

'वयाच्या तेराव्या वर्षी मी शाळा सोडून बाहेर पडलो, त्या वेळी मी जगाकडे बघत होतो. त्याच्यात चपखल न बसणाऱ्या, मागे पडलेल्या किंवा मागे टाकलेल्या तिऱ्हाईताच्या नजरेनं बघितलं. माझ्या पालकांच्या दुकानात मी काम करत होतो. त्या वेळी फुटबॉलच्या संघातील हायस्कूलची मुलं तिथे येत आणि मला ढकलून दुकानाची नासधूस करत. अनेकदा ती मोठी खेळाडू छळवादी मुलं आत येत. तिथले कॅन शेल्फवरून उचलून खाली आदळत किंवा दुकानातली संत्री रस्त्यावर फेकून देत आणि याबद्दल काही केलंस तर याद राख, अशी मला धमकी देऊन निघून जात.'

'तुम्ही त्यांना कधी रोखलं नाही का?' मी विचारलं.

'मी दोनदा त्यांना रोखण्याचा प्रयत्न केला; पण त्या वेळी मला भरपूर मारझोड सहन करावी लागली,' श्रीमंत वडील म्हणाले. 'पण मी तुला छळवादी खेळाडूंची गोष्ट सांगण्यासाठी हे सांगत नाही. या जगात इतर प्रकारचे छळवादीही असतात.'

या सगळ्यातून श्रीमंत वडिलांना नेमकं काय सांगायचं होतं, याचा मला अंदाज येत नव्हता, त्यामुळे मी ते सांगत असताना गच्चीतून फक्त तसाच खाली बघत राहिलो आणि त्यांचं बोलणं ऐकत राहिलो. ते म्हणाले,

'मला बौद्धिक आणि शैक्षणिक क्षेत्रातील छळवादी लोकही माहिती आहेत. ते दुकानात येत, माझ्याशी व्यवस्थित बोलत कारण ते जास्त चांगलं शिकलेले होते; पण असं दिसून येत असे की, त्यांना आपण इतर लोकांहून जास्त हुशार आहोत, असं वाटत असल्यामुळे आमच्यासारख्या शाळेत न गेलेल्या लोकांना ते कमी लेखत होते.'

'माझी शाळाही अशा प्रकारच्या लोकांनी भरलेली आहे,' मी भर घातली. 'ते तुमच्याहून जास्त हुशार असल्यामुळे किंवा त्यांच्याकडे तुमच्याहून जास्त चांगली श्रेणी असल्यामुळे तुमच्याशी बोलत असताना त्यांना तुमचा उपहास करण्याची किंवा तुम्हाला तिरस्कारानं वागवण्याची जणू काही मुभाच मिळालेली असावी असे वागतात.'

श्रीमंत वडिलांनी मान डोलावली. ते पुढे म्हणाले, 'दुकानात काम करत असताना मला सामाजिक छळवादीही भेटले. ते श्रीमंत कुटुंबातील, देखणे, लैंगिकदृष्ट्या जास्त आकर्षक, उमदे, लोकप्रिय असल्यामुळे आणि त्यांच्याकडे सतत लोक आकर्षित होत असल्यामुळे ते स्वतःच्याच तोऱ्यात वागत होते. अशी मुलं अनेक वेळा मी त्यांच्यासाठी काम करत असताना माझा उपहास करत होती, कुचेष्टा करत होती किंवा मला हसत होती. त्या मुलांभोवतीच्या घोळक्यातील एका मुलीला मी डेटवर येण्याविषयी विचारल्यानंतर त्या

मुलांनी फक्त मी तिला तसं विचारल्याबद्दल माझी टिंगल केल्याचं आणि मला ते हसल्याचं आठवतं. त्यांच्यापैकी एका मुलीनं तर असं म्हटलं होतं की, 'श्रीमंत मुली गरीब मुलांबरोबर बाहेर जात नाहीत हे तुला माहिती नाही का?' यामुळे मी खूपच दुखावला गेलो.'

'ही गोष्ट अजूनही तशीच सुरू आहे,' मी म्हणालो. 'मी आयव्ही लीग स्कूलमध्ये गेलेला नसल्यामुळे माझ्याबरोबर येण्यास एका मुलीनं नकार दिला होता.'

'ठीक आहे; पण निदान तू महाविद्यालयात तरी आहेस,' श्रीमंत वडील म्हणाले. 'ज्या वेळी माझ्या वयाची मुलं महाविद्यालयात गेली होती, त्या वेळी मला एकाकी, मागे पडल्यासारखं आणि मी कोणालाही नकोसा असल्यासारखं वाटू लागलं. म्हणूनच इतकी सगळी वर्षं मी स्वतःकडे बदकाचं कुरूप पिल्लू म्हणूनच बघत होतो.'

श्रीमंत वडिलांनी त्याआधी कधीही त्यांच्या आयुष्याच्या या भागाविषयी मला सांगितलं नव्हतं. त्या वेळी मी २१ वर्षांचा होतो आणि त्यांना न मिळालेले लाभ माझ्याकडे आणि त्यांच्या मुलाकडे होते याची मला प्रकर्षानं जाणीव झाली. त्यांचं आयुष्य काही काळ खरोखरच जगण्याच्या दृष्टीनं, भौतिकदृष्ट्या अतिशय कठीण होतं हे माझ्या लक्षात आलं; पण त्यांच्यासाठी ते मानसिकदृष्ट्या आणि भावनिकदृष्ट्या किती कठीण होतं याची मला कल्पना नव्हती.

त्यांच्या आलिशान हॉटेलच्या गच्चीत उभा राहिल्यानंतर माझ्या लक्षात आलं होतं की, मला त्यांच्याविषयी सहानुभूती वाटावी, दुःख व्हावं म्हणून ते मला ती बदकाच्या कुरूप पिल्लाची गोष्ट सांगत नव्हते. ते स्मित करत होते आणि ते करताना त्यांना खूपच आनंद होत होता म्हणून मी त्यांना विचारलं, 'तुम्ही बदकाच्या कुरूप पिल्लाच्या गोष्टीचा वापर स्वतःला पुढे नेण्यासाठी करत राहिलात. बरोबर आहे ना? स्वतःची कीव करण्यासाठी तुम्ही त्या कथेचा वापर केला नव्हता. हो ना?'

'होय,' त्यांनी ते मान्य केलं. 'बदकाच्या कुरूप पिल्लाच्या, ससा आणि कासवाच्या, तीन डुकरांच्या कथांचा वापर मी स्वतःला पुढे नेण्यासाठीच केला. त्या खेळाडू, सामाजिक किंवा बौद्धिक छळवाद्यांना मला कमी लेखू देण्याऐवजी मी त्यांच्या उपहासगर्भ, तुच्छतापूर्ण कृतींचा वापर स्वतःला अधिक चांगलं करण्याची स्फूर्ती मिळवण्यासाठी करून घेतला. आज माझ्याकडे विटांचं घर आहे आणि आपण त्या विटांच्या घरातील पेंटहाउसमध्ये उभे आहोत. जर त्या नितीकथा नसत्या, तर कदाचित मी आज इथे नसतो. आता मी ते बदकाचं कुरूप पिल्लू नाही. विटांचं घर बांधण्यासाठी आवश्यक असलेला, मला लागणारा वेळ घेऊन, डेव्हिडनं गोलियथला हरवण्यासाठी जितकी तरफेची शक्ती वापरली होती, तितकी वापरून आणि कासवानं जितका वेळ घेतला होता तितका मला आवश्यक असलेला वेळ घेऊन आज मी इथे उभा आहे. ज्या रस्त्यांवर मी वाढलो तिथेच – तिथल्या उच्च स्थानी मी उभा आहे.'

'तुम्ही राजहंस बनला आहात?' मी स्मित करत विचारलं.

'असो, मी तितकी मोठी उडी मारण्याचा विचार करत नाही,' श्रीमंत वडील खिदळल्यासारखे हसत म्हणाले. 'यातला मुद्दा असा आहे की, आपली इच्छा असली तर आपण सगळेच जण वाढू शकतो, आपला विकास करून घेऊ शकतो आणि आपल्या

आयुष्यांमध्ये आमूलाग्र बदल करू शकतो. यातला दुसरा मुद्दा असा आहे की, नितीकथा सत्यात उतरू शकतात. कुरूप बदकं सुंदर राजहंसात रूपांतरित होऊ शकतात आणि संथ गतीची कासवं शर्यत जिंकू शकतात.'

श्रीमंत राजहंसांमधील बदकाची कुरूप पिल्लं

माझ्या गुंतवणूकविषयक चर्चासत्रांमध्ये मी नेहमीच गुंतवणुकींतून बाहेर पडण्याच्या पुढील व्यूहरचना मांडतो.

गरीब	वार्षिक २५,००० किंवा त्याहून कमी डॉलर्सचं उत्पन्न
मध्यमवर्गीय	वार्षिक २५,००० ते १,००,००० डॉलर्सपर्यंतचं उत्पन्न
भरपूर पैसा असलेले	वार्षिक १,००,००० ते १०,००,००० डॉलर्सचं उत्पन्न
श्रीमंत	वार्षिक १०,००,००० किंवा त्याहून अधिक डॉलर्सचं उत्पन्न
अतिश्रीमंत	मासिक १०,००,००० किंवा त्याहून अधिक डॉलर्सचं उत्पन्न

मी वर्गातील लोकांना विचारतो की, त्यांनी पिनोकिओ न बनता मला खरं सांगावं की, जर आता ते करत आहेत त्याच गोष्टी करत राहिले तर वरीलपैकी कोणत्या प्रकारात ते मोडतील? मी त्यांना विचारतो, 'तुम्ही आज जे करत आहात तेच करत राहिलात, तर पासष्ट वर्षांचे झाल्यानंतर तुम्ही निवृत्त व्हाल त्या वेळी तुम्ही कोणत्या पातळीवर असाल?' शंभरांपैकी एक किंवा त्याहूनही कमी प्रमाणातील लोक भरपूर पैसा असलेल्या पातळीवर निवृत्त होतात.

अनेक जण हे मान्य करतात की, मध्यमवर्गीय उत्पन्नाच्या पातळीवर निवृत्त व्हायला त्यांना आनंद वाटला असता. त्यांना गरीब या पातळीवर बाहेर पडावं लागू नये एवढाच काय तो त्यांच्या चिंतेचा विषय असतो. तरीही मला जो प्रश्न त्यांनी विचारावा असं वाटतं, तसं विचारणारे काही थोडे लोक असतात. ते मला विचारतात, 'मला भरपूर पैसे असल्याच्या पातळीच्या पलीकडे जाण्यासाठी काय करावं लागेल?' ज्या क्षणी कोणीतरी हा प्रश्न विचारतं त्या क्षणी त्यांचा आर्थिकदृष्ट्या बदकाच्या कुरूप पिल्लातून राजहंसाचा जन्म होण्याची शक्यता निर्माण झालेली असते.

गुंतवणूक अभ्यासक्रमाच्या या टप्प्यावर मी त्यांना श्रीमंत वडिलांनी मला सांगितलेल्या नितीकथा पुन्हा एकदा सांगतो. मी त्यांना विचारतो, 'तुम्ही या कथांमधले धडे आत्मसात करू शकता का आणि या कथांना तुमच्या आयुष्यात स्थान देऊ शकता का? या कथांमधून मिळणारे धडे खरे आहेत आणि तुम्हाला ते आत्मसात करणं शक्य होतील, असं तुम्हाला वाटतं का? तुमच्या बाबतीतही आर्थिकदृष्ट्या बदकाच्या कुरूप पिल्लापासून विकास करून घेऊन श्रीमंत आणि शक्तिशाली राजहंसाचा जन्म होण्याची शक्यता आहे असं वाटतं का? काही लोक होकार दर्शवतात आणि काही जण फक्त रित्या नजरेनं माझ्याकडे पाहत राहतात. गुंतवणूकविषयक वर्गात मी नितीकथा का सांगत आहे, असा त्यांच्या चेहऱ्यावर भाव असतो.

नंतर मी सांगतो, 'मला मध्यमवर्गीय मनोरचनेतून बाहेर पडून भरपूर पैसा असल्याच्या मनःस्थितीपर्यंत जाण्यासाठी मोठा बदल करावा लागला. बदकाच्या कुरूप पिल्लापासून राजहंसापर्यंतच्या रूपांतराइतकाच हा बदलही मोठा होता.'

संथ गतीच्या योजनेपासून जलद गतीच्या योजनेपर्यंत

माझ्या एका वर्गात एका तरुणीनं मला विचारलं, 'यातली पहिली पायरी काय असते?' उत्तर देण्यापूर्वी माझ्या फ्लिप चार्टवर मी पुढील चित्र काढलं :

त्यानंतर मी म्हणालो, '१९८९मध्ये म्हणजे बाजार कोसळल्यानंतर आणि मंदी सुरू झाल्यानंतर दोन वर्षांनी किम आणि मी आमच्या योजनेवर काम करत होतो. ती मंद, संथ गतीची योजना होती. मी आणि किमनं अशी योजना आखली होती की, पुढची दहा वर्षं आपण दर वर्षी दोन रिअल इस्टेट विकत घ्यायच्या. बाजार कोसळल्यामुळे अनेकानेक लोक विव्हळ बनल्यानं आम्हाला करण्याजोगे अधिकाधिक व्यवहार सापडले. वर्षभराहून कमी कालावधीत आम्ही भाड्यानं द्यायच्या पाच छोट्या मालमत्ता खरेदी केल्या. प्रत्येक मालमत्तेतून सकारात्मक कॅशफ्लो मिळणार होता. माझ्या अंदाजाप्रमाणे आमच्या गुंतवणुकीतून योग्य लाभ देणारी पाच लहान घरं घेण्यासाठी आम्ही जवळजवळ ६०० मालमत्ता पाहिल्या होत्या; पण नंतर बाजार आणखी कोसळला आणि जास्तीत जास्त व्यवहार दिसू लागले. आता यातली समस्या अशी होती की, आमच्याकडे आता पैसा नव्हता.'

'म्हणजे तुमच्याकडे संधी होत्या; पण पैसा नव्हता, बरोबर?' त्या तरुणीनं विचारलं.

फ्लिप चार्टवरच्या ग्लासाकडे निर्देश करत मी म्हणालो, 'माझ्या लक्षात आलं होतं की आम्ही आमच्या संदर्भाच्या, आमच्या वास्तवाच्या मर्यादेपर्यंत पोहोचलो होतो.'

'म्हणजे ती तुमचं वास्तव बदलण्याची वेळ होती का?' आणखी एका विद्यार्थ्यानं विचारलं.

मान डोलावत मी म्हणालो, 'होय. ती एक तर बदलण्याची किंवा संधीची खिडकी हुकवण्याची वेळ होती.'

वर्गात शांतता पसरली होती आणि ते लक्षपूर्वक ऐकत होते. त्यांचं माझ्या बोलण्याकडे पूर्ण लक्ष असल्याचं माहिती असल्यामुळे मी विचारलं, 'तुमच्यापैकी किती जणांकडे संधी होती; पण तुम्ही तिचा लाभ घेऊ शकला नाहीत?'

वर्गातील बहुतांश लोकांनी हात वर केले.

'असं घडतं त्या वेळी त्याचा अर्थ तुम्ही तुमच्या संदर्भाच्या मर्यादेजवळ – म्हणजे ती गोष्ट करणं तुम्हाला शक्य आहे असं वाटण्याच्या मर्यादेजवळ असता. त्याबरोबरच तुम्ही तुमच्या माहितीच्या मर्यादांजवळ म्हणजे समस्या आणि आव्हानं हाताळण्यासाठी आवश्यक असलेल्या गोळा झालेल्या ज्ञानाच्या मर्यादांजवळ असता.'

'मग काय घडतं?' एका विद्यार्थ्यानं विचारलं. 'आम्ही काय केलं पाहिजे?'

'बहुतेक लोक 'मी हे करू शकत नाही' किंवा 'मला हे परवडत नाही' असं म्हणून ती गोष्ट सोडून देतात. बरेच लोक मित्रांना त्यांची मतं विचारतात आणि काही मित्रं त्यांना सुरक्षितपणे काम करण्याचा आणि धोका न पत्करण्याचा सल्ला देतात.'

'पण तुम्ही काय केलं?' एका विद्यार्थ्यानं विचारलं. 'तुमची योजना खूपच संथ गतीची आहे; पण संधीची खिडकी आहे आणि तुमच्याकडचा सगळा पैसा संपुष्टात आला आहे, असं तुम्हाला आढळलं त्या वेळी तुम्ही काय केलं?'

'सांगतो. पहिली गोष्ट म्हणजे यातून बाहेर पडण्याची इच्छा असलेलं मी कासव आहे; पण ही वेळ बाहेर पडण्याची नाही हे मी स्वतःच्या मनाशी कबूल केलं. ही तसंच पुढे जात राहण्याची वेळ होती. बदकाच्या पिलापेक्षाही राजहंस बनण्याची ही वेळ होती हेही मला माहिती होतं. त्या नितीकथांमधून मिळालेले धडे लक्षात ठेवून मी खरेदी सोडून देण्याऐवजी तसाच पुढे जात राहिलो. मला काय करावं ते माहिती नव्हतं; पण मला काहीतरी करावंच लागणार होतं हे मला माहिती होतं.'

'काही दिवस काय करावं हे सुचत नव्हतं. हळूहळू या दिवसांचं काही आठवड्यांत रूपांतर झालं. एके दिवशी मी आणि किम एका ट्रिपवरून परतलो होतो आणि आमच्या सुटकेस मी खाली ठेवत होतो, तेवढ्यात फोन वाजला. तो माझ्या आवडत्या रिअल इस्टेट ब्रोकरचा फोन होता. त्याने अगदी रोमहर्षकतेनं मला सांगितलं की, 'मला एक छान व्यवहार आढळला आहे. तुम्हाला त्यात स्वारस्य असेल तर मी तुम्हाला फक्त अर्धा तास देतो, त्यानंतर माझ्या दुसऱ्या ग्राहकाला मी या मालमत्तेविषयी कळवेन.'

'तो कोणत्या प्रकारचा व्यवहार होता?' माझ्या एका विद्यार्थ्यानं विचारलं.

'त्याने मला असं सांगितलं होतं की ते एक १२ युनिट्स अपार्टमेंट हाउस होतं आणि ते एका अतिशय मोक्याच्या जागी होतं आणि त्याची किंमत फक्त ३,३५,००० डॉलर्स होती आणि त्यासाठी ३५,००० डॉलर्स डाऊन पेमेंट म्हणून द्यावे लागणार होते. विक्रेत्याला ते अपार्टमेंट लवकरात लवकर विकायचंच होतं. त्यानंतर ब्रोकरनं मला त्या मालमत्तेची विक्रीविषयक माहिती फॅक्सवरून पाठवली. त्यातून किती प्राप्ती होईल आणि किती खर्च करावा लागेल याचा एक अंदाजही त्याने मला दिला होता.'

'तुम्ही ती विकत घेतली का?' त्या विद्यार्थ्यानं विचारलं.

'नाही,' मी सांगितलं. 'मी त्या ब्रोकरला सांगितलं की, मला त्याने अर्ध्या तासाचा वेळ द्यावा म्हणजे मी लगेच ती मालमत्ता बघून आलो असतो. तो खूपच मोठा लाभदायक व्यवहार का होता हे मी तिथे गेल्यानंतर माझ्या लगेच लक्षात आलं आणि मी तातडीनं ब्रोकरला फोन करून मी तो व्यवहार करत असल्याचं सांगितलं.'

'तुमच्याकडे पैसा नसतानाही..?' आणखी एका विद्यार्थ्यानं विचारलं.

'आमच्याकडे काहीही नव्हतं,' मी म्हणालो. 'आम्ही नुकतीच आमची अखेरची पाच युनिट खरेदी केली होती आणि आमच्याकडे खरोखरच रोख पैशाचा खडखडाट होता, कारण आम्ही रिअल इस्टेटप्रमाणेच आमच्या व्यवसायातही पुनर्गुंतवणूक करत होतो. आमच्याकडे पैसा नसला तरीही विक्रेते मागणी करत असलेली ३५,००० डॉलर्सची डाऊन पेमेंटची रक्कम मी त्यांना देऊ केली आणि पाच वर्षांसाठी ८ टक्के व्याजानं त्यांना ३,००,००० डॉलर्स देण्याचंही मान्य केलं. तो इतका उत्तम व्यवहार होता की मी तो हातचा जाऊ दिला नाही.'

'तो एवढा उत्तम व्यवहार का होता?' आणखी एका विद्यार्थ्यानं विचारलं.

'त्यामागे अनेक कारणं होती. त्यापैकी एक कारण असं होतं की त्याचे मालक त्या मालमत्तेतच राहत होते आणि त्यांनी कधीही भाडं वाढवलं नव्हतं. तिथले भाडेकरू त्यांचे मित्र होते आणि त्यामुळे त्यांच्याकडे भाड्यापोटी जास्त पैसे मागणं त्यांना शक्य होत नव्हतं. त्यामुळे तिथे त्या वेळी त्या मालकांना मिळणारं भाडं हे बाजारदराचा विचार करता किमान २५ टक्क्यांनी कमी होतं. दुसरं कारण असं होतं की, ते जोडपं खूपच वृद्ध होतं, त्यामुळे ते त्या मालमत्तेची देखभाल करू शकत नव्हते आणि त्यांना फक्त तिथून बाहेर पडायचं होतं. ते काही पट्टीचे गुंतवणूकदार नव्हते, त्यामुळे त्यांनी मालमत्तेची किंमत वाढवली नव्हती. शिवाय मंदीमुळे त्यांच्या मालमत्तेची किंमत कोसळेल अशी भीतीही त्यांना वाटत होती, त्यामुळे त्यांना तिच्या विक्रीची खूपच चिंता वाटत होती. ती चांगली गुंतवणूक असण्यामागचं आणखी एक कारण असं होतं की, त्या मालमत्तेपासून एका मैलाच्या अंतरावरच नवीन संगणक-चिप फॅक्टरी होती आणि तिथले सुमारे एक हजार नवीन कर्मचारी त्या परिसरात राहायला येणार होते. त्यामुळे माझ्या ब्रोकरला फोन करून मी सांगितलं की मी त्यांना त्यांची सगळी किंमत द्यायला तयार आहे आणि मला त्यांच्या सगळ्या अटी मान्य आहेत. आता फक्त ३० दिवसांत ३५,००० डॉलर्स उभे करणं ही माझ्यासमोरची सगळ्यात मोठी समस्या होती. कारण, त्या जोडप्याला तिथून ३० दिवसांत बाहेर पडायचं होतं.'

'जवळजवळ दोन रात्री किम आणि मी या कुशीवरून त्या कुशीवर वळत, घामाघूम होत, चिंतेनं तळमळत काढल्या,' मी म्हणालो. 'आम्हाला ती कशी परवडेल याचा आम्ही विचार करत नव्हतो. आम्ही इतके वेड्यासारखे का वागत होतो हेच आम्ही स्वतःला विचारत राहिलो होतो. मी स्वतःला विचारत राहिलो होतो की, 'मी हे का करत होतो? आमचं व्यवस्थित चाललं होतं. आमच्या गुंतवणुकी काम करत होत्या. माझ्या आरामशीरपणाच्या मर्यादा मला का ताणायच्या होत्या?' मी तसाच ३५,००० डॉलर्सचा विचार करत राहिलो आणि माझ्या लक्षात आलं की, अनेक लोक वार्षिक करपूर्व पैसा मिळवतात, त्याहून ३५,००० डॉलर्स ही रक्कम जास्त होती आणि आता मला ३५,००० डॉलरची रोख रक्कम

महिन्याच्या आत उभी करायची होती. मला यातून बाहेर पडण्याची इच्छा होती. माझ्या आत्मविश्वासाला आव्हान मिळालं होतं. मला अपुरेपणाची जाणीव झाली. आपण मूर्ख, महामूर्ख असल्यासारखं वाटलं. चार रात्री विचार केल्यानंतर अखेरीस मी शांत झालो आणि स्वतःला विचारू लागलो की, 'हे मला कसं काय परवडू शकेल?'

'मग ते तुम्हाला कसं काय परवडलं?' एका विद्यार्थ्यानं विचारलं. 'की तुम्हाला ते आधीपासूनच परवडत होतं?'

'अखेरीस भरपूर घाम गाळल्यानंतर, प्रार्थना केल्यानंतर आणि त्यातून बाहेर न पडण्यासाठी आटोकाट प्रयत्न केल्यानंतर आम्ही तो सगळा दस्तऐवज आणि कागदपत्रं आमच्या बँकेकडे घेऊन गेलो आणि बँकेच्या व्यवस्थापकाला सगळी कथा सांगितली. त्याने आम्हाला कर्ज देणं नाकारल्यानंतर मी त्याला नकार देण्यामागचं कारण विचारलं. म्हणजे मी त्या संदर्भात आणखी काहीतरी चांगलं करू शकलो असतो. त्याने मला ते कारण सांगितल्यानंतर मी दुसऱ्या बँकेकडे गेलो, त्या वेळी पहिल्या बँकेकडून काय सुधारणा हव्या होत्या ते समजलं असल्यामुळे माझ्या प्रस्तावात मी त्या केल्या होत्या; पण तिथेही पुन्हा नकारघंटा वाजली. आम्ही तिथेही त्यामागचं कारण विचारलं. पाचव्या बँकेकडे जाईपर्यंत बँकांना कोणती माहिती हवी असते, ती त्यांना का हवी असते आणि ती त्यांच्याकडे कशा प्रकारे सादर केली पाहिजे, याविषयी मला बरंच काही समजलं होतं. आमचं प्रेझेंटेशन खूपच सुधारणांमुळे आधीच्या तुलनेत जास्त चांगलं असलं तरी पाचव्या बँकेनंही ते नाकारलं. आता जवळजवळ या व्यवहारातून बाहेर पडण्याच्या तयारीत असलेल्या किमनं आणि मी सहाव्या बँकेसमोर आमचा प्रस्ताव ठेवला. ती गुंतवणूक एक चांगली गुंतवणूक का होती ते आम्हाला माहिती होतं. ती गुंतवणूक का चांगली होती याविषयी बँकांच्या अधिकाऱ्यांची खात्री पटवून देता देता आमची स्वतःचीच खात्री पटली होती. या वेळी आमचं प्रेझेंटेशन अधिक स्पष्ट होतं आणि अधिक व्यावसायिक स्वरूपाचं होतं. बँक व्यावसायिकांना जे शब्द ऐकण्याची इच्छा असते ते शब्द आम्ही या वेळी बोललो. आमची आकडेवारी स्पष्ट होती आणि आमच्या इतर पाच मालमत्तांच्या गुंतवणुकीतील मागोव्याच्या नोंदीही आम्ही जोडल्या होत्या. आता ती एक खूपच उत्तम गुंतवणूक का होती, याविषयी आम्ही बँक व्यावसायिकांच्या शब्दांत आणि आकडेवारीच्या संदर्भात बोलू शकत होतो. सहाव्या बँकेच्या अधिकाऱ्यानं होकार दिला. त्याने दोन दिवसांत आम्हाला ३५,००० डॉलर्सचा धनादेश दिला. आमच्याकडे आणखी तीन दिवस शिल्लक असताना आम्ही सरकारी कार्यालयात पोहोचलो आणि ती मालमत्ता खरेदी केली.'

'त्यानंतर काय झालं?' एका विद्यार्थ्यानं विचारलं.

'रिअल इस्टेट बाजारपेठ तशीच घसरत चालली होती आणि आम्ही खरेदी करत राहिलो होतो,' मी उत्तर दिलं. 'आमच्याकडे तेव्हाही खूपच कमी पैसा असला तरीही आम्ही खरेदी करत राहिलो. १९९४पर्यंत बाजारानं पुन्हा उभारी घेतली आणि आमच्या उर्वरित आयुष्यासाठी आम्ही आर्थिकदृष्ट्या मुक्त, स्वावलंबी बनलो. ती १२ घरांची अपार्टमेंट इमारत १९९४मध्ये ५,००,००० डॉलर्सना विकली गेली आणि तोपर्यंतच्या कालावधीत आमच्या खिशात ती मासिक ११०० डॉलर्स ठेवत राहिली होती. १,६५,०००चा भांडवली

लाभ हा करस्थगितीद्वारे पुढे ढकलला गेला आणि त्याच्यातून आम्ही ३० युनिटचं अपार्टमेंट खरेदी केलं. अद्याप आमच्या ताब्यात असलेल्या अपार्टमेंटमध्ये त्या अपार्टमेंटचाही समावेश आहे. त्या ३० युनिटच्या अपार्टमेंटनं आम्हाला मासिक ५,०००हून अधिक डॉलर्स देणं सुरू केलं. आम्ही केलेल्या इतर मालमत्तांमधून आणि गुंतवणुकीतून आम्ही निष्क्रिय उत्पन्न म्हणून मासिक १०,००० डॉलर्सहून अधिक कमाई करत होतो आणि त्या वेळी आमचा मासिक खर्च सुमारे ३,००० डॉलर्स होता. आता आम्ही आर्थिकदृष्ट्या चिंतामुक्त झालो होतो.'

'म्हणजे हे नशीब नसतं तर,' एक विद्यार्थी म्हणाला. 'तुमच्या योजनेला गती मिळाली होती.'

'आम्ही संधीच्या खिडकीसाठी तयारी केली होती आणि आम्ही ती संधी साधली,' मी म्हणालो. 'लवकरच १९९४ नंतर रिअल इस्टेटच्या किंमती आभाळाला भिडल्या आणि अशा प्रकारच्या घासाघिशी करून मालमत्ता मिळवणं आणि अशा प्रकारे कमी किमतीत मोठ्या मालमत्ता विकणारे लोक मिळवणं कठीण झालं.'

'म्हणजे तुमच्या स्वतःच्या पैशाचा बिलकूल वापर न करता तुम्ही भरपूर पैसा मिळवला?'

'होय. त्या व्यवहाराच्या बाबतीत तरी तसंच केलं; पण आम्ही जे केलं तेच तुम्ही करावं असं मी तुम्हाला सुचवत नाही. आपण कशात पैसा गुंतवत आहोत हे तुम्हाला माहिती नसेल आणि तुमच्या अपेक्षेप्रमाणे सगळ्या गोष्टी घडल्या नाहीत तर आपल्याकडे एकही पैसा नसताना, रोख पैसा शिल्लक नसताना रिअल इस्टेटमध्ये पैसा गुंतवणं ही गोष्ट अतिशय धोकादायक बनू शकते. हातात काहीही नसताना रिअल इस्टेट खरेदी केलेले आणि मग त्या मालमत्तेपासून मिळणाऱ्या उत्पन्नाच्या तुलनेत त्या मालमत्तेपोटी येणारा खर्च पेलेनासा न झालेले अनेक लोक मला माहिती आहेत. माझे काही मित्र खूपच मोठ्या प्रमाणात तरफेची शक्ती असलेल्या मालमत्ता किंवा व्यवसाय खरेदी केल्यामुळे दिवाळखोरीत गेले आहेत म्हणूनच कोणालाही हातात पैसा नसताना रिअल इस्टेट खरेदी करण्याचा सल्ला मी खुलेपणानं देत नाही. उच्च प्रकारच्या तरफेच्या शक्तीचे व्यवसाय करण्याआधी तुमच्याकडे खरेदी-विक्रीचा आणि विशेषतः रिअल इस्टेट सांभाळण्याचा अनुभव असला पाहिजे, अशी मी शिफारस करतो. ही १२ युनिट्सची मालमत्ता खरेदी करण्याआधी आम्ही इतर शेकडो मालमत्ता पाहिल्या होत्या. शिवाय आमच्या गुंतवणुकीतून एखादं अनपेक्षित नुकसान झालंच तर आम्हाला आधार देण्यासाठी आमच्याकडे आमच्या व्यवसायातून मिळणारा कॅशफ्लो होताच. आपला पैसा न घालता रिअल इस्टेटचे व्यवहार करण्यातील त्रासदायक बाब अशी आहे की तिच्यात खूपच, अगदी नको इतकी तरफेची शक्ती असते. जर एखादी चुकीची गोष्ट घडलीच तर अशा प्रकारच्या उच्च तरफेच्या शक्तीची गुंतवणूक तुम्हाला जिवंत खाऊन टाकते म्हणून मी पुन्हा एकदा सांगतो की : मी जे केलं ते करण्याची मी कोणालाही शिफारस करत नाही. ही कथा मी तुम्हाला फक्त एकाच कारणासाठी सांगतो.'

'काय आहे ते कारण?' आणखी एका विद्यार्थ्यानं विचारलं.

मी फ्लिप चार्टकडे जात त्यात मी आधी सांगितलेल्या गोष्टीची भर टाकली.

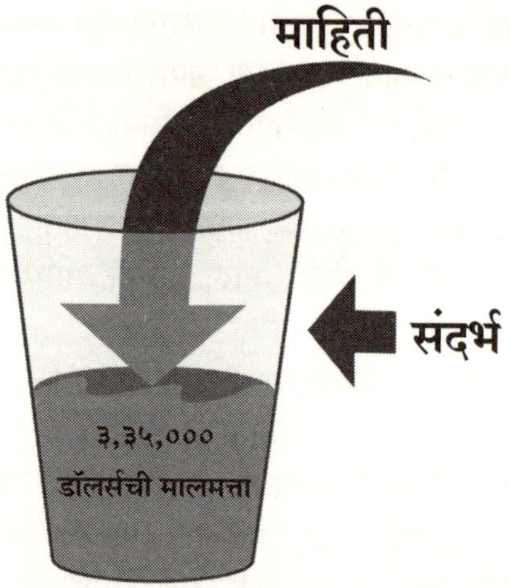

'तुमच्या संदर्भाचा विस्तार करण्याच्या आणि त्याबरोबरच तुमच्या संदर्भात भर टाकण्याच्या इच्छेचं महत्त्व काय असतं ते स्पष्ट करण्यासाठी मी तुम्हाला ही कथा सांगितली.'

'मग आज ३,३५,००० डॉलर्सची मालमत्ता तुम्हाला सहजगत्या परवडू शकते, कारण तुम्ही तुमच्या वास्तवात आणि शिक्षणात वाढ केली आहे. तुमच्यासाठी ही गोष्ट आता सोपी आहे, हेच तुम्ही सांगू इच्छिता ना?' एका विद्यार्थ्यानं विचारलं.

'अतिशय सोपी आहे,' मी उत्तर दिलं. 'आता मागे वळून पाहताना ३५,००० डॉलर्सच्या डाऊन पेमेंटची रक्कम म्हणजे भरपूर पैसा होता आणि १२ युनिट्सचं अपार्टमेंट ही मोठी मालमत्ता होती, असं त्या वेळी वाटलं होतं ही गोष्टच हास्यास्पद वाटते. आमच्या संदर्भाच्या आणि माहितीच्या पलीकडे जाण्याची इच्छा बाळगणं ही किमसाठी आणि माझ्यासाठी महत्त्वाची गोष्ट होती.'

'म्हणजे बहुतेक लोक स्वतःच्या आरामशीरपणाच्या पातळ्यांच्या पलीकडे स्वतःला ढकलत नाहीत,' दुसरा विद्यार्थी म्हणाला. 'बहुतांश लोकांना सुरक्षितपणानं काम करणं आणि 'मला हे परवडू शकत नाही', असं म्हणणं अधिक सोपं वाटतं.'

'असा माझा तरी अनुभव आहे,' मी म्हणालो. 'एक टक्क्याहून कमी लोकच भरपूर पैसा असलेल्या पातळीच्या पलीकडे जाऊ शकतात, कारण बहुतांश लोकांना त्यांच्या वैयक्तिक वास्तवाच्या, त्यांच्या संदर्भांच्या आणि त्यांच्या माहितीच्या पलीकडे जाणं ही गोष्ट अतिशय अस्वस्थ करणारी वाटते, यावर माझा विश्वास आहे. बहुतांश लोक जास्त मोठ्या आर्थिक समस्या सोडवण्यासाठी त्यांच्याकडच्या माहितीचा विस्तार करण्याऐवजी आपल्याला माहिती असलेल्या गोष्टींच्या आधारेच आपल्या आर्थिक समस्या सोडवण्याचा प्रयत्न करतात आणि त्या सोडवतात. जास्त मोठी आर्थिक आव्हानं पेलण्याऐवजी बहुतांश लोकांना आर्थिक समस्यांमध्ये राहणं सोपं वाटतं आणि ते त्या समस्यांशी आयुष्यभर लढत राहतात. पुन्हा एकदा बदकाचं कुरूप पिल्लू बनण्याऐवजी ते गरीब पण सुंदर राजहंस बनूनच राहतात.'

'तुम्ही पुन्हा एकदा बदकाचं कुरूप पिल्लू बनला आहात का?'

'नक्कीच,' मी म्हणालो. '३,३५,००० डॉलर्सच्या अपार्टमेंट घरानंतर आम्हाला २.५ दशलक्ष पातळीपर्यंतची गुंतवणूक करणं सोपं वाटलं. १९९४ ते २००१ या दरम्यान आम्ही २.५ दशलक्ष मर्यादेपर्यंतच्या गुंतवणुकी केल्या आणि फारसा प्रयत्न करावा न लागता आमचं निष्क्रिय उत्पन्न मासिक १६,००० डॉलर्सपर्यंत वाढलं. आम्ही निश्चितपणे भरपूर पैसा मिळवण्याच्या पातळीपर्यंत पोहोचलो होतो आणि आता श्रीमंत पातळीपर्यंत पोहोचण्याची वेळ आली होती. तुमच्यापैकी आमचा भूतकाळ माहिती असलेल्या लोकांना हे आठवत असेल की *रिच डॅड पुअर डॅड* या पुस्तकाचा कच्चा मसुदा मी १९९५ ते १९९६ या कालखंडात लिहिला होता. १९९६मध्येच मी कॅशफ्लो बोर्ड गेमची रचना केली आणि तो तयार केला होता आणि मी पुन्हा व्यवसायाच्या जगातही परतलो होतो. १९९६मध्येच मला हे समजलं होतं की, आयपीओच्या माध्यमातून कंपनीला सार्वजनिक क्षेत्रात कसं न्यावं हे शिकण्याची वेळ आली होती. त्याच वेळी *रिच डॅड्स गाइड टू इन्व्हेस्टिंग* या तीन क्रमांकाच्या पुस्तकात लिहिल्याप्रमाणे माझी फ्रँकशी भेट झाली होती. १९९६मध्येच *रिच डॅड पुअर डॅड* प्रकाशित झालं. १९९७ च्या फॉलच्या ऋतूत आम्ही कॅशफ्लो टेक्नॉलॉजीज, इंकची स्थापना केली. नवीन संदर्भासह, माहितीसह आणि मित्रांसह आम्ही नवीन जगात प्रवेश करत होतो. आमच्या रिअल इस्टेट गुंतवणुकीचा संदर्भ २.५ दशलक्ष डॉलर्सपर्यंत राहिला होता.'

'म्हणजे तुम्ही इतर क्षेत्रांतील तुमचा संदर्भ विस्तारण्याकडे वळला होतात; पण तुमच्या रिअल इस्टेट वास्तवाचा विस्तार तुम्ही केला नाही. तुम्हाला असंच म्हणायचं आहे ना?' एका विद्यार्थ्यानं विचारलं.

'मला नेमकं हेच म्हणायचं आहे,' मी म्हणालो. 'आमची छोटीशी कंपनी आमच्या स्वप्नातील खूप मोठ्या कल्पनेच्याही पलीकडे वाढली होती. फ्रँकसह पाच वर्षं काम केल्यानंतर आमच्याकडे आयपीओच्या माध्यमातून सार्वजनिक क्षेत्रात उतरण्यासाठी चार ते सहा कंपन्या सज्ज होत्या. व्यवसायात आणि आयपीओ प्रक्रियेत काय शक्य आहे याविषयीचं आमचं वास्तव लक्षणीयरित्या विस्तारलं. व्यवसायातील आणि आयपीओ प्रक्रियेतील आमच्या संदर्भात एकाएकी लक्षणीय वाढी झाल्या.'

'पण रिअल इस्टेटमधील तुमचं वास्तव तसंच राहिलं,' एका विद्यार्थ्यानं म्हटलं.

'ते ३,३५,००० डॉलर्सच्या १२ युनिट्सच्या अपार्टमेंट घरापासून तसंच राहिलं होतं. ते ३,३५,००० डॉलर्स ते २.५ दशलक्ष डॉलरच्या दरम्यान अडकून पडलं होतं. हाच तुमचा धडा आहे, बरोबर आहे ना?'

'अगदी बरोबर,' मी म्हटलं. 'एखादी व्यक्ती एका आर्थिक क्षेत्रात सुधारणा किंवा वाढ करते, याचा अर्थ ती सगळ्याच क्षेत्रांमध्ये वाढ करते किंवा त्यांचा विस्तार करते असा होत नाही म्हणूनच किमनं आणि मी २००१मध्ये असं ठरवलं की आता पुन्हा रिअल इस्टेटकडे वळण्याची वेळ आली होती आणि आमच्या संदर्भाच्या भिंतींना पुन्हा एकदा ढकलण्याचीही वेळ आली होती.'

श्रीमंत होणं अधिक सोपं बनतं

काही वर्षांपूर्वी श्रीमंत वडिलांनी मला असं सांगितलं होतं की, 'श्रीमंत अधिक श्रीमंत बनत जातात, त्यामागचं एक कारण असं आहे की, एकदा तुम्हाला श्रीमंत बनण्याचं सूत्र सापडलं की, तुमच्यासाठी श्रीमंत बनत जाणं सोपं बनतं. तुम्हाला ते सूत्र सापडलं नाही तर श्रीमंत होणं ही गोष्ट नेहमीच कठीण बनते आणि गरीब राहणं ही गोष्ट नैसर्गिक असल्यासारखी वाटते.'

वास्तव, संदर्भ आणि माहिती या विषयावर मी इतका वेळ घालवण्यामागचं कारण असं आहे की ते श्रीमंत वडिलांचं सूत्र होतं. 'मला हे परवडू शकत नाही' किंवा 'मी हे करू शकत नाही', असं कधीही म्हणायचं नाही हे त्यांचं मूलभूत सूत्र होतं. त्याऐवजी श्रीमंत वडिलांनी त्यांचं वास्तव विस्तारण्याची निवड केली होती. तुम्हाला आधीच माहिती आहे, त्याप्रमाणे श्रीमंत वडील आपल्या आयुष्याचे मार्गदर्शक धडे म्हणून नितीकथा आणि बायबलमधील कथा सांगत. या कथांमुळेच साशंकतेच्या आणि भीतीच्या काळात ते तसेच पुढे जात राहिले होते; पण श्रीमंतीला जोरदार गती देण्याचा त्यांचा धडा मला सर्वाधिक रोचक वाटला होता. ते म्हणत की, 'तुमची तरफेची शक्ती वाढवत नेण्यासाठी तुमचं वास्तव सातत्यानं विस्तारत राहणं हे श्रीमंत बनण्याचं सूत्र आहे, हे एकदा तुम्हाला समजलं की मग श्रीमंत होणं अधिकाधिक सोपं बनत जातं. एकाच वास्तवात अडकून पडलेल्या आणि त्यांचं वास्तव हेच एकमेव वास्तव असल्याचा विचार करणाऱ्या लोकांचा श्रीमंत होण्याचा वेग खालावतो.'

'दुसऱ्या शब्दांत, श्रीमंत वडिलांनी मला असं शिकवलं होतं की, एकदा तू श्रीमंत बनलास की अधिक श्रीमंत होणं अधिक सोपं आणि अधिक जलद गतीचं बनतं. तुम्ही कधीच श्रीमंत बनला नाहीत तर आयुष्य अधिक कष्टप्रद आणि मंद, संथ गतीचं बनतं. हे माहिती असल्यामुळे मला हे माहिती होतं की आता पुन्हा एकदा किमवर आणि माझ्यावर रिअल इस्टेटविषयीचं आमचं वास्तव विस्तारण्याची वेळ आली होती. आमचं वास्तव विस्तारत राहून आम्ही पाचहून अधिक वर्षं व्यवसायात आणि आयपीओ प्रक्रियेत गुंतवणूक केली. त्यानंतर पूर्वी कधीही जितक्या जलद गतीनं आम्ही श्रीमंत बनलो नव्हतो तितक्या जलद गतीनं आणि झपाट्यानं आम्ही श्रीमंत बनलो. मला हे माहिती होतं की आता अधिक श्रीमंत बनण्याच्या पुढच्या पातळीवर पोहोचणं अधिक सोपं आणि जलद गतीचं होतं. मला हे माहिती होतं कारण श्रीमंत वडिलांच्या बाबतीत हे घडल्याचं मी पाहिलं होतं.'

५० लाख डॉलर्सनंतर ही गोष्ट अतिशय सोपी बनते

सन २०००मध्ये उशिरा शेअर बाजार गडगडत होता, आमचे व्यवसाय झपाट्यानं विस्तारत चालले होते, आमच्या पुस्तकांची आणि गेम्सची जगभर विक्री होत होती आणि आम्ही सार्वजनिक क्षेत्रात आणलेल्या कंपन्या छान आकाराला येत होत्या आणि त्या लवकरच नफ्यातही आल्या असत्या. किम मला म्हणाली, 'मला आता पुन्हा एकदा रिअल इस्टेटकडे वळावं असं वाटतंय. आपली श्रीमंती आपल्याला टिकवून ठेवायची असेल तर आपल्याला जास्त स्थिर मालमत्तांमध्ये गुंतवणूक करावी लागेल.' त्यानंतर आम्ही पुन्हा एकदा रिअल इस्टेटच्या बाजारात परतलो आणि आमच्या जुन्या वास्तवाचा, संदर्भाचा आणि माहितीचा आढावा घेतला. आम्ही पुन्हा एकदा मागे गेल्यासारखं आम्हाला वाटत होतं. जणू काही

तेव्हा नुकताच ३,३५००० डॉलर्सच्या अपार्टमेंटसाठी आम्ही ३५,००० डॉलर्स उभे करण्याचा प्रयत्न करत होतो. खरं तर त्या वेळी आम्ही अगदी सहजगत्या ३,३५,००० डॉलर्सच्या अपार्टमेंट घरांसाठी धनादेश लिहून देऊ शकत होतो. कर्ज न घेता आम्ही रोख रक्कमही देऊ शकत होतो; पण तरीही आम्ही पुन्हा अडचणीत होतो. आम्हाला हव्या तशा गोष्टी घडत नव्हत्या. त्या वेळी मला हे माहिती होतं की, आणखी एकदा आमचं वास्तव विस्तारण्याची वेळ आली होती.

तोपर्यंत किम आणि मी ४० लाख डॉलर्सच्या आसपासच्या प्रकल्पांचा शोध घेत होतो. आम्हाला त्या आकड्यापर्यंत जाणं गरजेचं वाटत होतं, कारण डाऊन पेमेंट म्हणून गरज पडलीच तर आम्ही १० लाख डॉलर्सहून अधिक रक्कम भरू शकत होतो हे आम्हाला माहिती होतं. आम्हाला बरंच काही माहिती होतं असं आम्हाला वाटत होतं; पण आमच्या नवीन योजनेप्रमाणे काम करणारी मालमत्ता किंवा पतपुरवठा आम्हाला शोधूनही सापडत नव्हता. त्यानंतर बिल नावाच्या माझ्या जुन्या मित्राला मी फोन केला. तो रिअल इस्टेटमध्ये कोट्यवधी डॉलर्सचे शेकडो व्यवहार पार पाडत होता. अखेरीस त्याचा पाठपुरावा केल्यानंतर मला तो भेटला. आमच्या दृष्टिकोनात नेमकी काय चूक होती असं मी त्याला विचारलं. बिलनं असं उत्तर दिलं की, '४० लाख डॉलर्सची बाजारपेठ तशी अवघड होती. बँकांना एवढ्या मोठ्या गुंतवणुकी करण्याची इच्छा नसते आणि सुसंस्कृत खासगी गुंतवणूकदारांना अशा प्रकल्पांमध्ये गुंतवणूक करण्यात स्वारस्य नसतं; पण ५० लाख डॉलरनंतर या गोष्टी पुन्हा एकदा सोप्या बनतात.'

त्याने हे शब्द उच्चारलेल्या क्षणीच मला हे माहिती होतं की, माझ्या वास्तवाच्या, माझ्या संदर्भाच्या मर्यादेवर मी उभा होतो. चाळीस लाख डॉलर ही गोष्ट सोपी आणि आरामदायक होती; पण ५० लाख डॉलर्स ही माझ्या आरामदायक क्षेत्राच्या बाहेरची गोष्ट होती. माझं मन किंचाळून, किंचाळून मला सांगू लागलं, 'जर ४० लाख डॉलर्सच्या प्रकल्पांसाठी मी बँकांना तयार करू शकत नव्हतो, तर ५० लाख डॉलरच्या प्रकल्पासाठी मी त्यांना कसा काय तयार करू शकलो असतो?' माझं वास्तव माझ्याशी मोठमोठ्या आवाजात बोलत असल्याचं मी ऐकू शकत होतो. माझ्या श्रीमंत वडिलांचा आवाजही नेहमीप्रमाणेच माझ्या कानांत घुमत होता. ते मला सांगत होते की, 'नितीकथा लक्षात ठेव आणि तू जितका जास्त श्रीमंत बनत जाशील त्या वेळी तू फक्त सूत्राचं अनुसरण करत गेलास तर आणखी जास्त श्रीमंत होणं ही गोष्ट आणखी सोपी बनत जाईल.' सूत्राचं अनुसरण करण्याची आणि माझ्या वास्तवाला ढकलून त्याच्या पलीकडे जाण्याची वेळ आली होती हे मला माहिती होतं.

ती अतिशय सोपी गोष्ट ठरली

या पुस्तकाच्या सुरुवातीला बँकांकडून कर्जाऊ पैसे घेऊन श्रीमंत होणं किती सोपं असतं, त्याविषयी मी लिहिलं आहे. एकदा किमनं आणि मी आमच्या वास्तवाच्या, आमच्या आरामशीरपणाच्या क्षेत्राच्या पलीकडे जाण्याचं ठरवल्यावर सरकारकडून पैसे कर्जाऊ घेणं ही गोष्टही सोपी असल्याचं आमच्या लक्षात आलं.

करविषयक नियम बी आणि आय कप्प्यांतील लोकांना अनुकूल असतात आणि ई व एस कप्प्यातील लोकांच्या विरोधात असतात याविषयी मी आधीच लिहिलं आहे. जे लोक करांविषयी तक्रार करतात त्यांच्यापैकी बहुतेक जण ई आणि एस कप्प्यांतील असतात असंही मी लिहिलं आहे. सरकारला रोजगारांची निर्मिती करणाऱ्या आणि घरांचा पुरवठा करणाऱ्या बी आणि आय कप्प्यांतील लोकांबरोबर भागीदारी करण्याची इच्छा असते म्हणून हे होतं. मला हे नेहमीच माहिती होतं, कारण माझ्या श्रीमंत वडिलांनी मला ते सांगितलं होतं; पण रिअल इस्टेटमध्ये मी ५० लाख डॉलर्सहून जास्त पैशाची गुंतवणूक करू लागेपर्यंत, माझ्या वास्तवाचा विस्तार करण्याची इच्छा माझ्या मनात निर्माण होईपर्यंत, सरकारला मदत करणाऱ्या लोकांना सरकार किती मदत करतं हे मला माहिती नव्हतं.

माझा शोध सुरूच होता. आमच्या आरामशीरपणाच्या क्षेत्राच्या खूपच पलीकडे असलेल्या अधिक मोठ्या प्रकल्पांचा आम्ही आता शोध घेऊ लागलो. कमी उत्पन्न गटातील सरकारने प्रायोजित केलेल्या घरांसंदर्भात तज्ज्ञ असलेल्या मालमत्ता विक्री एजंटाशी माझी २००१मध्ये भेट झाली आणि बैठकही झाली. मी आणि किमनं तिला आमचा तत्कालीन रिअल इस्टेट पोर्टफोलिओ दाखवला. आमच्या पोर्टफोलिओत प्रामुख्यानं ३० ते ५० युनिटच्या अपार्टमेंटमध्ये आम्ही कोट्यवधी डॉलर्सची गुंतवणूक केली होती.

'तुम्हाला बहुकुटुंब अपार्टमेंट घरांचं व्यवस्थापन कसं करावं ते माहिती आहे,' ती रिअल इस्टेट एजंट म्हणाली. साधारणपणे ती चाळिशीच्या जवळपास पोहोचलेली होती. 'ही चांगली गोष्ट आहे.'

'ही गोष्ट का चांगली आहे?' किमनं विचारलं.

'कारण सरकार ज्यांना कर्जाऊ पैसा देतं त्यांच्याकडे यशस्वीपणे बहुकुटुंब अपार्टमेंट घरांचं व्यवस्थापन करण्याचं ट्रॅक रेकॉर्ड असलंच पाहिजे, अशी सरकारची एक अट असते. तुम्ही तर सुमारे दहाहून जास्त वर्षं हे करत आहात आणि हे सगळं नफ्यात चालवत आहात. अनेक लोकांना ही सरकारी कर्जं हवी असतात; पण फक्त थोडेच लोक त्यासाठी पात्र ठरतात,' ती एजंट म्हणाली. 'तुम्हाला माहिती आहे त्याप्रमाणे ज्या लोकांच्या मालकीच्या, गुंतवणूक केलेल्या थोड्याफार मालमत्ता असतात, त्यांना स्वतःलाच त्यांच्या रिअल इस्टेटचं व्यवस्थापन करण्याची इच्छा असते. भाडेकरूंकडून भाडं गोळा करणं आणि स्वतःच घरांची दुरुस्ती करणं या गोष्टी ते करतात. त्यामुळे त्यांना तुमच्याप्रमाणे जास्त मोठ्या मालमत्तांचं व्यवस्थापन कसं करावं हे माहिती नसतं.'

किमनं आणि मी मान डोलावली. फक्त भाडं गोळा करणं आणि स्वच्छतागृहं बसवून देणं याहूनही रिअल इस्टेटमध्ये बरंच काही असतं हे आम्हाला माहिती होतं. गेल्या दहा वर्षांत आम्ही खूप काही शिकलो होतो; पण आता पुढे जाण्याची वेळ आली होती. जर आम्हाला पुढे जायचं असेल तर आम्हाला नवीन लोकांना भेटावंच लागणार होतं. त्यासाठी नवीन व्यावसायिक शब्दसंग्रह शिकून घ्यावाच लागला असता आणि अधिक मोठा खेळ खेळण्याची इच्छाही बाळगावीच लागली असती. आमच्या आयुष्यातील या दोन नवीन लोकांचं बोलणं ऐकल्यानंतर माझ्या असं लक्षात आलं की, ४० लाख डॉलर्सपर्यंतच्या रिअल इस्टेटच्या बाजारपेठेत गेल्या दहा वर्षांत आम्ही ससे आणि राजहंस बनलो होतो. आम्ही आता एका म्हणीप्रमाणे छोट्या डबक्यातले मोठे मासे बनलो होतो. आता जास्त

मोठ्या खेळात पुढे जाण्याची आणि पुन्हा अस्वस्थ बनण्याची, संथ गतीची कासवं आणि बदकाची कुरूप पिल्लं बनण्याची वेळ आली होती.

त्या एजंटाच्या शेजारीच एक बँकर बसला होता. तो करमाफी, रेटेड आणि नॉन रेटेड सरकारी हाउसिंग बाँड या विषयांतील तज्ज्ञ होता. सरकारकडे कोणत्या प्रकारचा वित्तपुरवठा कार्यक्रम आहे असं मी त्याला विचारलं त्या वेळी त्याने उत्तर दिलं, 'जर तुम्ही आणि तुमचा प्रकल्प पात्र असेल तर सरकार तुम्हाला ९५ टक्के ते ११० टक्क्यांपर्यंत पैसा देईल.'

'याचा अर्थ जर प्रकल्पाची किंमत १ कोटी डॉलर्स असेल तर सरकार आम्हाला एक कोटी डॉलर्स किंवा त्याहूनही अधिक पैसा देईल? आणि जर ती जागा डागडुजी करून किंवा सुधारणा करून व्यवस्थित बनवण्यासाठी आणखी ३ कोटी डॉलर्स लागले तर सरकार आम्हाला ती रक्कमही देईल? आमच्या मालमत्तेसाठी लागणारा असा सगळा पैसा ते आम्हाला देतील?'

त्या मालमत्ता बँकरनं मान डोलावली. 'ते २ कोटी डॉलर्स किंवा त्याहूनही जास्त कर्ज देण्यास प्राधान्य देतात; पण सुरुवात करण्यासाठी तुमच्या दृष्टीनं १ कोटी डॉलर्सचा प्रकल्प ही चांगली गोष्ट असेल. एकदा तुम्ही १ कोटी डॉलर्सचा प्रकल्प केला आणि तुमचं ट्रॅक रेकॉर्ड उत्तम असलं तर त्यापाठोपाठ ओळीनं २ कोटी डॉलर्स आणि ५ कोटी डॉलर्सचे प्रकल्प असतीलच.'

श्रीमंत वडील गोष्टी अधिकाधिक सोप्या बनत जातील, असं म्हणत असल्याचं मला ऐकू येत होतं; पण त्या इतक्या सोप्या असतील असं मला वाटलं नव्हतं. माझ्या मनात अजूनही काहीसा अविश्वास होता, त्यामुळे मी विचारलं, 'कोणत्या निकषांवरचं ट्रॅक रेकॉर्ड?'

'मी तुमच्यासाठी ४० वर्षांकरिता ५ टक्के ते ७ टक्के व्याजदर कायमस्वरूपी राखू शकेन आणि शिवाय हे कर्ज नॉन रिकोर्स असेल.'

'नॉन रिकोर्स?' मी आवंढा गिळला. 'म्हणजे जर हा प्रकल्प वाईट ठरला आणि मी पैशांची परतफेड करू शकलो नाही तर सरकार माझ्या वैयक्तिक मालकीच्या प्रत्येक गोष्टीच्या मागे लागणार नाही? माझ्या बँकरना तर नॉन रिकोर्स कर्जांचा तिटकारा वाटतो. दर वेळी मी त्यांच्याकडून पैसे कर्जाऊ घेतो त्या वेळी माझ्या मालकीच्या सगळ्या गोष्टी व्यवस्थितपणे जाग्यावर असल्याची ते खात्री करून घेतात.'

'हे अगदी बरोबर आहे,' तो गुंतवणूकविषयक बँकर म्हणाला. 'पण इथे अनेक अटी आणि शर्ती असतात, त्या पारंपरिक बँक कर्जपुरवठ्याच्या बाबतीत नसतात, ही गोष्ट तुमच्या लक्षात येईल.'

'माझ्या ते लक्षात आलंय,' मी म्हणालो. 'पण सरकार कितपत चांगलं वागू शकतं याची मला काहीच कल्पना नव्हती.'

'काही वेळा या करमुक्त सरकारी बाँड्समध्ये याहूनही चांगले कार्यक्रम येतात. अधूनमधून माफ करण्याजोगी कर्जंही दिली जातात. अशा कर्जांच्या बाबतीत तुम्ही जर चांगली कामगिरी केली तर सरकार तुम्हाला कर्जाऊ पैसे दिल्याचं सरळसरळ विसरून जातं. या गोष्टीचं अनुदानाशी अतिशय साधर्म्य असतं.'

'सरकार असं का करतं?' मी विचारलं.

'कारण, कमी उत्पन्न गटातील लोकांना परवडणारी घरं मिळण्याच्या बाबतीत देशाला खूप मोठ्या समस्येला तोंड द्यावं लागत आहे. तुमच्यासारखे लोक नसतील तर कोट्यवधी लोक बेघर बनतील आणि त्यांना खराब मानांकनाच्या, गुन्हेगारीनं भरलेल्या झोपडपट्ट्यांमध्ये राहावं लागेल. सरकार झोपडपट्ट्यांतील काही दादांच्या मागावर आहे आणि काहींना तुरुंगात टाकत आहे. हे दादालोक गरिबांचं शोषण करतात आणि सरकारला त्यांना रोखायचं आहे. त्याच वेळी मोठ्या बहुकुटुंब प्रकल्पांचं व्यवस्थापन जबाबदारीनं करत असल्याचं सिद्ध केलेल्या तुमच्यासारख्या लोकांना सरकारला कोट्यवधी डॉलर्स देऊ करण्याची इच्छा आहे.'

'मला आणखी श्रीमंत बनण्यासाठी पैसे देण्याची त्यांची इच्छा आहे...'

'अगदी बरोबर,' तो गुंतवणूकविषयक बँकर म्हणाला, त्या वेळी रिअल इस्टेट ब्रोकरच्या चेहऱ्यावर स्मित उमटलं होतं. 'पण ही गोष्ट फक्त पैशापुरतीच मर्यादित नसते. हा खूप मोठा पैसा आहे. तुम्ही पुढच्या काही वर्षांत चांगली कामगिरी केली आणि तुम्हाला खूप श्रीमंत आणि खूपच श्रीमंत बनण्याची इच्छा असेल तर मी तुम्हाला अब्जावधी डॉलर्स कर्जाऊ मिळवून देण्यासाठी मदत करेन. गेल्या वर्षी योग्य लाभार्थी न मिळाल्यामुळे आमच्या एका विभागाला एक अब्ज डॉलर्सहून अधिक निधी परत पाठवून द्यावा लागला.'

किम म्हणाली, 'अशा प्रकारे श्रीमंत बनण्यातील एक उत्तम गोष्ट अशी आहे की, आम्ही अनेक लोकांसाठी खूप चांगल्या गोष्टी करतो. कुटुंबं असलेल्या लोकांच्या सुरक्षित घरांमध्ये झोपडपट्टीचं रूपांतर करण्याची कल्पनाच मला रोमांचक वाटते.'

'तुम्ही नेमकं हेच करावं असं सरकारला वाटतं. आपल्या अनेक समस्या झोपडपट्ट्यांतून समोर येतात. आपल्या झोपडपट्ट्यांमध्येच गुन्हेगारी जन्म घेते आणि वाढते. तुम्ही झोपडपट्ट्यांना सुरक्षित घरांमध्ये बदलू शकलात तर तुमच्यासाठी अधिकाधिक पैसा उपलब्ध करून दिला जाईल. अगदी तुम्हाला हवा तितका.'

'म्हणजे सरकारशी भागीदारी करून आम्ही श्रीमंत बनत आहोत?'

'तुम्हाला हवे तितके श्रीमंत,' तो गुंतवणूक बँकर स्मित करत म्हणाला. 'तुम्हाला फक्त तुम्ही गेल्या दहा वर्षांपासून जे करत आला आहात तेच करायचं आहे. म्हणजे तुम्हाला अनेक बहुकुटुंब अपार्टमेंट हाउसची मालकी स्वीकारायची आहे आणि त्यांचं व्यवस्थापन करायचं आहे. तुम्हाला फक्त तुमच्या दहा वर्षांच्या अनुभवाच्या भांडवलाचा वापर करायचा आहे आणि मग तुम्हाला आणखी श्रीमंत बनवायला आम्हालाही आवडेल. तुमच्या इतक्या वर्षांचा अनुभव असलेले लोक सापडणं ही गोष्ट किती कठीण आहे ते तुम्हाला माहिती आहे का? तुमची तयारी झाली की आम्हाला कळवा. त्या तुम्हाला (महिला एजंट) तुमची मालमत्ता शोधायला मदत करतील आणि मी तुम्हाला लागेल तितका पैसा द्यायला मदत करेन.'

लवकरच ती बैठक संपली. किमनं आणि मी त्यांचे आभार मानले आणि आम्ही आमच्या कारच्या दिशेनं निघालो. एकदा कारमध्ये बसल्यानंतर आम्ही जवळजवळ अविश्वास वाटल्यासारखे अगदी आश्चर्यानं थक्क होऊन तसेच स्तब्ध बसून राहिलो. बराच वेळ गेल्यानंतर आम्ही काही बोलण्याच्या मनःस्थितीत आलो. अखेरीस किम म्हणाली, 'दहा वर्षांपूर्वी आपण ते १२ युनिट्सचं अपार्टमेंट खरेदी केलं होतं ते तुला आठवतं का?'

'मीही अगदी तोच विचार करत होतो,' मी उत्तर दिलं.

'मला हे परवडू शकत नाही, असं म्हणण्याचा मार्ग आपण स्वीकारला असता तर काय झालं असतं?' तिने विचारलं. 'आपण ३५,००० डॉलर्सना आपल्याला रोखू दिलं असतं तर आज आपली आयुष्यं कशी असती?'

मी क्षणभर विचार केला आणि म्हणालो, 'आपण आजही तीच गोष्ट बोलत राहिलो असतो, असं मला वाटतं. जर ३५,००० डॉलर्सनी पूर्वी आपल्याला तिथेच रोखलं असतं तर अगदी आजही तितक्याच रकमेनं आपण थांबलो असतो. त्या वेळी आपण पुढे गेलो नसतो तर त्याच रकमेनं आजही आपल्याला रोखलं असतं.' पार्किंगच्या जागेतून आम्ही बाहेर पडल्यानंतर माझ्या कानांत श्रीमंत वडिलांचे शब्द घुमत होते, 'तुम्ही उद्या जे करता त्यावरून नव्हे, तर आज जे करता त्यावरून तुमचं भविष्य निश्चित होतं.' मी किमकडे वळून म्हणालो, 'जर दहा वर्षांपूर्वी आपण 'मला हे परवडू शकत नाही,' असं म्हटलं असतं, तर आपण कदाचित आजही मला 'हे परवडू शकत नाही' असंच म्हणत राहिलो असतो.'

आम्ही मूकपणे घरापर्यंत आलो. आमच्या मनात उत्साहाच्या आणि भाग्यशाली असल्याच्या भावना दाटून आल्या होत्या. 'एकदा तू श्रीमंत बनलास की जास्त श्रीमंत होणं अधिकाधिक सोपं बनत जातं,' हे श्रीमंत वडिलांचं वाक्य मला ऐकू येत होतं. 'अनेक लोक आयुष्यातील मध्यमवर्गीय पातळी ओलांडून कधीच पुढे जाऊ शकत नाही, कारण त्यांचा नितीकथांवर विश्वास नसतो. त्यांचा नितीकथांवर विश्वास नसल्यामुळे त्या कथांमधून मिळणारे धडे शिकण्यात ते अपयशी ठरतात,' ही त्यांची वाक्यंही मला ऐकू येत होती. मी कारमधून उतरल्यावर मूकपणे श्रीमंत वडिलांचे आभार मानले. 'नेहमीच एक गोष्ट लक्षात ठेव. कोणत्या ना कोणत्या मार्गानं नितीकथा सत्यात उतरतातच,' हे त्यांचं वाक्यही मला ऐकू येत होतं.

प्रकरण तेरा

औदार्याची तरफेची शक्ती

खरोखरचा लोभी कोण असतो?

एके रात्री एका बातम्यांच्या समालोचकानं अगदी संतप्त आवाजात असं म्हटलं की, 'मी व्यवसायात गेलो नाही, कारण मी लोभी माणूस नाही.'

माझ्या बालपणीच्या बऱ्याचशा काळात मी अशा प्रकारची विधानं ऐकत होतो. अनेक लोक माझ्या पालकांच्या घरी येत होते. ते एक तर विद्यापीठांत, शैक्षणिक संस्थेत, कामगार संघटनेत, शांतता पथकांमध्ये किंवा सरकारी खात्यांत काम करणारे असत. अगदी त्या टीव्हीवरच्या समालोचकाएवढ्या संतप्तपणे ते बोलत नसले तरीही ते नेहमीच असं म्हणत किंवा सूचित करत की, व्यावसायिक लोभी असल्यामुळेच व्यवसाय करत राहतात.

माझ्या श्रीमंत वडिलांचा दृष्टिकोन वेगळा होता. ते नेहमीच असं म्हणत की, 'आपण सगळेच जण काही प्रमाणात लोभी असतो. मूलभूत जगण्याच्या गोष्टींची, अधिक चांगल्या आयुष्याची अपेक्षा बाळगणं स्वाभाविक असतं. एकदा आपण काम करणं थांबवलं की चांगल्या प्रकारे जगण्यासाठी आवश्यक असलेल्या गोष्टींचा आपल्याला आधार मिळावा, अशी अपेक्षा असणंही अगदी स्वाभाविक असतं. पण फक्त एखादी व्यक्ती व्यवसाय करते किंवा श्रीमंत आहे याचा अर्थ ती इतर कोणाहीपेक्षा जास्त लोभी असते असा नसतो. खरं तर ही गोष्ट उलटीही असू शकते.' त्यानंतर त्यांनी असं सांगितलं होतं की, 'बहुतांश लोक पुरेशा प्रमाणात उदार नसल्यामुळेच गरीब असतात.'

आधीच्या प्रकरणात किमनं आणि मी आमच्या ताब्यातील रिअल इस्टेटमध्ये वाढ करायची असं ठरवल्यानंतर सरकारच्या पैशाच्या महापुराचा दरवाजाही आमच्यासाठी खुला झाला.

अधिक उदार बनण्याचे मार्ग शोधणं ही अधिक श्रीमंत बनण्याच्या आमच्या आकांक्षेतील एक पायरी होती. या बाबतीत अधिक लोकांना अधिक चांगल्या किमतीत अधिक चांगली घरं पुरवणं हा तो मार्ग होता.

तुम्ही इतिहासावर नजर टाकता त्या वेळी तुम्हाला असं दिसून येतं की सर्वाधिक श्रीमंत लोक हे कोणत्या ना कोणत्या प्रकारे अतिशय उदार असतात. ज्या वेळी कार ही

फक्त श्रीमंतांची मक्तेदारी होती, त्या वेळी सर्वसामान्य लोकांना परवडणाऱ्या दरातील कार पुरवून हेन्री फोर्ड अब्जाधीश बनला. खरं तर फक्त श्रीमंतांसाठी कार तयार करणाऱ्या अनेक कार कंपन्या आज या व्यवसायात राहिलेल्या नाहीत. मात्र फोर्ड मोटर कंपनी जागतिक पातळीवरची औद्योगिक शक्ती म्हणून वाढली आणि तिने हेन्री फोर्डची मोहीम पूर्ण केली. म्हणून जर तुम्हाला तरुणपणी निवृत्त व्हायचं असेल आणि श्रीमंत होऊन निवृत्त व्हायचं असेल, तर जोपर्यंत तुम्ही लोकांना जास्त, आणखी जास्त, त्याहूनही आणखी जास्त देण्याचे मार्ग सातत्यानं शोधत राहता तोपर्यंत तुम्ही लोभी असलात तरी काहीही हरकत नसते. तुम्ही हे केलं तर तुम्हाला प्रचंड श्रीमंतीकडे नेणारा स्वतःचा मार्ग सापडेल.

श्रीमंतांची गुणोत्तरं

श्रीमंत वडिलांना गुणोत्तरं आवडत होती. त्यांनी म्हटलं होतं की, 'फक्त थोडीशी तुलना करून तुम्ही खूप काही सांगू शकता.' श्रीमंत वडिलांच्या दृष्टीनं ज्याप्रमाणे पी/ई ही फक्त एक तुलना असते त्याप्रमाणेच गुणोत्तरं म्हणजे फक्त साध्या तुलना होत्या. ज्या वेळी पैशाचा प्रश्न येत असे त्या वेळी श्रीमंत वडील म्हणत की, 'गुणोत्तरांकडे तरफेची शक्ती नसणं हे गरीब आणि मध्यमवर्गीय संघर्ष करतात त्यामागचं एक कारण आहे.' गरीब किंवा मध्यमवर्गीय व्यक्तीच्या तरफेच्या शक्तीचं गुणोत्तर स्पष्ट करण्यासाठी ते १:१ गुणोत्तराचा वापर करत असत.

मी महाविद्यालयात शिकत होतो, त्या वेळी एके दिवशी श्रीमंत वडिलांनी मला त्यांचं गुणोत्तर दाखवलं. त्यांनी कागदावर असं लिहिलं होतं की :

व्यवसाय	१:५
कामगार	१:३००
रिअल इस्टेट	१:४५०
डॉलर्स	१:६० दशलक्ष
शेअर्स	१:२० दशलक्ष

दुसऱ्या शब्दांत त्यांच्या व्यवसायाच्या गुणोत्तराचा असा अर्थ होता की, त्यांना पाच व्यवसायांमध्ये स्वारस्य होतं. त्यांच्याकडे ३००हून अधिक कामगार काम करत होते. रिअल इस्टेटमध्ये त्यांचे ४५० भाडेकरू होते आणि त्यात त्यांच्या औद्योगिक रिअल इस्टेटचा, दुकानांचा किंवा रेस्टॉरंटचा समावेश नव्हता. काळ पुढे सरकला तशी त्यांच्या उजवीकडच्या गुणोत्तराच्या आकडेवारीत सातत्यानं वाढ होत गेली. म्हणूनच ते जास्तीत जास्त श्रीमंत बनत गेले आणि मग कमी आणि त्याहून जास्त कमी काम करत गेले.

माझ्या गरीब वडिलांचं गुणोत्तर १:१ पासून सुरू झालं आणि १:१ वरच संपलं. म्हणूनच ते जास्तीत जास्त गरीब बनत गेले. तरफेच्या शक्तीच्या गुणोत्तरावरून तुम्ही हे सांगू शकता की माझ्या गरीब वडिलांचा 'दैनंदिन कामासाठी दैनंदिन वेतनावर' किंवा रोजंदारीवर विश्वास होता. असाही एक काळ होता की, त्या वेळी माझे गरीब वडील दोन, दोन नोकऱ्या करत होते. ते दोन नोकऱ्या करत असले तरीही माझ्या श्रीमंत वडिलांच्या

व्याख्येनुसार, त्यांचं गुणोत्तर तसंच राहिलं होतं आणि ते १:१ असंच होतं. श्रीमंत वडील म्हणत होते की, 'दोन नोकऱ्या करणारे बहुतांश लोक त्याच गुणोत्तरासाठी फक्त जास्त काळ काम करतात.'

सन १९८५ ते १९९०च्या दरम्यान किमची आणि माझी गुणोत्तरं पुढील प्रकारे दिसत होती :

व्यवसाय	१:१
रिअल इस्टेट	१:०
डॉलर्स	१: फारसे नाही.

आमच्याकडे आम्ही उभारत असलेला एक व्यवसाय होता. आमच्या मालकीचं घर होतं; पण आम्ही त्याची गणती मालमत्तेत करत नव्हतो, कारण ते आमच्याकडून दर महिन्याला पैसे घेत होतं आणि आमच्याकडे जवळजवळ बचत म्हणून काहीच पैसा शिल्लक नव्हता. स्टॉकच्या किंवा कागदोपत्रांच्या स्वरूपातील इतर मालमत्ता अगदीच मामुली होत्या. कारण त्यांच्यात आम्हाला पैशांच्या स्वरूपात भर घालावी लागत होती; पण त्यांच्यामुळे आमच्या खिशात एकही पैसा पडत नव्हता.

१९९५पर्यंत आमच्या तरफेच्या शक्तीचं गुणोत्तर असं दिसू लागलं :

व्यवसाय	१:०
रिअल इस्टेट	१:७०
डॉलर्स	१: ३,००,०००.

या तारखेपर्यंत आम्ही आमचा व्यवसाय विकला होता, अधिक उत्पन्न देणारी रिअल इस्टेट विकत घेतली होती आणि काही पैसा बँकेत ठेवला होता. यातली महत्त्वाची गोष्ट अशी होती की रिअल इस्टेटनं आम्हाला भरपूर पैसा असलेल्या पातळीवर जाण्यासाठी आणि कधीही काम करावं न लागण्यासाठी पुरेसा पैसा पुरवला होता.

सन २०००पर्यंत आमच्या तरफेच्या शक्तीची गुणोत्तरं अशी दिसत होती :

व्यवसाय	१:७
रिअल इस्टेट	१:७०
डॉलर्स	१:१० दशलक्ष
शेअर्स	१:१५ दशलक्ष

या गुणोत्तरांमधून आर्थिक प्रगतीचं रोचक चित्र रेखाटलं जात असलं तरी व्यवसायाच्या क्षेत्रात खरे लाभ होते. त्याच क्षेत्रातील डॉलरचं खरं मूल्यांकन किंवा कॅशफ्लो यांचं प्रतिबिंब गुणोत्तरामध्ये पडलेलं नव्हतं. मी ही आकडेवारी प्रभाव टाकण्यासाठी किंवा बढाई मारण्यासाठी दिलेली नाही. कारण ही आकडेवारी प्रभावी नाही. खरं तर ही आकडेवारी सादर करण्याविषयी माझ्या मनात साशंकता होती, कारण ती वैयक्तिक आहे आणि मी

सहसा ती कोणालाही दाखवत नाही. मी फक्त आमच्या मार्गाचं आणि आमच्या योजनेचं सोदाहरण स्पष्टीकरण करण्यासाठी ती दिली आहे. अत्यल्प पैशांसह सुरुवात करून तीन छोट्या डुकरांप्रमाणे विटांचं आर्थिक घर बांधणं शक्य असतं हे लोकांना समजावं म्हणून मी ती दिली आहे.

अतिश्रीमंतांच्या जगाशी तुलना करता ही आकडेवारी फारशी मोठी नसली तरीही आणखी काही वर्षं श्रीमंतीला अशीच गती देत राहण्याची आमची योजना आहे. जर योजनेप्रमाणे गोष्टी सुरळीतपणे सुरू राहिल्या तर आम्ही अतिश्रीमंतांच्या जगात प्रवेश करू.

गेल्या काही वर्षांतील आमच्या योजनेतील आकडेवारीकडे लक्ष दिलं तर तुमच्या असं लक्षात येईल की, रिअल इस्टेट संपादित करण्यापेक्षाही व्यवसायाची उभारणी करण्याकडेच आमचा कल होता. पुढची पाच ते दहा वर्षं अधिक व्यवसायांची उभारणी करण्याची आमची योजना आहे; पण त्याच वेळी आम्ही सरकारी निधीच्या साहाय्यानं मोठ्या आकाराच्या रिअल इस्टेट खरेदी करण्यावरही लक्ष केंद्रित करणार आहोत.

मला तुमच्या मनावर जो मुद्दा ठसवायचा आहे तो असा आहे की, संदर्भाचा किंवा वास्तवाचा सातत्यपूर्ण विस्तार करणं आणि अधिक जलद आणि अधिक चांगल्या माहितीचा किंवा शिक्षणाचा सातत्यपूर्ण शोध घेणं महत्त्वाचं असतं. तुम्हालाही श्रीमंतीकडे नेणाऱ्या याच मार्गावरून जायचं असेल तर मन खुलं असणं, वैयक्तिक शंका-कुशंकांच्या, मर्यादांच्या आणि आत्मसंतुष्टपणाच्या पलीकडे जाणं, शिकण्याची आणि कृती करण्याची इच्छा असणं या गोष्टींवर मी अद्याप पुरेशा प्रमाणात भर दिलेला नाही, हे लक्षात घ्या. आर्थिकदृष्ट्या याच गतीनं किंवा जास्त जलद गतीनं वाढण्याची इच्छा असलेल्या अनेक लोकांना मी भेटलो आहे; पण अनेकांना त्यांच्या संदर्भाचा विस्तार करण्याची किंवा त्यांच्याकडची माहिती वाढवण्याची इच्छा नसते. असेच लोक एका गोष्टीसाठी संघर्ष करत राहतात आणि कुठला ना कुठला प्रकल्प आपल्याला श्रीमंत बनवेल या आशेपोटी एका प्रकल्पावरून दुसऱ्या प्रकल्पावर अशा उड्या मारत राहतात. जर एखाद्या व्यक्तीकडे सातत्यानं वाढता संदर्भ आणि माहिती असेल तर कोणताही प्रकल्प असला तरी ती व्यक्ती अधिकाधिक श्रीमंत बनत जाते, असं मी तुम्हाला ठामपणे सांगतो. कोणतंही उत्पादन किंवा नवीन कल्पना तुम्हाला श्रीमंत बनवत नाही. तुमचा संदर्भ आणि माहितीच तुम्हाला श्रीमंत बनवते. कोट्यवधी सर्वसामान्य हॅम्बर्ग विकून मॅकडोनाल्डचे रे क्रॉक अब्जाधीश बनले आणि अनेक कप कॉफी विकून स्टारबक्स हा जागतिक कीर्तीचा ब्रँड बनला.

श्रीमंत वडील नेहमीच असं म्हणत होते की, 'तुम्ही तुमच्या संदर्भात किंवा तुमच्या माहितीत बदल केला नाही तर तुमची गुणोत्तरं तीच राहतील.' माझ्या एका मित्राकडे नेहमीच कोट्यवधी डॉलर्स मिळवण्याची नवीन कल्पना तयार असे. एके दिवशी त्याने मला फोन करून त्याच्या त्यावेळच्या अगदी नव्याकोऱ्या योजनेत गुंतवणूक करायला सांगितलं. तो अर्धवेळ काम करत असलेल्या दुकानातील कपड्यांची विक्री होत नव्हती. या संदर्भात त्याच्याकडे खूपच चांगली कल्पना होती. तो म्हणाला, 'रोजच लोक एका ब्रँडच्या कपड्यांच्या शोधात दुकानात येतात. माझ्या वरिष्ठाला हे कपडे ठेवण्याची इच्छा नाही. तू मला थोडे पैसे का देत नाहीस? त्यातून मी अगदी याच दुकानासमोर एक नवीन दुकान उघडेन. आपण होणारा नफा निम्मा-निम्मा वाटून घेऊ.'

कॅशफ्लो व्यवस्थापन, किरकोळ विक्री व्यवस्थापन, विक्री, विपणन आणि लोकांना कामावर ठेवणं व काढून टाकणं याविषयीच्या वर्गांना त्याने हजर राहावं असं मी त्याला सांगितल्यानंतर त्याने चक्क नकार दिला. त्याचं उत्तर असं होतं : 'मला हे करण्याची काय गरज आहे? मी अनेक वर्षं या दुकानात नोकरी केली आहे. मला आता दुकान चालवण्यासाठी आणखी काहीही शिकण्याची गरज नाही.' मी त्याचं म्हणणं नाकारल्यानंतर त्याने मला दुसऱ्या एका कल्पनेसाठी फोन केला आणि मी पुन्हा एकदा त्याचं म्हणणं नाकारलं.

मी त्याचं म्हणणं नाकारलं होतं. कारण, त्याला त्याच्या संदर्भात आणि माहितीत बदल घडवून आणायचा होता का याविषयी माझ्या मनात शंका होती. त्याला फक्त पैसा मिळवायचा होता. त्याच्या वयाचा विचार करता जर तो पैशाच्या बाबतीत चांगल्या प्रकारे विचार करत असता तर तो केव्हाच श्रीमंत झाला होता. तो सतत असाच विचार करत राहिला होता की पुढची अधिक ज्वलंत कल्पना किंवा व्यवसायाची संधी त्याला श्रीमंत बनवेल; पण त्याचा मर्यादित संदर्भ आणि माहिती त्याला मागे ओढत होती. त्याने जरी दुकान उघडलं असतं आणि त्याचं नवीन उत्पादन यशस्वी ठरलं असतं तरीही त्याचं गुणोत्तर १:१च राहिलं असतं अशी माझी शंका होती. दुसऱ्या शब्दांत त्याच्या सध्याच्या संदर्भाचा आणि माहितीचा विचार करता, त्याला कदाचित रात्रंदिवस दुकानातच राहावं लागलं असतं आणि त्याच्याकडे विस्ताराची संधी अत्यल्प असती.

श्रीमंत होणं कठीण का असतं?

तुम्हाला १:१ गुणोत्तरात मर्यादित करून टाकणाऱ्या संदर्भासह आणि माहितीसह श्रीमंत होणं ही जवळजवळ अशक्य गोष्ट असते. तरफेची शक्ती नसल्यामुळे श्रीमंत होणं कठीण असतं. तुम्ही कॅशफ्लोच्या चौफुल्यावर नजर टाकली, तर ई आणि एस कप्प्यांतील लोकांना तरफेच्या शक्तीच्या गुणोत्तरांमुळे श्रीमंत होणं अधिक कष्टप्रद किंवा खडतर का असतं ते तुमच्या लक्षात येऊ लागेल.

काही अपवाद वगळता बहुतांश भागात ई आणि एस बाजू म्हणजे १:१ गुणोत्तर असतं. उदाहरणार्थ, बहुतांश कर्मचारी एका वेळी एकाच कंपनीसाठी काम करू शकतात. त्यांनी अगदी दुसरी नोकरी धरली तरीही त्यांचं गुणोत्तर १:१ राहतं. अनेक लघू व्यावसायिकांच्या

मालकांच्या किंवा स्वयंरोजगारित लोकांच्या बाबतीतही हीच गोष्ट लागू पडते. कपड्याचं दुकान उघडण्याची इच्छा असलेल्या माझ्या त्या मित्राला जास्तीत जास्त एखादं दुकान सांभाळता आलं असतं. एकाहून जास्त दुकानं तो सांभाळू शकला असता का, याविषयी मला प्रामाणिकपणे शंका वाटते. दाताचा डॉक्टर एका वेळी फक्त एकाच व्यक्तीच्या दातावर काम करू शकतो आणि वकिलाला किंवा हिशेबनीसाला दिवसात अनेक तास काम करूनच पैसे मिळवणं शक्य असतं.

माझ्या कर सल्लागारानं मला असं सांगितलं होतं की, 'एस कप्प्यातील उच्च उत्पन्न असलेले बहुसंख्य व्यावसायिक हे १,००,००० डॉलर्स ते १,५०,००० डॉलर्सच्या उत्पन्न गटात अडकलेले असतात. जे लोक याहून अधिक पैसा कमावू शकतात ते अत्यंत तज्ज्ञ असतात आणि ताशी किंवा प्रती प्रकल्प भरपूर पैसा घेतात. हा गट वार्षिक सुमारे ५,००,००० डॉलर्सच्या गटात मोडतो. त्यांच्यापैकी अत्यल्प लोकच याहून अधिक पैसा कमवू शकतात.' पुन्हा एकदा इथेही तरफेच्या १:१ गुणोत्तराचीच समस्या असल्याचं आढळून येतं.

आधीच्या प्रकरणात उल्लेख केलेल्या नितीकथांमध्ये ससा आणि कासवाची नितीकथा होती. ससे आपल्या आयुष्याची सुरुवात जलद गतीनं करतात. कारण, त्यांच्याकडे काही खास देणगी, बुद्धिमत्ता किंवा कौशल्य असतं. ते कदाचित महान विद्वान, जलद गतीनं शिकणारे, खूप उत्तम खेळाडू किंवा चित्रपटांतील 'स्टार' कलाकारांसारखे कलाकार असतात. बहुतेक जण आयुष्याच्या सुरुवातीला चांगली कामगिरी करतात, तरीही माझ्यासारख्या कासवांना हे माहिती असतं की, तरफेच्या गुणोत्तरांचा वापर करून मी माझी स्वतःची शर्यत जिंकू शकतो. माझे श्रीमंत वडील याच योजनेचा वापर करत होते. मी कदाचित खरोखरच हुशार असतो, तर रॉकेट शास्त्रज्ञ बनलो असतो. कदाचित व्यवसायाच्या अधिक पारंपरिक जगात मी यशस्वी झालो असतो आणि उद्योगातील शिडीच्या पायऱ्या चढून वर गेलो असतो; पण आयुष्यात सुरुवातीला मला शाळेत त्रास होण्यास सुरुवात झाली होती, त्या वेळी मला हे माहिती होतं की, मला शर्यत जिंकण्याचा स्वतःचा मार्ग स्वतःच शोधण्याची गरज आहे. आज आयुष्यात सुरुवातीला भरपूर पगाराची नोकरी पटकावलेल्या माझ्या अनेक समवयस्क मित्रांपेक्षा माझं उत्पन्न जास्त आहे. माझ्या श्रमाच्या तरफेची शक्ती वापरण्याऐवजी मी मालमत्तेच्या किंवा संपत्तीच्या तरफेची शक्ती वापरल्यामुळे माझं उत्पन्न त्यांच्याहून अधिक आहे.

तुमच्यापैकी ज्यांना तरुणपणी निवृत्त व्हायचं असेल आणि ज्यांना श्रीमंत होऊन निवृत्त व्हायचं असेल त्यांनी एक निर्णय घेतलाच पाहिजे. तो म्हणजे कोणत्या शर्यतीत तुम्हाला जिंकण्याची उत्तम संधी आहे ते तुम्ही शोधलंच पाहिजे. उदाहरणार्थ, तुम्ही दहा वर्षांच्या करारासाठी २५ कोटी २० लाख डॉलर्स आणि शिवाय 'कमर्शिअल एन्डॉर्समेंट' मिळवणाऱ्या बेसबॉल स्टार अॅलेक्स रॉड्रिगेझसारखे असाल तर तुमच्यासाठी निश्चितपणे ई कप्पा उत्तम असेल. रॉड्रिगेझचं दहा वर्षांसाठीचं गुणोत्तर जरी १:१ असलं तरीही ज्या वेळी डॉलर्समधील रकमा एकत्र केल्या जातील त्या वेळी ते एक खूपच चांगलं गुणोत्तर असेल. तुम्ही एका चित्रपटासाठी २ कोटी डॉलर्स मिळवणारी ज्युलिया रॉबर्ट्ससारखी अभिनेत्री असाल, तर नक्कीच तो तुमचा उत्तम मार्ग असेल. जॉर्ज डब्ल्यू. बुश यांच्या आधिपत्याखालील सरकारात कोषागार सचिव असलेले पॉल ओ नील यांना अल्कोचे कर्मचारी म्हणून शेअर्समधून आणि

स्टॉकमधून १० कोटी डॉलर्समधून जास्त रक्कम मिळाली. ते जरी १:१ या गुणोत्तरातील कामाच्या परिस्थितीत असले तरीही त्यांना मिळणारी भरपाई अतिशय मोठ्या प्रमाणात तरफेची शक्ती असलेली होती. प्रमुख उद्योगातील शिडीवरून सर्वोच्च स्थानी पोहचण्याच्या तुमच्या शक्यता भरपूर असल्याचं तुम्हाला वाटत असेल तर १:१ गुणोत्तर असलं तरीही तुमच्यासाठीचा तो उत्तम मार्ग असेल. श्रीमंत वडिलांनीच वापरलेल्या रस्त्याचा मी आणि किमनं वापर केला, कारण आम्हाला त्यांच्या मार्गावरून गेल्यानंतर आर्थिक यश मिळण्याची उत्तम शक्यता आहे असं वाटलं. या मार्गावरून जाताना आम्हाला मालमत्ता संपादित करण्याची गरज होती. आमच्या तरफेच्या शक्तीची गुणोत्तरं सातत्यानं वाढती राहावीत यासाठी या मार्गावरून चालताना आम्ही काम करत राहणं गरजेचं होतं.

कासवांसाठीचा चांगला मार्ग

मी श्रीमंत वडिलांचा मार्ग का निवडला त्यामागे काही वैयक्तिक कारणंही आहेत. हे कारण कॅशफ्लो चौफुल्यात सापडतं.

अनेक वर्षांपूर्वी श्रीमंत वडिलांनी डाव्या बाजूला निर्देश करून सांगितलं होतं की, 'ई आणि एस कप्प्यातील कमावण्याची क्षमता मर्यादित आहे. बी आणि आय कप्प्यांमधील कमावण्याची क्षमता अमर्याद आहे.

श्रीमंत वडिलांनी पुढे असं स्पष्ट केलं होतं की, 'पैशासाठी तुमचे श्रम विकण्यातील अडचण अशी आहे की, तुम्ही फक्त श्रम विकणं एवढीच गोष्ट करू शकता. तुम्ही पैशांच्या निर्मितीसाठी मालमत्ता संपादित करण्यास किंवा उभारण्यास शिकलात तर तुम्ही हळूहळू पण निश्चितपणे तुमच्या उत्पन्नात वाढ करू शकाल. खरं तर चौफुल्याची उजवी बाजू ही संथ गतीनं पण निश्चितपणे अधिकाधिक मालमत्ता संपादित करत राहणाऱ्या कासवांसाठीची खूपच उत्तम बाजू असते.'

श्रीमंत वडिलांनी असंही म्हटलं होतं की, 'तुमचे श्रम विकण्यातील अडचण अशी असते की, तुमच्या श्रमाला दीर्घकालीन अवशिष्ट किंवा शिलकी मूल्य नसतं. तुम्ही भाड्यानं

देण्यासाठी मालमत्ता खरेदी केली आणि नफा मिळवून ती भाड्यानं दिली तर तुम्ही ती मालमत्ता मिळवण्यासाठी घेतलेल्या श्रमाचा तुम्हाला पुनःपुन्हा वर्षानुवर्षं मोबदला मिळत राहील. दुसऱ्या शब्दांत, जेमतेम आठवडाभराहूनही कमी कालावधीत श्रम घेऊन मिळवलेली मालमत्ता तुम्हाला वर्षानुवर्षं पैसा देत राहील.' याचं एक उदाहरण सांगतो. १९९१मध्ये मी आणि किमनं ५०,००० डॉलर्स रोख रक्कम देऊन पर्यटन परिसरातील मालमत्ता विकत घेतली होती. तो एक खूपच मोठा व्यवहार होता, कारण मुळात ती १,३४,००० डॉलर्सना विकली गेली होती. आम्ही ती बँकेकडून मिळालेल्या पैशातून खरेदी केली होती. १९९१पासून आम्हाला आजतागायत या मालमत्तेतून मासिक १,००० डॉलर्सचं म्हणजे वार्षिक १२,००० डॉलर्सचं उत्पन्न मिळत आहे. ही मालमत्ता विकत घेऊन ती भाड्यानं देण्यासाठी लागलेला वेळ हा कामाच्या आठ तासांहूनही कमी होता. आम्हाला ती मालमत्ता विकत घेऊन लगेच किंमत वाढवून विकायची होती; पण त्या काळात त्यात बऱ्याच अडचणी होत्या म्हणून आम्ही ती भाड्यानं दिली.

नोकरीत पैशासाठी काम करण्यातील अडचण अशी असते की, तुम्हाला रोज सकाळी तुमचे श्रम विकून सुरुवात करावी लागते. बहुतांश लोकांच्या बाबतीत, तुम्ही पैशासाठी काम करत असाल तर तुमच्या श्रमाला दीर्घकालीन अवशिष्ट मूल्य नसतं. त्याहूनही महत्त्वाची गोष्ट म्हणजे तुम्ही पैशासाठी काम करत असाल तर तुमची कमावण्याची क्षमता मर्यादित असते; पण जर तुम्ही संथ गतीनं मालमत्ता संपादित करण्यासाठी काम करत असाल तर तुमची उत्पन्नाची क्षमता अमर्याद असते आणि ते उत्पन्न आगामी पिढ्यांच्याकडे तुम्ही सुपूर्द करू शकता. तुमची नोकरी किंवा व्यवसाय तुम्ही तुमच्या इच्छेनं तुमच्या मुलांकडे सोपवू शकत नाही.

आयुष्य अधिक सोपं बनतं

पैशासाठी तुमचे श्रम विकणं याचा अर्थ नेहमीच असा असतो की, आयुष्य अधिक बिकट बनतं. यामागचं साधं कारण असं असतं की तुम्हाला जास्त पैसा मिळवण्यासाठी जास्त कष्ट करावेच लागतात, याकडे श्रीमंत वडिलांनी लक्ष वेधलं होतं. त्यांनी असं म्हटलं होतं की, 'आयुष्यासाठीचं तुमचं तरफेचं गुणोत्तर १ः१ राहिलं तर तुमचं आयुष्य अधिक कठीण बनेल. तुम्ही जर सातत्यानं वाढत राहणाऱ्या तरफेच्या शक्तीच्या गुणोत्तरासाठी काम करत राहिलात तर आयुष्य अधिक सोपं बनेल. आणि तुम्ही अधिकाधिक पैसा मिळवत राहाल.'

श्रीमंतीत अचानक झालेली वाढ

आपल्यापैकी बहुतेकांनी श्रीमंतीत अचानक वाढ होण्यासाठी वापरली जाणारी 'क्वांटम लीप' ही संज्ञा ऐकली असेल. इतर लोक या संज्ञेचा वापर कदाचित घातांकीय अर्थानं करत असतील म्हणजेच एखाद्या गोष्टीतील सरळ वाढीच्या पलीकडे झालेली वाढ अशा अर्थानं ती वापरली जात असेल. दुसऱ्या शब्दांत या बाबतीत १+१ = २ नसतं. श्रीमंतीत अचानक झालेल्या वाढीत किंवा पैशात झालेल्या घातांकीय वाढीत १+१ = ५,६, ७ किंवा त्याहूनही अधिक मोठा आकडा असू शकतो. दुसऱ्या शब्दांत जर तुम्ही मेहनतीनं काम केलं आणि

विटांचं भक्कम घर बांधलं तर मला असं आढळून आलं आहे की, अशा वेळी तिथे श्रीमंतीत घातांकीय पद्धतीनं झालेल्या वाढी दिसून येतात. जे लोक १ः१ गुणोत्तराचं अनुसरण करतात, त्यांच्या बाबतीत अशी वाढ झाल्याचं दिसून येत नाही.

उदाहरणार्थ, १९८५ ते १९९० या काळात माझं आणि किमचं आयुष्य हे बरंचसं आर्थिक संघर्षाचं होतं. अचानकच १९९० आणि १९९४ या दरम्यानच्या काळात किमच्या आणि माझ्या संपत्तीत घातांकीय वाढ झाली आणि आम्हाला खूप मोठं आर्थिक यश लाभलं. १९९४ ते १९९८ या काळात आमचं आयुष्य बऱ्यापैकी स्थिर होतं. आम्ही मेहनतीनं मालमत्ता उभारणीचं काम करत होतो – अधिक नेमकेपणानं सांगायचं तर आम्ही व्यवसायांच्या उभारणीचं काम करत होतो. त्या काळात आम्ही रिअल इस्टेटमध्ये फारशी खरेदी केली नाही, कारण मालमत्तांच्या किमती गगनाला भिडल्या होत्या आणि उत्तम व्यवहार शोधण्यासाठी बराच वेळ लागत होता. त्यानंतर अचानकच १९९९मध्ये माझ्या पुस्तकांनी आणि खेळांनीच विक्रमी भरारी घेतली नव्हती, तर माझ्या इतर अनेक व्यवसायांत आणि गुंतवणुकींमध्येही प्रचंड भरभराट सुरू झाली.

अचानकच सुदैवाला, चांगले मित्र मिळण्याला आणि नवीन संधी समोर येण्यास उधाण आल्यासारखं दिसत होतं. तरीही प्रत्यक्षात जास्त परिणामांशिवाय काम करत राहण्याची ती वर्षं होती आणि अधूनमधून आर्थिक पिछेहाटीचाही सामना करावा लागत होता. या गोष्टीच श्रीमंतीतील घातांकीय वाढीचा स्रोत ठरल्या. मालमत्तांच्या किमती नेहमीच घांताकीय पद्धतीनं वाढतात, तर तुमच्या श्रमाचं मूल्य हे फक्त वेतनवाढीच्या माध्यमातून वाढतं हे यामागचं कारण असतं. उदाहरणार्थ, माझ्या हिशेबनीसानं मला सांगितलं की, माझ्या एका कंपनीचं मूल्य २००० या वर्षात ४ कोटी डॉलर्सपर्यंत वाढलं होतं. आमची इच्छा असती तर आम्ही ती मालमत्ता ज्या किमतीला विकू शकलो असतो, असं तिला वाटत होतं, तीच ती किंमत होती. त्याच वेळी एका वकिलानं त्याचा ताशी दर २५ डॉलर्सनं वाढवला होता. मालमत्तांमध्ये घातांकीय पद्धतीनं वाढ होते आणि उत्पन्नात पगारवाढीच्या स्वरूपात वाढ होते याचं हे उदाहरण आहे. कॅशफ्लो चौफुल्याच्या डाव्या बाजूच्या कप्प्याची कमावण्याची क्षमता मर्यादित असते आणि उजव्या बाजूच्या कप्प्यांची क्षमता अमर्याद असते हे दाखवणारं हे आणखी एक उदाहरण आहे.

माझ्याकडे ज्या कंपन्यांचे शेअर्स होते त्यांच्यात घातांकीय पद्धतीनं मूल्यवाढ झाली. १९९६ ते १९९८ या कालावधीत आम्ही सार्वजनिक कंपनीचे शेअर्स संपादित करण्यासाठी काम केलं होतं. ती कंपनी अचानकच डबघाईला आली आणि त्या कंपनीत असलेलं सारं काही आम्ही गमावून बसलो. आमचे शेअर्स शब्दशः कवडीमोलाचे ठरले. तरीही त्या कंपनीत प्रमुख वाटा संपादन करताना आम्हाला आलेल्या या अनुभवाचा वापर आम्ही अधिक चांगल्या कंपनीत कमी किमतीनं शेअर खरेदी करताना करून घेतला. म्हणून मग आम्ही चांगल्या स्टार्ट अप कंपन्यांमध्ये अनेक शेअर संपादित करू लागलो आणि ते शेअर्स अगदी शेअर बाजाराच्या घसरणीच्या काळातही चांगली कामगिरी करत आहेत.

या पुस्तकाच्या सुरुवातीला माझ्यावर टीका करणाऱ्या समीक्षकाविषयी मी लिहिलं होतं. त्याने बहुतांश नवीन कंपन्या सुरुवातीलाच अपयशी होतात असं म्हटलं होतं. आज

नव्यानं सुरू होत असलेल्या व्यवसायात गुंतवणूक करणं अतिशय धोक्याचं असलं तरीही त्या धडपडणाऱ्या आणि अपयशी ठरलेल्या लहान कंपन्या चालवण्यातून आलेल्या अनुभवांमुळे अधिक स्थिर कंपन्या सुरू करण्याच्या क्षमतेत भर पडली आहे आणि दीर्घकालीन यशाच्या शक्यताही अधिक वाढल्या आहेत. *रिच डॅड पुअर डॅडच्या* आणि आमच्या कंपनीच्या यशाकडे मी पाहतो त्या वेळी माझ्या सध्याच्या यशापैकी बहुतांश यशाचं श्रेय हे माझ्या भूतकालीन अपयशांमध्ये दडलेलं आहे असं माझ्या लक्षात येतं. किमलाही काही माघारी घ्याव्या लागल्या, अपयशं सहन करावी लागली आणि त्यांच्यातून तिलाही धडे मिळाले. आम्ही शिकलेल्या या धड्यांचा आम्हाला मिळालेल्या एकत्रित यशात वाटा आहे. आमच्या वैयक्तिक भूतकाळांपासून आम्ही जे शिकलो आहोत, त्यामुळेच आज आम्ही ज्याचा आनंद उपभोगत आहोत ते अचानक आणि घातांकीय पद्धतीचं यश आम्हाला लाभलं आहे.

जीवनमार्गावर तुम्हाला काही माघारी घ्याव्या लागल्या, अपयशं पत्करावी लागली तरीही तुम्ही आपली वाटचाल पुढे सुरू ठेवावी यासाठीच मी या सगळ्याचा उल्लेख केला आहे. तुम्ही जर प्रत्येक अपयशासाठी दुसऱ्यावर दोषारोप करण्याऐवजी किंवा समर्थनं देण्याऐवजी त्या माघारीपासून, अपयशापासून काहीतरी शिकलात तर तुमचं संपत्तीविषयीचं ज्ञान वाढेल. तुम्ही अधिकाधिक उदार बनण्यासाठी स्थिरपणानं काम करत राहिलात तर अधिकाधिक लोकांची सेवा करण्यासाठी काम करत राहाल. तुमच्या तरफेची गुणोत्तरं वाढवण्यासाठी काम करत राहाल. तुम्हालाही संपत्तीतील या अचानक उत्कर्षांचा, अचानक वाढींचा किंवा घातांकीय झेपांचा अनुभव येईल याची मला खात्री आहे. अगदी कासवांनासुद्धा अचानक पाठीमागून येणाऱ्या वाऱ्याचा झोत पुढे ढकलू शकतो असं दिसतं.

कार्यजाळ्यांची (नेटवर्क्सची) शक्ती

मेटकाफचा नियम या नावानं ओळखला जाणारा नियम माझ्या वाचनात आला. हा नियम संपत्तीत अचानक होणाऱ्या वाढीचं किंवा संपत्तीच्या घातांकीय उसळीचं स्पष्टीकरण देतो. रॉबर्ट मेटकाफ हा ३कॉमच्या तीन संस्थापकांपैकी एक होय. या कंपनीनं पाम पायलटची निर्मिती केली. त्याचा नियम असं सांगतो की : व्यवसायाची आर्थिक शक्ती ही त्याच्या नेटवर्कमधील आकड्याच्या वर्गाएवढी असते.

फॅक्स मशीनच्या कथेतून आपल्याला ही संकल्पना अधिक स्पष्टतेनं समजून घेण्यास मदत होईल. झेरॉक्स कॉर्पोरेशनमधील माझ्या सुरुवातीच्या दिवसांत आमच्याकडे फॅक्स मशीनची विक्री करण्याचं काम होतं. १९७०च्या दशकाच्या सुरुवातीच्या काळातील समस्या अशी होती की, अत्यल्प लोकांकडे फॅक्स मशीन होती आणि त्याहूनही कमी लोकांना ती काय करतात ते माहिती होतं. इतकी कमी फॅक्स मशीन असल्यामुळे त्यांचं आर्थिक मूल्य कमी होतं. तरीही जसजसा काळ पुढे सरकला तसतसे अनेक लोक त्यांचा वापर करू लागले आणि मग त्यांच्या लोकप्रियतेनं अचानकच उसळी मारली. आज माझ्या मित्रांपैकी बहुतेक जणांच्या घरी आणि व्यवसायांमध्ये फॅक्स मशीन आहेत. म्हणून मेटकाफचा नियम असा आहे : तुमच्याकडे फक्त एक फॅक्स मशीन असेल तर या सूत्रानुसार तुमचं आर्थिक मूल्य एक असतं.

१:१^2 = १चं आर्थिक मूल्य.

एकचा वर्ग केला तरी त्याचं आर्थिक मूल्य एकच राहतं; पण ज्या क्षणी तुमच्याकडे दोन फॅक्स मशिन्स असतात, त्या वेळी त्या जाळ्याचं आर्थिक मूल्य सरळ रेषेत वाढत नाही. ते विशिष्ट भागांच्या आर्थिक मूल्यानुसार लक्षणीयरीत्या वाढत जातं. ज्या क्षणी तुमच्याकडे दुसरं फॅक्स मशिन येतं त्या क्षणी त्याचं आर्थिक मूल्य दोन नव्हे तर चार होतं.

१:२^2 = ४चं आर्थिक मूल्य.

जर एखाद्या नेटवर्कमध्ये १० फॅक्स मशिन्स असतील तर ही आकडेवारी पुढीलप्रमाणे दिसेल.

१:१०^2 = १००चं आर्थिक मूल्य.

एस कप्पा दु:ख भोगतो

एकल मालक म्हणून काम करणाऱ्या लोकांना किंवा स्वयंरोजगारित लघू व्यावसायिक मालकांना मेटकाफच्या नियमाचा सहसा लाभ मिळत नाही. पुन्हा एकदा मेटकाफचा नियम हेच–मॅक्‌डोनाल्डसारख्या फ्रँचाईज गट हा अशा एकल मालकांपेक्षा किंवा लघू व्यावसायिकांपेक्षा जास्त शक्तिशाली असतो, याचं एक कारण असतं.

मला असं दिसून आलं आहे की, जे लोक एकटे असल्यामुळे कठोर परिश्रम करतात त्यांना नेहमीच त्यांची स्वायत्तता तशीच राखण्यासाठी आणखी कठोर परिश्रम करत राहावं लागतं म्हणूनच कित्येक जण व्यावसायिक जगात आणखी ताकदवान बनून राहण्यासाठी अनेक व्यावसायिक संघटनांमध्ये सहभागी होतात.

ई कप्पा कामगार संघटना तयार करतो

अनेक वर्षांपासून ई कप्प्यातील लोकांना कामगार संघटनांमध्ये संघटित होण्याचं मूल्य माहिती आहे. एकत्र आल्यामुळे ई कप्प्यातील कर्मचाऱ्यांकडे एकल व्यक्ती म्हणून वाटाघाटी करण्यापेक्षा वाटाघाटींची अधिक ताकद निर्माण होते. आज एनईए म्हणजेच नॅशनल एज्युकेशन असोसिएशन ही अमेरिकेतील एक अत्यंत शक्तिशाली आणि अत्यंत श्रीमंत कामगार संघटना आहे. अमेरिकेच्या शैक्षणिक व्यवस्थेत संथ गतीनं बदल होण्यामागे शिक्षक संघटनांची शक्ती हे मोठं कारण आहे. त्यांना नेटवर्कची ताकद माहिती आहे.

मक्तेदारीची ताकद

श्रीमंत वडील म्हणत असत की, 'मक्तेदारीच्या खेळात महान श्रीमंतीचं सूत्र सापडतं.' आपल्यापैकी अनेकांना हे सूत्र माहिती आहे. : चार ग्रीन हाउस खरेदी करा आणि एका रेड हॉटेलसाठी त्यांची विक्री करा. या खेळात सापडणारं संपत्तीचं सूत्रही मेटकाफच्या नियमाचं पालन करतं. माझ्या गरीब वडिलांच्या आणि श्रीमंत वडिलांच्या गुणोत्तराच्या तुलनेवर तुम्ही

नजर टाकली तर तुम्हाला माझ्या श्रीमंत वडिलांची आर्थिक ताकद सातत्यानं का वाढत राहिली आणि माझ्या गरीब वडिलांची आर्थिक ताकद तेवढीच का राहिली हे लक्षात येऊ शकेल.

	गरीब वडील	श्रीमंत वडील
रिअल इस्टेट	**१:१ गुणोत्तर कधीही बदललं नाही**	**१:४५० गुणोत्तर सतत बदलत राहिलं.**

दुसऱ्या शब्दांत, माझ्या गरीब वडिलांची आर्थिक शक्ती १वरच टिकून राहिली. एकचा वर्गही एकच असतो. त्यांच्याकडे फक्त त्यांचं घर होतं. या उदाहरणात माझ्या श्रीमंत वडिलांची आर्थिक शक्ती $४५०^२$ होती. त्यांनी ४५०हून अधिक भाड्यांच्या घरांवर नियंत्रण राखलं होतं. त्यांची आर्थिक शक्ती घातांकीय पद्धतीनं वाढली होती. माझ्या गरीब वडिलांच्या १:१ या गुणोत्तराकडे तुम्ही पाहता आणि नंतर त्यांच्या उत्पन्नावर बसणाऱ्या कराच्या घटकाचा परिणाम पाहता त्या वेळी असं दिसून येतं की त्यांचं सर्वसामान्य उत्पन्न हे ५० टक्के उत्पन्नात मोडणारं होतं. माझे गरीब वडील प्रत्यक्षात जास्तीत जास्त कष्ट करत राहिले असले तरीही त्यांची आर्थिक ताकद का वाढली नव्हती याचं उत्तरही यातच आहे. माझ्या श्रीमंत वडिलांचं उत्पन्न जास्तीत जास्त वाढत चाललं होतं. त्यांची आर्थिक ताकद वाढत चालली होती आणि ते कमीत कमी कर भरत होते.

सन १९८५ मध्ये किमनं आणि मी दर वर्षी भाड्यानं देण्यासाठी दोन नवीन घरं घेण्याची योजना आखली होती. १९८९मध्ये आम्ही आमच्या पहिल्या मालमत्तेची खरेदी करून याची सुरुवात केली. एकदा आमच्याकडे ५ युनिट्स आल्यानंतर आमची आर्थिक ताकद $५^२$ = २५ झाली. जसजसा आमचा अनुभव वाढत गेला तसतशी फक्त आमची आर्थिक ताकदच वाढत गेली नाही, तर आमचा आत्मविश्वासही वाढला. ज्या वेळी आम्ही ते १२ युनिट्सचं अपार्टमेंट घर खरेदी केलं त्या वेळी आमच्या तरफेचं गुणोत्तर १:१७ होतं आणि आमची आर्थिक ताकद $१:१७^२$ किंवा २८९ होती. ज्या इतर लोकांच्याकडे फक्त त्यांचं घर होतं आणि ज्यांनी घसरणीच्या दरम्यान गुंतवणुकीसाठी मालमत्ता खरेदी केली नव्हती त्यांच्या रिअल इस्टेटचं गुणोत्तर १:१च राहिलं आणि त्यांची आर्थिक ताकद १च राहिली. किमकडे आणि माझ्याकडे आता आमच्या पोर्टफोलिओत भाड्यानं दिलेली एक हजाराहून अधिक घरं आहेत. इथे असा प्रश्न आहे की : $१०००^२$ची आर्थिक ताकद काय आहे?

बी किंवा आय कप्प्यात काम करणाऱ्या व्यक्तीच्या तुलनेत ई किंवा एस कप्प्यातील व्यक्ती जास्त पैसा कमावत असली तरीही कशा प्रकारे लवकरच ती ई किंवा एस कप्प्यातील अतिशय हुशार, बुद्धिमान किंवा अतिशय उत्तम प्रकारे शिक्षित व्यक्तीच्या पुढे जाऊ शकते हे या उदाहरणावरून स्पष्ट होतं. माझ्या गरीब वडिलांनी आयुष्यभर कमावलेल्या सगळ्या पैशांहून माझ्या श्रीमंत वडिलांचं वार्षिक उत्पन्न का जास्त होतं हेसुद्धा मेटकाफचा नियम स्पष्ट करतो. अनेक ससे पैशासाठी काम करतात. जर कासवांनी सातत्यानं मालमत्ता संपादित करत राहणं सुरू ठेवलं तर ते अशा सशांना कसे काय मागे टाकू शकतात हे मेटकाफच्या नियमातून स्पष्ट होतं.

नेटवर्क मार्केटिंगचा व्यवसाय

नेटवर्क मार्केटिंगच्या संघटना तुमच्या-माझ्यासारख्या सर्वसामान्य लोकांना अशा प्रकारचं शक्तिशाली साधन का देऊ करतात हे नेटवर्कचा नियम, मेटकाफचा नियम समजून घेतल्यानंतर मला समजलं. नेटवर्क मार्केटिंग व्यवसायाला मेटकाफचा नियम लागू केल्यानंतर तुम्हाला व्यवसायाच्या या प्रकाराची ताकद समजू लागते.

उदाहरणार्थ, असं गृहीत धरा की, ई किंवा एस कप्प्यातील व्यक्तीनं नेटवर्क मार्केटिंग संघटनेत सहभागी होऊन बी कप्प्यापर्यंत पोहोचायचं असं ठरवलं. ते त्यासाठी आवश्यक शिक्षण आणि मनोरचना प्राप्त करण्यासाठी एक किंवा दोन वर्षं काम करतात. असं समजा की दोन वर्षांपर्यंत फारसं काहीही घडत नाही. त्यांच्या व्यवसायात लोक टिकून राहण्याऐवजी, लोक त्यांच्या व्यवसायात येतात आणि जातात. एका किंवा दोन वर्षानंतर त्यांच्या तरफेच्या शक्तीचं गुणोत्तर किंवा आर्थिक शक्ती तशीच राहते. ही गोष्ट ई किंवा एस कप्प्यात असण्याहून फारशी वेगळी नसते.

$१:१^{२}$

१चं आर्थिक मूल्य

आता असं समजा की, तिसऱ्या वर्षी नवीन माहितीमुळे या व्यक्तीचा संदर्भ विस्तारतो. अचानकच आपल्या व्यवसायाची उभारणी करण्याची इच्छा असलेले तीन अत्यंत सक्षम उमेदवार त्या व्यक्तीकडे येतात आणि त्यांना ती प्रशिक्षित करते.

त्यांचं तरफेचं गुणोत्तर आणि आर्थिक शक्ती पुढीलप्रमाणे दिसते :

$१:३^{२}$

९चं आर्थिक मूल्य

ही तीन वर्षांतील अचानक झालेल्या वाढीची झेप असेल. पाच वर्षांनंतर या व्यक्तीकडे दहा जणांचं नेटवर्क आहे असं समजा. आता त्यांच्या तरफेच्या शक्तीचं गुणोत्तर पुढील प्रकारचं असेल

$१:१०^{२}$

१००चं आर्थिक मूल्य

आता असं समजा की, त्या व्यक्तीनं दहा लोकच पुरेसे आहेत असं ठरवलं आणि त्याने किंवा तिने आपल्या व्यवसायातील त्या दहा जणांवर लक्ष केंद्रित केलं. फक्त थोड्याच वर्षांत असं समजा की नेटवर्कमधील दहा लोकांकडेही प्रत्येकी दहा लोक आहेत (१:१०:१०). याचा अर्थ आता मूळ व्यक्तीकडे तिच्या नेटवर्कमध्ये १०० लोक असतील.

नंतर थोड्या जास्त रोख रकमेसह त्या व्यक्तीनं अपार्टमेंट हाउस खरेदी करण्यास सुरुवात केली. तो १०० युनिट्सच्या अपार्टमेंट हाउसपासून सुरुवात करतो.

व्यवसाय १:१०:१०

रिअल इस्टेट १:१००

त्यानंतर पाच ते दहा वर्षांत ही व्यक्ती फक्त ईपासून एस कप्प्यात पोहोचण्यापर्यंतची मजलच मारणार नाही, तर तिची आर्थिक ताकद बी आणि आय या कप्प्यांपर्यंतही मजल मारेल. ई आणि एस कप्प्यांमध्ये असताना ही गोष्ट करणं अवघड असेल. अचानकच अशा प्रकारचा बदल घडवून आणणारी ती व्यक्ती खूपच श्रीमंत असेल आणि प्रचंड पैसा कमावत असेल. ई आणि एस कप्प्यातील तिच्या समवयस्क गटातील लोकांच्या तुलनेत तिच्याकडे अधिक आर्थिक शक्ती असेल आणि त्यांना तिने मागे टाकलेलं असेल.

पंधरा वर्षांनंतर ही आकडेवारी तशीच सुनियोजितपणे पुढे जात राहील.

मी काही नेटवर्क-मार्केटिंग कंपन्यांची शिफारस का करतो त्याचं हे अतिशय सोपं, सुलभीकरण करून मांडलेलं उदाहरण आहे. नावावरूनच स्पष्ट होतं त्याप्रमाणे हे नेटवर्क असतं आणि ते मेटकाफच्या नियमाचा वापर करतं. हा नियम नेटवर्कच्या ताकदीचं मापन करतो.

आज मी जेव्हा आपल्या निवृत्तीनंतरच्या आयुष्याची काळजी वाटणाऱ्या लोकांशी बोलतो, त्या वेळी मी नेहमीच त्यांच्या पोर्टफोलिओत त्यांना नेटवर्क -मार्केटिंग व्यवसायाची भर घालण्याची शिफारस करतो. मी त्यांना सांगतो की, 'काही नेटवर्क मार्केटिंग व्यवसायांनी शिकवलेल्या धड्यांचं तुम्ही खरोखरच अनुसरण केलं आणि तुमच्या नेटवर्कमधील सक्षम लोकांच्या साहाय्यानं तुमच्या व्यवसायाची भक्कम उभारणी केली तर तुमच्या निवृत्तीच्या खात्यात म्युच्युअल फंड टाकत असलेल्या रकमेच्या तुलनेत तुम्हाला नेटवर्क मार्केटिंग खूपच सुरक्षित असल्यासारखं वाटेल. तुमच्या नेटवर्कमधील लोकांना श्रीमंत बनवण्यासाठी तुम्ही खरोखरच कठोर परिश्रम केले तर बदल्यात तेही तुम्हाला श्रीमंत आणि अत्यंत सुरक्षित बनवतील. माझ्या मते नेटवर्क मार्केटिंग व्यवसाय हा शेअर बाजाराच्या तुलनेत खूपच सुरक्षित आहे, कारण तुम्ही प्रेम करत असलेल्या आणि तुमचा विश्वास असलेल्या लोकांचा तुम्ही या व्यवसायासाठी वापर करता. तुम्ही सगळे जण मिळून मेटकाफच्या नियमाच्या शक्तीचा वापर करून घेता. हा नियम नेटवर्कच्या ताकदीचं मापन करतो.'

नेटवर्क औदार्याच्या ताकदीचा वापर करतात

श्रीमंत आणि शक्तिशाली लोकांना नेटवर्कची ताकद समजते. मॅकडोनाल्ड हे हॅमबर्गर स्टँड्सचं जगभर विणलं गेलेलं नेटवर्क किंवा कार्यजाल आहे. जनरल मोटर्स हे अमेरिकाभरच्या कार डिलरशिपचं नेटवर्क आहे. एक्सन ही जगभरातील तेल क्षेत्रं, टँकर, पाईपलाईन आणि गॅस स्टेशन यांना जोडणारी कंपनी आहे. जर श्रीमंत आणि ताकदवान लोक नेटवर्कचा वापर करतात, तर तुम्ही तो का करू नये? देशभर अन्नधान्याचं वितरण करणाऱ्या अन्नधान्याच्या दुकानांची साखळी हा सुरक्षित मार्ग असतो. सीबीएस, एनबीसी, एबीसी, सीएनएन, पीबीएस आणि सीबीएन ही अत्यंत शक्तिशाली संज्ञापन (कम्युनिकेशन) नेटवर्क आहेत.

श्रीमंत वडिलांनी सांगितलं होतं की, 'तुम्हाला श्रीमंत व्हायचं असेल तर तुम्ही नेटवर्कची उभारणी केलीच पाहिजे आणि तुमच्या नेटवर्कला इतर नेटवर्कशी जोडलंच पाहिजे. नेटवर्कच्या माध्यमातून श्रीमंत होणं सोपं असतं, कारण नेटवर्कच्या माध्यमातून उदार बनणं सोपं असतं. दुसरीकडे एकाकीपणे किंवा वैयक्तिकपणे काम करणारे लोक त्यांच्या आर्थिक यशाच्या संधी मर्यादित बनवतात.' ते पुढे असं सांगत की, 'नेटवर्क ही

तुम्ही ज्यांच्या बाबतीत औदार्यानं वागता असे लोक, व्यवसाय किंवा संघटना असतात. तुम्ही त्यांना पाठबळ देता आणि ते तुम्हाला पाठबळ देतात. नेटवर्क ही तरफेच्या शक्तीची शक्तिशाली स्वरूपं आहेत. तुम्हाला श्रीमंत व्हायचं असेल तर नेटवर्कची उभारणी करा आणि इतर नेटवर्कशी तुमच्या नेटवर्कला जोडून टाका.'

आमची व्यवसायाची योजना ही आमच्याहून जास्त मोठ्या असलेल्या संघटनांबरोबर स्पर्धा करण्याऐवजी त्यांच्याशी नेटवर्किंग करण्यावर आधारित होती. आज चर्च संघटना, नेटवर्क मार्केटिंग कंपन्या आणि विविध देशांतील प्रकाशक यांच्याशी आमचं नेटवर्क आहे. आम्ही एकमेकांना अधिक बळकट, अधिक चैतन्यशाली आणि त्याबरोबरच अधिक श्रीमंत बनवण्यासाठी एकत्रितपणे काम करतो. ही देवघेवीवर आधारित यंत्रणा आहे. ती ताकदी वाटून घेते, आमच्या दुर्बलता कमीत कमी करते आणि आम्हाला सगळ्यांना अधिक बळकट बनवते.

सहकार्य करून आणि आम्ही व्यवसाय करत असलेले लोक आर्थिकदृष्ट्या यशस्वी बनतील याची खात्री करून घेऊन आम्ही घातांकीय पद्धतीनं वाढू शकतो असं माझ्या लक्षात आलं आहे. फक्त स्वतःला श्रीमंत बनवण्यावर लक्ष एकवटणाऱ्या किंवा आपण जेवढं घेतो त्याहून कमी देणाऱ्या व्यक्ती किंवा व्यवसाय हे चांगले नेटवर्क भागीदार नसतात असंही मला आढळून आलं आहे. ज्या लोकांना फक्त घ्यायचंच असतं आणि ज्यांना फक्त स्वतःचीच जास्त काळजी असते त्यांना नेहमीच जास्त कष्ट करावे लागतात आणि दीर्घ कालावधीत ते कमी प्रमाणात पैसा कमावतात.

एकदा मी एका कंपनीच्या संचालक मंडळावर होतो. त्या कंपनीच्या अध्यक्षाला कंपनीची काळजी नसल्याचं स्पष्टपणे दिसून येत होतं. त्याला फक्त स्वतःच्या वेतनाच्या पॅकेजची आणि त्याच्या स्वतःच्या सुरक्षित भवितव्याची काळजी होती. ज्या शेकडो कर्मचाऱ्यांनी त्या व्यवसायाला ताकद आणि खरं तर जीवनच मिळवून दिलं होतं त्या नेटवर्कची त्याला बिलकूल काळजी नव्हती. त्याला फक्त स्वतःचीच काळजी होती. आम्ही नवीन अध्यक्षाची निवड केली हे वेगळं सांगण्याची गरजच नाही. तुमचं ज्यांच्याशी नेटवर्क आहे त्या व्यक्तींचं किंवा त्या संघटनांचं सारं काही आलबेल सुरू असल्याची खात्री करून घेणं हा नेटवर्किंगमध्ये यशस्वी होण्याचा महत्त्वाचा भाग असतो. तुम्ही फक्त स्वतःचीच काळजी करू शकत नाही; पण अनेक लोक आणि संघटना तसं करत असल्याचं दिसतं.

आपल्याला पैसे दिले जातील याची खात्री करून घेण्यातच रस असलेल्या आणि तरच आमच्याशी काम करण्यास उत्सुक असलेल्या अनेक लोकांशी, सल्लागारांशी आणि संघटनांशी, गेल्या अनेक वर्षांत किमची आणि माझी भेट झाली आहे. दुसऱ्या शब्दांत ते देत असलेल्या सेवांपेक्षाही त्यांना आम्ही देत असलेली फीच जास्त महत्त्वाची वाटत होती.

आमच्या अंतर्गत विपणन यंत्रणांची देखभाल करण्यासाठी आम्ही एका सल्लागार फर्मला नेमलं. कोणत्याही प्रकारचं काम करण्याआधी त्यांनी आमच्याकडे भरपूर फीची मागणी केली. आम्ही ती त्यांना दिली आणि तीन महिन्यांनंतर त्यांच्याकडून आम्हाला अहवाल पाठवण्यात आला. त्यांनी सारवासारवी केल्यासारखा तयार करण्यात आलेला अहवाल पाहिल्यानंतर आमच्या लक्षात आलं की आम्ही त्यांच्या फर्मला आणखी तीन वर्षं

तरी काम दिलं पाहिजे आणि त्यांना पैसा पुरवला पाहिजे अशी त्या अहवालातील माहितीची एकूण गोळाबेरीज होती. आमच्या विपणन यंत्रणांमध्ये कशी सुधारणा करावी याविषयी त्या अहवालात चकार शब्द नव्हता, त्यासाठी अगदी एखादी शिफारसही करण्यात आली नव्हती. फक्त त्यांना आणखी काम दिलं पाहिजे एवढा एकच प्रस्ताव होता. ग्राहकांच्या गरजांपेक्षाही आपल्या फीला जास्त महत्त्व देणाऱ्या विक्रेत्यांचं हे उदाहरण आहे. अर्थातच आम्ही त्यांच्या कंत्राटावर स्वाक्षरी केली नाही हे स्पष्टच आहे.

श्रीमंत वडील त्यांच्या एका औद्योगिक पार्कचं व्यवस्थापन बघण्यासाठी एका नवीन माणसाला कामावर ठेवणार होते. त्या वेळी मी हायस्कूलमध्ये होते. श्रीमंत वडिलांनी मला त्याची नेमणूक कशी केली जाते ते पाहण्यासाठी बोलावलं होतं. त्यांच्या बैठकीच्या खोलीत झालेल्या बैठकीच्या वेळी तीन अर्जदार आले होते. श्रीमंत वडिलांनी कामाची माहिती दिल्यानंतर त्यांच्यापैकी कोणाला काही प्रश्न विचारायचे आहेत का असं त्यांनी विचारलं. प्रश्न रोचक होते. ते असे होते :

१. मला रोज किती फावला वेळ मिळू शकेल?
२. मला किती आजारी रजा मिळतील?
३. मला कोणते लाभ मिळतील?
४. मला वेतनवाढ आणि बढती कधी मिळेल?
५. मला भरपगारी रजा किती मिळतील?

या बैठकीनंतर श्रीमंत वडिलांनी माझ्या काय लक्षात आलं असं मला विचारलं.

मी उत्तर दिलं, 'त्यांच्यासाठी यात काय होतं यातच त्यांना रस होता. त्यांच्यापैकी कोणीही तुमच्या व्यवसायाची उभारणी करण्यासाठी किंवा व्यवसाय अधिक नफ्यात चालावा म्हणून ते काय करू शकतात असं विचारलं नव्हतं.'

'माझ्याही तेच लक्षात आलं,' श्रीमंत वडील म्हणाले.

'तुम्ही त्यांच्यापैकी एखाद्याला कामावर ठेवणार आहात का?'

'हो तर,' श्रीमंत वडील म्हणाले. 'मला कर्मचारी हवा आहे, भागीदार नव्हे. मला कोणीतरी पैसे कमवणारा हवा आहे, श्रीमंत होऊ पाहणारा नव्हे.'

'तुम्हाला त्यांचं बोलणं लोभीपणाची असल्यासारखं वाटलं नाही का?' मी विचारलं. तुमच्यापैकी ज्यांनी माझी इतर पुस्तकं वाचली असतील त्यांना आठवत असेल की, श्रीमंत वडील मला नेहमीच पैशासाठी काम करण्याऐवजी मोफत काम करायला लावत होते.

'होय, ते आहेच,' श्रीमंत वडील म्हणाले. 'पण आपण सगळेच जण काही प्रमाणात लोभी असतोच. ते कदाचित कधीच श्रीमंत बनणार नाहीत, कारण ते लोभी आहेत. ते पुरेशा प्रमाणात उदार नसल्यामुळेच ते बहुधा कधीच श्रीमंत होऊ शकणार नाहीत.'

दुसऱ्या शब्दांत त्यांच्या तरफेच्या शक्तीचं गुणोत्तर बहुधा नेहमीच १:१ असंच राहिलं असतं. श्रीमंत वडील जे बोलले होते, त्याची पुनरुक्ती करत मी सांगतो की, 'बहुतांश लोक कधीही श्रीमंत बनत नाहीत. कारण, ते सगळेच जण दैनंदिन कामासाठी दैनंदिन मिळणाऱ्या वेतनाचा विचार करतात. दैनंदिन कामासाठी दैनंदिन वेतन मिळवण्यात फारशी तरफेची शक्ती

नसते, कारण तुम्ही कितीही भरपूर कष्ट केले किंवा तुम्हाला कितीही पैसा दिला गेला तरीही त्याचं गुणोत्तर हे १:१ असंच असतं.'

श्रीमंत वडिलांनी त्यांच्या मुलाला आणि मला मोफत काम करायला शिकायला लावलं. त्यामागचं एक कारण असं होतं की त्यामुळे देण्याविषयी आणि आपल्याला काहीही मिळण्याआधी मालमत्तेची उभारणी करण्याविषयी आम्हाला शिकता आलं. खूप वर्षांपूर्वी श्रीमंत वडिलांनी त्यांचा मुद्दा स्पष्ट करण्यासाठी खालील यादी तयार केली होती. श्रीमंत वडिलांनी तिला 'कोणाला पहिल्यांदा वेतन मिळतं आणि कोणाला सर्वाधिक वेतन मिळतं' असं शीर्षक दिलं होतं. ही यादी अशी होती :

१. मालमत्ता (व्यवसाय किंवा इतर गुंतवणूक)
२. कर्मचारी
३. तज्ज्ञ (हिशेबनीस, वकील, सल्लागार)
४. गुंतवणूकदार
५. व्यवसायाचा मालक

श्रीमंत वडिलांनी असं सांगितलं होतं की, 'व्यवसायाच्या मालकानं मालमत्तेसाठी पहिल्यांदा खर्च केलाच पाहिजे. याचा अर्थ मालमत्तांना भक्कम राखण्यासाठी आणि त्यांची वाढ सुरू ठेवण्यासाठी पुरेशा प्रमाणात सातत्यानं पैशाची आणि संसाधनांची पुनर्गुंतवणूक केलीच पाहिजे. व्यवसायांचे अनेक मालक मालमत्ता, कर्मचारी आणि इतर कुठल्याही गोष्टीपेक्षा किंवा व्यक्तीपेक्षा स्वतःचा आधी विचार करतात म्हणूनच त्यांचा व्यवसाय अयशस्वी ठरतो. व्यवसायाच्या मालकाला सरतेशेवटी पैसा मिळतो याचं कारण असं असतं की, त्याने किंवा तिने सर्वाधिक पैसा मिळवण्यासाठी व्यवसाय सुरू केलेला असतो; पण सर्वाधिक पैसा मिळवण्यासाठी उर्वरित संपूर्ण व्यवसायाशी संबंधितांना आधी पैसा मिळाला आहे याची मालकानं खात्री करून घेतलीच पाहिजे. म्हणूनच मी तुम्हाला पैशासाठी काम करण्याचं प्रशिक्षण देत नाही. तुम्ही समाधान उशिरा मिळवण्यास आणि मूल्यात वाढ होत जाणाऱ्या मालमत्तेची उभारणी करण्यास शिकत आहात. तुम्ही पैशासाठी काम करण्यास नव्हे, तर मालमत्तांची उभारणी करण्यास शिकावं, असं मला वाटतं.'

अनेक स्टार्ट अप कंपन्या या यादीचं अनुसरण करण्यात किंवा माझ्या श्रीमंत वडिलांसारख्या लोकांचा सल्ला ऐकण्यात अपयशी ठरतात. व्यवसायासाठी पैसे कर्जाऊ घेतलेले किंवा मित्रांकडून, कुटुंबाकडून आणि इतर गुंतवणूकदारांकडून पैसे घेऊन भांडवलाची उभारणी केलेले अनेक लोक मला भेटले आहेत. ते तत्काळ मोठं कार्यालय भाड्यानं घेतात, अद्ययावत कार विकत घेतात आणि व्यवसायातून मिळणाऱ्या उत्पन्नातून पैसा घेण्याऐवजी गुंतवणूकदारांच्या भांडवलातून स्वतःसाठी प्रचंड मोठं वेतन घेऊन टाकतात. गुंतवणूकदारांच्या भांडवलाचं गैरव्यवस्थापन केलं गेल्यामुळे आणि तोपर्यंत उत्पन्न सुरू झालेलं नसल्यामुळे त्यानंतर त्यांच्या व्यवसायावर, कर्मचाऱ्यांवर आणि तज्ज्ञांवर ते कमीत कमी पैसा खर्च करू लागतात. अशा प्रकारच्या उद्योगांमध्ये नेहमीच गुंतणूकदार बिलांमध्ये अडकतो. हीच गोष्ट अनेक डॉटकॉम स्टार्ट अपमध्ये घडली होती.

श्रीमंत वडिलांनी त्यांच्या मुलाला आणि मला असं सांगितलं होतं की, 'ज्या लोकांना पहिल्यांदा पैसा द्यावाच लागतो, त्यांना सर्वांत कमी पैसा मिळतो. व्यवसायाच्या मालकानं स्वतःला सर्वांत शेवटी पैसा घेतला पाहिजे. कारण, तो मालमत्ता उभारणीसाठी व्यवसायात आलेला असतो. जर तो भल्यामोठ्या रकमेच्या वेतनचिठ्ठीसाठी व्यवसायात आला असेल तर त्याने व्यवसायात उतरण्याची गरज नसते. त्याने नोकरीच्या शोधात राहिलं पाहिजे. जर व्यवसायाच्या मालकानं चांगलं काम केलं, आपल्या मालमत्तेची उभारणी करण्यासाठी प्रत्येकाला वेतन दिलं तर त्याने स्वतःला जितका पैसा दिला असता, त्याहून कितीतरी अधिक मूल्याची मालमत्ता त्याने उभारलेली असते.'

श्रीमंत वडिलांनी असं सांगितलं होतं की, 'बहुतांश लोक व्यवसायाची उभारणी करण्यासाठी किंवा मालमत्ता संपादनासाठी व्यवसायात उतरलेले नसतात. अनेक लोक व्यवसायाच्या जगात कर्मचारी किंवा स्वयंरोजगारित तज्ज्ञ म्हणून आलेले असतात, कारण त्यांना वेतनचिठ्ठी हवी असते. अमेरिकेतील ५ टक्क्यांहून कमी लोकच श्रीमंत आहेत, यामागचं हे एक प्रमुख कारण आहे. फक्त ५ टक्के लोकांनाच पैशाहूनही मालमत्तांचं मूल्य अधिक असतं याची जाणीव आहे.' श्रीमंत वडिलांनी पुढे असं म्हटलं होतं की, 'व्यवसायाच्या मालकाला किंवा उद्योजकाला सगळ्यात शेवटी भरपूर पैसा मिळतो, पण त्यासाठी त्याने सुरुवातीला अत्यंत औदार्यानं वागण्याचीच गरज असते. व्यवसायाचा मालक सर्वाधिक धोका पत्करतो आणि त्याचा मोबदला त्याला सगळ्यात शेवटी मिळतो. जर त्याने चांगलं काम केलं असेल तर मिळणारी रक्कम आश्चर्य वाटण्याइतकी मोठी असते.' म्हणूनच कोणताही व्यवसाय सुरू करताना मी श्रीमंत वडिलांच्या यादीचं अनुसरण करतो आणि मोफत काम करणं सुरू ठेवतो. मी मोफत काम करतो, कारण मला अखेरीस भरपूर पैसा हवा असतो.

ई आणि एस कप्प्यांमधील कित्येक लोक मर्यादित लोकांसाठी किंवा संघटनांसाठी काम करू शकतात म्हणून त्यांचं उत्पन्नही मर्यादित असतं. बी कप्प्यातील व्यवसायाचा खरा मालक अधिकाधिक लोकांची सेवा करण्याकरिता व्यवसायाची उभारणी करण्यावर लक्ष केंद्रित करतो आणि अधिकाधिक श्रीमंत बनत जातो. अशा व्यावसायिकांना मोठं बक्षीस मिळतं कारण ते अधिक लोकांची सेवा करण्यासाठी यंत्रणेची किंवा मालमत्तेची उभारणी करतात. साहजिकच व्यवसायाचा मालक घातांकीय पद्धतीनं श्रीमंत होऊ शकतो आणि वेतनासाठी काम करणारे लोक वेतनवाढीच्या माध्यमातून श्रीमंत बनत जातात.

तुम्ही किती जलद गतीनं श्रीमंत होऊ शकता?

यातली चांगली गोष्ट अशी आहे की, श्रीमंत होणं ही गोष्ट याआधी कधीही इतकी अधिक सोपी आणि कमी खर्चिक नव्हती. तुम्हाला फक्त अधिकाधिक लोकांची सेवा करण्यावर लक्ष केंद्रित करावं लागतं. जॉन डी. रॉकफेलरला अब्जाधीश बनण्यासाठी सुमारे १५ वर्षांचा कालावधी लागला. त्याच्या दृष्टीनं अब्जाधीश बनणं याचा अर्थ अनेक तेलविहिरी संपादित करणं आणि गॅस स्टेशन्सचं व गॅसोलीन वितरण संस्थांचं नेटवर्क तयार करणं असा होता. त्यासाठी भरपूर वेळ आणि पैसा लागला. आज रॉकफेलरनं ज्याची उभारणी केली होती, त्यांची उभारणी करण्यासाठी अब्जावधी डॉलर्स लागतील.

बिल गेट्सला अब्जाधीश बनण्यासाठी दहा वर्षं लागली. त्याच्याकडे झपाट्यानं वाढण्यासाठी आयबीएमच्या नेटवर्कचा वापर करण्याची दूरदृष्टी होती. मायकेल डेल आणि स्टीव्ह केस या एओएलच्या संस्थापकांना अब्जाधीश बनण्यासाठी पाचहून कमी वर्षांचा कालावधी लागला. एका उद्योजकानं संगणकाच्या वाढत्या मागणीचा वापर करून घेतला आणि दुसऱ्यानं नेटवर्कच्या स्फोटक शक्तीचा वापर करून घेण्यासाठी इंटरनेटच्या स्फोटक शक्तीचा वापर करून घेतला.

नवीन नेटवर्कच्या प्रगतीमुळे उद्योजकांच्या प्रत्येक नवीन पिढीला अब्जाधीश बनण्यासाठी कमी वेळ आणि कमी भांडवल लागत आहे. तुम्हीही अब्जाधीश बनू शकता.

तुम्हाला नेटवर्कच्या शक्तीच्या आणि तरफेच्या शक्तीच्या गुणोत्तराचं महत्त्व लक्षात आलं तर तुम्हीसुद्धा अल्पावधीत आणि अत्यल्प मूल्यात अपवादात्मकपणे श्रीमंत होऊ शकाल. स्टीव्ह केसला आणि एओएलला (खूपच तरुण व्यक्ती आणि खूपच नवीन कंपनीही) टाइम वॉर्नर अँड सीएनएनला (बऱ्याच जुन्या कंपनीला तिच्या बऱ्याच प्रौढ संचालकांसह) विकत घेणं शक्य झालं, कारण एओएलकडे जास्त मोठं नेटवर्क होतं. तुमचं नेटवर्क जितकं मोठं तितकी तुमची आर्थिक ताकदही मोठी असते.

आपल्या फावल्या वेळात श्रीमंत बनलेल्या लोकांविषयी मी नेहमीच लिहिलं आहे. आजच्या अतिश्रीमंतांपैकी अनेक जणांनी त्यांच्या स्वयंपाकघरातील टेबलावरून आपल्या व्यवसायाची सुरुवात केली आहे. ह्युलेट पॅकार्डनं गराजमधून आणि डेल कंप्युटरनं डॉर्म रूममधून अशीच आपल्या व्यवसायाची सुरुवात केली होती म्हणून तुमच्याकडे जरी कमी वेतन देणारी नोकरी असली तरीही तुम्ही घरातून किंवा गराजमधून व्यवसायाची सुरुवात करूनही खूप खूप श्रीमंत होऊ शकता आणि हे सगळं तुम्ही आपल्या फावल्या वेळात करू शकता. एक गोष्ट लक्षात ठेवा. 'तुम्हाला श्रीमंत बनवणं हे तुमच्या वरिष्ठाचं काम नसतं. तुम्ही जे करता त्यासाठी तुम्हाला वेतन देणं हे वरिष्ठाचं काम असतं. घरातून आणि आपल्या फावल्या वेळात काम करून स्वतःला श्रीमंत बनवणं हे तुमचं स्वतःचं काम असतं.'

तुमच्या अफाट स्वप्नातही तुम्ही कल्पना केली नसेल इतक्या कमी कष्टात आणि सुरुवातीच्या किमान भांडवलात श्रीमंत होणं ही गोष्ट आताइतकी पूर्वी कधीही सोपी नव्हती. उंच उड्डाण करू पाहणाऱ्या अनेक डॉट कॉम कंपन्यांचं दिवाळं निघालं हे मला माहिती आहे. तसं होईल असं आपल्यापैकी अनेकांना वाटलंही होतं. माझ्या मते, दिवाळखोरीत निघालेल्या डॉटकॉमकडे योग्य संदर्भ होता; पण त्यांच्याकडे योग्य माहिती नव्हती. अनेक डॉटकॉमकडे योग्य कल्पना होती; पण अनेक कंपन्यांकडे खऱ्या व्यावसायिक अनुभवाची आणि व्यावसायिक मूलभूत तत्त्वांची उणीव होती. खरोखरच अनेक लोकांची सेवा करण्याऐवजी अनेक कंपन्यांनी उन्मादाच्या भरात श्रीमंत होण्याचे प्रयत्न केले.

मी अलीकडेच असं वाचलं की, एका कंपनीनं तिच्या अध्यक्षाला गुंतवणूकदाराच्या पैशातून एक अब्जाहून अधिक डॉलर्सचं वेतन दिलं होतं. त्यानंतर त्या अध्यक्षानं त्या कंपनीला धारातीर्थी लोळवलं! दुसऱ्या डॉटकॉम कंपनीनं ख्रिसमसनिमित्त आपल्या कर्मचाऱ्यांना त्यांच्या तीन महिन्यांच्या वेतनाइतका बोनस दिला. हीच कंपनी पुढच्या ख्रिसमसच्या आधी दिवाळखोरीत निघाली आणि व्यवसायातून बाहेर पडली. प्राधान्यानं

ग्राहकांची सेवा करण्याऐवजी उद्योजकांना आणि कर्मचाऱ्यांना श्रीमंत करणं हीच मोहीम हाती असलेल्या कंपनीचं हे निश्चितपणे एक उदाहरण आहे. कंपनीच्या मोहिमेतील आणि उद्दिष्टातील दोषासाठी गुंतवणूकदारांना झळ सोसणं भाग पडलं. कोणाला सगळ्यात आधी आणि कोणाला सर्वांत शेवटी वेतन द्यावं याविषयीच्या श्रीमंत वडिलांच्या मी आधी दिलेल्या यादीचं कंपनीनं अनुसरण केलं नव्हतं. उदार बनणं या व्यवसायाच्या उद्दिष्टाऐवजी गुंतवणूकदारांसह या सगळ्या लोकांनी लोभी बनण्यावर लक्ष केंद्रित केलं.

आज आमच्या वेबसाईटला लाभलेल्या ट्रॅफिकमध्ये अमेरिकेबाहेरच्या देशांत राहणाऱ्या लोकांचं प्रमाण ५० टक्के इतकं आहे. तरुणपणी निवृत्त होण्याची आणि श्रीमंत होऊन निवृत्त होण्याची इच्छा असलेल्या लोकांनी एकमेकांना मदत करणं हा या वेबसाईटचा हेतू आहे. जास्तीत जास्त लोकांची सेवा करणं या एकाच हेतूनं हे सगळं काम केलं जातं. उदार बनण्यावर लक्ष केंद्रित करून जगभर नेटवर्कची उभारणी करणाऱ्या मालमत्तेची किंवा संपत्तीची आपण उभारणी करतो.

मी जितक्या जास्त लोकांची सेवा करेन, तितका मी जास्त प्रभावी बनेन

श्रीमंत वडिलांनी असं सांगितलं होतं की, 'स्वतःला मोक्याच्या जागी ठेवून आपल्यासमोर कधी संधी येते ते पाहण्यासाठी सज्ज राहणं हे तुझं काम आहे. त्यासाठी तू संधी येण्याच्या आधी पाच वर्षांपासून तिची वाट पाहात राहिलास तरी ते ठीक असतं; पण संधी आल्यानंतर एका दिवसाचाही उशीर करून चालत नाही.'

अनेक वर्षांपूर्वी श्रीमंत वडिलांनी मला सांगितलं होतं की, 'बी आणि आय कप्प्यांमधील लोकांना अमर्याद संपत्ती उपलब्ध असते. ई आणि एस कप्प्यांमधील लोक हे त्यांच्या शारीरिक श्रमांच्या मर्यादांनी जखडले गेलेले असतात. ई आणि एस कप्प्यांमधील लोकांना बी आणि आय कप्प्यांमध्ये जायचं असेल तर त्यांना पहिल्यांदा आपल्या औदार्यात बदल घडवून आणावा लागतो. पहिल्यांदा स्वत:ला पैसा घेण्याऐवजी, त्यांच्याकडे अधिक लोकांची सेवा करण्याची तीव्र इच्छा असली पाहिजे.'

वॉलमार्टच्या सॅम वॉल्टमनकडे तुम्ही पाहिलं तर तुम्हाला असं आढळेल की, त्याने फक्त मोठ्या सवलती देणाऱ्या दुकानांच्या नेटवर्कची उभारणी केली. या दुकानांमधून कोट्यवधी लोकांसाठी उत्तमोत्तम उत्पादनं जास्तीत जास्त कमी किमतीत उपलब्ध करून देण्यात आली म्हणूनच सॅम वॉल्टनचं मूल्य हे ताशी ७५० डॉलर्स आकारणाऱ्या एखाद्या वकिलापेक्षाही खूपच अधिक आहे. औदार्य ही यामागची गुरूकिल्ली आहे.

औदार्याविषयीचा अंतिम शब्द

डॉटकॉमच्या उन्मादी जमान्यात जुन्या अर्थकारणातील व्यवसायांविषयी आणि नवीन अर्थकारणातील व्यवसायांविषयी बरंच भाष्य केलं जात होतं. एखादा व्यवसाय जुन्या अर्थकारणातील असो वा नवीन; पण प्रत्येक यशस्वी व्यवसायानं पूर्वापार विशिष्ट तत्त्वांचं आणि नियमांचं पालन केलंच पाहिजे.

औदार्य हे तत्त्व पारंपरिक जुन्या नियमात मोडतं. हा देवाणघेवाणीचा किंवा परस्पर सहकार्याचा नियम आहे. हा नियम असं सांगतो की, 'तुम्ही आधी द्या आणि नंतर घ्या.' 'तुम्ही आधी घ्या आणि नंतर द्या,' असं मात्र हा नियम सांगत नाही. हा नियम काळाच्या कसोटीवर उतरला आहे आणि तो भविष्यातही काळाच्या कसोटीवर उतरत राहील. आपली आणि आपल्या प्रिय व्यक्तींची काळजी घेणं ही गोष्ट पूर्वी कधीही नव्हती इतकी आज अत्यंत महत्त्वाची बनली आहे; पण तुम्हाला श्रीमंत बनायचं असेल तर तुम्हाला पहिल्यांदा शक्य तितक्या लोकांच्या गरजा पूर्ण करण्याचा विचार करावा लागेल – अगदी पहिल्यांदा. हा नियमच आहे.

देवघेवीचा किंवा परस्पर सहकार्याचा नियम आणि उदार बनण्याची कल्पना या गोष्टी म्हणजे खूप खूप श्रीमंत होण्याचा उत्तम मार्ग आहे, यावर श्रीमंत वडिलांचा विश्वास होता. तो त्यांचा आयुष्याचा संदर्भ होता. त्यांच्या कृती त्यांच्या संदर्भाशी सुसंगत होत्या.

श्रीमंत वडील आम्हाला परस्पर सहकार्याचा किंवा देवघेवीचा नियम कसा वापरावा, याची नेहमीच उदाहरणं देत असत. त्यांनी आम्हाला उदार बनण्याच्या गरजेची सातत्यानं आठवण करून दिली होती. ते म्हणत, 'तुम्हाला समोरच्या व्यक्तीनं स्मित करायला हवं असेल तर पहिल्यांदा तुम्ही स्मित करा. तुम्हाला प्रेम हवं असेल तर तुम्ही पहिल्यांदा प्रेम द्या. तुम्हाला समजून घ्यायला हवं असेल तर तुम्ही पहिल्यांदा इतरांना समजून घेणारे बना.' ते असंही म्हणत की, 'तुम्हाला तोंडावर बुक्का मारून घ्यायचा असेल, तर पहिल्यांदा दुसऱ्याच्या तोंडावर बुक्का मारा.'

फक्त अधिकाधिक लोकांची सेवा करून उदार बनण्यावरच श्रीमंत वडिलांचा विश्वास नव्हता, तर आपल्या पैशाच्या साहाय्यानं उदार बनण्यावरही त्यांचा विश्वास होता. याच विचारांच्या धर्तीवर त्यांचा आपल्या मिळकतीतील वाटा देण्यावर किंवा पैसा देण्याच्या ताकदीवरही खरोखरच विश्वास होता म्हणूनच श्रीमंत वडिलांनी त्यांच्या चर्चला, धर्मादाय कार्याला आणि शाळांना उदारपणे देणग्या दिल्या होत्या. त्यांनी पैसा दिला, कारण त्यांना आणखी पैसा हवा होता. ते नेहमीच असं म्हणत की, 'देवाला काहीही घेण्याची गरज नसते; पण माणसालाच देण्याची गरज असते.'

ते म्हणत की, 'अनेक लोक आपला वेळ देण्याच्या बाबतीत आपण उदार आहोत असं म्हणतात, कारण त्यांच्याकडे पैसा नसतो. जे लोक आपला वेळ देण्याच्या बाबतीत औदार्य दाखवतात, त्यांच्याकडे भरपूर वेळ असतो, कारण ते वेळ देतात. त्यांच्याकडे जास्त पैसा नसतो, कारण ते पैसा देत नाहीत. ते पैसा देत नाहीत कारण ते पैशाच्या बाबतीत अगदी चिकट आणि कंजूष असतात. आपल्याकडे पुरेसा पैसा नाही अशी भीती त्यांना नेहमीच वाटत असते. त्यांची भीती सत्यात उतरते. तुम्हाला जास्त पैसा हवा असेल तर पैसा द्या. तुम्हाला जास्त वेळ हवा असेल तर वेळ द्या.'

तुम्हाला पैसा देणं कठीण वाटत असेल तर सुरुवातीला नियमितपणे अत्यल्प पैसा द्यायला लागून सुरुवात करा. दर वेळी तुम्ही द्याल, त्या वेळी तुम्हाला तुमचा संदर्भ किंवा तुमचं वास्तव तुमच्याशी मोठ्यानं बोलत असल्याचं ऐकू येईल. तुमचं वास्तव तुमच्याशी बोलत असल्याचं तुम्हाला ऐकू आलं आणि ते जर गरीब व्यक्तीचं वास्तव असेल तर त्या

क्षणी तुमच्याकडे वास्तवाची निवड आणि पुनर्निवड करण्याची संधी असेल. ज्या क्षणी तुमच्या चर्चला, आवडत्या धर्मादाय कार्याला तुम्ही दान किंवा देणगी देता त्या क्षणापासून तुमचं जग बदलेल. मग तुमची देणगी एखाद्या डॉलरची का असेना, हे घडेलच. ज्या क्षणी तुम्ही प्रामाणिकपणे व्यवसायाची उभारणी करता किंवा जास्त लोकांना सेवा देण्यासाठी गुंतवणूक करता त्या क्षणी अत्यंत श्रीमंत बनण्याच्या आणि तरुणपणी निवृत्त होण्याच्या व श्रीमंत होऊन निवृत्त होण्याच्या तुमच्या संधीही कायमस्वरूपी वाढतात.

स्वतःच्या बाबतीत उदार बनून सुरुवात करा

श्रीमंत वडील नेहमीच म्हणत होते की, 'लहान गोष्टींनी सुरुवात करा आणि मोठी स्वप्नं बघा.' तुमच्या तरफेच्या शक्तीच्या गुणोत्तरात वाढ करण्याचा प्रश्न येतो, त्या वेळी श्रीमंत वडिलांचा सल्ला आजच्या दिवसांतही खरा ठरतो. *रिच किड, स्मार्ट किड* या चौथ्या क्रमांकाच्या पुस्तकात मी तीन पिगीबँक पद्धतीविषयी लिहिलं होतं. ही पद्धत मी आणि किम आजही वापरतो. आम्ही एक पिगी बँक बचतीसाठी, एक गुंतवणुकीसाठी आणि तिसरी उत्पन्नातील देण्याचा वाटा बाजूला काढण्यासाठी वापरतो. आम्ही हा वाटा चर्चला देण्यासाठी किंवा धर्मादाय कामासाठी वापरतो. तीन पिगी बँकसारख्या अगदी साध्या गोष्टींपासून तुमच्या तरफेच्या शक्तीच्या गुणोत्तरात वाढ करण्यास तुम्ही सुरुवात करू शकता. या पिगी बँकांमध्ये तुम्ही दहा सेंट, पन्नास सेंट किंवा एक डॉलर टाकू शकता.

तुम्ही प्रत्येक पिगी बँकेत रोज एक डॉलर टाकत राहिलात, तर एका महिन्यानंतर तुमचं गुणोत्तर पुढीलप्रमाणे दिसेल :

बचत	१:३०
गुंतवणूक	१:३०
उत्पन्नातील वाटा देणं	१:३०

ही खूपच मोठी सुरुवात असते. तीस दिवसांत तुमचं गुणोत्तर रोजच्या रोज वाढत चाललेलं असतं. तीस वर्षांत काय घडू शकेल याची कल्पना करा. यात लक्षात ठेवण्याचा मुद्दा असा आहे की, तुम्ही स्वतःला पैसे देण्याची किंवा स्वतःविषयी उदार बनण्याची सवय किंवा शिस्त खरोखरच वाढवत चाललेले असता. श्रीमंत वडिलांनी असं म्हटलं होतं की, 'गरीब लोक गरीब असतात याचं एक कारण असं आहे की, ते स्वतःला गरिबासारखं वागवतात.' त्यांच्या म्हणण्याचा अर्थ त्यांच्याकडचे पैसे संपलेले असतात आणि त्यामुळे ते नवीन कपडे विकत घेऊ शकत नाहीत किंवा गोल्फ खेळण्यासाठी नवीन साहित्य घेऊ शकत नाहीत असा बिलकूल नव्हता. त्यांच्या म्हणण्याचा अर्थ असा होता की, गरीब लोक स्वतःला आर्थिकदृष्ट्या समृद्ध बनवणाऱ्या गोष्टी करत नाहीत. स्वतःचा पैसा पहिल्यांदा स्वतःला देऊन तुम्ही स्वतःला, तुमच्या आत्म्याला आणि तुमच्या भविष्याला आर्थिकदृष्ट्या समृद्ध बनवता.

विभाग तीन

तुमच्या कृतींची तरफेची शक्ती

'जस्ट डू इट'

– नाइकी

'बोलणं ही स्वस्तातली गोष्ट असते. आपल्या डोळ्यांनी ऐकायला शिका. शब्दांपेक्षाही कृती जास्त मोठ्यानं बोलतात. लोक जे बोलतात ते ऐकण्यापेक्षाही ते काय करतात, त्याचं निरीक्षण जास्त प्रमाणात करा.'

– श्रीमंत वडील

प्रत्येक जण श्रीमंत होऊ शकतो का?

प्रत्येक जण श्रीमंत होऊ शकतो का, असं मी एकदा श्रीमंत वडिलांना विचारलं होतं. 'होय. श्रीमंत बनण्यासाठी व्यक्तीनं जे करण्याची गरज असते, ती गोष्ट तितकीशी कठीण नसते. खरं तर श्रीमंत होणं सोपं आहे; पण यातली समस्या अशी आहे की, बहुतांश लोक अतिशय कष्टानं गोष्टी करतात. अनेक लोक आयुष्यभर खडतर परिश्रम करतात. त्यांच्या मिळकतीच्या तुलनेत कमी प्रतीच्या जीवनमानात जगतात. त्यांना समजत नसलेल्या गोष्टींमध्ये गुंतवणुकी करतात. स्वतःला श्रीमंत बनवण्यासाठी कठोर परिश्रम करण्याऐवजी श्रीमंत व्यक्तीसाठी परिश्रम करत राहतात आणि श्रीमंत लोक जे करतात ते करण्याऐवजी इतर सगळे लोक जे करतात ते करत राहतात.'

पहिले दोन विभाग हे मूलतः मानसिक आणि भरपूर संपत्ती मिळवण्याच्या प्रक्रियांच्या नियोजनाविषयीचे आहेत. दोन्ही प्रक्रिया या तरुणपणी निवृत्त होण्यासाठी आणि श्रीमंत होऊन निवृत्त होण्यासाठी महत्त्वाच्या आहेत. या पुढच्या विभागात आपण एखाद्यानं तरुणपणी निवृत्त होण्यासाठी आणि श्रीमंत होऊन निवृत्त होण्यासाठी कोणत्या गोष्टी करणं अगदीच आवश्यक आहे, ते पाहणार आहोत. मानसिक आणि नियोजनाच्या प्रक्रिया या महत्त्वाच्या असल्या तरीही अंतिमतः तुम्हाला माहिती असलेल्या गोष्टींसह तुम्ही काय करता ते जास्त महत्त्वाचं असतं. श्रीमंत वडील म्हणाले होते की, 'बोलणं ही स्वस्तातली गोष्ट असते.'

श्रीमंत कसं व्हावं याविषयी अनेक पुस्तकं लिहिली गेली आहेत. त्यांच्यापैकी बहुतेक पुस्तकांविषयीची समस्या अशी आहे की, ही पुस्तकं तुम्हाला बहुतांश लोकांच्या दृष्टीनं कृतीत आणण्यासाठी अतिशय कठीण असलेल्या गोष्टी करायला सांगतात. या विभागात जवळजवळ प्रत्येक जण करू शकत असलेल्या सोप्या गोष्टी सांगितल्या गेल्या आहेत. हा विभाग वाचल्यानंतर तुम्हालाही समजेल की, तुमची इच्छा असेल तर तुमच्याकडे अतिशय श्रीमंत बनण्याची क्षमता आहे किंवा निदान तुम्ही करू शकत असलेल्या तुम्हाला जास्त श्रीमंत बनवणाऱ्या एक किंवा दोन गोष्टी तरी तुम्हाला यात सापडतील. अर्थातच तुम्हाला त्या गोष्टींची निवड करावी लागेल. हा विभाग वाचल्यानंतर फक्त एकच प्रश्न उरेल की : तुम्हाला श्रीमंत होण्याची किती तीव्र, उत्कट इच्छा आहे?

प्रकरण चौदा

सवयींची तरफेची शक्ती

श्रीमंत वडिलांनी सांगितलं होतं की, 'तुम्हाला श्रीमंत बनवणाऱ्या काही सवयी असतात आणि तुम्हाला गरीब बनवणाऱ्याही काही सवयी असतात. बहुतांश लोक गरीब असतात, कारण त्यांना गरीब, खराब सवयी असतात. तुम्हाला श्रीमंत बनायचं असेल तर तुम्ही स्वतःला श्रीमंत सवयी लावून घेण्यासाठी प्रशिक्षित केलं पाहिजे.'

तुम्ही श्रीमंत होण्याचा गांभीर्यानं विचार करत असाल तर तुम्हाला अगदी आतापासून कायमच म्हणजे आयुष्यभर पुढील गोष्टी पुनःपुन्हा करत राहावं लागेल. इथे शिफारस करण्यात आलेली प्रत्येक गोष्ट पाश्चात्त्य जगातील प्रत्येक जण करू शकतो आणि त्याला ते परवडूही शकतं. यात एकच समस्या आहे. ती म्हणजे फक्त थोडेच लोक या गोष्टी करतील... थोडेच लोक त्या करतील... आणि थोडेच लोक त्या करतील.

सवय #१: हिशेबनीसाला नोकरीवर ठेवा

या पुस्तकाच्या सुरुवातीला मी असं लिहिलं होतं की, दहा लाख डॉलर्सची बचत करण्यापेक्षाही दहा लाख डॉलर्सचं कर्ज घेणं जास्त सोपं असतं. यात फक्त एकच मेख आहे. तुम्हाला दहा लाख डॉलर्सचं कर्ज देण्याच्या आधी तुमच्या बँकरला तुम्ही पैशाच्या बाबतीत विश्वास टाकण्यास पात्र आहात का हे जाणून घ्यायचं असतं. तुमच्या आर्थिक विवरणपत्रांच्या स्वरूपात तुमचा व्यावसायिक आर्थिक पूर्व इतिहास तो तपासतो. तो जर स्वच्छ असेल तर तुम्हाला कर्ज देणं शक्य आहे असं तुमच्या बँकरला सहजपणे वाटू शकतं; पण त्यासाठी आर्थिक विवरणपत्रं ही एक महत्त्वाची गोष्ट असते.

बहुतांश लोक मोठ्या कर्जाला पात्र ठरत नाहीत. कारण, त्यांचा हा पूर्वेतिहास निकृष्ट असतो. या खराब आर्थिक पूर्वेतिहासामुळेच अनेक लोक त्यांच्या कर्जावर आवश्यक व्याजदराहून जास्त व्याजदर भरत राहतात. *रिच डॅड पुअर डॅडमध्ये* मी आर्थिक साक्षरतेच्या महत्त्वाविषयी लिहिलं आहे. आर्थिक विवरणपत्र हा आर्थिक साक्षरतेचा पाया असतो. तुम्हाला भरपूर प्रमाणात पैसा कर्जाऊ द्यावा का हे पाहण्यासाठी बँकरला हे आर्थिक विवरणपत्र पाहण्याची इच्छा असते.

तुमचा स्वतःचा व्यवसाय नसला, तरीही तुमचं वैयक्तिक आयुष्य हाच एक व्यवसाय असतो आणि सर्व खऱ्या व्यवसायांकडे हिशेबनीस असतो म्हणूनच मी तुम्हाला आयुष्यभर हिशेबनीसाला कामावर ठेवा, अशी जोरदार शिफारस करतो. तुमचं उत्पन्न, खर्च, मालमत्ता आणि करभरणा, कर्जफेड इ. आर्थिक जबाबदाऱ्या योग्य मार्गावर ठेवण्यासाठी तुम्हाला हिशेबनीसाची गरज असते. त्यानंतर तुम्ही व्यावसायिक नोंदी ठेवणं सुरू करता. तुमच्या हिशेबनीसाबरोबर बसून दर महिन्यात तुमच्या हिशेबाचे आकडे तुम्ही तपासावेत, अशीही मी तुम्हाला जोरदार शिफारस करतो. पुनरावृत्तीतून आपण शिकतो आणि तुमच्या मासिक आकडेवारी पुनःपुन्हा तपासल्यामुळे तुम्हाला त्या तपासण्याची चांगली सवय लागते. एवढंच नव्हे, तर तुमच्या खर्चाच्या संरचनेविषयीची जास्त चांगली अंतर्दृष्टीही तुम्हाला प्राप्त होते. तुम्ही लवकर दुरुस्त्या करू शकता आणि अखेरीस तुमच्या आर्थिक जीवनावर नियंत्रण मिळवता.

हे सगळं तुमचं तुम्हीच का करू नये? एखाद्या बाहेरच्या व्यक्तीला यासाठी कामावर का ठेवावं? यासाठीची काही कारणं अशी आहेत :

१. तुम्हाला बी किंवा आय कप्प्यातील व्यक्ती बनण्यासाठी सुरुवात करायची असते. सर्व व्यावसायिक बी किंवा आय व्यक्तींकडे व्यावसायिक हिशेबनीस असतो म्हणून आता तुमच्या वैयक्तिक आयुष्याला व्यवसाय समजून काम करू लागा. *रिच डॅड, पुअर डॅडमध्ये* स्पष्ट करण्यात आलं आहे, त्याप्रमाणे तुमच्या स्वतःच्या कामाकडे लक्ष द्या, हा श्रीमंत वडिलांच्या सहा धड्यांपैकी एक होता. या धड्याची सुरुवात व्यावसायिक हिशेबनीस कामावर ठेवून होते.

२. तुमच्या पैशाच्या आणि खर्चाच्या सवयींकडे वस्तुनिष्ठपणे पाहणारी आणि त्यात तिचा स्वार्थ नसलेली अशी त्रयस्थ बाह्य व्यक्ती तुम्हाला हवी असते. तुम्हाला माहिती आहे, त्याप्रमाणे पैसा हा भावनिक विषय आहे, विशेषतः तो तुमचा पैसा असेल तर तुमच्यासाठी तो भावनिक विषय असतो. तुमच्या पैशाशी भावनिकदृष्ट्या संलग्न नसलेली व्यक्ती असली तर तो किंवा ती सगळ्या गोष्टींना शिस्त लावेल आणि तुमच्याशी स्पष्टपणे व तर्कनिष्ठपणे बोलेल. माझे आई आणि वडील पैशावर चर्चा करत नव्हते, हे माझ्या लक्षात आहे. ते पैशासाठी वाद घालत असत, आरडाओरडा करत असत. हे पैशाचं वस्तुनिष्ठ व्यवस्थापन नसतं किंवा त्याविषयीची वस्तुनिष्ठ चर्चाही नसते.

३. माझ्या गरीब वडिलांना त्यांच्या आर्थिक परिस्थितीवर नजर टाकण्याची इच्छा नव्हती. त्यांनी आर्थिक त्रस्ततांना त्यांची वैयक्तिक गुपितं बनवलं होतं. त्यांच्या स्वतःपासून, त्यांच्या कुटुंबापासून आणि इतर प्रत्येकापासून त्यांनी हे गुपित राखलं होतं. आम्हा मुलांना हे माहिती होतं की, आमचं कुटुंब आर्थिक अडचणीत आहे; पण आम्ही त्यावर चर्चा करत नव्हतो. आमच्या आर्थिक समस्या आम्ही गुप्त ठेवत होतो. मानसशास्त्रज्ञ तुम्हाला सांगतील की, कौटुंबीक गुपितं विषारी बनतात. दुसऱ्या शब्दांत गुपितं कुटुंबांना विषबाधा करतात. मला माहिती आहे की, आमच्या आर्थिक संघर्षामुळे निर्माण होणारं भावनिक दुःख आम्ही गुप्त ठेवलं असलं तरी ते आम्हा सगळ्यांवर खरोखरच निश्चितपणे परिणाम करत होतं.

४. भावनिकदृष्ट्या संबंधित नसलेल्या व्यावसायिक हिशेबनीसाला कामावर ठेवल्यामुळे तुम्ही तुमची आर्थिक आव्हानं उजेडात आणू शकता आणि त्यांना हाताळू शकता. तुमच्या व्यावसायिक हिशेबनीसाबरोबर तुमच्या आर्थिक विवरणपत्रावर चर्चा करणं शक्य असतं, त्यामुळे पैशाचा आणि तुमच्या आयुष्याच्या व्यवसायाचा प्रश्न तुम्ही खुला बनवता. तो जर खुला असला आणि तुमच्या आर्थिक गोष्टींवर तुम्ही व्यावसायिक व्यक्तीशी चर्चा करत असलात तर तुमच्या आर्थिक समस्या विषारी बनण्याच्या आधी तुम्हाला जे बदल करण्याची किंवा कठोर निर्णय घेण्याची आवश्यकता असते ते निर्णय तुम्ही जास्त समर्थपणे घेऊ शकता.

५. तुम्ही ५०,००० डॉलर्सहून कमी उत्पन्न मिळवत असाल आणि ई कप्प्यात असाल तर व्यावसायिक हिशेबनीस तुमच्याकडून मासिक १०० ते २०० डॉलर्सहून जास्त रक्कम घेणार नाही; पण 'हा पैसा हिशेबनीसावर कशाला खर्च करायचा? तोच पैसा आम्ही खाण्या-पिण्यावर किंवा कपड्यावर खर्च करू की,' असं म्हणणारे लोकही मला माहिती आहेत. या विचारसरणीतील समस्या अशी आहे की, खाण्या-पिण्यावर किंवा कपड्यांवर खर्च केलेला पैसा तुमच्या आर्थिक समस्या सोडवत नाही किंवा तो तुम्हाला जास्त श्रीमंतही बनवत नाही. श्रीमंत वडील नेहमीच असं म्हणत असत की, 'काही कर्जं चांगली आणि काही वाईट असतात. काही उत्पन्नं चांगली आणि काही वाईट असतात, काही खर्च चांगले आणि काही वाईट असतात.' त्यांनी मला असं सांगितलं होतं की, हिशेबनीसाला किंवा इतर व्यावसायिक आर्थिक सल्लागाराला कामावर ठेवण्यामुळे खर्च करावा लागणारा पैसा हा चांगला खर्च असतो. याचं साधं कारण असं असतं की, चांगले खर्च तुम्हाला जास्त श्रीमंत बनवतात. तुमचं आयुष्य जास्त सोपं बनवतात आणि जास्त चांगल्या भवितव्यासाठी तुमची तयारी करवून घेतात.

तुम्हाला खरोखरच हिशेबनीस कामावर ठेवणं परवडत नसेल, तर तुम्ही अदलाबदलीच्या सेवांचा विचार करा. तुम्ही हिशेबनीसाचं घर किंवा आवार स्वच्छ करून देऊ शकाल आणि त्या बदल्यात तो तुमचं हिशेबाचं काम करून देऊ शकेल. यातली करण्याजोगी सगळ्यात महत्त्वाची गोष्ट अशी आहे की, तत्कालीन मूल्याचा विचार करू नका, कारण याचं दीर्घकालीन मूल्य खूपच जास्त असतं. श्रीमंत वडील म्हणत असत की, 'तुम्ही न मिळवलेला पैसा हा तुमच्या आयुष्यातील सगळ्यात मोठा खर्च असतो.'

६. सगळ्यात महत्त्वाची गोष्ट म्हणजे व्यावसायिक हिशेबनीसाला कामावर ठेवण्यानं आपल्या वैयक्तिक आर्थिक जीवनाकडे तुम्ही गांभीर्यानं पाहत असल्याची स्वतःची खात्री पटवून देता. याचा अर्थ महिन्यातून किमान एकदा तुम्ही तुमच्या हिशेबनीसाबरोबर बसून हिशेब तपासता, त्यामुळे तुम्ही आपल्या आयुष्याच्या आर्थिक भवितव्याविषयी शिकता, त्यात दुरुस्ती करता आणि त्याला वेगळी दिशा देता.

रिच डॅड स्मार्ट किडच्या उपोद्घाताची सुरुवात अशी होते : 'तुमचा बँकर तुमच्याकडे तुमचं प्रगतिपुस्तक का मागत नाही.' तुमचा बँकर तुमच्याकडे आर्थिक विवरणपत्र मागतो. श्रीमंत वडील म्हणत होते की, 'तुम्ही एकदा शाळा सोडली की, तुमचं आर्थिक विवरणपत्र

हेच तुमचं प्रगतिपुस्तक असतं.' शाळेत आपल्याला निदान दर तिमाहीतून एकदा तरी प्रगतिपुस्तक मिळतं. तुम्हाला खराब ग्रेड मिळाल्या तरीही प्रगतिपुस्तकामुळे तुम्हाला आणि तुमच्या पालकांना तुम्ही कुठल्या विषयात चांगलं काम केलं आणि कुठल्या विषयात वाईट काम केलं ते समजतं आणि मग तुम्हाला सुधारणा, दुरुस्त्या करण्याची संधी मिळते. खऱ्या आयुष्यात आर्थिक विवरणपत्र किंवा प्रगतिपुस्तक नसलेल्या लोकांना त्या महिन्यात, तिमाहीत किंवा वर्षात ते कुठे होते हे माहिती नसल्यामुळे ते आपल्या आर्थिक वर्तनात सुधारणा करू शकत नाहीत. तुमची प्रगतिपुस्तकं म्हणून तुमच्या आर्थिक विवरणपत्रांचा विचार करा. त्यानंतर तुमच्या आर्थिक प्रगतिपुस्तकात कोट्यवधी किंवा अगदी अब्जावधी डॉलर्सचे आकडे दिसावेत यासाठी परिश्रमपूर्वक काम करा म्हणूनच तुमचा हिशेबनीस महत्त्वाचा असतो. तुमचा हिशेबनीस तुम्हाला महिन्यातून एकदा तुमचं प्रगतिपुस्तक देतो.

एकूण तीन पायऱ्यांचं अनुसरण करा.

१. हिशेबनीसाचा शोध घ्या आणि त्याला कामावर ठेवा.
२. तुमच्या आर्थिक स्थितीचा अचूक हिशेब मिळवा.
३. तुमच्या सल्लागारासह तुमच्या दर महिन्याच्या आर्थिक विवरणपत्राचा आढावा घ्या, त्यामुळे तुम्हाला झटपट दुरुस्त्या करणं शक्य होईल.

सवय #२ : जिंकणाऱ्या संघाची निर्मिती करा

रिच डॅड्स गाइड टू इन्व्हेस्टिंग या पुस्तकात मी बी कप्पा आणि आय कप्पा हे खेळाडूंचे संघ असतात असं लिहिलं होतं. ई आणि एस कप्प्यातील लोकांना स्थित्यंतराच्या बाबतीत समस्या येते. त्यामागचं एक कारण असं आहे की, त्यांच्याकडे त्यांच्या आर्थिक नियोजनाच्या आणि आर्थिक निर्णयांच्या बाबतीत त्यांना मदत करणारा संघ किंवा टीम नसते.

मी लहान असताना माझ्या असं लक्षात आलं होतं की, माझ्या गरीब वडिलांनी सगळ्या आर्थिक समस्यांची जबाबदारी स्वतःवर घेतली होती. जर ते त्रस्त असतील तर रात्रीच्या जेवणाच्या वेळी ते शांतपणे बसून राहत, त्यांना पैशाच्या संदर्भात नैराश्य आलं असलं तर ते माझ्या आईशी वाद घालत आणि रात्री उशिरापर्यंत खर्चाची तोंडमिळवणी करत जागत बसून राहत. मी बाहेरून घरी आल्यानंतर मला अनेक वेळा माझी आई रडत बसल्याचं दिसत असे. आम्ही आर्थिक अडचणीत आहोत हे तिला माहिती होतं आणि त्याविषयी तिला कोणाशीही बोलता येत नव्हतं, त्यामुळे ती रडत बसत असे. आर्थिक गोष्टींचा विचार करता, माझे वडील हेच घरातील कर्ते पुरुष होते आणि ते कधीच कोणाशी आर्थिक अडचणींवर चर्चा करत नव्हते.

दुसरीकडे माझे श्रीमंत वडील त्यांच्या रेस्टॉरंटमधील टेबलासमोरच्या खुर्चीवर बसत, त्यांच्या सभोवताली त्यांची टीम असे आणि मग त्यांच्या आर्थिक समस्यांवर ते मोकळेपणानं चर्चा करत. श्रीमंत वडिलांनी असं सांगितलं होतं की, 'प्रत्येकालाच आर्थिक समस्या असतात. श्रीमंतांना, गरिबांना, व्यवसायांना, सरकारांना आणि चर्चना – अशा सगळ्यांनाच आर्थिक समस्या असतात. या समस्या तो किंवा ती कशा हाताळतात यावरच एखादी व्यक्ती श्रीमंत असते की गरीब असते हे ठरतं. आपल्या पैशाच्या समस्या गरीबपणानं,

निकृष्टपणानं हाताळल्यामुळेच गरीब लोक गरीब असतात. 'म्हणूनच श्रीमंत वडील त्यांच्या आर्थिक टीमबरोबर त्यांच्या पैशांच्या समस्येवर खुलेपणानं चर्चा करत. ते म्हणाले होते की, 'कुठल्याही व्यक्तीला प्रत्येक गोष्ट माहिती नसते. तुम्हाला पैशाच्या खेळात जिंकायचं असेल, तर तुमच्या टीममध्ये उत्तम आणि अत्यंत हुशार लोक असलेच पाहिजेत.' माझे गरीब वडील हरले. कारण, त्यांना सगळी उत्तरं आपल्याला माहिती असली पाहिजेत असं वाटत होतं – आणि त्यांना ती सगळी माहिती नव्हती.

तुमच्या हिशेबनीसानं तुमची मासिक विवरणपत्रं तुम्हाला दिली की तुमच्या टीमची भेट घ्या. हे महिन्यातून एकदा करा. तुम्हाला कदाचित बँकर, हिशेबनीस, वकील, स्टॉक ब्रोकर, रिअल इस्टेट एजंट, विमा एजंट आणि इतर अनेकांची गरज असू शकेल. प्रत्येक व्यावसायिक तुमच्या समस्या सोडवण्यासाठी वेगवेगळ्या दृष्टिकोनांचा आणि उपाययोजनांचा संच घेऊन बैठकीला येतो. अनेक मतं दिली गेली तर त्याचा अर्थ तुम्ही प्रत्येक मत आचरणात आणलंच पाहिजे असा नसतो. तुमच्या पैशाच्या समस्या तुम्ही गुप्त ठेवत नाही ही गोष्ट महत्त्वाची असते. विविध क्षेत्रांतील तज्ज्ञ आणि तुमच्याहून हुशार व्यक्तींचं म्हणणं तुम्ही ऐकून घेता आणि अखेरीस तुम्ही तुमचा स्वतःचा निर्णय घेता.

पैसा, गुंतवणूक आणि व्यवसाय या क्षेत्रांतील इतक्या सगळ्या गोष्टी मी कशा काय शिकलो, असं मला लोक विचारतात, त्या वेळी मी त्यांना हेच उत्तर देतो की, 'माझी टीम मला ते शिकवते.' व्यवसायाविषयीच्या आणि गुंतवणुकीविषयीच्या अनेक गोष्टी मी शाळेबाहेर शिकलो. कारण, माझ्या आयुष्याचा वापर मी खऱ्या आयुष्यातील शाळा म्हणून करतो. शाळेत बसून काल्पनिक समस्या सोडवण्यापेक्षा माझ्या स्वतःच्या समस्या स्वतः सोडवण्यात मला जास्त रुची आहे.

माझ्या टीमचा वापर मी मला शिकवण्यासाठी कसा करून घेतला, त्याचं एक उदाहरण देत आहे : एके दिवशी माझ्या एका वकिलाला मी भेटलो. कर वाचवण्यासाठी सरकारच्या कर्जरोख्यांचा वापर कसा करून घ्यावा हे तो मला सांगण्याचा प्रयत्न करत होता. त्याची स्पष्टीकरणं माझ्या डोक्यावरून जात होती आणि मी आधी कधीही न वापरलेल्या शब्दांनी त्याचं बोलणं भरून गेलं होतं. मला समजत असल्याचं दाखवत त्याचा वेळ वाया घालवण्याऐवजी मी ती बैठक संपवली आणि दुसरी बैठक ठरवली. पुढच्या बैठकीत माझा हिशेबनीस आणि हा वकील किमसोबत आणि माझ्यासोबत बसले. त्या दोघांनी मिळून तो जे काय बोलत होता ते आम्हाला समजण्याजोग्या शब्दांत स्पष्ट करून सांगितलं.

मी आधीच असं म्हटलं होतं की, शब्द ही मेंदूसाठीची साधनं असतात. प्रत्येक व्यवसायात वेगवेगळ्या शब्दांचा वापर केला जातो. उदाहरणार्थ, वकील हिशेबनीसांच्या तुलनेत वेगवेगळ्या शब्दांचा वापर करतात. हे शब्द पूर्णपणे समजून घेण्यात वेळ घालवण्यापेक्षा आणि माझ्यासाठी त्या शब्दांचं भाषांतर करून घेण्यापेक्षा मी त्या शब्दांचा वापर करण्यास समर्थ बनणं आणि त्या शब्दांना माझ्या आयुष्याचा भाग बनवणं मला जास्त चांगलं वाटतं. दुसऱ्या शब्दांत मी वेगवेगळ्या व्यावसायिकांचा वापर भाषांतरकार म्हणून करून घेतो, त्यामुळे त्यांच्या शब्दांचा वापर मी माझ्या आयुष्यात करून घेऊ शकतो. मला जितके जास्त शब्द समजू शकतात आणि मी त्यांचा वापर करू शकतो तितक्या जलद गतीनं मी जास्त पैसा मिळवू शकतो आणि तितकं माझं आर्थिक भवितव्य जास्त चांगलं बनतं.

त्या बैठकीसाठी मला काही शेकडो डॉलर्स मोजावे लागले; पण मला माहिती आहे की, त्यातून मला घातांकीय पद्धतीनं परतावा मिळणार होता. अत्यल्प व्याजदरानं सरकारकडून मी कशा प्रकारे कोट्यवधी डॉलर्स कर्जाऊ मिळवू शकतो, ते मला त्या बैठकीतून समजलं होतं. माझ्या वकिलाकडून आणि माझ्या हिशेबनीसाकडून या विषयावर मिळालेल्या संयुक्त शिक्षणामुळे माझ्या तरफेच्या शक्तीच्या गुणोत्तराला प्रचंड गती मिळणार होती. मी आधी म्हटलं आहे त्याप्रमाणे तुमचं उत्पन्न तुम्ही पगारवाढीच्या किंवा घातांकीय पद्धतीनं वाढवू शकता. माझ्या शब्दसंग्रहात आणि आकलनात गुंतवणूक करून माझ्या संपत्तीत घातांकीय पद्धतीनं वाढ होणार होती.

म्हणून तुमची टीम गोळा करण्यास सुरुवात करा. तुम्हाला भरपूर पगार देऊन टीम तयार करणं परवडणारं नसेल, तर मदत करण्यातून आणि लोकांना मार्गदर्शन करण्यातून आनंद मिळवणाऱ्या निवृत्त व्यक्तींना तुम्ही टीममध्ये घेऊ शकाल. अनेक वेळा अशा लोकांना तुम्हाला फक्त दुपारच्या जेवणाला घेऊन जावं लागतं इतकंच. दुसऱ्यांना मदत करण्यासाठी लोकांना त्यांच्या आयुष्यातील अनुभव सांगायला किती आवडतं ते बघून तुम्हाला आश्चर्य वाटेल. याकरिता तुम्हाला त्यांच्याशी अतिशय आदरपूर्वक वागावं लागतं आणि त्यांचं बोलणं लक्षपूर्वक ऐकून घ्यावं लागतं. बस्स. याहून आणखी काहीही तुम्हाला करावं लागत नाही. महिन्यातून एकदा हे करा आणि मग तुमचं भवितव्य कायमचंच समृद्ध बनेल.

सवय # ३ : तुमच्या संदर्भात आणि माहितीत सातत्यानं वाढ करत राहा

आपण आता औद्योगिक युगात नव्हे, तर माहितीच्या युगात राहत आहोत. माहितीच्या युगात स्टॉक्स, कर्जरोखे, म्युच्युअल फंड, व्यवसाय किंवा रिअल इस्टेट या तुमच्या महानतम मालमत्ता असतात. तुमच्या डोक्यात असलेली माहिती आणि तुमचं माहितीचं युग ही तुमची सगळ्यात मोठी मालमत्ता असते. अनेक लोक त्यांच्या डोक्यात प्राचीन इतिहासाची माहिती असल्यामुळे किंवा आधीच्या काळात योग्य असलेली; पण आताच्या काळात चुकीची ठरणारी उत्तरंच अजूनही डोक्यात असल्यामुळे मागे पडतात. तुम्हाला तरुणपणी निवृत्त होण्याची आणि श्रीमंत होऊन निवृत्त होण्याची इच्छा असेल तर तुम्हाला झपाट्यानं बदलणाऱ्या माहितीच्या जगाबरोबर राहण्याची गरज असते.

अभूतपूर्व संधीच्या युगाकडे आपण निघालो आहोत. हे उद्योजकांचं युग आहे. तुम्हाला फक्त भल्यामोठ्या रकमेची वेतनचिठ्ठी हवी असेल तर इतर लोक अतिश्रीमंत बनत असताना तुम्ही या युगातील संधी गमावून बसाल. तुम्ही कळपाच्या पुढे राहण्याची आणि कळप पाहू शकत नसलेलं भवितव्य पाहण्याची सवय जडवून घ्या, असं मी तुम्हाला सुचवेन.

सवय #४ : मोठे होत राहा

आपण शेअर बाजारात कोट्यवधी डॉलर्स गमावल्याची तक्रार एके दिवशी माझ्या एका मित्रानं माझ्याकडे केली. तो गुंतवणूक करण्याच्या क्षेत्रात नव्यानंच आला होता आणि त्याने स्टॉक विकत घेण्यासाठी कर्ज घेतलं होतं. मात्र बाजार कोसळल्यामुळे त्याच्या

घरासह जवळजवळ सारं काही तो गमावून बसला होता. तो मोठमोठ्यानं आरडाओरडा करत तक्रार करत राहिला आणि अखेरीस शांतपणे बसून राहिला. मी म्हणालो, 'मोठा हो, तू आता मोठा मुलगा आहेस. शेअर बाजार नेहमी सतत चढतच राहील, असं तुला कशामुळे वाटलं होतं?'

माझ्या विधानामुळे तो थांबला नव्हता. तो तसाच पुढे बोलत राहिला होता, 'फेडनं याआधीच व्याजावरचे दर कमी का केले नव्हते? त्यांना ते आताच वाढवावे असं का वाटलं? ही त्यांची आणि माझ्या शेअर बाजाराची चूक आहे आणि मी त्यांच्या चुकीमुळे सारं काही गमावून बसलो. मी एवढा सगळा गेलेला पैसा परत कसा काय मिळवणार आहे? शेअर बाजारातल्या नुकसानीसंदर्भात फेडरल सरकार काहीतरी का करत नाही?'

मी तिथून बाहेर पडलो, त्या वेळीही मी त्याच शब्दांची पुनरुक्ती केली होती : 'मोठा हो.'

श्रीमंत वडिलांनी नेहमीच असं म्हटलं होतं की, 'लोक वयानं वाढतात; पण त्यामुळे ते मोठे होतातच असं नाही. अनेक लोक आई-वडिलांच्या घराचा आश्रय सोडतात आणि कंपनीच्या किंवा सरकारच्या आश्रयाला जातात. दुसऱ्या कोणीतरी आपली काळजी घ्यावी, अशी अनेक जणांची अपेक्षा असते किंवा त्यांच्याकडे असलेल्या हुशारीच्या आणि व्यवहारज्ञानाच्या अभावाला दुसरंच कोणीतरी जबाबदार आहे, असं त्यांना वाटतं म्हणूनच ते नोकरीतील सुरक्षिततेचा किंवा सरकारी अभयारण्यांचा शोध घेतात. खूप मोठ्या प्रमाणातील लोक हमींचा शोध घेण्यात आयुष्य घालवतात आणि नेहमीच आपली काळजी घेण्यासाठी सरोगेट पालकांचा शोध घेत राहतात.' सोशल सिक्युरिटी योजनेखेरीज जगू शकत नसलेले कित्येक लोक मला माहिती आहेत. सोशल सिक्युरिटीचा लाभ गोळा करण्याएवढे ते वयस्करही नसतात; पण तरीही आपल्या भवितव्यासाठी सोशल सिक्युरिटी निधीचा आणि मेडिकेअरचा हिशेब करत राहतात. औद्योगिक युगात या सरकारी सुरक्षितता जाळ्यांची निर्मिती करण्यात आली होती आणि अतिशय गरजू लोकांची सुरक्षितता जाळी म्हणूनच त्यांना निर्माण करण्यात आलं होतं. आज, दुर्दैवानं अनेक लोक आणि अगदी भरपूर शिकलेले आणि गलेलठ्ठ पगार मिळवणारे लोक अजूनही स्वतःची काळजी घेण्यासाठी सरकारला जबाबदार धरत आहेत.

आपण माहितीच्या युगात आहोत आणि आता आपण मोठं आणि आर्थिकदृष्ट्या परिपक्व होण्याची वेळ आली आहे. खरोखरच अतिशय गरज असलेल्या लोकांसाठी असलेल्या सरकारी सुरक्षा नेटवर्कना आणि सामाजिक कार्यक्रमांना सोडून द्या.

मी हायस्कूल सोडून बाहेर पडलो त्या वेळी मला असं वाटलं होतं की, मी आता मोठा झालो आहे आणि मला सगळी उत्तरं माहिती आहेत. आज मी नेहमीच असं म्हणतो की, 'मला जे आज माहिती आहे ते त्या वेळीच माहिती असतं तर बरं झालं असतं.' भूतकाळात केलेल्या अनेक गोष्टी मी त्या वेळी केल्या याचा मला आनंद वाटतो; पण त्या मी आज करणार नाही. वाढणं किंवा मोठं होणं याचा अर्थ आपण मोठे होतो त्या वेळी वेगळ्या प्रकारे गोष्टी करणं असा असतो. तुमच्या आयुष्यातील प्रत्येक दिवशी सातत्यानं त्याच जुन्या गोष्टी करत राहणं याचा अर्थ तुमचा मानसिक आणि भावनिक विकास अनेक

पद्धतींनी खुंटलेला असतो. जग बदलत आहे, जास्त सुसंस्कृतपणानं वाढत आहे आणि म्हणून आपणही तसंच वाढत राहिलं पाहिजे.

बदलत्या जगातील एक पद्धत अशी आहे की, आता या जगात यापुढे नोकरीची सुरक्षितता आणि आर्थिक सुरक्षितता नाही. कंपन्या लोकांना बाहेरच्या थंड, क्रूर जगात ढकलून देत आहेत आणि त्यांना सांगत आहेत की, 'आमच्यासाठी काम करणं तुम्ही एकदा थांबवलं की, मग आमच्याकडून तुमची काळजी घेतली जाण्याची अपेक्षा ठेवू नका.' त्या असंही म्हणत आहेत की, 'तुम्ही एकदा काम करणं थांबवलं की, शेअर बाजारावर अवलंबून राहा, ते जास्त चांगलं असेल;' परंतु तरीही खऱ्या थंड, कठोर जगात शेअर बाजारानं सतत तेजीतच असावं, अशी अपेक्षा बाळगणं ही पोरकट कल्पना आहे. आपल्या दातांच्या काळजीपोटी दंतपरीनं बिल भरावं अशी अपेक्षा बाळगण्याइतकीच ती कल्पनाही मूर्खपणाची आहे. मोठं होणं, वाढणं याचा अर्थ स्वतःची अधिकाधिक जबाबदारी घेणं, स्वतःच्या बाबतीत अधिकाधिक जबाबदार बनणं असा आहे. आपल्या कृती, आपलं सातत्यपूर्ण शिक्षण आणि आपली परिपक्वता यांची जबाबदारी घेणं असा याचा अर्थ आहे. तुम्हाला श्रीमंत बनण्याची आणि आर्थिक भवितव्य सुरक्षित करण्याची इच्छा असेल तर शेअर बाजार चढतात आणि कोसळतात आणि तुमचं संरक्षण करण्यासाठी कोणीही नसतं हे तुम्ही माहिती करून घेतलंच पाहिजे. तुम्ही जितक्या झपाट्यानं मोठे व्हाल आणि सत्य परिस्थितीचा सामना कराल तितक्या जास्त चांगल्या प्रकारे आपण तिला जास्त परिपक्वतेनं तोंड देऊ शकू. माहितीच्या युगात आपल्यापैकी जास्त लोकांनी मोठं झालं पाहिजे आणि जुन्या औद्योगिक युगातील कल्पनांपासून दूर राहून ही वाढ करून घेतली पाहिजे. आपल्या नोकरीच्या सुरक्षिततेसाठी आणि आर्थिक सुरक्षिततेसाठी दुसऱ्या कोणीतरी जबाबदार असावं अशी अपेक्षा बाळगणं ही जुन्या औद्योगिक युगातील कल्पना आहे.

औद्योगिक युग मृत झालं आहे आणि संपुष्टात आलं आहे ही गोष्ट लवकरच स्पष्ट होईल असं मला वाटतं. ज्या वेळी आपण कंगाल झालो आहोत आणि आपली अनेक आर्थिक वचनं पाळण्यास आपण असमर्थ आहोत हे अखेरीस सरकार मान्य करेल त्या वेळी आपल्याला हे समजेल. जर खूपच लोक व्याकूळ झाले आणि त्यांनी त्यांच्या ४०१ (के) योजनांमधून पैसे काढून घेण्यास सुरुवात केली तर शेअर बाजार कोसळेल. अनेक लोक निराश होतील आणि अमेरिका ठार मंदीत जाईल आणि कदाचित नैराश्यानं वेढली जाईल. जर हे झालं तर कोट्यवधी बेबी बूमर्सना आणि त्यांच्या मुलांना अखेरीस आर्थिकदृष्ट्या मोठं व्हावंच लागेल – वाढावं लागेल. वाढणं, मोठं होणं याचा अर्थ तुम्ही कमीत कमी प्रमाणात दुसऱ्यांवर अवलंबून असणं असा असतो. म्हणजेच स्वतःची, स्वतःच्या गरजांची आणि इतरांच्या गरजांची काळजी घेण्यास तुम्ही अधिकाधिक प्रमाणात समर्थ बनणं असा याचा अर्थ असतो. माझ्या दृष्टीनं वाढत राहणं किंवा मोठं होणं ही आयुष्यभर सुरू असणारी प्रक्रिया असते. अनेक लोक अजूनही दुसऱ्या कोणीतरी – म्हणजे त्यांच्याखेरीज इतर कोणीतरी दिलेली नोकरीची सुरक्षितता आणि आर्थिक सुरक्षितता यांचा शोध घेऊन ही प्रक्रिया नाकारतात.

सातत्यानं वाढत राहणं ही महत्त्वाची सवय असते. तुम्हाला तरुणपणी निवृत्त व्हायचं असेल आणि श्रीमंत होऊन निवृत्त व्हायचं असेल तर तुम्हाला बहुतांश लोकांची इच्छा असते, त्याहून अधिक झपाट्यानं मोठं व्हावं लागेल.

सवय # ५ : अधिक अपयशी ठरण्याची इच्छा बाळगा

माझे श्रीमंत वडील आणि गरीब वडील यांच्यातील एक सर्वांत मोठा फरक असा होता की, माझ्या गरीब वडिलांना अपयशी होण्याची इच्छा नव्हती. चुका करणं म्हणजे अपयशी होणं असं त्यांना वाटत होतं. काहीही झालं तरी ते शिक्षक होते. माझ्या गरीब वडिलांना असं वाटत होतं की आयुष्यात फक्त एकच योग्य उत्तर असतं.

माझ्या श्रीमंत वडिलांनी सातत्यानं त्यांना कसलीच माहिती नसलेल्या क्षेत्रात धोका पत्करून मुशाफिरी केली. श्रीमंत वडिलांचा मोठी स्वप्नं बघणं, नवीन गोष्टी करून पाहणं आणि लहान चुका करणं यांवर विश्वास होता. आयुष्याच्या अखेरीस त्यांनी मला असं सांगितलं होतं की, 'तुझ्या वडिलांनी त्यांचं सगळं आयुष्य हे आपल्याला सगळी उत्तरं माहिती आहेत असं ढोंग करण्यात आणि चुका टाळण्यात घालवलं म्हणूनच आयुष्याच्या अखेरीस त्यांनी मोठ्या चुका करणं सुरू केलं.' श्रीमंत वडिलांनी असंही सांगितलं की, 'नवीन गोष्टी करून पाहण्याची इच्छा असणं आणि चुका करत राहणं यामुळे तुम्ही विनयशील राहता. ही या प्रक्रियेतील एक महान गोष्ट असते. उद्धट लोकांपेक्षा नम्र, विनयशील लोक जास्त शिकतात.'

श्रीमंत वडिलांना ज्या व्यवसायाची, उद्योगांची आणि प्रकल्पांची कसलीच माहिती नव्हती, त्यांच्यामध्ये ते शिरत असल्याचं मी अनेक वर्षं पाहत होतो. ते शांतपणे बसत, लक्षपूर्वक ऐकून घेत आणि मग कित्येक तास, अनेक दिवस आणि महिनेही प्रश्न विचारत राहत, त्यामुळे त्यांना गरज असलेलं ज्ञान मिळत असे. त्यांना नेहमीच विनयशील राहण्याची आणि मूर्खपणाचे वाटणारे प्रश्न विचारण्याची इच्छा होती. ते म्हणत, 'तुम्ही हुशार आहात, असं ढोंग करणं ही मूर्खपणाची गोष्ट असते. ज्या वेळी तुम्ही हुशार असल्याचा आव आणता त्या वेळी तुम्ही सर्वोच्च मूर्खपणा करत असता.'

श्रीमंत वडिलांना नेहमीच चुका करण्याची इच्छा होती. त्यांनी चूक केली तर ते नेहमीच क्षमा मागण्यास तयार असत. आपण सदा सर्वकाळ बरोबरच असतो असं दाखवण्याचा ते प्रयत्न करत नव्हते. ते म्हणत, 'शाळेत असताना फक्त एकच उत्तर बरोबर असतं. खऱ्या आयुष्यात नेहमीच एकाहून अधिक योग्य उत्तरं असतात. जर एखाद्याकडे तुमच्याहून जास्त योग्य उत्तर असेल तर ते घ्या. मग तुमच्याकडे दोन योग्य उत्तरं असतील.' ते असंही म्हणत की, 'फक्त एकच योग्य उत्तर असलेल्या लोकांकडे सहसा नेहमीच तीन गोष्टी असतात. पहिली गोष्ट म्हणजे ते नेहमीच वाद घालण्यात तत्पर असतात किंवा स्वतःचा बचाव करण्यास सरसावतात. दुसरी गोष्ट म्हणजे ते नेहमीच अतिशय कंटाळवाणे लोक असतात आणि तिसरी गोष्ट म्हणजे ते नेहमीच कालबाह्य ठरतात, कारण त्यांचं एकदा बरोबर ठरलेलं उत्तर आता चूक ठरलेलं असतं हे पाहण्यात त्यांना अपयश येतं.'

म्हणून श्रीमंत वडिलांचा असा सल्ला होता की, 'मजेत जगा. रोज एखादी धाडसी आणि थोडीशी जोखमीची गोष्ट करा. समजा, तुम्ही अगदी श्रीमंत बनला नाहीत तरी या सवयीमुळे तुमचं आयुष्य रोमांचक बनेल आणि तुम्ही तुमच्या खऱ्या वयापेक्षा किमान काही वर्षांनी तरी जास्त तरुण राहाल.'

दुर्दैवानं, माझ्या गरीब वडिलांनी सगळ्या योग्य गोष्टी करण्यात त्यांचं आयुष्य घालवलं होतं. ते शाळेत गेले होते त्या वेळी त्यांनी योग्य गोष्ट केली होती. त्यांनी शिक्षकाची नोकरी पत्करली, कारण त्यांच्या मनात ती नोकरी करणं ही योग्य गोष्ट होती. त्यांनी कठोर परिश्रम केले आणि नोकरीतील बढतीची ती शिडी ते चढले, कारण ती गोष्ट करणं योग्य होतं. ते त्यांच्या वरिष्ठाच्या विरोधात गेले, कारण सरकारमधील भ्रष्टाचारामुळे ते अस्वस्थ झाले होते आणि अशा वेळी ती गोष्ट करणं योग्य होतं. आयुष्याच्या अखेरीला ते टीव्हीसमोर बसून वीस, वीस तास घालवत होते. ते संतप्त होते कारण त्यांनी सगळ्या योग्य गोष्टी करूनही त्यांची कोणीही दखल घेतली नव्हती. त्यांची पर्वा केली नव्हती. त्यांचे जे सगळे सहकारी चुकीच्या गोष्टी करत होते असं त्यांना वाटत होतं ते त्या वेळी श्रीमंत होते किंवा अधिकारांच्या जागांवर होते, हे पाहून तर ते अतिशय संतप्त झाले होते.

श्रीमंत वडिलांनी मला सांगितलं की, 'काही वेळा तुमच्या आयुष्याच्या सुरुवातीला तुमच्यासाठी जी गोष्ट योग्य असते ती आयुष्याच्या अखेरीला योग्य ठरत नाही. अनेक लोकांना बदलण्याची भीती वाटते किंवा काळाबरोबर ते बदलू शकत नाहीत आणि केवळ म्हणून ते अयशस्वी ठरतात. ते बदलू शकत नाहीत कारण त्यांना आपण चुकीची गोष्ट करू अशी भीती वाटते. काही वेळा बरोबर ठरण्यासाठी आपल्याला सर्वांनाच चुकण्याची गरज असते. आपल्याला सायकल चालवायला शिकायचं असेल तर थोडा वेळा आपल्याला चुका कराव्याच लागतात. बहुतांश लोकांना नेहमीच योग्य किंवा बरोबर असलेल्या गोष्टीच करायच्या असतात; पण त्यांना चूक करण्याची बिलकूल इच्छा नसते आणि फक्त म्हणून ते अपयशी ठरतात. त्यांची अपयशी ठरण्याविषयीची भीतीच त्यांना अपयशी बनवते. त्यांची परिपूर्ण असण्याची गरज त्यांना अपरिपूर्ण बनवते. त्यांची वाईट दिसण्याची भीतीच त्यांना अखेरीस त्यांच्या स्वतःविषयी वाईट वाटून घ्यायला लावते.'

जगाची रचना आपण अपयशी होऊ नये, अशा प्रकारे करण्यात आली आहे, असं श्रीमंत वडिलांना वाटत होतं आणि हेचं त्यांचं गुपित होतं. जगाची रचना आपण जिंकावं अशा प्रकारे करण्यात आली आहे. यातलं आव्हान हेच असतं की, तुम्हाला पहिल्यांदा अपयशी होण्याची इच्छा असली पाहिजे, म्हणजे तुम्ही जिंकू शकता. एकदा तुम्हाला हे गुपित समजलं की तुम्हाला जिंकण्यासाठी हरण्याची आणखी इच्छा होते. श्रीमंत वडील नेहमीच म्हणत होते की, 'जे लोक अपयशी होणं टाळतात, ते यशस्वी होणंही टाळतात. अपयश हा यशाचा अविभाज्य भाग आहे.'

याचा सारांश असा आहे की, माझ्या श्रीमंत वडिलांना रोजच्या रोज कमी प्रमाणात अपयशी होत राहण्याची इच्छा होती. माझ्या गरीब वडिलांना काहीही करून बिलकूल अपयशी न होण्याची इच्छा होती. सवयींमधील या छोट्याशा फरकानं त्यांच्या आयुष्याच्या अखेरीला मोठा फरक निर्माण केला होता.

सवय # ६ : स्वतःचं म्हणणं काळजीपूर्वक ऐका

स्वतःचं म्हणणं काळजीपूर्वक ऐकणं ही ज्या व्यक्तीला तरुणपणी निवृत्त होण्याची आणि श्रीमंत होऊन निवृत्त होण्याची इच्छा असेल तिच्यासाठीची अखेरची आणि सगळ्यात

महत्त्वाची सवय आहे. श्रीमंत वडील नेहमीच असं म्हणत होते की, 'मी स्वतःला जे सांगतो आणि माझा ज्यावर विश्वास असतो, ती माझ्याकडे असलेली सगळ्यात बलशाली शक्ती असते. 'ही सवय म्हणजे तुमचं वास्तव किंवा तुमचा संदर्भ अभिव्यक्त करण्याचा आणखी एक मार्ग आहे. श्रीमंत वडिलांच्या म्हणण्याचा असा अर्थ होता की 'तुमची सगळ्यात बलशाली शक्ती' ही 'तुमचे शब्द साकार होतात' या बायबलमधील संकल्पनेपर्यंत मागे जाते. दुसऱ्या शब्दांत तुम्ही स्वतःला काय सांगता त्याकडे बारकाईनं, काळजीपूर्वक लक्ष द्या, कारण तुम्ही स्वतःला जे सांगत राहता तेच तुम्ही रोज बनत राहता.

श्रीमंत वडील म्हणत असत की, 'आपल्याला काय हवं आहे त्याच्या नेमकेपणापेक्षाही आपल्याला आयुष्यात काय नको आहे यावर पराभूत लोक भरपूर लक्ष केंद्रित करतात. ते हीच वेगळी गोष्ट करतात. ती सवय आहे. पैशाच्या बाबतीतही हीच गोष्ट खरी आहे.'

'त्यामुळे मला गरीब होण्याची इच्छा नाही,' असं सतत म्हणणाऱ्या आणि 'मला श्रीमंत व्हायचं आहे,' असं म्हणणाऱ्या दोन व्यक्तींच्या बाबतीतही नेमका हाच फरक असतो,' मी म्हणालो.

त्यावर मान डोलावत श्रीमंत वडील म्हणाले, 'मला असं दिसतं की, मानवी मन अमुक कर आणि तमुक करू नको या गोष्टी ऐकत नसावं. ते फक्त चर्चेतील महत्त्वाचा भाग, महत्त्वाचा शब्द काय आहे ते ऐकतं – लठ्ठ, निरोगी, गरीब आणि श्रीमंत हे वाक्यातील शब्द ते ऐकतं. जे महत्त्वाचे शब्द असतात ते साकार होतात आणि तुम्ही तसेच बनता.'

'म्हणून ज्या वेळी एखादी व्यक्ती असं म्हणते की, मला पैसे गमवायचे नाहीत, त्या वेळी त्याचं मन मला पैसे गमवायचे आहेत असं ऐकतं का?' मी विचारलं. श्रीमंत वडिलांच्या धड्यातून मला आणखी स्पष्टता हवी होती.

'मला तरी असंच दिसतं,' श्रीमंत वडील म्हणाले.

'म्हणजे अनेक लोकांना जे नको असतं त्या गोष्टी किंवा त्यांच्याकडे ज्या गोष्टी असताच कामा नयेत, अशा गोष्टी ते ते स्वतःशी बोलतात,' मी म्हणालो.

'अगदी बरोबर; पण मी याहूनही जास्त काहीतरी करतो. ती माझी एक सवय आहे,' श्रीमंत वडील म्हणाले.

'म्हणजे तुम्हाला काय हवं असतं त्याहून आणखी काहीतरी वेगळी असलेली गोष्ट?' मी विचारलं.

श्रीमंत वडिलांनी मान डोलावली आणि माझ्या आयुष्यातील सगळ्यात महत्त्वाची सवय मला दिली. ते म्हणाले, 'आपल्याला सगळ्यांना काही वेळा भीती, अनिश्चितता जाणवते आणि शंकाही येतात. माणूसपणाचा तो एक भाग आहे. ज्या वेळी मला असं होतं, अनिश्चितता जाणवते आणि शंका येऊ लागतात, त्या वेळी मी पहिल्यांदा माझ्या विचारांची तपासणी करतो. जर मला वाईट वाटलं किंवा भीती वाटली तर मला हे माहिती असतं की, मला असं वाटावं अशा प्रकारे मी स्वतःला काहीतरी सांगत असतो किंवा तसा विचार करत असतो.'

'अस्सं,' मी म्हणालो, 'मग यानंतरची पायरी काय असते?'

'माझ्या विचारांना किंवा शब्दांना मी मला हव्या असलेल्या शब्दांमध्ये बदलतो,' श्रीमंत वडील म्हणाले. 'उदाहरणार्थ, जर मला काहीतरी गमावण्याची भीती वाटत असेल तर मला कशाची भीती वाटते, त्याऐवजी मला काय हवं आहे आणि मला हवी असलेली गोष्ट मिळवण्यासाठी मी काय केलं पाहिजे ते मी स्वतःला सांगतो. तुझ्या लक्षात आलं असेल, तर या सगळ्या प्रश्नांतून पहिल्यांदा माझ्या वास्तवासमोर नवीन शक्यता आणि वास्तवं खुली होतात.'

मी मान डोलावली आणि म्हणालो, 'नंतर काय होतं?'

'नंतर ती भीतीची भावना निघून जाऊन माझ्या ह्रदयात, छातीत आणि पोटाच्या भागात मला हवी असलेली भावना येईपर्यंत मी शांतपणे बसून राहतो. एकदा मला हवी असलेली भावना निर्माण झाल्याचं मला जाणवलं आणि माझ्या मनात मला हवा असलेला विचार आला की, मी कृती करतो. मी पहिल्यांदा स्वतःची तयारी करतो, त्यानंतर मला नको असलेल्या मानसिक आणि भावनिक जाणिवेऐवजी मला हव्या असलेल्या मानसिक आणि भावनिक जाणिवेच्या योग्य चौकटीत मी शिरतो. त्यानंतर मी कृती करतो.'

या प्रक्रियेचा सारांश असा आहे :

१. तुम्हाला नको असलेले विचार लक्षात घ्या. तुम्हाला हव्या असलेल्या गोष्टींमध्ये तुमच्या विचारांना बदला.
२. तुम्हाला नको असलेल्या भावना लक्षात घ्या. तुम्हाला हव्या असलेल्या भावनांमध्ये त्यांना बदला.
३. कृती करा आणि ती तशीच करत राहा. जर गरज असेल तर तुम्हाला काय नको आहे ते सांगण्याऐवजी तुम्हाला जे हवं आहे ते मिळेपर्यंत त्यात दुरुस्ती करत राहा.

ती गोष्ट आचरणात आणणं

काही वर्षांपूर्वी मी एके रात्री लास वेगासमध्ये होतो. मी फारसा जुगार खेळत नाही; पण त्या वेळी वेळ घालवण्यासाठी मी थोडा वेळ ब्लॅकजॅक खेळायचं ठरवलं. मी जसा त्या टेबलाजवळ पोहोचलो, तसं माझं शरीर हरण्याच्या भीतीनं ताठरल्याचं माझ्या लक्षात आलं. माझं मन मला सांगू लागलं की, तू फक्त २०० डॉलर्सच हरू शकतोस. त्यानंतर तू थांबलंच पाहिजेस.'

तत्काळ मी विचारात बदल घडवून आणला आणि स्वतःला सांगितलं की, 'माझ्याकडे खेळण्यासाठी २०० डॉलर्स आहेत आणि ज्या वेळी मी ५०० डॉलर्स जिंकेन त्या वेळी मी थांबेन.' माझ्याकडे खेळात प्रवेश करण्याची आणि तिथून बाहेर पडण्याची व्यूहरचना तयार होती. त्यानंतर मी टेबलाभोवती बसलो. डीलर्स खेळत असताना मी निरीक्षण करत होतो; पण तोपर्यंत मी एकही पैसा लावला नव्हता. माझ्या मनात खोलवर मला हरण्याची भीती वाटत होती. हरण्याच्या भीतीला मी जिंकण्याच्या भावनेत बदलण्यावर लक्ष केंद्रित केलं. ज्या वेळी माझ्या छातीत, ह्रदयात आणि पोटात मला जेत्याच्या आत्मविश्वासाची जाणीव झाली फक्त त्याच वेळी मी जुगार खेळण्यास सुरुवात केली. पहिले काही हात मी हरलो

असलो तरीही नंतर मी जिंकण्याच्या विचारांवर आणि भावनांवर लक्ष केंद्रित केलं. एका तासानं मी ५०० डॉलर्स घेऊन बाहेर पडलो होतो.

दुसऱ्या रात्री मी पुन्हा लास व्हेगासमध्येच होतो. पुन्हा एकदा मी त्या प्रक्रियेतून गेलो. यातली अडचण अशी होती की, माझ्या विचारांवर आणि माझ्या भावनांवर मी कितीही लक्ष केंद्रित केलं तरी या वेळी मात्र मी जिंकू शकलो नव्हतो. एकदा माझे २०० डॉलर्स गेल्यानंतर मला आणखी पैसे न लावण्यासाठी स्वतःला रोखणं आणि टेबलावरून उठणं यासाठी खूपच कष्टपूर्वक प्रयत्न करावे लागले, कारण त्या वेळी माझ्या पैशांचा पाठपुरावा करण्याची मला प्रबळ इच्छा होती.

मी तिथून उठल्यानंतर मला श्रीमंत वडिलांचे शब्द ऐकू येऊ लागले, 'अगदी उत्तम विचार आणि उत्तम भावना असल्या तरीही काही वेळा तुम्हाला हव्या त्या प्रकारे गोष्टी घडत नाहीत. जेत्याला केव्हा डाव सोडून द्यावा आणि केव्हा तिथून उठून चालू लागावं ते माहिती असतं. हरणं हा जिंकण्याचाच एक भाग असतो हे जेत्याला माहिती असावंच लागतं. फक्त पराभूत व्यक्तीच टेबलाला कायम चिकटून राहते. आपण पराभूत नाही हे सिद्ध करण्यासाठी ती थांबते आणि प्रत्येक गोष्ट गमावून बसते.'

आनंदी नातेसंबंध

तुम्ही कसा विचार करता आणि तुम्हाला काय वाटतं याची प्रक्रिया नातेसंबंधांमध्येही काम करते. माझ्या असं लक्षात आलं की, माझी पत्नी किम हिनं ज्या गोष्टी केल्या नव्हत्या, त्या गोष्टींचा विचार करताना मला विचित्र वाटत होतं आणि तिने केलेल्या सगळ्या विलक्षण गोष्टींचा आणि आम्ही एकत्रितपणे केलेल्या गोष्टींचा विचार करताना माझ्या मनात तिच्याविषयी अतीव प्रेमाची भावना दाटून येत होती.

'यू हॅव लॉस्ट दॅट लव्हिंग फीलिंग' या शीर्षकाचं रायटियस ब्रदर्सचं एक लोकप्रिय गाणं आहे. ज्या वेळी व्यवसायाचा आणि गुंतवणुकीचा प्रश्न येतो, त्या वेळी अनेक लोक ही 'जिंकण्याची भावना गमावून बसलेले असतात.'

विश्वास ठेवणं

सन १९८५ ते १९९४ या कालावधीत किमनं आणि मी आम्हाला जे हवं होतं त्याच्यावर लक्ष केंद्रित केलं होतं. आम्हाला जी भावना जाणवून घ्यायची होती ती जाणवावी म्हणून आम्ही शक्य तितके सगळे प्रयत्न केले होते आणि आम्हाला ज्या प्रकारे जाणीव होणं आवश्यक होतं तशी ती झाल्यानंतर आमची स्वप्नं सत्यात उतरत होती. काही वेळा आम्हाला हव्या होत्या त्या प्रकारे गोष्टी घडून येतही नव्हत्या, पुढे जात नव्हत्या. अशा वेळी आम्हाला काय हवं होतं त्यावर लक्ष केंद्रित करणं आणि आम्हाला ते ज्या प्रकारे हवं होतं त्या प्रकारच्या भावनांची जाणीव करून घेणं यामुळे आम्ही त्या बिकट काळातून पुढे जात राहिलो. तुम्हाला कसं वाटलं पाहिजे याची निवड करून तशा भावना निर्माण करणं आणि तुम्ही काय विचार केला पाहिजे त्याची निवड करून तसा विचार करणं या अत्यंत

महत्त्वाच्या सवयी मला श्रीमंत वडिलांनी शिकवल्या होत्या (आता मला फक्त थंडगार, ग्रीन सॅलड माझ्यासमोर आलं आहे, असा विचार करून ते मिळवता आलं तर किती बरं होईल... असो).

या सवयीतील मुद्दा असा आहे की, ज्या वेळी मला भीती वाटते किंवा माझ्याविषयी शंका वाटते, त्या वेळी मी विचार आणि भावना जाणवून घेण्याच्या या प्रक्रियेतून जातो. माझ्या दृष्टीनं तुमच्या संशयाच्या आणि अनिश्चिततेच्या भावनांना तुमच्या आयुष्यातून पुढे जाण्यास मुभा देण्यापेक्षा ही सवय लावून घेणं जास्त चांगलं असतं. या प्रक्रियेतून नेहमीच मी जिंकेन याची हमी मिळत नसली तरीही ही एक चांगली सवय आहे. ज्या वेळी माझ्या समोर प्रतिकूल परिस्थितींचा ढिगारा साचतो आणि मला पळ काढावा असं वाटतं त्या वेळी या सवयीमुळे मला सहसा नेहमीच जिंकता येतं. एक गोष्ट लक्षात ठेवा की, सगळेच जेते कधी ना कधी हरलेले असतात; परंतु याचा अर्थ त्यांनी पराभूतासारखा विचार केला पाहिजे किंवा पराभूताची भावना बाळगली पाहिजे असा होत नाही.

नायकी म्हणतो त्याप्रमाणे 'हे फक्त करा.' आयुष्यात असं दिसून येतं की, जेते त्यांना हव्या असलेल्या गोष्टीवर लक्ष केंद्रित करतात. पराभूत त्यांना जे नको असतं त्यावर लक्ष केंद्रित करतात म्हणूनच नियमितपणे स्वतःचं म्हणणं ऐकण्याची सवय लावून घेणं ही महत्त्वाची बाब असते. जेते ज्या वेळी ते अगदी जिंकत नसतात, त्या वेळीही आपल्या जिंकण्याच्या भावना आणि जेतेपणाचे विचार तसेच राखतात आणि ही सवय अतिशय महत्त्वाची आहे.

तुम्ही या सवयी अंगी बाणवू शकता का?

पुढे जाण्यापूर्वी या मूलभूत सवयी मला अतिशय महत्त्वाच्या वाटतात यावर भर देण्याची आवश्यकता आहे. या सवयी सोप्या आहेत आणि १८ वर्षांहून जास्त वय असलेली कोणतीही व्यक्ती त्या लावून घेऊ शकेल; पण त्या सोप्या असल्या तरीही मला वाटतं की, फक्त थोडेच जण त्या अंगी बाणवतील.

जर तुम्ही या साध्या सवयींना आयुष्यभराच्या सवयी बनवलं तर पुढच्या प्रकरणांमध्ये देण्यात आलेल्या कृतीच्या पायऱ्या तुमच्यासाठी सोप्या बनतील आणि तुम्ही स्वप्नातही कधी कल्पना केली नसेल इतकं तुम्हाला जास्त श्रीमंत बनवतील. श्रीमंत वडिलांनी म्हटलं होतं की, 'तीन लहान डुकरांच्या कथेत नीतीकथेहून आणखीही बराचसा अर्थ आहे. ही कथा सत्यांनी भरलेली आहे. तुम्हाला विटांचं घर बांधायचं असेल, तर तुम्हाला चांगल्या सवयी असण्याची गरज असते. चांगल्या सवयी या श्रीमंत बनण्याच्या विटा असतात.'

प्रकरण पंधरा

तुमच्या पैशाची तरफेची शक्ती

कोण कठोर परिश्रम करत आहे – तुम्ही की तुमचा पैसा?

बारा मार्च २००१ रोजी आर्थिक विषयावरच्या टीव्ही वाहिन्या या शेअर बाजार कोसळल्याविषयी आरडाओरडा करत होत्या. त्याच्या फक्त एकच वर्ष आधी नास्डॅक शेअर बाजार त्याआधी कधीही चढला नव्हता इतका म्हणजे ५०४८.६२.पर्यंत चढला होता. १२ मार्च २००१ रोजी नास्डॅक १९२३वर होता म्हणजे एका वर्षात सुमारे ६२ टक्के घसरण झाली होती. त्या एका दिवसात भागधारकांनी सर्व देवाणघेवाणीच्या व्यवहारांमध्ये मिळून ५५४ अब्ज डॉलर्स गमावले होते. अर्थातच अनेक लोक चिंताग्रस्त बनले होते. घाबरले होते किंवा संतप्त झाले होते.

एका वृत्तवाहिनीच्या समालोचकानं जे काही म्हटलं होतं त्याविषयी मला नंतर बरीच वर्षं चिंता वाटत राहिली होती. तो म्हणाला होता, 'बाजार या कोसळलेल्या अवस्थेत असताना अनेक श्रीमंत गुंतवणूकदार जास्तच श्रीमंत बनत चालले आहेत. ते श्रीमंत बनत आहेत कारण ते बाजारात प्रवेश करत आहेत आणि त्याच्यातून बाहेर पडत आहेत. ज्यांची निवृत्तियोजना पूर्णपणे बुडली त्या कर्मचाऱ्यांविषयी मला वाईट वाटतं. त्यांनी त्यांचा निवृत्तीसाठीचा पैसा बाजारात गुंतवला होता. कारण, त्यांना तसं करणं भागच होतं.'

किमही तो कार्यक्रम पाहत होती आणि त्या समालोचकाचं बोलणं ऐकत होती. किम म्हणाली, 'तुमची निवृत्तियोजना बुडाल्याचं पाहणं ही गोष्ट तुमचं घर जळत असल्याचं पाहण्यासारखीच असली पाहिजे, ती गोष्ट आग विझवण्यासाठी पाण्याची नळी मिळवण्यासारखी नक्कीच नसते.'

रिच डॅड्स गाइड टू इन्व्हेस्टिंगमध्ये मी असं लिहिलं होतं की, गरीब आणि मध्यमवर्गीय लोक म्युच्युअल फंडांमध्ये गुंतवणूक करतात आणि श्रीमंत लोक हेज फंडांमध्ये गुंतवणूक करतात. अनेक लोक असा दावा करतात की, हेज फंड अतिशय जोखमीचे असतात; पण मला त्यांचं हे म्हणणं अमान्य आहे. मला असं वाटतं की म्युच्युअल फंड खूपच जास्त जोखमीचे असतात, कारण बहुतांश म्युच्युअल फंड शेअर बाजार चढलेला असतो

फक्त त्याच वेळी चांगली कामगिरी करतात; पण निदान काही हेज फंडांच्या बाबतीत तुम्ही बाजार चढलेला आणि घसरलेला अशा दोन्ही अवस्थांमध्ये असतानाही पैसा मिळवू शकता. दीर्घ कालावधीत कोणता पर्याय जास्त जोखमीचा आहे असं तुम्हाला वाटतं? तुम्ही निवृत्त होण्याच्या तयारीत असतानाच तुम्हाला तुमचा निवृत्तीनंतरचा निधी निम्म्यावर आल्याचं आढळलं तर कसं वाटेल? तुमच्याकडे निदान आगीसाठी विमा तरी असतो, तुम्ही जळलेलं घर पुन्हा एखाद्या वर्षाच्या आत बांधू तरी शकता. मात्र अनेक लोकांच्या आयुष्यात उशीरा निवृत्तीसाठीचा निधी कमी झाला तर त्याची पुनर्उभारणी करण्यासाठी त्यांच्याकडे पुरेसा वेळच नसतो.

तुमचा पैसा तसाच निष्क्रियपणे पडून आहे का?

लोक आयुष्यभर इतकं कष्टानं काम करत राहतात त्यामागचं एक कारण असं आहे की, त्यांना त्यांच्या पैशापेक्षा जास्त खडतर काम करण्यास शिकवलेलं असतं. ज्या वेळी बहुतांश लोक गुंतवणुकीचा विचार करतात, त्या वेळी अनेक लोक कठोर परिश्रम करत जगत असताना त्यांचा पैसा एक तर बचत खात्यात ठेवून देतात किंवा निवृत्तीविषयक खात्यात ठेवतात. ते काम करत असताना त्यांना त्यांचा पैसाही काम करत आहे, असं वाटतं. नंतर ज्या वेळी आर्थिक आपत्तीसारखी एखादी गोष्ट त्यांच्या समोर उभी ठाकते, त्या वेळी त्यांचा पडून राहिलेला पैसा मोठ्या प्रमाणात वापरला जातो आणि नंतर बहुतांश लोकांकडे आर्थिक आपत्तीपासून संरक्षण देणारा विमा नसतोच.

श्रीमंत वडील म्हणत होते की, 'बहुतांश लोक गवताच्या काड्यांपासून आर्थिक घरांची उभारणी करण्यात आयुष्यं खर्ची घालतात. अशी घरं वारा, पाऊस, अग्नी आणि मोठ्या, वाईट लांडग्यांना बळी पडणारी असतात.'

म्हणूनच श्रीमंत वडिलांनी त्यांच्या मुलाला आणि मला पैसा कसा खेळता ठेवायचा ते शिकवलं होतं. हा मुद्दा आणखी स्पष्ट करण्यासाठी एके दिवशी आम्ही निवासी सहलीसाठी गेलो असताना त्यांनी माईकला आणि मला शेकोटीच्या भडकत्या ज्वाळांवरून पुनःपुन्हा उड्या मारायला सांगितलं. ते म्हणाले, 'तुम्ही हलत राहिलात तर अगदी आगसुद्धा तुम्हाला दुखवू शकत नाही. तुम्ही आगीत उडी मारली नसली आणि तुम्ही फक्त आगीजवळ उभे राहिला असलात तरीही तुम्हाला तिची झळ लागते.' त्या दिवशी सकाळी मी शेअर बाजार जास्तीत जास्त खाली, खाली घसरत चालल्याचं बघितलं, त्या वेळी मला श्रीमंत वडील ती कथा सांगत असल्याचं ऐकू येत होतं. आपला पैसा गुंतवला गेल्यामुळे अगदी स्तब्धपणे उभे राहिलेल्या लोकांना त्याची धग जाणवत होती. तुम्हाला तरुणपणी निवृत्त व्हायचं असेल आणि श्रीमंत होऊन निवृत्त व्हायचं असेल तर तुम्हाला अधिक कष्टानं आणि अधिक जलद गतीनं काम करण्याची गरज असते. तुमच्या पैशानंही तेच करण्याची गरज असते. तुमच्या पैशाला एकाच जागी पडून राहण्यासाठी तसाच सोडून देणं ही गोष्ट शरद ऋतूत वाळलेल्या पानांचा ढिगारा पाहत राहणं आणि एखादी ठिणगी पडून तो पेटला जाईल याची वाट पाहत बसण्यासारखं असतं.

तुमचा पैसा किती जलद गतीनं काम करतो?

किमनं आणि मी लवकर निवृत्ती पत्करली त्यामागे आणखी एक कारण होतं. आम्हाला आमचा पैसा खेळता ठेवायचा होता. श्रीमंत वडील नेहमीच या संकल्पनेचा संदर्भ देत आणि तिला पैशाचा वेग असं म्हणत. त्यांनी असं म्हटलं होतं की, 'तुमचा पैसा हरहुन्नरी पर्यवेक्षकासारखा असला पाहिजे. दुसऱ्या शब्दांत तो शब्दशः पक्षी पकडणाऱ्या कुत्र्यासारखा असला पाहिजे. असा कुत्रा तुम्हाला पक्षी शोधायला मदत करतो, पक्ष्याला पकडायला मदत करतो आणि नंतर बाहेर जाऊन तुम्हाला आणखी एक पक्षी मिळवून देतो. बहुतांश लोकांचा पैसा हा फक्त उडून जाणाऱ्या पक्ष्यासारखा काम करतो.' तुम्हाला तरुणपणी निवृत्त व्हायचं असेल आणि श्रीमंत होऊन निवृत्त व्हायचं असेल तर तुमचा पैसा पक्षी पकडणाऱ्या कुत्र्यासारखा वागला पाहिजे. तो रोज बाहेर गेला पाहिजे आणि जास्तीत जास्त मालमत्ता घेऊन घरी परतला पाहिजे.

आज अनेक आर्थिक नियोजनकर्ते आणि म्युच्युअल फंडांचे व्यवस्थापक सर्वसामान्य गुंतवणूकदाराला असं सांगतात की, 'तुम्ही आम्हाला फक्त तुमचा पैसा द्या, आम्ही त्याला काम करायला लावू.' बहुतांश गुंतवणूकदार माना डोलावतात आणि याच मंत्राची पुनरुक्ती करतात. 'दीर्घकाळासाठी गुंतवणूक करा, पैसा तसाच गुंतवून ठेवा आणि गुंतवणुकीत वैविध्य राखा.' त्यांचा पैसा तसाच तिथे तात्पुरता मुक्काम करून बसून राहतो आणि ते पुन्हा कामावर जातात. बहुतांश गुंतवणूकदारांना हीच कल्पना चांगली वाटते, कारण त्यांना आपल्या पैशाला कसं कामाला लावावं, याविषयी शिकण्यात कसलंच स्वारस्य नसतं. ते आपल्या पैशापेक्षाही स्वतः जास्त कष्ट करायला प्राधान्य देत असावेत असं वाटतं. सर्वसामान्य गुंतवणूकदारांच्या या योजनांमधील समस्या अशी असते की, या योजना म्हणजे गुंतवणुकीच्या उत्पादक व्यूहरचना असतातच असं नाही किंवा त्या अधिक सुरक्षित असतात असंही नाही.

तरुणपणी निवृत्त होण्यासाठी किमनं आणि मी निवृत्ती योजनेत एकही पैसा ठेवला नव्हता. आम्हाला हे माहिती होतं की, जास्तीत जास्त मालमत्ता मिळवण्यासाठी आम्हाला आमच्या पैशाला कठोर परिश्रम करायला लावावंच लागणार होतं. एकदा आमच्या पैशानं मालमत्ता संपादित केली की, त्या पैशाला आम्ही लवकरच त्या मालमत्तेतून बाहेर पडून पुन्हा काम करायला आणि नवीन मालमत्ता मिळवायला लावत होतो. आमचा पैसा खेळता ठेवण्यासाठी आणि जास्तीत जास्त मालमत्ता संपादित करण्यासाठी आम्ही वापरलेली व्यूहरचना जवळजवळ प्रत्येक जण वापरू शकतो. मी वचन दिलं आहे त्याप्रमाणे, श्रीमंत बनण्यासाठी जवळजवळ प्रत्येक जण करू शकत असलेल्या गोष्टींची यादी मी या पुस्तकात देण्यात येणार आहे.

पैसा खेळता ठेवा

भाड्यानं देण्याजोगी मालमत्ता विकत घ्यायची आणि एका किंवा दोन वर्षांत आमचं स्वतःचंच डाऊन पेमेंट उसनं घेऊन भाड्यानं देण्याजोगी दुसरी मालमत्ता विकत घ्यायची ही आमचा पैसा खेळता ठेवण्यासाठी आम्ही वापरलेली आणखी एक व्यूहरचना होती. पैशाचा

वापर पक्षी पकडणाऱ्या कुत्र्यासारखा करण्याचा श्रीमंत वडिलांचा सल्ला आम्ही आचरणात आणत होतो. सर्वसामान्य व्यक्ती याला होम -इक्विटी लोन किंवा गृह-समभाग कर्ज म्हणतो. काही लोक यालाच क्रेडिट कार्डाचं कर्ज फेडण्यासाठी बिल कन्सोलिडेशन लोन म्हणतात. तुमच्या लक्षात आलंच असावं की, मी आणि किमनं गुंतवणुकी खरेदी करण्यासाठी पैसे कर्जाऊ घेतले होते. सर्वसामान्य लोक वाईट कर्जाच्या परतफेडीसाठी कर्जाऊ भांडवलाचा वापर करतात. हे पक्षी खिडकीतून बाहेर उडून जात असल्याचं उदाहरण आहे. हीसुद्धा पैशाला मिळालेली गतीच असली तरी ती तुमच्यासाठी मालमत्ता खरेदी करण्याऐवजी पैसा तुमच्यापासून दूर जाण्यासाठी त्याला देण्यात आलेली गती असते.

साधं उदाहरण

आम्ही कशा प्रकारे गुंतवणूक केली आणि नंतर दुसऱ्या मालमत्तांमध्ये गुंतवणूक करण्यासाठी कसं कर्ज घेतलं त्याचं उदाहरण पुढे देत आहे. सन १९९०मध्ये किमला आणि मला ऑरेगॉनमधील पोर्टलँडमध्ये एका सुंदर शेजारात एक घर विक्रीसाठी उपलब्ध असल्याचं आढळलं. त्याच्या मालकाला ९५,००० डॉलर्स हवे होते; पण ते घर विकलं जात नव्हतं. अर्थकारण वाईट प्रकारे चाललं होतं, लोकांकडे पैशाची कमतरता होती आणि बाजारपेठेत अनेक घरं होती. आम्ही आधीच प्रस्ताव ठेवायला हवा होता; पण हे घर तरीही आमच्या गुंतवणुकीच्या योजनेत चपखल बसत नव्हतं. ते खूपच महागडं होतं आणि भाड्याच्या दीर्घकालीन मालमत्तेचा विचार करता ते खूपच छानही होतं. जर हे घर सॅन फ्रान्सिस्कोमध्ये असतं तर त्याची किंमत ४,५०,००० डॉलर्स असती, तरीही आम्ही ती मालमत्ता पाहिली, कारण तिचं खूप मोठं मूल्य असल्याचं आणि तिच्यात भरपूर क्षमता असल्याचं आम्हाला दिसत होतं.

विमानतळाकडे जाता-येताना आम्ही त्या घरावरून जात होतो आणि अद्याप ते विकलं गेलं नसल्याचं आम्हाला दिसत होतं. सुमारे सहा महिन्यांनंतर आम्ही अखेरीस त्या घराचा दरवाजा ठोठावला आणि आमच्या लक्षात आलं की त्या घराच्या विक्रीच्या संदर्भात तो मालक अतिशय चिंताक्रांत होता आणि आमचा कुठलाही प्रस्ताव स्वीकारण्यास तयार होता. त्याला ५६,००० डॉलर्सचं कर्ज फेडायचं होतं, त्यामुळे मी त्याला ६०,००० डॉलर्सचा प्रस्ताव दिला आणि अखेरीस ६६,००० डॉलर्सवर तडजोड झाली. मी त्याला १०,००० डॉलर्स दिले आणि त्याचं उर्वरित कर्ज आमच्या नावावर करून घेतलं. महिन्यानंतर मालकानं आणि त्याच्या कुटुंबानं घर सोडलं आणि ते आपलं घर विकलं गेल्याच्या आनंदात कॅलिफोर्नियाला गेले. त्यांना फारसा पैसा मिळवता आला नव्हता आणि त्यांचा फारसा तोटाही झाला नव्हता. ते घर तत्काळ भाड्यानं गेलं आणि आम्हाला कर्ज व खर्च वजा जाता ७५ डॉलर्स मासिक सकारात्मक रोख पैशाचा प्रवाह (कॅशफ्लो) मिळवणं शक्य झालं. त्यानंतर सुमारे दोन वर्षांनी घरांची बाजारपेठ वधारली आणि आमच्यासमोर अनेक लोकांनी ते घर विकत घेण्याचे प्रस्ताव ठेवले. त्यापैकी ८६,००० डॉलर्सचा प्रस्ताव अगदी सर्वोत्तम होता. तो अगदी भुरळ पाडणारा प्रस्ताव असला तरीही किमनं आणि मी तो स्वीकारला नाही. आम्ही ते घर विकलं असतं तर आम्हाला आमच्या डाऊन पेमेंटवरचा

किमान वार्षिक शंभर टक्के परतावा मिळाला असता हे आमच्या लक्षात आलं होतं. पुढील आकडेवारीवरून हे स्पष्ट होतं.

८६,०००	डॉलर्स प्रस्ताव
– ६६,०००	डॉलर्स खरेदीची किंमत
२०,००० डॉलर्स =	लाभ

१०,००० डाऊन पेमेंटपासून दोन वर्षांत सुमारे २०० टक्के लाभ म्हणजेच वार्षिक १०० टक्के रोख पैशावरचा – रोख पैशातील परतावा (मी 'सुमारे' म्हटलं आहे, कारण या व्यवहारात इतर खर्चांचाही समावेश झाला असता आणि हिशेबात त्याचा संयुक्तपणे विचार करता आला नसता).

शंभर टक्के परतावा ही आकर्षक बाब असली तरीही आम्ही ते घर विकलं नाही. ते घर अतिशय सुंदर शेजारात होतं आणि आगामी तीन ते पाच वर्षांत त्याची किंमत अखेरीस १,५०,००० डॉलर्सपर्यंत पोहोचली असती असं आम्हाला वाटलं होतं. ते घर विकण्याऐवजी आम्ही आणखी घरं खरेदी करण्यास सुरुवात केली. कारण, आता बाजार पुन्हा चढू लागला होता आणि आम्हाला भाड्यापोटी मिळणारं उत्पन्नही वाढू लागलं होतं.

बाजाराच्या भक्कम परिस्थितींचा विचार करता किमनं आणि मी गृह–समभाग कर्जासाठी अर्ज केला. आता ५५,००० डॉलर्सहून कमी कर्ज उरलं होतं आणि एकूण मूल्यांकन सुमारे ९५,००० डॉलर्स होत होतं. त्यापैकी सुमारे ७०,००० डॉलर्स कर्ज भाड्यातून जात होतं म्हणून आम्ही कर्जाचं नूतनीकरण करायचं ठरवलं. आम्ही कमी दरानं पुन्हा एकदा कर्ज घेतलं आणि त्यामुळे आमच्या खिशात सुमारे १५,००० डॉलर्स पडले. आमचा सुरुवातीचा पैसा आम्हाला परत मिळाला होताच, शिवाय आता आमच्याकडे मालमत्ताही होती. कुत्र्यानं पक्षी मिळवला होता आणि आता आम्ही आणखी एका पक्ष्याच्या शोधात बाहेर पडलो होतो. सगळ्यात महत्त्वाची गोष्ट म्हणजे आता १५,००० डॉलर्स ही कुत्र्याची किंमत होती.

काही महिन्यांत शेकडो मालमत्ता पाहिल्यानंतर आम्हाला एक नवीन लक्ष्य सापडलं. त्याच शेजारात आणखी एक खूपच सुंदर घर होतं. मालकानं त्या घरात त्याच्या मुलांना बरीच वर्षं भाडं न घेता राहू दिल्यामुळे ते घर फारशा चांगल्या स्थितीत असल्याचं दिसत नव्हतं. त्याने सांगितलेली किंमत ९८,००० डॉलर्सची होती. अनेक प्रस्ताव–प्रति प्रस्तावांनंतर आम्ही ते ७२,००० डॉलर्सना खरेदी केलं. त्याच्या डागडुजीसाठी आणि रंगासाठी सुमारे ४,००० डॉलर्सचा खर्च केला आणि ते भाड्यानं देऊ केलं.

सन १९९४मध्ये उशिरा आम्ही ही दोन्ही घरे फक्त प्रत्येकी १,५०,००० डॉलर्सहून कमी किमतीला विकली आणि त्या पैशातून ॲरिझोनातील मोठं अपार्टमेंट खरेदी केलं. ॲरिझोनामध्ये तोपर्यंत घरांच्या बाजारातील किमती घसरलेल्याच होत्या.

आमचा पैसा खेळता ठेवण्याखेरीज यातून मिळालेले आणखीही बरेच धडे आहेत. मी त्यांच्याकडे तुमचं लक्ष वेधू इच्छितो.

१. बाजार घसरलेला असल्यामुळे आम्ही चांगल्या प्रकारे व्यवहार करून नफा कमवू शकलो. बाजार घसरल्यामुळे आम्हाला सुजाण गुंतवणुकीसाठी घरांचा शोध घेण्यास आणि वाटाघाटी करण्यास वेळ मिळाला. जर बाजार चढलेला असतो, तर आम्हाला शोध घेण्यासाठी आणखी कष्ट घ्यावे लागले असते आणि आणखी दक्षही राहावं लागलं असतं.

२. गुंतवणुकी उद्या नव्हे, तर आजच अर्थपूर्ण असल्या पाहिजेत. मी हे म्हणतो कारण अनेक लोक मालमत्ता खरेदी करतात, काही दिवस त्या तशाच ठेवतात आणि व्यूहरचनांची आखणी करतात. श्रीमंत वडील नेहमीच असं म्हणत की, 'तुम्ही विक्री करता त्या वेळी नव्हे, तर ज्या वेळी खरेदी करता त्याच वेळी तुम्ही नफा कमावलेला असतो.' आम्ही खरेदी करत असलेल्या प्रत्येक मालमत्तेकडून आम्हाला अगदी पहिल्या दिवसापासून सकारात्मक कॅशफ्लो मिळालाच पाहिजे आणि अर्थकारण अगदी वाईट अवस्थेत असतानाही आम्हाला सकारात्मक कॅशफ्लो मिळत राहिला पाहिजे, असं आम्ही पाहतो. बाजार वधारला नसला तरीही यामुळेच अशा गुंतवणुकीतून किम आणि मी आनंदी असतो.

३. प्रत्येक गुंतवणूकदाराकडे बाजारात प्रवेश करण्याआधी त्याच्यातून बाहेर पडण्याची व्यूहरचना असली पाहिजे. ही नवीन प्रकारची बाजारपेठ असल्यामुळे ती जरी रिअल इस्टेटमधली गुंतवणूक असली तरीही ही वेगळ्या प्रकारची रिअल इस्टेट गुंतवणूक होती. या फरकामुळे आम्ही पुन्हा एकदा सुरुवात करण्याची गरज निर्माण झाली. पुन्हा एकदा संशोधन करणं आणि वेगळ्या प्रकारच्या प्रवेशाच्या व बाहेर पडण्याच्या व्यूहरचना आखण्याची गरज निर्माण झाली.

४. आज त्या दोन्ही घरांची कदाचित खूपच जास्त पैशांना विक्री होऊ शकेल. आम्ही ती विकली. कारण, आम्हाला पुढच्या खरेदीसाठी काही पैसे हवे होते. तोपर्यंत घसरलेल्या आणि जवळजवळ चढण्याच्या अवस्थेत असलेल्या बाजाराचा फायदा घ्यायचा होता आणि आमचा गुंतवणूक पोर्टफोलिओही बदलला होता. आम्ही एका कुटुंबासाठीची घरे जास्त काळ ताब्यात ठेवली नव्हती. पुन्हा एकदा तरफेची जास्त शक्ती मिळवण्यासाठी आम्ही आता जास्तीत जास्त मोठमोठ्या अपार्टमेंट घरांकडे हळूहळू वळत चाललो होतो.

५. इन्व्हेस्टर (गुंतवणूकदार) आणि ट्रेडर यांच्यातील फरक ओळखा. मालमत्तांच्या कॅशफ्लोसाठी आपल्याला मालमत्ता विकत घेण्याची आणि त्या ताब्यात ठेवण्याची इच्छा असते, त्या वेळी आपण गुंतवणूकदार असतो. ज्या वेळी आपल्याला प्रवेश करण्याची आणि बाहेर पडण्याची आपली व्यूहरचना माहिती असते, त्या वेळी आपण ट्रेडर असतो. दुसऱ्या शब्दांत आपण ताब्यात ठेवण्यासाठी विकत घेतो आणि ट्रेडर विकण्यासाठी विकत घेतो. तुम्हाला श्रीमंत होऊन निवृत्त व्हायचं असेल तर तुम्हाला या दोन गोष्टी कशा भिन्न आहेत आणि त्या दोन्ही कशा कराव्यात हे माहिती असलं पाहिजे.

माझ्या मते अलीकडे बाजार कोसळल्याच्या वेळी अनेक लोक पैसा गमवून बसले त्यामागे असलेल्या अनेक कारणांपैकी एक कारण असं होतं की, त्यांना आपण गुंतवणूकदार आहोत असं वाटत होतं; पण ते प्रत्यक्षात ट्रेडर होते. शब्दांच्या व्याख्या माहिती असण्याचं महत्त्व यामधून आणखी स्पष्ट होतं.

६. किम आणि मी दीर्घ मुदतीसाठी गुंतवणूक करतो; पण आमच्या दृष्टीनं दीर्घ काळ गुंतवणूक करणं याचा अर्थ- प्रत्यक्षात एका मोठ्या ढिगाऱ्यात आपला पैसा सोडून देऊन तो अडकवून ठेवणं असा होत नाही. म्युच्युअल फंडाप्रमाणे एखाद्या पर्यायात गुंतवणूक करणं म्हणजे आपला पैसा विविध पर्यायांमध्ये गुंतवला जात आहे, असं समजून या साचलेल्या ढिगाऱ्यावर कधीच ठिणगी पडणार नाही किंवा वारा वाहून तो उडून जाणार नाही असं गृहीत धरणं असतं; पण गुंतवणूक करणं याचा असा अर्थ असतो असं आम्हाला वाटत नाही. आमच्या दृष्टीनं गुंतवणूक करणं याचा अर्थ आमच्या आयुष्यातील प्रत्येक दिवशी बाजारात प्रवेश करणं, अधिक माहिती गोळा करणं, खऱ्या आयुष्याचा अधिकाधिक अनुभव मिळवणं आणि अग्नीवरून आमचा पैसा खेळता ठेवणं असा आहे. आम्ही खरेदी करून, काही काळ मालमत्ता ताब्यात ठेवून ती विकण्याची व्यूहरचना आखत नाही. अनेक लोकांच्या दृष्टीनं दीर्घकालीन याचा असाच अर्थ असला तरीही आम्ही तसं करत नाही.

'मला माझा पैसा परत हवा आहे'

बहुतेक ग्राहकांना हे माहिती असतं की, त्यांनी नुकताच विकत घेतलेला माल त्यांना आवडला नाही तर तो परत करून ते त्यांचा पैसा परत मिळवू शकतात. बहुतेक सुज्ञ किरकोळ विक्रेते ग्राहकांचं समाधान न झाल्यास पैसा परत देण्याचा प्रस्ताव देतात. आपला पैसा परत मिळवण्यासाठी तुम्हाला पहिल्यांदा त्या उत्पादनाची खरेदी करावी लागते. तुम्ही जर सुसंस्कृत गुंतवणूकदार असाल तर तुम्हाला पैसा परत हवा असतो आणि तुम्हाला ती मालमत्ताही तुमच्याजवळच ठेवून घ्यायची असते म्हणूनच मला गुंतवणूक करायला आवडतं. मी जे खरेदी केलेलं असतं ते मला आपल्याजवळ ठेवून घेता येतं आणि शिवाय माझे पैसेही मला परत मिळतात म्हणूनच श्रीमंत वडिलांनी म्हटलं होतं की, 'मला माझा पैसा परत हवा आहे; पण त्याबरोबरच मला माझी गुंतवणूकही माझ्या जवळच ठेवून घ्यायची आहे, ही खऱ्या गुंतवणूकदारानं सांगण्याची गरज असलेली एक गोष्ट असते.'

तुम्हाला गुंतवणुकीचं हे तत्त्व माहिती असलं तर तुम्हाला पैशाचा वेग म्हणजे काय ते समजेल. त्याचा असा अर्थ आहे की, दुसऱ्या मालमत्ता संपादित करण्याकरिता पुनर्गुंतवणूक करण्यासाठी तुम्हाला शक्य तितक्या लवकर तुमचा पैसा परत हवा असतो.

तुमच्या पैशाला गती देण्याचे एकाहून अनेक मार्ग

पैशाची गती ही कल्पना फक्त रिअल इस्टेटलाच लागू पडत नाही. पैशाच्या गतीची कल्पना हे खरोखरच श्रीमंतांचं एक तत्त्व किंवा मानसिक साधन आहे. तुम्हाला एकदा हे तत्त्व

समजलं की, तुम्हाला ते तुम्ही करत असलेल्या प्रत्येक गोष्टीला लागू करता यावं असं वाटतं. पैशाचा वेग हा तरफेच्या शक्तीचा महत्त्वाचा पैलू आहे.

करविषयक कायद्यांची माहिती घेणं आणि त्यांचा व्यावसायिक किंवा औद्योगिक गोष्टींसाठी वापर करून घेणं हा पैशाचा वेग वाढवण्याच आणखी एक मार्ग आहे. उदाहरणार्थ, असं समजू या की, एखाद्याच्या मालकीचा एक व्यवसाय आहे आणि रिअल इस्टेटमध्ये गुंतवणूक करणाऱ्या दुसऱ्या व्यवसायाचा काही भागही त्याच्या मालकीचा आहे. याची आकृती आणि स्पष्टीकरण पुढीलप्रमाणे दिसेल.

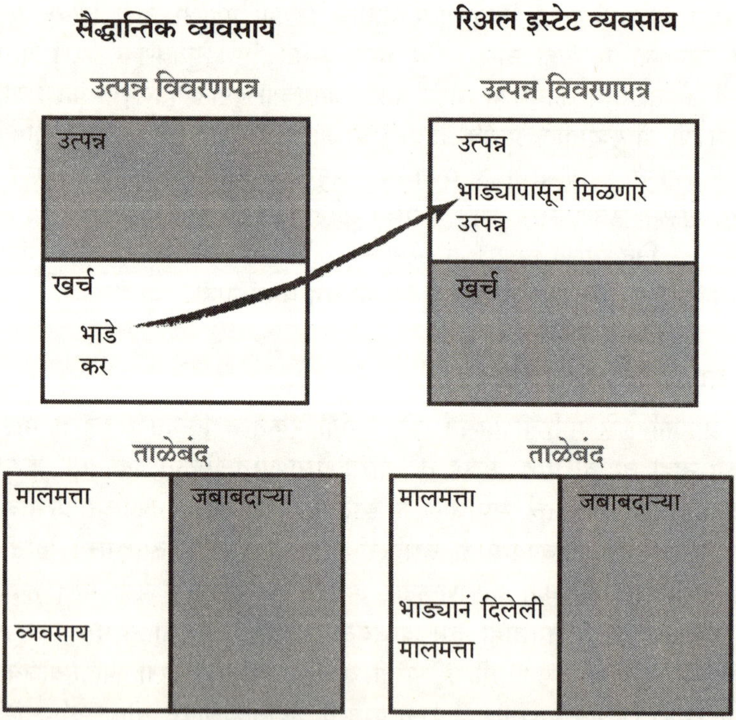

सैद्धान्तिक कंपनीचा भाडेखर्च हा रिअल इस्टेट कंपनीच्या भाड्याच्या उत्पन्नाकडे वाहतो. ही गोष्ट महत्त्वाची आहे. कारण, व्यवसायावर खर्चानंतर कर आकारला जातो, तर व्यक्तीवर खर्चाच्या आधी कर आकारणी केली जाते म्हणून घर भाड्यानं देणारी व्यक्ती करपश्चात डॉलर्समधून त्या घरासाठी पैसा भरते; पण व्यवसाय करपूर्व डॉलरमधून पैसा भरू शकतो. हे भाड्याचं उत्पन्न दुसऱ्या औद्योगिक कंपनीकडे जातं; पण या उत्पन्नाची आता सर्वसामान्य उत्पन्नाऐवजी सकारात्मक उत्पन्न म्हणून वर्गवारी केली जाते (याला एक अपवाद आहे. ज्या वेळी दोन्ही कंपन्यांची समान मालकी असते, त्या वेळी या उत्पन्नाला सर्वसामान्य उत्पन्नच मानलं पाहिजे. उदाहरणार्थ, जर तुम्ही घरातून व्यवसाय चालवत असाल आणि स्वतःलाच भाडं देत असाल, तर त्या उत्पन्नाला सर्वसामान्य उत्पन्न म्हटलं पाहिजे).

निष्क्रिय उत्पन्नाचं योग्य प्रकारे व्यवस्थापन केलं गेलं तर ते पुरेशा कमी प्रमाणात कर भरत असलेल्या व्यक्तीकडे किंवा व्यवसायाकडे वाहतं राहतं. नेहमीप्रमाणेच यांसारखं काहीही करण्याआधी आम्ही करविषयक आणि कायदेशीर सक्षम सल्ला घेण्याची शिफारस करत आहोत.

जी व्यक्ती तिच्या व्यवसायाच्या आणि गुंतवणुकीच्या पोर्टफोलिओचं अशा प्रकारे व्यवस्थापन करते, ती खूपच कमी प्रमाणात कर भरून आपला पैसा जास्त जलद गतीनं खेळता ठेवते. पैसा फक्त एकाच उद्योग व्यवसायाकडे वाहता राहिला तर तो साचला जाईल आणि त्याच्यावर मोठ्या प्रमाणात कर आकारणी केली जाईल.

दोन्ही व्यवसायांच्या मालमत्तांच्या स्तंभांकडे पाहिलं तर तुमच्या लक्षात येईल की, व्यवसायाची मालमत्ता एका स्तंभात आहे आणि भाड्यानं दिलेली मालमत्ता दुसऱ्या स्तंभात आहे. या उदाहरणात या व्यक्तीच्या पैशाचा वापर कर-सक्षम पद्धतींनी दोन मालमत्तांची निर्मिती करण्यासाठी किंवा त्या संपादित करण्यासाठी करण्यात आला आहे. पैसा अडकून पडण्याऐवजी पैशाच्या वेगाचं किंवा पैसा काम करत असल्याचं हे आणखी एक उदाहरण आहे.

'तुम्ही हे करू शकत नाही'

ज्या वेळी माझ्या गुंतवणूकविषयक वर्गांमध्ये मी हे वर दिलेलं उदाहरण सांगतो त्या वेळी मला 'तुम्ही हे करू शकत नाही' हे पाच शब्द नेहमीच ऐकायला मिळतात. तुम्हाला माहिती आहे, त्याप्रमाणे हे शब्द व्यक्तीच्या वास्तवाची किंवा संदर्भाची व्याख्या करतात. मी सुरुवातीच्या काळात लहान कंपन्यांमध्ये जात असे आणि कंपनीच्या कर्मचाऱ्यांसाठी ही व्यूहरचना स्पष्ट करून सांगत असे.

माझ्या व्याख्यानाच्या अखेरीला मला जवळजवळ नेहमीच हे ऐकायला मिळत असे की, 'या कल्पना खूपच छान आहेत; पण हे तुम्ही करू शकत नाही.' हे बोलणारी व्यक्ती सहसा नेहमीच असं म्हणत असे की, 'तुम्ही एवढ्या स्वस्तात रिअल इस्टेट विकत घेऊ शकत नाही.' किंवा 'तुम्ही नवीन कर्ज घेतल्याखेरीज अगर बँकरच्या मान्यतेखेरीज घर खरेदी करू शकत नाही.' किंवा 'तुमच्या व्यवसायाला रिअल इस्टेट भाड्यानं देऊ शकणारा व्यवसाय आणि कंपनी तुमच्या मालकीची असू शकत नाही.' किंवा 'कदाचित ही गोष्ट अमेरिकेत लागू होत असेलही; पण माझ्या देशात हे करणं शक्य नाही.'

अशा प्रकारची गुंतवणूकविषयक व्याख्यानं मी आता कर्मचाऱ्यांसमोर किंवा स्वयंरोजगारित व्यक्तींसमोर देत नाही. जे लोक व्यवसायांचे मालक किंवा गुंतवणूकदार असतात किंवा ज्यांची ते होण्याची इच्छा असते अशाच लोकांसमोर आता मी ही व्याख्यानं देतो. कर्मचाऱ्यांच्या गटांशी किंवा स्वयंरोजगारित व्यक्तींच्या गटांशी बोलण्याची गोष्ट मी पारपंरिक गुंतवणूकविषयक सल्लागारांकरिता सोडून देतो. अशा व्याख्यानांमध्ये सहभागी होणाऱ्या व्यक्तींमुळे मी असं करत नाही, तर अशा गटांच्या सामुदायिक जाणिवेमुळे मी हे करतो. मी आधी सांगितलं आहे त्याप्रमाणे 'मी करू शकत नाही,' हे शब्द नेहमीच ती व्यक्ती कोणत्या कप्प्यातून आली आहे ते स्पष्ट करते.

जगभर रोजच मी वर दिलेल्या उदाहरणाप्रमाणे व्यवहार केला जातो. मी व्यवसाय करत असलेल्या सर्व देशांमध्ये फक्त कर्ज घेऊन इमारत विकत घेणं, ही गोष्ट सर्वसामान्य आहे. विशेषतः मोठ्या गुंतवणुकींच्या बाबतीत हे दिसून येतं. रिअल इस्टेट भाड्यानं देणाऱ्या त्याच मालकाच्या व्यवसायाकडून त्याच्या दुसऱ्या व्यवसायानं रिअल इस्टेट भाड्यानं घेण्याची कल्पनाही नेहमीच अंमलात आणली जाते. हे सर्वसामान्य आचरण आहे.

मॅक्डोनाल्ड हेच सूत्र वापरतं. ते व्यक्तीला फ्रँचाईज विकतं. व्यक्ती त्यानंतर मॅक्डोनाल्डला फ्रँचाईज फी देते आणि मॅक्डोनाल्ड रिअल इस्टेटसाठी व्यक्तीला भाडं देतं. *रिच डॅड, पुअर डॅडमधील* रे क्रॉक या मॅक्डोनाल्डच्या संस्थापकाचं म्हणणं तुम्हाला आठवत असेल. त्याने म्हटलं होतं की, 'हॅम्बर्गर विकणं हा माझा व्यवसाय नाही, रिअल इस्टेट हा माझा व्यवसाय आहे.' रे क्रॉक आणि त्याच्या टीमला अर्थातच पैशाचा वेग समजला होता आणि एकाहून अधिक मालमत्ता संपादित करण्यासाठी पैशाचा उपयोग कसा करावा हेही त्यांना माहिती होतं.

कागदोपत्रांच्या स्वरूपातील मालमत्तांमध्येही पैशाचा वेग

कागदोपत्रांच्या स्वरूपात असणाऱ्या मालमत्तांसह सर्वच मालमत्तांना पैशाचा वेग ही कल्पना लागू पडते. एखादी व्यक्ती पी/ई गुणोत्तराकडे पाहते, त्या वेळी ते या वेगाकडे विविध मार्गांनी पाहत असतात. ज्या वेळी स्टॉकचं पी/ई गुणोत्तर २० आहे असं एखादी व्यक्ती म्हणते, त्या वेळी त्याचा अर्थ आजची किंमत आणि मिळकत यांनुसार तुमचे पैसे परत मिळण्यासाठी तुम्हाला २० वर्षं लागतील असा असतो. उदाहरणार्थ, जर आज एखाद्या स्टॉकची किंमत २९ डॉलर्स असेल आणि तो वार्षिक एक डॉलरचा लाभांश देत असेल तर तुम्हाला तुमचे पैसे परत देण्यासाठी तो २० वर्षं घेईल.

७२चा नियम

७२चा नियम हे पैशाची गती मोजण्याचं आणखी एक माप आहे. हा नियम एखाद्या गोष्टीचं व्याज किंवा टक्केवारीतील वार्षिक वाढ मोजतो. ७२चा नियम याचा अर्थ तुमचा पैसा दुप्पट होण्याचा सापेक्ष वेग काढण्यासाठी ७२ या आकड्याला तुमच्या व्याजदरानं किंवा मूल्यातील लाभाच्या टक्केवारीनं भागणं असा आहे. उदाहरणार्थ, तुमच्या बचतीवर तुम्हाला १० टक्के व्याजदर मिळत असेल, तर तुमचा पैसा ७.२ वर्षांनी दुप्पट होईल. जर तुमच्या स्टॉकच्या मूल्यात दर वर्षी ५ टक्क्यांनी वाढ होत असेल, तर तुमच्या पैशात दुप्पट वाढ होण्यास १४.४ वर्षं लागतील. जर त्याच्या मूल्यात वार्षिक २० टक्के वाढ होत असेल तर ३.६ वर्षांत तुमचा पैसा दुप्पट होईल.

१९९०च्या दशकात उशिरा निर्माण झालेल्या आर्थिक तेजीच्या दरम्यान अनेक आर्थिक नियोजनकर्ते आणि गुंतवणूक सल्लागार ७२च्या नियमाच्या सुज्ञतेची वारेमाप स्तुती करत होते. बऱ्याच वर्षांपूर्वी मला एका गुंतवणूक सल्लागारानं असं सांगितलं होतं की, त्याच्या पोर्टफोलिओत दर पाच वर्षांनी दुपटीनं मूल्यवाढ होते. तो फक्त गेल्या तीन वर्षांपासूनच गुंतवणूक करत होता, मग त्याला हे कसं काय समजलं होतं हे मी त्याला विचारलं. त्यावर

त्याने असं उत्तर दिलं की, 'मी पैसा गुंतवलेल्या म्युच्युअल फंडानं गेल्या दोन वर्षांत सरासरी वार्षिक १५ टक्के परतावा दिला आहे.' मला आणखी म्युच्युअल फंड विकण्याच्या त्याच्या उत्साही प्रयत्नांबद्दल मी त्याचे आभार मानले; पण मी ते विकत घेणं नाकारलं. त्याला बैलाची आणि अस्वलाची गोष्ट सांगावी, असा विचार मी केला होता.

बैलाची आणि अस्वलाची गोष्ट असं सांगते की, बैल पायऱ्यांवरून वर येऊ शकतो; पण अस्वल खिडकीतून उडी मारून खाली जाऊ शकतं. दुसऱ्या शब्दांत श्रीमंत वडील असं म्हणत होते की, 'सर्वसामान्य किंवा सरासरी गोष्टी या सर्वसामान्य किंवा शेअर बाजाराच्या भाषेतील सरासरी गुंतवणूकदारांसाठी असतात.'

आपण न गुंतवलेल्या पैशांचा वापर करणं

गुंतवणूकदार आणखी एका मार्गानं आपल्याला अनुकूल प्रकारे पैशाच्या वेगाचा उपयोग करू शकतो. आपण न गुंतवलेल्या पैशांचा (हाउस मनीचा) वापर करणं हा तो मार्ग आहे.

मला अल्प मुदतीचे स्टॉक आवडतात, त्यामागे दोन कारणं आहे. पहिलं कारण म्हणजे मी व्यावसायिक क्षेत्रातील व्यक्ती असण्याऐवजी उद्योजक आहे. मला लहान स्टार्ट अप कंपन्यांच्या समस्या आवडतात आणि समजतातही आणि त्या व्यवसायाकडे वाढीची क्षमता आहे की नाही त्याचा अंदाजही येतो. दुसरं कारण म्हणजे मूल्याचा विचार करता, अल्प मुदतीचे स्टॉक ब्लू चिप स्टॉकच्या तुलनेत दुप्पट किंवा तिप्पट जलद गतीनं वाढतात. अनेक दीर्घ मुदतीच्या स्टॉकच्या तुलनेत अल्प मुदतीच्या स्टॉककडे अनुकूल बाजारपेठीय परिस्थितींमध्ये जलद गतीनं दुप्पट किंवा तिप्पट वाढ देण्याची क्षमता असल्यानं आपल्या नसलेल्या पैशांच्या साहाय्यानं त्यांच्यात गुंतवणूक करणं सोपं असतं. आपल्या नसलेल्या पैशांच्या साहाय्यानं गुंतवणूक करण्याचं उदाहरण पुढे देत आहे.

असं समजा की, एक्सवायझएड कंपनीचे ५,००० शेअर तुम्ही प्रती शेअर ५ रुपये दरानं खरेदी केले. आता शेअर बाजारात तुमचे २५,००० डॉलर्स आहेत. बाजार तेजीत गेला आणि वर्षभराच्या आतच एक्सवायझेडच्या शेअरची किंमत प्रती शेअर १० रुपये झाली. आता तुमच्याकडे ५०,००० डॉलर्स इतकं बाजारपेठीय मूल्य असेल. माझ्यासारखा लोभी गुंतवणूकदार असं म्हणेल की, 'बाजार चढत चालला आहे, त्यामुळे मी आणखी काही काळ वाट पाहतो.' पुन्हा एकदा इथे बाजारात प्रवेश करण्याआधी बाहेर पडण्याची व्यूहरचना महत्त्वाची असते.

तिथेच थबकून वाट पाहण्यापेक्षा आणि तुमचा पैसा तसाच अडकवून ठेवण्यापेक्षा तुमच्या पैशाच्या गतीत वाढ करण्याचा आणखी मार्ग आहे. तो म्हणजे तुम्ही २५,०००० डॉलर्स किमतीचे म्हणजेच अर्धे शेअर विकून टाका, त्यामुळे तुम्हाला तुमचं सुरुवातीचं भांडवल किंवा गुंतवणूक परत मिळेल. त्या वेळी २५,००० डॉलर्स किंमत असलेले उर्वरित शेअर तसेच ठेवणं म्हणजे आपण न गुंतवलेल्या पैशातून व्यवहार करत राहणं होय.

नेहमीच नसली तरी मी बऱ्याचदा ही व्यूहरचना वापरतो. काही वेळा स्टॉकची किंमत ५ डॉलर्सवरून ८ डॉलर्सवर पोहोचते. ती बाहेर पडण्याच्या १० डॉलर्सपर्यंत पोहोचलेली नसते म्हणून मी तसाच थांबतो. अनेक वेळा ताब्यात ठेवलेला स्टॉक वाढत नाही आणि त्याऐवजी त्याची किंमत घसरते. अशा वेळी माझं पैशांचं नुकसान होतं. त्या वेळी माझी

सुरुवातीची गुंतवणूक परत मिळावी म्हणून थोड्याफार प्रमाणात शेअरची किंमत वाढली की, थोडे शेअर विकण्याची ही व्यूहरचना मी वापरतो, वापरली आहे हे मी मान्य करतो. मला जास्त पैसे मिळवता आले नसले तरी अशा वेळी मला माझे पैसे परत मिळवता येतात आणि त्यामुळे मला समाधान वाटतं.

पैशाला बाय–बाय

एक संक्षिप्त कविता आहे. ती अशी आहे :

पैसा बोलतो, मी नाकारू शकत नाही – तो बोलतो काय?
मी एकदा ते ऐकलं होतं. त्याने मला म्हटलं होतं बाय–बाय

गुंतवणूक बाजारपेठेत पैसा गमावल्याबद्दल लोक का आरडाओरडा करतात, ते मला कधीच समजलेलं नाही; पण ते किराणा मालाच्या दुकानात जातात, तिथे पैसा खर्च करतात आणि त्यांना तो परत मिळत नाही, मात्र त्या वेळी ते रडत, ओरडत नाहीत. ते कार विकत घेतात आणि ज्या वेळी ती विकतात, त्या वेळी ते पैसा गमावून बसतात; पण तेव्हाही ते रडत, ओरडत नाही. मग गुंतवणूक करणं ही गोष्ट वेगळी का असावी?

'जोपर्यंत तुम्ही स्टॉक विकत नाही, तोपर्यंत तुम्ही एकही पैसा गमावलेला नसतो,' असं गुंतवणूकदार नेहमीच म्हणत असल्याचं मी ऐकलं आहे. ज्या वेळी यांसारखी एखादी गोष्ट कोणीतरी बोलत असल्याचं मी ऐकतो त्या वेळी त्याचा नेहमी हाच अर्थ असतो की, त्यांनी कुठला तरी स्टॉक जास्त किमतीला विकत घेतलेला असतो आणि त्याची किंमत उतरलेली असते आणि त्या वेळी ते किंमत पुन्हा चढण्याची वाट पाहत असतात. अशा प्रकारे विचार करण्यात थोडीफार वैधता असते; पण ती फक्त खास–प्रकरणांच्या परिस्थितींमध्येच असते.

मात्र मी 'तुमचा तोटा लवकरात लवकर कमी करा,' असा या विचाराच्या बरोबर विरुद्ध असलेला विचार करतो. मी काही वेळा अगदी खराब गुंतवणुकी केल्या होत्या आणि वाढण्याऐवजी गुंतवणुकीची किंमत घसरली होती. जर स्टॉकची किंमत १० टक्क्यांनी घसरली तर मी सहसा नेहमीच माझा तोटा कमी करण्यासाठी ते शेअर्स काढून टाकतो आणि नवीन शेअर्सचा शोध घेतो. मी हे करतो त्यामागे दोन कारणं असतात.

१. जर माझं लक्ष नको इतक्या जास्त प्रमाणात त्या स्टॉकवर केंद्रित झालं आणि वाईट निर्णय घेतल्याबद्दल मला वाईट वाटलं तर मी विक्री करतो. मला फक्त तोटा कमीत कमी ठेवून पुढे जायचं असतं. दहा गुंतवणुकींपैकी दोन किंवा तीन वाईट असतात, दोन किंवा तीन चांगल्या असतात आणि त्याच्या मधल्या भागात असलेली प्रत्येक गुंतवणूक ही आळशी कुत्र्याप्रमाणे फक्त पडून राहते. जोपर्यंत तोटा होत नसतो तोपर्यंत मी अशा आळशी कुत्र्यांना तसंच पडून राहू देतो. जर ते खरे कुत्रे बनले तर मी झटकन अंग काढून घेतो आणि माझ्या चुकांचा आढावा घेऊन त्यापासून मिळालेले धडे लक्षात घेतो.

२. मला खरेदी करायला आवडतं, त्यामुळे माझ्याकडे खरेदीसाठी कमी पैसे असले तरीही मला स्टॉक खरेदी करून, ठेवून घेऊन, एखाद्या दिवशी तरी गुंतवणूक वर चढेल अशी प्रार्थना करत राहण्यापेक्षा नवीन खरेदी करायला आवडतं. मला खरेदीत आनंद वाटतो. मी आधी म्हटलं आहे त्याप्रमाणे पूर्वी नवीन असलेली आणि आता वापरल्यामुळे जुनी झालेली कार तोटा सोसून विकताना लोक आरडाओरडा, रडारड करत नाहीत. ते रडत नाहीत, यामागचं कारण असं असतं की, त्या वेळी सहसा ते नवीन कार खरेदी करणार असतात.

ब्ल्यू चिप्स किती काळ ब्ल्यू असतात?

गुंतवणुकीची आणखी एक व्यूहरचनाही मला नेहमीच ऐकायला मिळते. 'दीर्घकाळासाठी गुंतवणूक करा आणि फक्त ब्ल्यू चिप स्टॉकच विकून टाका.' माझ्या दृष्टीनं ही एक कालबाह्य कल्पना आहे. कारण, ती औद्योगिक युगात काम करत होती; पण माहितीच्या युगात ती चालत नाही. जुनी व्यूहरचना यापुढे काम करणार नाही, त्यामागचं एक कारण असं आहे की, ब्ल्यू चिप स्टॉक हे यापुढे ब्ल्यू चिप असणार नाहीत. उदाहरणार्थ, जर तुम्ही वीस वर्षांपूर्वी झेरॉक्समध्ये गुंतवणूक केली असती तर तो त्या वेळी ब्ल्यू चिप स्टॉक असला तरीही आज तुम्ही दुखावले गेला असतात. आपण प्रत्येकानंच यातला खरा प्रश्न विचारला पाहिजे. तो असा आहे : ब्ल्यू चिप स्टॉक किती काळापर्यंत ब्ल्यू असेल?

तंत्रज्ञानातील बदलामुळे आणि इतर नावीन्यपूर्ण शोधांमुळे फॉर्च्युन ५०० कंपन्यांपैकी अनेक कंपन्या आणखी दहा वर्षांनी अस्तित्वातही नसतील. ६५ वर्षं टिकून राहिलेल्या ब्ल्यू चिप कंपन्यांची संख्या आता फक्त दहा आहे. आजच्या जगात व्यवसायांची जुनी व्यूहरचना यापुढे काम करणार नाही.

अधिक झपाट्यानं पुढे चाललेल्या तंत्रज्ञानाच्या युगात काही वर्षांतच एखादी कंपनी निर्माण होईल आणि बंदही पडेल. बदलाच्या या गतीमुळे आपण सर्वांनीच जास्त दक्ष राहण्याची आणि शेअर बाजार जास्तीत जास्त तेजीत राहण्याची वाट पाहत आपला पैसा अडकवून ठेवण्याऐवजी आपला पैसा खेळता ठेवण्याची गरज असेल. 'विकत घ्या, ताब्यात ठेवा आणि प्रार्थना करा' ही व्यूहरचना सर्वसामान्य गुंतवणूकदारासाठी ठीक आहे; परंतु तरुणपणी निवृत्त होण्याची आणि श्रीमंत होऊन निवृत्त होण्याची इच्छा असलेल्या कोणाहीसाठी ती खूप चांगली व्यूहरचना असणार नाही.

प्रकरण सोळा

रिअल इस्टेटची तरफेची शक्ती

तुमच्या बँकरच्या पैशानं गुंतवणूक करणं

एके रात्री माझ्या मैत्रिणीबरोबर आणि तिच्या वडिलांबरोबर मी रात्रीच्या जेवणासाठी गेलो होतो. ते एका विमान कंपनीतून निवृत्त झालेले पायलट होते. त्या दिवशी शेअर बाजार आणखी तीन टक्क्यांनी घसरला होता आणि त्यांच्या निवृत्तीच्या खात्यातील सगळा लाभ त्या दिवशी ते गमावून बसले होते, त्यामुळे ते खूपच अस्वस्थ होते. ते म्हणाले, 'मी सारं काही गमावून बसलो असेन तर मी तिच्याबरोबर राहावं हे सांगण्यासाठी माझ्या मुलीनं मला फोन केला होता.'

मी सावधपणे विचारलं, 'म्हणजे तुम्ही आपली सगळी गुंतवणूक शेअर बाजारात केली होती, असंच तुम्हाला म्हणायचं आहे का?'

'अं, होय,' ते म्हणाले. 'नाहीतरी इतर प्रकारच्या गुंतवणुकी आहेतच कुठे? मला तरी फक्त शेअर बाजार हेच एकमेव गुंतवणुकीचं ठिकाण माहिती आहे. आणखी कशात गुंतवणूक करता येते?'

तुमचा पोर्टफोलिओ वाईट बनवू नका

आज सगळीकडे ऐकू येणारा सर्वसामान्य मंत्र असा आहे की, 'दीर्घकाळासाठी गुंतवणूक करा, डॉलर-मूल्य सरासरी लक्षात घ्या, तुमच्या पोर्टफोलिओत वैविध्य आणा,' वगैरे वगैरे.

गुंतवणुकीविषयी फारसं काही माहिती नसलेल्या लोकांसाठी हा महान मंत्र आहे. वैविध्य या शब्दाविषयी मी नेहमीच प्रश्नचिन्ह निर्माण करतो. ज्या वेळी एखादी व्यक्ती आपला पोर्टफोलिओ वैविध्यपूर्ण आहे, असं म्हणते त्या वेळी मी तिला या शब्दाचा नेमका काय अर्थ आहे असं विचारतो. बहुतेक वेळा ते असंच म्हणतात की, 'माझ्याकडे काही ग्रोथ फंड, बाँड फंड, आंतरराष्ट्रीय फंड, सेक्टर फंड, मिड-कॅप फंड आहेत...' वगैरे.

माझा पुढचा प्रश्न असा असतो की, 'हे सगळे म्युच्युअल फंडच आहेत का?' पुन्हा एकदा बहुतांश वेळा मला मिळणारं उत्तर असं असतं, 'होय, माझ्या बहुतांश गुंतवणुकी वेगवेगळ्या म्युच्युअल फंडांमध्ये विभागलेल्या आहेत.' त्यांचे म्युच्युअल फंड वेगवेगळे

असतीलही; पण यातलं वास्तव असं आहे की, हे म्युच्युअल फंड म्हणजेच गुंतवणुकीचं हे निवडलेलं साधन वैविध्यपूर्ण नसतं.' मी स्टॉकमध्ये काही प्रमाणात गुंतवणूक करतो, आरईआयटीएसमध्ये गुंतवणूक करतो आणि माझ्याकडे काही वर्षासनंही (ॲन्युइटीज) आहेत,' असं ते म्हणत असले तरी यातला महत्त्वाचा भाग असा आहे की, त्यांच्या बहुतांश गुंतवणुकी फक्त कागदोपत्रांच्या स्वरूपात असलेल्या मालमत्तांच्या वर्गवारीत येतात. का? कारण कागदोपत्रांच्या स्वरूपात असलेल्या मालमत्ता मिळवणं आणि त्यांचं व्यवस्थापन करणं सोपं असतं. श्रीमंत वडील म्हणत की, 'कागदोपत्रांच्या स्वरूपात असलेल्या मालमत्ता या सर्वाधिक निर्जंतुक; पण वायफळ असतात. त्या नीट आणि स्वच्छ असतात. बहुतांश लोक बी कप्प्यातील नसतात आणि ते कधीही बी कप्प्यातील व्यवसायाची उभारणी करत नाहीत आणि बहुतांश लोक संपादन, तरलता आणि व्यवस्थापन याविषयीच्या आव्हानांमुळे रिअल इस्टेटमध्ये गुंतवणूक करत नाहीत.'

एकट्या अमेरिकेतच हजारो म्युच्युअल फंड आहेत. हे म्युच्युअल फंड ज्या कंपन्यांमध्ये गुंतवणूक करतात. त्या कंपन्यांच्या संख्येपेक्षाही म्युच्युअल फंडांची संख्या जास्त आहे. इतके म्युच्युअल फंड का आहेत? मी वर दिलेल्या कारणांमुळेच त्यांची इतकी संख्या आहे. ते निर्जंतुक असतात आणि नेहमीच लोकांचं संरक्षण करण्याच्या नावाखाली त्यांचं निर्जंतुकीकरण करण्यात आलेलं असतं. हजारो म्युच्युअल फंडांपैकी कोणता फंड त्यांच्यासाठी उत्तम आहे हे शोधून काढणं लोकांच्या दृष्टीनं अडचणीचं असतं. आज अतिशय उत्तम कामगिरी करणारा फंड उद्याही तशीच उत्तम कामगिरी करेल हे तुम्हाला कसं काय माहिती असू शकेल? तुमच्या गुंतवणुकीपैकी ८० टक्क्यांहून जास्त गुंतवणूक जर म्युच्युअल फंडांतच असेल तर ही गोष्ट खरोखरच वैविध्यपूर्ण आणि हुशारीची असते का? वैयक्तिकदृष्ट्या मला तसं वाटत नाही. एखाद्यानं आपली ८० टक्के किंवा त्याहून अधिक गुंतवणूक वेगवेगळ्या फंडांमध्ये केली असेल तर ते गुंतवणुकीतील खरोखरचं वैविध्य नाही. ते खरोखरच त्यांचा पोर्टफोलिओ जास्तीत जास्त वाईट बनवत असतात.

म्युच्युअल फंडांमधील दुःखद दोष

तुमच्यापैकी काही जणांना म्युच्युअल फंडांमधील करविषयक छुप्या दोषाची जाणीव असेलही; पण दुर्दैवानं, म्युच्युअल फंडांमध्ये गुंतवणूक करणाऱ्या अनेक गुंतवणूकदारांना त्याच्या करविषयक दोषाची जाणीव नसते. भांडवली लाभ कराच्या माध्यमातून हा दोष गुंतवणूकदारांपर्यंत पोहोचतो. याचा अर्थ जर लाभ झाला आणि भांडवली लाभ कर परिणाम असेल तर फंड कर भरत नाही. गुंतवणूकदार कर भरतो. हा दोष विशेषतः दीर्घकालीन मंदीच्या वेळी जाहीर केला जातो. मात्र याला काही अपवाद असतात. उदाहरणार्थ, विशिष्ट निवृत्ती फंडांमध्ये धारण करण्यात आलेले म्युच्युअल फंडांमधील लाभ तसेच ठेवले जातात.

असं समजू या की, अनेक वर्षं एखाद्या फंडानं अत्यंत यशस्वी कामगिरी केली आहे. त्याने चांगली खरेदी केली आहे आणि मोठ्या प्रमाणात मूल्य वाढलेले स्टॉक त्याने खरेदी केले आहेत. अचानक बाजार कोसळतो, गुंतवणूकदार विव्हळ बनतात आणि ते

त्यांचा पैसा परत मागू लागतात. त्यानंतर फंडाला गुंतवणूकदारांचे पैसे परत देण्यासाठी उत्तम स्टॉक झपाट्यानं विकावेच लागतात. ज्या वेळी फंड त्याचे स्टॉक विकतो, त्या वेळी त्या स्टॉकवर भांडवली लाभ भरावा लागतो. उदाहरणार्थ, फंडानं एक्सवायझेड कॉर्पोरेशनच्या स्टॉक्सची प्रती स्टॉक १० डॉलर्सनं खरेदी केली आहे. त्यांनी ते स्टॉक ५० डॉलर्स प्रती शेअर या किमतीनं विकले, त्यामुळे फंड व्यवस्थापकानं आधीच ते स्टॉक खरेदी करून चांगली कामगिरी केलेली असते; पण आता विक्रीच्या वेळी गुंतवणूकदाराला ४० डॉलर्सच्या नफ्यावर भांडवली लाभ कर भरावाच लागतो. अशा वेळी गुंतवणूकदार पैसा गमावू शकतो. कारण, फंडाचं मूल्य घसरलेलं असेल, त्याच वेळी गुंतवणूकदाराला भांडवली लाभ करही भरावाच लागेल म्हणून म्युच्युअल फंडाच्या गुंतवणूकदारानं पैसा मिळवण्याऐवजी गमावला असला तरीही त्याला भांडवली लाभ कर भरावाच लागतो. वैयक्तिकरित्या मला ज्या वेळी कर भरावा लागतो, त्या वेळी मला ते आवडत नाही. विशेषतः ज्या वेळी मी पैसा गमावलेला असेल त्या वेळी तर बिलकूलच नाही. याचा अर्थ तुम्हाला जे उत्पन्न मिळालेलंच नसतं त्याच्यावरचा प्राप्तिकर भरावा लागणं असा होतो. माझ्या दृष्टीनं तरी हा दुःखद दोष आहे.

रिअल इस्टेटमधील गुंतवणुकीचं सौंदर्य

माझ्या मैत्रिणीच्या वडिलांना म्हणजे त्या निवृत्त पायलटना असं वाटत होतं की, गुंतवणूक ही फक्त कागदोपत्रांच्या स्वरूपात असलेल्या मालमत्तेतच करता येते आणि त्यांच्या समोर नेमका म्युच्युअल फंडांमधील हा दुःखद दोष आला होता. जेवण जवळजवळ संपतच आलं होतं. त्या वेळी ते म्हणाले, 'माझी बहुतांश बचत मी गमावली आहे, कारण माझ्या फंडांच्या शेअरचं मूल्य घसरलं आहे आणि आता मला मूल्य घसरलं असलं तरीही भांडवली लाभ भरावाच लागणार आहे. मला आणखी कुठेतरी गुंतवणूक करता आली असती, तसे पर्याय असते तर बरं झालं असतं असं आता मला वाटत आहे.'

'मग तुम्ही रिअल इस्टेटमध्ये का गुंतवणूक करत नाही?' मी विचारलं.

'का? त्या गुंतवणुकीत काय फरक आहे?' त्यांनी विचारलं.

'अनेक फरक आहेत,' मी उत्तर दिलं. 'मी तुम्हाला अगदी स्वारस्यपूर्ण असलेला एक फरक सांगतो.'

त्या निवृत्त पायलटनं कॉफीचा एक घोट घेतला आणि ते म्हणाले, 'मला सांगाच. मी अगदी उत्सुकतेनं, लक्षपूर्वक ऐकतोय.'

'रिअल इस्टेटमध्ये मी पैसा कमावू शकतो आणि सरकार मला ते पैशाचं नुकसान आहे, असा हिशेब करू देतं,' मी म्हणालो.

'म्हणजे तुम्हाला असं म्हणायचं आहे की, तुम्ही पैसा कमावता आणि तुम्हाला मिळवलेल्या पैशावर कर भरावा लागण्याऐवजी तुम्हाला करलाभ मिळतो?' त्यांनी विचारलं.

'माझ्या भांडवली करांवर मला कर भरायला लावण्याऐवजी सरकार मला मिळालेल्या लाभावर करसवलत देतं,' मी म्हणालो. 'सरकार मला जास्त कर भरायला लावण्याऐवजी जास्त पैसा माझ्याजवळ ठेवू देतं. माझे श्रीमंत वडील ज्याला फँटम कॅश फ्लो म्हणत आणि

जो कॅशफ्लो सर्वसामान्य गुंतवणूकदार पाहू शकत नाहीत, त्या घसाऱ्याच्या माध्यमातून मी हे करू शकतो. हा एक मार्ग आहे.

ते निवृत्त पायलट लक्षपूर्वक ऐकत राहिले आणि नंतर एक दीर्घ क्षण शांत राहून त्यांनी मला विचारलं, 'आणखी काही आहे का?'

'खूप काही आहे,' मी म्हणालो. 'ते मला पैसाही देतात.'

'कसा काय?' त्या पायलटनी विचारलं.

'मी जर एखादी ऐतिहासिक इमारत बांधत असलो तर सरकार मला टॅक्स क्रेडिट देतं, तुमच्या गुंतवणुकीत वाढ करण्याच्या दृष्टीनं ते करसवलतीहून खूपच चांगलं असतं.' मी म्हणालो. 'तुम्ही जास्त म्युच्यअल फंडांमध्ये गुंतवणूक करणार असाल तर त्यासाठी सरकार तुम्हाला टॅक्स क्रेडिट देईल असं तुम्हाला वाटतं का?' मी विचारलं.

'मला त्याविषयी काहीच माहिती नाही,' ते पायलट म्हणाले. 'माझ्या उशिरा असं लक्षात आलं की, मी जो पैसा कधीच मिळवला नव्हता त्यावर मला भांडवली लाभांश कर भरावा लागला होता. खरं तर माझं नुकसान झालं, त्यामुळेच ही गोष्ट म्हणजे मी गमावलेल्या पैशावर मला कर भरायला लागण्यासारखी वाटते आणि तुम्हाला तर तुम्ही मिळवलेल्या पैशावर कर-सवलत मिळते. मला माहिती असली पाहिजे अशी याविषयी आणखी एखादी गोष्ट आहे का?'

'हो तर,' मी म्हणालो. 'अमेरिकन्स विथ डिस्ॲबिलिटीज ॲक्टशी संबंधित मूल्यसुधारणेच्या ५० टक्के इतकं तुम्हाला टॅक्स क्रेडिट मिळू शकतं. उदाहरणार्थ, अपंग व्यक्तींना तुमच्या व्यापारी इमारतीत येता यावं, यासाठी तुम्ही चाकाची खुर्ची नेण्यासाठी मार्ग तयार केला तर तुम्हाला कमाल ५,००० डॉलर्सचं क्रेडिट मिळतं.'

'तुम्हाला ५,००० डॉलर्सचं क्रेडिट मिळतं?' त्या पायलटनी विचारलं. 'पण तुम्हाला मार्गासाठी १०,०००० डॉलर्सचा खर्च आला नाही तर? तुम्हाला त्यासाठी फक्त १,००० डॉलर्सचाच खर्च आला तर?'

'तरीही तुम्हाला सुधारणेच्या ५० टक्के खर्च म्हणून टॅक्स क्रेडिट मिळतं,' मी म्हणालो. 'पण अर्थातच यांसारख्या काही गोष्टी करण्याआधी तुम्ही तुमच्या सीपीएकडून याविषयी खात्री करून घ्यावी, असं मी तुम्हाला सुचवतो. असं काही करण्याआधी तुम्हाला अलीकडच्या नियमांची आणि लाभांची माहिती मिळाली आहे, याची खात्री करून घ्यावी लागेल.'

काही वेळ ते पायलट तिथे तसेच शांतपणे विचार करत बसून राहिले. नंतर त्यांनी विचारलं, 'आणखी काही?'

'अजूनही बरंच काही आहे. खरं तर रात्रीच्या जेवणाच्या वेळी चर्चा करण्यासारखा हा विषय नाही. त्याविषयी बरंच काही सांगावं लागतं,' मी म्हणालो. 'पण तरीही रिअल इस्टेट म्युच्युअल फंडांपेक्षा तीन बाबतीत अधिक फायदेशीर असल्याचं मी तुम्हाला आता सांगतो.'

'फक्त तीनच जास्त गोष्टी?' त्या पायलटनी औपरोधिकपणे स्मित करत विचारलं.

'रिअल इस्टेट विकत घेण्यासाठी तुम्हाला बँक पैसा देते हा आणखी एक फायदा आहे. मला माहिती आहे त्याप्रमाणे म्युच्युअल फंडांमध्ये किंवा स्टॉक्समध्ये गुंतवणुकीसाठी बँका

पैसे देत नाहीत. ते अशा मालमत्तांचा तारण म्हणून उपयोग करू शकतात; पण त्यासाठी पहिल्यांदा या मालमत्ता प्राप्त करण्यासाठी तुम्हाला तुमचा पैसा त्यांच्यात गुंतवावा लागतो.'

त्या पायलटनी मान डोलावली आणि विचारलं, 'दुसरी गोष्ट काय आहे?'

'दुसरी गोष्ट अशी आहे की, रिअल इस्टेटच्या संदर्भात तुमच्यावर भांडवली लाभ कर आकारला जात नाही,' मी म्हणालो. 'म्हणजे तुम्हाला तुम्ही काय करत आहात हे माहिती असलं तर!'

'म्हणजे तुम्हाला असं म्हणायचं आहे की, मी जो पैसा मिळवलेलाच नाही आणि प्रत्यक्षात गमावला आहे, त्यावर मला भांडवली-लाभ कर भरावाच लागणार आहे आणि रिअल इस्टेटमध्ये तुम्ही भांडवली लाभ कर टाळू शकता. बरोबर?'

मी मान डोलावली. '१०३१ एक्सचेंज या नावानं ओळखल्या जाणाऱ्या आदान-प्रदानद्वारे हे नेहमीच केलं जातं. उदाहरणार्थ, असं समजू या की, मी ५०,००० डॉलर्सना एक घर विकत घेतलं. त्यासाठी मी ५,००० डॉलर्सची डाऊन पेमेंटची रक्कम भरली आणि बँकेकडून ४५,००० डॉलर्सचं कर्ज घेतलं. असं समजू या की, मला मिळणारं त्या घराचं मासिक भाडं माझ्या मासिक खर्चापेक्षाही जास्त आहे, त्यामुळे माझ्या गुंतवणुकीकडून मला कॅश फ्लो मिळत आहे.'

'म्हणजे तुमचा पैसा तुमच्यासाठी काम करत असतो,' ते पायलट म्हणाले.

'होय,' मी म्हणालो. 'आणि ते उत्पन्न निष्क्रिय असल्यामुळे, वेतनचिठ्ठीद्वारे मिळणारं उत्पन्न किंवा बचतीद्वारे अगर तुमच्या ४०१ (के) द्वारे मिळणाऱ्या उत्पन्नासारख्या सर्वसामान्य उत्पन्नाच्या तुलनेत त्याच्यावर कमी दरानं व्याज आकारलं जातं.'

पायलटनी शांतपणे मान डोलावली. त्या रात्री आधीच आम्ही सर्वसामान्य, पोर्टफोलिओ आणि निष्क्रिय उत्पन्न यावर चर्चा केली होती.

मी पुढे म्हणालो, 'काही वर्षांनंतर तुम्हाला असं आढळतं की, ५०,००० डॉलर्सच्या तुमच्या भाड्यानं दिलेल्या घराची किंमत त्या वेळी ८५,००० डॉलर्स झालेली असते. तुम्ही ३५,००० डॉलर्स लाभापोटी ते विकून टाकता; पण तुम्हाला ती रक्कम आणखी मोठ्या गुंतवणुकीसाठी वापरायची असेल तर तुम्हाला त्यापोटी भांडवली लाभ कर भरावा लागत नाही. माझ्या म्युच्युअल फंडांमध्ये मी पैसा गमावतो आणि तरीही त्यावरचा भांडवली लाभ करही भरतो; पण इथे तुम्हाला कॅशफ्लो मिळतो आणि फँटम लॉसेस आणि करांच्या मार्गानं तुम्हाला उत्पन्नात भरपाई मिळते. शिवाय हे सर्वसामान्य उत्पन्न नसून, ते निष्क्रिय उत्पन्न असल्यामुळे तुम्हाला त्यावर कमी प्राप्तिकर भरावा लागतो.'

'शिवाय व्यापारी मालमत्तांमध्ये किंवा ती मालमत्ता ऐतिहासिक असेल तर तिच्यात एडीएसाठी केलेल्या सुधारणांपोटी तुम्हाला मिळणारं टॅक्स क्रेडिटही विसरू नका.'

'अं, नाही, नाही,' ते पायलट म्हणाले. 'मी टॅक्स क्रेडिट कसं काय विसरू शकेन? प्रत्येकालाच टॅक्स क्रेडिटची माहिती असते. मग आता तुमचा तिसरा मुद्दा काय आहे?'

'तिसरा मुद्दा असा आहे की, तुमची रिअल इस्टेटमधील गुंतवणूक जितकी जास्त मोठी असेल तितकी बँकांना आणि सरकारला तुम्हाला कर्जाऊ पैसा देण्याची जास्त इच्छा असते,' मी सांगितलं.

'असं का असतं?' पायलटनी विचारलं.

'समजा, तुम्ही दहा लाख डॉलर्सच्या रिअल इस्टेट गुंतवणुकीसंदर्भात तुमच्या बँकरकडे गेलात, तर बँकर तुम्हाला पैसे कर्जाऊ देणार नाही. बँकर ते पैसे त्या मालमत्तेवर कर्जाऊ देतो.'

'यात काय फरक आहे?' त्यांनी विचारलं.

'सर्वसामान्य व्यक्ती बँकेकडे कर्ज मागते त्या वेळी बँक त्या व्यक्तीच्या पत देण्याच्या पात्रतेचं मूल्यमापन करते. त्या व्यक्तीला एखादी लहानशी भाड्यानं द्यावयाची मालमत्ता विकत घ्यायची असेल – म्हणजे समजा, तिला एखादं लहान गृहसंकुल किंवा घर किंवा डुप्लेक्स विकत घ्यायचं असेल तर बँकर तरीही प्रामुख्यानं त्या व्यक्तीचं मूल्यमापन करेल. जोपर्यंत तुमच्याकडे स्थिर नोकरी आणि त्या लहान मालमत्तांसाठी कर्जाऊ रक्कम चुकती करण्यासाठी पुरेशा प्रमाणात उत्पन्न असेल तोपर्यंत बँक नेहमीच तुम्हाला कर्ज देईल, त्या मालमत्तेला किंवा त्या पैशाला कर्ज देणार नाही.'

'पण जास्त मोठ्या मालमत्तांची किंमत फारच मोठी असली आणि ती त्या व्यक्तीच्या उत्पन्नाचा आणि त्या मालमत्तेच्या खर्चाचा विचार करता तिच्या आवाक्याबाहेरची असली तर? त्यामुळे काही फरक पडतो का?' त्या पायलटनी विचारलं.

'तुम्ही खूपच जवळ आला आहात,' मी म्हणालो. 'जास्त मोठ्या मालमत्तांच्या बाबतीत ती इमारत किंवा घर आणि तिच्यापासून मिळणारा उत्पन्नाचा प्रवाह हीच खरी मालमत्ता असते. या वेळी कर्ज घेणाऱ्या व्यक्तीच्या उत्पन्नाचा प्रवाह ही मालमत्ता नसते.'

'म्हणजे जास्त मोठी मालमत्ता खरेदी करणं ही गोष्ट लहान मालमत्ता खरेदी करण्याहून सोपी असते?' त्यांनी विचारलं.

'जर आपण काय करत आहोत ते तुम्हाला माहिती असलं तरच,' मी म्हणालो. 'हीच गोष्ट सरकारकडून कर्ज घेण्याच्या बाबतीतही लागू पडते. तुम्ही १,५०,००० डॉलर्सच्या मालमत्तेसाठी सरकारकडे गेलात तर अनेक प्रकरणांमध्ये सरकारी संस्थेला त्यात रुची नसते; पण जर तुम्हाला झोपडपट्टी असलेली मालमत्ता संपादित करायची असेल आणि तुम्हाला ती कमी उत्पन्न गटातील लोकांसाठीच्या सुरक्षित घरामध्ये रूपांतरित करायची असेल तर सरकार तुम्हाला कर्ज म्हणून कोट्यवधी डॉलर देतं. खरं तर तुमची गुंतवणूक ५० लाख डॉलर्सहून जास्त नसेल तर कोणालाही सरकारला तुमच्या मालमत्तेत रुची निर्माण होण्याजोगी परिस्थिती निर्माण करता येत नाही.'

'आणखी काही?' त्या पायलटनी विचारलं.

'ही यादी अशीच पुढे सुरू राहते,' मी उत्तर दिलं. 'पण रिअल इस्टेटच्या कमतरतांची माहितीही मी तुम्हाला सांगतो.'

'उदाहरणार्थ?' त्यांनी विचारलं.

'कागदोपत्राच्या स्वरूपात असलेल्या मालमत्तांचा विचार करता रिअल इस्टेटकडे बहुतांश वेळा त्यांच्याइतकी तरलता नसते. याचा अर्थ ती विकत घ्यायला आणि विकायलाही जास्त काळ लागतो. कागदोपत्रांच्या स्वरूपातील मालमत्तांच्या बाजारपेठेइतकी रिअल इस्टेट बाजार सक्षमही नसतो. शिवाय रिअल इस्टेटचं व्यवस्थापनही मोठ्या प्रमाणात करावं लागतं,' मी स्मित करत सांगितलं.

'तुम्ही स्मित का करत आहात?' त्यांनी विचारलं.

'कारण, हेच तोटे म्हणजे व्यावसायिक रिअल इस्टेट गुंतवणूकदाराच्या दृष्टीनं खूप मोठे फायदे असतात,' मी म्हणालो. 'हे तोटे फक्त नवीन किंवा असंस्कृत गुंतवणूकदारासाठी असणारे तोटे आहेत.'

'मला एक उदाहरण द्या,' ते पायलट म्हणाले.

'अगदी थोडक्यात सांगतो,' मी उत्तर दिलं. 'रिअल इस्टेटकडे तितकीशी तरलता नसल्यामुळे तिच्यासाठी खरेदीदार किंवा विक्रेता शोधणं या दोन्ही गोष्टी शेअर बाजाराच्या तुलनेत जास्त अवघड असतात. व्यावसायिक गुंतवणूकदार नेहमीच व्यवहार पार पाडण्यासाठी वेळ घेतो.'

'म्हणजे विक्रेत्याबरोबर अत्यल्प प्रमाणात थेट, समोरासमोर वाटाघाटी होऊ शकतात, असं तुम्हाला म्हणायचं आहे.' ते पायलट म्हणाले.

'किंवा खरेदीदाराबरोबरही,' मी उत्तर दिलं. 'शेअर बाजारात नेहमीच फक्त खरेदी किंवा विक्री होते. अगदी क्वचितच खरेदीदार आणि विक्रेता यांच्यात एखाद्या प्रकारच्या वाटाघाटी समोरासमोर होतात. निदान बहुतांश गुंतवणूकदारांच्या बाबतीत तरी हे घडत नाही.'

'म्हणजे शेअर बाजारातही खरेदीदार आणि विक्रेते यांच्यात समोरासमोर काही वाटाघाटी होऊ शकतात, असं तुम्हाला म्हणायचं आहे का?' त्यांनी विचारलं.

'होय,' मी उत्तर दिलं. 'पण ही गोष्ट आतले लोक आणि व्यावसायिक व्यवहार करणारे यांच्यात – विशिष्ट क्षेत्रातच घडते. ही गोष्ट कायदेशीररीत्या करता येते; पण सहसा ती सरासरी, सर्वसामान्य गुंतवणूकदाराकडून केली जात नाही.'

'हं,' ते पायलट म्हणाले. 'पण रिअल इस्टेटमध्ये ही गोष्ट नेहमीच केली जाते.'

'हीच तर रिअल इस्टेटमधील गंमत आहे,' मी उत्तर दिलं. 'इथेच तुम्ही सर्जनशील बनता. अटींविषयी वाटाघाटी करता. अधिक चांगला व्यवहार पार पाडता, किंमत कमी करता किंवा वाढवता. विक्रेत्याला किंमत कमी करायला लावता किंवा तुमचं डाऊन पेमेंट देऊन टाकता. एकदा तुम्ही हा खेळ शिकलात की ती एक गंमत बनते.'

'आणखी काय सांगता येईल?' त्या पायलटनी विचारलं.

'तुम्ही खर्चांत कपात करू शकता, तुमच्या मालमत्तेचं मूल्य वाढवू शकता. तिच्यात जास्तीच्या बेडरूमची भर टाकू शकता, त्या जागेला रंग करू शकता, एखादी जास्तीची जागा विकू शकता आणि अशा कित्येक गोष्टी करू शकता. सर्जनशील आणि चांगल्या वाटाघाटी करू शकणाऱ्या गुंतवणूकदारासाठी रिअल इस्टेट ही खूपच उत्तम गुंतवणूक असते. तुम्ही सर्जनशील आणि चांगल्या प्रकारे वाटाघाटी करू शकणारे असाल तर तुम्ही रिअल इस्टेटमध्ये नशीब काढू शकता आणि त्याबरोबरच तुमचा वेळही चांगला जातो.'

'याआधी कधीही मी याकडे या दृष्टीनं पाहिलं नव्हतं,' ते पायलट म्हणाले. 'मी आतापर्यंत फक्त माझं कुटुंब राहत असलेली घरं विकत घेत होतो आणि नंतर ती विकून टाकत होतो; पण अशा प्रकारे विचार केला तर त्यात एक प्रकारची गंमत आहे आणि मी खरोखरच म्युच्युअल फंडांच्या तुलनेत घरांच्या खरेदी–विक्रीत जास्त चांगले परतावेही मिळवले आहेत.'

त्यांच्या डोक्यात प्रकाश पडत चालल्याचं मला दिसत होतं. म्युच्युअल फंडांनी आपला पोर्टफोलिओ वाईट बनवण्याऐवजी त्यांच्याकडे गुंतवणुकीचा इतरही पर्याय होता हे त्यांच्या लक्षात आलं होतं. त्यांच्या डोक्यात प्रकाश पडेपर्यंत बरीच रात्र झाली होती आणि आम्ही घरी परतण्याची वेळही झाली होती.

आपल्या पहिल्या मालमत्तेचा आपण शोध घेत आहोत, हे सांगण्यासाठी त्यांनी काही आठवड्यांनंतर मला फोन केला. त्या वेळी त्यांना काळजी वाटण्याऐवजी मजा वाटत होती. ते म्हणाले, 'माझ्या खर्चापेक्षाही माझं भाड्याचं उत्पन्न कमी असलं तरीही मी रिअल इस्टेटमध्ये पैसा कमावू शकेन. फँटम कॅशफ्लो आणि करविषयक कायदे समजून घेणं ही गोष्ट म्हणजे कोणताही पैसा न कमावताही आर्थिकदृष्ट्या जिंकण्यासारखीच आहे.'

मी फक्त एवढंच म्हणालो की, 'तुमच्या आता ते लक्षात येऊ लागलंय.'

सल्लागारांकडून दिला जाणारा वाईट सल्ला

आर्थिक सल्लागार महत्त्वाचे असतात. फक्त समस्या अशी असते की, अनेक आर्थिक सल्लागार श्रीमंत नसतात किंवा यशस्वी गुंतवणूकदार नसतात. अमेरिकेतील एका प्रमुख प्रकाशन संस्थेकडे एक मानांकित आर्थिक नियोजनकर्ती होती. तिने रिअल इस्टेटविषयी त्यांना असा सल्ला दिला होता की, 'कित्येक लोकांनी रिअल इस्टेटमध्ये प्रचंड पैसा मिळवला आहे; पण मूलतः कॅलिफोर्निया किंवा कनेक्टिकट यांसारख्या ठिकाणी हे शक्य आहे. मध्य-पश्चिम भागातील आपल्या ग्राहकांना अशा प्रकारचा अनुभव नाही.'

या सल्लागाराच्या ग्राहकांनी तिला कामावरून काढून टाकायला हवं होतं. मध्य-पश्चिम भागातील तिच्या ग्राहकांना रिअल इस्टेटमध्ये पैसा कमावता न आल्याचं कारण हेच होतं की, त्यांना तिने सल्ला दिला होता. तुम्हाला रिअल इस्टेट, करविषयक कायदे, उद्योगविषयक कायदे माहिती असतील आणि तुमच्याकडे चांगला ब्रोकर आणि हिशेबनीस असेल तर तुम्ही विकत घेतलेल्या मालमत्तेचं मूल्य वाढलं नाही किंवा तुम्हाला मिळणाऱ्या भाड्यातून तुम्हाला नफा कमावता आला नाही तरीही तुम्ही पैसा मिळवू शकता. मालमत्तांच्या किमती फक्त कॅलिफोर्नियात किंवा कनेक्टिकटमध्येच वाढतात हा तिचा सल्लाही चुकीचा होता. जर तिला मालमत्तांच्या बाजारपेठेची माहिती असती तर तिला हे समजलं असतं की, लहान शहरांचा विचार करता लास व्हेगास, नेवाडा इथे आणि मोठ्या शहरांचा विचार करता फिनिक्स, ॲरिझोना इथे अमेरिकेतील झपाट्यानं वाढणाऱ्या रिअल इस्टेट बाजारपेठा आहेत. तिने फक्त कॅलिफोर्निया आणि कनेक्टिकटविषयी ऐकलं होतं, कारण तिच्याकडे फक्त बातम्यांमधून मिळणारी माहितीच होती आणि बातम्यांमध्ये फक्त कागदोपत्रांच्या स्वरूपातील मालमत्तांची माहिती येते. व्यावसायिक रिअल इस्टेट गुंतवणूकदारांना माहिती असलेल्या गोष्टी तिला माहिती नव्हत्या आणि तरीही तिला माहिती नसलेल्या गोष्टींविषयी ती सल्ला देत होती.

श्रीमंत वडील नेहमीच असं म्हणत होते की, 'तुम्हाला विमा विकत घ्यायचा असेल तर विमा विक्रेत्याला त्याविषयी कधीही विचारू नका.' बहुतांश आर्थिक नियोजनकर्ते हे मूलतः विमा विक्रेते असतात, ते गुंतवणूकदार नसतात. माझ्या मते, विमा हे अत्यंत महत्त्वाचं गुंतवणूक उत्पादन आहे; पण ते एकमेव गुंतवणूक उत्पादन नाही.

गुंतवणुकीसाठी खूप चांगली जागा कशी शोधावी?

गुंतवणुकीच्या संदर्भात मला नेहमीच असा प्रश्न विचारला जातो की, 'गुंतवणुकीसाठी चांगल्या ठरणाऱ्या रिअल इस्टेटचा शोध कसा घेतला पाहिजे?' मी त्यांना उत्तर देतो की, 'जे इतरांना दिसत नाही ते पाहण्यासाठी तुमच्या मेंदूंना प्रशिक्षित करा.'

पुढचा प्रश्न असा असतो की, 'मी हे कसं करू?'

यावरचं उत्तर असं असतं की, 'एखादा ग्राहक ज्याप्रमाणे एखादा चांगला व्यवहार शोधून काढतो अगदी त्याप्रमाणेच.' या पुस्तकाच्या सुरुवातीला मी किराणा मालासाठी चांगल्या प्रकारे घासाघीस करून स्वस्तात चांगलं अन्नधान्य मिळवण्यासाठी अनेक दुकानांमधून फिरणाऱ्या लोकांचं उदाहरण दिलं होतं. हीच गोष्ट रिअल इस्टेटच्या किंवा इतर कुठल्याही बाबतीतही खरी ठरते. तुम्ही व्यावसायिक ग्राहक बनण्याची गरज असते.

१००:१०:३:१

१००:१०:३:१ पद्धत ही मालमत्ता खरेदी करण्याची एक सगळ्यात उत्तम व्यूहरचना असते. याचा अर्थ तुम्ही १०० मालमत्तांचं विश्लेषण केलं पाहिजे, त्यांच्यापैकी दहांच्या खरेदीसाठी प्रस्ताव दिले पाहिजेत. तीन विक्रेत्यानी त्याला होकार दिला की, त्यामधून एका मालमत्तेची निवड करा. दुसऱ्या शब्दांत एक मालमत्ता खरेदी करण्यासाठी १००हून अधिक मालमत्तांचा शोध घ्यावा लागतो आणि खरेदीसाठी घासाघीस करण्याजोग्या मालमत्ता शोधाव्या लागतात.

अनेक बेडकांचं चुंबन घ्या

तुम्हाला माहितीच आहे, त्याप्रमाणे श्रीमंत वडिलांना शिकवण्याचं साधन म्हणून नीतिकथा सांगायला आवडत होत्या. आपला रुबाबदार, देखणा राजकुमार शोधण्यासाठी बेडकाचं चुंबन घ्यावंच लागलेल्या राजकुमारीची कथा त्यांना आवडत होती. ते नेहमीच म्हणत की, 'राजकुमार कोण आहे हे शोधून काढण्यासाठी तुम्हाला अनेक बेडकांची चुंबनं घेत फिरावंच लागतं.' गुंतवणुकीमध्ये आणि आयुष्याच्या अनेक पैलूंच्या बाबतीतही हे विधान खरं ठरतं. आज मी जेव्हा एखाद्या मुलाला पंचविसाव्या वर्षी नोकरी मिळाली आणि तो आयुष्यभर तीच नोकरी करत राहिला असं ऐकतो, त्या वेळी त्यांना चांगली नोकरी आणि वाईट नोकरी यातला फरक कसा काय माहिती असतो, याचं मला आश्चर्य वाटतं. वयाच्या पंधराव्या वर्षीच आपल्याला डॉक्टर व्हायचं आहे हे ठरवलेल्या व्यक्तीला मी भेटलो त्या वेळी निर्णय घेण्यासाठी त्यांनी वास्तवाचा खरोखरच वापर केला होता का असा विचार माझ्या मनात आला. हीच गोष्ट प्रेमसंबंधांमध्ये आणि गुंतणुकीतही खरी असते.

श्रीमंत वडिलांनी म्हटलं होतं की, 'अनेक लोक बेडकांची चुंबनं घ्यायचं टाळतात आणि त्याऐवजी विवाह करून मोकळे होतात.' श्रीमंत वडिलांच्या सांगण्याचा हाच अर्थ होता की, ज्या वेळी गुंतणुकीचा आणि त्यांच्या भविष्याचा प्रश्न येतो त्या वेळी बहुतेक लोक पुरेशा प्रमाणात अनेक बेडकांची चुंबनं घेत नाहीत. चांगल्या गुंतवणुकीचा शोध घेण्यासाठी थोडा वेळ काढण्याऐवजी बहुतांश लोक आपल्या उत्स्फूर्ततेचा, चटपटीत टिप्सचा आधार

घेऊन कृती करतात किंवा त्यांच्या मित्र-मैत्रिणीला अगर नातेवाइकाला त्यांच्या आर्थिक गुंतवणुकीचं व्यवस्थापन करू देतात.

टोडाशी लग्न करणं

माझ्या एका मैत्रिणीनं मला अलीकडेच असं सांगितलं की, 'मी तुझा सल्ला घेतला आणि भाड्यानं देण्यासाठी एका मालमत्तेत गुंतवणूक केली.'

मी तिला कुतूहलानं विचारलं, 'तू काय विकत घेतलंस ?'

'मी सॅन डिएगोत किनारपट्टीजवळ एक छानसं अपार्टमेंट विकत घेतलं.'

'तू किती मालमत्ता पाहिल्या होत्यास?' मी विचारलं.

'दोन,' ती म्हणाली. 'ब्रोकरनं मला त्याच भागातील दोन संकुलं दाखवली होती. त्यापैकी एक मी विकत घेतलं.'

तिच्या रिअल इस्टेटमधून तिला व्यवस्थित उत्पन्न मिळतंय ना याची त्यानंतर वर्षभरानंतर मी तिच्याकडे चौकशी केल्यावर ती म्हणाली की, 'सध्या मला मासिक ४६० डॉलर्सचं नुकसान सोसावं लागतंय.'

'इतकं नुकसान का सोसावं लागतंय?'

'त्याचं एक कारण म्हणजे त्या इमारतीतील घरमालकांची संघटना चालवणाऱ्या मंडळानं मासिक देखभाल शुल्कात वाढ केली आहे. दुसरं कारण म्हणजे मी दर महिन्याला किती भाडं मिळवलं पाहिजे ते मला माहिती नव्हतं. तिथे मला वाटत होतं त्याहून खूपच कमी भाडं मिळतं,' तिने काहीशा संकोचानं सांगितलं. 'मी ते विकण्याचा प्रयत्नही केला; पण बाजारपेठेतून मला जितकी किंमत मिळेल त्याहून सुमारे २५,००० डॉलर्स मी जास्त खर्च केला आहे. मला दर महिन्याला पैसे गमावत बसायचं नाही; पण मी जितके पैसे दिले होते, त्याहून सुमारे २५,००० डॉलर्स कमी घेऊन ते विकणंही मला परवडणारं नाही.'

श्रीमंत वडिलांनी असं म्हटलं असतं की, 'पुरेशा प्रमाणातील बेडकांची चुंबनं न घेतल्यामुळे ही किंमत चुकती करावी लागत आहे. तुम्ही आवश्यक तितक्या बेडकांची चुंबनं घेतली नाहीत, तर त्याची परिणती तुम्हाला एखाद्या टोडाबरोबर विवाह करावा लागण्यात होते.' माझ्या मैत्रिणीनं तिचा गृहपाठ केला नव्हता, त्यामुळे ती टोडाबरोबर विवाह करून बसली होती आणि तिला हा टोड अतिशय महागात पडला होता.

तुम्ही चांगल्या रिअल इस्टेट गुंतवणुकीचं मूल्यमापन कसं करता? अनुभव हा महान शिक्षक असतो. या सगळ्या प्रवासात मी आणि माझे मित्र जे धडे शिकलो, त्यांची रूपरेषा पुढे देत आहे. त्याखेरीज तुम्हाला उपयुक्त ठरणाऱ्या इतर अनेक स्रोतांची माहितीही मी देणार आहे.

खरेदीला न जाण्याची किंमत

एखादी अतिशय उत्तम रिअल इस्टेट कशी शोधावी, असं लोक मला विचारतात, त्या वेळी मी त्यांना सांगतो की, त्यांनी खरेदीसाठी बाहेर पडलं पाहिजे.

उत्तम रिअल इस्टेटचा शोध घेण्यासाठी मी १००:१०:३:१ हे सूत्र आचरणात आणतो. गेली अनेक वर्षं मी आणि किमनं अक्षरशः हजारो मालमत्ता पाहून त्यांचं विश्लेषण केलं आहे. ज्या वेळी आम्हाला विचारलं जातं की, 'रिअल इस्टेटविषयी तुम्ही एवढं सगळं कसं काय शिकलात?' त्या वेळी आम्ही फक्त एवढंच सांगतो की, 'आम्ही हजारो गुंतवणूक संधी शोधल्या, पाहिल्या आणि त्यांचा विचार केला आहे.' आम्ही मालमत्ता विकत घेण्याचे शेकडो प्रस्ताव दिले आहेत आणि अनेक प्रस्तावांवर आम्ही हसलोही होतो. यातला मुद्दा असा आहे की, आम्ही पाहिलेल्या प्रत्येक मालमत्तेबरोबर आणि आम्ही दिलेल्या प्रत्येक प्रस्तावाबरोबर मालमत्तेच्या बाजारपेठेविषयीचं आणि मानवी स्वभावाविषयीचं आमचं ज्ञान आणि अनुभव वाढत गेला.

ज्या वेळी आम्हाला विचारलं जातं की, 'तुमच्याकडे पैसा नसतो त्या वेळी तुम्ही काय करता?' त्या वेळीही आम्ही तेच उत्तर देतो, 'खरेदीला जातो.' माझ्या गुंतवणूकविषयक चर्चासत्रांमध्ये मी नेहमीच असं सांगतो की, 'तुम्ही खरेदी करायला जाता त्या वेळी तुम्हाला कोणीही तुमच्याकडे पैसा आहे का असं विचारत नाही. किरकोळ विक्रेत्यांना तुम्ही खरेदी करावं आणि त्यांचा माल पाहावा असं वाटतं. हीच गोष्ट बहुतांश गुंतवणुकींच्या बाबतीतही खरी असते. खरेदीसाठी जाणं, प्रश्न विचारणं आणि व्यवहारांचं विश्लेषण करणं यातून मला शिक्षण मिळालं. मी गुंतवणुकीविषयी जे शिकलो त्या गोष्टी तुम्हाला एखाद्या पुस्तकात सापडणं शक्य नाही. ज्याप्रमाणे तुम्ही पुस्तक वाचून गोल्फ खेळायला शिकू शकत नाही, त्याप्रमाणेच तुम्ही फक्त पुस्तक वाचून, इतर लोकांना दिसत नसलेल्या गुंतवणुकीसाठी योग्य मालमत्ता पाहायला शिकणार नाही. तुम्ही बाहेर पडलंच पाहिजे आणि खरेदी करायलाही गेलंच पाहिजे.'

पश्चातबुद्धीचा फायदा घ्या

टोडाबरोबर विवाह केलेल्या माझ्या मैत्रिणीनं जर ठरवलं असतं तर तिला काही मूल्यवान धडे शिकता आले असते; पण त्याऐवजी तिने रिअल इस्टेट ही एक घाणेरडी गुंतणूक आहे. तुम्ही तिच्यातून पैसे मिळवू शकत नाही, असा निष्कर्ष काढला होता. ती यापासून काय शिकली असं मी तिला विचारलं त्या वेळी ती एकदम संतप्त होऊन म्हणाली, 'मी तुझं कधीच ऐकायला नको होतं. बाजारपेठ बदलली आहे. तुम्ही आज रिअल इस्टेटमधून पैसा मिळवू शकत नाही.'

२०/२० ही पश्चातबुद्धी असते, अशी इंग्रजीत एक म्हण आहे. यातली समस्या अशी आहे की तुम्हाला यासाठी पूर्ण वळून तुमच्या मागे काय आहे किंवा होतं हे पाहावंच लागतं. माझ्या मैत्रिणीनं असं मागे वळून पाहिलं नाही आणि ती काहीच शिकली नाही. निदान तिने कृती तरी केली होती, त्याबद्दल मी तिचं कौतुक केलं; पण तरीही रिअल इस्टेट नको इतकी महागडी गोष्ट असते, याविषयी तिची खात्री पटली आहे, कारण आपल्या अमूल्य चुकांमधून शिकण्यात ती अपयशी ठरली आहे. चुकांनी आणि धड्यांनी ती अधिक हुशार आणि भविष्यात अधिक श्रीमंत होऊ शकली असती. आपल्याकडे 'चुका वाईट असतात,' हा संदर्भ असण्याचा हा वाईट परिणाम आहे. तिच्याकडे जर 'मी कृती केली आहे, मी

चुका केल्या आहेत आणि आता मी त्या चुकांपासून शिकू शकते,' असा संदर्भ असता तर ती खूपच जास्त श्रीमंत व्यक्ती बनू शकली असती. ज्या लोकांना आपण परिपूर्णच असलं पाहिजे किंवा आपल्याला चुका होताच कामा नयेत, असं वाटतं त्या लोकांकडे पश्चातबुद्धीच नसते. हेच लोक सर्वाधिक मोठी चूक करतात आणि ती असते : आपल्या चुकांपासून न शिकणं ही.

या एका साध्या गुंतवणुकीतून मिळालेल्या धड्यांकडे माझ्या मैत्रिणीनं दुर्लक्ष केलं होतं. ते धडे असे आहेत :

१. जास्त मालमत्ता पाहा.

२. तुम्हाला हवा तितका वेळ घ्या. एकाहून अधिक चांगले व्यवहार असतात. अनेक लोक रिअल इस्टेट विकत घेतात. कारण, त्यांनी शोधलेला व्यवहार हा जगातील एकमेव चांगला व्यवहार आहे असं त्यांना वाटतं.

३. भाडं बाजारपेठ आणि खरेदीची बाजारपेठ या दोन्ही बाजारपेठांचं विश्लेषण करा.

४. एकाहून जास्त रिअल इस्टेट विक्रेत्यांबरोबर बोला.

५. गृहसंकुलांमध्ये गुंतवणूक करताना सावध राहा. गृहसंकुलांकडे बहुतेक वेळा घरमालकांचं संचालक मंडळ असतं. घरमालक आणि गुंतवणूकदार नेहमीच समोरासमोर भेटत नाही. बहुतेक घरमालकांना आपली मालमत्ता चांगली ठेवायची असते, त्यामुळे ते देखभाल खर्चावर (मेन्टेनन्सवर) भरपूर पैसा खर्च करतात. तुमची मालमत्ता चांगली ठेवणं ही गोष्ट चांगली असली तरीही गुंतवणूकदार सहसा गुंतवणुकीच्या या अतिशय महत्त्वाच्या क्षेत्रावरचं आपलं नियंत्रण गमावून बसतो आणि हेच खर्चावरच्या नियंत्रणाचं क्षेत्र असतं.

६. जर खर्च हाताबाहेर गेले तर त्याचा मालमत्तेच्या भविष्यातील विक्रीवरही परिणाम होतो.

७. कधीही मालमत्तेची किंमत वाढेल या भरवशावर मालमत्ता खरेदी करू नका. तुम्ही विकत घेत असलेली मालमत्ता ही चांगल्या आणि वाईट अशा दोन्ही प्रकारच्या अर्थकारणात चांगलीच ठरली पाहिजे. श्रीमंत वडील नेहमीच म्हणत त्याप्रमाणे, 'तुम्ही विक्री करता तेव्हा नव्हे, तर खरेदी करता त्याच वेळी तुम्ही नफा कमावलेला असतो.'

८. भावनाविवश होऊन गुंतवणूक करू नका. तुमच्या वैयक्तिक मालमत्ता तुम्ही विकत घेता, त्या वेळी भावनाविवश होणं ठीक असतं. ज्या वेळी तुम्ही गुंतवणुकीच्या हेतूनं मालमत्ता विकत घेता, त्या वेळी भावनांमुळे तुम्ही अंध बनू शकता. गुंतवणुकीतून मिळणाऱ्या परताव्यापेक्षाही ती मालमत्ता समुद्र किनाऱ्यापासून जवळ आहे यामुळे माझी मैत्रीण जास्त हर्षभरीत, रोमांचित झाली होती. तिने आर्थिक विवरणपत्रं पाहण्याऐवजी किनाऱ्याकडे पाहिलं होतं.

९. त्या मालमत्तेत सुधारणा करण्याजोगं फारसं काही नव्हतं. मालमत्तेच्या मूल्यात बदल, सुधारणा किंवा वाढ करण्यासाठी काही रूपांतरं करण्यावर तुमचं नियंत्रण असेल तर तुम्ही भरपूर पैसा कमवू शकता. ही गोष्ट तुम्ही स्टॉक्सच्या बाबतीत किंवा म्युच्युअल फंडांच्या बाबतीत करू शकत नाही. अनेक वेळा फक्त गॅरेज किंवा एखादी अतिरिक्त खोली वाढवून तुमच्या गुंतवणुकीच्या परताव्यात तुम्ही कितीतरी पटीनं वाढ करू शकता.

१०. ती आपल्या अनुभवातून शिकली नव्हती. तिला मिळालेला धडा हा काहीसा महागडा असला तरीही जर तिने विनयशील राहण्याचं, शिकण्याचं आणि पुन्हा प्रयत्न करायचं असं ठरवलं असतं तर ती या धड्याची किंमत कोट्यवधी डॉलर्समध्ये करू शकली असती. त्याऐवजी तिने असं म्हटलं होतं की, 'तुम्ही रिअल इस्टेटमध्ये पैसा कमवू शकत नाही.'

चुकांमुळे तुमच्या दृष्टिकोनात सुधारणा होते

हजारो गुंतवणुकांचं विश्लेषण करण्यात वेळेची गुंतवणूक केल्यानंतर माझा दृष्टिकोन हळूहळू सुधारला होता. दर वेळी मी मालमत्ता विकण्याचा प्रस्ताव दिला की, काहीतरी शिकत होतो. अगदी ते प्रस्ताव हसण्यावारी नेण्यात आले किंवा फेटाळले गेले तरीही मी काहीतरी शिकत होतो. दर वेळी बँकरबरोबर अर्थपुरवठ्यासाठी मी बैठक केली की, मी काहीतरी नवीन शिकलो होतो. दर वेळी मी मालमत्ता विकत घेतली की, मी काहीतरी नवीन आणि मूल्यवान गोष्ट शिकलो. अगदी एखाद्या मालमत्तेच्या बाबतीत पैसा गमवावा लागला तरीही मी काहीतरी शिकलो. आज या सगळ्या बऱ्या-वाईट धड्यांचं एकत्रीकरण हेच मला श्रीमंत बनवणारं शिक्षण आणि अनुभव ठरलं आहे, त्यामुळे माझ्या पत्नीला आणि मला रिअल इस्टेटमधून अधिकाधिक पैसा कमवणं शक्य होत आहे.

उत्तम गुंतवणुकी या तुमच्या मनश्चक्षूंनी पाहता येतात. त्या तुम्हाला इतर कुठल्याही माध्यमातून दिसत नाहीत. खऱ्या आयुष्यात, 'विक्रीसाठी' असा फलक असतो त्यातून 'इथे खूप छान व्यवहार आहे,' असं सांगणारी कुठलीही माहिती प्रतीत होत नाही. तिथे असलेली सगळी चिन्हं, प्रतीकं हेच सांगतात की, ही मालमत्ता विकायची आहे. त्यांपैकी कुठे उत्तम व्यवहार आहे हे पाहण्यासाठी आपल्या मेंदूला प्रशिक्षित करणं आणि उत्तम प्रकारे वाटाघाटी करणं हे तुमचं काम असतं. यासाठी निष्ठा आणि सराव यांची गरज असते.

प्रत्येक जण करू शकत असलेली गोष्ट

मी तुम्हाला आधी वचन दिलं आहे, त्याप्रमाणे मी तुम्हाला श्रीमंत बनण्याकडे नेणारी प्रत्येक जण करू शकत असलेली गोष्ट सांगितली आहे. रिअल इस्टेटच्या खरेदीसाठी जा ही प्रत्येक जण करू शकत असलेली गोष्ट आहे. तुमच्याकडे पैसा नसला तरीही जर तुमचं आणि तुमच्या जोडीदाराचं आठवड्याला ५, १०, २०, २५ मालमत्ता पाहण्यावर एकमत झालं तर तुमच्या दृष्टिकोनात सुधारणा होईल, याची मी तुम्हाला खात्री देतो. १०० व्यवहारांचं विश्लेषण केल्यानंतर तुम्हाला रोमांचित करू शकणारे एक किंवा दोन व्यवहार तुम्हाला सापडतील हे मला माहिती आहे. तुम्ही श्रीमंत बनण्याविषयी रोमांचित झालात की, तुमचा मेंदू दुसऱ्या संदर्भाकडे वळतो आणि तुम्ही पुढील प्रश्नाचं उत्तर देऊ शकणाऱ्या नवीन माहितीचा शोध घेऊ शकता. हा प्रश्न असतो :

'मला श्रीमंत होता यावं, यासाठी मी पैसा कसा काय उभा करू शकेन?'

एकही पैसा नसला तरी प्रत्येक जण हे करू शकतो. किम आणि मी नियमितपणे हेच करत आलो आहोत. आता आमच्याकडे थोडा जास्त अनुभव असल्यामुळे मालमत्तांचं

विश्लेषण करण्याची प्रक्रिया जलद गतीनं पार पडत आहे. उत्तम आणि अत्यंत वाईट अशा दोन्ही अर्थकारणांमध्ये आम्ही नेहमीच उत्तम व्यवहार शोधण्यात यश मिळवलं. आम्ही नेहमीच त्या मालमत्ता विकत घेतो असं नाही किंवा त्यांच्यासाठी प्रस्तावही देत नाही; पण गुंतवणुकींचा शोध घेत राहण्याची आणि त्यांचं विश्लेषण करण्याची प्रक्रिया आमची मनं तल्लख ठेवतं आणि आम्हाला विपुल प्रमाणात संधी मिळवणं शक्य होतं. तुम्ही फक्त मालमत्तांचा शोध घेत राहिलं पाहिजे.

आता फक्त एक शेवटचा मुद्दा सांगतो. रिअल इस्टेटमध्ये किंवा गुंतवणूकविषयक इतर कुठल्याही उत्पादनात गुंतवणूक करण्यासाठी एखादी गोष्ट विकत घेणं आणि ती तुम्हाला श्रीमंत बनवेल अशी अपेक्षा बाळगणं याहून आणखी कशाची तरी गरज असते. रिअल इस्टेटमध्ये जर किमनं आणि मी दहा मालमत्ता विकत घेण्याचं नियोजन केलं असेल, तर याचा अर्थ आम्हाला १,००० मालमत्ता पाहण्याची गरज असते. त्या दहा मालमत्तांपैकी दोन मालमत्ता गुंतवणूक म्हणून अत्यंत उत्तम असतील अशी आपण अपेक्षा बाळगू शकतो आणि दोन मालमत्तांच्या बाबतीत आपलं नुकसान होऊ शकतं. या मालमत्ता सहसा तातडीनं विकून टाकल्या जातात. यातून सहा गुंतवणुकी उरतात. आपल्याला एक तर त्यांची विक्री करावी लागते किंवा त्यांच्यात सुधारणा करावी लागते. रिअल इस्टेट, म्युच्युअल फंड किंवा व्यवसायाची उभारणी यांपैकी काहीही असलं तरी हे गुणोत्तर हेच राहण्याची शक्यता असते. व्यावसायिक गुंतवणूकदाराला हे माहिती असतं.

इतरांची हुकलेली बक्षिसं

प्रत्येक मच्छिमाराकडे दुसऱ्याच्या तावडीतून निसटलेला एखादा मासा त्याला सापडल्याविषयीची एखादी तरी कथा असतेच. प्रत्येक रिअल इस्टेट गुंतवणूकदाराकडेही इतरांच्या नजरेतून सुटलेली; पण त्याला सापडलेली अशीच एखादी तरी मालमत्ता असतेच. तुमच्या पहिल्या १०० गुंतवणुकींसाठी शोध घेण्याकरिता तुम्हाला स्फूर्ती मिळावी म्हणून पुढे दोन कथा देत आहे.

अडचणींचं संधीत रूपांतर करणं

कथा क्र. १. : काही वर्षांपूर्वी किम आणि मी आमच्या घरापासून काही तासांच्या अंतरावर असलेल्या पर्वतराजीतून प्रवास करत होतो. आम्ही काही दिवसांची सुट्टी घेऊन जंगलातील शांततेत आणि एकांतात राहायचं ठरवलं होतं. आम्ही नेहमीच करतो त्याप्रमाणे आम्ही रिअल इस्टेटच्या कार्यालयात थांबलो आणि त्यांच्याकडे विक्रीसाठी काय होतं ते पाहिलं. एजंटनं आम्हाला नेहमीच्या भरमसाट किमतीच्या मालमत्ता दाखवल्या, अर्थातच आम्ही त्या नजरेआड केल्या. त्यानंतर तिच्या विक्रीपुस्तकात तिने एका छोट्याशा घरासह असलेल्या पंधरा एकर जमिनीची नोंद केल्याचं आम्हाला आढळलं. या मालमत्तेची किंमत फक्त ४३,००० डॉलर्स होती. ही किंमत एवढी कमी का होती असं मी तिला विचारलं.

तिने उत्तर दिलं की, 'तिथे पाण्याची समस्या आहे.'

'कुठल्या प्रकारची पाण्याची समस्या?' मी विचारलं.

'तिथे असलेल्या विहिरीतून नेहमीच पुरेशा प्रमाणात पाणीपुरवठा होऊ शकत नाही. हा पाणीपुरवठा अधूनमधून बंद होतो म्हणूनच गेली अनेक वर्षं ती विक्रीविना तशीच पडून आहे. प्रत्येकाला ती जागा आवडते; पण तिथे पुरेशा प्रमाणात पाणी नाही हीच खरी समस्या आहे,' ती रिअल इस्टेट एजंट म्हणाली.

'मला ती जागा पाहायला घेऊन चल,' मी म्हणालो.

'अं... तुम्हाला ती आवडणार नाही,' तिने उत्तर दिलं. 'पण तरीही मी तुम्हाला तिकडे नेते.'

जवळजवळ अर्ध्या तासानंतर आम्ही त्या वन्य प्रदेशातील त्या सुंदर जागेत पोहोचलो. तिथेच ते छोटंसं घरही होतं. 'हीच ती समस्या आहे,' आम्हाला विहिरीजवळ घेऊन गेल्यानंतर ती रिअल इस्टेट एजंट म्हणाली. 'या विहिरीत आणि या जमिनीत पुरेसं पाणीच नाही.'

मी मान डोलावत म्हणालो, 'होय, पाण्याची ही समस्या खरोखरच गंभीर आहे.'

दुसऱ्या दिवशी मी पुन्हा एकदा त्या जागेत गेलो. त्या वेळी मी माझ्याबरोबर त्या परिसरातील विहिरींच्या कामातील तज्ज्ञाला घेऊन गेलो होतो. त्याने विहिरीकडे बघितलं आणि तो म्हणाला, 'ही समस्या सहज सोडवता येईल. या विहिरीत पुरेशा प्रमाणात पाणी आहे, फक्त ते वेगवेगळ्या वेळी येतं. यासाठी तुम्ही फक्त विहिरीला पाणी येतं त्या वेळी ते साठवून ठेवण्यासाठी एक अतिरिक्त टाकी बसवून घेतली पाहिजे म्हणजे मग समस्या सोडवली जाईल.'

'त्या टाकीची क्षमता किती असली पाहिजे?' मी विचारलं.

'३,००० गॅलन क्षमतेच्या टाकीसाठी आणि ती बसवण्यासाठी २३०० डॉलर्सचा खर्च येईल,' तो म्हणाला.

मी मान डोलावली आणि त्या रिअल इस्टेट कार्यालयात गेलो आणि मी तिच्यासमोर माझा प्रस्ताव ठेवला. 'मी या विक्रेत्याला त्या मालमत्तेसाठी २४,००० डॉलर्सचा प्रस्ताव देतो.'

'ही खूपच कमी किंमत आहे,' ती म्हणाली. 'अगदी पाण्याची समस्या असली तरीही.'

'हाच माझा प्रस्ताव आहे,' मी उत्तर दिलं. 'बरं, ते जाऊ दे; पण या जागेच्या खरेदीसाठी अगदी अलीकडे केव्हा एखादा प्रस्ताव आला होता?'

'त्याला बरेच दिवस झाले,' ती म्हणाली. 'जवळजवळ एक वर्षापेक्षा जास्त काळ आधी.'

त्या रात्री त्या एजंटानं फोन केला आणि ती म्हणाली, 'माझा यावर विश्वासच बसत नाही. तुमचा प्रस्ताव मान्य झाला आहे. त्यांनी तुमची किंमत आणि तुमच्या अटी स्वीकारल्या आहेत यावर माझा विश्वासच बसत नाही.'

'आभारी आहे,' मी म्हणालो. माझ्या डोक्यात आणि हृदयातही आनंदोत्साहाच्या नुसत्या उकळ्या फुटत होत्या. त्या विक्रेत्याला वर्षाहून जास्त काळ कुठलाच प्रस्ताव मिळाला नव्हता आणि त्या घराची दुरुस्ती करून करून तो थकून गेला होता आणि कंटाळला होता. त्या विक्रेत्यानं माझी किंमत स्वीकारली होती आणि मी त्याला फक्त

२,००० डॉलर्सचं डाऊन पेमेंट देणार होतो. शिवाय वर्षभरात त्याची उर्वरित रक्कम त्याला देणार होतो. दुसऱ्या शब्दांत मला ती मालमत्ता किरकोळ डाऊन पेमेंटसह आणि वर्षभर कसलाच पैसा भरावा न लागता मिळाली होती.

दुसऱ्या दिवशी सकाळी मी त्या विहिरीच्या तज्ज्ञाला भेटलो आणि त्याला ३,००० गॅलन क्षमतेच्या दोन टाक्या बसवायला सांगितलं. पाण्याची समस्या ५,००० डॉलर्सहून कमी किमतीत सुटली होती. त्यानंतर महिन्यानं किम आणि मी आमच्या त्या नवीन घरात राहायला गेलो. त्या वेळी तिथे भरपूर प्रमाणात गोडं पाणी होतं. आम्ही गाव सोडल्यानंतर ती मालमत्ता विक्रीला काढली. आम्ही तिची ६६,००० डॉलर्स एवढी किंमत ठेवली आणि दोन आठवड्यांनंतर ती विकलीही गेली. समस्या सोडवली गेली होती आणि ती मालमत्ता एका तरुण जोडप्याच्या हातात पडली होती. त्यांना त्यांचं स्वप्नातलं पर्वतराजीतलं घर मिळालं होतं.

संदर्भातील बदल

कथा क्र. दोन : जेफ नावाचा माझा एक मित्र होता. तो लँडस्केप आर्किटेक्ट होता. त्याने मला रिअल इस्टेट गुंतवणुकीची एक खूपच छान गोष्ट सांगितली होती. मी तीच तुम्हाला सांगत आहे.

जेफ म्हणाला, 'सुमारे वर्षभरापूर्वी एका महिलेनं त्याला बोलावून सांगितलं की, 'माझ्याकडे ४० एकर जमीन आहे आणि मला तिची देखभाल करायची आहे.' तिने २७५,००० डॉलर्सना ती खरेदी केली होती. ती जमीन ज्या छोट्याशा गावात होती, त्या गावाचा कुठल्याही प्रकारच्या विकासाला विरोध होता.'

'तिने तुला का बोलावलं होतं?' मी विचारलं.

'त्या गावाच्या आणि त्या मालमत्तेच्या भवितव्यासाठी मी एखादी योजना तयार करावी, असं तिला वाटत होतं. या टीमचा एक भाग म्हणून तिने एका माजी शहर नियोजनकर्त्यालाही कामावर ठेवलं होतं.'

'मग काय झालं?' मी विचारलं.

'आम्ही आमचे आराखडे तयार केले. भविष्यकालीन प्रस्ताव लिहून काढले आणि त्या गावाच्या प्रशासकीय यंत्रणेच्या कार्यालयात गेलो. आम्हाला तीन वेळा आमचं म्हणणं खोडून काढून माघारी पाठवलं गेलं,' तो म्हणाला.

'का?' मी विचारलं.

'प्रशासकीय कार्यालयाला काही गोष्टीविषयी चिंता वाटत होती आणि त्यांनी आम्हाला आमच्या योजना आणि प्रस्ताव पुन्हा एकदा दुरुस्त करून सादर करण्यास सांगितलं होतं.'

'ते तुम्हाला परत जायला सांगत होते का?'

'जवळजवळ तसंच. खरं तर आम्ही त्यांना नेमकी कसली चिंता वाटत होती ते विचारत राहिलो होतो, आम्ही पुनःपुन्हा त्यांच्या चिंता आणि काळज्या दूर करणारे प्रस्ताव आणि आराखडे घेऊन त्यांच्याकडे जात राहिलो. अखेरीस त्या मंडळानं आमच्या प्रस्तावाला आणि आराखड्यांना मान्यता दिली आणि नंतर त्या मालमत्तेला शेतीतून बिगर शेतीत आणि व्यापारी मालमत्तेत रूपांतरित केलं.'

'त्यांनी तुमच्या मालमत्तेचं शेतीतून व्यापारी मालमत्तेत रूपांतर केलं? या रूपांतरामुळे तुमच्या मालमत्तेच्या किमतीत किती वाढ झाली?' मी विचारलं.

'तिच्या योजनांना मान्यता मिळाल्यानंतर तिने राष्ट्रीय विमा कंपनीला ती मालमत्ता ६५ लाख डॉलर्सना विकली. ते त्या जागेत एक मोठं हॉटेल उभारणार आहेत.'

'या सगळ्या प्रक्रियेला किती काळ लागला?'

'एकूण नऊ महिने,' जेफ म्हणाला. 'तिने त्या शहर नियोजनकर्त्याला आणि मला कबूल केल्याप्रमाणे प्रत्येकी २५,००० डॉलर्स दिले.'

'म्हणजे तिने सुमारे ५०,००० डॉलर्सचा खर्च केला आणि साठ लाख डॉलर्स कमावले?' मी आवंढा गिळत विचारलं.

माझ्या मित्रानं, जेफनं स्मित करत मान डोलावली. 'तिथे कित्येक वर्षं ती मालमत्ता तशीच पडून होती. प्रत्येक जण तिच्याकडे बघून ती खूपच महागडी आहे असं म्हणत होता; पण आम्हाला जे दिसलं नव्हतं, ते तिला दिसलं होतं आणि तिने अगदी व्यावसायिकपणे आम्हाला, आमच्या नाकावर टिच्चून कुठली गोष्ट योग्य होती ते दाखवलं.'

'तुला फक्त २५,००० डॉलर्सच मिळाले म्हणून तू अस्वस्थ झाला आहेस का?' मी विचारलं.

'नाही. मी केलेल्या कामाचा तो अगदी योग्य मोबदला होता. शिवाय मी तो मोबदला मान्य केला होता आणि तिने जोखीम पत्करली होती. जर आमच्याकडून त्या मालमत्तेचं बिगर शेती झोनमध्ये रूपांतर झालं नसतं तर तिला पैसा गमवावा लागला असता; पण तिने मला एक प्रकारची दृष्टी दिली, त्याबद्दल मी तिचा कायमच ऋणी असेन. जे मी कधीही बघू शकलो नसतो, ते बघण्यास तिने मला शिकवलं. फक्त आपण आपल्या मेंदूंना आणि डोळ्यांना प्रशिक्षित करण्यात थोडासा वेळ गुंतवला तर आपल्यापैकी प्रत्येकासमोरच जी समृद्धी ठाण मांडून बसलेली असते ती तिने मला बघायला शिकवली.'

त्याच्या या नवीन वास्तवासाठी मी त्याचं अभिनंदन करून त्याला म्हटलं, 'तुझ्या २५,००० डॉलर्स फीपेक्षाही जास्त मौल्यवान गोष्ट तुला मिळाली, नाही का?'

जेफ मान डोलवत म्हणाला, 'खूपच जास्त मौल्यवान असलेली गोष्ट. शहर नियोजनकर्त्याला आपल्याला लुबाडलं गेल्यासारखं वाटलं; पण मला तसं वाटलं नाही. मी नेहमीच तुझ्या श्रीमंत वडिलांचे संदर्भ आणि वास्तव याविषयीचं तुझं बोलणं ऐकलं आहे; पण मला त्या शब्दांचा आधी जास्त प्रमाणात अर्थ समजला नव्हता. आता मला तो समजला आहे. माझ्या असं लक्षात आलं आहे की, माझ्या संदर्भातून मी हजारो डॉलर्सचा विचार केला होता. ती जास्त श्रीमंत आहे. कारण, तिचा संदर्भ जास्त मोठा आहे आणि ती कोट्यवधी डॉलर्सचा विचार करते. माझ्या हेही लक्षात आलं की, मी अजूनही एस कप्प्यातूनच विचार करत आहे आणि ती बी व आय कप्प्यांतून विचार करत होती. तिने मला काहीही मोबदला दिला नसता तरीही मी जे शिकलो ते अमूल्य आहे, कारण त्यामुळे माझं आयुष्य कायमचंच बदलून गेलं. श्रीमंत माणूस कसं बनावं ते तिने मला शिकवलं.'

रिअल इस्टेटच्या जमिनीचं 'रिझोनिंग' करणं हा फक्त संदर्भातील बदल आहे. गरिबापासून श्रीमंतापर्यंतचं स्थित्यंतरही फक्त संदर्भातील बदल आहे. इच्छा असेल तर प्रत्येक जण तो करू शकतो.

तुमचा पैसा कुठे ठेवावा?

बहुतेक श्रीमंत लोक एक तर रिअल इस्टेटमधून पैसा कमवतात किंवा त्यांनी भरपूर संपत्ती मिळवली की, त्यातली बरीचशी ते रिअल इस्टेटमध्ये गुंतवतात. श्रीमंत वडिलांनीही तेच केलं होतं. त्यांनी त्यांच्या व्यवसायांमधून आणि स्टॉक मार्केटमधील उलाढालींमधून भरपूर पैसा कमवला असला तरीही त्यांनी आपली संपत्ती रिअल इस्टेटमध्ये अडकवून ठेवली. श्रीमंत लोक असं करतात, त्यामागे बरीच कारणं आहेत. त्यांपैकी काही अशी आहेत :

१. करविषयक कायदे श्रीमंतांना रिअल इस्टेटमध्ये गुंतवणूक करण्यास प्रोत्साहन देतात.
२. रिअल इस्टेटमध्ये तरफेची खूप मोठी शक्ती आहे. श्रीमंत व्यक्ती आपल्या बँकरचा पैसा गुंतवून आणखी श्रीमंत होऊ शकते.
३. रिअल इस्टेटमधून मिळणारं उत्पन्न हे निष्क्रिय उत्पन्न असतं, त्यामुळे इतर सर्व उत्पन्नांच्या तुलनेत त्याच्यावर किमान कर आकारला जातो. मालमत्तेच्या विक्रीवर भांडवली लाभ मिळाला तरीही कित्येक वर्षं हा भांडवली लाभ स्थगित ठेवता येतो, त्यामुळे गुंतवणूकदाराला एरवी सरकारच्याच असलेल्या पैशाची पुनर्गुंतवणूक करण्याची मुभा मिळते.
४. रिअल इस्टेट गुंतवणूकदाराला त्यांच्या मालमत्तांवर खूपच थेट नियंत्रण देते.
५. गुंतवणूकदाराला पैशाचं आणि मालमत्तेचं व्यवस्थापन कसं करावं हे माहिती असेल तर पैसा ठेवण्याची ही खूपच सुरक्षित जागा आहे.

आपल्या संपत्तीचा मोठा भाग कागदोपत्री स्वरूपातील मालमत्तांमध्ये गुंतवून सर्वसामान्य गुंतणूकदार प्रचंड मोठी जोखीम पत्करत असतो. या पुस्तकात सर्वत्र सांगण्यात आलं आहे, त्याप्रमाणे जर निवृत्त व्यक्तीचा पोर्टफोलिओ बाजार कोसळल्यामुळे पूर्णपणे नष्ट झाला तर काय होईल? त्याचं आर्थिक सर्वस्व गमावलं जाईल का?

याचं उत्तर 'नाही' असं आहे. जर त्या व्यक्तीला मंदी असलेल्या बाजारपेठेत आपल्या कागदोपत्राच्या स्वरूपातील मालमत्तांचं संरक्षण कसं करावं हे माहिती असेल तर असं होणार नाही. तुम्हाला तुमची सगळी संपत्ती फक्त कागदोपत्राच्या स्वरूपातील मालमत्तांमध्येच गुंतवायची असेल तर तुमच्यासाठी पुढचं प्रकरण अतिशय महत्त्वाचं आहे.

प्रकरण सतरा

कागदोपत्रांच्या स्वरूपातील मालमत्तांची तरफेची शक्ती

कमी जोखीम पत्करून जास्त परतावा मिळवण्यासाठी कशी गुंतवणूक करावी?

माझ्या एका मित्रानं मला सांगितलं की, त्याने शेअर बाजारात लाखो डॉलर्स गमावले होते. त्याला आता पुन्हा नोकरीवर, कामावर जावं लागणार होतं. त्याला एवढं नुकसान का सोसावं लागलं होतं, असं मी त्याला विचारल्यावर तो म्हणाला, 'मी आणखी काय करू शकत होतो? माझ्या सल्लागारानं दिलेल्या सल्ल्यानुसार मी केलं. त्याने मला डिप्स विकत घ्यायला सांगितलं होतं, त्यामुळे मी डिप्स विकत घेतले आणि पैसा गमावत राहिलो. आता मी दहा लाखांहून जास्त डॉलर्स गमावल्यामुळे तेच सल्लागार मला ठाम राहून दीर्घकाळासाठी गुंतवणूक करण्यास सांगत आहेत. माझ्याकडे आता वाट बघत बसण्यासाठी जास्त वर्षं उरलेली नाहीत.'

गुंतवणूक जोखमीची असता कामा नये. श्रीमंत वडील म्हणत होते की, 'जोखीम असली तरीही गुंतवणूक जोखमीची असता कामा नये.' बाजारपेठेनं दिशा बदलली तरी तुमचं नुकसान होता कामा नये. खरं तर जर बाजार घसरला तर अनेक सुसंस्कृत गुंतवणूकदार भरपूर पैसा कमावतात. शेअर बाजार तेजीत असो वा मंदीत, बाजारात कशी गुंतवणूक करावी आणि पैसा कमवावा याविषयी माझ्या श्रीमंत वडिलांनी दिलेले धडे मी पुढे देत आहे.

संदर्भ खुला ठेवा

खुलं मन आणि लवचीक संदर्भ या गोष्टी पुस्तकाच्या या विभागात महत्त्वाच्या आहेत. जर 'हे अशक्य आहे' किंवा 'तुम्ही हे करू शकत नाही' किंवा 'हे बेकायदेशीर आहे' किंवा 'हे खूपच जोखमीचं आहे' अगर 'ही गोष्ट शिकणं मला खूपच अवघड जाईल' असं तुमचा संदर्भ म्हणत असल्याचं तुम्ही ऐकलं तर फक्त संदर्भ खुला ठेवला पाहिजे, याची स्वतःला आठवण करून द्या म्हणजे मग तुम्हाला तुमच्यापर्यंत येणारी माहिती ऐकू येईल.

विम्यासह कागदोपत्राच्या स्वरूपातील मालमत्तांमध्ये गुंतवणूक करणं

'तू विमा न उतरवताच कार विकत घेशील का?' श्रीमंत वडिलांनी मला विचारलं.

'नाही,' मी उत्तर दिलं. 'ती गोष्ट मूर्खपणाची ठरेल; पण तुम्ही हा प्रश्न मला का विचारता?'

श्रीमंत वडिलांनी स्मित केलं आणि मला विचारलं, 'तू विम्याशिवाय गुंतवणूक करशील का?'

'नाही,' मी उत्तर दिलं. 'पण मी तर रिअल इस्टेटमध्ये गुंतवणूक करतो. मी नेहमीच नुकसानीपासून संरक्षण व्हावं म्हणून मालमत्तेचा विमा उतरवतो. खरं तर बँकेच्या दृष्टीनं माझ्या मालकीच्या सगळ्या मालमत्तांचा विमा उतरवलेला असणं गरजेचं असतं.'

'छान उत्तर दिलंस,' श्रीमंत वडील म्हणाले.

'तुम्ही मला हे विम्याविषयीचे प्रश्न का विचारत आहात?' मी पुन्हा एकदा विचारलं.

'कारण, आता तू कागदोपत्रांच्या स्वरूपातील मालमत्तांमध्ये गुंतवणूक कशी करावी हे शिकण्याची वेळ आली आहे. स्टॉक, कर्जरोखे आणि म्युच्युअल फंड यांचा यात समावेश होतो.'

'म्हणजे आपण विम्यासह कागदोपत्री मालमत्तांमध्ये गुंतवणूक करू शकतो का?' मी विचारलं. 'म्हणजे आपलं नुकसान होऊ नये किंवा किमान नुकसान व्हावं म्हणून या मालमत्तांचा विमा उतरवता येतो?'

श्रीमंत वडिलांनी मान डोलावली.

'म्हणजे कागदोपत्रांच्या स्वरूपात असलेल्या मालमत्तांमध्ये गुंतवणूक करणं जोखमीचंच असलं पाहिजे असं नाही?' मी विचारलं. 'पण सर्वसामान्य गुंतवणूकदार तर विम्याशिवायच गुंतवणूक करत नाही का?'

श्रीमंत वडिलांनी माझ्या नजरेला नजर देत पुन्हा एकदा मान डोलावली. 'म्हणूनच तर मी तुला हे शिकवतोय. मला तू शेअरबाजाराचं सर्वसामान्य ज्ञान असलेला गुंतवणूकदार व्हावं असं वाटत नाही. सर्वसामान्य गुंतवणूकदाराला सरासरीच्या सर्वसामान्य गोष्टीत स्वारस्य असतं म्हणून तर तो किंवा ती सर्वसामान्य असतात म्हणूनच डाऊ जोन्स इंडस्ट्रिअल ॲव्हरेज आहे. सरासरीच्या गोष्टी या सरासरी किंवा सर्वसामान्य लोकांसाठी असतात म्हणूनच अनेक लोक त्यांच्या आर्थिक सल्लागारांचं ऐकतात आणि त्यानं किंवा तिनं 'गेली ४० वर्षं बाजारानं सरासरी १२ टक्के परतावा दिला आहे,' असं किंवा 'या म्युच्युअल फंडानं गेली पाच वर्षं सरासरी १६ टक्के परतावा दिला आहे,' असं म्हटलं की हरखून जातात. सर्वसामान्य लोकांना सरासरीच्या गोष्टीच आवडतात.'

'पण सरासरींमध्ये चुकीचं काय आहे?' मी विचारलं.

'खरं तर काहीच नाही,' श्रीमंत वडील म्हणाले. 'पण तुला श्रीमंत व्हायचं असेल तर तू सरासरीचा विचार न करता त्याहून खूपच जास्त चांगलं काहीतरी केलं पाहिजे.'

'मग तुम्हाला श्रीमंत बनवण्यापासून सरासरीच्या गोष्टी का रोखतात?' मी विचारलं.

'कारण, सरासरी या जिंकण्याच्या आणि हरण्याच्या बेरजेतून तयार झालेल्या असतात,' श्रीमंत वडील म्हणाले.

'उदाहरणार्थ, शेअर बाजार गेल्या चाळीस वर्षांत सरासरी वर चढला आहे हे खरं असलं तरी प्रत्यक्षात त्याच्यात चढ-उतार होत राहिलेच आहेत.'

'मग काय झालं?' मी विचारलं. 'बहुतेक लोकांना हे माहितीच आहे, नाही का?'

'होय. बहुतेक लोकांना हे नक्कीच माहिती असतं,' श्रीमंत वडील म्हणाले. 'पण तुम्हाला हरण्याची गरज नसताना तुम्ही का हरावं? सर्वसामान्य गुंतवणूकदार बाजार चढला की पैसे कमावतात आणि बाजार उतरला की पैसे गमावून बसतात म्हणून तर ते सर्वसामान्य असतात. तू जर बाजार चढलेला असताना आणि उतरलेला असताना अशा दोन्ही वेळेला पैसा मिळवू शकलास तर तुझ्या सरासरी कशा असतील?'

'हे तर चांगलंच असेल की,' मी म्हणालो, 'पण सुसंस्कृत गुंतवणूकदार काय करतात?' मी विचारलं. 'तेही सरासरीचा वापर करत नाहीत का?'

'होय. तेही सरासरीचा वापर करतात; पण ते वेगळ्या प्रकारच्या सरासरींचा वापर करतात. मला इथे तुझ्यासमोर जो मुद्दा मांडायचा आहे तो असा आहे की सरासरी किंवा सर्वसामान्य गुंतवणूकदाराला फक्त तेजीत असलेल्या किंवा वधारलेल्या बाजारात पैसा कसा मिळवायचा एवढंच माहिती असतं म्हणूनच बाजार इतक्या वर्षांत सरासरी चढा आहे असं ऐकलं की त्यांना आनंद होतो. सुसंस्कृत गुंतणूकदार सरासरी माहितीच्या शोधात नसतो. सुसंस्कृत गुंतवणूकदाराला खरोखरच बाजार चढला किंवा घसरला तर त्याची काळजी वाटत नाही, कारण तो दोन्ही परिस्थितींमध्ये पैसा कमवतो.'

'म्हणजे त्याला कधीच तोटा होत नाही, असं तुम्हाला म्हणायचं आहे?' मी विचारलं.

'नाही. मी असं म्हटलेलं नाही. सर्व गुंतवणूकदारांना कधी ना कधी तोटा होतोच. माझ्या म्हणण्याचा अर्थ एवढाच आहे की, सुसंस्कृत गुंतवणूकदाराकडे तेजीत आणि मंदीतही जिंकण्याची क्षमता असते. सर्वसामान्य गुंतणूकदाराकडे फक्त वधारलेल्या बाजारात जिंकण्याचीच व्यूहरचना असते आणि घसरलेल्या बाजारात तोही घसरतो. सरासरी किंवा सर्वसामान्य गुंतवणूकदार जसा घसरलेल्या बाजारात आर्थिकदृष्ट्या पराभव पत्करतो तसा पराभव पत्करण्याची सुसंस्कृत गुंतवणूकदाराची इच्छा नसते. सुसंस्कृत गुंतवणूकदाराचं म्हणणं नेहमीच बरोबर असतं असं नाही आणि तोही पराभूत होऊ शकतोच; पण यात फरक आहे. त्यांच्याकडे असलेल्या प्रशिक्षणामुळे, कौशल्यामुळे, साधनांमुळे आणि व्यूहरचनांमुळे त्यांना सहसा खूपच कमी तोटे होतात आणि त्यांना सरासरी गुंतवणूकदाराच्या तुलनेत खूपच मोठे लाभ होतात.'

लोक आपल्या कष्टानं मिळवलेल्या पैशांची गुंतवणूक करतात; पण गुंतवणूक कशी करावी हे शिकण्यासाठी आपल्या वेळेची गुंतवणूक करत नाहीत, ही गोष्ट मला गेली अनेक वर्षं अतिशय आश्चर्यकारक वाटत आली आहे. श्रीमंत वडिलांबरोबर मी होतो त्यानंतरच्या माझ्या इतक्या सगळ्या वर्षांत लोक आयुष्यभर भरपूर परिश्रम करत राहतात; पण त्याऐवजी आपल्या पैशानं आपल्यासाठी कठोर परिश्रम करावेत यासाठी ते त्याविषयी शिकत का नाहीत याचं मला आश्चर्य वाटत आलं आहे. ज्या वेळी आपला कष्टाचा पैसा ते शेअर बाजारात गुंतवतात, त्या वेळी नुकसानीपासून संरक्षणासाठी कुठलाही विमा न घेताच त्यात गुंतवणूक करण्याची त्यांची इच्छा असते. माझ्या गरीब वडिलांचा विचार माझ्या मनात

येतो. ते नेहमीच कठोर परिश्रम करत राहिले आणि सांगत राहिले की, 'गुंतवणूक करणं जोखमीचं असतं.' कुठल्याही प्रकारचं संशोधन न करता किंवा गुंतवणुकीवरच्या कुठल्याही वर्गाला न जाताच ते असं सांगत राहिले होते. श्रीमंत वडिलांनी मला सुरक्षितपणे रिअल इस्टेटमध्ये कशी गुंतवणूक करावी ते शिकवलं होतं आणि आता ते मला कागदोपत्रांच्या स्वरूपातील मालमत्तांमध्ये सुरक्षितपणे कशी गुंतवणूक करावी ते शिकवत होते.

'म्हणजे शेअर बाजारात गुंतवणूक करण्याची गोष्ट जोखमीची असलीच पाहिजे, असं नाही?' मी विचारलं. मला याविषयी आणखी स्पष्टीकरण हवं होतं.

'नाही, बिलकूल नाही,' श्रीमंत वडील म्हणाले.

'तरीही लाखो लोक नुकसानापासून संरक्षण न मिळवता आणि गुंतवणुकीविषयीचं फारसं शिक्षणही न घेताच गुंतवणूक करतात म्हणून ते जोखीम पत्करणारे गुंतवणूकदार ठरतात.'

'अतिशय जोखीम पत्करणारे,' श्रीमंत वडील म्हणाले. 'म्हणूनच तुझ्या रिअल इस्टेटचा विमा उतरवलेला असतो का हे मी तुला विचारलं. मला माहिती होतं की, तू त्यांचा विमा उतरवलेला असतो, कारण तुझ्या बँकरला ते हवं असतं; पण शेअर बाजारात प्रवेश करणारी सर्वसामान्य व्यक्ती विम्याशिवायच बाजारात उतरलेली असते. कोट्यवधी लोक आपत्कालीन नुकसानीच्या विम्याशिवायच त्यांच्या भविष्यातील निवृत्तीसाठी गुंतवणूक करत राहतात. ही गोष्ट जोखमीची असते. अतिशय जोखमीची.'

'मग वित्त सल्लागार, स्टॉक ब्रोकर आणि म्युच्युअल फंडाचे विक्रेते त्यांना सांगत का नाहीत?' मी विचारलं.

'ते मला माहिती नाही,' श्रीमंत वडील म्हणाले. 'त्या गोष्टीचं मला स्वतःलाही नेहमीच आश्चर्य वाटतं. मला वाटतं की बहुतांश आर्थिक सल्लागार, स्टॉक ब्रोकर आणि म्युच्युअल फंडांचे सल्लागार हे सुसंस्कृत गुंतवणूकदार असण्याची गोष्ट तर दूरच; पण स्वतः खरे गुंतवणूकदारही नसतात. बहुतांश वित्त सेवा पुरवणारे लोक हे वेतनावर किंवा कमिशनवर काम करणारे विक्रेते असतात. त्यांच्या ग्राहकांप्रमाणेच तेही वेतनचिठ्ठीसाठी काम करत असतात.'

'आणि असे लोक इतर लोकांना आणि सर्वसामान्य गुंतवणूकदारांना सल्ला देतात,' मी म्हणालो. 'असे – त्यांच्यासारखे लोक?'

श्रीमंत वडिलांनी मान डोलावली. 'सुसंस्कृत गुंतवणूकदार बाजार वधारला किंवा घसरला तरी पैसे कमवतो. सर्वसामान्य गुंतवणूकदार नेहमीच तेजीत असलेल्या किंवा वधारलेल्या बाजारात पैसे कमवतो आणि बाजार घसरला की पैसे गमावतो. नंतर भरपूर पैसा गमावल्यानंतर सर्वसामान्य गुंतवणूकदार त्याच्या किंवा तिच्या सल्लागाराला फोन करून विचारतो की, 'आता मी काय करू?'

'आणि ब्रोकर काय सांगतो?'

'ते नेहमीच सांगतात की, आता आहात तिथेच थांबून राहा. बाजार काही महिन्यांतच पूर्वपदावर येईल,' किंवा 'आणखी खरेदी करा आणि डॉलर–कॉस्ट–ॲव्हरेज कमी होईल.'

'तुम्ही हे करत नसाल,' मी म्हणालो.

'नाही,' श्रीमंत वडील म्हणाले. 'मी हे करणार नाही; पण सरासरी गुंतवणूकदार ते करतात.'

'मी शेअर बाजारात कमी जोखीम पत्करून गुंतवणूक करू शकतो आणि जास्त पैसे कमवू शकतो, असं तुम्ही मला सांगत आहात.'

'अगदी बरोबर,' श्रीमंत वडील म्हणाले. 'काहीही झालं तरी तू एवढंच कर, तू सर्वसामान्य गुंतवणूकदार बनू नकोस.'

तुम्हाला श्रीमंत बनवणारे शब्द

*रिच डॅड्स गाइड टू इन्व्हेस्टिंग*मध्ये मी गरीब आणि मध्यमवर्गीय लोक प्रामुख्यानं म्युच्युअल फंडांमध्ये गुंतवणूक करत असल्याविषयी लिहिलं आहे.

मी नंतर असं लिहिलं होतं की, श्रीमंत लोक हेज फंडांना प्राधान्य देतात. पुन्हा एकदा इथेही शब्दांची ताकद काम करते. सुसंस्कृत गुंतवणूकदारासाठी हेज हा शब्दच मुळात महत्त्वाचा आहे. म्युच्युअल फंड आणि हेज फंड यांच्यामध्ये एक मोठा फरक असलेलं जग आहे. 'हेज अवर बेट्स' हा इंग्रजीतील वाक्प्रचार आपल्यापैकी बहुतेकांनी ऐकला असेल. या संदर्भात हेज हा शब्द विमा या शब्दाचा पर्यायी शब्द आहे. ज्याप्रमाणे चरणाऱ्या प्राण्यांपासून आपल्या बागेचं संरक्षण करण्यासाठी एखादा माळी काटेरी झुडपांचं कुंपण (हेज) घालतो, त्याप्रमाणे सुसंस्कृत गुंतवणूकदार त्याच्या मालमत्तांचं संरक्षण करण्यासाठी त्यांच्या भोवती हेज फंडांचं कुंपण घालतो.

अगदी साध्या शब्दांत सांगायचं झालं तर या संदर्भात हेज या शब्दाचा अर्थ नुकसानीपासून संरक्षण असा आहे. ज्याप्रमाणे तुम्ही विमा संरक्षण असल्याशिवाय कार चालवत नाही किंवा चालवता कामा नये त्याप्रमाणेच गुंतवणूकदार म्हणून तुम्ही विम्याशिवाय किंवा विनाशकारी नुकसानीपासून संरक्षणासाठी हेज फंड घेतल्याखेरीज गुंतवणूक करू नये. हे साधं व्यवहारज्ञान आहे. सुसंस्कृत गुंतवणूकदार नेहमीच असं म्हणतो की, सर्वसामान्य किंवा सरासरी गुंतवणूकदार नग्नपणे गुंतवणूक करतो. इथे नग्न याचा संबंध मानवी शरीराशी जोडण्याची गरज नाही. त्याचा संदर्भ नुकसानापासून कोणत्या ना कोणत्या स्वरूपातील संरक्षण न घेताच मालमत्ता तशीच उघड्यावर सोडलेली असते असा असतो. सुसंस्कृत गुंतवणूकदाराला नग्नपणे किंवा अनावृत्त प्रकारे गुंतवणूक करायला आवडत नाही. याचा अर्थ 'सुसंस्कृत गुंतवणूकदाराला अनावश्यक जोखमी पत्करायला आवडत नाही,' असा होतो. सुसंस्कृत गुंतवणूकदार आपल्या आर्थिक स्थिती संरक्षित करून गुंतवणूक करतो. ज्याप्रमाणे एखादी विमा विकणारी व्यक्ती तुम्हाला विचारते की, तुमच्याकडे विमा संरक्षण आहे का? अगदी असाच प्रश्न सुसंस्कृत गुंतवणूकदार स्वतःला विचारतो. सर्वसामान्यपणे सरासरी गुंतवणूकदार आणि म्युच्युअल फंड गुंतवणूकदार नग्न किंवा अनावृत्त गुंतवणूक करतात, कारण त्यांना तोट्यापासून संरक्षण मिळत नाही.

तुमच्या मालमत्ता संरक्षित न करणं ही जोखीम असते

काही काळापूर्वी गुंतवणूकदारांच्या एका परिषदेला वक्ता म्हणून मी उपस्थित राहिलो होतो. या परिषदेला प्रमुख वक्ता म्हणून टीव्ही जगतातील एक अतिशय प्रसिद्ध व्यक्ती आली होती. ती एका अतिशय मोठ्या आर्थिक टेलिव्हिजन जाळ्यासाठी बातमीदारी करत होती. तिचं व्याख्यान माहितीपूर्ण होतं आणि मला त्याच्यातून खूप काही शिकता आलं, तरीही ती फक्त म्युच्युअल फंडांमध्ये गुंतवणूक करत असल्याचं तिचं म्हणणं मला खूपच रोचक वाटलं.

अचानकच एका सहभागी व्यक्तीनं हात उंचावला आणि विचारलं, 'शेअर बाजारात तुमच्या प्रेक्षकांनी अब्जावधी डॉलर्स गमावले त्याला तुम्ही जबाबदार आहात असं तुम्हाला वाटत नाही का?' त्याच्या आवाजात चीड होती आणि तो बोलत असताना अनेक गुंतवणूकदार त्याच्याशी सहमत असल्याची मला जाणीव होत होती. त्या परिषदेला अनेक गुंतवणूकदार आपला पैसा कशात गुंतवावा हे शिकण्यासाठी नव्हे, तर आपण पैसा का गमावला आणि त्याचं काय झालं ते शोधून काढायला आले होते.

'मला अपराधीपणा का वाटला पाहिजे?' तिने उत्तर देताना प्रश्न विचारला. 'तुम्हाला माहिती देणं हे माझं काम आहे आणि मी तुम्हाला भरपूर माहिती देते. मी तुम्हाला गुंतवणूकविषयक सल्ला देत नाही. मी तुम्हाला फक्त बाजाराची माहिती देते. मला अपराधीपणा वाटला पाहिजे, असं तुम्ही का म्हणता?'

'कारण, बाजारात कमालीची तेजी आलेली असताना तुम्ही गुंतवणुकीला प्रोत्साहन देण्यात आघाडीवर होतात,' ती संतप्त सहभागी व्यक्ती म्हणाली. 'तुमच्यामुळेच मी गुंतवणूक करत राहिलो आणि आता मी सारं काही गमावून बसलो आहे.'

'मी कोणालाही प्रोत्साहन देत नव्हते, कोणाचाही उत्साह वाढवत नव्हते,' ती म्हणाली. 'मी फक्त तुम्हाला चांगल्या बाजारपेठीय वातावरणाची माहिती देत होते. आज मी तुम्हाला जशी बाजाराच्या वाईट वातावरणाची माहिती देत आहे, तसंच तेही होतं.'

पुढच्या पाच मिनिटांत खोलीतील संताप प्रचंड वाढला होता. काही लोकांनी संतप्त सहभागी व्यक्तीशी सहमती दर्शवली आणि इतर लोक त्या महिला बातमीदाराची बाजू घेत होते. अखेरीस सगळा गदारोळ शांत झाला. त्या टेलिव्हिजन बातमीदाराने 'आणखी काही प्रश्न आहेत का,' असं विचारलं. एक हात वर झाला आणि त्या व्यक्तीनं तिला विचारलं, 'पर्यायी गोष्टींनी आपली जोखीम कमी करण्याविषयी तुम्ही तुमच्या प्रेक्षकांना का सांगितलं नव्हतं?' त्याने विचारलं. ही व्यक्ती संतप्त नव्हती. तो चौकस वाटत होता आणि पर्यायांचा वापर करून प्रेक्षक आपली जोखीम कमीत कमी करू शकतात, हे त्यांना समजावं असं त्याला वाटत होतं.

'पर्याय?' तिने विचारलं. 'पण मी त्यांना पर्यायांविषयी का सांगितलं पाहिजे?'

'प्रचंड गतीनं घसरणाऱ्या बाजारात होणाऱ्या तोट्याला घालायचं कुंपण म्हणून हेजविषयी...' तो म्हणाला.

'हं, ते मी कधीच करणार नाही,' तिने उत्तर दिलं. 'हे संरक्षक पर्याय खूपच जोखमीचे आहेत. इतर काही प्रश्न आहेत का?' आधीचा प्रश्न विचारणाऱ्या माणसाला हातानं खाली बसण्याची खूण करत तिने विचारलं.

मी जे ऐकत होतो त्यावर माझा विश्वासच बसत नव्हता. टीव्ही क्षेत्रातील हे व्यक्तिमत्त्व म्हणजे आर्थिक पत्रकारितेच्या जगतातील अतिशय आदरणीय व्यक्ती होती. ती कोट्यवधी लोकांच्या आयुष्यावर प्रभाव टाकत होती. अनेक लोक गुंतवणूकविषयक सल्ल्यासाठी तिच्याकडे पाहत होते आणि आता ती असं म्हणत होती की, 'संरक्षक पर्याय जोखमीचे आहेत.' माझ्या दृष्टीनं तुमच्या मालमत्तांचं संरक्षण न करणं ही जोखमीची गोष्ट असते. माझ्या दृष्टीनं आर्थिकदृष्ट्या अज्ञानी असणं ही जोखमीची गोष्ट असते. तुमच्या कागदोपत्री असलेल्या मालमत्तांचं संरक्षण करण्यासाठी पर्यायांचा वापर कसा करावा हे माहिती असणं ही सोपी गोष्ट असते. ती कठीण नसते. खरं तर जर तुम्ही चांगले स्टॉकब्रोकर असाल तर ही प्रक्रिया अतिशय सोपी असते. एखादं लहान मूलसुद्धा हे करू शकेल. तुम्हाला फक्त काही नवीन शब्दांच्या व्याख्या शिकून घ्याव्या लागतात. एखाद्या चांगल्या ब्रोकरला शोधावं लागतं आणि लहान गुंतवणुकीपासून सुरुवात करून थोडाफार अनुभव घ्यावा लागतो. त्याऐवजी खोलीतील हजारो लोक अशा संरक्षक पर्यायांमध्ये गुंतवणूक करणं ही धोकादायक गोष्ट असल्याच्या तिच्या मताशी सहमती दर्शवत माना डोलावत असल्याचं मला दिसत होतं.

मी तिथेच बसलो होतो आणि संरक्षक पर्याय धोकादायक असल्याच्या तिच्या विधानाला तिचे विश्वासू अनुयायी माना डोलावून संमती देत असल्याचं पाहत होतो. त्याच वेळी माझं मन श्रीमंत वडिलांनी गुंतवणुकीविषयी दिलेल्या आधीच्या धड्यांकडे वळलं होतं. मला त्यांचे शब्द ऐकू येत होते, 'शेकडो वर्षांपूर्वी प्राचीन जपानमध्ये जपानी शेतकऱ्यांनी त्यांच्या भातपिकांच्या मूल्याचं संरक्षण करण्यासाठी पर्यायी उपाययोजना म्हणून काटेरी कुंपणांचा वापर करण्यास सुरुवात केली होती.'

'शेकडो वर्षांपूर्वी?' मी विचारलं. 'शेकडो वर्षांपूर्वीच आपल्याला नुकसानीपासून संरक्षण देणारा पर्याय म्हणून ते काटेरी झाडांची कुंपणं वापरत होते?'

श्रीमंत वडिलांनी मान डोलावली. 'होय. शेकडो वर्षांपूर्वी. कृषी युगात हुशार व्यावसायिक त्यांच्या व्यवसायांचं नुकसानीपासून संरक्षण करण्यासाठी पर्याय वापरत होते. हुशार व्यावसायिक आजतागायत तेच करत राहिले आहेत.'

माझं मन पुन्हा एकदा शिकागोतील त्या खोलीत परतलं. तिथे ती टीव्ही पत्रकार बोलत होती. मी स्वतःशीच चकित होत बोललो, 'जर हुशार व्यावसायिक वर्षानुवर्षं संरक्षक पर्यायांचा वापर करत आले आहेत तर मग ही अतिशय प्रभावी व्यक्ती तिच्या प्रेक्षकांना चुकीची माहिती का देत आहे?' त्यानंतर मी स्वतःलाच विचारलं, 'कोणती गोष्ट जास्त धोकादायक आहे – एखादा स्टॉक किंवा म्युच्युअल फंड खरेदी करणं आणि त्याचं मूल्य ४० ते ६० टक्क्यांनी किंवा अगदी ९० टक्क्यांनी घसरल्याचं पाहणं की स्वतःला संरक्षित न करणं?'

माझ्या रिअल इस्टेटचा मी विमा उतरवला पाहिजे, अशी माझ्या बँकरची अट होती. मग कागदोपत्रांच्या स्वरूपात मालमत्ता असलेल्या उद्योगात सगळ्या गुंतवणूकदारांनी आपल्या मालमत्तांचा विमा खरेदी केला पाहिजे, अशी या उद्योगाची अट का नसते? याच मालमत्तांकडे कोट्यवधी लोक आपल्या वृद्धापकाळासाठी डोळे लावून बसलेले असतात. अगदी आजतागायत माझ्याकडे या प्रश्नाचं उत्तर नाही.

आधी सांगितल्याप्रमाणे, जर तुमचं घर जळलं तर ते तुम्ही वर्षभराच्या आत बांधून काढू शकता आणि त्यासाठी तुमची विमा कंपनी तुम्हाला पैसा देते; पण तुम्ही निवृत्त झाल्यानंतर बाजार कोसळल्यामुळे तुमची निवृत्ती योजनाही कोसळली तर तुम्ही काय कराल? 'विकत घ्या, काही काळ तसंच ठेवा आणि दर वाढावा यासाठी प्रार्थना करा,' हेच पुन्हा कराल? बाजारात आणखी एकदा तेजी येण्याची आशा बाळगत राहाल? म्हणूनच मला सतत आश्चर्य वाटत राहतं की, बँकर्सना त्यांच्या गुंतवणूकदारांनी मालमत्तांचा विमा उतरवला पाहिजे असं वाटतं; पण कागदोपत्रांच्या स्वरूपात मालमत्ता असलेल्या उद्योगाला त्याची गरज वाटत नाही. व्यावसायिक गुंतवणूकदार विम्यासह गुंतवणूक करत असताना सर्वसामान्य गुंतवणूकदार विम्यासह गुंतवणूक का करत नाहीत, याचंही मला आश्चर्य वाटतं. खरं तर एकदा त्यांचे काम करण्याचे दिवस संपले की, सर्वसामान्य गुंतवणूकदार आपल्या आर्थिक सुरक्षिततेसाठी शेअर बाजारावर अवलंबून असतात; पण तरीही ते अनावृत्त आणि संरक्षणरहित गुंतवणूक करतात.

विमाविषयक शब्दसंग्रह

तुम्हाला तरुणपणी निवृत्त व्हायचं असेल आणि श्रीमंत होऊन निवृत्त व्हायचं असेल तर तुमच्या मालमत्तांचं संरक्षण कसं करावं, हे शिकण्यासाठी तुम्ही तुमच्या थोड्या वेळाची गुंतवणूक करणं महत्त्वाचं असतं. विशेषतः तुम्हाला कागदोपत्रांच्या स्वरूपातील मालमत्तांमध्ये तुमची संपत्ती साठवण्याची योजना राबवायची असेल तर हे जास्तच महत्त्वाचं असतं. माझे श्रीमंत वडील ज्याला 'सुसंस्कृत गुंतवणूकदाराची भाषा' म्हणत ती शिकून आणि समजून घेऊन तुम्ही हे करू शकता. मी त्यालाच विमाविषयक शब्दसंग्रह असं म्हणतो.

त्या शब्दांकडे वळण्याच्या आधी इतर काही शब्दांचा आढावा घेणं महत्त्वाचं आहे असं मला वाटतं. विम्याविषयीच्या शब्दांकडे वळण्याआधी पुढील शब्दांच्या व्याख्या पाहणं गरजेचं आहे.

१. **गुंतवणूकदार वि. ट्रेडर्स :** आपण गुंतवणूकदार आहोत असं वाटणारे बहुतेक लोक ट्रेडर्स असतात. ज्याप्रमाणे बहुतांश लोकांना आपल्या मालमत्ता या आपल्या 'लायेबिलिटीज' आहेत असं वाटतं, त्याप्रमाणे अनेक गुंतवणूकदार हे गुंतवणूकदार नसतात तर ते ट्रेडर्स असतात. आणखी एक मुद्दा, अनेक लोकांना आपण गुंतवणूकदार आहोत असं वाटतं; पण ते बचत करणारे असतात म्हणूनच ४०१ (के) निवृत्ती योजना किंवा आयआरए, कॉग योजना असलेले बहुतांश लोक नेहमीच असं म्हणतात की, 'मी निवृत्तीसाठी बचत करत आहे.' बचतकर्ता फक्त आपल्या खात्यात पैसे साठवत राहतो आणि त्याहून जास्त काहीही करत नाही. गुंतवणूकदार सक्रियपणे त्याच्या किंवा तिच्या पोर्टफोलिओचं किंवा खात्याचं व्यवस्थापन करतो.

    मग गुंतवणूकदार आणि ट्रेडर याच्यात काय फरक आहे? गुंतवणूकदार काही काळ गुंतवणूक तशीच स्थगित ठेवण्यासाठी, गुंतवणूक त्या पर्यायात ठेवून देण्यासाठी गुंतवणूक करतो. ट्रेडर विक्री करण्यासाठी खरेदी करतो. ज्या वेळी एखादी व्यक्ती म्हणते की, 'मी हा स्टॉक किंवा अमुक रिअल इस्टेट विकत घेतली, कारण मला त्याचं मूल्य वाढणार आहे हे माहिती आहे,' त्या वेळी मला हे माहिती असतं की,

ही व्यक्ती खरोखरची ट्रेडर आहे म्हणूनच मी अशा लोकांना गुंतवणूकदार नव्हे, तर ट्रेडर म्हणतो. दुसऱ्या शब्दांत सांगायचं, तर हे लोक वापर करण्यासाठी नव्हे, तर फक्त व्यापारासाठी, विक्री करण्यासाठी खरेदी करतात. नफ्यासह मालमत्तेची विक्री करता यावी म्हणून ट्रेडरला सहसा त्याच्या मालमत्तेची किंमत वाढावी असं वाटतं. गुंतवणूकदाराला आपण गुंतवलेला पैसा गुंतवणुकीतून झटपट परत मिळावा असं वाटतं, मात्र त्याच वेळी त्याला ती मालमत्ता आपल्या ताब्यात ठेवायची असते. श्रीमंत वडिलांनी सांगितलं होतं की, 'गुंतवणूकदार दुधासाठी आणि वासरांसाठी गायीला खरेदी करतो. व्यापारी किंवा ट्रेडर गायीला कत्तलीसाठी विकून टाकतो.'

गुंतवणूक कागदोपत्राच्या स्वरूपातील मालमत्तेतील असो, व्यवसायातील असो किंवा रिअल इस्टेटमधील; पण तुम्हाला जर गुंतवणुकीच्या जगात यशस्वी होण्याची इच्छा असेल, तर तुम्हाला गुंतवणूकदार आणि व्यापारी असे दोन्ही बनण्याची गरज असते. गुंतवणूकदाराला कशाचं विश्लेषण केलं पाहिजे आणि गुंतवणुकीचं व्यवस्थापन कसं करावं हे माहिती असतं. व्यापाऱ्याला कमी दरात खरेदी करून, चढ्या दरानं विकून भांडवली लाभ मिळवण्याची इच्छा असते.

२. **मूलभूत गुंतवणूकदार वि. तांत्रिक गुंतवणूकदार :** मूलभूत गुंतवणूकदार कंपनीचं किंवा मालमत्तेचं आर्थिक विवरणपत्र पाहतो. मूलभूत गुंतवणूकदाराला नेहमीच पैसा मिळवण्याची, व्यवस्थापन टीमची आणि व्यवसायाच्या दीर्घकालीन क्षमतेची काळजी वाटते. शुद्ध तांत्रिक गुंतवणूकदाराला कंपनीच्या मूलभूत तत्त्वांची काळजी नसते. कंपनी नफ्यात चालण्याच्या क्षमतेची किंवा चांगल्या प्रकारे चालणारी आहे का, याचीही त्यांना चिंता नसते. तांत्रिक गुंतवणूकदाराला फक्त त्या क्षणी असलेल्या बाजारपेठीय भावनांची, प्रतिक्रियांची (मार्केट सेंटिमेंट्सची) काळजी असते. मूलभूत गुंतवणूकदार आर्थिक विवरणपत्रं पाहतो, तर तांत्रिक गुंतणूकदार बाजाराच्या सेंटिमेंटचं प्रतिबिंब दाखवणारे ऐतिहासिक तक्ते पाहतो (या प्रकरणात नंतर तुम्हाला नजर टाकता यावी म्हणून असे काही तक्ते देण्यात आले आहेत).

तांत्रिक गुंतवणूकदार हा चांगला तांत्रिक गुंतवणूकदार असला तरी तोही पैसा गमावू शकतो. कारण, त्याच्याकडे योग्य मूलभूत तत्त्वांचा अभाव असतो. अनेक 'डे ट्रेडर्स' ना अंतिमतः तोटा होतो किंवा ते अक्षरशः रस्त्यावर येतात. कारण, त्यांच्याकडे वैयक्तिक पैसा व्यवस्थापनाची निकृष्ट मूलभूत तत्त्वं असतात. हीच गोष्ट मूलभूत गुंतवणूकदारांच्या बाबतीतही लागू पडते. अनेक मूलभूत गुंतवणूकदार चांगल्या, भक्कम आणि नफा मिळवून देण्याची क्षमता असलेल्या कंपन्यांमध्ये गुंतवणूक करत असले तरीही त्यांना आपल्याला पैसे का कमावता येत नाहीत किंवा तोटा का होतो याचं आश्चर्य वाटतं. अनेक मूलभूत गुंतवणूकदार अगदी चांगल्या मूलभूत तत्त्वांसह गुंतवणूक करत असले तरीही पराभूत होतात. कारण, त्यांच्याकडे तांत्रिक ट्रेडिंगच्या माहितीचा अभाव असतो.

या वास्तवामुळेच श्रीमंत वडिलांना त्यांच्या मुलानं आणि मी दर्जेदार किंवा सुसंस्कृत गुंतवणूकदार असावं असं वाटत होतं. आमच्याकडे मूलभूत आणि तांत्रिक अशी दोन्हीही कौशल्यं असावीत, असं त्यांना वाटत होतं.

३. **सर्वसामान्य किंवा सरासरी गुंतवणूकदार वि. सुसंस्कृत गुंतवणूकदार :** सर्वसामान्य गुंतवणूकदाराला क्वचित आर्थिक विवरणपत्र म्हणजे काय हे माहिती असतं. सर्वसामान्य गुंतवणूकदार दीर्घकालीन गुंतवणूक करण्यात, आपला पोर्टफोलिओ वाईट बनवण्यात, म्युच्युअल फंडांमध्ये गुंतवणूक करण्यात आणि नंतर 'खरेदी करणं, गुंतवणूक तशीच ठेवून प्रार्थना करत राहणं' यात अधिक चांगला असतो.

सुसंस्कृत गुंतवणूकदाराकडे पैसा असतो आणि त्याला मूलभूत गुंतवणुकीची तंत्रं आणि त्याबरोबरच तांत्रिक गुंतवणुकीची तंत्रही माहिती असतात.

तुम्हाला कोणत्याही बाजारात जिंकण्यास मदत करणारे शब्द

तुम्हाला तरुणपणी निवृत्त होण्याची आणि श्रीमंत होऊन निवृत्त होण्याची इच्छा असेल, तर तुमच्या मालमत्तांचं आपत्कालीन नुकसानीपासून संरक्षण करणं किंवा त्यांचा विमा उतरवणं ही महत्त्वाची गोष्ट असते. कागदोपत्रांच्या स्वरूपातील मालमत्ता खरेदी करणाऱ्या सर्वसामान्य गुंतवणूकदाराला कधीही सुरक्षित असल्यासारखं वाटत नाही म्हणूनच त्यांना गुंतवणूक करणं धोकादायक किंवा जोखमीचं असल्यासारखं वाटतं आणि त्यांच्यासाठी ती तशी असतेही. कारण, त्यांना असुरक्षित वाटत असतं. ते त्यांच्या पैशाचं व्यवस्थापन फंड व्यवस्थापकावर किंवा स्टॉक ब्रोकर असलेल्या त्यांच्या भावावर किंवा आर्थिक नियोजनकर्त्यावर सोपवतात आणि ती व्यक्ती शेअर बाजारातील आपत्तींपासून आपलं संरक्षण करेल असं त्यांना वाटतं. यातली समस्या अशी असते की, सरासरी म्युच्युअल फंड व्यवस्थापक किंवा स्टॉक ब्रोकर त्यांना घसरणीपासून संरक्षण देऊ शकत नाहीत किंवा घसरत चाललेल्या बाजारात पैसा मिळवण्यासाठीही ते त्यांना मदत करू शकत नाहीत.

मूलभूत आणि तांत्रिक गुंतवणूकदाराचा शब्दसंग्रह शिकणं आणि खरोखर समजून घेणं हा कोणत्याही परिस्थितीतील बाजारात जिंकण्याचा आणि तुमच्या मालमत्तांचं संरक्षण करण्याचा मार्ग आहे. विशेषतः कागदोपत्राच्या स्वरूपातील मालमत्तांच्या बाबतीत हे जास्त महत्त्वाचं असतं. तुम्ही जर थोड्या काळापुरती गुंतवणूक करत असाल तर हे करणं सोपं असतं. बँकर तुम्हाला कर्ज देण्याआधी तुमच्याकडे तुमचं आर्थिक विवरणपत्र पाहायला मागतो (खरं तर ती अगदीच प्राथमिक गोष्ट असते), त्याप्रमाणेच कर्ज मिळण्यासाठी तुमच्याकडे मालमत्ता असावी लागते, ती तुमच्या नावावर असावी लागते, अगदी तसंच रिअल इस्टेटचा विमाही उतरवलेला असावा लागतो (तांत्रिक किंवा आपत्कालीन धोक्यांसाठी तो उतरवावा लागतो) तुम्हाला कागदोपत्रांच्या स्वरूपात असलेल्या मालमत्तांमध्ये गुंतवणूक करायची असेल तर तुम्हीसुद्धा अगदी त्याचप्रमाणे विम्याची तजवीज केली पाहिजे. याची सुरुवात म्हणून कागदोपत्री स्वरूपाच्या मालमत्तांमध्ये गुंतवणूक करताना तुम्ही विमाविषयक शब्द समजून घेतले पाहिजेत. त्यांच्यापैकी काही थोडे शब्द पुढे देत आहे.

१. ट्रेंड्स किंवा प्रवाह

२. मूव्हिंग ॲव्हरेजेस

३. स्टॉप ऑर्डर्स

४. कॉल ऑप्शन्स

५. पुट ऑप्शन्स

६. स्ट्रॅडल्स किंवा कॉलर्स

७. शॉर्ट्स

सर्वसामान्य गुंतवणूकदाराच्याही कानावरून या संज्ञा गेल्या असण्याची शक्यता असते; परंतु बहुधा त्या त्याला समजलेल्या नसतात किंवा त्याने त्या कधीही स्वतः वापरलेल्या नसतात. बहुतेक सर्वसामान्य गुंतवणूकदार फक्त ही गोष्ट खूपच धोकादायक असते, असं म्हणून हे अतिशय महत्त्वाचे शब्द समजून घेणं टाळतात. एखादी गोष्ट जोखमीची किंवा धोकादायक आहे असं म्हणणं म्हणजे 'तो विषय समजून न घेण्याइतका मी अतिशय आळशी आहे,' असं म्हणण्यासारखं असतं.

तुम्हाला या गोष्टी माहिती असल्याच पाहिजेत

तुम्हाला तुमच्या कागदोपत्राच्या स्वरूपातील मालमत्ता टिकवून ठेवायच्या असतील तर तुम्हाला बाजार कोसळतो त्या वेळी त्या मालमत्तांचं संरक्षण कसं करावं हे माहिती असलंच पाहिजे. तुम्हाला कुठल्या गोष्टी माहिती असल्याच पाहिजेत त्याचा नमुना पुढे देत आहे. पुन्हा एकदा शब्दांनी सुरुवात करू या.

ट्रेंड्स किंवा प्रवाह

प्रत्येक सुसंस्कृत गुंतवणूकदाराला ट्रेंड्स समजलेच पाहिजेत. सगळे सुसंस्कृत गुंतवणूकदार सांगतात तसा एक वाक्प्रचार रूढ आहे. 'तो म्हणजे ट्रेंड हा तुमचा मित्र असतो.' हे लक्षात ठेवा आणि या वाक्याचा कृपया वापरही करा.

मग हा ट्रेंड म्हणजे नेमकं काय असतं? तुम्हाला एक गोष्ट सांगून हे स्पष्ट करणं हा सगळ्यात उत्तम मार्ग आहे. मी किशोरवयीन असताना हवाईत राहत होतो. तिथे माझे बहुतेक मित्र मोठ्या लाटांवर सर्फिंग करण्यासाठी सर्फिंगचं प्रशिक्षण घेत होते. दर हिवाळ्यात उत्तरेकडून मोठमोठ्या लाटा उसळू लागत, त्या वेळी आम्ही पाण्यात शिरत असू. आपण किती धाडसी आहोत आणि आपल्याकडे किती कौशल्य आहे ते सिद्ध करण्यासाठी आम्ही तसं करत असू. एके वर्षी समुद्रापासून दूर असलेल्या शहराच्या मुख्य भागात राहणारा एक नवीन विद्यार्थी आला होता. तो लहान लाटांवर सर्फिंग करण्यात अतिशय निष्णात होता. हिवाळ्यात लाटांची उंची वगळता काहीही वेगळं घडलेलं नाही, असा विचार करून त्याने सर्फिंग करण्यासाठी पाण्यात प्रवेश केला. मोठ्या लाटेवर स्वार होण्याच्या पहिल्याच प्रयत्नात त्याचा तोल गेला आणि तो त्या लाटेच्या तळाशी पोहोचला. त्या भल्या मोठ्या लाटेत तो गुरफटला गेला आणि आम्हाला तो बराच वेळ दिसलाच नाही. अखेरीस आमच्यापासून काही अंतरावर त्याचं डोकं अचानकच वर आलं. तो खोकत होता आणि शक्य तितक्या भराभर पोहत येत होता. आम्ही जे पाहिलं होतं, त्यामुळे

त्याच्याबरोबर सर्फिंग करणाऱ्या बहुतेकांचा स्वतःच्या डोळ्यांवर विश्वास बसला नव्हता. अखेरीस आमच्यापैकी एक जण म्हणाला, 'छे, छे, हे काय चाललंय? तो चक्क प्रवाहाच्या विरुद्ध पोहण्याचा प्रयत्न करतोय. मी यावर विश्वासच ठेवू शकत नाही. कोणीही इतका पट्टीचा पोहणारा असूच शकत नाही.'

एक मोठी लाट किनाऱ्यावर धडकते, त्या वेळी सगळ्या पाण्याला पुन्हा समुद्रात परतण्याचा मार्ग शोधावाच लागतो. समुद्राबाहेर येण्याच्या पाण्याच्या या हालचालीमुळे समुद्रात भरतीच्या वेळी जोरदार प्रवाह निर्माण होतात. आमच्यापैकी बेटांवर वाढलेल्यांना अशा वेळी फक्त आरामात पडून राहावं आणि आपल्याला लाटांनी आपोआप खोल पाण्यातून बाहेर आणून टाकण्याची वाट बघावी हे माहिती होतं. थोडक्यात, आम्हाला प्रवाहानंच आपल्याबरोबर बाहेर आणून सोडावं हे आम्हाला माहिती होतं. एकदा प्रवाह शांत झाला की मग पोहायचं किंवा सुरक्षित मार्गातून सर्फिंग करायचं हे आम्हाला माहिती होतं. या नवीन मित्राला भरतीच्या खवळलेल्या लाटा किती शक्तिशाली असू शकतात ते माहिती नव्हतं. प्रवाहाबरोबर जाण्याऐवजी तो त्याच्याशी लढण्याचा प्रयत्न करत होता, त्यामुळे तो दमला होता आणि जवळजवळ बुडाला होता. नवीन गुंतवणूकदारांच्या बाबतीत नेमकी हीच गोष्ट घडते. महासागरातील लाटांप्रमाणेच गुंतवणुकीची चक्रं लाटांच्या स्वरूपात येतात. या लाटाही मोसमांप्रमाणे बदलतात. प्रत्येक मोसमानुसार पाण्याच्या आणि लाटांच्या शक्तीत झालेल्या बदलाचा आदर राखण्यास सर्फर शिकलेले असतात म्हणूनच सुसंस्कृत गुंतवणूकदार ट्रेंड किंवा प्रवाह हा तुमचा मित्र असतो असं म्हणतात. अनुभवी सर्फर लाटांशी किंवा प्रवाहांशी लढा द्यायचा नसतो हे शिकलेले असतात, त्याप्रमाणेच अनुभवी गुंतवणूकदारही प्रवाहांबरोबर जातात. योग्य वेळी ते व्यूहरचना बदलतात किंवा खूपच भयंकर गोष्टी असतील तर सरळ बाजूला थांबून राहतात. सर्वसामान्य गुंतवणूकदार खरेदी करणं आणि पैसे तसेच तिथेच अडकवून ठेवणं या गोष्टी तशाच सुरू ठेवतात. ते डिप्स किंवा कॉल विकत घेतात आणि चिंताग्रस्त बनले की ब्रोकरला विचारत राहतात 'हीच सगळ्यात तळाची घसरण आहे का?'

तीन मूलभूत ट्रेंड्स

कागदोपत्रांच्या स्वरूपातील मालमत्तांवर आणि इतर गुंतवणूक उत्पादनांवर परिणाम करणारे तीन मूलभूत प्रवाह असतात. एका प्रवाहामुळे बाजार वधारतो, अशा वेळी बाजार तेजीत आहे असं म्हटलं जातं. दुसरा प्रवाह बाजारात घसरण आणणारा, बाजाराला खालच्या दिशेनं नेणारा असतो आणि त्याला बेअर मार्केट किंवा मंदीचा बाजार असं म्हणतात. तिसरा प्रवाह हा बाजूबाजूनं वाहणारा प्रवाह असतो. अशा वेळी बाजार ना चढत असतो, ना घसरत असतो. सुसंस्कृत गुंतवणूकदार विविध प्रवाहांसाठी वेगवेगळ्या व्यूहरचनांचा वापर करतो. सर्वसामान्य किंवा सरासरी गुंतवणूकदाराकडे फक्त एकच व्यूहरचना असते आणि तो तिन्ही वेगवेगळ्या प्रवाहांमध्ये तीच वापरतो म्हणूनच तो अखेरीस पैसा गमावून बसतो. दीर्घकाळासाठी गुंतवणूक करणं ही कल्पना मूलतः चांगली आहे; पण एकाच व्यूहरचनेसह दीर्घकाळ गुंतवणूक करणं हा पराभूताचा गुंतवणुकीचा मार्ग आहे.

अगदी प्राण्यांनासुद्धा मोसमातील बदलाची जाणीव असते. फॉलच्या मोसमाबरोबर हिवाळ्याच्या थंडीच्या पहिल्या लाटा येतात, त्या वेळी बहुतेक प्राण्यांना आता हिवाळ्यात होणाऱ्या बदलांसाठी तयारी केली पाहिजे हे समजतं. सुसंस्कृत गुंतवणूकदारांच्या बाबतीतही हीच गोष्ट खरी असते. आपल्या आर्थिक सल्लागाराच्या शब्दांवर विश्वास ठेवणारा फक्त सर्वसामान्य गुंतवणूकदारच एकच व्यूहरचना वापरत राहतो. 'दीर्घकाळासाठी गुंतवणूक करा. बाजार घसरला तरीही खरेदी करत राहा आणि स्टॉक स्वत:जवळ तसेच ठेवून घेत राहा.' परिस्थिती बदलली आहे हे समजण्याइतके प्राणीसुद्धा हुशार असतात, मग माणसं तितकी हुशार का नसतात?

मूव्हिंग ॲव्हरेजेस

खरेदीदार आणि विक्रेते यांच्यामुळे ट्रेंड्स निर्माण होतात. जर जास्त खरेदीदार असतील तर ट्रेंड वर जातो. जर जास्त विक्रेते असतील तर ट्रेंड घसरतो. ज्या वेळी आर्थिक सल्लागार म्हणतो की, 'गेल्या ४० वर्षांपासून बाजार चढाच आहे,' त्या वेळी सर्वसामान्य गुंतणूकदाराला दिलासा मिळतो. सुसंस्कृत गुंतवणूकदार दीर्घकालीन सरासरी पाहत नाही, तर तो मूव्हिंग ॲव्हरेज पाहतो. ज्याप्रमाणे सर्फर रोजच्या रोज लाटांची भरती आणि ओहोटी पाहतो, त्याप्रमाणे सुसंस्कृत गुंतवणूकदारही बाजारात आत आणि बाहेर येणारा जाणारा पैशाचा प्रवाह आणि उतरती कळा यांचं निरीक्षण करतो. सुसंस्कृत गुंतवणूकदार या तक्त्यांचं बारकाईनं निरीक्षण करतो, कारण हे तक्ते त्याला व्यूहरचनेत कधी बदल करावा ते सांगतात.

मूलभूत गुंतवणूकदार आर्थिक विवरणपत्रं आणि व्यवस्थापन टीम पाहतात. तांत्रिक गुंतवणूकदार पुढे दिलेल्या मूव्हिंग ॲव्हरेज चार्टसारखे (हलत्या सरासरीच्या तक्त्यांसारखे) तक्ते पाहतो.

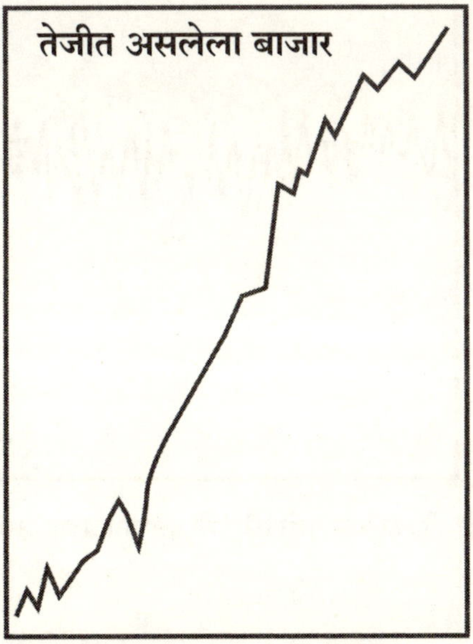

पॉइंट वन हा चढा प्रवाह असतो.

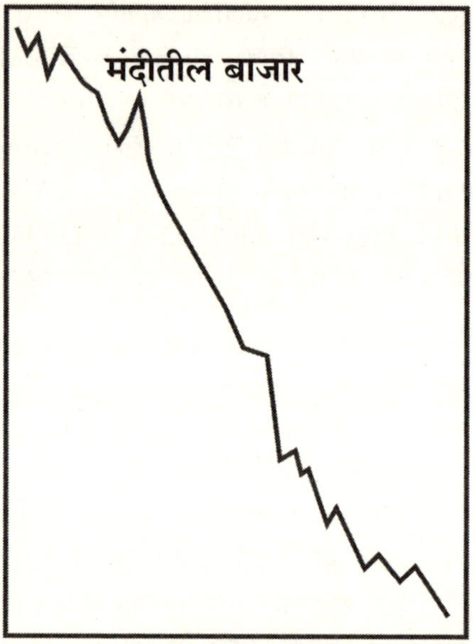

पॉइंट दोन हा मंदीचा प्रवाह असतो.

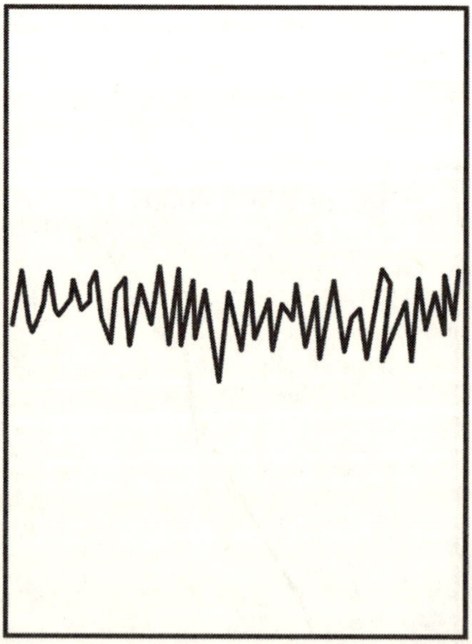

पॉइंट तीन हा बऱ्यापैकी स्थिरपणे हलणारा प्रवाह असतो.

प्रवाह बदलत असल्याचं तुम्हाला कसं समजतं?

आता बाजारात बदल होणार असल्याची काही लक्षणं बाजार दर्शवतो का? याचं उत्तर आहे, होय. याचं अगदी तंतोतंत शास्त्र नाही; पण हा एक खात्रीशीर अंदाज असतो, यात अंतःप्रेरणेचा उपयोग केला जातो आणि टिप्सचा वापर करून गुंतवणूक केली जाते.

आपल्यापैकी बहुतेकांना हे माहिती आहे की, हवामानशास्त्रज्ञ चक्रीवादळाचा अंदाज बांधू शकतो. हवामानाचा अंदाज वर्तवणं हे अगदी तंतोतंत खरं ठरणारं शास्त्र नसलं तरी आज आपल्याला वादळ पुढे सरकत असल्याची धोक्याची सूचना दिली जाते. तांत्रिक ट्रेडर जवळजवळ अशीच गोष्ट करू शकतो. याचा अर्थ ज्या वेळी सरासरी किंवा सर्वसामान्य गुंतणूकदार आपले स्टॉक तसेच ठेवून बाजार वर चढावा म्हणून प्रार्थना करत बसलेला असतो, त्या वेळी व्यावसायिक गुंतवणूकदार वादळाचा तडाखा बसण्यापूर्वीच विक्री करतो.

तांत्रिक ट्रेडर अनेक लक्षणांचा शोध घेत असतो. तांत्रिक गुंतवणूकदार ज्या संरचनांचा शोध घेत असतो त्यापैकी बाजाराचं गुपित फोडणारी एक चहाडखोर संरचना पुढे दिली आहे.

तांत्रिक ट्रेडर या तक्त्यातील संरचनेला 'डबल टॉप' असं म्हणतात. ज्या वेळी तांत्रिक ट्रेडरना ही संरचना आढळते, त्या वेळी ते सावध होतात आणि आपल्या गुंतवणुकीच्या व्यूहरचना बदलू लागतात किंवा बाजारातून पूर्णपणे बाहेर पडतात. तुमच्या लक्षात आलं असेल तर डबल टॉपनंतर लगेच स्टॉक झपाट्यानं घसरू लागला आहे.

डबल टॉप

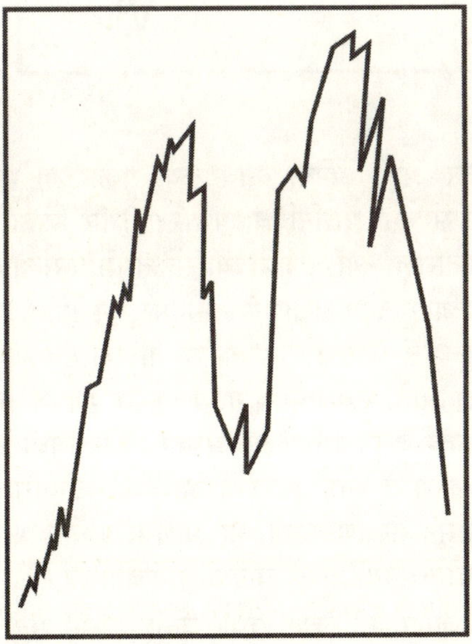

बाजाराच्या तळाशी अशाच प्रकारची संरचना आढळते. या संरचनेला 'डबल बॉटम' असं म्हणतात. ज्या वेळी तांत्रिक गुंतवणूकदारांना ही संरचना उदयास येत असल्याचं दिसतं, त्या वेळी ते पुन्हा एकदा व्यूहरचना बदलतात किंवा पुन्हा एकदा स्टॉक खरेदी करू लागतात. अशा वेळी सर्वसामान्य गुंतवणूकदारानं आशा सोडून दिलेली असते आणि तो विक्री करत असतो.

डबल बॉटम

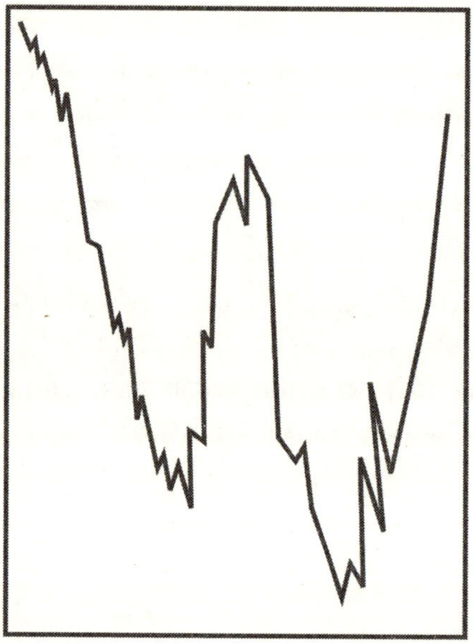

तांत्रिक गुंतवणूकदार अशा अनेक वेगवेगळ्या प्रकारच्या संरचनांचा शोध घेतात. तरीही यांपैकी कुठल्याही संरचना या निर्विवादपणे खात्रीशीर किंवा हमी देणाऱ्या नसतात, तरीही सुसंस्कृत गुंतवणूकदाराला त्या बाजाराच्या संकेतांचा कसलाच सुगावा न लागलेल्या सर्वसामान्य गुंतवणूकदाराच्या तुलनेत लक्षणीय लाभ मिळवून देतात. या संकेतांमुळे विम्यासह आपल्या मालमत्तांच्या मूल्यांचं संरक्षण करण्यासाठी तांत्रिक गुंतवणूकदाराला वेळ मिळतो, हा याचा एक मोठा फायदा आहे. सर्वसामान्य गुंतवणूकदार पूर्णपणे अनावृत्त अवस्थेत, विमा न घेता असंरक्षितपणे तसाच बसून राहिलेला असतो. कोट्यवधी गुंतणूकदारांचं भवितव्य जोखमीनं भरलेलं असतं; पण ते फक्त आपल्या आर्थिक सल्लागाराच्या सल्ल्यावर विसंबून राहून तो आपलं वादळापासून संरक्षण करेल, या आशेवर प्रार्थना करत बसून राहतात आणि कोणत्याही आर्थिक बाजारात नियमितपणे वादळं घोंगावततातच.

तथाकथित अर्थतज्ज्ञांना मी ज्या ज्या वेळी असा सल्ला देताना ऐकतो की, 'दीर्घकाळासाठी गुंतवणूक करा. विव्हळ बनू नका. फक्त लक्ष ठेवून ठाम राहा. नेहमीच एक गोष्ट लक्षात ठेवा की, गेल्या ४० वर्षांत बाजार सरासरी वरच चढलेला आहे,' त्या वेळी मी

भीतीनं दबकून जातो. हे तज्ज्ञ असे शब्द बोलत असल्याचं ऐकल्यावर मी नाइलाजानं मान झटकतो आणि अशा तज्ज्ञांचं ऐकणाऱ्या व आपलं आर्थिक भवितव्य त्यांच्यावर सोपवून देणाऱ्या लाखो लोकांविषयी मला वाईट वाटतं. आपण काय करत आहोत हे तुम्हाला माहिती असेल तर गुंतवणूक करणं ही गोष्ट जोखमीची राहताच कामा नये.

सुसंस्कृत गुंतवणूकदाराची साधनं

बाजारानं दिशा बदलली की सर्वसामान्य गुंतवणूकदाराकडे फक्त दोनच निवडी असतात. एक तर ते गुंतवणूक तशीच ठेवून पैसा गमवू शकतात किंवा विक्री करून पैसा गमवू शकतात. सुसंस्कृत गुंतवणूकदाराकडे खरेदी करणं आणि नुकसान करून घेणं किंवा विक्री करणं आणि नुकसान करून घेणं यांखेरीज इतरही काही पर्याय असतात.

सुसंस्कृत गुंतवणूकदाराकडे त्याच्या मालमत्तांचं संरक्षण करण्याची आणि वधारणाऱ्या व घसरणाऱ्या बाजारात पैसा कमवण्याची काही मानसिक साधनं असतात. ज्या वेळी बाजार घसरतो, त्या वेळी पैसा कमवण्यासाठी आणि त्यांच्या पैशांचं संरक्षण करण्यासाठी ही साधनं त्यांना मदत करतात.

स्टॉप ऑर्डर्स

सुसंस्कृत गुंतवणूकदाराला आपल्या स्टॉकची किंमत घसरण्याची शक्यता असल्याचा अंदाज आला तर तो आपल्या ब्रोकरला फोन करून स्टॉप ऑर्डर वापरण्याची त्याला विनंती करतो. विशेषतः ज्या वेळी बाजारात घसरणीचा कल असेल त्या वेळी तो हे करतो. सर्वसामान्य गुंतवणूकदार काहीही करत नाही. त्यांच्या स्टॉकची किंमत घसरली तर फक्त ते पाहत बसतात. काय करायचं ते माहिती नसल्यामुळे 'खरेदी करा, तसेच ठेवा आणि प्रार्थना करत राहा,' एवढंच ते करतात; पण त्याची ही व्यूहरचना 'खरेदी करा, स्टॉक तसेच ठेवा आणि पैसे गमवा' अशी बनते.

इथेच स्टॉप ऑर्डर काम करते. असं समजू या की, आज स्टॉकची किंमत ५० डॉलर्स आहे आणि तक्ते तुम्हाला असं दर्शवत आहेत की बाजाराचा कल घसरणीकडे आहे. मग तुम्हाला काय करावं लागतं – तर फक्त ब्रोकरला फोन करायचा आणि समजा, ४८ डॉलर्सवर स्टॉप ऑर्डर ठेवून द्यायला सांगायचं – एवढंच तुम्हाला करावं लागतं; पण बहुतेक विक्रेत्यांनी विक्रीचा मारा सुरू केल्यामुळे समजा, स्टॉकची किंमत त्याहूनही खाली घसरत राहिली आणि ती ३० डॉलर्सपर्यंत पोहोचली तर तुमची स्टॉप आर्डर ही मार्केट ऑर्डर बनते आणि तुमचा स्टॉक ४८ डॉलर्सला विकला गेलेला असतो. तुमचा तोटा २ डॉलरपर्यंत मर्यादित राहतो. सर्वसामान्य गुंतवणूकदार १८ डॉलर्स गमावून बसेल आणि तरीही त्या स्टॉकला धरून राहील.

गुंतवणूकदारांकडून स्टॉप ऑर्डर्सचा वापर विमा म्हणून केला जात असला तरीही अतिशय सुसंस्कृत गुंतवणूकदारांकडून त्या नेहमीच वापरल्या जात नाहीत. बाजार सुरू होताना आणि आदल्या दिवशी बाजार बंद झालेल्या वेळी असलेल्या स्टॉकच्या किमतींमधील तफावतीवर सहसा शेअरच्या किमती अवलंबून असतात. सुसंस्कृत गुंतवणूकदारांना आधीच

याविषयीची बातमी समजते आणि त्यानुसार आपले शेअर विकायचे की स्टॉप मर्यादा रद्द करायची हे ते ठरवतात.

घसरणाऱ्या किंवा अस्थिर बाजारात स्टॉप ऑर्डर का यशस्वी ठरत नाहीत, त्याची पुढे दिलेली दोन कारणं असतात.

यातलं पहिलं कारण असं आहे की, स्वतः व्यावसायिक गुंतवणूकदारच स्टॉप ऑर्डर वापरू इच्छित नाहीत. कारण, बाजारातील प्रवाह किंवा कल अतिशय झपाट्यानं घसरत चाललेला असतो. काही वेळा बाजार इतक्या प्रचंड वेगानं घसरत चाललेला असतो की, स्टॉप ऑर्डरची अंमलबजावणी होण्याआधीच तो त्या खाली पोहोचलेला असतो. उदाहरणार्थ, समजा स्टॉकची किंमत ५० डॉलर्स आहे. घसरणीचा कल असल्यामुळे गुंतवणूकदार ४८ डॉलर्सची स्टॉप ऑर्डर ठेवतो. याचा अर्थ किंमत ४८ डॉलर्सपर्यंत घसरली तर स्टॉक आपोआप विकला जातो; पण जर बाजार झपाट्यानं घसरत चालला असेल तर ४८ डॉलर्सची ऑर्डर वगळली जाते किंवा ती सुटते. कारण, अनेक लोक विक्री करत असल्यानं ४८ डॉलर्समध्ये खरेदी करणारा खरेदीदार नसतो. त्यामुळे या स्टॉपकडे दुर्लक्ष केलं जातं. नंतर काही खरेदीदार पुढे आल्यामुळे जर किंमत ४० डॉलर्सवर थबकली तर अशा वेळी ४० डॉलर्सवर स्टॉक तसाच ताब्यात ठेवणं किंवा विकून टाकणं यांपैकी जास्तीत जास्त एक गोष्टच गुंतवणूकदार करू शकतो. त्याच्या स्टॉपकडे लक्ष देणं शक्य झालेलं नसतं.

व्यावसायिक गुंतवणूकदाराकडून स्टॉपचा वापर न केला जाण्याचं दुसरं कारण म्हणजे त्यांना बाजाराच्या कलाविषयी खात्री वाटत नसते. उदाहरणार्थ, पुन्हा एकदा ५० डॉलर्स किमतीच्या स्टॉकचा विचार करू या. स्टॉप ४८ डॉलर्सवर ठेवला आणि अपेक्षेप्रमाणे स्टॉक ४७ डॉलर्सपर्यंत घसरला तर ४८ डॉलर्सवर स्टॉक विकला गेलेला असतो, त्यामुळे गुंतवणूकदाराला दिलासा मिळतो; पण अचानक बाजाराचा कल बदलतो आणि हाच दर पुन्हा चढू लागतो आणि त्याच स्टॉकची किंमत ६५ डॉलर्सवर पोहोचते. अशा वेळी गुंतवणूकदारानं फक्त २ डॉलर्सच गमावलेले नसतात, तर त्याला १७ डॉलर्सचा तोटाही झालेला असतो.

'किलिंग' करणं किंवा 'किल' होणं

आपण नेहमीच कोणाकडून ना कोणाकडून असं ऐकतो की, 'मी बाजारात किलिंग करतोय.' डॉटकॉमची भरभराट आणि झपाट्यानं झालेली घसरण या काळात अनेक लोक किलिंगच्या कल्पनेनं झपाटून गेले होते; पण ते स्वतःच किल झाले किंवा मारले गेले. अनेक लोक अशा प्रकारच्या झपाटून जाण्याच्या प्रकाराला हसतात. त्याची चेष्टा करून खिदळतात. ते म्हणतात, 'लोक इतके मूर्ख कसे काय असू शकतात?' अनेक लोकांनी याविषयी ऐकलेलं नसतं; पण अनेक लोक बाजार चढत किंवा घसरत असताना अशा प्रकारे किलिंग करण्याचा प्रकार करतात.

माझ्या एका मित्रानं डॉटकॉम आयपीओचं प्रचंड आकर्षण असताना फॉर्च्युन खरेदी केलं होतं. त्यानेही घसरण सुरू असताना 'किलिंग केलं होतं'. १९९९मध्ये उशिरा अगदी

सर्वोच्च किंमत मिळवण्यासाठी त्याने त्याच्या मालकीचा प्रत्येक डॉटकॉम स्टॉक विकून टाकला. त्यानंतर जसजशी सर्वोच्च किंमत जवळ येऊ लागली तसतसे त्याने ज्या डॉटकॉम कंपन्यांच्या स्टॉकनी त्याला श्रीमंत बनवलं होतं, त्यांचं निवडकपणे शॉर्टिंग (याविषयी पुढे स्पष्टीकरण दिले आहे) करण्यास सुरुवात केली. त्यांच्यापैकी तीन कंपन्या इतक्या घसरल्या की, त्या दिवाळखोरीत गेल्या, त्यामुळे त्याने वधारणाऱ्या मार्गावर फॉर्च्युनमध्ये गुंतवणूक केली आणि घसरणीच्या मार्गावर त्याहूनही अधिक मोठ्या प्रमाणात फॉर्च्युनचा वापर केला. का? कारण त्याने घसरणीच्या मार्गावर केलेल्या बहुतांश फॉर्च्युनसाठी स्वतःचा पैसा वापरला नव्हता आणि ज्या कंपन्या दिवाळखोरीत गेल्या त्यांच्या स्टॉकच्या शॉर्टिंगमुळे मिळालेल्या पैशावरचा कर त्याने भरला नव्हता.

'त्याने असं का केलं,' असं मी त्याला विचारलं, त्या वेळी तो म्हणाला, 'मी सर्वोच्च जागी असताना शेअर्स शॉर्ट केले, याचा अर्थ मी ते कर्जाऊ किंवा उसने घेतले होते. त्यानंतर कंपन्या घसरल्या आणि दिवाळखोरीत गेल्या. तरीही मी कर भरलेला नाही, कारण क्लोजिंगचा व्यवहार झाला नव्हता, त्यामुळे माझ्यावर करदायित्व नाही. मी फक्त माझ्या मालकीच्या नसलेल्या किंवा मी कर्जाऊ न घेतलेल्या स्टॉकचे शेअर्स विकले होते आणि आता मी ज्या व्यक्तीकडून ते उसने घेतले होते त्याला परत करण्यासाठी ते शेअर्स मला कधी खरेदी करता येतील त्याची फक्त वाट पाहत आहे.' आज त्याच्याकडे करमुक्त पालिका कर्जरोखे निधीत फक्त निष्क्रियपणे थांबून, त्याच्या मालकीच्या नसलेल्या स्टॉकच्या विक्रीतून मिळालेल्या पैशावरचं करमुक्त व्याज गोळा करून आणि थोडेच स्टॉक शॉर्ट करून मिळवलेला सुमारे ८७५,००० डॉलर्सचा पैसा आहे. तो म्हणतो की, 'मी त्या शेअर्सची पुन्हा खरेदी करण्याच्या संधीच्या शोधात आहे; पण तोपर्यंत करमुक्त भांडवली लाभ पैशावरचं व्याज मी गोळा करत आहे.'

तुम्हाला हा व्यवहार समजला नसेल तर काळजी करू नका. बहुतांश लोकांना तो समजत नाही. तुम्हाला तो जास्त चांगल्या प्रकारे समजून घ्यायचा असेल तर स्टॉक ब्रोकरशी किंवा तुमच्या हिशेबनीसाशी संपर्क साधा. त्यांना विचारा, ते तुम्हाला आणखी जास्त चांगल्या प्रकारे तो समजावून सांगतील.

यातला मुद्दा असा आहे की, तुम्हाला वधारत चाललेल्या मार्गावर किलिंग करायचं असेल तर तुम्हाला घसरत चाललेल्या मार्गावर किलिंग कसं करतात तेही माहिती असण्याची गरज असते. जर तुम्हाला ते माहिती नसेल तर सहसा नेहमीच, किलिंग करणाऱ्या इतर लोकांकडून किल केल्या जाणाऱ्या म्हणजेच मारल्या जाणाऱ्या लोकांपैकी तुम्ही एक असता.

स्टॉप्ससारख्या व्यावसायिक ट्रेडिंगच्या साधनांचा वापर करण्याविषयी आणखीही बरंच काही शिकण्यासारखं आहे. तुमच्या ब्रोकरला फक्त दुसऱ्या दिशेचा व्यवहार रोखण्यासाठी सेल स्टॉप किंवा बाय स्टॉप लावायला सांगण्यापेक्षाही गुंतवणुकीसंदर्भात इतर अनेक गोष्टी असतात. सुसंस्कृत गुंतवणूकदारांकडे सर्वसामान्य गुंतवणूकदारांच्या तुलनेत खूपच जास्त साधनं असण्याची गरज असते. जर त्यांच्याकडे ती नसतील तर त्यांच्याच गटातले इतर लोक किलिंग करत असताना तेही मारले जातील.

'सर्वसामान्य गुंतवणूकदारांना तुम्ही काय सल्ला देता?' असं ज्या वेळी मला विचारलं जातं, त्या वेळी सुसंस्कृत गुंतवणूकदारांना मिळणाऱ्या या अन्याय्य फायद्यामुळेच मी असं उत्तर देतो की, 'सर्वसामान्य किंवा सरासरी गुंतवणूकदार राहू नका.' मी असं सांगतो, कारण यात तुम्ही फक्त सर्वसामान्य असण्याच्या वस्तुस्थितीच्या तुलनेत तुमचं आर्थिक भवितव्य आणि तुमची आर्थिक सुरक्षितता कितीतरी पटींनी जास्त महत्त्वाची असते.

सावधगिरीचा सल्ला आणि सूचना : हे तांत्रिक ट्रेडिंगवरचं पुस्तक नाही. स्टॉपच्या संदर्भातील वर दिलेलं उदाहरण हे एक अतिशय साधं स्पष्टीकरण आहे. सुसंस्कृत गुंतवणूकदाराला शॉर्टचा कधी आणि कसा वापर करायचा हे बरोबर माहिती असतं. कारण, काही वेळा स्टॉपचा अतिशय चांगला उपयोग होतो आणि काही वेळा तो बिलकूल होत नाही. यांपैकी कोणत्याही तांत्रिक प्रक्रियांचा वापर करण्याआधी कृपया, वाचन करा, प्रश्न विचारा आणि प्रशिक्षण वर्गांना जा. मी आता नुकत्याच वर्णन केलेल्या आणि पुढेही ज्यांचं वर्णन करणार आहे, त्या तंत्रांचा वापर करण्याचा प्रयत्न करण्याआधी अनुभव मिळवा.

गुंतवणूक करणं जोखमीचं असतं असं म्हणणाऱ्या लोकांना गुंतवणूक करणं जोखमीचं असण्याची गरज नाही हे समजावं हेच मूलतः मी इथे काही तंत्र देण्याचं प्राथमिक कारण आहे. जर तुम्हाला या तंत्रांचा वापर करण्याची इच्छा असेल, तर त्याविषयीची आणखी माहिती मिळवणं हे प्रत्येक व्यक्तीवर अवलंबून असेल.

कॉल ऑप्शन्स

ऑप्शन्सचाच दुसरा शब्द विमा असा आहे. अगदी साध्या शब्दांत सांगायचं झालं तर कॉल ऑप्शनमुळे ऑप्शनच्या मालकाला पूर्वनिश्चित कालावधीत विशिष्ट दरानं कॉल ऑप्शनची खरेदी करण्याचा हक्क मिळतो. कॉल ऑप्शन ही विमा पॉलिसी असते. स्टॉकच्या किमतीत अचानक होणाऱ्या वाढीला मुकण्यापासून ती गुंतवणूकदाराचं संरक्षण करते. उदाहरणार्थ, असं समजू या की ट्रेंड्स आणि मूव्हिंग ॲव्हरेज तक्ते असं दर्शवत आहेत की बाजारात जास्त खरेदीदार प्रवेश करत आहेत आणि म्हणून किमती चढणार आहेत. स्टॉकची किंमत वर चढली तर आपल्याला अधिक चांगल्या दरानं तो खरेदी करणं शक्य व्हावं अशा प्रकारे गुंतवणूकदाराला स्वतःचा विमा उतरवून ठेवायचा आहे. आज ज्या स्टॉकची किंमत प्रति शेअर ५० डॉलर्स आहे अशा स्टॉकचाच पुन्हा एकदा विचार करू या. गुंतवणूकदार त्याच्या ब्रोकरला फोन करतो आणि सांगतो की त्याला प्रति शेअर ५० डॉलर्स या दरानं १०० शेअर विकत घेण्यासाठी कॉल ऑप्शन खरेदी करायचं आहे. यासाठी त्याला त्या कॉल ऑप्शनपोटी प्रति शेअर १ डॉलर वगैरेसारखी रक्कम द्यावी लागू शकते, त्यामुळे त्याला १०० शेअरसाठी १०० डॉलर्स द्यावे लागतील (प्रत्येक ऑप्शनमध्ये १०० शेअर असतील). आता तो अचानक होणाऱ्या दरवाढीपासून स्वतःचं संरक्षण करत असतो.

आता असं समजा की, त्यानंतर तीन आठवड्यांनी गुंतवणूकदार मासेमारीच्या त्याच्या सहलीवरून परत येतो आणि त्याला असं दिसतं की, स्टॉकची किंमत प्रति शेअर ६० डॉलर्सपर्यंत चढलेली आहे. कॉल ऑप्शनमुळे गुंतवणूकदाराला ५० डॉलर्स प्रति शेअरनं शेअर खरेदी करण्याची परवानगी मिळालेली असते, त्यामुळे त्याने ते खरेदी केलेले शेअर विकायचं असं ठरवलं तर तो त्यांची ६० डॉलर्सनं विक्री करू शकतो.

त्याऐवजी जर तो स्टॉक तसाच ५० डॉलर्स प्रति शेअर याच किमतीवर स्थिर राहिलेला असेल किंवा त्याची किंमत त्याहूनही घसरली असेल तर ऑप्शन निरुपयोगी ठरेल किंवा सुसंस्कृत गुंतवणूकदार म्हणतो त्याप्रमाणे त्याचा पैसा वाया गेलेला असतो.

स्टॉकची किंमत प्रती शेअर ६० डॉलर्सपर्यंत चढल्याच्या वर दिलेल्या उदाहरणात सर्वसामान्य गुंतवणूकदार कदाचित त्याच्या हक्काचा वापर करून प्रती शेअर ५० डॉलर्सप्रमाणे १०० शेअर खरेदी करेल आणि त्यासाठी ५,००० डॉलर्सची रक्कम मोजेल आणि नंतर ६,००० डॉलर्सला त्यांची विक्री करून टाकेल. त्यात त्याला ९०० डॉलर्सचा फायदा होईल (६,००० डॉलर्स उणे शेअर्सचे ५,००० डॉलर्स आणि ऑप्शनची १०० डॉलर्स ही किंमत). दुसरीकडे सुसंस्कृत गुंतवणूकदार फक्त त्याचा ऑप्शन प्रती शेअर १० डॉलर्सनं किंवा १०० शेअरचं युनिट १,००० डॉलर्सनं विकण्याची निवड करेल. त्यालाही ९०० डॉलर्सचाच फायदा होईल (१००० डॉलर्स उणे ऑप्शनची किंमत असलेले १०० डॉलर्स).

तुम्ही या व्यवहाराचं परीक्षण कराल, त्या वेळी सर्वसामान्य गुंतवणूकदारानं ९०० डॉलर्स कमावण्यासाठी ५,००० डॉलर्स मोजले असतील आणि सुसंस्कृत गुंतवणूकदारानं १०० डॉलर्स मोजून तितकेच म्हणजे ९०० डॉलर्स कमावले असतील. या अतिशय सुलभीकरण करण्यात आलेल्या उदाहरणात कोणत्या गुंतवणूकदारानं स्वतःचा पैसा वापरून त्या तुलनेत जास्त पैसा मिळवला आहे?

मी तुम्हाला जे उत्तर देईन ते असं असेल : 'ज्या गुंतवणूकदारानं ऑप्शन्स खरेदी केले आणि विकले त्यानं म्हणजेच सुसंस्कृत गुंतवणूकदारानं.' सर्वसामान्य गुंतवणूकदारानं महिन्याभराहून कमी कालावधीत ९०० डॉलर्स मिळवण्यासाठी ५,००० डॉलर्स दिले किंवा १८ टक्के परतावा मिळवला. सुसंस्कृत गुंतवणूकदारानं १०० डॉलर्स दिले आणि महिन्याभराहून कमी कालावधीत ९०० डॉलर्स मिळवले, याचा अर्थ त्याने ९०० टक्के परतावा मिळवला.

पुन्हा एकदा हे अतिसुलभीकरण करण्यात आलेलं उदाहरण आहे आणि मी तुम्हाला याचा जास्त अभ्यास करावा, काही प्रमाणात अनुभव मिळवावा अशी सूचना करतो. शिकण्याच्या प्रक्रियेतून तुम्हाला साहाय्य व्हावं म्हणून तुम्ही एखाद्या सक्षम स्टॉकब्रोकरला शोधावं अशीही जोरदार शिफारस करतो.

श्रीमंत वडिलांना खूप गोष्टींवर मालकी मिळवण्याची इच्छा नव्हती; पण त्याऐवजी त्यांना त्यांच्यावर फक्त नियंत्रण मिळवायचं होतं. त्यांना असं का वाटत होतं ते या वर दिलेल्या उदाहरणातून स्पष्ट होतं. ऑप्शन्समुळे तुम्हाला खरेदीच्या आणि विक्रीच्या प्रक्रियेवर नियंत्रण राखता येतं. कागदोपत्रांच्या स्वरूपातील मालमत्तांमध्ये तरफेची शक्ती कशी निर्माण करता येते आणि आपण काय करत आहोत हे तुम्हाला माहिती असेल तर कमी जोखीम पत्करून उच्चतर परतावे मिळवण्यासाठी तरफेच्या शक्तीचा कसा वापर

करता येतो याचंही हे एक उदाहरण आहे. या उदाहरणात सुसंस्कृत गुंतवणूकदार फक्त प्रती शेअर १ डॉलर प्रती ऑप्शनचा धोका पत्करतो. सर्वसामान्य गुंतवणूकदार प्रती शेअर ५० डॉलर्स खर्च करतो. तुम्ही पुन्हा एकदा पैशाच्या गतीविषयीच्या चर्चेकडे मागे वळलात तर कोणत्या गुंतवणूकदाराचा पैसा जास्त जलद गतीने फिरता राहिला आहे? कोणता गुंतवणूकदार जास्त जलद गतीनं श्रीमंत होऊ शकतो? विचार करा.

श्रीमंत व्यक्तींना गोष्टींवर मालकी प्रस्थापित करायला आवडत नाही

याआधीच्या उदाहरणातून तुमच्या काहीतरी लक्षात आलं असेल. तुमच्या असं लक्षात आलं असेल की, ऑप्शन मालकीचा असण्यासाठी तुमची स्टॉकवर मालकी असण्याची गरज नसते. हा सहसा नेहमीच दुर्लक्ष करण्यात येत असलेला तपशील तुम्हाला समजला तर त्याचे मोठे आर्थिक परिणाम होतात.

यातला मुद्दा असा आहे की : श्रीमंत वडिलांना कधीही कशावरही आपली मालकी असली पाहिजे असं वाटलं नव्हतं. माझ्या गरीब वडिलांना तसं वाटत होतं. माझे गरीब वडील नेहमीच असं सांगत की, 'हे घर माझ्या नावावर आहे.' 'माझी कार माझ्या नावावर आहे.' माझे श्रीमंत वडील म्हणत की, 'तुमच्याकडे तुमच्या मालकीच्या वस्तू असण्याची गरज नसते. फक्त त्या वस्तूंवर तुमचं नियंत्रण असण्याची गरज असते.' ऑप्शन्स हे अशा प्रकारच्या विचारसरणीचं आणखी एक उदाहरण आहे. माझ्या गरीब वडिलांना शेअरवर आपली मालकी असावी असं वाटत होतं. माझ्या श्रीमंत वडिलांना फक्त स्टॉकची खरेदी आणि विक्री करण्यासाठी ऑप्शन्स आपल्या मालकीचे असावेत असं वाटत होतं. आज माझ्या असं लक्षात येतं की, स्टॉक मालकीचे असल्याबद्दल अनेक लोकांना अभिमान वाटतो; पण स्टॉक्सचे शेअर खरेदी करण्यापेक्षा ऑप्शन ट्रेडिंग करून खूपच कमी पैशांतून भरपूर पैसा कमवता येतो.

पुट ऑप्शन्स

आधीच्या उदाहरणात पैसे कमावण्यासाठी तेजीत असलेल्या बाजारात कॉल ऑप्शन्सचा वापर कसा केला जातो हे तुम्ही पाहिलं. ज्या वेळी बाजाराचा कल घसरणीकडे असतो, त्या वेळी सुसंस्कृत गुंतवणूकदार पैसे कमावण्यासाठी पुट ऑप्शन्सचा वापर करतो; पण तो या पर्यायाचा वापर फक्त पैसे मिळवण्यासाठीच नव्हे, तर किमती घसरू लागल्या तर त्यांच्या स्टॉकच्या मूल्याचं संरक्षण करण्यासाठीही करतो.

उदाहरणार्थ, स्टॉकची किंमत ५० डॉलर्स आहे असं समजा. बाजार घसरतो आणि स्टॉकची किंमत ४० डॉलर्सपर्यंत घसरते. सर्वसामान्य गुंतवणूकदाराला या वेळी प्रती शेअर १० डॉलर्सचा तोटा होतो. जर त्याच्याकडे १०० शेअर असतील तर त्याला १,००० डॉलर्सचा कागदोपत्री तोटा होईल. इथला मुद्दा असा आहे की, गुंतवणूकदाराचा फक्त कागदोपत्री तोटा झाला आहे, प्रत्यक्षात नव्हे. जर त्याने प्रती शेअर ४० डॉलर्सनं शेअर्स विकले असते तर त्याचा खरा तोटा झाला असता. हा तोटा हा फक्त कागदी तोटा असल्याच्या कल्पनेमुळेच अनेक हरणारे गुंतवणूकदार अचानकच म्हणतात की, 'मी खूप

मोठ्या फायद्यासाठी बाजारात राहिलो आहे.' गुंतवणूकदाराच्या या शब्दांचा प्रत्यक्षात असा अर्थ होतो की, तो गुंतवणूकदार त्या स्टॉकची किंमत पुन्हा ५० डॉलर्सपर्यंत पोहोचेपर्यंत बाजारात राहणार आहे. हे कदाचित एका रात्रीत होऊ शकतं किंवा त्यासाठी काही वर्षं वाट पाहावी लागते किंवा तो कधीच पुन्हा त्या किमतीपर्यंत चढतही नाही. ही शाश्वत आशावादी व्यक्तीची किंवा ज्याला आपण चूक केली आणि पैसा गमावला हे मान्य करण्याचा तिरस्कार वाटतो त्याची व्यूहरचना असते आणि ती 'खरेदी करा, तशीच ठेवा आणि तोटा करून घ्या' अशा स्वरूपाची असते.

सुसंस्कृत गुंतवणूकदार वेगळ्या प्रकारे गुंतवणूक करेल. आपल्या स्टॉकची किंमत घसरत चालल्याचं बघत तिथेच बसून राहण्याऐवजी तो त्याच्या ब्रोकरला स्टॉप ऑर्डर देईल किंवा पुट ऑप्शन खरेदी करायला सांगेल. पुन्हा एकदा स्टॉपचा पर्याय आणि पुट ऑप्शन वापरण्यासाठी वेगवेगळी कारणं असू शकतात आणि ती या पुस्तकाच्या व्याप्तीच्या पलीकडची आहेत. इथला मुद्दा असा आहे की, सुसंस्कृत गुंतवणूकदार बाजारानं दिशा बदलली आणि त्याचा घसरणीकडे कल असेल तर काहीतरी करेल.

बाजार घसरू नये म्हणून फक्त प्रार्थना करत बसण्याऐवजी सुसंस्कृत गुंतवणूकदार पुट ऑप्शन खरेदी करेल असं समजू या. आपल्या शेअरची प्रती शेअर ५० डॉलरनं विक्री करण्याचा हक्क तो प्रती शेअर १ डॉलर किंमत मोजून खरेदी करेल. जास्त विक्रेते बाजारात आले तर स्टॉकची किंमत घसरेल. समजा, ती ४० डॉलर्स प्रती शेअरपर्यंत घसरली. आता या वेळीही सुसंस्कृत गुंतवणूकदार आनंदात असेल. कारण, त्याने ५० डॉलर्स प्रती शेअर या किमतीच्या साहाय्यानं त्याच्या स्थितीचं संरक्षण केलं आहे. दीर्घकालीन स्टॉकच्या स्थितीत त्याने जो पैसा गमावलेला असेल तोच पैसा शेअरची किंमत पुन्हा वधारू लागली की, पुटच्या वाढत्या किमतीतून तो भरून काढेल. पुट न घेतल्यास गुंतवणूकदार शेअरची किंमत घसरली की घसरलेल्या प्रत्येक डॉलरसाठी प्रत्यक्ष डॉलरमधील तोटा सहन करेल. सुसंस्कृत किंवा सुरक्षित कुंपण घालून घेऊन बसलेला गुंतवणूकदार हा खरोखरच स्थिर असेल. स्टॉकमध्ये झालेला तोटा तो पुटमधील वाढीच्या साहाय्यानं भरून काढू शकेल.

सर्वसामान्य गुंतवणूकदाराला तोटा होत असताना सुसंस्कृत गुंतवणूकदार पुटच्या साहाय्यानं कसा काय पैसा मिळवू शकतो? सुसंस्कृत गुंतवणूकदार त्याच्या पुटचा वापर करू शकतो किंवा प्रती शेअर ५० डॉलर्स किमतीनं १०० शेअरची विक्री करण्याच्या आपल्या हक्काचा वापर करू शकतो आणि ५,००० डॉलर्स मिळवू शकतो. जर त्याने निवड केली तर तो त्यानंतर बाजारात जाऊन ४० रुपये प्रती शेअर या दरानं शेअर विकून ४,००० डॉलर्स मिळवू शकतो. याचा एकूण परिणाम असा होतो की, त्याच्याकडे स्टॉकचे १०० शेअर असतात आणि त्याशिवाय अतिरिक्त ९०० डॉलर्सही असतात (१००० डॉलर्स उणे पुटचं मूल्य). (सुरक्षिततेचे अनेक नियम आणि अटी असतात. त्यांचं पालन करावंच लागतं आणि त्यांचा विचारही करावाच लागतो ही गोष्ट लक्षात ठेवा.)

पुट ऑप्शन नसलेल्या सर्वसामान्य गुंतवणूकदाराकडे फक्त त्याचे शेअर असतात आणि आता त्यांची किंमत कमी झालेली असते. शिवाय सर्वसामान्य गुंतवणूकदाराला तरीही त्याचे पैसे परत मिळालेले नसतात.

तुम्हाला ही गोष्ट संभ्रमित करणारी वाटत असेल तर काळजी करू नका. अनेक लोकांना पहिल्यांदा ही गोष्ट संभ्रमात टाकणारीच वाटते. विरुद्ध गोष्टीचा विचार करण्याची गरज असते ही गोष्ट लक्षात ठेवणं महत्त्वाचं असतं. अनेक लोकांसाठी ऑप्शन्सचा वापर करण्यास शिकणं ही गोष्ट अनेक वर्षं उजव्या हातानं जेवायची सवय असताना अचानक आपल्या डाव्या हातानं जेवायला शिकण्यासारखी असते; पण ते करता येतं, फक्त त्यासाठी थोड्याशा सरावाची गरज असते. यातली लक्षात ठेवण्याची गोष्ट अशी आहे की, बाजारात होणाऱ्या चढ-उतारांच्या दरम्यान, तुमच्या मालमत्तेच्या संरक्षणासाठी आणि पैसा कमावण्यासाठी ऑप्शन्सचा वापर करण्याची प्रक्रिया गुंतागुंतीची नसते. ती समजून घेण्यासाठी थोडासा वेळ दिला तर बहुतेक लोक ती शिकू शकतात.

तुम्हाला योग्य सल्ला आणि योग्य सल्लागार मिळाले तर गुंतवणूक करणं ही गोष्ट जोखमीचीच असली पाहिजे असं नसतं. तुमच्या कागदोपत्रांच्या स्वरूपातील मालमत्तेच्या पोर्टफोलिओविषयी तुम्हाला आयुष्यभर चिंता करत बसण्याची गरज नसते. बाजार घसरला तर आपला पैसा संपून जाईल, याचीही तुम्ही काळजी करण्याची गरज नसते. बाजार कोसळण्याविषयी चिंता करत बसण्याऐवजी, बाजार वधारत असताना, घसरत असताना किंवा स्थिर पातळीवर राहिलेला असताना अशा कोणत्याही परिस्थितीत तुम्ही जास्तीत जास्त श्रीमंत होत राहण्याची तयारी करू शकता. बसून, वाट पाहत राहून आणि 'गुंतवणूक तशीच ठेवा आणि दीर्घकाळापर्यंत गुंतवणूक करत राहा' हा आपल्या आर्थिक सल्लागाराचा सल्ला ऐकत राहून सर्वसामान्य गुंतवणूकदार पैसा गमावतो. ते असं करतात, कारण त्यांच्याकडे बाजाराच्या फक्त एकाच प्रवाहाच्या किंवा कलाच्या संदर्भातील व्यूहरचना असते. आता तुम्हाला माहिती आहे, त्याप्रमाणे बाजारात तीन वेगवेगळे प्रवाह किंवा कल असतात.

सुसंस्कृत गुंतवणूकदार कदाचित स्टॉक खरेदी करत नाही

स्टॉकची कधीच खरेदी किंवा विक्री न करणारे सुसंस्कृत गुंतवणूकदारही असतात. ते फक्त ऑप्शन्सचाच व्यवहार करतात. माझ्या एका ऑप्शन-ट्रेडर मित्राला मी एकदा विचारलं होतं की, तो स्टॉकऐवजी फक्त ऑप्शन्समध्येच गुंतवणूक का करतो? त्यावर त्याने मला सांगितलं होतं की, 'स्टॉकमध्ये गुंतवणूक करणं ही गोष्ट अतिशय मंद गतीची असते. मी ऑप्शन्समध्ये कमी पैशांची गुंतवणूक करून खूप जास्त पैसा कमवू शकतो. शिवाय मी कमी वेळात जास्त पैसा मिळवू शकतो. स्टॉक्समध्ये पैसा गुंतवून पैसा कमवण्याची अपेक्षा करत बसणं हे रंग वाळण्याची वाट बघत आजूबाजूला बसून राहण्यासारखं असतं.'

स्ट्रॅडलर्स किंवा कॉलर्स

स्ट्रॅडलर्स किंवा कॉलर्स हे अंतिम विमा संरक्षण असतं. अगदी खूपच साध्या संज्ञांमध्ये सांगायचं झालं तर स्ट्रॅडलर किंवा कॉलर म्हणजे मूल्य स्थानाभोवती पुट आणि कॉल ठेवणं होय. उदाहरणार्थ, गुंतवणूकदाराच्या स्टॉकची किंमत प्रती शेअर ५० डॉलर्स असेल, तर सुसंस्कृत गुंतवणूकदार प्रती शेअर ५२ डॉलर्सनं कॉल ऑप्शन ठेवतो आणि प्रती शेअर ४८ डॉलर्सनं पुट ऑप्शन ठेवतो. जर बाजार अचानक वधारला आणि तो ६२ डॉलर्स प्रती शेअर

इतका चढला तर गुंतवणूकदाराला तरीही त्याचा शेअर ५२ डॉलर्सनं विकत घेण्याचा हक्क असतो. जर बाजार ४२ डॉलर्सच्याही खाली कोसळला तर त्या वेळीही गुंतवणूकदाराकडे ४८ डॉलर्स प्रती शेअरनं त्याच्या शेअरची विक्री करण्याचा हक्क असतो आणि त्यामुळे त्याचं नुकसान तो कमीत कमी प्रमाणात होईल, याची काळजी घेतो. जर स्टॉकची बाजारातील किंमत ४२ डॉलर्स प्रती शेअर असेल आणि गुंतवणूकदारानं पुट ऑप्शनचा वापर केला असेल म्हणजे त्याच्याकडे ४८ डॉलर्स प्रती शेअर या किमतीनं शेअर विकण्याचा हक्क असेल तर काही प्रकरणांमध्ये अचानकच हा ऑप्शन अतिशय मूल्यवान बनतो, इतका की प्रत्यक्ष त्या स्टॉकपेक्षाही त्याचा ऑप्शनच जास्त मौल्यवान ठरतो. यातला मुद्दा असा आहे की, कॉलर्सचा किंवा स्ट्रॅडलर्सचा उपयोग वधारणाऱ्या आणि घसरणाऱ्या अशा दोन्ही प्रकारच्या बाजारातील जोखमींपासून संरक्षण करण्यासाठी आणि संधींचंही रक्षण करण्यासाठी केला जातो. तुम्ही काय करत आहात हे तुम्हाला माहिती असेल तर ही एक अति-पारंपरिक उपयुक्त व्यूहरचना असू शकते.

पुन्हा एकदा याचा अर्थ हे पुस्तक ऑप्शन्स ट्रेडिंगविषयी आहे असा नाही. अर्थातच, ऑप्शन्सच्या मूलभूत आकलनाला प्रोत्साहन मिळावं, या एकमेव हेतूनं मी ही सगळी प्रक्रिया अति सुलभ करून सांगितली आहे. मात्र मालमत्तांच्या संरक्षणासाठी आणि परताव्यांमध्ये वाढ करण्यासाठी वापरल्या जाणाऱ्या आणखी अनेक सुसंस्कृत व्यूहरचना आहेत.

शॉर्ट्स

मी लहान असताना मला स्वतःच्या नसलेल्या गोष्टींना स्पर्श करू नये आणि त्या वापरू नयेत असं सांगण्यात आलं होतं. शेअर बाजारात ही गोष्ट खरी नसते. एखादी व्यक्ती स्टॉक शॉर्ट करते त्या वेळी त्याचा शब्दशः अर्थ असा असतो की, ती तिच्या मालकीची नसलेली एखादी गोष्ट विकते. मी हे करत असल्याचं माझ्या आईला समजलं तर ती माझ्याबरोबर अतिशय खंबीरपणे दीर्घ चर्चा करेल; पण पुन्हा एकदा सांगतो की, माझी आईही कधीच गुंतवणूकदार नव्हती.

सगळ्यात पहिली गोष्ट म्हणजे शॉर्ट करणं म्हणजे ऑप्शन नव्हे. ज्या वेळी एखादी व्यक्ती म्हणते की, 'मी स्टॉक शॉर्ट करत आहे,' त्या वेळी ती स्टॉकचं ट्रेडिंग करते, ऑप्शन्सचं नव्हे. शॉर्ट आणि ऑप्शन्स यांमधला फरक आणि त्यांचा उपयोग कधी करावा व कधी करू नये हे सुसंस्कृत गुंतवणूकदाराला माहिती असतं. पुन्हा एकदा, त्यांचा उपयोग कधी करावा आणि कधी करू नये हे समजून घेणं या गोष्टी या पुस्तकाच्या व्याप्तीच्या पलीकडच्या आहेत.

स्टॉक शॉर्ट का करावा? सर्वसामान्यपणे जर गुंतवणूकदाराला असं वाटलं की, स्टॉकची किंमत खूपच जास्त आहे आणि बाजाराचा कल घसरणीकडे आहे तर सुसंस्कृत गुंतणूकदाराला पैसा कमावण्यासाठी शॉर्ट्सचा वापर करण्यास सुरुवात करणं ही गोष्ट नफा मिळवून देणारी आहे असं वाटू शकतं. स्टॉक शॉर्ट करणं म्हणजे अगदी सरळसरळ कोणाचा तरी स्टॉक उसना घेणं आणि तो बाजारात विकून तुमच्या खिशात पैसा टाकणं असा होतो. जर स्टॉकची बाजारातील किंमत घसरली, तर गुंतवणूकदार स्टॉक पुन्हा खरेदी करू शकतो आणि ज्याच्याकडून तो स्टॉक त्याने उसना घेतलेला असतो, त्याला तो परत करू शकतो.

उदाहरणार्थ, असं समजू या की, एक्सवायझेड कॉर्पोरेशनच्या स्टॉकची किंमत ५० डॉलर्स आहे आणि बाजार घसरणीला लागला आहे. अशा वेळी स्टॉक शॉर्ट करण्याचा पुढील घटनाक्रम अनुसरला जातो :

१. गुंतवणूकदार त्याच्या स्टॉकब्रोकरला फोन करतो आणि एक्सवायझेड स्टॉकचे १०० शेअर शॉर्ट कर असं सांगतो.
२. त्यानंतर दुसऱ्या ग्राहकाच्या खात्यातील १०० शेअर ब्रोकर उसने घेतो आणि ते १०० शेअर ५,००० डॉलर्सना विकतो.
३. नंतर ब्रोकर गुंतवणूकदाराच्या (स्टॉक या गुंतवणूकदाराच्या मालकीचे नसतात) खात्यात ५,००० डॉलर्स जमा करतो.
४. ज्या खात्यातून शेअर उसने घेण्यात आलेले असतात, त्या खात्यात ५,००० डॉलर्सची कमतरता निर्माण होत नाही, तर आता स्टॉकच्या १०० शेअरचा 'आयओयू' तयार होतो.
५. आता असं समजा की, कालौघात एक्सवायझेडच्या स्टॉकची किंमत प्रती शेअर ४० डॉलर्स इतकी खालावली.
६. शेअर उसने घेतलेला गुंतवणूकदार स्टॉक ब्रोकरला फोन करतो आणि सांगतो, '४० डॉलर्स किमतीनं माझ्यासाठी एक्सवायझेड कंपनीचे १०० शेअर विकत घे.'
७. ब्रोकर प्रती शेअर ४० डॉलर्स या दरानं त्या स्टॉकचे शंभर शेअर विकत घेऊन गुंतवणूकदारानं ज्या खात्यातून कर्जाऊ शेअर्स घेतले होते, त्या खात्यात ते परत ठेवून देतो.
८. स्टॉकब्रोकर १०० शेअरसाठी गुंतवणूकदाराच्या ५,००० डॉलर्स असलेल्या खात्यातून १०० शेअरसाठी पैसे भरतो. हे ५,००० डॉलर्स १०० शेअरच्या प्रती शेअर ५० डॉलर्स या दरानं केलेल्या मूळ विक्रीतून आलेले असतात.
९. अशा प्रकारे गुंतवणूकदाराला स्वतःच्या मालकीचे नसलेले शेअर्स विकून १००० डॉलर्सचा नफा होतो (अर्थातच त्याला या नफ्यातून शुल्कापोटी, कमिशनपोटी आणि करापोटीही पैसे भरावे लागतात). गुंतवणूकदारानं स्वतःचा पैसा न वापरता पैसा कमावलेला असतो. स्टॉक शॉर्ट करण्याची ही साध्या शब्दांत सांगितली गेलेली प्रक्रिया आहे.

आणखी काही मुद्दे असे आहेत :

मुद्दा # १ : ज्या क्षणी गुंतवणूकदार प्रती डॉलर ४० या दरानं शेअर खरेदी करतो आणि मूळ गुंतवणूकदाराला त्याचे उसने घेतलेले शेअर परत करतो, त्या क्षणी शॉर्ट केलेल्या गुंतवणूकदारानं आपली 'शॉर्ट पोझिशन कव्हर' केली असं म्हटलं जातं. हे शब्द लक्षात ठेवणं अतिशय महत्त्वाचं आहे.

मुद्दा # २ : स्टॉक शॉर्ट करण्यात प्रचंड जोखीम असते हे तुम्हीही सांगू शकता. जर बाजाराचा कल वर चढला आणि स्टॉकची किंमत वधारली तर स्टॉक शॉर्टिंग करणाऱ्या व्यक्तीला भरपूर पैसा गमवावा लागतो. वर दिलेल्या उदाहरणात जर स्टॉकची किंमत

प्रती शेअर ६० डॉलर्सपर्यंत चढली असती तर त्याच गुंतवणूकदाराला १,००० डॉलर्सचा तोटा सहन करावा लागला असता; पण श्रीमंत वडील नेहमी असं म्हणत होते की, 'फक्त एखाद्या गोष्टीत जोखीम आहे म्हणून ती जोखमीची असलीच पाहिजे असं नसतं.' सुसंस्कृत गुंतवणूकदार प्रती शेअर ५१ डॉलर्सनं कॉल ऑप्शन खरेदी करून शॉर्टला स्ट्रॅडल करतात (संरक्षण देतात), त्यामुळे त्यांना प्रती शेअर ६० डॉलर्सऐवजी ५१ डॉलर्सच द्यावे लागतात आणि त्यांना किमान तोटा सहन करावा लागतो.

मुद्दा # ३ : तुमच्या हे लक्षात आलं असेल की, मी बाजारातील प्रवाहांचा संदर्भ दिला आहे. 'ट्रेंड हा तुमचा मित्र असतो,' असं म्हटलं जातं ते लक्षात ठेवा. भरतीच्या लाटांच्या विरोधात पोहण्याचा प्रयत्न करणाऱ्या माझ्या मित्रासारखे वागू नका. शॉर्ट्स, स्ट्रॅडल्स आणि कॉल ऑप्शन्स यांसारख्या शब्दांच्या व्याख्या जाणून घेण्याखेरीज हे शब्द एकमेकांशी कसे संबंधित आहेत ते माहिती करून घेणंही महत्त्वाचं असतं. दुसऱ्या शब्दांत शॉर्टचा वापर करणं ही गोष्ट घसरणाऱ्या बाजारात अतिशय सुरक्षित असते आणि वधारणाऱ्या किंवा काठा-काठानं हालचाल करत असलेल्या बाजारात खूपच जोखमीची असते.

मुद्दा # ४ : आतापर्यंत जे सांगितलं गेलं आहे, त्याविषयी तुम्हाला बिलकूल कल्पना नसली तरीही काळजी करू नका. तुमची इच्छा असेल तर या शब्दांना तुमच्या शब्दसंग्रहाचा भाग बनवण्यासाठी फक्त थोडासा वेळ काढण्याची आणि थोडासा सराव करण्याची गरज असते. या सगळ्यातील कळीचा मुद्दा असा आहे की, तुम्ही आता करत आहात त्याप्रमाणे या संदर्भातील शिक्षणात वाढ करण्यासाठी तुमचा थोडासा वेळ देण्याची तुमची इच्छा असेल तर गुंतवणूक करणं ही गोष्ट जोखमीची राहत नाही. एकदा तुम्ही जोखीम कशी कमी करावी ते शिकलात की, तुम्ही तुमच्या परताव्यात खूप मोठी वाढ करू शकता, कारण आता तुम्ही सरासरी किंवा सर्वसामान्य गुंतवणूकदार करत असलेल्या गोष्टी करत नसता.

पैसा कमावण्यासाठी पैशाची गरज का नसते?

लोक मला नेहमीच विचारतात की, 'पैसा मिळवण्यासाठी पैसा जवळ असण्याची गरज नसते का?' स्टॉक शॉर्ट करण्याची प्रक्रिया तुम्हाला समजली असली तर तुम्हाला या प्रश्नाचं उत्तर माहिती असेल. एखादी व्यक्ती स्टॉक शॉर्ट करते त्या वेळी त्यांच्या मालकीच्या नसलेल्या गोष्टीची विक्री करून त्यांना पैसा मिळतो म्हणून यात खरोखरच पैसा मिळवण्यासाठी पैशाची गरज भासलेली नसते, तरीही 'पैसा मिळवण्यासाठी पैसा जवळ असण्याची गरज नसते का?' या प्रश्नाचं खरं उत्तर असं आहे की, 'गुंतवणूक कोण करत आहे त्यावर हे अवलंबून असतं.'

श्रीमंत वडिलांनी असं म्हटलं होतं की, 'तुम्ही जितके आर्थिकदृष्ट्या कमी बुद्धिमत्तेचे असाल तितक्या जास्त प्रमाणात तुम्हाला कमी पैसा मिळवण्यासाठी जास्त पैसा ओतावा लागेल. तुम्ही आर्थिकदृष्ट्या बुद्धिमान असाल तर भरपूर पैसा मिळवण्यासाठी तुमच्याकडे पैसा असण्याची मुळीच गरज नसते.' पुढील उदाहरणातून हा मुद्दा आणखी स्पष्ट होतो आणि त्याबरोबरच त्याच्यातून भक्कम आणि समृद्ध आर्थिक शब्दसंग्रह असण्याचं महत्त्वही अधोरेखीत होतं.

काही महिन्यांपूर्वी माझ्या स्टॉकब्रोकरला फोन करून मी सांगितलं की, 'एक्सवायझेडवर एक नेकेड पुट ऑप्शन राईटिंग कर. दहा कॉन्ट्रॅक्ट्ससाठी ते राईटिंग कर.'

माझ्या ब्रोकरनं मला आणखी काही प्रश्न विचारले आणि नंतर तो म्हणाला, 'ठीक आहे. करतो.' त्याने मला ऑप्शन किती कालावधीत पूर्ण करायचा आहे ते विचारलं होतं आणि इतरही काही प्रश्न विचारले; पण ते या पुस्तकाच्या कक्षेत येत नाहीत.

मी लगेच एक गोष्ट केली होती. ती म्हणजे मी पुट ऑप्शन्स विकले होते आणि ते विकत घेतले नव्हते. हा यातला महत्त्वाचा मुद्दा आहे. ही गोष्ट महत्त्वाची आहे कारण आतापर्यंत ऑप्शन्सचा वापर विमा पॉलिसी म्हणून करण्यात आला आहे म्हणूनच बहुतांश लोक ऑप्शन्स विकत घेतात. ज्या वेळी तुम्ही 'ऑप्शन राईटिंग कर' असे शब्द वापरता, त्या वेळी याचा अर्थ तुम्ही ऑप्शन विकत असता; पण खरेदी करत नाही. ज्याप्रमाणे अतिशय श्रीमंत व्यक्ती शेअरची विक्री करतात, खरेदी करत नाहीत – त्याप्रमाणेच अतिशय श्रीमंत लोक ऑप्शन्सची विक्री करतात, ते खरेदी करत नाहीत. मायक्रोसॉफ्टचे शेअर खरेदी करून नव्हे, तर त्यांची विक्री करून बिल गेट्स जगातील सर्वांत श्रीमंत व्यक्ती बनला. ऑप्शन्सच्या जगातही हीच गोष्ट खरी ठरते. फक्त ती जास्त जलद गतीची, जास्त सोपी आणि जास्त नफा मिळवून देणारीही असू शकते. – पण पुन्हा एकदा इथेही तुम्ही नेमकं काय करत आहात हे तुम्हाला माहिती असेल तरच हे होतं.

माझ्या ब्रोकरला मी सांगितलं की, 'नेकेड पुट ऑप्शन राईटिंग कर,' त्या वेळी मी त्याला असं सांगत होतो की, 'माझ्या मालकीच्या नसलेल्या स्टॉकवरचे ऑप्शन मला विकायचे आहेत.' या वेळी मी पुट ऑप्शन्सविषयी सांगत होतो आणि मला दहा कंत्राटं हवी होती. याचा अर्थ मला १,००० शेअर्स हवे होते, कारण प्रत्येक कंत्राट १०० ऑप्शन्सचं होतं.'

माझ्या ब्रोकरनं मला थोड्या वेळानं फोन केला सांगितलं, 'तुला ५ डॉलर्स मिळाले.'

मी म्हणालो, 'आभारी आहे.' तो व्यवहार तात्पुरत्या स्वरूपात पूर्ण झाला होता. मला स्टॉकवर किंवा बाजारावर लक्ष ठेवून राहण्याची गरज पडली नव्हती आणि मला हवं ते करायला जाण्यास मी मोकळा होतो. ज्या वेळी त्याने मला ५ डॉलर्स मिळवून दिल्याचं सांगितलं, त्या वेळी त्याचा अर्थ त्याने त्या दिवशी माझ्या खात्यात ५,००० डॉलर्स टाकले होते. दुसऱ्या शब्दांत ५,००० डॉलर्स मिळवण्यास मला पाच मिनिटांहून कमी काळ लागला होता. या सगळ्याहूनही महत्त्वाची गोष्ट म्हणजे मी यासाठी एकही पैसा दिला नव्हता किंवा कुठलीही मूर्त किंवा दिसण्याजोगी कृती केली नव्हती. कितीही प्रकारे विचार केला तरी मी काहीही विकलं नव्हतं आणि पाच मिनिटांहून कमी वेळात ५००० डॉलर्स कमावले होते (याचं स्पष्टीकरण असं आहे की, मी एकही पैसा दिला नव्हता किंवा मूर्त स्वरूपातील काहीही विकलं नव्हतं; पण माझ्या ब्रोकरेज खात्यात इतर मालमत्ता होत्या आणि त्यांचा त्या व्यवहारासाठी तारण म्हणून उपयोग झाला होता. त्यामुळेच माझ्या ब्रोकरबरोबर मला अशा प्रकारे काम करणं शक्य झालं होतं).

काही आठवड्यानंतर त्याने मला पुन्हा फोन केला आणि सांगितलं, 'हे सगळं पैशाच्या स्वरूपात एक्सपायर झालं होतं.'

'खूपच छान,' मी उत्तर दिलं. 'पण ते असो, आता आपण गोल्फ खेळायला कधी जायचं ते सांग.'

शब्दांची ताकद

अगदी सुरुवातीलाच मी हे सांगतो की, या व्यवहाराविषयी प्रौढी मिरवण्यासाठी मी हे लिहिलेलं नाही. मी या प्रत्यक्षात पार पडलेल्या एका व्यवहाराविषयी फक्त शब्दांची ताकद काय असते ते सोदाहरण स्पष्ट करण्यासाठी लिहिलं आहे. माझ्या मेंदूत शब्द खरे असतात आणि ते जिवंत असतात. हे शब्दच मला श्रीमंत बनवणारी माझी साधनं आहेत. तेच मला पैसा न घालताही पैसा कमवण्याची मुभा देतात. श्रीमंत वडील नेहमीच म्हणत की, 'तुम्हाला श्रीमंत बनवणारे काही शब्द असतात आणि तुम्हाला गरीब बनवणारेही काही शब्द असतात.'

माझ्या ब्रोकरला मी सांगितलं होतं की, 'एक्सवायझेडवर नेकेड पुट ऑप्शन राईटिंग कर.' त्या वेळी मी त्याला असं सांगत होतो की, 'ज्या कोणाकडे विशिष्ट किमतीचे स्टॉक असतील त्यांना ते मला विकण्याचा हक्क विक.' त्या दिवशी एक्सवायझेडची सुमारे ४५ डॉलर्स प्रती शेअरनं विक्री होत होती. माझ्या पुट ऑप्शनमुळे तो पुट ऑप्शन विकत घेणाऱ्या व्यक्तीला मी त्याचा स्टॉक प्रती शेअर ४० डॉलर्सनं विकत घेईन याची हमी मिळाली होती. दुसऱ्या शब्दांत मी एक्सवायझेड स्टॉकच्या मालकाला विमा विकत होतो. जर त्या स्टॉकची किंमत ४० डॉलर्स प्रती शेअर एवढी घसरली असती तर पुटचा वापर केला गेला असता. मला त्या किमतीनं तो स्टॉक विकत घ्यावा लागला असता आणि स्टॉकच्या मालकाचं आणखी नुकसानीपासून संरक्षण झालं असतं.

माझ्या ब्रोकरनं मला पुन्हा फोन करून सांगितलं होतं की, 'तुला ५ डॉलर्स मिळाले.' त्या वेळी त्याचा अर्थ मला त्या पुट ऑप्शनमुळे प्रती शेअर ५ डॉलर्स मिळाले होते. या ऑप्शन ट्रेडर्सच्या शब्दसंग्रहात राईटिंग याचा अर्थ विक्री करणं असा होतो म्हणजेच मी त्याला राईटिंग कर असं म्हटलं होतं, याचा अर्थ विक्री कर असा होता. विमा उद्योगातही हाच शब्द वापरला जातो. आपल्यापैकी अनेकांना विमा कंपनीच्या विक्रेत्यानं असं सांगितलेलं आठवत असेल की, 'मी तुमच्यासाठी १,००,००० डॉलर्स मृत्यूलाभासह जीवनविमा पॉलिसी राईटिंग करत आहे.' अंडररायटिंग हा विमा उद्योगात आणि ऑप्शन्सच्या जगात वापरला जाणारा आणखी एक शब्द आहे. याचा अर्थ त्या किमतीसाठी ते तुम्हाला कशाची तरी हमी देत असतात. दुसऱ्या शब्दांत रायटिंग याचा अर्थ विम्याच्या आणि ऑप्शन्सच्या जगतात विक्री करणं असा आहे. या प्रकरणात मी गुंतवणूकदाराच्या ४५ डॉलर्स जोखीम क्सपोजरचं प्रती शेअर ५ डॉलर्स प्रती शेअरसाठी अंडररायटिंग करत होतो. मी त्याचा स्टॉक ४० डॉलर्सपर्यंत खाली घसरला तरीही विकत घेईन, अशी मी गुंतवणूकदाराला हमी दिली होती म्हणजे इथे मी विमा कंपनी बनलो होतो म्हणूनच मी 'नेकेड पुट ऑप्शन रायटिंग' करत होतो. माझ्या मालकीच्या नसलेल्या कुठल्या तरी गोष्टीचा मी विमा उतरवत होतो. विमा कंपन्याही हेच करतात.

पराभूताचा संदर्भ

तुमच्यापैकी काही जणांच्या मनांचे संदर्भ असं म्हणत असतील की, 'पण ही गोष्ट अगदीच जोखमीची आहे. जर शेअर बाजार कोसळला तर? जर तुम्हाला खरोखरच ४० डॉलर्स प्रती शेअरनं शेअर खरेदी करावे लागले असते तर?' मला त्यांचं हे बोलणं आताही ऐकू येत आहे. या पुस्तकभर सगळीकडे मी सांगितलं आहे, त्याप्रमाणे जर काही शिकायचं असेल तर व्यक्तीनं आपले संदर्भ खुले ठेवण्याची गरज असते. श्रीमंत वडील म्हणत की, 'एखाद्या गोष्टीत जोखीम असते याचा अर्थ ती जोखमीचीच असली पाहिजे असं नाही.''

या पुस्तकाच्या अखेरीला मी हा विभाग राखून ठेवला होता, कारण ही माहिती घेण्यासाठी तुमच्या मनाच्या संदर्भाची थोडीफार तरी तयारी व्हावी, असं मला वाटत होतं. मी आधी कधीही याविषयी लिहिलेलं नाही, कारण याआधी कधीही मी संदर्भाच्या महत्त्वाविषयीही लिहिलं नव्हतं. बहुतांश लोकांच्या संदर्भाला, मी यापुढे जे सांगणार आहे ते आत्मसात करणं किंवा निदान समजून घेणंही शक्य होणार नाही. जर तुम्ही इथपर्यंत माझं म्हणणं वाचत माझ्या सोबत पुढे आला असाल तर मी तुमचं अभिनंदन करतो. माझ्या काही मित्रांबरोबर किंवा इतर काही लोकांबरोबर मी याआधीही पराभूताच्या संदर्भाविषयी बोललो होतो. नुकसानीच्या किंवा हरण्याच्या भीतीतून तो निर्माण झालेला असतो हेही मी त्यांना सांगितलं होतं. मात्र त्या वेळी त्यांच्या भीतीचा कोलाहल इतका प्रचंड मोठा होता की, ते मी काय म्हणत होतो किंवा सांगणार होतो ते ऐकून घेऊ शकले नाहीत. त्यांची जोखमीविषयीची आणि पराभूत होण्याची भीती झपाट्यानं जागृत झाली आणि त्यांच्या मनांनी गोंधळ घालायला सुरुवात केली. त्यांनी अशी बडबड सुरू केली की, 'ही गोष्ट खूपच जोखमीची आहे. यापुढे आता आम्हाला काहीही सांगू नकोस. आम्ही हे करू शकत नाही.' म्हणूनच इतका सगळा वेळ माझ्याबरोबर राहिल्याबद्दल मी तुमचे आभारही मानतो.

त्या पाच मिनिटांच्या व्यवहारात मूलतः जर गुंतवणूकदारानं मला प्रती शेअर ५ डॉलर्स प्रिमियम देण्याचं मान्य केलं तर मी एक्सवायझेड स्टॉकचे १,००० शेअर प्रती शेअर ४० डॉलर्सनी खरेदी करण्याचं मान्य केलं होतं. तो पैसा किंवा ५,००० डॉलर्स माझ्या खात्यात जमा करण्यात आले होते. काही आठवड्यांनंतर त्या स्टॉकची किंमत ४३ डॉलर्सच्या जवळपास गेली होती आणि त्यामुळे तो ऑप्शन किंवा विमा पॉलिसी निरर्थकपणे एक्सपायर झाली होती किंवा निष्फळ ठरली होती. यालाच शेअर बाजाराच्या भाषेत 'आऊट ऑफ मनी एक्सपायर होणं' असं म्हटलं जातं. ते ५,००० डॉलर्स आता माझे होते. अर्थातच त्यामधून कमिशन, शुल्क आणि कर वजा झाले असतेच. मला इथे ठासून मांडायचा मुद्दा असा आहे की, यासाठी मला फक्त पाच मिनिटंच लागली होती. मी कशाचीही विक्री केली नव्हती आणि त्यानंतरही मी काहीच केलं नव्हतं. याचा अर्थ असा होता की, मला संगणकाच्या पडद्यासमोर बसून शेअर बाजारातील चढ-उतार पाहण्याची गरज भासली नव्हती आणि तरीही मी ५,००० डॉलर्स मिळवले होते.

अनेक लोकांना मासिक ५,००० डॉलर्स कमवता येत नाहीत आणि जर त्यांनी ते मिळवलेच तर त्यांना तितक्याच रकमेवर मला करापोटी भराव्या लागणाऱ्या कराच्या

तुलनेत बरेचसे पैसे भरावे लागतात. कर्मचाऱ्याला त्या ५,००० डॉलर्सवर स्वयंरोजगार कर भरावा लागला असता; पण मला तो भरावा लागला नव्हता, कारण ते त्या प्रकारचं उत्पन्न नव्हतं. कर्मचारी ५,००० डॉलर्सचं सर्वसामान्य उत्पन्न मिळवतो आणि मी ५,००० डॉलर्सचं पोर्टफोलिओ उत्पन्न मिळवलं होतं.

अचानक आणि अनपेक्षितपणे पैसा मिळवणं

पुढे जाण्याआधी मी ते ५,००० डॉलर्स कसे मिळवले होते यावर सखोल विचार करणं तुमच्या दृष्टीनं महत्त्वाचं आहे, कारण तो अचानक आणि अनपेक्षितपणे मिळवला गेला होता. तुम्ही या व्यवहाराचं परीक्षण केलं तर तुमच्या असं लक्षात येईल की, माझ्या मालकीची नसलेली कुठली तरी वस्तू विकून मी पैसा मिळवला होता. मी जोपर्यंत ती वस्तू अस्तित्वात होती असं ठरवलं नव्हतं, तोपर्यंत अस्तित्वातही नसलेली वस्तू विकून मी पैसा मिळवला होता. अचानक आणि अनपेक्षितपणे पैसा मिळवण्यासारखा तो व्यवहार होता. या व्यवहारात नेमकं काय घडलं होतं हे तुम्ही खरोखरच समजून घेऊ शकलात तर शून्यातून पैसा निर्माण करण्याची तुमच्या मनाची शक्ती तुमच्या लक्षात येऊ लागेल. या क्षमतेला नेहमीच 'परीसशक्ती किंवा किमया' असं म्हटलं जातं.

बालपणी मला श्रीमंत वडिलांनी मोफत काम करायला का लावलं होतं हे आता तुमच्या आणखी लक्षात येऊ शकेल. त्यांना मला पैशांसाठी काम करण्यापेक्षा पैसे निर्माण करण्यासाठी काम करण्याचा विचार करण्यासाठी प्रशिक्षित करायचं होतं. श्रीमंत होण्यासाठी कठोर परिश्रमावर अवलंबून राहण्याऐवजी मी वेगळ्या प्रकारचा संदर्भ विकसित करावा असं त्यांना वाटत होतं.

पराभूतांना आनंदी बनवणं

मी या प्रक्रियेविषयी लोकांना क्वचितच सांगतो. पराभूतांच्या संदर्भाला या प्रक्रियेचा युक्तिवाद सांगून आणि तिचं स्पष्टीकरण देण्याचा प्रयत्न करून मी कंटाळून गेलो आहे. ज्या वेळी या ऑप्शन प्रक्रियेविषयी मी बोलतो त्या वेळी मला नेहमीच पुढील प्रकारची विधानं ऐकू येतात :

१. 'यासाठी खूपच वेळ लागतो. रोज बाजाराचं निरीक्षण करत राहण्यात अनेक दिवस घालवत राहण्याची मला इच्छा नाही.'
२. 'ही गोष्ट खूपच जोखमीची आहे आणि मला पैसे गमावणं परवडणार नाही.'
३. 'तुम्ही ज्या गोष्टीविषयी बोलत आहात तिची मला काहीच कल्पना नाही.'
४. 'तुम्ही हे करू शकत नाही. ही गोष्ट बेकायदेशीर आहे.'
५. 'माझा स्टॉकब्रोकर म्हणतो की ही तितकीशी सोपी गोष्ट नाही.'
६. 'तुमचं चुकलं आणि तुम्ही चूक करून बसलात तर काय होईल?'
७. 'तुम्ही खोट बोलत आहात. तुम्ही हे करू शकत नाही.'

दुसऱ्या शब्दांत, पराभूत लोक पराभूत होतात, कारण त्यांचा संदर्भ त्यांना आतून जोरात मागे खेचत राहतो.

हे पुस्तक संदर्भाविषयीचं आणि व्यक्तीच्या वास्तवाविषयीचं आहे. मी लोकांना माहिती देण्यास बिचकतो, कारण बहुतांश लोकांचा संदर्भ मी आताच ज्याची चर्चा केली ती माहिती हाताळू शकत नाही. आता हे पुस्तक जवळजवळ संपतच आलं आहे म्हणून अनेक लोकांना हवी असलेली आणखी माहितीही मी तुम्हाला देणार आहे. ही माहिती आत्मसात करण्यास, तिचा वापर करण्यास आणि ती कृतीत आणण्यास तुमचा संदर्भ तुम्हाला मुभा देईल असा मला विश्वास वाटतो.

दुसऱ्या शब्दांत ज्या वेळी मी काय करतो हे मला विचारलं जातं आणि मी ते त्यांना सांगतो त्या वेळी बहुतेकांच्या बाबतीत त्यांचा संदर्भ आडवा येतो आणि त्यांच्याशी संघर्ष करतो. त्यांचा संदर्भ त्यांच्याशी लढतो, त्यांचं तोंड बंद करतो, त्यांच्याशी वाद घालतो आणि ती गोष्ट करणं का शक्य नाही याची कारणं शोधून काढतो. आता मी संदर्भाचं स्पष्टीकरण देण्यात वेळ घालवलाच आहे, तर त्यामुळे मी तुम्हाला नेकेड पुट्सचं रायटिंग ही कमी जोखमीची, उच्च परतावा देणारी गुंतवणूक का असते याची अंतिम माहिती तुम्हाला पटणार नसली किंवा तुम्ही ती आचरणात आणणार नसलात तरीही तुम्हाला सांगणार आहे.

मूल्य ३५ डॉलर्सपर्यंत घसरतं

सगळ्यात सुरुवातीची गोष्ट अशी आहे की, माझी नेकेड पोझिशन कव्हर करण्यासाठी मला ४०,००० डॉलर्स भरावे लागतील याची मला खरोखरच चिंता वाटत नव्हती. आपली चूक होईल याची मला का चिंता वाटत नव्हती, याची तीन कारणं आहेत.

ही कारणं अशी आहेत :

१. मला जर स्टॉक्स खरेदी करावेच लागले, तर माझी स्थिती कव्हर करण्यासाठी माझ्याकडे पैसे होते.
२. इतिहासातून असं सिद्ध झालं आहे की, सर्व ऑप्शन्सपैकी ८५ टक्के ऑप्शन्स हे वापर करावा न लागताच एक्सपायर होतात. शेअर बाजाराकडून किंवा लास वेगासकडून ठेवल्या जाणाऱ्या विचित्र प्रस्तावाच्या तुलनेत जिंकण्याची ८५ टक्के शक्यता ही खूपच चांगली गोष्ट असते.
३. काहीही झालं तरी मला त्या स्टॉकची मालकी नको होती. मला फक्त मोठ्या फरकानं ते विकण्याची इच्छा होती.

म्हणून यातला प्रश्न असा आहे की, स्टॉकचं मूल्य घसरू शकलं असतं का आणि मला ४० डॉलर्स प्रती शेअरनं स्टॉक विकत घ्यावाच लागला असता का? याचं उत्तर 'होय' असंच आहे. नेकेड पुट ऑप्शन म्हणून मी हाच करार विकला होता. यातला फरक असा आहे की, जेत्याचा संदर्भ असलेल्या व्यक्तीला हे माहिती असतं की ज्या वेळी ती पराभूत होते त्या वेळीही ती जिंकू शकते म्हणूनच तिला हरण्याची भीती वाटत नाही. पराभूत हा फक्त पराभवाचाच विचार करतो म्हणूनच ते क्वचितच जिंकतात.

असं समजूया की, त्या स्टॉकची किंमत प्रती शेअर ३५ डॉलर्स एवढी घसरली. पराभूताचा संदर्भ असलेल्या व्यक्तीला फक्त नुकसानच दिसेल आणि ती कधीही जिंकणार नाही. पराभूत व्यक्ती असं म्हणेल की, 'मी नुकतेच ४०,००० डॉलर्स गमावून बसलो आहे, कारण मला प्रती शेअर ४० डॉलर्सनी १,००० शेअर विकत घ्यावे लागले आहेत.' पराभूताला हा व्यवहार किती जोखमीचा आहे तेच दिसेल आणि तो कधीही तो व्यवहार करणार नाही. ही कल्पना किती जोखमीची होती, याविषयी त्यांचा संदर्भ बडबड करत राहील किंवा तो झपाट्यानं ती वाट स्वतःसाठी बंद करून टाकेल.

ते आणखी विचार करू शकणार नाहीत, कारण त्यांच्या भावनांनी त्यांच्या मेंदूवर कब्जा केलेला असेल. पराभूताला ४०,००० डॉलर्सचं एक्स्पोजर या गोष्टीत ५ मिनिटांत ५,००० डॉलर्स कमावण्याची क्षमता असल्याचं दिसण्यापेक्षाही तिच्यात नुकसानीची खूप मोठी जोखीम असल्याचंच दिसेल. या सगळ्याहूनही महत्त्वाची गोष्ट म्हणजे जर स्टॉक प्रती शेअर ३५ डॉलर्सनी घसरला तर आणखी ५,००० डॉलर्सचं नुकसान होण्याची शक्यताही त्यांना दिसेल. त्या व्यक्तीचा पराभूताचा संदर्भ तिच्यावर संपूर्ण नियंत्रण राखेल.

अशा प्रकारच्या व्यवहारांची उदाहरणं असल्यामुळेच पुस्तकाच्या सुरुवातीला मी मनाच्या तरफेच्या शक्तीवर इतका दीर्घ काळ घालवला. मी काय करतो हे मी लोकांना सांगतो. मग ते व्यवसायाच्या उभारणीविषयी असो, रिअल इस्टेटमधील गुंतवणुकीविषयी असो किंवा कागदोपत्रांच्या स्वरूपातील गुंतवणुकीविषयी असो – ते ऐकल्यानंतर सहसा नेहमीच व्यक्तीचा संदर्भ माझ्या माहितीची अधिकृतता ठरवतो.

पराभूत हा नेहमीच आणि – खरोखरच मला नेहमीच असंच म्हणायचं आहे– तर पराभूत अगदी नेहमीच मी जे करतो ते जोखमीचंच आहे असं ठरवतो. मग प्रत्यक्षात ते जोखमीचं नसलं तरीही त्याला तसंच वाटतं. गरीब व्यक्ती नेहमीच आणि – खरोखरच मला नेहमीच असंच म्हणायचं आहे – तर गरीब व्यक्ती अगदी नेहमीच असा विचार करतात की, मी जे करतो ते करणं त्यांना परवडणार नाही. कष्टाळू व्यक्ती नेहमीच असं म्हणेल की, 'तुम्ही जे करता ते करायला माझ्याकडे वेळ नाही, कारण मी कामात खूपच व्यस्त आहे.' आणि मी जे करतो त्यात स्वारस्य नसलेली व्यक्ती असं म्हणेल की, 'ही गोष्ट खूपच गुंतागुंतीची वाटते. मला ती समजतच नाही. शिवाय मला पैशात तितकंसं स्वारस्यही नाही.'

ही कल्पना प्रत्यक्षात उतरवण्यास सक्षम असलेला संदर्भ नसल्यामुळेच बहुतांश लोक कधीही तरुणपणी निवृत्त होणार नाहीत आणि श्रीमंत होऊनही निवृत्त होणार नाहीत म्हणूनच या पुस्तकाच्या सुरुवातीला मी मनाच्या तरफेच्या शक्तीविषयी आणि तुमच्या नियोजनाच्या तरफेच्या शक्तीविषयी सांगण्यात इतका वेळ घालवला आहे. माहितीपेक्षाही संदर्भ जास्त महत्त्वाचा असतो. तुमच्याकडे योग्य संदर्भ असेल तर मी तरुणपणी निवृत्त होण्यासाठी आणि श्रीमंत होऊन निवृत्त होण्यासाठी जे केलं आणि आताही जे करत आहे ती साधी गोष्ट आहे. मी जे केलं ती कठीण किंवा गुंतागुंतीची गोष्ट नाही. मी आधी सांगितलं आहे त्याप्रमाणे मला ५,००० डॉलर्स मिळवण्यासाठी पाच मिनिटांहूनही कमी वेळ लागला. अनेक लोकांसाठी ही शक्यता त्यांच्या संदर्भाच्या पलीकडची असते. म्हणजेच ती त्यांच्या वास्तवाच्या पलीकडची गोष्ट असते. अनेक लोकांची ५,००० डॉलर्स मिळवण्यासाठी

३० दिवस काम करण्याची इच्छा असते. त्यांना ३० दिवस काम करण्याची इच्छा असेल, कारण ३० दिवसांत ५,००० डॉलर्स मिळवणं ही शक्य असलेली किंवा खरी गोष्ट आहे असं त्यांचा संदर्भ त्यांना सांगतो; पण पाच मिनिटांत ५,००० डॉलर्स मिळवणं ही गोष्ट त्यांच्या संदर्भाच्या पलीकडची असते, ती त्यांच्या संदर्भात बसत नाही म्हणून त्यांच्या कल्पना अशा असतात की, 'तो खोटं बोलत आहे. यात खूपच जोखीम आहे. मी हे करू शकत नाही.' दुसऱ्या शब्दांत, त्यांचा संदर्भ ही शक्यता नाकारतो. त्याऐवजी आपल्या संदर्भात चपखल बसणाऱ्या कल्पना असे लोक मांडतात म्हणूनच अनेक लोक त्यांचा संदर्भ व्यापक बनवण्याऐवजी शारीरिकदृष्ट्या भरपूर श्रम करण्यात त्यांची आयुष्यं घालवतात. आपला आर्थिक संदर्भ व्यापक बनवण्याऐवजी आणि त्यांच्या मेंदूत वाढत्या प्रमाणात आर्थिक माहिती भरण्याऐवजी ते शारीरिकदृष्ट्या कठोर परिश्रम करत राहतात.

जेत्याचा संदर्भ

जेत्याचा संदर्भ असलेली व्यक्ती पुढील प्रश्न विचारेल :

'मी पराभूत झालो तर पुन्हा कसा जिंकू शकेन?'

'एक्सवायझेडचं मूल्य ४० डॉलर्सच्या खाली गेलं तर काय होईल? तरीही मी कसा जिंकू शकेन?'

हा जेत्याचा संदर्भ असतो. आपण पराभूत झालो तरीही जिंकू शकतो हे त्यांना माहिती असतं. त्याहूनही जास्त महत्त्वाचं म्हणजे ते ऐकत असलेली गोष्ट त्यांच्या संदर्भाच्या पलीकडची असली तरीही ते आपलं मन खुलं ठेवू शकतात. दुसऱ्या शब्दांत, ते ऐकत असलेली गोष्ट त्यांना घाबरवणारी असली किंवा त्यांच्यासाठी पूर्णपणे नवीन असली तरीही जेता आपलं मन खुलं ठेवू शकतो. श्रीमंत वडील नेहमीच म्हणत की, 'पराभूताच्या मनाची कवाडं जेत्याच्या मनाच्या तुलनेत झपाट्यानं बंद होतात.'

या पुस्तकात सुरुवातीला मी बाहेर पडण्याच्या व्यूहरचनेच्या महत्त्वाविषयी लिहिलं आहे. जेता पराभूत होत असला तरीही नेहमीच जेता होऊन बाहेर पडण्याच्या व्यूहरचनेचा शोध घेत असतो. यासाठी पुन्हा एकदा या नेकेड पुट ऑप्शनचंच उदाहरण घेऊ या. कोणताही व्यवहार करण्याआधी, अगदी माझ्या मनासारख्या गोष्टी घडल्या नाहीत तरी माझ्याकडे त्याच्यातून बाहेर पडण्याची व्यूहरचना तयार असते. पुन्हा एकदा हा माहितीपेक्षाही संदर्भाचा भाग आहे. मग ते स्टॉक्सच्या संदर्भात असो, रिअल इस्टेटविषयी असो किंवा व्यवसायाविषयी – जेत्यांना ते अगदी हरत असले तरीही त्यांचा जेत्याचा संदर्भच जिंकू देतो. या उदाहरणात बाहेर पडण्याची जिंकण्याची व्यूहरचना असल्याचा संदर्भ हा जेत्याच्या संदर्भाचा एक भाग असतो.

पराभूताला फक्त जोखीम किंवा नुकसान दिसतं. त्याला कधीही म्हणजे ते हरत असले तरीही जिंकण्याची शक्यताच दिसत नाही. ही गोष्ट फक्त आशावादी असण्याविषयीची नाही. श्रीमंत वडील म्हणत की, 'अनेक लोक सकारात्मक विचार करतात; पण ते पराभूताच्या संदर्भातून असे विचार करतात. जेत्याचा संदर्भ असणं म्हणजे तुम्ही हरत असलात तरीही तुम्हीच जिंकणार आहात हे माहिती असणं होय.'

तुम्ही हरता तेव्हाही कसंही जिंकावं

माझ्या ब्रोकरला मी फोन केला होता, त्या दिवशी मी गृहपाठ केला होता आणि त्यासाठी मला मिनिटभराहून कमी वेळ लागला होता. मी ऑर्डर देण्यास सांगण्यापूर्वी मला पुढील गोष्टी माहिती होत्या.

१. बाजारात घसरणीचा प्रवाह होता.
२. एक्सवायझेडच्या किमतीनं नुकताच सपाटून मार खाल्ला होता आणि ती २० ते ४५ डॉलर्सच्या दरम्यान घसरली होती. हा स्टॉक असलेले गुंतवणूकदार चांगलेच हताश झाले होते.
३. एक्सवायझेड ही चांगलं उत्पन्न असलेली आणि लाभांश देणारी कंपनी होती हे मला माहिती होतं. तिचं व्यवस्थापन चांगलं होतं आणि तिने चांगल्या आणि वाईट अशा दोन्ही अर्थकारणांमध्ये चांगलं काम केलं असतं.
४. तिच्यात अनेक गुंतवणूकदार गुंतवणूक करत होते आणि त्यांना तिच्यात चांगलंच स्वारस्य होतं.
५. योग्य किंमत असती तर मलाही त्या कंपनीची मालकी पत्करायला आणि तिला आपल्या ताब्यात ठेवायला आवडलं असतं.
६. माझ्यावर ते स्टॉक खरेदी करण्याची वेळ आलीच असती, तर माझ्या खात्यात १,००,००० डॉलर्स होते. माझ्या ब्रोकरला फक्त तो पैसा हस्तांतरित करावा लागला असता आणि त्याच्याकडे तसं करण्याचा अधिकार होता.

जर तो स्टॉक प्रती शेअर ३५ डॉलर्सपर्यंत घसरला असता आणि माझा पुट ऑप्शन करार पाळण्यासाठी मला ४०,००० डॉलर्स भरावे लागले असते, तरीही मला अत्यानंद झाला असता. का? कारण पुन्हा एकदा माझं तेच उत्तर असेल – माझ्याकडे बाहेर पडण्याची व्यूहरचना होती.

असं समजा की, मला त्या स्टॉकचे १,००० शेअर घेण्यासाठी ४०,००० डॉलर्स भरावे लागले असते, तरीही त्या स्टॉकची माझी खरी किंमत काय असती?

याचं उत्तर आहे ३५,००० डॉलर्स, कारण मला आधीच ऑप्शनसाठी ५,००० डॉलर्स मिळाले होते म्हणून अगदी माझ्या पुट ऑप्शनच्या किमतीच्या म्हणजे प्रती शेअर ४० डॉलर्सच्याही खाली शेअरचं मूल्य घसरलं असतं तरीही मी तेव्हा प्रती शेअर ३५ डॉलर्सही भरले असते. काहीही झालं तरी त्या स्टॉकसाठी मोजावी लागलेली ती खूपच चांगली किंमत असती आणि तो स्टॉक माझ्या मालकीचा झाला असता.

त्यानंतर तातडीनं ५ डॉलर्स प्रती शेअर या दरानं दहा कव्हर्ड कॉल ऑप्शन्स (प्रती कॉल ऑप्शन १०० शेअर) म्हणजे माझ्या मालकीचे १००० शेअर विकणं हे पाऊल मी उचललं असतं. याला मी कव्हर्ड म्हटलं आहे. कारण, या वेळी मी ऑप्शन विकत असलेले शेअर प्रत्यक्षात माझ्या मालकीचेच होते. मी पुट ऑप्शनच्या आधी नेकेड किंवा नग्न ही संज्ञा वापरली, कारण ते शेअर माझ्या मालकीचे नव्हते. पुन्हा एकदा अनेक लोक फक्त

एवढंच म्हणतात की, 'आपल्या मालकीची नसलेली गोष्ट विकणं ही खूपच जोखमीची किंवा खरं तर धोकादायक गोष्ट असते.' आणि तुमच्याकडे योग्य संदर्भ आणि माहिती नसेल तर ते तसं असतंही.

कव्हर्ड कॉल का विकायचा? पैशाचा वेग या संज्ञेत याचं उत्तर सापडेल. जर किंमत झपाट्यानं चढली तर कव्हर्ड कॉल विकून माझा स्टॉक मी विशिष्ट किमतीला विकण्याचं – म्हणजे इथे समजा, प्रती शेअर ४० डॉलर्सला विकायचं मान्य केलेलं असतं. ज्या व्यक्तीला बाजार वधारत असताना आपल्या हातून ती संधी गमावली जाईल, असं वाटतं, अशी व्यक्ती ऑप्शनचा पर्याय वापरेल. समजा, स्टॉकची किंमत वधारली आणि समजा ती ५० डॉलर्स प्रती शेअरपर्यंत चढली तरीही त्या वेळीही माझ्यावर प्रती शेअर ४० डॉलर्सनंच स्टॉक विकणं बंधनकारक असेल. अशा वेळी माझे सगळे पैसे तर मला परत मिळालेले असतीलच, शिवाय माझ्या ऑप्शनमधून मी मिळवलेले पैसेही मला मिळतील म्हणून मी जरी हरलो तरीही मी जिंकेन.

जर स्टॉकची किंमत वधारली नाही तरीही काही प्रमाणात मी पैसे मिळवेन. अगदी स्टॉकच्या किमतीनं काहीही केलं नाही तरी या उदाहरणात सर्व कॉल ऑप्शन्ससाठी मला ५,००० डॉलर्स मिळतील.

सर्वसामान्य गुंतवणूकदार या स्टॉकमध्ये पराभूताच्या जागी तसाच थांबलेला असेल आणि 'दीर्घकाळ गुंतवणूक करत राहा, घाई करू नका. गेल्या ४० वर्षांत शेअर बाजार सरासरी वधारला आहे म्हणून आहात तिथेच थांबा आणि वाट पाहा,' हा आपल्या आर्थिक सल्लागाराचा सल्ला ऐकत बसेल. 'खरेदी करा, तसेच ताब्यात ठेवा आणि प्रार्थना करा' या वाक्याचाच हा विस्तारित भाग आहे आणि अनेक गुंतवणूकदारांची आणि अनेक गुंतवणूकविषयक सल्लागारांचीही हीच मानसिकता असते.'

आता पुन्हा एकदा माझ्या शेअरची किंमत समजा, ३० डॉलर्सपर्यंत घसरली तरीही कव्हर्ड कॉल ऑप्शन्स विकून मी आणखी ५,००० डॉलर्स माझ्या खिशात टाकलेले असतील आणि तरीही मी आनंदीच असेन, कारण ते शेअर्स मला माझ्या ताब्यात हवेच असतील. या उदाहरणात बाजारात हा शेअर जरी ३५,०००वर असला तरीही माझ्या पुट्स आणि कॉल विक्रीमुळे मला हव्या असलेल्या स्टॉकसाठी ४०,००० डॉलर्स मोजण्याऐवजी मी प्रत्यक्षात फक्त ३०,००० डॉलर्स मोजलेले असतील.

हे दुसऱ्या हातानं जेवायला शिकण्यासारखं असतं

पुन्हा एकदा, तुमच्या हे पूर्णपणे लक्षात आलं नसलं तर काळजी करू नका. तुम्ही या विषयाच्या अभ्यासासाठी थोडा वेळ काढला तर सैद्धान्तिकदृष्ट्या, ही गोष्ट साधी आहे आणि समजायलाही कठीण नाही. हे आयुष्यभर उजव्या हातानं जेवत असताना आता डाव्या हातानं जेवायला शिकण्यासारखं असतं. सैद्धान्तिकदृष्ट्या आणि एकदा तुम्ही ती शिकलात की ती साधीच गोष्ट असते. कधीतरी कठीण वाटत असलेली गोष्ट शिकण्याचा विचार करणं आणि गोष्टी वेगळ्या पद्धतीनं करणं या गोष्टी यात केल्या जातात.

प्रत्येक जण काय करू शकतो?

माझ्या दृष्टीनं, तुमच्या मालमत्तांचं संरक्षण करण्यासाठी ऑप्शन्स खरेदी करणं ही गोष्ट अर्थपूर्ण असते. कॅशफ्लोसाठी ऑप्शन्स विकणं ही एक गंमत असते. मला पैशाची काळजी वाटत नाही, यामागे एक साधं कारण असं असतं की, मी बाजारात प्रवेश केल्यावर अनेक लोकांना जितके पैसे मिळवायला काही महिने लागतात, तितके पैसे काही मिनिटांत मिळवू शकतो आणि त्यासाठी मला करही कमी भरावा लागतो हे मला माहिती असतं.

मी करत असलेली गोष्ट प्रत्येक जण करू शकतो का? नक्कीच; पण त्यासाठी त्यांची आपल्या संदर्भाचा विस्तार करण्यासाठी आणि आर्थिक संदर्भात वाढ करण्यासाठी थोड्या वेळाची गुंतवणूक करण्याची इच्छा असावीच लागते.

मग प्रत्येक जण काय करू शकतो? या संदर्भात मी पुढे काही गोष्टी सुचवत आहे :

१. वाचनालयातून ऑप्शन्स ट्रेडिंगवरचं पुस्तक आणा. पहिल्यांदा शब्दांच्या व्याख्या शिका. त्यानंतर जास्त समजून घेण्यासाठी पुस्तक वाचा.
२. पुस्तक विकत घ्या. विकत घेण्याआधी त्या पुस्तकाचा प्रत्यक्ष आढावा घ्या असं मी तुम्हाला सुचवेन, कारण तुम्हाला पहिल्यांदा सुलभ माहिती असलेल्या सोप्या पुस्तकापासून सुरुवात करण्याची इच्छा असू शकते.
३. ऑप्शन्स ट्रेडिंगवरच्या चर्चासत्राला उपस्थित राहा. अशी अनेक चर्चासत्रं असतात.
४. या प्रक्रियेदरम्यान तुम्हाला शिकवून मार्गदर्शन करणारा स्टॉकब्रोकर शोधा.
५. कॅशफ्लो १०१ हा गेम किमान १२ वेळा तरी खेळा, त्यामुळे तुम्हाला गुंतवणुकीची मूलभूत मनोरचना समजेल.

तुम्ही १०१ वर प्रभुत्व मिळवलं की मग तुम्ही कॅशफ्लो २०२कडे वळू शकता. हा खेळ लोकांना कॉल ऑप्शन्स, पुट ऑप्शन्स, शॉर्ट्स आणि स्ट्रॅडलर्स यांचा कसा वापर करावा ते शिकवतो. यातला सगळ्यात महत्त्वाचा भाग असा आहे की, कॅशफ्लो २०२ तुम्हाला बाजारातील ट्रेंड्सप्रमाणे विविध दिशांनी विचार करायला शिकवेल. कॅशफ्लो २०२ हा बहुव्याप्त विषय शिकण्याचा सगळ्यात प्रभावशाली शारीरिक, मानसिक आणि भावनिक मार्ग आहे, असा माझा विश्वास आहे आणि हाच त्याचा सर्वांत महत्त्वाचा पैलूही आहे. दुसऱ्या शब्दांत हा खेळ तुम्हाला विविध दिशांनी विचार करायला शिकवेल. बहुतांश गुंतवणूकदार हरतात, कारण त्यांना घरी, शाळेत, कामाच्या ठिकाणी फक्त एकाच दिशेनं विचार करायला शिकवलेलं असतं. सुसंस्कृत गुंतवणूकदारानं वधारणाऱ्या, घसरणाऱ्या आणि स्थिर बाजारात कशा प्रकारे पैसा मिळवला पाहिजे, याचा विचार करण्याची गरज असते. कॅशफ्लो २०२ तुम्हाला या प्रकारे विचार करायला शिकवतो. हा खेळ खेळण्याची मजा घेतानाच खऱ्या पैशाऐवजी खेळातील पैशांचा वापर करून तुम्ही बाजारात काय करावं हे शिकता.

गुंतवणूक करणं जोखमीचं असतं का?

मग गुंतवणूक करणं जोखमीचं असतं का? माझं उत्तर आहे, की 'बिलकूल नाही.' माझ्या मते अज्ञानी असणं ही गोष्ट जोखमीची असते. तुम्हाला तरुणपणी निवृत्त व्हायचं असेल आणि श्रीमंत होऊन निवृत्त व्हायचं असेल तर नुकसानीपासून संरक्षण मिळवण्यासाठी तुमच्या मालमत्तेचा विमा कसा उतरवावा हे तुम्हाला माहिती असणं ही मूलभूत गोष्ट असते. सर्वसामान्य किंवा सरासरी गुंतवणूकदारच अभ्यास करत नाही आणि गुंतवणूक करणं जोखमीचं असतं असं म्हणतो. ही गोष्ट म्हणजेच सगळ्यात मोठी जोखीम असते.

जगाच्या इतिहासात याआधी कधीही इतक्या लोकांनी आपलं आर्थिक भवितव्य आणि आर्थिक सुरक्षितता शेअर बाजाराच्या चढ–उतारांवर पणाला लावलेली नव्हती. ही गोष्ट जोखमीची आहे कारण या गुंतवणूकदारांना ही गोष्ट जोखमीची आहे हे माहिती आहे आणि तरीही ते या जोखमीविषयी काहीही करत नाहीत. माझ्या श्रीमंत वडिलांनी असं म्हटलं होतं की, 'आय कप्प्यातील आय हा अज्ञानाचं (इग्नोरन्स) नव्हे, तर गुंतवणूकदाराचं (इन्व्हेस्टरचं) प्रतिनिधित्व करतो.' त्यांनी असंही म्हटलं होतं की, 'गुंतवणूक करणं ही गोष्ट प्रत्यक्षात जोखमीची नसते; पण आर्थिकदृष्ट्या अज्ञानी असणं आणि आर्थिकदृष्ट्या अज्ञानी सल्लागाराचा सल्ला घेणं ही गोष्ट अतिशय जोखमीची असते.' ही गोष्ट फक्त जोखमीचीच नसते तर ती महागडीही असते. ती फक्त पैशाच्या संदर्भातच महागडी नसते, तर वेळेच्या संदर्भातही महागडी असते. कोट्यवधी लोक आर्थिक स्वातंत्र्य मिळवण्याऐवजी त्यांची आयुष्यं नोकरीतील सुरक्षिततेला चिकटून राहण्यात घालवतात. आर्थिक अज्ञानामुळे अनेक लोक उपलब्ध असलेल्या विपुल पैशाचा शोध घेण्याऐवजी लहान वेतनचिठ्ठीला चिकटून राहतात. आर्थिक अज्ञानामुळे लोक त्यांच्या निवृत्तीच्या खात्यात पैसे टाकत राहतात आणि नंतर ज्या वेळी त्यांना त्या पैशांची गरज असते त्या वेळी आपला पैसा त्या खात्यात अडकल्यामुळे त्याविषयी काळजी करत बसतात. आर्थिक अज्ञानामुळे कोट्यवधी लोक आपल्या प्रिय व्यक्तींची आयुष्यं समृद्ध करण्यासाठी वेळ खर्च करण्याऐवजी तोच वेळ श्रीमंत लोकांना जास्त श्रीमंत बनवण्यासाठी खर्च करतात. गुंतवणूक करणं जोखमीचं असतं, असं मी कधीच असं म्हणणार नाही; पण आर्थिकदृष्ट्या अज्ञानी असणं जोखमीचं आणि महागडं असतं असं मात्र मी नक्कीच म्हणेन.

इथे देण्यात आलेली माहिती ही फक्त शिक्षित करण्याच्या हेतूनंच देण्यात आली आहे आणि ती विश्वासार्ह मानल्या गेलेल्या अहवालांवर, संपर्कांवर आणि स्रोतांवर आधारित आहे. मात्र या माहितीची अचूकता तपासण्यात आलेली नाही आणि तिच्या अचूकतेविषयी आम्ही कोणतीही खात्री देत नाही. ऑप्शन्स व्यवहारांमध्ये अतिरिक्त पातळीवरची जोखीम असू शकते. कोणताही ऑप्शन्स व्यवहार घेण्याआधी सर्व गुंतवणूकदारांनी परवानाधारक ऑप्शन्स व्यावसायिकाचं मार्गदर्शन आणि सल्ला घ्यावा.

प्रकरण अठरा

बी-कप्प्याच्या व्यवसायाची तरफेची शक्ती

जगातील सर्वाधिक श्रीमंत खेळ

बी कप्प्यातील उद्योजक हे जगातील सर्वाधिक श्रीमंत स्वयंभू लोक असतात. ते चित्रपटांतील तारे-तारकांहून, क्रीडा क्षेत्रातील नामवंतांहून आणि उच्च वेतनधारक व्यावसायिकांहून खूपच जास्त श्रीमंत असतात. मी व्हिएतनाममधून परतल्यानंतर माझ्या गरीब वडिलांच्या पावलांवर पाऊल टाकून प्रवास न करण्याचा निर्णय घेतला. त्यानंतर माझ्या श्रीमंत वडिलांनी मला असं सुचवलं होतं की, मी व्यवसायाची उभारणी करायला शिकण्यापासून माझ्या शिक्षणाची सुरुवात करावी. ते म्हणाले, 'जगातील सर्वाधिक श्रीमंत व्यक्ती या बी कप्प्यातील असतात याचं कारण असं आहे की, या कप्प्यात यशस्वी होणं ही गोष्ट सर्वांत कठीण आहे; पण जर तुम्ही यशस्वी झालात तर वैपुल्याच्या महापुराचे दरवाजे खुले होतात आणि तुमच्यावर संपत्तीचा अक्षरशः वर्षाव होतो. तुम्ही जर बी कप्प्यातील व्यवसायाची उभारणी करू शकलात तर तुम्ही जगातील सर्वाधिक श्रीमंत खेळ खेळता.'

तुम्ही अलीकडच्या इतिहासावर नजर टाकली तर बिल गेट्स, स्टीव्ह जॉब्ज, थॉमस एडिसन, हेन्री फोर्ड, जॉन डी. रॉकफेलर आणि बी कप्प्यातील प्रसिद्ध व्यक्तींच्या यादीत सर्वोच्च स्थानी असलेले असे अनेक लोक तुम्हाला आढळतील. आणखीही बरेचसे लोक या यादीत असले तरी ते तितकेसे प्रसिद्ध नसतात. हे सगळेच जण आर्थिक क्षेत्रातील बलाढ्य लोक असतात, कारण ते बलाढ्य मालमत्तांची उभारणी करतात. त्यांनी सर्वाधिक मोठ्या तरफेच्या शक्तीचा वापर केलेला असतो आणि ती शक्ती असते लाखो लोकांना रोजगार मिळवून देणाऱ्या व्यवसायाच्या तरफेची शक्ती.

तुमच्या स्वतःच्या व्यवसायात तुम्ही करत असलेली गुंतवणूक ही उत्तम गुंतवणूक असते असं म्हटलं जातं आणि मला ते मान्य आहे. तुम्ही काय करत आहात हे तुम्हाला माहिती असेल तर, तुमच्या गुंतवणुकीवरचे परतावे सर्वसामान्य गुंतवणुकीवरच्या हिशेबांना आव्हानं देतात आणि त्यांना धुडकावून लावतात. शेकड्यांमधील डॉलर्सची गुंतवणूक करून

त्यांचं अब्जावधी डॉलर्समध्ये रूपांतर करणं शक्य असतं. फक्त तुम्हाला स्वतःलाच श्रीमंत बनवण्याऐवजी तुमच्या मित्रांना, कुटुंबाला, व्यावसायिक सहकाऱ्यांना, कर्मचाऱ्यांना आणि गुंतवणूकदारांना त्यांनी स्वप्नातही कल्पना केली नसेल इतकं श्रीमंत बनवणंही शक्य असतं म्हणूनच याला जगातील सर्वाधिक श्रीमंत खेळ असं म्हटलं जातं.

मी लहान असताना श्रीमंत वडील मला सतत आठवण करून देत राहिले होते की, मालमत्तांचे चार वर्ग असतात. ते पुढीलप्रमाणे असतात :

१. रिअल इस्टेट
२. कागदोपत्रांच्या स्वरूपातील मालमत्ता
३. व्यवसाय
४. कमोडिटीज (व्यापारी माल)

मी कागदोपत्रांच्या स्वरूपातील मालमत्ता, रिअल इस्टेट आणि कमोडिटीजमध्ये थोडेफार व्यवहार करत असलो तरी श्रीमंत वडिलांनी मला व्यवसायाच्या मालमत्तेवर लक्ष केंद्रित करण्यास प्रोत्साहन दिलं होतं. त्यांनी म्हटलं होतं, 'सुरुवातीला सगळ्यात कठीण गोष्टीपासून सुरुवात कर, मग बाकीच्या सगळ्या गोष्टी सोप्या बनतील.' आज माझाही कल त्यांच्याशी सहमत होण्याकडेच आहे.

बाहेर पडण्याची व्यूहरचना

या पुस्तकात मी बाहेर पडण्याच्या व्यूहरचनेच्या महत्त्वाविषयी लिहिलं आहे. त्या अशा असतात :

गरीब निवृत्तीनंतर	वार्षिक २५,००० डॉलर्स किंवा त्याहूनही कमी
मध्यमवर्गीय निवृत्तीनंतर	वार्षिक २५,००० डॉलर्स ते १,००,००० डॉलर्स
सुबत्ता असलेले निवृत्तीनंतर	वार्षिक १००,००० डॉलर्स ते १० लाख डॉलर्स
श्रीमंत निवृत्तीनंतर	वार्षिक १० लाख डॉलर्स किंवा त्याहूनही अधिक
अतिश्रीमंत निवृत्तीनंतर	मासिक १० लाख डॉलर्स किंवा त्याहूनही अधिक

तुमच्या स्वतःच्या बाहेर पडण्याच्या व्यूहरचनेकडे तुम्ही काही प्रमाणात लक्ष देण्यास सुरुवात करावी, असं मी तुम्हाला सांगतो. तुमच्या निवडीविषयी तुम्ही सखोल विचार कराल त्या वेळी तुमच्या मनोरचनेची किंवा तुमच्या संदर्भाचीही नोंद घ्या.

तुमचं मन असं म्हणतं का की, 'मी हे करू शकत नाही' किंवा 'हे खूपच त्रासदायक आहे' किंवा 'मी हे करण्याएवढा हुशार नाही' किंवा अशा प्रकारच्या वैयक्तिक वास्तवांची व्याख्या करणारे संदर्भ तुमच्याकडे आहेत का?

माझ्या श्रीमंत वडिलांनी माझ्या बाहेर पडण्याच्या वैयक्तिक व्यूहरचनेवर माझ्याबरोबर काम केलं होतं, त्या वेळी माझ्या मर्यादित संदर्भामुळे माझ्या मनात येणाऱ्या सगळ्या शंका-कुशंकांमधून आणि मर्यादांमधून मलाही जावं लागलं होतं. काही महिन्यांच्या

चर्चेनंतर बी कप्प्यातच माझ्यासाठी उत्तम संधी असल्याचं मला समजलं होतं. माझ्या मते, तुमच्या बाहेर पडण्याच्या व्यूहरचनेची निवड करण्याच्याही आधी तुम्हाला तुमच्या वैयक्तिक सामर्थ्यांचं आणि दुर्बलतांचं मूल्यमापन करावं लागेल. त्यानंतर कोणत्या कप्प्यातून तुम्हाला तरुणपणी निवृत्त होण्यासाठी आणि श्रीमंत होऊन निवृत्त होण्यासाठी चांगल्या संधी आहेत त्याचंही मापन तुम्हाला करावं लागेल.

माझ्या गुंतवणूक वर्गातील कोणीतरी असं म्हटलं होतं की, 'ऑप्रा विन्फ्रे ही एस कप्प्यात राहूनच मनोरंजन क्षेत्रातील सर्वाधिक श्रीमंत स्त्री बनली होती.'

त्याने असा विचार का केला होता असं मी त्याला विचारलं. त्याचं उत्तर होतं की, 'कारण ती स्वयंरोजगारित व्यक्ती आहे. तिने काम करण्याचं थांबवलं तर तिचं उत्पन्नही थांबेल.'

'हे तुला कसं काय माहिती आहे?' मी विचारलं. त्यानंतर मी त्याला हार्पो प्रॉडक्शन्स हे काय होतं असं त्याला विचारलं. त्याला ते माहिती नव्हतं.

माझं उत्तर असं होतं, 'हार्पो (ऑप्राचं उलटया बाजूनं केलेलं ते स्पेलिंग होतं) प्रॉडक्शन्स ही ऑप्राची कंपनी होती. तिचा बी कप्प्यातील तो व्यवसाय होता. तो व्यवसाय इतर लोक चालवत होते आणि ते इतर व्यवसायांमध्ये गुंतवणूक करत होते. ती एस कप्प्यातील नामवंत व्यक्ती असेलही; पण तिचा संदर्भ बी कप्प्यातील आहे.'

हे सगळं सांगण्यातील मुद्दा असा आहे की, तुम्ही ज्या कप्प्यात असता त्याचा, तुमचा काय व्यवसाय असतो याच्याशी फारसा संबंध नसतो. मायकेल जॉर्डन हा शिकागो बुल्समधील कर्मचारी होताही असेल; पण तरीही तो बी कप्प्यातील व्यवसायाचा मालक होता. वैद्यकीय डॉक्टरही त्यांच्या संदर्भानुसार ई, एस, बी किंवा आय कप्प्यात असू शकतात म्हणून एखादा द्वारपालही सर्व चारही कप्प्यांमध्ये असू शकतो.

मी हे सगळं सांगत आहे, कारण अनेक लोकांकडे एकाहून अनेक संदर्भ शिकून घेण्याऐवजी फक्त एकाच संदर्भातील मनोरचना असते. अशा कर्मठ किंवा कट्टर संदर्भाच्या भिंती असलेले लोक नेहमीच खूप दीर्घकाळापर्यंत अतिशय कठोर परिश्रम करतात आणि नेहमीच किमान गोष्टी मिळवून बाहेर पडतात. आजच्या माहितीच्या युगात आपल्या सर्वांकडेच एकाहून जास्त संदर्भ असणं आणि आपण एकाहून जास्त कप्प्यांमध्ये असणं ही अपरिहार्य गोष्ट आहे. तुम्ही हे करू शकलात तर उच्चतर पातळीची बाहेर पडण्याची व्यूहरचना प्राप्त करण्याच्या तुमच्या शक्यता अधिक सोप्या आणि बहुधा जास्त वास्तववादी असल्याचं तुम्हाला आढळेल.

दुसऱ्या शब्दांत, किम आणि मी अतिश्रीमंत किंवा त्याहूनही उच्च पातळीवर निवृत्त होऊ शकलो, कारण आम्ही मूलभूतपणे बी कप्प्यातून काम करतो. आमची बाहेर पडण्याची व्यूहरचना म्हणून आम्ही फक्त हजारो किंवा लाखो लोकांसाठी काम करण्याऐवजी कोट्यवधी किंवा कदाचित त्याहूनही अधिक लोकांसाठी काम करतो.

श्रीमंत वडिलांचं गुंतवणूकविषयक गाइड

रिड डॅड्स गाइड टू इन्व्हेस्टिंगमध्ये उद्योजक व्हायला शिकण्याच्या माझ्या निर्णयाविषयी मी लिहिलं होतं. मी अनेक वेळा अपयशी झालो आणि त्यातून बाहेर पडून पुन्हा उभं

राहण्यासाठी मला काय करावं लागलं, याविषयी माझ्या सगळ्याच पुस्तकांमध्ये मी अनेक वेळा लिहिलं आहे. माझ्या मते, तुम्ही कुठल्याही कप्प्यात असलात तरी हा यशस्वी होण्याचा संदर्भ आहे. मी तिसऱ्या पुस्तकाचा उल्लेख केला आहे, कारण या पुस्तकाचा दुसरा निम्मा भाग हा सर्वांत मोठ्या आणि सर्वांत श्रीमंत मालमत्तेची म्हणजेच व्यवसायाची उभारणी करण्याविषयी आहे. तुम्हाला बी कप्प्यातील व्यवसायाची उभारणी करायची असेल तर तुम्हाला ते पुस्तक एकदां किंवा खरं तर पुनःपुन्हा वाचावं लागेल. कारण, या प्रकरणात मी व्यवसायाची उभारणी कशी करावी या विषयात शिरणार नाही.

मी नेटवर्क मार्केटिंगला इतका पाठिंबा देतो त्याचं कारणही हेच आहे की नेटवर्क हा शब्दही अत्यंत श्रीमंत लोकच वापरतात.

द बिझनेस स्कूल फॉर पीपल हू लाईक हेल्पिंग पीपल या शीर्षकाच्या पुस्तकात मी नेटवर्क मार्केटिंग उद्योगाविषयी लिहिलं आहे. मी हे छोटं आणि साधं पुस्तक मूलतः ज्या कोणाला ई कप्प्यातून एस कप्प्यात जायचं असेल त्यांच्यासाठी लिहिलं आहे. आपल्या संदर्भाला ई कप्प्यातून एस कप्प्यात बदलण्यासाठी ज्या कोणाला आपल्या वेळेची गुंतवणूक करण्याची इच्छा असेल, त्या प्रत्येकाला ते पुस्तक पाठबळ देतं. बी कप्प्यातून जगातील सर्वाधिक श्रीमंत व्यक्ती निर्माण होतात. ते पुस्तक जॉन डी. रॉकफेलर आणि बिल गेट्स यांच्यासारख्या लोकांनी नेटवर्कची का उभारणी केली हे स्पष्ट करतं. या पुस्तकाची सुरुवात श्रीमंत वडिलांच्या एका विधानानं होते. ते विधान आहे : 'जगातील सर्वाधिक श्रीमंत व्यक्ती नेटवर्कच्या शोधात असतात आणि त्याची उभारणी करतात. इतर प्रत्येक जण कामाच्या शोधात असतो.'

एका मित्रानं मला सांगितलं की, 'माझ्या म्युच्युअल फंडांमधून मला ३५ टक्के परतावा मिळाला.' मी त्याचं प्रामाणिकपणे अभिनंदन केलं. त्याने मलाही किती परतावे मिळाले असं विचारलं, त्या वेळी मी त्याला म्हणालो, 'मला खरोखरच माहिती नाही.' मला ते माहिती नव्हतं असं नव्हतं; पण माझे परतावे मापनाच्या सर्वसामान्य मानांकनात बसत नाहीत हे मी त्याला कसं सांगावं ते मला समजत नव्हतं. माझ्या मित्राच्या म्युच्युअल फंडातील गुंतवणुकींनी त्याला ३५ टक्के परतावा दिला होता आणि ती चांगली गोष्ट होती; पण मला तर माझा एकही पैसा न गुंतवताच लक्षावधी डॉलर्सचे वैयक्तिक परतावे मिळाले होते. आधीच्या प्रकरणातही आपण पैशाच्या गतीवर चर्चा केली आहे, ती तुम्हाला आठवत असेलच. त्याच्या प्रश्नाचं उत्तर देण्यात मला अशी अडचण वाटत होती की, माझा पैसा आधीच फिरता राहिला होता. गुंतवणुकींवरचा माझा परतावा हा तांत्रिकदृष्ट्या अमर्याद होता म्हणून माझ्या परताव्यांविषयी मी थोडंसंच बोलून त्याच्या यशाबद्दल त्याचं अभिनंदन केलं.

पुन्हा एकदा सांगतो की, मला मिळालेल्या फलितांची प्रौढी मिरवणं हा माझा ही गोष्ट इथे सांगण्यामागचा उद्देश नाही. मला इथे संदर्भातील फरकांचा मुद्दा मांडायचा आहे. माझ्या मित्राला ३५ टक्के परतावा मिळाल्याबद्दल आनंद झाला होता; पण व्यवसायाची उभारणी करणाऱ्या व्यक्तीला असा आनंद झाला नसता. माझ्या मते संदर्भातील फरकांमध्ये ही ताकद सापडते. ई आणि एस कप्प्यांमधील व्यक्तीकडे आर्थिकदृष्ट्या काय शक्य आहे, याविषयीचा वेगळा दृष्टिकोन असतो. ई किंवा एस कप्प्यातील व्यक्तीला कायमच कठोर

परिश्रम करत राहण्याची इच्छा असते. ते कधीही त्यांना प्राप्त करावयाच्या गोष्टी मिळवण्याचा आणखी एखादा मार्ग आहे का, असा प्रश्न स्वतःला विचारत नाहीत. मी नेटवर्क मार्केटिंग उद्योगाची आणि त्याच्या शैक्षणिक कार्यक्रमाची शिफारस करतो, त्यामागचं प्राथमिक कारण हे व्यक्तींना दुसऱ्या दृष्टिकोनासाठी त्यांचा संदर्भ खुला करण्याची संधी देणं हाच आहे.

असो, दुसऱ्या वर्षी बाजार घसरल्यानंतर माझ्या मित्राचा ३५ टक्के परतावा हा नकारात्मक परताव्यात रूपांतरित झाला होता.

जास्त लोक बी कप्प्यातील व्यवसायाची उभारणी का करत नाहीत?

बी कप्प्यातील व्यवसायाची उभारणी करण्याची गोष्ट इतकी फायदेशीर असेल तर जास्त लोक ती का करत नाहीत? श्रीमंत वडिलांनी दिलेल्या धड्यातून या प्रश्नाचं अंशतः उत्तर मिळतं.

माझ्या पहिल्या खऱ्या बी कप्प्यातील व्यवसायाची सुरुवात करण्याचा मी निर्णय घेत होतो, त्या वेळी मी श्रीमंत वडिलांना विचारलं की, 'जर व्यवसायाची उभारणी करणं हा जगातील सर्वाधिक श्रीमंत खेळ असेल तर जास्त लोक तो का खेळत नाहीत? त्यांच्याकडे पैशाचा, कौशल्यांचा किंवा बुद्धिमत्तेचा अभाव असतो म्हणून असं होतं का?'

श्रीमंत वडिलांनी याचं उत्तर संक्षिप्त आणि अगदी मुद्देसूदपणे दिलं. ते म्हणाले, 'लोकांबरोबर काम करणं ही व्यवसायातील सर्वाधिक कठीण गोष्ट असते.'

'लोकांबरोबर?' मी विचारलं. 'लोकांबरोबर काम करणं ही व्यवसायातील सर्वाधिक कठीण गोष्ट असते?'

श्रीमंत वडिलांनी मान डोलावली आणि ते म्हणाले, 'बहुतेक लोकांना व्यवसायाची उभारणी करता येत नाही, याचं फक्त एकच साधं कारण असतं आणि ते म्हणजे त्यांच्याकडे लोकांना हाताळण्याचं कौशल्य नसतं. अशा लोकांबरोबर त्यांच्या व्यवसायातील किंवा कंपनीतील लोक दिवसभर काम करतात; पण फक्त ते एकत्रितपणे काम करतात याचा अर्थ ते एकत्रितपणे व्यवसाय सुरू करतात असा होत नाही. शिवाय त्यांनी एकत्रितपणे व्यवसाय सुरू केला तरीही त्याचा अर्थ तो व्यवसाय खूप मोठ्या व्यवसायात रूपांतरित होण्याइतका वाढेल असाही नाही.'

'मग मी लोकांबरोबर काम करायला शिकलो तर मी जगातील सर्वाधिक श्रीमंत खेळ खेळू शकेन का?' मी विचारलं. 'जर मी लोकांबरोबर काम करायला शिकलो तर मी अतिशय श्रीमंत होऊ शकेन का?' मी पुन्हा एकदा उत्सुकतेनं विचारलं.

श्रीमंत वडिलांनी मान डोलावली.

तुम्ही वेगवेगळ्या लोकांबरोबर काम करू शकलात तर तुम्ही कधी स्वप्नातही कल्पना केली नसेल इतके श्रीमंत होऊ शकता.

अनेक वर्षांपासून श्रीमंत वडिलांनी त्यांच्या मुलाला आणि मला विविध प्रकारच्या लोकांबरोबर कसं काम करावं आणि त्यांना कसं हाताळावं हे शिकवण्यात त्यांचा भरपूर वेळ घालवला होता. तुम्ही *रिच किड, स्मार्ट किड* वाचलं असेल तर तुम्हाला आठवत असेल की, श्रीमंत

वडील नेहमीच मला आणि त्यांच्या मुलाला आपल्या शेजारी बसवत आणि लोकांच्या मुलाखती घेत. लोकांना कामावर कसं ठेवावं आणि कामावरून कसं काढून टाकावं ही एक रोचक अध्ययन प्रक्रिया होती, विशेषतः ज्या वेळी माझ्या आई-वडिलांच्या वयाच्या लोकांना श्रीमंत वडील कामावर ठेवत किंवा काढून टाकत त्या वेळी मला ते फारच रोचक वाटत असे. त्यांच्या दृष्टीनं त्यांच्या मुलाला आणि मला विविध प्रकारच्या लोकांना कसं हाताळावं हे शिकवणं ही ते देऊ शकत असलेल्या शिक्षणाची सर्वाधिक महत्त्वाची सुरुवात होती. ते म्हणत, 'तुम्ही जर वेगवेगळ्या प्रकारच्या लोकांबरोबर काम करू शकलात, तर तुम्ही कधी स्वप्नातही कल्पना केली नसेल इतके श्रीमंत होऊ शकता.'

तुमच्यापैकी ज्यांनी *रिच डॅड्स कॅशफ्लो क्वाड्रंट* वाचलं असेल, त्यांना श्रीमंत वडिलांच्या दृष्टीनं पुढे दिलेला साधा चौफुला कसा महत्त्वाचा होता ते आठवत असेल.

व्यवसायाचं जग हे चार विविध प्रकारच्या लोकांनी बनलेलं असतं हे स्पष्ट करण्यासाठी श्रीमंत वडिलांनी ही आकृती तयार केली होती. ई कप्पा कर्मचाऱ्यांचं, एस कप्पा लहान व्यवसायांचं किंवा स्वयंरोजगारितांचं, बी कप्पा व्यवसायाच्या मालकांचं आणि आय कप्पा गुंतवणूकदारांचं प्रतिनिधित्व करतो.

विविध कप्प्यांमधील लोक त्यांच्या मुख्य प्रवृत्तीचा विचार करता एकमेकांहून भिन्न असतात हा या आकृतीतील मूलभूत मुद्दा होता. श्रीमंत वडील असं म्हणत की, 'बी कप्प्यात यशस्वी होण्यासाठी तुम्हाला सर्व चारही कप्प्यांतील लोकांशी कशा प्रकारे संपर्क साधावा आणि त्यांच्याबरोबर कसं काम करावं हे माहिती असणं गरजेचं असतं. फक्त याच कप्प्यात निव्वळ क्षमतेची गरज असते.' दुसऱ्या शब्दांत, अनेक व्यवसाय अपयशी होतात, कारण उद्योजकाला विविध प्रकारच्या लोकांबरोबर काम करणं आणि त्यांच्यासोबत राहणं जमत नाही, हे एक कारण असतं.

मी १९८०च्या दशकात हवाईत होतो आणि श्रीमंत वडिलांनी मला एका कंपनीच्या संचालकांच्या बैठकीला उपस्थित राहण्यासाठी बोलावलं होतं. त्या संचालक मंडळातील तेही एक संचालक होते. कंपनी संकटात सापडली होती आणि त्या अप्रसन्न अनुभवातून

मी काहीतरी शिकावं असं श्रीमंत वडिलांना वाटत होतं. ती कंपनी ही एक लहानशी स्टार्ट अप कंपनी होती; पण आता ती अडचणीत आली होती. श्रीमंत वडिलांनी मला संचालक मंडळाच्या बैठकीला बोलावलं होतं आणि कंपनीला वाचवणं शक्य आहे का ते पाहायला सांगितलं होतं.

सीएफओच्या एका निर्णयामुळे कंपनी अडचणीत आली होती. त्या निर्णयामुळे कंपनी गळ्यापर्यंत कर्जात बुडाली होती आणि जवळजवळ दिवाळखोरीत जाण्याच्या मार्गावर होती. बैठक सुरू झाल्यानंतर उर्वरित संचालक मंडळाला श्रीमंत वडिलांनी विचारलं की, 'त्यांना (सीएफओला) संचालकांशी चर्चा न करताच एवढा मोठा निर्णय घेण्याची परवानगी का दिली गेली होती?'

त्यांच्या दुसऱ्या एका संचालकानं त्यांच्या या प्रश्नाला असं उत्तर दिलं की, 'कारण एक्सवायझेड या खूपच मोठ्या तेल कंपनीचे ते वरिष्ठ उपाध्यक्ष होते.'

श्रीमंत वडिलांनी आवाज चढवला आणि विचारलं, 'म्हणून काय झालं?' एके काळी ते एका मोठ्या तेल कंपनीचे उपाध्यक्ष होते म्हणून काय झालं?

श्रीमंत वडिलांनी टेबलावर बोटं आपटली आणि ते म्हणाले, 'ते वरिष्ठ उपाध्यक्ष होतेही असतील; पण तरीही गेली ३० वर्षं ते एक कर्मचारीच होते. ते एका मोठ्या कंपनीतील कर्मचारीच होते. अत्यंत मर्यादित अर्थसंकल्पासह एखादी लहान स्टार्ट अप कंपनी कशी चालवावी याची त्यांना काहीच कल्पना नव्हती. मी तुम्हाला अशी शिफारस करतो की तुम्ही त्यांना काढून टाका आणि त्यांच्या जागी स्वतःच्या मालकीची कंपनी असलेल्या एखाद्या व्यक्तीला घ्या. त्यातही ती अगदी तेल कंपनी का नसेना; पण आपल्या कंपनीच्या संपूर्ण आर्थिक जबाबदाऱ्या घेणाऱ्या व्यक्तीला त्या जागेवर नेमा. कर्मचारी आणि उद्योजक यांच्यामध्ये खूप मोठा फरक असतो, मग ते कुठल्याही उद्योगातून आलेले असोत. लहान कंपनी चालवणं आणि मोठी कंपनी चालवणं यातही खूपच मोठा फरक असतो. मोठ्या कंपनीत एवढ्या प्रमाणातील चूक कंपनीला अडचणीत आणत नाही. लहान कंपनीत त्याच प्रमाणातील चूक कंपनीचा सत्यानाश करते.'

कंपनी अखेरीस दिवाळखोरीत गेली. त्यानंतर वर्षभरानं, ती कंपनी एवढी रसातळाला का गेली होती, असं मी श्रीमंत वडिलांना विचारलं. ते म्हणाले, 'कंपनी रसातळाला जाण्यास तिच्या संचालक मंडळाचं गैरव्यवस्थापन जबाबदार होतं. कंपनीनं खूपच चांगल्या लोकांना कामावर ठेवलं असलं आणि त्यांना भरपूर वेतनही दिलं असलं तरी ते लोक कधीही खूप चांगली टीम बनू शकले नव्हते. यशस्वी उद्योजक वेगवेगळ्या उत्तम टीमची उभारणी करतात. अशा प्रकारेच जास्त पैसा आणि जास्त लोक असलेल्या मोठ्या कंपन्यांशी ते स्पर्धा करू शकतात.'

विविध कौशल्यं

रिच डॅड्स गाइड टू इन्व्हेस्टिंगमध्ये मी श्रीमंत वडिलांच्या बी-आय त्रिकोणाविषयी लिहिलं होतं.

ज्या कोणाला बी कप्प्यातील व्यवसाय सुरू करायचा असेल किंवा आधीच असा व्यवसाय ज्याच्या मालकीचा असेल त्यांच्यासाठी बी-आय त्रिकोण महत्त्वाचा आहे. ज्याच्याकडे अतिशय महत्त्वाची कल्पना आणि आराखडे किंवा योजना असतील आणि त्यांना त्यांचं व्यवसायात रूपांतर करायचं असेल त्यांच्या दृष्टीनंही हा त्रिकोण महत्त्वाचा आहे. दुसऱ्या शब्दांत, बी कप्प्यातील व्यवसाय सुरू करण्यात लोकांना अडचणी येतात कारण खऱ्या व्यवसायाकडे एकाहून अधिक कौशल्यं किंवा विशेष गुणधर्म असण्याची गरज असते.

आपली शालेय यंत्रणा खास कौशल्यं असलेले लोक तयार करते. शक्तिशाली कंपनीची उभारणी करण्यासाठी खऱ्या उद्योजकानं या सगळ्या कौशल्यांना एकत्र आणण्याची आणि एक टीम म्हणून त्यांना कामाला लावण्याची गरज असते.

मोठी समस्या

मोठी समस्या ही तुमच्या व्यवसायात फक्त सगळे चारही कप्पे असण्याच्या आणि बी-आय त्रिकोणातील वेगवेगळी तांत्रिक कौशल्यं असण्याच्याही पलीकडची असते. वेगवेगळी कौशल्यं असलेल्या आणि वेगवेगळ्या मूल्यांना आपली प्रमुख मूल्यं मानणाऱ्या या सगळ्या व्यक्तींना एकत्रित ठेवून, एक टीम म्हणून त्यांना काम करायला लावणाऱ्या नेत्याला, उद्योजकाला शोधणं ही यातली समस्या असते म्हणूनच श्रीमंत वडिलांनी म्हटलं होतं की, 'लोकांबरोबर काम करणं ही गोष्टच व्यवसायातील सगळ्यात कठीण गोष्ट असते.' त्यांनी असंही म्हटलं होतं की, 'व्यवसाय जर लोकांसाठी नसता, तर तो करणं सोपं झालं असतं.'

दुसऱ्या शब्दांत, उद्योजक हा पहिल्यांदा एक मोठा नेता असला पाहिजे आणि आपण सर्वच जण आपल्या नेतृत्व कौशल्यात सुधारणा घडवून आणण्यासाठी काम करू शकतो.

उद्योजक म्हणजे काय असतं?

श्रीमंत वडिलांनी त्यांच्या मुलाला आणि मला उद्योजक व्हायला शिकवलं होतं. उद्योजक म्हणजे काय असतं असं मी त्यांना विचारल्यावर त्यांनी सांगितलं होतं की, 'उद्योजक संधीचा शोध घेतो, टीमला एकत्र ठेवतो आणि त्या संधीपासून नफा मिळवून देणाऱ्या व्यवसायाची उभारणी करतो'

नंतर मी त्यांना विचारलं की, 'मला संधी दिसली आणि मी तिचा फक्त माझ्याचसाठी उपयोग करून घेतला तर काय होईल?'

'खूपच छान प्रश्न.' श्रीमंत वडील म्हणाले. 'तुला संधी दिसली आणि तू तिचा फक्त तुझ्यासाठी फायदा करून घेतलास तर तू एक लहान व्यावसायिक किंवा स्वयंरोजगारित व्यक्तीच राहशील.' श्रीमंत वडील त्यानंतर दुकानदार आणि उद्योजक यांच्यातील फरक सांगू लागले. ते म्हणाले, 'स्वतः उत्पादन किंवा सेवा तयार करणारी किंवा पुरवणारी व्यक्ती ही दुकानदार किंवा कुशल कारागीर असते. उदाहरणार्थ, एखादा कलाकार स्वतः चित्र रंगवू शकतो किंवा दंतचिकित्सक स्वतःच दातावर उपचार करू शकतो. खऱ्या उद्योजकांना जे करण्याची गरज असते त्या गोष्टी ते स्वतः करू शकत नाहीत. उद्योजकाला विविध क्षेत्रांतील आणि विविध कौशल्यं असलेल्या लोकांना एकत्रित आणता आलंच पाहिजे आणि समान उद्दिष्टपूर्तीसाठी त्यांना एकत्रितपणे काम करायलाही लावता आलं पाहिजे. दुसऱ्या शब्दांत, कुठलीही एकटीदुकटी व्यक्ती जे उत्पादन तयार करू शकत नाही, असं उत्पादन तयार करण्यासाठी उद्योजक टीमची उभारणी करतो. बहुतेक लोक लहान राहतात, कारण त्यांना स्वतःच्या जीवावर सोडवता येणाऱ्या समस्याच ते सोडवतात.'

'म्हणजे उद्योजक टीमची गरज असलेलं काम स्वीकारतो,' मी म्हटलं. 'बी कप्प्यातील व्यक्तीच्या टीमनं जे करण्याची गरज असते ते त्याच्या टीमनं केल्याखेरीज या व्यक्तीला त्याचं वेतन किंवा पैसा मिळत नाही. बहुतांश कर्मचाऱ्यांना आणि स्वयंरोजगारित व्यक्तींना व्यक्ती म्हणून ते जे काही करतात त्याचा मोबदला दिला जातो; पण उद्योजकांना त्यांची टीम यशस्वी झाल्याखेरीज त्यांचा मोबदला मिळत नाही. बरोबर?'

श्रीमंत वडिलांनी मान डोलावली आणि पुढे स्पष्टीकरण देताना ते म्हणाले, 'एखाद्या इमारतीचा कंत्राटदार जसा घर बांधण्यासाठी विविध लहान-मोठे व्यवसाय करणाऱ्या लोकांचा (प्लंबर, विजेची कामं करणारे लोक, सुतार इ.चा) आणि व्यावसायिकांचा (वास्तुविशारद आणि हिशेबनीस वगैरे) वापर करून घेतो, तसाच उद्योजक विविध उद्योग-व्यवसायात कुशल असलेल्या, विविध प्रकारच्या लोकांना, तंत्रज्ञांना आणि व्यावसायिक लोकांना आपल्या व्यवसायाच्या उभारणीत मदत करण्यासाठी एकत्र आणतो.'

'म्हणजे तुमच्या मते उद्योजक प्रत्यक्षात टीमसोबत काम करत नसला तरी आपल्या टीमचा खराखुरा नेता असतो?' मी विचारलं.

'टीमचा भाग व्हायला न लागता तू जितक्या चांगल्या प्रकारे हुशार आणि गुणवत्ताप्राप्त टीमचं नेतृत्व करशील, तितका तू जास्त चांगला आणि जास्त मोठा उद्योजक बनशील,' श्रीमंत वडील म्हणाले. 'माझ्या मालकीच्या अनेक कंपन्या आहेत; पण मी कुठल्याही कंपनीत जाऊन काहीही काम करत नाही. अशा प्रकारे मी जास्त पैसा मिळवू शकतो आणि

काम करायला न लागता अनेक गोष्टी करू शकतो म्हणूनच नेतृत्वगुण हे खऱ्या उद्योजकाचं अत्यावश्यक कौशल्य असतं.

'नेतृत्वगुण शिकता येतात का?' मी विचारलं.

'होय,' श्रीमंत वडिलांनी उत्तर दिलं. 'आपल्या सर्वांकडेच काही प्रमाणात नेतृत्वगुण असतात असं माझ्या लक्षात आलं आहे. बहुतांश लोकांची अडचण हीच असते की ते त्यांच्या व्यावसायिक किंवा कारकीर्दीच्या कौशल्यांचा विकास करण्यासाठी त्यांची आयुष्यं वाहून घेतात. म्हणूनच ई आणि एस कप्प्यांमध्ये जास्त लोक असतात. फक्त थोडेच लोक त्यांच्या नेतृत्वगुणाच्या कौशल्यांचा विकास करण्यासाठी आपली आयुष्यं वाहून घेतात. हे कौशल्य बी कप्प्याकरिता जास्त प्रमाणात आवश्यक असतं म्हणून होय, नेतृत्वगुणही शिकता येतात.' त्यानंतर काही वर्षांनी श्रीमंत वडिलांनी सांगितलं होतं, 'नेते आव्हानं पेलतात, तर इतर लोक नोकरीतील सुरक्षितता शोधतात.'

व्हिएतनामकडून मिळालेले नेतृत्वविषयक धडे

तुमच्यापैकी काही जणांना कदाचित माहिती असेल की, मी व्हिएतनामला गेलो होतो, त्यामागे अनेक कारणं होती. त्यापैकी एक कारण असं होतं की, माझ्या दोन्ही वडिलांना असं वाटत होतं की, देशाच्या रक्षणासाठी लढणं किंवा देशाचं संरक्षण करणं हे आपल्या मुलाचं कर्तव्य आहे. नेतृत्वगुण शिकण्यासाठी जाणं हे दुसरं कारण होतं. श्रीमंत वडिलांनी म्हटलं होतं की, 'सैनिकांना त्यांच्या भीतीवर मात करण्यास सांगणं आणि आत्यंतिक दबावाच्या आणि जीवाला धोका असलेल्या परिस्थितीत धाडसानं कामगिरी करणं ही कोणाच्याही नेतृत्वकौशल्याची परीक्षा असते.'

व्हिएतनाममध्ये असताना मी लोकांना अनेक भयानक गोष्टी करताना पाहिलं होतं; पण त्याबरोबरच मी कधीही विसरू शकत नसलेली शौर्याची कृत्यं करतानाही मी लोकांना पाहिलं. माझ्या एका वरिष्ठ अधिकाऱ्यानं असं म्हटलं होतं की, 'प्रत्येक सैनिकात एक हिरो असतो. आपल्या प्रत्येकात असलेल्या त्या हिरोला बाहेर काढणं हे नेत्याचं काम असतं.' तिथे शिकलेल्या अनेक नेतृत्वकौशल्यांचा मी आज माझ्या व्यवसायातील अनेक द्वंद्वयुद्धांच्या वेळी उपयोग करतो. द्वंद्वयुद्धांमध्ये आम्ही तरुणांना आदेश दिले नव्हते आणि त्यांनी अंधपणे ते आदेश पाळावेत अशीही आमची अपेक्षा नव्हती. द्वंद्वयुद्धांमध्ये आम्ही तरुणांना हिरो बनण्यास सांगायला शिकलो होतो आणि व्यवसायात व द्वंद्वयुद्धात तीच कौशल्यं उपयुक्त ठरतात.

तुमची स्वतःची नेतृत्वकौशल्यं विकसित करा

तुमची स्वतःची नेतृत्वकौशल्यं विकसित करण्यासाठी तुम्ही युद्धावर गेलंच पाहिजे असं नाही. तुम्हाला फक्त इतर लोक ज्या आव्हानांपासून पळ काढतात ती आव्हानं स्वीकारावी लागतील. आपल्यापैकी बहुतेकांनी 'लष्कराच्या भाकऱ्या भाजू नयेत' ही म्हण ऐकली असेल. माझ्या दृष्टीनं अशाच प्रकारचे लोक आयुष्यात सतत मागे राहतात. श्रीमंत वडील

नेहमीच असं म्हणत होते की, 'इतरांना जी आव्हानं स्वीकारायला भीती वाटते ती आव्हानं नेते स्वीकारतात.' त्यांनी असंही म्हटलं होतं की, 'नेत्याचं आकारमान हे त्यानं हाती घेतलेल्या कामावरून मोजलं जातं.' ड्वाईट आयसेनहॉवर हे दुसऱ्या महायुद्धात डी-डे आक्रमणाची मोहीम आणि युरोपियन मोहीम हाती घेतल्याबद्दल प्रसिद्ध आहेत. जॉन केनेडींनी चंद्रावर माणूस पाठवण्याचं कार्य हाती घेतलं होतं. इतर लोक ज्या आव्हानांकडे पाठ फिरवून निघून जातात, ती आव्हानं नेते स्वीकारतात. फक्त आपल्यासमोर ठेवण्यात आलेल्या आव्हानांपासून पळून जाण्याची सवय लावून घेतल्यामुळे अनेक लोक कधीही नेतृत्वकौशल्यं विकसित करू शकत नाहीत. ते कधीही लष्कराच्या भाकऱ्या भाजण्याची सवय लावून घेत नाहीत.

प्रत्येक व्यवसायाला, प्रत्येक चर्चला, प्रत्येक धर्मादाय कामाला आणि प्रत्येक समाजाला जास्त नेत्यांची गरज असते. प्रत्येक संघटना तुम्हाला पुढे जाण्याची आणि जबाबदार बनण्याची संधी देते. प्रत्येक संधी तुम्हाला उद्योगाच्या जगात आवश्यक असलेली अनमोल नेतृत्वकौशल्यं शिकण्याची संधी देते.

अनेक लोक व्यवसायांच्या उभारणीच्या खेळात म्हणजेच सगळ्यात श्रीमंत खेळात सहभागी होण्यासाठी पात्र ठरत नाहीत. याचं फक्त एवढंच कारण असतं की ते नेतृत्वकौशल्यं प्राप्त करून घेण्यात अपयशी झालेले असतात.

तुमच्या चर्चच्या रात्रीच्या 'पॉटलक' जेवणाची जबाबदारी तुम्ही स्वतःवर घेतली तर तुम्ही नेतृत्वकौशल्यं मिळवण्यासाठी एक पाऊल पुढे टाकलेलं असतं. अगदी तुमच्यासाठी कोणीही स्वेच्छेनं काम करत नसलं तरीही तुम्ही काहीतरी महत्त्वाचं शिकला असाल. खरं तर आपल्या प्रत्येकाच्याच मनात एक हिरो दडलेला असतो. स्वेच्छेनं काम केल्यामुळे तुम्हाला आपल्या मनात दडून बसलेल्या हिरोपर्यंत कसं पोहोचावं आणि त्याच्याशी कसं बोलावं ते समजेल. तुम्ही हे करायला शिकलात, तर तुम्ही त्यानंतर नेतृत्वगुणाचं जे काम हाती घ्याल ते तुम्हाला जास्त सोपं, जास्त यशस्वी वाटेल आणि तुम्ही नेतृत्वगुणाविषयी जास्त शिकाल. तुमच्या नेतृत्वकौशल्याचा तुम्ही विकास केला नाही तर व्यवसायाची उभारणी करण्याच्या आणि जगातील सर्वाधिक श्रीमंत खेळात सहभागी होण्याच्या तुमच्या संधी कधीही विकसित होऊ शकणार नाहीत. व्यवसायाच्या खूप चांगल्या आणि मोठ्या कल्पना असलेले अनेक हुशार लोक मला भेटले आहेत; पण त्यांच्याकडे व्यवसायासाठी आवश्यक असलेल्या टीमची उभारणी करण्यासाठी आणि त्या कल्पना लाखो, कदाचित अब्जावधी डॉलर्समध्ये परावर्तित करण्यासाठी आवश्यक असलेल्या कौशल्यांचा अभाव असतो. नेतृत्व ही जगातील सर्वाधिक श्रीमंत खेळाची गुरूकिल्ली असते, कारण व्यक्तींना टीममध्ये रूपांतरित करण्यासाठी नेत्याची गरज असते.

सागरी लष्करी पथकाकडून मिळालेली टीप

व्हिएतनाममधील नवीन मरिन लेफ्टनंट म्हणून माझ्या कमांडिंग अधिकाऱ्यानं आम्हाला पुढे दिलेली साधी यादी दिली होती :

मोहीम किंवा ध्येय
टीम
व्यक्ती

तो म्हणाला, 'मोहिमेला सर्वोच्च प्राधान्य आणि व्यक्तीला सर्वांत कमी प्राधान्य असतं.'

व्हिएतनामवरून परतल्यानंतर मी अनेक लोकांना पाहिलं. त्यांच्याकडे वेगळ्या प्रकारचा प्राधान्यक्रम होता. व्यवसायात आणि नागरी जगतात मला नेहमीच लोकांकडे खालील प्रकारची प्राधान्यक्रमांची यादी असल्याचं आढळतं.

व्यक्ती
टीम
मोहीम किंवा ध्येय

दुसऱ्या शब्दांत, ते स्वतःला प्रथम प्राधान्य देतात, नंतर त्यांच्या गटाला आणि मग मुळातच ध्येयाला महत्त्व द्यावं असं त्यांना वाटलंच तर ते शेवटी व्यवसायाच्या किंवा संघटनेच्या ध्येयाला प्राधान्य देतात.

व्हिएतनाममध्ये माझ्या कमांडिंग अधिकाऱ्यानं असं स्पष्ट करून सांगितलं होतं की, कनिष्ठ अधिकारी म्हणून व्यक्तींच्या विश्वासघातांपासून ध्येयाचं किंवा मोहिमेचं रक्षण करणं आणि टीमचं रक्षण करणं हे आमचं आद्य कर्तव्य होतं. दुसऱ्या शब्दांत आमच्या अखत्यारीत येणाऱ्या आणि स्वतःचा प्रथम विचार करणाऱ्या आणि असं करताना टीमला आणि मोहिमेला पांगळं करणाऱ्या कोणालाही आम्हाला कोणत्या ना कोणत्या मार्गे काढून टाकण्यासाठी प्रशिक्षित करण्यात आलं होतं. युद्धाच्या वेळी शिकलेल्या आणि आचरणात आणलेल्या या गोष्टीचा मला व्यवसायाचं नेतृत्व करताना मोठाच उपयोग जाला.

तुमच्यापैकी ज्या कोणी स्टीव्हन स्पिलबर्गचा *सेव्हिंग प्रायव्हेट रायन* चित्रपट पाहिला असेल त्यांना त्यातून एक खूप मोठा धडा मिळाला असेल. मी पाहिलेल्या युद्धपटांपैकी हा अत्यंत वास्तववादी चित्रपट आहे. या चित्रपटात टॉम हँक्स हा शालेय शिक्षक लष्करात लेफ्टनंट बनतो; पण तो जर्मन कैद्याला गोळी घालू शकत नाही. माझ्या दृष्टीनं चित्रपटातील हा महत्त्वाचा भाग होता आणि तो त्याच्यातून मिळणारा एक मोठा धडाही होता. टॉम हँक्स आपलं काम करू न शकल्यामुळे म्हणजेच त्या जर्मन कैद्याला ठार मारू न शकल्यामुळे तो स्वतःला, त्याच्या टीमच्या मोहिमेला एका गंभीर संकटात लोटतो. अखेरीस, त्या जर्मन कैद्याला गोळी घालण्याच्या त्याच्या अक्षमतेमुळे त्याचे अनेक सैनिकच ठार मारले जात नाहीत, तर त्यांची मोहीमही अपयशी ठरते. टॉम हँक्सला अखेरीस तो ज्या माणसाला मारू शकलेला नसतो, तोच माणूस ठार मारतो.

बहुतांश लोकांना युद्धाच्या भयावहतांचा आणि काही वरचेवर घ्याव्या लागणाऱ्या कठोर, हृदयभंग करणाऱ्या निर्णयांचा सामना करावा लागत नाही ही खूपच चांगली गोष्ट

आहे. मात्र तरीही, आपल्याला सर्वांना आपल्या वैयक्तिक आणि व्यावसायिक आयुष्यांतही कठीण निर्णयांना तोंड द्यावंच लागतं. याची काही उदाहरणं पुढे देत आहे :

१. मित्राच्या घरी झालेल्या पार्टीत एक मित्र चिक्कार दारू प्यायला. तो निघण्यासाठी उभा राहिला, त्या वेळी त्याच्या यजमानानं त्याच्याकडे त्याच्या कारच्या किल्ल्या मागितल्या आणि त्याच्यासाठी तो कॅब मागवेल, असं त्याला सांगितलं. त्या वेळी तो पाहुणा खूपच अस्वस्थ बनला आणि तो कार चालवता न येण्याइतकी दारू तो प्यायला होता हे त्याने नाकारलं. त्यानंतर तिथे एक अप्रसन्न दृश्य निर्माण झालं आणि यजमानानं आपला हेका तसाच कायम ठेवला. इतका की, अखेरीस त्याने त्या मित्राला गुद्दे मारून जमिनीवर लोळवलं आणि त्याच्याकडून त्याच्या कारच्या किल्ल्या जबरदस्तीनं काढून घेतल्या. त्यानंतर कॅब बोलावण्यात आली आणि त्या पाहुण्याला त्याच्या घरी सुरक्षितपणे पाठवलं गेलं; पण त्या वेळी तो पाहुणा अतिशय अस्वस्थ झाला होता, तेव्हापासून आजतागायत तो पाहुणा आणि तो यजमान एकमेकांशी बोलत नाहीत. वैयक्तिकदृष्ट्या मला असं वाटतं की तो यजमान अतिशय शूर, धाडसी होता आणि त्याने त्या वेळी जे करणं अत्यंत आवश्यक आणि उत्तम होतं तेच केलं होतं; पण ही गोष्ट त्या यजमानाला वेगळ्या प्रकारे हाताळता आली असती का? नक्कीच त्याला तसं करता आलं असतं; पण त्या क्षणी जी गोष्ट उत्तम आहे असं त्याला वाटलं होतं तेच त्याने केलं. नेते हेच करतात. अगदी त्यांनी केलेली गोष्ट उत्तम नसली तरीही ते ती करतात.

२. काही वर्षांपूर्वी माझ्या श्रीमंत वडिलांना त्यांच्या उत्तम व्यवस्थापकांपैकी एकाचं त्याच्या कंपनीतील एका सेक्रेटरीशी प्रेमप्रकरण असल्याचं आढळलं. त्यांनी तत्काळ त्या माणसाला बोलावून घेतलं आणि कार्यालय सोडून चालतं व्हायला सांगितलं. त्या सेक्रेटरीलाही काढून टाकलं गेलं. त्यांनी असं का केलं होतं असं मी त्यांना विचारल्यावर त्यांनी फक्त एवढंच म्हटलं की, 'दोघंही विवाहित आहेत आणि दोघांनाही मुलंही आहेत. जी व्यक्ती आपल्या जोडीदाराला आणि मुलांना फसवू शकते, ती कोणालाही फसवू शकेल.' श्रीमंत वडिलांनी योग्य गोष्ट केली होती असं मी म्हणत नाही; पण पुन्हा एकदा त्या क्षणी जी गोष्ट उत्तम होती असं त्यांना वाटलं होतं ते त्यांनी केलं होतं. दोन्ही कर्मचारी त्यांच्या दृष्टीनं अतिशय महत्त्वाचे होते; पण तरीही त्यांच्या कंपनीत जी मूल्यं त्यांना बाळगायची होती त्या मूल्यांच्या दृष्टीनं त्यांना त्या दोघांच्या कृती योग्य वाटल्या नव्हत्या. ते म्हणाले, 'मी ज्या वेळी एखादी भूमिका घेतो, त्या वेळी इतर प्रत्येकाला आपण कुठे आहोत ते समजतं.'

दोन्ही कथा ही नेतृत्वाची उदाहरणं आहेत. असं म्हटलं जातं की, 'नेते योग्य गोष्टी करतात आणि व्यवस्थापक गोष्टींना योग्य करतात.' श्रीमंत वडिलांना हे विधान मान्य होतं. ते म्हणत होते की, 'नेतृत्व ही लोकप्रियतेची स्पर्धा नसते. नेते इतरांना नेते बनण्यासाठी प्रेरणा देतात.'

व्हिएतनामचा अखेरचा धडा

आपल्या कनिष्ठ अधिकाऱ्याशी झालेल्या बोलण्याच्या अखेरीस माझ्या कमांडिंग अधिकाऱ्यानं त्याच्या बोलण्यात आणि त्याच्या आकृतीत पुढील शब्दांची भर टाकली.

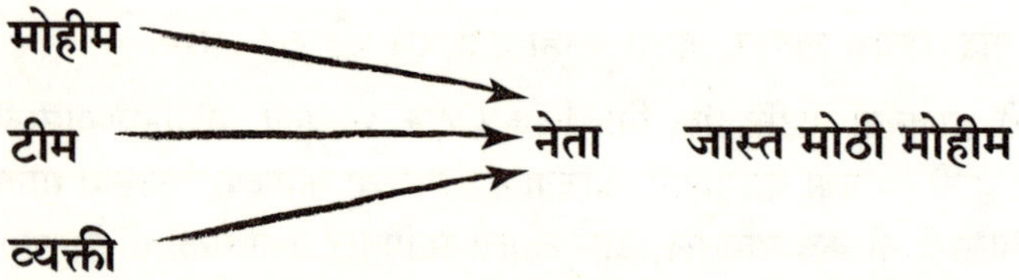

त्यानंतर त्या अधिकाऱ्यानं सांगितलं की, 'मोहिमेसाठी नेता, टीम आणि व्यक्ती जबाबदार असतात; पण तुमच्या लक्षात येऊ शकेल की, चांगला नेता हा चांगला अनुयायी असावाच लागतो. टीमची मोहीम किंवा ध्येय महत्त्वाचं आहे हे त्याच्या लक्षात आलंच पाहिजे, कारण तो एका मोठ्या मोहिमेचा भाग असतो आणि त्याने आपल्या व्यक्तिमत्त्वाचा अविभाज्य भाग असलेल्या अंतःप्रेरणांनाही प्रतिसाद दिलाच पाहिजे.'

श्रीमंत वडिलांनी असं म्हटलं होतं की, 'गोफणीनं नेम धरून मारलेला दगड हा फक्त गोफणीतून मारलेला एक दगड असतो. ज्या वेळी डेव्हिडनं गोलियाथला मारण्यासाठी एक पाऊल पुढे टाकलं, त्या वेळी जगातील सर्वांत मोठ्या शक्तीनं त्याच्या दिशेनं एक पाऊल टाकलं होतं.' ते असंही म्हणाले की, 'नेहमीच ही गोष्ट लक्षात ठेवा की फक्त ध्येय बाळगून आपल्या तीव्र अंतःप्रेरणांसह खेळण्यात येणारा खेळ हा जगातील सर्वाधिक श्रीमंत खेळ असतो.'

हे प्रकरण संपवताना मी तुमच्यासमोर एक विचार मांडतो. रोजच्या रोज नवीन गोलियाथ जन्मतात आणि नवीन डेव्हिड एक पाऊल पुढे टाकतात. जगाला हातात फक्त गोफण असलेल्या; पण जगातील सर्वाधिक ताकदवान शक्तींचा पाठिंबा असलेल्या अधिकाधिक नवीन डेव्हिडची गरज असते. तुम्ही जगातील सर्वाधिक श्रीमंत खेळ खेळायची निवड करता किंवा करत नाही याला काहीच महत्त्व नसतं, फक्त डेव्हिडच्या गोफणीला ताकद पुरवणारी सर्वोच्च ताकद तुम्हीही मिळवू शकता हे लक्षात घ्या. तुम्हाला फक्त तुमचा गोलियाथ कोण आहे, एवढीच गोष्ट माहिती असली पाहिजे. मग त्याच्या दिशेनं एक पाऊल पुढे टाकण्याचं धाडस मिळवा. ज्या क्षणी तुम्ही हे करता त्या क्षणी तुम्ही जगातील सर्वांत श्रीमंत खेळ खेळू लागता. या खेळात पैशापेक्षाही बक्षीसांना खूपच जास्त महत्त्व असतं. तुम्ही एक पाऊल पुढे टाकता त्या वेळी तुम्ही डेव्हिडच्या गोफणीच्या मागे असलेली ताकद हस्तगत करता. तुम्हाला ती ताकद सापडली तर मग आयुष्यात कधीच तुम्ही पुन्हा एकदा पूर्वीसारखे उरत नाही.

*स्टार वॉर्स*मध्ये (डेव्हिड आणि गोलियाथ यांचा आधुनिक अवतार) त्यांनी म्हटलं आहे त्याप्रमाणे, 'तुमच्यासमवेत ती शक्ती असू द्या.' ही अदृश्य शक्ती हीच सगळ्या तरफांच्या शक्तींमधली महानतम तरफेची शक्ती असते आणि आपल्यापैकी सगळ्यांना ती उपलब्ध असते. तुम्ही फक्त एक पाऊल पुढे टाकून तुमच्याहूनही जास्त मोठ्या असलेल्या गोष्टीला दूर करायचं किंवा मारायचं असतं. तिच्यावर मात करायची असते.

उभारणी केलेल्या किंवा संपादित केलेल्या मालमत्ताच प्रचंड कष्ट करतात आणि त्यामुळे तुम्हाला कष्ट करण्याची गरज उरत नाही. हीच अशा मालमत्तांकडून मिळालेली बक्षीसं असतात, असा या पुस्तकाचा निष्कर्ष आहे.

प्रकरण एकोणीस

महत्त्वाच्या टीपा

श्रीमंत होण्यासाठी आणि श्रीमंत राहण्यासाठी तुम्ही करू शकत असलेल्या गोष्टी

तरुणपणी निवृत्त होण्याची आणि श्रीमंत होऊन निवृत्त होण्याची प्रक्रिया ही शारीरिक प्रक्रियेहूनही जास्त प्रमाणात मानसिक आणि भावनिक प्रक्रिया असते. तुम्हाला शारीरिकदृष्ट्या खूपच कमी गोष्टी कराव्या लागतात. पुढे काही अतिरिक्त मानसिक आणि भावनिक प्रक्रिया दिल्या आहेत. तुम्हाला कदाचित तुमच्या आयुष्यात त्या समाविष्ट कराव्यात असं वाटू शकेल. तुम्ही या सुचवण्यात आलेल्या साध्या प्रक्रिया नियमितपणे केल्या आणि त्या तुमच्या आयुष्याचा अविभाज्य भाग बनल्या तर माझा असा विश्वास आहे की, तरुणपणी निवृत्त होणं आणि श्रीमंत होऊन निवृत्त होणं या गोष्टी तुमच्या बाबतीत अधिक प्रमाणात शक्य होतील.

तुम्हाला वेतनचिठ्ठीची गरज का असते?

मी त्या वेळी हायस्कूलमध्ये होतो. श्रीमंत वडिलांकडे नोकरीसाठी अर्ज घेऊन लोक येत त्या वेळी श्रीमंत वडील मला नेहमीच त्यांच्या शेजारी बसवत. अशाच एका मुलाखतीच्या वेळी श्रीमंत वडिलांहून काही वर्षांनी मोठा असलेला एक माणूस श्रीमंत वडिलांच्या एका कंपनीतील व्यवस्थापनाच्या जागेसाठी अर्ज करण्यासाठी आला होता. तो ४५ वर्षांचा, उत्तम शिक्षण घेतलेला होता. त्याच्या कारकिर्दीचा आलेख अतिशय उत्तम आणि प्रभावी होता. त्याचं नोकरीतील कामकाजाचं रेकॉर्डही उत्तम होतं. त्याने चांगला पोशाख केला होता आणि तो आत्मविश्वासू व सक्षमही दिसत होता. मुलाखत पुढे सरकत होती, तसतसा तो गृहस्थ श्रीमंत वडिलांना सतत आठवण करून देत राहिला होता की, तो एका अतिशय उत्तम महाविद्यालयात शिकला होता आणि त्याने ईस्ट कोस्टमधील प्रतिष्ठित विद्यापीठातून 'ऑनर्ससह' एमबीएची पदवी मिळवली होती.

'तुम्हाला कामावर घेण्यात मला रुची आहे,' त्याची जवळजवळ तासभर मुलाखत घेतल्यानंतर श्रीमंत वडील म्हणाले. 'पण तुम्हाला एवढं जास्त वेतन का हवं आहे?'

पुन्हा एकदा त्या अर्जदारानं त्याच्या प्रभावशाली शिक्षणाचा आणि कामाचा दाखला दिला आणि तो म्हणाला, 'मी उत्तम प्रकारे शिक्षण घेतलं आहे आणि माझ्याकडे कामाचा चांगला अनुभवही आहे, त्यामुळे या नोकरीसाठी मी उच्च अर्हताप्राप्त आहे आणि एवढं वेतन घेण्यास पात्रही आहे.'

'मी हे अमान्य करतच नाही,' श्रीमंत वडील म्हणाले. 'पण मी तुम्हाला काही प्रश्न विचारतो. तुम्ही जर इतकं चांगलं शिक्षण घेतलं आहे आणि तुमच्याकडे इतका चांगला अनुभवही आहे, तर तुम्हाला नोकरी करण्याची गरज का आहे? तुम्ही जर इतके हुशार आहात तर तुम्हाला वेतनचिठ्ठीची गरज का पडते?'

या प्रश्नानं तो अर्जदार अतिशय चकित झाला. तो काहीसा चाचरत म्हणाला, 'प्रत्येकालाच नोकरीची गरज असते. आपल्याला सगळ्यांनाच वेतनचिठ्ठीची गरज असते.'

श्रीमंत वडिलांनी त्याचा आवाज त्या खोलीत घुमू दिला आणि त्याचे प्रतिध्वनीही उमटले. त्या वेळी ती खोली अतिशय शांत झाली होती. तो अर्जदार श्रीमंत वडिलांच्या तुलनेत वेगळ्या वास्तवातून, वेगळ्या संदर्भातून, वेगळ्या मनोरचनेतून आला होता हे स्पष्ट होतं. तो युक्तिवाद करू लागला आणि श्रीमंत वडिलांचं वास्तव समजून घेण्याऐवजी त्याने आपल्या वास्तवाचा बचाव करण्यास सुरुवात केली. त्या अर्जदाराकडे वर पाहत श्रीमंत वडिलांनी शांतपणे उत्तर दिलं, 'मला वेतनचिठ्ठीची गरज नाही. जर हा व्यवसायही गुंडाळला गेला तरीही मला वेतनचिठ्ठीची गरज भासणार नाही.' त्यानंतर ते त्यांच्या मुलाकडे आणि माझ्याकडे वळले आणि म्हणाले, 'या मुलांनाही तिची गरज भासणार नाही. ती माझ्यासाठी मोफत काम करतात म्हणूनच ती तुमच्याइतकी चांगल्या शाळेत गेली नसली आणि त्यांनी तुमच्याइतके भरपूर शैक्षणिक मानसन्मान मिळवले नसले तरीही एखाद्या दिवशी ती तुमच्याहून खूपच श्रीमंत बनतील. या मुलांना कधीही वेतनचिठ्ठीची गरज भासावी असं मला वाटत नाही.' त्यानंतर श्रीमंत वडिलांनी त्या माणसाचा रिझ्युमे उचलून इतर रिझ्युमेंच्या ढिगाऱ्यावर ठेवून दिला आणि त्यांनी त्याला सांगितलं की, 'जर मला तुम्हाला नोकरीवर ठेवण्यात रुची वाटली तर मी तुम्हाला बोलावून घेईन.' ती मुलाखत संपली होती.

श्रीमंत कसं व्हावं याविषयीच्या टीपा

श्रीमंत वडील माझ्याकडून ताशी १० सेंट घेऊन मला त्यांचं वास्तव सांगत होते हे मी *रिच डॅड, पुअर डॅडमध्ये* लिहिलं आहे. मोफत काम केलं तर मी जास्त झपाट्यानं श्रीमंत बनेन हे ते वास्तव होतं. लोक नेहमीच असं सांगतात की, 'त्यांनी खरोखरच मोफत काम केलं नव्हतं' किंवा 'माझं घर ही माझी मालमत्ता आहे,' असंही ते म्हणतात. त्यांनी हे पुस्तक वाचलं तर आपल्याला अत्यल्प माहिती आहे हे त्यांच्या लक्षात येईल, तरीही ते आपल्या वास्तवातून, संदर्भातून किंवा मनोरचनेतून जगाकडे पाहत राहतात.

श्रीमंत वडिलांनी त्या अर्जदाराला विचारलं होतं की, 'तुम्ही जर इतकं चांगलं शिक्षण घेतलं आहे आणि तुमच्याकडे इतका चांगला अनुभवही आहे, तर तुम्हाला नोकरी करण्याची गरज का आहे? तुम्ही जर इतके हुशार आहात तर तुम्हाला वेतनचिठ्ठीची गरज का पडते?' खरं तर त्या अर्जदाराला त्या वेळी ते त्याचं वास्तव विस्तारण्यास सांगत होते; पण आपलं

वास्तव विस्तारण्यासाठी शक्य तितके प्रयत्न करण्याऐवजी त्या अर्जदारानं युक्तिवाद केला आणि त्याच्या वास्तवाचा बचाव केला. त्याने त्याच्या मनाची कवाडं बंद करून टाकली होती, त्यामुळेच सर्व व्यवहार्य हेतूंचा विचार करता श्रीमंत वडिलांनी त्याला नोकरीवर ठेवण्याच्या सगळ्या शक्यताही त्याने बंद करून टाकल्या होत्या.

वेतनचिठ्ठीविरहित जग

वेतनचिठ्ठीविरहित जगात कसं जगावं हे लोकांना शिकवण्यासाठीच मी कॅशफ्लो हा खेळ तयार केला होता. जे लोक पुनःपुन्हा हा खेळ खेळतात त्यांना वेतनचिठ्ठीसाठी आयुष्यभर खडतर कष्ट राहण्यापेक्षा अशा जगाची शक्यता जास्त रोमांचक वाटते. तुम्हाला तरुणपणी निवृत्त व्हायचं असेल आणि शक्य तितकं श्रीमंत होऊन निवृत्त व्हायचं असेल तर तुम्ही वेतनचिठ्ठीविरहित जगाचा विचार करण्याची गरज असेल. जर तुमच्या वास्तवात, संदर्भात किंवा मनोरचनेत तुम्हाला वेतनचिठ्ठीची गरज असेल तर तुम्ही तरुणपणी निवृत्त होण्याची आणि श्रीमंत होऊन निवृत्त होण्याची शक्यता धूसर असेल.

श्रीमंत वडील नेहमीच म्हणत होते की, 'ज्या लोकांना वेतनचिठ्ठीची गरज असते ते पैशाचे गुलाम असतात. जर तुम्हाला मुक्तपणे जगायचं असेल तर तुम्हाला कधीही वेतनचिठ्ठीची किंवा नोकरीची गरज भासता कामा नये.' म्हणून जर तुम्ही तरुणपणी निवृत्त होण्याविषयी आणि श्रीमंत होऊन निवृत्त होण्याविषयी गांभीर्यानं विचार करत असाल तर तुम्हालासुद्धा तुमच्या वास्तवात बदल घडवून आणण्याची गरज असेल. तुमच्या वास्तवाला तुम्हाला स्थिर वेतनचिठ्ठी किंवा नोकरी नसलेल्या जगाच्या शक्यतेत बदलावं लागेल. ज्या वेळी बहुतांश लोकांना मी हा संदर्भ सांगतो, त्या वेळी जवळजवळ त्यांचा रक्तदाब वाढल्याचं लक्षात येतं, त्यांची छाती आणि पोट ताणलं जातं आणि त्यांचं सुप्त मन त्यांच्या जागृत विचारांवर नियंत्रण गाजवू लागल्याचं ऐकू येऊ लागतं. एखाद्याच्या आर्थिक जगण्याच्या गरजा भागवण्यासाठी स्थिर वेतनचिठ्ठी न मिळण्याची भीती काय असते ते आपल्यापैकी बहुतेकांना चांगलंच माहिती असतं. जर वेतनचिठ्ठी किंवा स्थिर नोकरी नसलेल्या जगात स्वतःला पाहणं तुम्हाला अडचणीचं वाटत असेल तर सुरुवातीचं पहिलं पाऊल म्हणून स्वतःला विचारा, 'वेतनचिठ्ठीशिवाय किंवा स्थिर नोकरीशिवाय मी कसा काय श्रीमंत होऊ शकेन?' ज्या क्षणी तुम्ही स्वतःला हा प्रश्न विचारता त्या क्षणी तुमचं मन खुलं होतं आणि दुसऱ्या वास्तवातून तुमचा प्रवास सुरू होतो.

ज्या वेळी श्रीमंत वडिलांनी नोकरीसाठी अर्ज करणाऱ्या त्या व्यक्तीला 'तुम्ही जर इतकं चांगलं शिक्षण घेतलं आहे आणि तुमच्याकडे इतका चांगला अनुभवही आहे, तर तुम्हाला नोकरी करण्याची गरज का आहे? तुम्ही जर इतके हुशार आहात तर तुम्हाला वेतनचिठ्ठीची गरज का पडते?' असं विचारलं होतं, त्या वेळी ते त्याला त्याचं वास्तव व्यापक करून, ताणून दुसरं वास्तव पाहण्यास सांगत होते. त्याऐवजी आपलं वास्तव हेच एकमेव वास्तव असल्याचं समजून त्या व्यक्तीनं युक्तिवाद करण्यास आणि आपल्या वास्तवाचं समर्थन करण्यास सुरुवात केली. श्रीमंत वडिलांनी तोच प्रश्न इतर अर्जदारांनाही विचारल्याचं मी पाहिलं होतं. ही त्या अर्जदारांना प्रत्यक्षात मदत करण्याची त्यांची पद्धत

होती. अर्जदाराला अतिशय महत्त्वाचा आणि मूलभूत आर्थिक धडा शिकवण्याचा प्रयत्न करण्याचा त्यांचा तो एक मार्ग होता. तुम्हाला पैसा श्रीमंत बनवत नाही आणि फक्त उच्च मोबदला देणारी नोकरी तुमच्या आर्थिक गरजा दूर करत नाही, हा तो मूलभूत आर्थिक धडा होता.

श्रीमंत वडील कोणालाही तो प्रश्न विचारत त्या वेळी त्या व्यक्तीला ते हे समजावण्याचा प्रयत्न करत असत की, शैक्षणिक यश आणि आर्थिक यश या गोष्टी एकसारख्याच असल्या पाहिजेत असं नसतं. श्रीमंत वडील नेहमीच म्हणत की, 'उच्च शैक्षणिक आयक्यू असणं याचा अर्थ उच्च आर्थिक आयक्यू असणं असाच असतो असं नाही.' ज्या व्यक्तीला आपल्या शैक्षणिक कामगिरींचा प्रचंड अभिमान होता त्या व्यक्तीच्या मुलाखतीच्या दरम्यान श्रीमंत वडील खरं तर त्या व्यक्तीला त्याचा आर्थिक आयक्यू वाढवण्यासाठी शिक्षण घेण्यात खरोखरच रुची आहे का ते शोधून काढण्याचा जोरदार प्रयत्न करत होते. मी आधीच सांगितलं आहे त्याप्रमाणे इतरही अनेक अर्जदारांना त्यांनी तो प्रश्न विचारल्याचं मी ऐकलं आहे. ज्या लोकांनी त्यांचं वास्तव ऐकलं होतं आणि श्रीमंत वडिलांसाठी काम करताना त्यांच्याकडून शिकलेही होते ते अतिशय श्रीमंत झाले होते आणि लवकर निवृत्तही झाले होते. त्यांना सुरुवातीला हवं असलेलं भरपूर वेतन त्यांना मिळत नसलं तरीही ते आपली आर्थिक स्वातंत्र्याची आयुष्यं जगत होते.

यातला मुद्दा असा आहे की : तुम्हाला तरुणपणी निवृत्त व्हायचं असेल आणि श्रीमंत होऊन निवृत्त व्हायचं असेल तर तुमचा आर्थिक बुद्ध्यंक किंवा आयक्यू हा शैक्षणिक आयक्यूपेक्षाही जास्त महत्त्वाचा असतो. तुमचा आर्थिक आयक्यू कसा वाढवावा याविषयीच्या काही टिप्स पुढे दिल्या आहेत, त्यामुळे वेतनचिठ्ठीची गरज न भासणाऱ्या जगात तुम्ही जगू शकाल. जितक्या लवकर तुम्हाला वेतनचिठ्ठीविरहित जग पाहता येईल, तितक्या जास्त लवकर तुम्ही श्रीमंत बनण्याच्या जास्त चांगल्या शक्यताही असतील.

महत्त्वाची टीप # १

मग महत्त्वाची टीप क्र. १ अशी आहे : ज्या जगात पुन्हा कधीही तुम्हाला वेतनचिठ्ठीची किंवा नोकरीची गरज भासणार नाही अशा जगात किंवा वास्तवात आपण असल्याची कल्पना करू लागा. याचा अर्थ तुम्ही पुन्हा कधीही काम करणार नाही असा नसतो. याचा फक्त एवढाच अर्थ आहे की तुम्ही आर्थिकदृष्ट्या इतके गरजू किंवा व्याकूळ असणार नाही. तुम्हाला केवळ काही डॉलर्ससाठी आपलं मौल्यवान आयुष्य विकून टाकून आपली वेतनचिठ्ठी गमावण्याच्या किंवा आपण निराधार होण्याच्या भीतीत जगण्याची गरज उरणार नाही.

एकदा तुम्ही पुन्हा कधीही वेतनचिठ्ठीची गरज नसलेल्या जगात जगू लागलात की, तुम्ही इतर जग बघू शकता आणि ते जग वेतनचिठ्ठीविरहित किंवा नोकरीविरहित जग असतं.

बिल गेट्सला कमी पगार मिळत होता

काही वर्षांपूर्वी मी एका बातमीचं शीर्षक वाचलं होतं. ते होतं : बिल गेट्स हा जगातील सर्वोच्च पगार घेणारी व्यक्ती नव्हता. या लेखात असं सांगण्यात आलं होतं की, व्यावसायिक

जगात बिल गेट्सपेक्षा जास्त पगार घेणारे अनेक अधिकारी आहेत. तरीही गेट्स हा जगातील सगळ्यात श्रीमंत व्यक्ती होता. त्या लेखात असं म्हटलं गेलं होतं की, त्या काळी गेट्सला वार्षिक फक्त ५,००,००० डॉलर्स पगार दिला जात होता; पण त्याच्या मालमत्तेचा पाया मात्र अब्जावधींमध्ये होता आणि त्याचं मूल्य वाढतच चाललं होतं.

महत्त्वाची टीप # २

सर्वसामान्य उत्पन्नातून मिळणाऱ्या स्थिर वेतनचिठ्ठीची गरज असल्याची कल्पना तुम्ही सोडून दिली तर तुम्ही स्वतःला पुढचा प्रश्न विचारला पाहिजे : तुला कुठल्या प्रकारचं उत्पन्न हवं आहे? या पुस्तकात मी आधीच तीन प्रकारची उत्पन्नं असतात असं सांगितलं आहे. ती अशी असतात :

- सर्वसामान्य ५० टक्के पैसा
- पोर्टफोलिओ २० टक्के पैसा
- निष्क्रिय ० टक्के पैसा

या तीन प्रमुख वर्गवारी असल्या तरी उत्पन्नाच्या इतरही अनेक वर्गवारी आहेत. बहुतांश लोक सर्वसामान्य उत्पन्नासाठी कठोर अभ्यास आणि परिश्रम करत राहतात आणि त्यातच आपली आयुष्यं व्यतीत करतात. म्हणूनच फक्त थोडेच लोक तरुणपणी निवृत्त होऊ शकतात आणि श्रीमंत होऊन निवृत्त होऊ शकतात. तरुणपणी निवृत्त होण्याविषयी तुम्ही गंभीर असाल तर कायम काम करायला न लागता तुम्हाला श्रीमंत होण्याची मुभा देणाऱ्या विविध प्रकारच्या उत्पन्नांचा अभ्यास करण्यास सुरुवात करा. इतर काही प्रकारची उत्पन्नं अशी असतात :

- अवशिष्ट (रेसिड्युअल) उत्पन्न. हे तुम्ही चालवत असलेल्या पण दुसऱ्याच कोणाच्या तरी मालकीच्या असलेल्या नेटवर्क मार्केटिंग व्यवसायासारख्या किंवा फ्रँचाईज व्यवसायासारख्या व्यवसायातून मिळणारं उत्पन्न असतं.
- लाभांशाचं उत्पन्न. हे उत्पन्न स्टॉक्सपासून मिळवता येतं.
- व्याजाचं उत्पन्न. हे बचतीवरचं किंवा रोख्यांवरचं उत्पन्न असतं.
- रॉयल्टीचं उत्पन्न, हे तुम्ही लिहिलेल्या गाण्यांवरच्या किंवा पुस्तकांवरच्या अगर तुम्ही तयार केलेल्या ट्रेडमार्कवरच्या आणि शोधांवरच्या (अगदी पेटंट मिळण्याच्या पात्रतेच्या नसलेल्यासुद्धा) रॉयल्टीपोटी मिळणारं उत्पन्न असतं.
- आर्थिक साधनांचं उत्पन्न. यात रिअल इस्टेटवरच्या ट्रस्ट डीडपासून मिळणाऱ्या उत्पन्नासारखं उत्पन्न असतं.

तर यातली महत्त्वाची टीप अशी आहे की, एकदा तुम्हाला नोकरीपासून किंवा तुमच्या श्रमापासून मिळणारं उत्पन्न न मिळवण्याची सवय झाली की, नंतर तुम्ही विविध प्रकारच्या मालमत्तांपासून मिळणाऱ्या वेगवेगळ्या उत्पन्नांवर संशोधन करण्यास सुरुवात करू शकता. श्रीमंत वडिलांनी माईकला आणि मला विविध प्रकारच्या उत्पन्नाचा अभ्यास आणि संशोधन

करण्यास आणि नंतर कोणत्या प्रकारच्या अभ्यासाचा आणखी अभ्यास करावा हे ठरवण्यास सांगितलं.

तुम्ही ऑनलाइन जाऊ शकता किंवा तुमच्या हिशेबनीसाला विविध प्रकारच्या उत्पन्नाविषयी सांगू शकता. त्यातही श्रमाचा वापर न करता उत्पन्न मिळवता येणाऱ्या इतर गोष्टींविषयी तुम्ही त्याला विचारा. तुम्हाला स्वारस्य असलेल्या विविध प्रकारच्या उत्पन्नांचा अभ्यास करायला आणि शोध घ्यायला तुम्ही सुरुवात करता त्या क्षणापासूनच ही उत्पन्नं तुमच्या नवीन आणि व्यापक वास्तवाचा भाग बनतात.

यातला मुद्दा असा आहे की, तुम्ही अतिरेकी प्रमाणात काहीही करू नका. फक्त इतर प्रकारच्या उत्पन्नांना आणि मालमत्तांना वास्तवात उतरू द्या. विविध प्रकारची उत्पन्नं स्थिरस्थावर होण्याची कल्पना तुम्ही जितक्या जास्त प्रमाणात करू लागला आणि काहीही करावं लागण्याचा दबाव नसताना अशा उत्पन्नांचा तुम्ही जास्त विचार करता तितक्या जास्त प्रमाणात ही कल्पना तुमच्या मेंदूत मूळ धरू लागते आणि वाढू लागते. बहुतांश लोकांना त्यांनी तातडीनं काहीतरी केलंच पाहिजे असं वाटतं; पण माझा तरी असा अनुभव नाही. निष्क्रिय उत्पन्नासाठी रिअल इस्टेटमध्ये गुंतवणूक करण्याच्या कल्पनेला माझ्या मेंदूभोवती मी काही वर्षं खुडबूड करू दिली आणि नंतर माझी पहिली मालमत्ता विकत घेतली. एके दिवशी सकाळी उठलो त्याच वेळी माझ्या डोक्यात विचार आला की, आता मी गुंतवणूकविषयक वर्गाला जाण्याची वेळ आली होती आणि मी गुंतवणूक करू लागलो. ही गोष्ट खरोखरच तुलनेत विनासायास घडली होती; पण मी त्या कल्पनेला माझ्या वास्तवाचा भाग बनू दिल्यानंतरच हे घडलं होतं.

तुम्ही आर्थिक विवरणपत्र पाहिलं की, माझ्या गरीब वडिलांनी नोकरीतील सुरक्षिततेवर इतका भर का दिला होता ते सहज समजू शकतं.

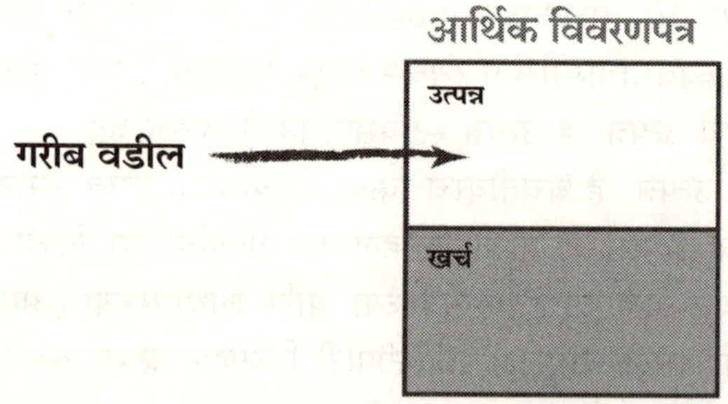

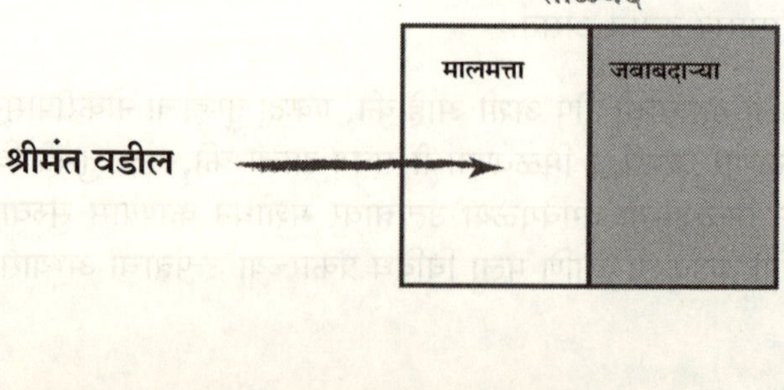

माझ्या गरीब वडिलांकडे मालमत्ता नसल्यामुळे ते नेहमीच म्हणत की, 'गुंतवणूक करणं जोखमीचं असतं.' त्यामुळे स्वाभाविकपणेच ते अतिशय तीव्रतेनं त्यांच्या नोकरीला चिकटून राहिले होते. काहीही झालं तरी त्यांच्याकडे फक्त तेवढंच होतं आणि त्यांना फक्त सर्वसामान्य उत्पन्न म्हणजेच उत्पन्न असतं असं माहिती होतं.

माझ्या श्रीमंत वडिलांनी त्यांच्या मुलाला आणि मला मालमत्ता संपादित करण्यावर आणि त्या मालमत्ता संपादित करण्याचा आर्थिक आयक्यू विकसित करण्यावर आमचं लक्ष एकवटायला लावलं. आम्ही आर्थिक आयक्यूचं महत्त्व शिकल्यामुळे, त्यांच्या मुलानं आणि मी या मालमत्ता संपादित करण्यातील आमचं कौशल्य वाढवण्यासाठी काळजीपूर्वक काम केलं. सुरुवात करताना आम्ही थोडेसे नाउमेद झालो असलो तरीही आज मालमत्ता संपादित करणं ही मौज बनली आहे. ती गोष्ट सोपी आणि रोमहर्षक वाटत आहे. ज्या वेळी श्रीमंत होणं आणि श्रीमंतच राहणं या गोष्टी सोप्या आहेत, असं मी म्हणतो, त्या वेळी तुमच्या वास्तवात हे वास्तव वाढण्यासाठी तुम्ही स्वतःला वेळ दिला तरच या गोष्टी खऱ्या ठरतात, हेही लक्षात घेतलं पाहिजे.

ऑस्ट्रेलियात फिरायला गेलो असताना विमानतळावर सामानाची हाताळणी करणाऱ्या एका तरुणानं माझी बॅग उचलली आणि तो म्हणाला, 'मला तुमची पुस्तकं आवडतात.'

ही गोष्ट मला सांगितल्याबद्दल मी त्याचे आभार मानले आणि तो त्यापासून काय शिकला असं मी त्याला विचारलं.

'ही नोकरी मला कधीच श्रीमंत करणार नाही, ही पहिली गोष्ट मी शिकलो म्हणून मी रात्री आणखी एक नोकरी करतो आणि माझ्या या दुसऱ्या नोकरीतून मिळणारा पैसा रिअल इस्टेटमध्ये गुंतवतो.'

'खूपच छान,' मी उत्तरलो. 'आतापर्यंत तू काय काय केलं आहेस?' मी विचारलं.

'दीड वर्षात मी सहा मालमत्ता खरेदी केल्या आहेत.'

'वॉव,' मी म्हणालो. 'मला तुझा अभिमान वाटतो. तू काही पैसा मिळवलास का?'

'नाही, अजून तरी नाही,' त्या रुबाबदार तरुणानं सांगितलं. 'पण मी त्याहूनही काहीतरी महत्त्वाची गोष्ट शिकलो.'

'कुठली?'

'एकदा माझ्या सुरुवातीच्या शंकांवर, भीतीवर आणि पैशाच्या अभावावर मात केल्यानंतर माझ्यासाठी आता या गोष्टी जास्त सोप्या बनत चालल्या आहेत. मी जितक्या जास्त व्यवहारांचा विचार करेन आणि जितक्या जास्त गुंतवणुकी करेन, तितकी गुंतवणूक ही गोष्ट माझ्यासाठी जास्त सोपी बनेल. माझ्या संशयाला आणि भीतीला मी मला पंगू बनवू दिलं असतं तर माझा आर्थिक आयक्यू कधीही वाढला नसता. आज मी फारसा पैसा कमावला नसला तरीही गुंतवणूक करताना मला भीती वाटण्याऐवजी रोमहर्षकता वाटते. खरं तर माझ्या सहापैकी दोन गुंतवणुकींमध्ये मला आर्थिक नुकसानच सोसावं लागलं आहे. तुम्ही तुमच्या पुस्तकांमध्ये म्हटलं आहे, त्याप्रमाणे चुका म्हणजे शिकण्याचे अनुभव असतात. त्यांच्यापासून तुम्ही शिकलात तर त्या अमूल्य असतात म्हणून लवकरच मी पूर्ण

वेळ मालमत्तेत गुंतवणूक करणारी व्यक्ती बनेन असा मी सतत विचार करतो. आणखी काही वर्षांनी मला वेतनचिठ्ठीची किंवा नोकरीची कधीच गरज भासणार नाही.'

'या जीवघेण्या स्पर्धेतून बाहेर पडण्याची आणि आर्थिकदृष्ट्या स्वतंत्र बनण्याची एखादी विशिष्ट तारीख तू निश्चित केली आहेत का, तुझ्याकडे तसं एखादं उद्दिष्ट आहे का?' मी विचारलं.

'अर्थातच,' तो तरुण स्मित करत म्हणाला. 'जवळजवळ माझ्याच वयाचे माझे तीन मित्र आहेत. आम्ही हे सगळं एकत्रितपणे करतो. आमच्या वयाच्या इतर मुलांप्रमाणे आम्ही आमचा वेळ वाया घालवत नाही. आम्ही एकत्र अभ्यास करतो, एकत्रितपणे चर्चासत्रांना जातो आणि आम्ही गुंतवणूक करण्यात एकमेकांना मदत करतो. आम्हाला आमच्या पालकांच्या पावलावर पाऊल टाकून जगायचं नाही. आम्हाला त्यांनी केलेल्याच चुकाही करायच्या नाहीत. आम्हाला नोकरी जाण्याची भीती बाळगत, वेतनवाढीची आशा करत आणि निवृत्तीसाठी ६५ वर्षांचे होण्याची वाट बघत ४५-४५ वर्षं काम करत राहायचं नाही. माझ्या पालकांनी उद्योगातील शिडीवर चढण्यासाठी इतके कठोर परिश्रम केले की, मुलांकडे लक्ष देण्यासाठी किंवा त्यांना स्वतःला आवडणाऱ्या गोष्टी करण्यासाठी त्यांच्याकडे वेळच नव्हता. आता ते निवृत्त व्हायच्या तयारीत आहेत; पण आता ते वृद्ध आहेत. मला त्यांच्यासारखं व्हायचं नाही. मला वृद्ध झाल्यानंतर काम थांबवायचं नाही. आम्ही चारही जण २४ वर्षांचे आहोत आणि तीस वर्षांचे असताना आर्थिकदृष्ट्या मुक्त होण्याची आमची उद्दिष्टं आहेत.'

'अभिनंदन,' मी त्याच्याशी हस्तांदोलन करत म्हणालो. त्याने माझ्या सामानावर विमान प्रवासासाठी आवश्यक असलेली प्रक्रिया करणं संपवल्यानंतर मी पुन्हा एकदा माझं पुस्तक वाचल्याबद्दल आणि माझ्या मनात एखाद्या अभिमानी पित्यासारखी भावना निर्माण केल्याबद्दल त्याचे आभार मानले.

मी काऊंटरवरून पुढे गेल्यानंतर त्या तरुणानं स्मित केलं आणि तो ओरडला, 'यातली सगळ्यात मोठी गोष्ट अशी आहे की ही गोष्ट आता जास्त सोपी बनत चालली आहे. माझ्या मालमत्तांची उभारणी करण्यावर मी जितकं जास्त लक्ष एकवटत आहे तितक्या त्या मिळवणं माझ्या दृष्टीनं जास्त सोपं बनत चाललं आहे.'

मी त्याला हात हलवून निरोप दिला आणि झपाझप पावलं टाकत माझ्या विमानाकडे निघालो.

माझ्या वास्तवात, तुम्ही मालमत्ता संपादित करण्यात जितके जास्त चांगले बनता, तितकं अधिकाधिक जलद गतीनं श्रीमंत होणं सोपं होत जातं. तुम्ही श्रीमंत झाल्यानंतरही विनयशीलता तशीच राखली, तुमच्या संपत्तीमुळे गर्विष्ठ, उद्धट बनण्याऐवजी तिच्यामुळे मनात कृतज्ञता बाळगली, तर तुम्हाला आपल्याजवळ कायम पैसा बाळगण्याची जास्त चांगली संधी असेल असा माझा विश्वास आहे.

महत्त्वाची टीप #३

महत्त्वाची टीप #३ ही तुम्हाला विचित्र वाटू शकेल म्हणून ती काळजीपूर्वक वाचा. तुमच्या भवितव्याविषयी खोटं बोला अशी ही महत्त्वाची टीप #३ आहे.

सामानाची हाताळणी करणाऱ्या त्या तरुणाला त्याचं भविष्य दिसत होतं आणि त्याविषयी तो उत्साही, रोमांचित झाला होता. प्रत्येकालाच असं उज्ज्वल भवितव्य पाहणं शक्य होत नाही म्हणूनच ही टीप विचित्र वाटू शकेल, मात्र तरीही तरुणपणी निवृत्त होण्याचा आणि श्रीमंत होऊन निवृत्त होण्याचा तो महत्त्वाचा भाग आहे.

तसा काहीसा अलीकडेच मी गुंतवणूकविषयक अभ्यासक्रम शिकवत होतो आणि अनेक सहभागी व्यक्ती पुढील गोष्टी म्हणणं थांबवतच नव्हते. ते म्हणत होते की :

१. 'मी हे करू शकत नाही.'
२. 'मी कधीच श्रीमंत होऊ शकणार नाही.'
३. 'मी चांगला गुंतवणूकदार नाही.'
४. 'मी तितकासा हुशार नाही.'
५. 'गुंतवणूक करणं जोखमीचं असतं.'
६. 'मला हवं ते करण्यासाठी मला कधीच पैसा मिळणार नाही.'

माझ्या या वर्गात एक अतिशय यशस्वी मानसोपचारतज्ज्ञ उपस्थित होती. तिने मला मदत करण्याच्या उद्देशानं हात वर केला. ती म्हणाली, 'भवितव्याविषयी काहीही सांगणं हा खोटारडेपणा असतो.'

'भवितव्य खोटं असतं?' मी विचारलं. 'तू असं का म्हणतेस?'

ती म्हणाली, 'सगळ्यात पहिली गोष्ट म्हणजे फसवणुकीच्या उद्देशानं खोटं बोलण्यासाठी मी कोणालाही प्रोत्साहन देत नाही. हे लक्षात आलंय का?'

मी मान डोलावली. 'ते मला समजलंय; पण माझा प्रश्न असा आहे की, भविष्य खोटं असतं किंवा भवितव्य हा खोटारडेपणा असतो असं तू का म्हणालीस?'

'चांगला प्रश्न आहे,' ती म्हणाली. 'तुम्ही खुलं मन ठेवता हे बघून मला आनंद झाला. भविष्य खोटं असतं असं मी म्हणते कारण भविष्याविषयी काहीही बोललं गेलं तरी ती अद्याप वस्तुस्थिती बनलेली नसते, त्यामुळे भविष्याविषयी तुम्ही काहीही बोललात तरी ते तांत्रिकदृष्ट्या खोटंच असतं.'

'मग जे सहभागी लोक आपल्याविषयीच्या किंवा आपल्या स्वतःच्या क्षमतेविषयीच्या नकारात्मक आकलनापासून तसूभरही हलण्यास तयार नसल्यासारखं दिसत आहे त्यांच्या दृष्टीनं ही गोष्ट कशी काय उपयुक्त आहे?'

'ज्या वेळी एखादी व्यक्ती असं म्हणते की मी कधीही श्रीमंत होऊ शकणार नाही, त्या वेळी भविष्यात जी गोष्ट सत्यात उतरेल असं गृहीत धरलेलं असतं अशा गोष्टीविषयी ती विधान करतो. या ठिकाणी मी कधीच श्रीमंत बनणार नाही, असं तिचं विधान असेल.'

'मग याचा अर्थ काय होतो?' मी विचारलं.

'तुम्ही या वर्गाला नेमकं ज्या गोष्टीची जाणीव करून घ्यायला सांगत आहात तोच याचा नेमका अर्थ आहे. आपण जे म्हणत आहोत आणि ज्याचा विचार करत आहोत त्या शब्दांमध्ये आणि विचारांमध्ये प्रत्यक्षात उतरण्याची, खरे ठरण्याची ताकद आहे हे त्यांनी समजून घेण्याची गरज आहे. अनेक लोक आपल्या भविष्याविषयी खोटं बोलत असतात आणि त्याच गोष्टी त्यांच्या भविष्यात प्रत्यक्षात येतात.'

'याचा अर्थ एखादी व्यक्ती ज्या वेळी म्हणते की मी कधीच श्रीमंत बनणार नाही, त्या वेळी ती खोटं बोलत असते, कारण ती भविष्यात कधीतरी घडणाऱ्या गोष्टींचा संदर्भ देते. तुला असंच म्हणायचं आहे?'

'अगदी बरोबर,' ती मानसोपचारतज्ज्ञ म्हणाली. 'यातली समस्या अशी आहे की, ही खोटी गोष्ट सत्यात उतरते.'

'मग ज्या वेळी एखादी व्यक्ती असं म्हणते की, गुंतवणूक करणं जोखमीचं आहे, त्या वेळी ती आपल्या भवितव्याविषयी बोलत असेल तर ती कुठल्या ना कुठल्या प्रकारे खोटं बोलत असते?'

'होय आणि नंतर जर त्यांनी हा खोटारडेपणा सोडला नाही, तर या खोट्या गोष्टी प्रत्यक्षात येतात. नेहमीच हे लक्षात ठेवा की भविष्याविषयी संदर्भ दिली जाणारी कुठलीही गोष्ट तांत्रिकदृष्ट्या खोटीच असते, कारण भविष्यातील कुठलीही गोष्ट तोपर्यंत सत्यात उतरलेली नसते.'

'मग ही थोडीशी माहिती कशी काय उपयुक्त आहे?' मी पुन्हा विचारलं.

'एक मानसोपचारतज्ज्ञ म्हणून मला असं आढळून आलं आहे की अतिशय अयशस्वी, दुःखी, असमाधानी लोक स्वतःविषयी सगळ्यात भयावह गोष्टी सांगतात. तुम्ही लोकांना जे सांगण्यापासून रोखता त्याच गोष्टी ते सांगतात. 'मी कधीच श्रीमंत बनणार नाही', 'मी कधीही हे करू शकणार नाही', 'ही गोष्ट कधीच काम करणार नाही' असं ते म्हणत राहतात; पण या सगळ्या गोष्टी खोट्या असतात; पण या खोट्या गोष्टींमध्ये साकार होण्याची क्षमता असते.'

'आणि ते त्या खोट्या गोष्टी बोलत नसतील त्या वेळी ते त्याच खोट्या गोष्टी सांगणाऱ्या लोकांसमवेत वेळ घालवतात,' मी म्हणालो.

'होय, हे खरं आहे,' ती मानसोपचारतज्ज्ञ म्हणाली. 'पिसं असलेले पक्षी एकत्रितपणे वेळ घालवतात.'

'आणि खोटारडे लोकही तसंच करतात,' मी म्हणालो.

ती मानसोपचारतज्ज्ञ खिदळल्यासारखी हसली आणि तिने ते मान्य करत मान डोलावली.

'मग मी पुन्हा एकदा विचारतो, हे ज्ञान देणारी थोडीशी माहिती कशी काय उपयुक्त आहे?' मी विचारलं.

'असं पाहा, तुम्ही भविष्याविषयी काहीही बोललात तरीही तांत्रिकदृष्ट्या ते खोटंच असतं, मग तुम्हाला जे भवितव्य नको आहे, ते सांगून खोटं बोलण्यापेक्षा तुम्हाला हव्या असलेल्या भवितव्याविषयी सांगून खोटं का बोलू नये?' तिने विचारलं.

मी मूक राहून काही वेळ तिच्या बोलण्याचा विचार केला. त्या वेळी उर्वरित वर्गही तेच करत होता. अखेरीस मी म्हणालो, 'जाणीवपूर्वक भवितव्याविषयी खोटं बोललं पाहिजे?'

'नक्कीच. आपण सगळे तेच तर करतो. आपल्यापैकी काही जण अजाणतेपणी किंवा उत्स्फूर्तपणे हे करतात. मी तुम्हाला असं विचारते की ज्या वेळी पैशांचा प्रश्न येत होता, त्या वेळी तुमचे श्रीमंत वडील भविष्याविषयी सकारात्मक गोष्टी बोलत होते का?'

'होय,' मी म्हणालो.

'आणि ते बोलत त्यापैकी बऱ्याचशा गोष्टी सत्यात उतरत होत्या का?' तिने विचारलं.

'होय,' मी पुन्हा एकदा म्हणालो.

'आणि ज्या वेळी पैशाचा आणि भवितव्याचा प्रश्न येत असे त्या वेळी तुमचे गरीब वडील नकारात्मकपणे बोलत होते का?'

'होय,' मी म्हणालो.

'आणि ते बोलत असलेल्या गोष्टी सत्यात उतरत होत्या का?' तिने विचारलं.

मी मान डोलावली.

'म्हणजे खोट्या गोष्टींचे दोन्ही संच सत्यात उतरत होते,' ती मानसोपचारतज्ज्ञ म्हणाली.

मी फक्त मान डोलावली. दोघेही खोटं बोलत होते आणि त्यांचं खोटं बोलणं प्रत्यक्षात उतरत होतं हे माझ्या लक्षात आलं होतं. 'म्हणजे मला नको असलेल्या भवितव्याऐवजी मला हव्या असलेल्या भवितव्याविषयी मी खोटं बोलावं, असं तुम्हाला म्हणायचं आहे का?' मी विचारलं.

'होय,' ती म्हणाली. 'मला नेमकं हेच म्हणायचं आहे. खरं तर तुम्हीही हे आधीच केलं आहे, याविषयी मी पैज लावते. ज्या वेळी तुम्ही हताश होता आणि गरीब होतात, त्या वेळी तुम्हीही तुमच्या पत्नीला आणि जवळच्या मित्रांना भविष्य किती चांगलं असेल आणि तुम्ही किती भरपूर पैसा मिळवणार आहात याविषयी सांगत राहिला होतात. तुमच्या नावावर एखादी पेन्नीही नसताना तुम्ही हे सांगत होतात. बरोबर?'

मी काहीसा खिदळत म्हणालो, 'होय. मी ते केलं होतं; पण ज्या मित्रांचं माझ्यावर प्रेम होतं आणि ज्यांचा मला पाठिंबा होता त्या मित्रांनाच मी हे सांगत होतो. जे लोक माझ्या भवितव्याविषयीच्या खोटारडेपणाला कमी लेखतील त्यांना मी कधीही माझ्या या सकारात्मक खोट्या गोष्टी सांगितल्या नव्हत्या.'

'तुम्ही खूपच सुज्ञ आहात,' ती मानसोपचारतज्ज्ञ म्हणाली. 'मग आर्थिकदृष्ट्या अत्यंत बिकट अवस्थेत असताना तुमच्या पत्नीला तुम्ही काय सांगत होतात?'

'मी हे संपूर्ण वर्गाला सांगावं असं तुम्हाला वाटतं का?' मी काहीसं संकोचत विचारलं.

'होय. ज्या वेळी तुमच्यावर अतिशय वाईट प्रसंग गुदरला होता, त्या वेळी तुम्ही काय सांगत होतात ते संपूर्ण वर्गाला सांगा.'

मी थोडा वेळ विचार केला आणि आर्थिकदृष्ट्या किमला आणि मला अतिशय वाईट परिस्थितीला तोंड द्यावं लागलं होतं त्या वेळेचा विचार केला. त्यानंतर मी हळूहळू एकेक शब्द उच्चारत वर्गाला म्हणालो, 'मी किमचा हात घट्ट पकडून म्हणत असे की, 'एके दिवशी हे सगळं मागे पडलेलं असेल. एखाद्या दिवशी आपण कधीच स्वप्नातसुद्धा कल्पना केली नसेल इतके श्रीमंत होऊ. आज आपल्याकडे पुरेसा पैसा नाही ही आपली अडचण असली तरी लवकरच एखाद्या दिवशी आपल्याकडे नको इतका भरपूर पैसा आहे ही आपली अडचण असेल.'

'आणि ही गोष्ट प्रत्यक्षात उतरली का?' त्या मानसोपचारतज्ज्ञानं विचारलं.

'होय, ती प्रत्यक्षात आली आहे,' मी म्हणालो. 'आम्ही ज्याची स्वप्नातही कल्पना केली नव्हती ते प्रत्यक्षात उतरलं आहे. आज आमच्यासमोर खूप पैसा असल्याची समस्या आहे, असं सांगताना मला थोडंसं शरमल्यासारखं वाटत आहे. मी किती गरीब पार्श्वभूमीतून आलो आहे त्याची मला जाणीव होते. कारण, किमनं आणि मी वस्तू विकत घेणंही कठीण वाटावं, अशा कठीण परिस्थितीतून वाटचाल केली आहे. आता आमचा बराचसा पैसा धर्मादाय कार्यावर खर्च होतो; पण तरीही भरपूर पैसा शिल्लक उरतो आणि आता आम्हाला काय विकत घ्यायचं याचा विचार करताना आमचं वास्तव आणखी विस्तारावं लागतं. कारण, आता आम्हाला जवळजवळ प्रत्येक गोष्ट विकत घेणं परवडतं. आम्हाला विकत घेणं न परवडणाऱ्या गोष्टी शोधून काढणं ही एक अतिशय रोचक प्रक्रिया आहे.'

'तुमच्या खोट्या गोष्टी सत्यात का उतरल्या असं तुम्हाला वाटतं?' तिने विचारलं.

'कारण जे वचन मी पाळू शकणार नाही ते कधीच देऊ नकोस, यावर दोन्ही वडिलांनी भर दिला होता. मी जर वचन पाळू शकलो नाही, तर मी वचन मोडल्याचं संबंधित व्यक्तीला सांगून तिच्याबरोबर केलेला करार तिला मोडायला सांगणारीही मी पहिली व्यक्ती असलं पाहिजे, यावरही दोघांचा भर होता. दोन्ही वडिलांनी मला अगदी प्रत्येक शब्दावर भर देऊन सांगितलं होतं की आपल्या शब्दाएवढेच आपण चांगले असतो आणि ते दोघेही त्यांचा शब्द पाळण्यात अतिशय चांगले होते.'

सर्व लोकांपैकी २० टक्के लोक पक्के खोटारडे असतात

'फारच छान,' ती मानसोपचारतज्ज्ञ म्हणाली. 'असं पाहा, ८० टक्के लोक हे मूलतः प्रामाणिकच असतात. सुमारे २० टक्के लोक पक्के खोटारडे असतात आणि त्यांनी काहीही केलं तरी त्यांना खोटंच बोलावं लागतं, त्यामुळे अगदी ते त्यांच्या आर्थिक भवितव्याविषयी सकारात्मक खोटं बोलले तरी ते काहीही झालं तरी नकारात्मकच बनतं, कारण पक्क्या खोटारड्या लोकांच्या आत्म्यात, अंतःकरणात प्रामाणिकपणा नसतोच; पण मला असं आढळलं आहे की बहुतेक लोक प्रामाणिक असल्यामुळे ते अगदी खोटं बोलले तरीही त्यांचं ते असत्य, ते खोटं सत्यात उतरतं.' ती मानसोपचारतज्ज्ञ क्षणभर थांबली आणि नंतर म्हणाली, 'खोटारडेपणाविषयी बोलणं आता पुरे झालं. आता आपल्या भवितव्यांविषयी सकारात्मकपणे कसं खोटं बोलावं ते शिकायला सुरुवात करूया. आणखी एक गोष्ट लक्षात घ्या, फसवणूक करणं हा या गोष्टीचा हेतू नाही, तर आपल्यापैकी प्रत्येकाला स्वतःच्या जीवावर एका नवीन आणि जास्त चांगल्या वास्तवात जाण्यास मदत करणं एवढाच याचा हेतू आहे.'

मी ते मान्य केलं आणि त्या मानसोपचारतज्ज्ञानं वर्गात लोकांना जोड्या तयार करून उभं राहायला लावलं. त्यानंतर ती म्हणाली, 'आता तुमच्या जोडीदाराला तुम्ही भविष्यात किती श्रीमंत बनाल याविषयी खूप मोठं आणि सर्वोत्तम खोटं सांगावं, असं मला वाटतं. तुमच्या रिअल इस्टेटमधील गुंतवणुकींमधून आणि तेल कंपनीतील गुंतवणुकीतून तुम्हाला दर महिन्याला लाखो डॉलर्स मिळतील असं तुमच्या जोडीदाराला सांगा. शिवाय तुमचा बंगला किती मोठा असेल तेही सांगा.'

काही लोकांना आपल्या भविष्यातील आर्थिक यशाविषयी अतिशयोक्ती करून खोटं बोलणं जड गेलं. इतर लोकांनी या प्रक्रियेची चांगली रंगीत तालीम केली. काही मिनिटांतच त्या खोलीतील ऊर्जा १०० टक्के वाढली होती आणि तिथे सुरू असलेला कोलाहल अगदी कानठळ्या बसवणारा होता. लोक आपल्या भवितव्याविषयी अतिशयोक्तीपूर्ण खोट्या गोष्टी सांगू लागल्यावर तिथे जोरजोरात खिदळण्याचे आणि अगदी उन्मादी हास्याचे आवाजही घुमू लागले. काही लोकांना आपल्या भावी आर्थिक यशाच्या अतिशयोक्तीपूर्ण गोष्टी सांगण्याची मुभा मिळाल्यामुळे अतिशय आनंद झाला होता. त्या एका क्षणात त्यांची आयुष्यं आणि भवितव्यं बदलून गेल्याचं त्यानंतर अनेकांनी सांगितलं.

म्हणून महत्त्वाची टीप# ३ अशी आहे की, ज्या वेळी तुम्हाला आपण हताश झाल्यासारखे, आपल्याला कमी लेखत असल्यासारखं वाटतं, स्वतःविषयी आणि स्वतःच्या भवितव्याविषयी आपण स्वतःला नकारात्मक खोट्या गोष्टी सांगत असल्याचं आढळतं, त्या वेळी एखाद्या विश्वासू मित्राला शोधा आणि त्याच्याकडे जा. नजीकच्या भविष्यात तुम्ही किती श्रीमंत बनणार आहात, आर्थिकदृष्ट्या किती यशस्वी होणार आहात याविषयी तुम्हाला जितक्या जास्तीत जास्त मोठ्या खोट्या गोष्टी सांगता येतील तितक्या सांगा. मला वाटतं की तुम्हाला हा त्या परिस्थितीतील सगळ्यात मोठा उपचार असल्याचं लक्षात येईल आणि कोणी सांगावं! तुमच्या आर्थिक भवितव्याविषयी तुम्ही सांगत असलेली खोटी गोष्ट कदाचित एखाद्या दिवशी साकार होईलही.

तुम्ही तितके शूर, धाडसी असाल तर आपल्याला हताश झाल्यासारखं वाटण्याची वाट पाहत बसू नका, त्याआधीच सकारात्मकपणे खोटं बोलण्याची सुरुवात करा. शक्य तितक्या लवकर एखाद्या विश्वासू मित्राला किंवा तुमच्या प्रिय व्यक्तीला शोधून काढा आणि कधी ना कधी; पण लवकरच तुमचं आर्थिक भवितव्य किती विलक्षण असेल याविषयी त्यांच्याशी खूप मोठ्या खोट्या गोष्टी बोलण्यासंदर्भात त्यांची परवानगी मिळवा.

मी सांगितलं आहे त्याप्रमाणे ही एक मोठीच गंमत असते आणि तुम्ही आज सांगत असलेली खोटी गोष्ट कदाचित भविष्यात सत्यातही उतरू शकते.

होम-रन किंग

यातला मुद्दा असा आहे की तुमचं भवितव्य अजून आकाराला यायचं आहे. तुम्ही ते अगदी आजपासूनच घडवू लागा आणि तुम्हाला भीती वाटत असलेल्या आणि ज्या मार्गावरून आपल्या भवितव्यानं जाऊ नये असं वाटत असतं त्या नको असलेल्या मार्गाऐवजी तुम्हाला हव्या असलेल्या उन्नत मार्गावर त्याला नेऊ लागा. आपल्या आर्थिक भवितव्यात बदल घडवण्याचा विचार करताना खूपच लोक अत्युत्तम दृश्याऐवजी अतिशय वाईट दृश्यापर्यंत पोहचतात. चांगला असो किंवा वाईट; पण काहीही झालं तरी भविष्यातील दृश्य हे खोटंच असतं. निदान त्या मानसोपचारतज्ज्ञाच्या मते तरी ते खोटंच असतं. महान बेसबॉलपटू बेब रुथला आपली बॅट उचलून ती होम-रन कुंपणाच्या दिशेला रोखण्याची सवय होती. 'मी त्या भिंतीकडे जाण्यासाठी खेळणार आहे,' असं सांगण्याची त्याची ती पद्धत होती. त्याने हे सातत्यानं केलं होतं. इतर कोणत्याही खेळाडूपेक्षा तो जास्त प्रमाणात स्ट्राईक आऊट झाला

असला तरीही त्याने दूरवरच्या भिंतीकडे बॅट रोखणं कधीच थांबवलं नव्हतं. आज त्याला स्ट्राईक आऊट किंग म्हणून नव्हे, तर होम-रन किंग म्हणूनच ओळखलं जातं.

बागुलबुवा

आपण लहान असताना आपल्यापैकी अनेकांनी अशी कल्पना केलेली असते की, आपल्या अंथरुणाच्या खाली किंवा आपल्या कपाटात बागुलबुवा लपलेला आहे. आपल्यापैकी काही जण लाइट काढल्यानंतरही रात्री उशीरापर्यंत थरथरत आणि बागुलबुवाला घाबरत जागे राहात होते. पण खरं तर तो बागुलबुवा फक्त आपल्या मनातच अस्तित्वात असतो.

मोठे झाल्यानंतर आपल्यापैकी बहुतेक जण बागुलबुवाला मनातून दूर करतात आणि त्याऐवजी बिलाचे पैसे गोळा करायला येणाऱ्याला किंवा अद्याप न घडलेल्या दुसऱ्या एखाद्या भयावह आर्थिक अरिष्टाला बागुलबुवाच्या जागी आपल्या मनात स्थान देतात. ज्या गोष्टींची आपण काळजी करायला नको असते, त्यांची काळजी करत आपण रात्र-रात्र जागत राहतो. तोपर्यंत न घडलेल्या आणि कदाचित कधीही न घडणाऱ्या एखाद्या आर्थिक अरिष्टाबद्दल किंवा आपत्तीबद्दल खोट्या गोष्टी बोलून आपण आपल्या भवितव्यालाही दडपून टाकतो.

म्हणून सकाळी जागे झाल्यावर बेब रुथप्रमाणे कुंपणाकडे आमची होम-रन बॅट रोखण्याऐवजी आपण रडत-रखडत कसेबसे नोकरीसाठी बाहेर पडतो, आपली मूल्यवान आयुष्यं काही थोड्या डॉलर्ससाठी विकतो. एखाद्या काल्पनिक बागुलबुवापासून सुरक्षितता म्हणून आर्थिक सुरक्षिततेची खोटी भावना कुरवाळत राहतो आणि 'खरंच अमुक झालं तर काय होईल?' किंवा 'खरंच तमुक झालं तर काय होईल?', 'खरंच काही वाईट घडलंच तर...?' असे प्रश्न स्वतःला विचारत राहतो. मूल लहानाचं मोठं झालेलं असलं तरीही बागुलबुवा मनात तसाच राहिलेला असतो आणि तो लोकांच्या आयुष्यातील विलक्षण सुंदर संधी त्यांच्याकडून हिसकावून घेतो. म्हणूनच ज्यांना आपली बेसबॉलची बॅट दूर-दूरवरच्या कुंपणाकडे रोखून धीटपणानं पुढे जाण्याची इच्छा असते, अशा प्रामाणिक लोकांसाठी भविष्याविषयी खोटं बोलण्याची प्रक्रिया अतिशय मूल्यवान असू शकते.

श्रीमंत वडिलांनी असं म्हटलं होतं की, 'आपल्याला सगळ्यांनाच सुदैव आणि दुर्दैव अशा दोन्ही गोष्टी मिळालेल्या असतात. अयशस्वी लोक काहीही न करता, दुर्दैवाला टाळून आणि त्याच वेळी सुदैवालाही टाळून जगत राहतात. तुम्ही काहीही करत नसाल, भीतीनं गर्भगळित झाला असाल तर कुठल्याही प्रकारचं सुदैव किंवा नशीब मिळणं ही कठीण गोष्ट असते. जी व्यक्ती कृती करते आणि आपल्या दुर्दैवाचं आपण सुदैवात रूपांतर करू शकू हे माहिती असल्यामुळे सहजपणे चांगल्या गोष्टीबरोबर वाईट गोष्टही स्वीकारते ती यशस्वी व्यक्ती असते.'

माझ्या अपयशाच्या भीतीवर मी कशी मात केली असं एके दिवशी एका बातमीदारानं मला विचारलं. त्याने माझ्या यशाच्या रहस्याच्या काही टिप्स मी द्याव्यात असंही मला सांगितलं. मी क्षणभर विचार केला आणि म्हणालो, 'माझ्या श्रीमंत वडिलांनी मला दुर्दैवाला सुदैवात बदलायला शिकवलं.' म्हणून सुदैवी बनण्यासाठी लहान पावलं उचला आणि

एखाद्या काल्पनिक दुःस्वप्नाच्या भीतीत जगत राहण्यापेक्षा तुम्ही स्वप्न पाहात असलेल्या आयुष्याचा पाठपुरावा करा. बागुलबुवाला तुमची स्वप्नं चोरू देऊ नका. बेब रुथसारखे बना. तुमच्या भवितव्याविषयी मोठमोठ्या खोट्या गोष्टी बोला आणि धीटपणानं कुंपणापर्यंत जा.

महत्त्वाची टीप : ही टीप म्हणजे हेतूपुरस्सर फसवण्यासाठी किंवा सत्य झाकण्यासाठी खोटं बोलण्याकरिता मिळालेला परवाना नव्हे हे कृपया लक्षात ठेवा. मी कधीच अशी गोष्ट आचरणात आणलेली नाही. वर केलेली शिफारस ही फक्त आणि फक्त प्रामाणिक लोकांसाठीच आहे आणि खोटारडेपणाची सवय असलेल्यांसाठी नाही. तुम्हाला सतत खोटं बोलण्याची सवय असेल, तर कृपया व्यावसायिक मदत घ्या आणि खोटं बोलण्याऐवजी खरं बोलण्यास शिकण्याची सुरुवात करा.

तुमच्यासाठी आणखी ११ टिपा

उपोद्घातामध्ये मी तुम्हाला तरुणपणी निवृत्त होण्याच्या आणि श्रीमंत होऊन निवृत्त होण्याच्या शक्यता वाढवण्यासाठी कोणालाही करता येण्याजोग्या गोष्टींची यादी देईन, असं वचन दिलं होतं. त्यांच्यापैकी बहुतांश गोष्टींवर आपण आधीच चर्चा केली आहे; पण या यादीचा साधा, संक्षिप्त आढावा घेणं उपयुक्त ठरू शकेल.

मी नियमितपणे काही गोष्टी करतो. या गोष्टींनी मला तरुणपणी निवृत्त होण्यास आणि श्रीमंत होऊन निवृत्त होण्यास मदत केली. त्या तुम्हालासुद्धा उपयुक्त ठरतील, असा माझा विश्वास आहे. नेहमी एक गोष्ट लक्षात ठेवा. ती म्हणजे तरुणपणी निवृत्त होण्याची आणि श्रीमंत होऊन निवृत्त होण्याची ही प्रक्रिया मूलतः मानसिक आणि भावनिक प्रक्रिया आहे. एकदा तुम्ही मनातून आणि तुमच्या अंतःकरणापासून हा प्रवास सुरू केला की, बाकीच्या सगळ्या गोष्टी लवकरच घडून येतात.

१. ठरवा. रोज सकाळी उठल्यानंतर मला कोण आणि काय व्हायचं आहे, याची मी निवड करतो. मी स्वतःला विचारतो, 'आज मला गरीब, मध्यमवर्गीय संदर्भात जगायचं आहे की श्रीमंत संदर्भात जगायचं आहे?'

एक गोष्ट लक्षात ठेवा की, गरीब संदर्भ तुम्हाला 'मी कधीच श्रीमंत बनणार नाही,' या वाक्यासारखं काहीतरी सांगेल. मध्यमवर्गीय संदर्भ तुम्हाला 'नोकरीतील सुरक्षितता महत्त्वाचे असते,' असं सांगेल. श्रीमंत संदर्भाची व्यक्ती असं म्हणेल, 'माझा आर्थिक आयक्यू वाढवण्याची खरी गरज आहे, त्यामुळे मला कमी काम करून जास्त पैसा मिळवता येईल.'

२. तुमच्याबरोबर या प्रवासाला निघण्याची तयारी असलेल्या एखाद्या मित्राचा किंवा तुमच्या प्रिय व्यक्तीचा शोध घ्या. मी जे केलं ते माझी पत्नी किंम किंवा माझे मित्र माझ्या सोबत नसते तर मी करू शकलो नसतो हे मला माहिती आहे. तुम्हाला जे करायचं आहे ते तुम्ही करू शकणार नाही, असं तुम्हाला सांगणाऱ्या मित्रांऐवजी तुमच्याकडून जास्त गोष्टींची अपेक्षा ठेवणारे, मागणी करणारे मित्र आपल्याला असल्याची खात्री करून घ्या.

योग्य मित्रांची किंवा आयुष्याच्या जोडीदाराची निवड करणं ही गोष्ट यशस्वी आयुष्य जगण्यासाठी अत्यंत महत्त्वाची असते. जर तुमच्या मित्रांना किंवा तुमच्या कुटुंबाला आपला आर्थिक आयक्यू वाढवण्याची तळमळ नसेल, या उद्दिष्टाशी त्यांची बांधिलकी नसेल तर तुमचं आयुष्य दीर्घ आर्थिक संघर्षाचं बनू शकतं. या बाबतीत तुम्ही किती पैसा मिळवता याचा काहीही संबंध नसतो, तुम्हाला असे मित्र मिळाले किंवा असा जोडीदार मिळाला तर तुम्हाला अटळपणे आर्थिक संघर्ष करावा लागतो.

३. सक्षम सल्ला मिळवा आणि तुमची स्वतःची आर्थिक आणि कायदेशीर सल्लागारांची टीम तयार करा. श्रीमंत वडील काय म्हणत होते ते नेहमीच लक्षात ठेवा. ते म्हणत होते की, 'तुमच्या आर्थिकदृष्ट्या संघर्ष करणाऱ्या मित्रांकडून आणि नातेवाइकांकडून मिळणारा मोफत सल्ला हा अत्यंत महागडा सल्ला असतो.' त्यानंतर श्रीमंत वडिलांनी त्यांच्या विधानाचा विस्तार केला होता आणि त्यात आपण करत असलेला उपदेश आचरणात न आणणाऱ्या किंवा तुम्हाला विकत असलेल्या गुंतवणूक उत्पादनांची स्वतः खरेदी न करणाऱ्या सल्लागारांचाही त्यांनी त्यात समावेश केला होता. पुन्हा एकदा योग्य लोकांची निवड करणं हे अतिशय महत्त्वाचं कौशल्य असतं. लोक हे एक तर मालमत्ता किंवा जबाबदाऱ्या असू शकतात.

एके दिवशी श्रीमंत वडिलांनी मला असं सांगितलं की, 'तुझी कार खराब झाली, तर तू तिला दुरुस्तीसाठी प्रशिक्षित मेकॅनिककडे घेऊन जातोस. ज्या क्षणी तू ती कार दुरुस्तीनंतर पुन्हा चालवू लागतोस, त्या क्षणी तो मेकॅनिक चांगला होता की वाईट हे तुला समजतं. या तथाकथित व्यावसायिक आर्थिक सल्लागारांसंबंधी एक अशी समस्या असते की, काही वर्षं गेल्याखेरीज ते तुम्हाला चांगला सल्ला देत आहेत की वाईट हे तुम्हाला समजत नाही. तुम्ही वयाच्या २५व्या वर्षी एखाद्या आर्थिक सल्लागाराचा सल्ला घेण्यास सुरुवात केली आणि वयाच्या पासष्ट वर्षांपर्यंत तो चांगला सल्ला देत आहे की वाईट सल्ला देत आहे, ते तुम्हाला शोधून काढता आलं नाही तर काय होईल? तुमची खराब झालेली कार तुम्ही पुन्हा दुसऱ्या मेकॅनिककडे घेऊन जाऊ शकता, त्याप्रमाणे तुमचं गेलेलं आयुष्य तुम्ही पुन्हा दुसऱ्या सल्लागाराकडे घेऊन जाऊ शकत नाही. मी बहुतांश आर्थिक सल्लागारांऐवजी वाहनांच्या मेकॅनिकवर आणि वापरलेल्या कारच्या विक्रेत्यांवर जास्त विश्वास ठेवतो, याचं फक्त हेच कारण आहे की, त्यांच्या कामाचा परिणाम मला जास्त जलद गतीनं दिसून येतो. बहुतेक लोक अखेरपर्यंत गरीब किंवा मध्यमवर्गीयच राहतात, कारण चांगली वापरलेली कार शोधण्यासाठी ते जेवढा वेळ देतात, तेवढाही वेळ ते चांगला आर्थिक सल्लागार शोधण्यासाठी देत नाहीत.'

यातला मुद्दा असा आहे की, तुमच्या डोक्यात तुम्ही अतिशय काळजीपूर्वकच कुठलाही सल्ला बसवा.

४. निवृत्तीची तारीख निश्चित करा. तुमच्या प्रिय व्यक्तींबरोबर आणि सल्लागारांबरोबर बसा आणि तुम्हाला लवकर निवृत्ती घ्यायची असेल तर तिची तारीख निश्चित करा. ही गोष्ट दूरवरच्या भिंतीच्या दिशेनं आपली बॅट रोखणाऱ्या बेब रुथसारखी असेल. तुम्ही प्रत्यक्षात ही प्रक्रिया केली आणि या लोकांबरोबर प्रत्यक्ष तारखेवर चर्चा केली, तर तुमचा सध्याचा

संदर्भ तुमच्या भविष्यकालीन संदर्भाशी वाद घालू लागेल. या प्रक्रियेतून जाणं ही मोठी गमतीची आणि छान प्रक्रिया असते. तुम्हाला निश्चितपणे अनेक वेगवेगळी वास्तवं आणि वेगवेगळे संदर्भ ऐकू येतील. या गटाबरोबर तिमाही बैठका घेत राहा आणि तुमच्या लवकर घ्यावयाच्या निवृत्तीच्या तारखेवर तसेच चर्चा करत राहा.

५. लवकर घ्यावयाच्या निवृत्तीची तारीख निश्चित केल्यानंतर एका कागदावर योजना लिहून काढा. कागदावर लिहिलेली तुमची योजना रेफ्रिजरेटवर चिकटवा, त्यामुळे तुम्हाला ती रोज दिसत राहील. तुम्ही प्रगती कराल आणि जास्तीत जास्त शिकाल, त्याप्रमाणे त्या योजनेला अद्ययावत बनवा.

किमनं आणि मी गोठलेल्या बर्फाळ व्हिसलर माऊंटनवर एक आठवडा घालवला होता, त्या वेळी आम्ही तयार केलेल्या योजनेनं आमच्या आयुष्यांची दिशाच बदलून टाकली. योजनेची हीच शक्ती असते. यातला मुद्दा असा आहे की, फक्त आज तुम्ही गरीब आहात याचा अर्थ तुम्ही उद्याही गरीबच राहिलं पाहिजे असं नसतं. श्रीमंत होणं आणि श्रीमंत राहणं यासाठी नियोजनाची आणि त्या नियोजनाची अंमलबजावणी करण्याची चिकाटी आणि निश्चय असावा लागतो. एका वेळी एक दिवस अशा प्रकारे तुम्ही त्याची रोज अंमलबजावणी केली पाहिजे. किमनं आणि मी एका वेळी एका दिवसासाठी अशा प्रकारे आमच्या योजनेची रोज अंमलबजावणी केली आणि अशा प्रकारे जवळजवळ दहा वर्षं आम्ही ही अंमलबजावणी करत राहिलो. आज आमच्याकडे अतिशय, नको इतका पैसा आहे, ही आमची आजची समस्या आहे. आज हा पैसा सुज्ञपणे खर्च करण्याचे वेगवेगळे मार्ग आम्ही शोधतो. हाही एक प्रकारचा संघर्ष असू शकतो; पण अशा प्रकारचा संघर्ष मला आवडतो आणि तुम्हालाही तो आवडेल असं मला वाटतं.

६. तुम्ही लवकर निवृत्ती घेतल्यानंतर द्यावयाच्या पार्टीचं नियोजन करा. अगदी समृद्धीच्या कल्पनेतून विचार करा आणि ऐष-आरामी पार्टीचा विचार करा. एकदा तुम्ही लवकर निवृत्त होऊ शकलात की मग तुमच्यासमोर पैशाची समस्या नसते. अगदी तुम्ही तुमचं उद्दिष्ट साध्य केलं नाही, तरीही तुम्हाला या प्रक्रियेतून जाताना खूपच मजा येईल आणि कोणी सांगावं, कदाचित लवकर निवृत्ती घेतल्याची तुमची पार्टी तुम्ही ठरवलेल्या तारखेच्याही आधी तुम्ही देऊ शकाल!

७. रोज एक व्यवहार पाहा. हे लक्षात घ्या – तुम्हाला खरेदीला जाण्यासाठी कुठलीही किंमत मोजावी लागत नाही.

यातला मुद्दा असा आहे की, तुमची आर्थिक बुद्धिमत्ता वाढवण्यासाठी रोज किमान दहा मिनिटं तरी काहीतरी करा. तुम्हाला रुची नसली तरीही तुमच्या ऑनलाइन न्यूज साईटवरून पैशाशी किंवा व्यवसायाशी संबंधित किमान एक तरी लेख वाचण्यासारखी ती एखादी गोष्ट असू शकेल, त्यामुळे तुमच्या शब्दसंग्रहात भर पडेल. तुम्ही कार चालवत असाल किंवा व्यायामशाळेत व्यायाम करत असाल, त्या वेळी आर्थिक किंवा व्यावसायिक माहितीचं ध्वनिमुद्रण ऐकत राहा. वर्षातून किमान एकदा आर्थिक चर्चासत्राला जा. तुम्हाला चर्चासत्रासाठी पैसा खर्च करायचा नसेल तर फक्त तुमच्या स्थानिक वर्तमानपत्रातील आर्थिक विभागातील माहिती वाचा. तुम्हाला त्यातून अनेक गुंतवणूकविषयक मोफत चर्चासत्रांची

माहिती समजेल. तुम्हाला त्यातून काहीही शिकता आलं नाही तरीही अगदी तुमच्याचसारख्या लोकांना तुम्ही भेटू शकाल.

८. सर्व बाजारांमध्ये तीन मुख्य प्रवाह असतात हे लक्षात घ्या : तेजीचा, घसरण्याचा आणि स्थिर राहण्याचा. वर्षांनुवर्षांच्या काळात काही बाजार वधारतात, काही घसरतात आणि काही स्थिर राहतात. काही वेळा अगदी मिनिटभराच्या काळातच बाजार वधारतात, घसरतात आणि स्थिर राहतात म्हणूनच ज्या वेळी तुम्हाला कोणीतरी दीर्घकाळ गुंतवणूक करा, असा सल्ला देतो त्या वेळी त्याचा नेमका काय अर्थ आहे, असं त्याला जरूर विचारा. त्यांना आणखी तपशीलवार स्पष्टीकरण देण्यास सांगा. बहुतांश आर्थिक सल्लागार हे फक्त त्यांना विक्री व्यवस्थापकांनी जे शिकवलेलं असतं त्याची पोपटपंची करतात, त्यामुळे ते जे बोलतात त्याचं स्पष्टीकरण देणं त्यांना कठीण जातं.

जिथे प्रवाह बदलतो तिथे श्रीमंत होण्याचा एक उत्तम मार्ग असतो. 'योग्य ठिकाणी, योग्य वेळी असणं महत्त्वाचं असतं,' असं पूर्वीपासून म्हटलं जातं, या गोष्टीत भरपूर तथ्य आहे. तुम्ही रोजच व्यवहारांकडे पाहाल तर तुम्हाला बदलांचा अधिक चांगला अंदाज येईल आणि तुम्ही योग्य स्थानी योग्य वेळी असण्याच्या शक्यतांमध्ये बरीच सुधारणा होईल. उदाहरणार्थ, तुम्ही १९९१मध्ये शेअर बाजारात प्रवेश केला असता आणि तंत्रज्ञान कंपन्यांच्या स्टॉक्समध्ये भरपूर पैसा गुंतवला असता तर तुम्ही आज श्रीमंत झाला असतात; पण ज्या वेळी मार्च २०००मध्ये प्रवाह घसरणीला लागला त्या वेळी तुमची व्यूहरचना तुम्ही बदलली नसती, तर तुम्ही जो पैसा मिळवला होता तो तुम्ही गमवून बसला असतात. मार्च २०००मध्ये व्यूहरचना बदलली असती तर तुम्ही या घसरणीच्या प्रवाहात जास्त जलद गतीनं पैसा मिळवला असता आणि पैसा गमावण्याऐवजी तुम्ही तुमची संपत्ती वाढवली असती.

जर तुम्हाला श्रीमंत व्हायचं असेल आणि श्रीमंतच राहायचं असेल तर तुम्ही प्रवाहांची दखल घेतलीच पाहिजे आणि तीन वेगवेगळ्या प्रवाहांसाठी तुमच्याकडे तीन वेगवेगळ्या व्यूहरचनाही असल्याच पाहिजेत. एका प्रवाहात पैसा मिळवलेले आणि प्रवाह बदलल्यानंतर दिवाळखोरीत गेलेले अनेक लोक मला माहिती आहेत.

बाय हाय सेल लो

जून २००१मध्ये फोर्ब्ज मासिकाच्या अंकात एक रोचक लेख आला होता. त्याचं शीर्षक होतं, 'बाय हाय, सेल लो' तुम्हाला नेहमी हे माहिती असतं की : तुम्ही विरुद्ध गोष्टी करता त्या वेळी विश्लेषक हे मोठे सल्लागार असतात. या लेखात असं म्हटलं होतं की,

> *कॅलिफोर्नियातील चार प्राध्यापकांनी केलेल्या नवीन संशोधनातून असं दिसून आलं आहे की, गेल्या वर्षी विश्लेषकांनी आग्रहानं खरेदी करण्यास सांगितलेले स्टॉक खरेदी करण्यातून तुम्ही फक्त पैसाच गमावलेला नाही, तर त्यांनी जे स्टॉक विकावे असं सुचवलं होतं ते तुम्ही खरेदी केले असते, तर तुम्हाला नफा झाला असता आणि हा परतावा तसा लहानसहान नसता. तुमच्या पैशावर तुम्हाला तब्बल ३८ टक्क्यांचा परतावा मिळाला असता. एस अँड पी ५०० नं १९५८पासून केलेल्या कामगिरीच्या तुलनेतही ही कामगिरी उजवी ठरली असती.*

फॉर्च्युन नियतकालिकातील 'वॉल स्ट्रीट सुधारणांविषयी गंभीर आहे का?' या शीर्षकाच्या आणखी एका लेखात शॉन टुली या लेखकानंही हे मान्य केल्याचं दिसतं. या लेखात असं म्हटलं गेलं होतं की,

जूनमधल्या एका दमट सकाळी रिचर्ड बेकर या ल्युसियाना येथील रिपब्लिकनच्या प्रतिनिधीनं अमेरिकन काँग्रेसच्या बैठकीत एका मध्यवर्ती कल्पनेवर आघात करत बैठकीचा नाट्यमय प्रारंभ केला, त्यामुळे अगदी बारमध्ये काम करणाऱ्या व्यक्तीपासून ते सॉकर खेळणाऱ्यांपर्यंत प्रत्येक जण आश्चर्यचकित झाला आणि सगळं वातावरण पुरतं ढवळून निघालं. 'वॉल स्ट्रीट सर्वसामान्य लहान माणसांचा कसा छळ करतं,' हे त्याने मांडलं होतं. स्ट्रीटचे नवखे सरदार असलेले सुरक्षिततेचे विश्लेषक लहान शेअरहोल्डर्सना कसे लुबाडतात, याविषयी बेकरनं संतप्तपणे आवाज उठवला होता.

माझ्या मते, बहुतेक विश्लेषक आणि आर्थिक सल्लागार हे व्यावसायिक गुंतवणूकदार नसतात. त्यांना व्यावसायिक गुंतवणूकदाराला ज्या गोष्टी माहिती असाव्याच लागतात त्या माहिती नसतात, त्यामुळे ते देत असलेला बहुतेक सल्ला हा सरासरी किंवा सर्वसामान्य गुंतवणूकदाराच्या दृष्टीनं चांगला असतो; पण तोच सल्ला व्यावसायिक गुंतणूकदाराच्या दृष्टीनं वाईट ठरतो. तुम्हाला जर श्रीमंत होण्याची आणि श्रीमंतच राहण्याची इच्छा असेल तर हे विशेषत्वानं घडतं.

व्यावसायिक गुंतवणूकदाराला हे माहिती असतं की, प्रवाह हा त्याचा मित्र असतो. कोणीही प्रवाहाच्या विरुद्ध जाण्याएवढा ताकदवान नसतो हे व्यावसायिक गुंतवणूकदाराला माहिती असतं. लहानपणी सर्फिंग करताना आम्ही प्रवाहांतील बदलांविषयी किंवा महासागराच्या मनःस्थितींविषयी नितांत आदर बाळगत होतो. फक्त तलावात किंवा पोहण्याच्या तलावात पोहण्याची माहिती असलेल्या एखाद्या पर्यटकालाच महासागरात पोहताना त्रास होत असे आणि काही जण तर अगदी बुडतही असत. ज्याप्रमाणे एखादा सर्फिंग करणारा महासागराच्या शक्तीविषयी आदर बाळगतो, त्याप्रमाणे तुम्हीही प्रवाहांविषयी आदर बाळगलाच पाहिजे.

ज्या वेळी तुम्हाला कोणीतरी 'दीर्घ मुदतीसाठी गुंतवणूक करा' असं सांगतं, त्या वेळी त्यांना 'दीर्घ मुदत' म्हणजे काय ते विचारा. सर्वसामान्य गुंतवणूकदारासाठी दीर्घ मुदत याचा एक अर्थ असतो आणि व्यावसायिक गुंतवणूकदारासाठी त्याचा वेगळाच अर्थ असतो. तुम्हाला श्रीमंत होण्याची आणि श्रीमंतच राहण्याची इच्छा असेल, तर तुम्ही दीर्घ मुदतीपर्यंत सरासरी किंवा सर्वसामान्य गुंतवणूकदार राहू शकत नाही. तुम्हाला सर्वसामान्य गुंतवणूकदाराच्या तुलनेत खूपच चांगल्या पद्धतीनं शिक्षित असलेला व्यावसायिक गुंतवणूकदार व्हावंच लागतं.

पैशाविषयीचा तुमच्या पालकांचा सल्ला मानण्यातील एक समस्या अशी असते की, बहुतांश लोक बदलू शकतात त्या तुलनेत तंत्रज्ञान आणि आर्थिक आयक्यू अत्यंत झपाट्यानं बदलतात. आज तुम्ही जर तंत्रज्ञानातील आणि आर्थिक बुद्धिमत्तेतील बदलांच्या बरोबरीनं अद्ययावत राहिलात तर तुम्हाला श्रीमंत होणं आणि श्रीमंत राहणं या दोन्ही गोष्टी शक्य होतात.

उदाहरणार्थ, ऑप्शन्सच्या जगात आज 'नॉकआऊट ऑप्शन्स' या नावानं ओळखले जाणारे नवीन ऑप्शन्स आले आहेत. प्रमाणित पुट्स आणि कॉल्सच्या तुलनेत ते खूपच जलद गतीचे आहेत आणि त्यामुळे बहुतेक डे-ट्रेडर्स त्यांचा वापर करत आहेत. बहुतांश लोकांना नॉकआऊट ऑप्शन्स माहिती नाहीत, कारण त्यांचा शोध फॉरेन एक्सचेंजनं किंवा परकी चलन ट्रेडर्सनी लावला आहे. थोड्याच वर्षांत 'एक्झॉटिक ऑप्शन्स' असंही म्हटलं जाणारे हे ऑप्शन्स शेअर बाजारात उतरतील. जास्त तपशिलात न शिरता मी एवढंच सांगतो की, नॉकआऊट ऑप्शन याचा अर्थ प्रमाणित ऑप्शन्सच्या तुलनेत या ऑप्शन्सच्या साहाय्यानं तुम्ही जास्त पैसा, जास्त जलद गतीनं आणि जास्त सुरक्षित पद्धतीनं मिळवू शकता.

फक्त एक लक्षात ठेवा, आपण जसजशी तंत्रज्ञानात प्रगती करत आहोत, तसतसा माणूस आर्थिक बुद्धिमत्तेतही प्रगती करत चालला आहे. याचा अर्थ अधिक सुरक्षितपणे अधिक झपाट्यानं श्रीमंत होणं ही गोष्ट जास्तीत जास्त सोपी बनत चालली आहे. यातली मेख काय आहे? तुम्ही सतत या प्रगतीबरोबर राहिलं पाहिजे, सतत शिकत राहिलं पाहिजे आणि चांगले सल्लागार मिळवले पाहिजेत.

सवयीचे गुलामही बदलू शकतात

तुम्ही आतापर्यंत अंदाज बांधला असेल, त्याप्रमाणे मला फोर्ब्ज नियतकालिक आवडतं. २००१च्या मेचा फोर्ब्ज ग्लोबलचा अंक हा आंतरराष्ट्रीय व्यावसायिक आणि गुंतवणूकदार यांना वाहिलेला होता. या अंकात सर जॉन टेम्पल्टन यांचा एक रोचक लेख होता. जॉन टेम्पल्टन यांना मूल्यं पाळणारा गुंतवणूकदार म्हणून ओळखलं जातं. ते जगभरच्या कमी किमतीच्या स्टॉकमध्ये गुंतणूक करतात आणि त्यांच्या किमती वाढत चालल्याचं पाहतात. फोर्ब्जमधील 'ओल्ड डॉग, न्यू ट्रिक्स' या शीर्षकाच्या या लेखात तेजीत पट्टीचा व्यवहार करणाऱ्या टेम्पल्टनसारख्या मूलभूत गुंतवणूकदारानंसुद्धा मंदी असलेल्या बाजारात गुंतवणूक करून तांत्रिक ट्रेडर कसं बनावं ते शिकून घेतल्याचं सांगण्यात आलं होतं. सन २०००मध्ये ते स्वतः देत असलेल्या सल्ल्याप्रमाणे दीर्घ मुदतीच्या स्टॉक्समध्ये गुंतवणूक करण्याऐवजी त्यांनी पहिल्यांदाच अल्प मुदतीच्या स्टॉक्समध्ये गुंतवणूक केली होती, हे त्या लेखात सांगितलं गेलं होतं. त्यांच्यासाठी गुंतवणुकीचा हा नवीन मार्ग होता. एका वर्षात त्यांनी गुंतवणुकीचा हा नवीन मार्ग शिकून घेऊन आठ कोटी ६० लाख डॉलर्स कमावले होते.

श्रीमंत वडिलांनी सांगितलं होतं की, 'पैसा ही फक्त एक कल्पना आहे. या दिवसांत आणि या काळात तुम्हीसुद्धा नवनवीन कल्पना लढवण्याची गरज आहे. जर सर जॉन टेम्पल्टन वयाच्या ८८व्या वर्षी बदलू शकतात, तर तुम्हीसुद्धा बदलू शकता.'

सर्वसामान्य गुंतवणूकदार दीर्घ मुदतीच्या स्टॉकमध्ये गुंतवणूक करण्याचा आपल्या आर्थिक सल्लागारांचा सल्ला ऐकत असताना खरे गुंतवणूकदार आपल्या व्यूहरचना बदलून अल्प मुदतीची गुंतवणूक करत होते. लाखो गुंतवणूकदार दीर्घ मुदतीत गुंतवणूक करून अब्जावधी डॉलर्स गमावून बसले. ही गोष्ट पुन्हा घडू शकते का? अगदी नक्कीच ती घडू शकते म्हणजे जर तुम्हाला श्रीमंत व्हायचं असेल आणि श्रीमंतच राहायचं असेल तर तुम्हाला कोण आर्थिक सल्ला देत आहे, त्याविषयी तुम्ही अतिशय सावध असण्याची गरज असते.

९. शब्द मोफत मिळतात, हे नेहमीच लक्षात ठेवा. तुम्हाला श्रीमंत व्हायचं असेल तर तुमच्याकडे श्रीमंतांचा शब्दसंग्रह असण्याची गरज असते. नेहमी एक गोष्ट लक्षात ठेवा. ती म्हणजे मालमत्तांचे चार मूलभूत वर्ग असतात. व्यवसाय, कागदोपत्रांच्या स्वरूपात असलेल्या मालमत्ता, रिअल इस्टेट आणि कमोडिटीज. यांपैकी प्रत्येक मालमत्तेत वेगवेगळे शब्द वापरले जातात. यांपैकी प्रत्येक मालमत्ता ही एखाद्या परकी भाषा असलेल्या परदेशासारखी असते. तुम्हाला रुची असलेल्या मालमत्तांच्या वर्गातील शब्दसंग्रह किंवा त्यांची परिभाषा शिकायला सुरुवात करा. एकदा तुम्ही ते शब्द शिकलात की तुम्ही स्वतःशी आणि या मालमत्तेच्या वर्गातील इतरांशी अधिक चांगल्या प्रकारे संपर्क साधू शकाल.

माणूस म्हणून आपल्याजवळ असलेले शब्द हे आपल्याकडचं अत्यंत शक्तिशाली साधन आहे म्हणून शब्दांची निवड काळजीपूर्वक करा. शब्दांचे दोन प्रकार असतात ही गोष्ट नेहमीच लक्षात ठेवा.

माहितीप्रद शब्द हा पहिला प्रकार आहे. उदाहरणार्थ, 'परताव्याचा अंतर्गत दर' हा महत्त्वाचा शब्दसमूह आहे. विशेषतः जे लोक रिअल इस्टेटमध्ये गुंतवणुकीसाठी मोठ्या प्रमाणात तरफेची शक्ती वापरतात त्यांच्या दृष्टीनं हा शब्द अत्यंत महत्त्वाचा आहे. परताव्याचे अंतर्गत दर हे माहितीप्रद शब्द आहेत.

संदर्भ शब्द हा दुसरा प्रकार आहे. उदाहरणार्थ, ज्या वेळी एखादी व्यक्ती 'मला परताव्याचे अंतर्गत दर समजत नाहीत,' असं म्हणते, त्या वेळी ती व्यक्ती माहितीप्रद शब्दांविषयीच्या तिच्या मानसिक संदर्भाचं वर्णन करते.

अतिशय दक्षतेनं आणि सातत्यानं तुमच्या माहितीप्रद शब्दसंग्रहात सुधारणा करत राहा आणि तुमच्या संदर्भ शब्दसंग्रहाचं निरीक्षण करत राहा, कारण शब्दच तुमच्याकडच्या अत्यंत शक्तिशाली मालमत्तेला म्हणजे तुमच्या मेंदूला शक्ती पुरवणारं साधन आहेत म्हणूनच मी तुम्हाला सुचवतो की, 'मला हे करणं परवडणार नाही' किंवा 'मी हे करू शकत नाही' किंवा 'मी हे कधीच शिकू शकणार नाही,' असं म्हणण्यापासून स्वतःला परावृत्त करा.

त्याऐवजी स्वतःला विचारा, 'मला हे कसं परवडू शकेल?', 'मी हे कसं करू शकेन?' किंवा 'मी हे कसं शिकू शकेन?'

श्रीमंत व्यक्ती आणि गरीब व्यक्ती यांच्यात त्यांच्या शब्दांचा दर्जा हाच फक्त एक साधा फरक असतो हे लक्षात ठेवा. तुमच्या आर्थिक शब्दसंग्रहातून तुमच्या आर्थिक आयक्यूची सुरुवात होते म्हणून तुमच्या शब्दांचं निरीक्षण करा, कारण शब्द साकार होतात आणि तुमचं भवितव्यही बनतात. जर तुम्हाला तरुणपणी निवृत्त व्हायचं असेल आणि श्रीमंतच राहायचं असेल, तर तुमच्या शब्दांमध्ये त्याची गुरूकिल्ली असते आणि शब्द तर मोफत मिळतात.

१०. पैशाविषयी बोला. मी चीनमध्ये आणि जपानमध्ये असताना अनेक लोक माझ्याकडे येऊन मला सांगत की, 'आशियाई संस्कृतीत पैशाविषयी बोलणं ही गोष्ट विनम्रपणाची मानली जात नाही, त्यामुळे आम्ही कधीच पैशाविषयी बोलत नाही.' मी ऑस्ट्रेलियात, अमेरिकेत किंवा युरोपमध्ये असताना अनेक लोक माझ्याकडे येऊन मला हेच सांगत. ते म्हणत की, 'आमच्या कुटुंबात आम्ही पैशांवर चर्चा करत नाही.'

यातली अतिशय महत्त्वाची टीप अशी आहे की, पैशाविषयी बोला. जर तुमच्या मित्रांना यावर बोलायची इच्छा नसेल, तर तुम्हाला मित्रांचा नवीन गट शोधण्याची गरज असेल. माझ्या मित्रांच्या गटात आम्ही पैशाविषयी, व्यवसायाविषयी, गुंतवणुकीविषयी, यशाविषयी आणि समस्यांविषयी बोलतो. माझे बहुतांश मित्र खूपच श्रीमंत आहेत आणि त्यांच्याकडे पैशाविषयी बोलणं ही गोष्ट दुष्टपणाची किंवा घाणेरडी आहे असा संदर्भ नाही. किम आणि मी सातत्यानं पैशाबद्दल बोलतो. आमच्या दृष्टीनं पैसा मिळवणं, श्रीमंत होणं आणि वैपुल्याचं, आर्थिक समृद्धीचं, ऐष-आरामी जीवनमान असणं ही गमतीची गोष्ट आहे. आम्हाला पैशाचा हा खेळ आवडतो, त्यामुळे आम्ही पैशाविषयी बोलतो. लोकांना ज्याप्रमाणे इतर खेळ आवडतात, त्याप्रमाणेच आम्हाला पैशाचा हा खेळ आवडतो. आम्हा दोघांमध्ये पैशाच्या खेळाची आवड असणं, ही सामाईक बाब असल्यामुळे आमचं वैवाहिक जीवन अधिक घनिष्ट, शिक्षणपर, रोमहर्षक आणि गमतीचं बनलं आहे. जगभरच्या सगळ्या लोकांमध्ये पैसा हा सामाईक विषय असतो, मग त्याच्याविषयी का बोलायचं नाही?'

११. शून्यातून लाखो डॉलर्स कमवा. मला नोकरीची किंवा वेतनचिठ्ठीची गरज नाही, त्याचं एक कारण असं आहे की, श्रीमंत वडिलांनी मला शून्यातून पैशाची निर्मिती करण्यास शिकवलं होतं.

आज लोकांना शून्यातून पैसे कसे कमवावेत, हे माहिती नसतं ही मला दिसत असलेली सगळ्यात दुःखद गोष्ट आहे. एके दिवशी माझ्या एका कंपनीत एका तरुणीनं नोकरीसाठी अर्ज केला होता. एका बहुराष्ट्रीय कंपनीतून ती आली होती. तिथे ती वरिष्ठ विपणन उपाध्यक्ष म्हणून काम करत होती. तिला तिथे कमी लेखलं गेलं होतं आणि तिला आता विपणन उपाध्यक्ष म्हणून माझ्या छोट्या उद्योग कंपनीत आपलं नशीब आजमावून पाहायचं होतं. परीक्षा घ्यायची म्हणून मी तिला माझ्या त्या कंपनीचं प्रसारमाध्यमविषयक अंदाजपत्रक तयार करायला सांगितलं. त्यानंतर तीन दिवसांनी ती वार्षिक १६ लाख डॉलर्सच्या अंदाजपत्रकासह आली.

'१६ लाख डॉलर्स,' मी आवंढा गिळला. 'ही खूप मोठी रक्कम आहे.'

'मला ते माहिती आहे,' तिने तिच्या खूप मोठ्या उद्योजकीय क्षेत्रातील स्वरात सांगितलं. 'पण तुम्हाला हवा असलेला, इष्ट परिणाम तुम्हाला मिळवायचा असेल तर त्याची हीच किंमत आहे.'

'मी इतके पैसे द्यायला तयार आहे,' मी उत्तर दिलं. 'पण मी हे अंदाजपत्रक संमत करण्याआधी आपण हाच परिणाम १ लाख ६० हजार डॉलर्समधून किंवा अगदी शून्य डॉलर्समधून कसा काय मिळवू शकू ते मला सांग.'

'अं... तुम्ही हे करू शकणार नाही,' आपल्या घमेंडखोर उद्योजकीय स्वरात तिने ठामपणे उत्तर दिलं. 'पैसा मिळवण्यासाठी तुम्हाला पैसा खर्च करावाच लागतो.'

तिला ती नोकरी मिळाली नाही हे सांगण्याची गरजच नाही. आपण वेगवेगळ्या वास्तवांमधून किंवा संदर्भांमधून आलेले असतो ही गोष्ट अगदी स्पष्ट आहे. शून्यातून किंवा प्रत्यक्षात एकही डॉलर नसलेल्या परिस्थितीतून लाखो डॉलर्स कसे उभे करावेत हे श्रीमंत वडिलांनी त्यांच्या मुलाला आणि मला शिकवलं होतं म्हणून माझ्या कंपन्या यशस्वी ठरल्या होत्या.

यातला मुद्दा असा आहे की, परिपक्व, भरपूर पगार घेणाऱ्या प्रमुख उद्योगांच्या अधिकाऱ्यांना भरपूर पैसा खर्च कसा करावा हे माहिती असतं; पण आपल्या स्वतःच्या जीवावर भरपूर पैसा कसा मिळवावा हे माहिती नसतं या गोष्टीचं मला वाईट वाटतं. काही सार्वजनिक कंपन्यांच्या संचालक मंडळातही मी काम करतो आणि या अधिकाऱ्यांना गुंतवणूकदारांच्या पैशावर एखादी गोष्ट मोठ्या प्रमाणात, झपाट्यानं करतानाही बघतो; पण ते नफा कमवण्यास सक्षम नसतात.

श्रीमंत वडील नेहमीच असं म्हणत होते की, 'उद्योजकांमध्ये आणि नोकरशहांमध्ये खूप मोठे फरक असतात. बहुतांश लोक नोकरशहा असतात, कारण आपल्या शाळा लोकांना नोकरशहा बनण्याचं प्रशिक्षण देतात. उद्योजकाला दोन्ही प्रकारे कसं वागावं ते माहिती असावंच लागतं. अनेक नोकरशहा उद्योजक बनण्याचं स्वप्न बघतात; पण बहुतेक लोक कधीही उद्योजक बनू शकत नाहीत.' श्रीमंत वडिलांनी असंही म्हटलं होतं की, 'नोकरशहाला फक्त त्याला पैसा दिला तर त्यापासून कसा पैसा कमवावा हे माहिती असतं. उद्योजक शून्यातून पैसा मिळवू शकतो.'

काही महिन्यांपूर्वी मी एका मोठ्या आंतरराष्ट्रीय प्रकाशन संस्थेच्या एका अधिकाऱ्यासमवेत बसलो होतो. त्याने नुकतंच उद्योजकतेविषयीचं आणि व्यवसाय कसा वाढवावा याविषयीचं माझं एक व्याख्यान ऐकलं होतं. त्याने थेट माझ्या नजरेला नजर भिडवत म्हटलं, 'मी कधीच श्रीमंत होऊ शकणार नाही, कारण पैसा कमवण्यासाठी भरपूर पैसा लागतो. माझं जाहिरातींचं अंदाजपत्रक दोन कोटी डॉलर्सचं आहे आणि मला हवी असलेली विक्री मिळवण्यासाठी मला त्यापैकी प्रत्येक डॉलर न् डॉलरची गरज आहे.' तो उद्योगपती का नव्हता आणि एका मोठ्या उद्योगातील अधिकारी का होता हे त्याच क्षणी मला समजलं. त्याच्या वास्तवानं त्याला कायमच तिथे ठेवलं असतं.

लहान कंपन्यांची वाढ होत नाही याचंही मला दुःख होतं. कारण, त्या उद्योजकांना शून्यातून किंवा काहीही नसलेल्या गोष्टीतून पैसा कसा मिळवावा हे माहिती नसतं. श्रीमंत वडिलांनी सांगितलं होतं की, 'नवजात व्यवसायांमध्ये आणि लहान व्यवसायांमध्ये खूप मोठा फरक असतो. नवजात व्यवसायाकडे बी कप्प्यातील मोठ्या व्यवसायात रूपांतर होण्यासाठी वाढण्याची क्षमता असते. लहान व्यवसाय हा नफ्यात असला तरीही त्याच्याकडे बी कप्प्यातील व्यवसायात रूपांतरित होण्याची क्षमता नसते.' श्रीमंत वडिलांनी याचं असं स्पष्टीकरण दिलं होतं की, हा फरक त्या व्यवसायांमध्ये आढळत नाही, तो त्या व्यवसायांच्या मागे असलेल्या उद्योजकांच्या मनोरचनेत असतो.

मी तुम्हाला आता सांगणार असलेल्या एका साध्या प्रक्रियेची हीच ताकद आहे. ही प्रक्रिया तुम्ही नियमितपणे करू शकता आणि त्यासाठी तुम्हाला एक पैसाही खर्चावा लागत नाही; पण ही प्रक्रिया तुम्हाला तुम्ही कधी स्वप्नातही पाहिलं नसेल इतकं श्रीमंत करते.

अखेरची टीप हीच आहे की, या प्रवासात तुमच्या सोबत असलेल्या तुमच्या प्रियजनांबरोबर किंवा मित्रांबरोबर वेगवेगळ्या कल्पना लढवण्यात वेळ घालवा. आपण कोणती कल्पना निवडावी आणि शून्यातून किंवा अत्यल्प पैशातून या कल्पनेचं लाखो डॉलर्समध्ये कसं रूपांतर करावं यावर त्यांच्याशी विचारमंथन करा. ही प्रक्रिया व्यायामशाळेत

शरीर कमावण्यास जाण्यासारखी आहे. या नियमित व्यायामामुळे तुमच्या मेंदूची ताकद वाढते आणि तुम्ही ज्या क्षणी काम करायला सज्ज व्हाल त्या क्षणी तोही त्यासाठी सज्ज होतो.

मी किमला भेटण्याच्या आधी कार्यालयाच्या तळमजल्यावर असलेल्या कॉफी शॉपमध्ये एखाद्या मित्राबरोबर तास न् तास बसत असे आणि आम्ही अनेक कप कॉफी पिता पिता शून्यातून लाखो डॉलर्स कमावण्याच्या कितीतरी कल्पना लढवत असू. आमच्या डोक्यात खरोखरच काही चांगल्या कल्पना येत, काही वाईट कल्पना येत आणि अनेक कल्पना तर मूर्खपणाच्या असत. आम्हाला टी शर्ट विकण्याची कल्पना सुचत असे, लाकडापासून तयार करण्यात आलेली कोडी, पर्यटकांसाठी उपयुक्त उत्पादनं तयार करावीत असं वाटत असे. पर्यटकांसाठी हवाईतील शुगर पॅकेट्स आणि आर्थिक वार्तापत्रं तयार करण्याच्या कल्पनांचा त्यात समावेश होता. त्यांच्यापैकी बहुतेक कल्पनांचं पुढे काहीही झालं नाही, तरीही त्यांच्यामुळे आम्हाला मानसिक व्यायाम नक्कीच झाला. अनेक कल्पना उपयुक्त ठरल्या नसल्या तरीही आम्ही 'नायलॉन आणि वेल्क्रो सर्फर वॉलेट'ची कल्पना प्रत्यक्षात उतरवली. आम्ही ती कल्पना उचलली आणि तिचं लाखो डॉलरमध्ये रूपांतर केलं. दुर्दैवानं, त्या कल्पनेच्या संरक्षणासाठी आम्ही पाऊल उचललं नाही आणि स्पर्धेत हरलो.

कोका कोला कंपनीचं भांडवल ८ अब्ज डॉलर्सहून जास्त आहे; पण कोका कोला ब्रँडचं मूल्य हे जवळजवळ ८० अब्ज डॉलर्स म्हणजे संपूर्ण कंपनीच्या भांडवलाच्या दहा पट आहे. हे कसं काय शक्य आहे? कोका कोलानं आंतरराष्ट्रीय स्तरावर त्यांच्या बौद्धिक मालमत्तेचं आक्रमकपणे संरक्षण केलं आणि परिणामी, कोका कोला ब्रँड हा विश्वासही बसू नये इतका मौल्यवान बनला.

रिच डॅड हे फक्त दोन शब्द आहेत

आता रिच डॅड किंवा श्रीमंत वडील या फक्त दोनच असलेल्या शब्दांचा आढावा घेऊ या.

किमनं आणि मी १९९७मध्ये कंपनी सुरू केली, त्या वेळी 'रिच डॅड' ('श्रीमंत वडील') हे फक्त दोन निरर्थक शब्द होते आणि त्यांना काहीही मूल्य नव्हतं.

आज 'रिच डॅड' या शब्दांचं मूल्य लाखो डॉलर्स आहे. हे कसं काय घडलं? बौद्धिक-संपदा मालमत्तेची उभारणी करण्याची जाणीवपूर्वक व्यूहरचना करण्यासाठी आम्ही वेळ घेतला. पेटंटसह आमच्या शोधांचं संरक्षण आम्ही केलं आहे याची आम्ही खात्री करून घेतली. आम्ही *रिच डॅड* आणि *कॅशफ्लो* या भक्कम ब्रँड्सची निर्मिती केली आणि त्यांना संरक्षितही केलं. त्याबरोबरच आम्ही जगभर ओळखला जाण्याजोगा एक भक्कम ट्रेड ड्रेसही तयार केला. सुरुवातीच्या ट्रेडमार्कसाठी अर्ज करायला आम्हाला १,००० डॉलर्सहून कमी खर्च आला. या अनुभवातून - तुम्ही अल्प पैशांतून किंवा शून्यातूनही पैसे कमवू शकता हे सिद्ध झालं.

निष्कर्ष

आपला मेंदू ही आपली क्षमतेपेक्षा कमी वापर झालेली मालमत्ता आहे, हे तुम्हाला आणि मला माहिती आहे. मेंदूच्या कित्येक अश्वशक्ती ताकदीचा अद्याप आपण उपयोग केलेला

नाही. श्रीमंत वडील नेहमीच असं म्हणत असत की, 'आळशी लोकांना झटपट श्रीमंत होण्याची इच्छा असते आणि यशस्वी लोकांना आर्थिकदृष्ट्या झटपट हुशार होण्याची आणि सतत जास्तीत जास्त हुसार होत राहण्याची इच्छा असते.' यातला मुद्दा हा आहे की जर तुम्हाला तरुणपणी निवृत्त व्हायचं असेल आणि श्रीमंत होऊन निवृत्त व्हायचं असेल तर तुमच्याकडे फारसे पैसे, शिक्षण किंवा अनुभव असण्याची गरज नसते. तुम्ही आपल्या मेंदूचा वापर करायला सुरुवात करा. माझ्या वास्तवात श्रीमंत बनण्यासाठी पैशाची गरज नाही. माझ्या वास्तवात श्रीमंत बनण्यासाठी मानसिक आणि भावनिक ताकद लागते. इथे यादी करण्यात आलेल्या सगळ्या महत्त्वाची टिपांवर तुमची इच्छा असेल तर तुम्ही विचार करावा आणि त्या आचरणातही आणाव्यात, यासाठीच ही यादी इथे देण्यात आली आहे.

या टिपांमधील अंतिम मुद्दा असा आहे की यांपैकी कोणतीही टीप आचरणात आणण्यासाठी फारशा वेळेची किंवा पैशाची गरज नाही; पण जर तुम्ही त्या नियमितपणे आणि प्रामाणिकपणे वापरल्या तर त्या तुम्हाला तरुणपणी निवृत्त होण्यास आणि श्रीमंत होऊन निवृत्त होण्यास नक्कीच मदत करतील. नेहमीच हे लक्षात ठेवा की, तुम्ही उद्या काय करणार आहात यावरून नव्हे, तर तुम्ही आज काय करता त्यावरून तुमचं नशीब निश्चित होतं.

या काही साध्या गोष्टींना तुम्ही खात्रीशीरपणे तुमच्या दैनंदिन आयुष्याचा एक भाग बनवला तर तुम्ही अंतर्बाह्य बदलून गेल्याचं तुमच्या लक्षात येईल. तुमचा एका वेगळ्याच जगात प्रवेश होईल. हाच पुढच्या विभागाचा विषय आहे.

तुम्ही आधीच तज्ज्ञ आहात

तुमच्या आधीच लक्षात आलं असेल त्याप्रमाणे तुम्ही जे करता त्यामुळे तुम्ही श्रीमंत किंवा गरीब बनत नाही. तुम्ही जे करता त्याच्या सभोवतालचा संदर्भच तुम्हाला श्रीमंत किंवा गरीब करतो. म्हणूनच ज्या वेळी लोक मला मी काय करू किंवा कशात गुंतवणूक करू असं विचारतात, त्या वेळी मी त्यांना उत्तर देतो की, 'कृपा करून मी काय करू, असं मला विचारू नका. 'मी काय करावं याविषयी मी काय विचार करू', असं मला विचारा.' उदाहरणार्थ, अनेक लोक स्टॉक्समध्ये गुंतवणूक करतात; पण फक्त स्टॉकमध्ये गुंतवणूक करून थोडेच लोक श्रीमंत होतात. हीच गोष्ट रिअल इस्टेटबाबत किंवा व्यवसायाची उभारणी करण्याबाबतही खरी असते. मग यात काय फरक असतो? कृतींच्या किंवा माहितीच्या सभोवतालच्या संदर्भात फरक असतो. 'रिअल इस्टेट ही गुंतवणुकीची घाणेरडी, गलिच्छ गोष्ट आहे. मी तिच्यातून काहीही मिळवलं नाही,' असं म्हणणारे लोक मला भेटले आहेत. असो; पण माझ्या मते, रिअल इस्टेट ही घाणेरडी गोष्ट नसते. ती व्यक्ती घाणेरडी गुंतवणूकदार असते. श्रीमंत गुंतवणूकदाराचा संदर्भ असलेली व्यक्ती वाईट गुंतवणूक पत्करून तिचं श्रीमंत गुंतवणुकीत रूपांतर करू शकते. खरं तर बहुतांश श्रीमंत गुंतवणूकदार हेच करतात.

कर्जाचा तुम्हाला अनुकूल वापर करून घ्या

कर्जाच्या बाबतीतही हीच गोष्ट खरी असते. बहुतांश लोकांना कर्ज कसं घ्यावं, हे माहिती असतं. बहुतांश लोक कर्ज मिळवण्यात तज्ज्ञ असतात; पण यातली समस्या अशी असते की ते कर्ज घेतात आणि जास्त गरीब बनतात. बहुतांश लोक चांगलं कर्ज घेतात आणि त्याचं वाईट कर्जात रूपांतर करतात. श्रीमंत वडिलांनी मला सांगितलं होतं की, 'सगळी कर्जं चांगलीच असतात; पण सगळ्याच लोकांना कर्जाचा वापर कसा करावा हे माहिती नसतं, त्यामुळे ते चांगल्या कर्जाचं रूपांतर वाईट कर्जात करतात.'

तुम्हाला श्रीमंत व्हायचं असेल तर– तुम्ही काय करता यापेक्षाही तुम्ही पहिल्यांदा तुमच्या संदर्भावर काम करण्याची गरज असते. श्रीमंत वडील म्हणत की, 'बहुतांश लोकांना आधीच कर्ज कसं मिळवावं हे माहिती असतं. यातली समस्या अशी असते की, त्यांना आपल्याला अनुकूल प्रकारे कर्जाचा वापर कसा करून घ्यावा हे माहिती नसतं. एखाद्याला कर्जाचा वापर करून घेऊन श्रीमंत बनण्याची इच्छा असेल तर त्याने पहिल्यांदा त्याचा संदर्भ बदलण्याची गरज असते. त्यानंतर ते अतिशय श्रीमंत बनण्यासाठी कर्जाचा वापर करून घेऊ शकतात.' तुम्ही कर्जाविषयीचा आपला गरीब किंवा मध्यमवर्गीय माणसाचा संदर्भ बदलू शकला नाहीत, तर तुम्ही आपल्या क्रेडिट कार्डांचा जास्तीत जास्त वापर करावा, शक्य तितक्या लवकर गृहकर्ज फेडून टाकावं आणि फक्त पैशांची बचत करण्याचा प्रयत्न करावा. तुमच्यासाठी हीच उत्तम गोष्ट असेल.

तुम्हाला तरुणपणी निवृत्त व्हायचं असेल आणि श्रीमंत होऊन निवृत्त व्हायचं असेल तर तुम्ही पहिल्यांदा तुमचा संदर्भ बदललाच पाहिजे. म्हणूनच मी तुम्हाला या महत्त्वाची टीपांचा वरचेवर आढावा घ्यायला आणि तुमचा संदर्भ सातत्यानं व्यापक बनवायला सुचवत आहे. तुमच्याकडे श्रीमंत माणसाचा संदर्भ असेल तर तुम्ही काय शिकता किंवा काय करता याने काहीही फरक पडत नाही, त्यामुळे तुम्ही जास्तीत जास्त श्रीमंत बनत जाता. जर तुमच्याकडे गरीब माणसाचा संदर्भ असेल तरीही तुम्ही काय शिकता किंवा काय करता याने काहीही फरक पडत नाही. त्याचा परिणाम एकच असतो – गरीब माणसाला मिळणारे गरीब परिणाम. तुम्ही काय करता यापेक्षाही तुमचा संदर्भ किंवा तुम्हाला काय सत्य आहे असं वाटतं तीच गोष्ट सत्यात उतरते, हे लक्षात ठेवा. श्रीमंत वडील म्हणत की, 'तुम्हाला कर्ज गरीब बनवत नाही, तुमचा गरीब किंवा मध्यमवर्गीय संदर्भ तुम्हाला गरीब बनवतो.'

प्रकरण वीस

भिन्न वास्तवं

तुम्ही जर तितके धाडसी असाल आणि तुम्हाला शक्य असेल तर पुढे दिलेला स्वाध्याय तुम्ही जरूर करा; पण शेवटी तो करणं न करणं ही गोष्ट ऐच्छिक आहे. तुमच्या यानंतरच्या रात्रीच्या जेवणाच्या पार्टीच्या वेळी किंवा तुमच्या सहकाऱ्यांबरोबर, मित्र-मैत्रिणींबरोबर किंवा कुटुंबाबरोबर तुम्ही घेत असलेल्या दुपारच्या जेवणाच्या वेळी तुम्ही पुढील प्रश्न विचारू शकता; पण ही गोष्ट ऐच्छिक आहे असं मी म्हणतो. कारण, या प्रश्नांमुळे तुम्ही ज्या लोकांना ते प्रश्न विचाराल त्यांच्याकडून तुमच्यासमोर भिन्न वास्तवं येतील.

तुम्ही एखाद्या व्यक्तीला संपूर्ण उत्तर देण्यासाठी वेळ दिला तर तुम्हाला लोकांच्या मनात पैशाविषयी आणि त्यांच्या आयुष्याविषयी असलेली अनेक वेगवेगळी वास्तवं, कारणं, समर्थनं, खोट्या गोष्टी, समजुती आणि इतर बाष्कळ बडबड ऐकू येईल. 'हा काय मूर्खपणाचा प्रश्न आहे', 'हा माणूस स्वतःला समजतो तरी कोण?', 'तुम्ही हे करू शकत नाही.', 'ही गोष्ट अशक्य आहे.', 'माझ्या कामावर माझं प्रेम आहे, मी काम करणं कधीच थांबवणार नाही,' अशा प्रकारचे प्रतिसाद तुम्हाला ऐकायला मिळतील. या उत्तरांशी किंवा प्रश्नांविषयीच्या मतप्रदर्शनांशी सहमत किंवा असहमत होण्याऐवजी फक्त लक्षपूर्वक ऐकून घ्या आणि त्या व्यक्तीचं पैशाविषयीचं आणि आर्थिक आयुष्याविषयीचं वास्तव तुमच्या लक्षात येतं का ते पाहा. तुमच्याकडे आपल्या प्रिय व्यक्तींना, मित्र-मैत्रिणींना किंवा/आणि सहकाऱ्यांना हे प्रश्न विचारण्याचं धाडस असेल, तर मी तुम्हाला सुयश लाभो, अशी सदिच्छा देतो. तुम्ही इतर लोकांच्या बाबतीत हा स्वाध्याय पार पाडला तर मला वाटतं की, तुम्हाला त्या व्यक्तींच्या जीवनातील आर्थिक स्थितीवर एखाद्याचं वास्तव किती प्रचंड प्रमाणात परिणाम करतं, त्या वास्तवाच्या शक्तीविषयी तुम्ही खूप काही शिकू शकाल.

तुम्हाला कोणत्या प्रकारचं आयुष्य जगण्याची इच्छा आहे?

तुम्ही पुढील प्रश्न किंवा प्रश्नसमूह विचारायचे आहेत.

१. तुमच्याकडे जगातला सगळा पैसा आला आणि तुम्हाला पुन्हा कधीही काम करण्याची गरज पडली नाही, तर तुमच्या फावल्या वेळात तुम्ही काय कराल?

२. तुम्ही आणि (तुम्ही विवाहित असाल तर) तुमच्या जोडीदारानं आज काम करणं थांबवलं तर तुमच्या आयुष्यात काय घडेल? तुम्हाला लवकर निवृत्त व्हायला आवडेल का? तुम्ही निवृत्त व्हाल त्या वेळी तुम्हाला आजच्यापेक्षा जास्त पैसे मिळतील की कमी पैसे मिळतील?

३. तुम्हाला पुन्हा कधीच वेतनचिठ्ठीची गरज भासणार नाही, असं आयुष्य तुम्हाला जगायचं आहे की ज्या आयुष्यात तुम्हाला सतत काम करत राहावं लागेल किंवा जास्त पगाराची नोकरी शोधत राहावं लागेल असं आयुष्य तुम्हाला जगायचं आहे? तुम्हाला बेरोजगार व्हायचं असेल की जास्त नोकरीयोग्य व्हायचं असेल? तुम्ही आज कोणत्या प्रकारचं आयुष्य जगत आहात?

४. ज्या आयुष्यात तुमच्याकडे भरपूर पैसा असल्यामुळे जास्त पैसा कसा खर्च करावा याचा प्रयत्न करण्यासाठी तुम्हाला जास्त काम करावं लागेल असं आयुष्य तुम्हाला जगायचं आहे की, पैशाची बचत करण्यासाठी कठोर परिश्रम करण्याची गरज भासणारं आयुष्य तुम्हाला जगायचं आहे? सध्या तुम्ही कुठल्या प्रकारचं आयुष्य जगत आहात?

५. जास्त पैसे मिळवण्यासाठी जास्त कष्ट करावे न लागणारं आयुष्य तुम्हाला जगायचं आहे की, जास्त पैसे मिळवण्यासाठी जास्त कष्ट करावे लागणारं आयुष्य तुम्हाला जगायचं आहे? तुम्ही सध्या यांपैकी कुठलं आयुष्य जगत आहात?

६. गुंतवणूक करणं जोखमीचं किंवा धोकादायक असतं असं तुम्हाला वाटतं का? पैसे मिळवण्यासाठी पैसे लागतात असं तुम्हाला वाटतं का? पैसा नसताना तुम्ही गुंतवणूक करू शकता आणि फारशी जोखीम न पत्करता तुम्ही अतिशय उच्च परतावे मिळवू शकता असं तुम्हाला वाटतं का? दुसऱ्याच्या पैशानं गुंतवणूक करणं शक्य असेल तर तुम्ही ती कराल का?

७. तुमच्या कुटुंबाव्यतिरिक्त तुम्ही ज्यांच्याबरोबर बहुतांश वेळ घालवता अशा चार व्यक्ती कोण आहेत? त्यांचा पैशांविषयीचा दृष्टिकोन काय आहे? तो दृष्टिकोन श्रीमंत, मध्यमवर्गीय की गरीब आहे? या सहा लोकांपैकी किती जण तरुणपणी निवृत्त होण्यास आणि श्रीमंत होऊन निवृत्त होण्यास सक्षम आहेत? तुम्ही नवीन मित्र मिळवण्याची वेळ आली आहे का?

८. मालमत्तांची उभारणी करून किंवा त्या खरेदी करून श्रीमंत होण्यासाठी काम करण्याचं जीवन तुम्ही जगाल का की तुम्ही नोकरीतील सुरक्षितता आणि स्थिर वेतनचिठ्ठीसाठी काम करत राहाल? सध्या तुम्ही कुठल्या प्रकारचं आयुष्य जगत आहात?

९. जर तुम्हाला नोकरी सोडण्यासाठी एक अब्ज डॉलर्स दिले गेले तर तुम्ही नोकरी सोडाल का? जर तुमच्या नोकरीपेक्षा एक अब्ज डॉलर जास्त महत्त्वाचे असतील तर एक अब्ज डॉलर्स मिळवण्याचाच प्रयत्न तुम्ही का करत नाही? तुम्ही नेमके कोणत्या गोष्टीमुळे त्यापासून मागे राहत आहात? जर तुम्ही एक अब्ज डॉलर्ससाठी तुमची नोकरी सोडणार नसाल तर तुम्ही तसं का करणार नाही? तुम्ही आता जे करत आहात, त्याहून जास्त चांगली गोष्ट करण्यासाठी तुम्ही त्या एक अब्ज डॉलर्सचा उपयोग करून घेऊ शकणार नाही का?

१०. शेअर बाजार वधारला किंवा घसरला तरीही काहीही परिणाम न होता पैसे मिळवता येण्याजोगं आयुष्य तुम्ही जगत आहात का की बाजार कोसळण्याच्या आणि पैसा गमावण्याच्या भीतीत तुम्ही जगत आहात? तुम्ही कोणत्या प्रकारचं आयुष्य जगत आहात? का?

११. पैशाचा विचार करता, त्याच्याशी संबंधित गोष्टी तुम्ही वेगळ्या प्रकारे करू शकत असाल तर तुम्ही कोणत्या गोष्टी वेगळ्या प्रकारे कराल? जर तुम्ही वेगळ्या प्रकारे करण्याजोगी एखादी गोष्ट असेल तर ती तुम्ही आताच का करत नाही?

वास्तवांची तुलना

तुम्ही खरोखरच तेवढे धाडसी असाल तरच हा स्वाध्याय करा, असं मी सुचवण्याचं कारण असं आहे की, अशी चर्चा केल्यानंतर बहुधा तुम्हाला कोणीही मित्र उरणार नाही आणि तुम्हाला नवीन मित्र जोडण्याची गरज भासेल. तुमचे कुटुंबीय, मित्र-मैत्रिणी आणि सहकारी हे लोक तुम्हाला अपेक्षित असलेल्या संदर्भातून आले नसल्याचं तुम्हाला आढळलं तर जे लोक अशा संदर्भातून आले असतील त्यांना शोधा आणि भेटा.

यातली सगळ्यात महत्त्वाची गोष्ट अशी आहे की, पैशाचा प्रश्न आला की, तुम्हाला पैशाशी संबंधित भिन्न वास्तवं आणि वेगवेगळे लोक ज्या वेगवेगळ्या जगांतून आलेले असतात ती भिन्न जगं पाहायला मिळतील. श्रीमंत वडिलांनी असं म्हटलं होतं की, 'पैसा ही फक्त एक कल्पना आहे.' तुम्ही हे प्रश्न विचारले तर तुम्हाला अनेक भिन्न कल्पना आणि भिन्न वास्तवं असल्याचं आढळेल.

वेगवेगळे विचार व वास्तवं ऐकून घेणं आणि तुम्हाला कोणत्या प्रकारचं वास्तव किंवा आर्थिक जग हवं आहे ते ठरवणं ही या स्वाध्यायातील सगळ्यात महत्त्वाची गोष्ट आहे. दोन्ही वडिलांनी मला दोन्ही जगं पाहू दिली होती आणि मला पाहण्याची इच्छा असलेल्या, मला हवं असलेल्या जगाची मी निवड केली होती. म्हणूनच कशाची निवड करायची हा तुमचा प्रश्न आहे. जर तुमच्या कुटुंबीयांना आणि मित्र-मैत्रिणींना तुम्ही हे प्रश्न विचारले तर तुम्हाला त्यांच्या कल्पना समजतील. त्यांच्या कल्पना ऐकून घेतल्यानंतर तुम्हाला हव्या असलेल्या कल्पनेची आणि तुम्हाला जगण्याची इच्छा असलेल्या आयुष्याची तुम्ही निवड करू शकाल.

विभाग चार

तुमच्या पहिल्या पावलाच्या तरफेची शक्ती

श्रीमंत वडिलांनी असं सांगितलं होतं की, 'तुम्हाला कुठल्या प्रकारच्या जगात जगायचं आहे, ते ठरवणं ही पहिली पायरी असते. तुम्हाला गरिबांच्या, मध्यमवर्गीयांच्या जगात जगायचं आहे की श्रीमंतांच्या जगात राहायचं आहे?'

'बहुतेक लोक श्रीमंतांच्या जगात जगण्याचीच निवड करणार नाहीत का?' मी विचारलं.

'नाही,' श्रीमंत वडील म्हणाले. 'बहुतेक लोक श्रीमंतांच्या जगात जगण्याचं स्वप्न पाहतात; पण ते त्यासाठीचं पहिलं पाऊल उचलत नाहीत. आपल्याला श्रीमंतांच्या जगात जगायचं आहे असं ठरवणं हेच ते पहिलं पाऊल असतं. एकदा तुम्ही ते ठरवलं आणि तुम्ही ते खरोखरच अगदी मनापासून ठरवलं तर मग तुम्ही मागे वळून पाहत नाही. ज्या क्षणी तुम्ही ते ठरवाल, त्या क्षणीच तुमच्या जगातील प्रत्येक गोष्ट बदलेल.'

प्रकरण एकवीस

पुढे कसं जात राहावं?

मला वरचेवर असं विचारलं जातं की, 'तुम्ही तरुणपणी निवृत्त होण्याचा निर्णय घेतल्यानंतर किम आणि तुम्ही कशामुळे त्या मार्गावरून तसेच पुढे जात राहिलात?' बहुतेक वेळा मी या प्रश्नाला ठोकळेबाज, साचेबंद उत्तर देतो. मी सांगतो की, 'निश्चय, जबरदस्त इच्छा आणि ध्येयवादी दृष्टिकोन यांच्यामुळे.' मी हे वापरून वापरून गुळगुळीत झालेलं साचेबंद उत्तर देतो. कारण, माझ्याकडे बहुतेक वेळा या पुस्तकात मी आधीच ज्या गोष्टी स्पष्ट केल्या आहेत, त्या स्पष्ट करण्याइतका भरपूर वेळ नसतो; पण आता तुम्ही या पुस्तकाचं इथपर्यंत वाचन केलं आहे आणि बहुधा आतापर्यंत मी काय लिहिलं आहे ते तुम्हाला समजलंही असावं, असं वाटल्यामुळे आम्ही कशामुळे पुढे जात राहिलो याविषयीचं मी तुम्हाला जास्त सखोल, जास्त खरं स्पष्टीकरण देत आहे.

श्रीमंत वडिलांनी मला परीकथांकडे, नितीकथांकडे मोठ्या प्रमाणात झुकणाऱ्या ज्या दोन कथा वाचायला लावल्या होत्या, त्यांच्यापैकी एक कथा ही ल्युईस कॅरोलची ॲलिस्स् ॲडव्हेंचर्स इन वंडरलँड ही होती आणि थ्रु द लुकिंग ग्लास ही दुसरी कथा होती. दोन्ही कथा वेगवेगळ्या वास्तवांचा प्रवास सांगतात. *ॲलिस्स् ॲडव्हेंचर्स इन वंडरलँड*मध्ये ॲलिस पांढऱ्या सशाचा त्याच्या बिळातून पाठलाग करते आणि वेगळ्या जगात जाते. हे जग मला आर्थिक सेवा उद्योगाची आठवण करून देतं. *थ्रु द लुकिंग ग्लास*मध्ये ॲलीस पुन्हा एकदा आरशाच्या माध्यमातून दुसऱ्या एका वास्तवातून प्रवास करते. आरशाच्या मागे ॲलिसला आरशातून वाचायची पुस्तकं सापडतात आणि ती आरशासमोर धरल्याखेरीज वाचता येत नसतात. ही गोष्ट मला बरीचशी वैयक्तिक आर्थिक विवरणपत्रासारखी वाटते. श्रीमंत वडिलांच्या दृष्टीनं, एका वास्तवातून दुसऱ्या वास्तवात प्रवास करणं ही या दोन्ही कथांची कल्पना होती. श्रीमंत वडिलांनी असं म्हटलं होतं की, 'यातली समस्या अशी आहे की, बहुतेक लोक फक्त एकाच वास्तवात जगतात आणि आपलं वास्तव हेच फक्त एकमेव वास्तव आहे, असा विचार करतात.'

वरचेवर विचारल्या जाणाऱ्या प्रश्नाचं उत्तर

बऱ्याच वेळा मला असा प्रश्न विचारला जातो की, 'तुम्ही आणि किम कशामुळे तसेच पुढे जात राहिलात? तुमच्याकडे पैसा नसताना, नोकरी नसताना आणि आर्थिकदृष्ट्या तुम्ही कफल्लक झालेले असतानाही तुम्ही तसेच पुढे कसे काय जात राहिलात?' मी साध्या साचेबंद शब्दांत उत्तर देतो की, 'यासाठी निश्चयाची गरज असते' किंवा 'आम्ही कधीच मागे जाणार नव्हतो हे मला माहिती होतं.' पण ही ठोकळेबाज उत्तरं खरी कथा सांगत नाहीत. खरं स्पष्टीकरण सांगण्यास मी बिचकतो, कारण त्याचं उत्तर हे बहुतेक लोकांच्या वास्तवाच्या पलीकडचं असतं, त्यामुळे मी थोडंसंच बोलून वेळ मारून नेतो.

अलीकडेच एका चर्चासत्रात किम आणि मी तसेच पुढे वाटचाल करत कसे काय राहिलो, याचं जास्त संपूर्ण स्पष्टीकरण देण्यासाठी मला जास्त वेळ मिळाला होता. तुम्ही हे पुस्तक इतकं वाचलं आहे म्हणून त्या वर्गात मी जे सांगितलं तेच मी आता तुम्हालाही सांगणार आहे. आम्ही कसे वाटचाल करत राहिलो, याचं ते संपूर्ण उत्तर आहे असं मला वाटत नाही; पण ते उत्तर तुमच्या विचाराला थोडं जास्त खाद्य पुरवेल असं मला वाटतं.

चर्चासत्र संपत आलेलं असताना एका विद्यार्थ्यानं हात वर केला आणि विचारलं, 'ज्या वेळी अतिशय हताशेचा काळ होता, त्या वेळी तुम्ही आणि किम तसेच पुढे कसे काय जात राहिलात? तुम्ही आतापर्यंत जी कारणं सांगत आला आहात ती नव्हे, तर मला खरं कारण ऐकायचं आहे.'

उत्तर

मी त्याच्या विनंतीचा क्षणभर विचार केला आणि एकदा किमनं आणि मी तरुणपणी निवृत्त होण्याचं आणि श्रीमंत होऊन निवृत्त होण्याचं ठरवल्यानंतर आम्ही ती वाटचाल तशीच पुढे कशी सुरू ठेवली, त्यासाठी आमच्याकडे कुठली प्रेरणा होती ते उघड करावं असं ठरवलं. मी स्पष्टीकरण देण्यास सुरुवात केली :

'मी विशीत असताना श्रीमंत वडिलांनी मला एक प्रश्न विचारला होता. त्याच्यातूनच त्या वेळी ते मला देणार असलेल्या धड्याची सुरुवात झाली होती. तो धडा आणि ते संभाषण माझ्या मनात अनेक वर्षं टिकून राहिलं. आता श्रीमंत वडील नसले तरीही मी त्या धड्याचा आढावा घेतो आणि आणखी उत्तरं शोधतो.

पैशाची गरज नसलेलं, जोखीम नसलेलं जग

'जर अजिबात जोखीम नसली आणि श्रीमंत होण्यासाठी पैशाची गरज भासली नाही तर तू काय करशील?' श्रीमंत वडिलांनी मला विचारलं.

'जोखीमही नाही आणि पैसाही नाही?' मी पुनरुक्ती केली, कारण श्रीमंत वडिलांना यातून काय म्हणायचं होतं ते मला निश्चितपणे समजत नव्हतं. 'हा प्रश्न का विचारता?' मी अखेरीस विचारलं. 'असं जग अस्तित्वात नसतं.'

श्रीमंत वडिलांनी मला खाली बसायला लावलं आणि क्षणभर माझ्या उत्तराचा मला विचार करायला लावला. त्यांच्या मौनातून मला शांतपणे बसून माझंच उत्तर मी लक्षपूर्वक ऐकावं आणि त्याचा पुनर्विचार करावा, असा संकेत मिळाला होता. माझ्या उत्तराचा मी पुनर्विचार केल्याचं एकदा त्यांना समजल्यावर अखेरीस ते म्हणाले, 'असं जग अस्तित्वातच नसतं याविषयी तुझी खात्री आहे का?'

'जोखीम नसलेलं आणि पैशाची गरज नसलेलं जग?' मी विचारलं. आम्ही त्याच मुद्द्यांवर चर्चा करत असल्याची मी पुन्हा एकदा खात्री करून घेतली. त्या वेळी मला 'गुंतवणूक करणं धोकादायक असतं. पैसा मिळवण्यासाठी पैशाची गरज असते,' हे माझ्या स्वतःच्या वडिलांचे शब्द ऐकू येत होते.

श्रीमंत वडिलांनी मान डोलावली आणि ते म्हणाले, 'होय. जर असं जग अस्तित्वात असलं तर तू काय करशील?'

'मी ते शोधून काढेन,' मी म्हणालो, 'पण अर्थातच ते अस्तित्वात असलं तर.'

'पण ते अस्तित्वात का असणार नाही?' श्रीमंत वडिलांनी विचारलं.

'कारण, ते अशक्य आहे,' मी उत्तर दिलं. 'जिथे आर्थिक जोखीम नाही किंवा श्रीमंत होण्यासाठी पैशांची गरज भासत नाही, असं जग कसं काय अस्तित्वात असू शकेल?'

'ठीक आहे, जर असं जग अस्तित्वात असणारच नाही असं तू आधीच ठरवून ठेवलं असशील तर ते असू शकत नाही,' श्रीमंत वडील हळुवारपणे म्हणाले.

'म्हणजे ते अस्तित्वात आहे, असं तुम्हाला म्हणायचं आहे का?' मी विचारलं.

'मला काय वाटतं हे महत्त्वाचं नाही. तू काय विचार करतोस हे महत्त्वाचं आहे,' श्रीमंत वडील म्हणाले. 'तू जर ते अस्तित्वात नाही असं म्हणालास तर ते अस्तित्वात नाही. मी काय विचार करतो ते अप्रस्तुत आहे, अगदी किरकोळ आहे.'

'पण असं जग असणं अशक्य आहे,' मी पुनरुक्ती केली. 'मला माहिती आहे की, ते असणं अशक्यच आहे. जोखीम असलीच पाहिजे.'

'मग ते जग अस्तित्वात नाही,' श्रीमंत वडील खांदे उडवत म्हणाले. 'तुला जर ते असणं अशक्य आहे, असं वाटत असेल, तर ते अशक्यच आहे,' श्रीमंत वडील आता माझ्या प्रश्नाचं उत्तर थोडं जास्तच जोरदारपणे देत होते आणि त्यांच्या आवाजात नैराश्याचीही किंचितशी झाक होती. 'असं जगात अस्तित्वात नाही, कारण अद्यापही तुझ्याकडे तुझ्या वडिलांचं वास्तव आणि त्यांचे विश्वास आहेत. तू त्या समजुतींना, त्या विश्वासांना चिकटून राहिला आहेत, कारण त्याच वास्तवात तू लहानाचा मोठा झालास. हे वास्तव बदलण्याची तुझी स्वतःची इच्छा असल्याशिवाय मी तुला फारसं काही शिकवू शकणार नाही. मी तुला श्रीमंत कसं व्हावं याविषयीची अधिकाधिक उत्तरं देऊ शकेन; पण जर तू पैशाविषयीच्या आणि आयुष्य कसं असतं, याविषयीच्या तुझ्या कुटुंबाच्या वास्तवाशी चिकटून राहिलास तर माझी उत्तरं चांगली ठरणार नाहीत.'

'पण पैसाही नाही आणि जोखीमही नाही? काहीतरीच काय,' मी म्हणालो. 'खरं असेल ते सांगा. पैसा आणि जोखीम या दोन्हीही गोष्टी नसलेलं जग असतं यावर कोणीच विश्वास ठेवणार नाही.'

'ते मला माहिती आहे,' श्रीमंत वडील म्हणाले. 'म्हणूनच अनेक लोक नोकरीतील सुरक्षिततेला चिकटून राहतात आणि गुंतवणूक जोखमीची असते किंवा पैसा मिळवण्यासाठी पैशाची गरज असते, असं समजतात. आपल्या या समजुतीविषयी ते स्वतःला प्रश्न विचारत नाहीत. ते आपल्या समजुतींना आव्हान देत नाहीत. त्याऐवजी ते आपल्या समजुतींवर विश्वास ठेवतात आणि त्यांना खऱ्या मानतात. याखेरीजही आणखी एखादं वास्तव किंवा एखादी वेगळी समजूत असू शकेल का, असा प्रश्न ते कधीच विचारत नाहीत. तुमचा विश्वास असलेल्या समजुतींना आव्हान दिल्याखेरीज, त्यांच्याविषयी प्रश्नचिन्ह निर्माण केल्याखेरीज तुम्ही कधीही जास्त श्रीमंत होऊ शकत नाही म्हणूनच अतिशय थोडेच लोक श्रीमंत किंवा खऱ्या अर्थानं आर्थिकदृष्ट्या मुक्त बनू शकतात; पण तू अजूनही प्रश्नाचं उत्तर दिलंच नाहीस.'

'मग मला पुन्हा एकदा तो प्रश्न काय आहे ते सांगा,' मी म्हणालो. मी निराश झालो होतो आणि माझ्या समजुतींना मी प्रश्न विचारत नाही, असं ते म्हणत होते, त्याचा काय अर्थ होता, याचं मला आश्चर्यही वाटत होतं.

'माझा प्रश्न असा होता की, जर जोखीम नसेल आणि श्रीमंत बनण्यासाठी पैशाची गरज नसेल तर तू काय करशील?' श्रीमंत वडील म्हणाले. त्यांनी जाणीवपूर्वक एकेका शब्दावर भर देत हळूहळू शब्द उच्चारत विचारलं. माझी प्रतिक्रिया नेमकी समजून घेण्याचा जास्तीत जास्त प्रयत्न करत त्यांनी मला तो प्रश्न ऐकवला.

'मला अजूनही हा प्रश्न हास्यास्पद वाटतोय; पण तरीही मी त्याचं उत्तर देण्याचा प्रयत्न करतो,' मी उत्तर दिलं.

'तू याला हास्यास्पद प्रश्न का म्हणतोस?' श्रीमंत वडिलांनी विचारलं.

'कारण, अशा प्रकारचं जग अस्तित्वात नाही,' मी फटकारल्यासारखं म्हटलं. 'हा एक वेडगळ प्रश्न आहे आणि आपल्या वेळेचा अपव्यय आहे. अशा प्रश्नाचं मी उत्तर तरी का द्यावं किंवा त्याचा विचार तरी का करावा?'

'ठीक आहे, ठीक आहे,' श्रीमंत वडील म्हणाले, 'मला माझ्या प्रश्नाचं उत्तर मिळालं. मला तुझ्या मनात खोलवर रुजलेली समजूत ऐकू आली. तुझ्या दृष्टीनं अशा जगाचा विचारसुद्धा करणं हा वेळेचा अपव्यय आहे, त्यामुळे या प्रश्नाचा विचार करण्याची तसदीही तू घेणार नाहीत. तू आधीच ठरवून टाकलं आहेस की अशा प्रकारचं जग अस्तित्वात नाही म्हणून या प्रश्नाचा विचार करणं हा वेळेचा अपव्यय आहे. तुझ्या समजुतीला प्रश्न विचारण्याची तुझी इच्छा नाही. म्हणून असं जग अस्तित्वात असतं याचा तू विचारही करत नाहीस, तुला त्याचा विचार करण्याची इच्छाच नाही. तुला फक्त तू नेहमी ज्या पद्धतीनं विचार करत आला आहेस, त्याच पद्धतीनं विचार करत राहायचं आहे. तुला श्रीमंत व्हायचं आहे; पण पैसा गमावण्याच्या भीतीत किंवा तुझ्याकडे पुरेसा पैसा नसेल अशा समजुतीत तुला जगत राहायचं आहे. माझ्या दृष्टीनं हे आश्चर्यकारक वास्तव आहे; पण मी तुझं उत्तर स्वीकारू शकतो. मी तुझ्या समजुती समजून घेऊ शकतो, कारण या सगळ्या अत्यंत सर्वसामान्य सामाईक समजुती आहेत.'

'नाही, नाही, नाही,' मी म्हणालो. 'मी तुमच्या प्रश्नाचं उत्तर देईन. मी फक्त तुम्हाला एवढंच विचारत आहे की, असं जग अस्तित्वात आहे असं तुम्हाला म्हणायचं आहे का?' मी आवाज चढवून म्हणालो. मी संतापलो होतो आणि बचावात्मक पवित्रा घेतला होता.

श्रीमंत वडील शांतपणे बसून राहिले. त्यांनी पुन्हा एकदा माझ्या प्रश्नाचं उत्तर दिलं नव्हतं आणि माझं बोलणं मलाच ऐकायला लावलं होतं. ते मला माझं वास्तव लक्षपूर्वक ऐकायला लावत होते.

'अशा प्रकारचं जग अस्तित्वात आहे, यावर मी विश्वास ठेवावा, असं तुम्हाला वाटतं का?' मी संतप्तपणे विचारलं.

'मी तुला पुन्हा एकदा सांगतो,' श्रीमंत वडील म्हणाले. 'माझा कशावर विश्वास आहे याने काहीही फरक पडत नाही. तू कशावर विश्वास ठेवतोस हाच खरा प्रश्न आहे.'

'बरं, ठीक आहे,' मी म्हणालो. 'जर असं जग अस्तित्वात असेल – म्हणजे आर्थिक जोखीम नसलेलं आणि ज्या जगात श्रीमंत होण्यासाठी पैशाची गरज भासत नाही असं जग अस्तित्वात असेल तर मी कधी स्वप्नातसुद्धा कल्पना केली नसेल इतका जास्त श्रीमंत असेन. मी घाबरणार नाही. माझ्याकडे पैसा नाही असं कारण मी देणार नाही किंवा मी अपयशी होऊ शकेन अशी भीती मला वाटणार नाही. मी अमर्याद समृद्धीच्या जगात जगत असेन. या जगात मला हवी ती गोष्ट मला मिळू शकेल. मी एका अगदी पूर्णपणे वेगळ्या जगात जगत असेन, अर्थातच ज्या जगात मी वाढलो, मोठा झालो ते हे जग नसेल.'

'म्हणजे असं जग अस्तित्वात असेल तर ते प्रवास करण्याच्या योग्यतेचं असेल ना?' श्रीमंत वडिलांनी विचारलं.

'अर्थात,' मी तीक्ष्ण स्वरात उत्तर दिलं. 'असा प्रवास कोण करणार नाही?'

श्रीमंत वडिलांनी मूकपणे खांदे उडवले आणि पुन्हा एकदा माझेच शब्द मला ऐकू दिले.

'म्हणजे असं जग अस्तित्वात आहे, असं तुम्ही म्हणत आहात. होय ना?' मी पुन्हा एकदा माझा आधीचाच प्रश्न विचारला.

'हे तू ठरवायचं आहेस. कुठल्या प्रकारचं जग अस्तित्वात आहे ते तू ठरवायचं आहे. ते तुझ्यासाठी मी करू शकत नाही,' श्रीमंत वडील म्हणाले. 'मला कुठलं जग अस्तित्वात आहे असं मानायचं आहे, त्याचा निर्णय मी कित्येक वर्षांपूर्वी घेतला आहे.'

'तुम्हाला तुमचं जग सापडलं का?' मी विचारलं.

श्रीमंत वडिलांनी या प्रश्नाचं उत्तर कधीच दिलं नाही. त्यांनी नेहमी एकच उत्तर दिलं होतं, 'तुला ॲलिसची आणि आरशाची गोष्ट माहिती आहे का?'

मी मान डोलावून संमती दर्शवली.

'अनेक वर्षांपूर्वी मी त्या आरशातून पलीकडे गेलो होतो. अशा प्रकारचं जग अस्तित्वात असतं, आहे यावर तुझा विश्वास असेल तर तूही आरशातून पलीकडे जाण्याचा प्रवास करण्याचा निर्णय घेऊ शकतोस. जर ते अस्तित्वात नाही असं तुला वाटत असेल तर तुला तिथे फक्त एक आरसाच दिसेल आणि तू आरशाच्या या बाजूलाच राहशील. त्या वेळी तू नेहमीच स्वतःकडेच पाहत राहशील, स्वतःकडेच पाहशील, स्वतःकडेच पाहशील.'

मी वर्गात दिलेलं उत्तर

मी ही कथा वर्गात सांगितली, त्या वेळी तिथे शांतता पसरली होती. माझं उत्तर तिथे कोणाला अर्थपूर्ण वाटलं होतं का ते मला माहिती नाही. त्यांना ते अर्थपूर्ण वाटलं होतं की नव्हतं याचा विचार न करता मी त्यांना या कथेमागची कथा सांगितली. माझं उत्तर आवरतं घेत मी म्हणालो, 'तर याच वेळी माझ्या प्रवासाला सुरुवात झाली. श्रीमंत वडिलांशी झालेल्या माझ्या त्या संभाषणानंतर मी अतिशय चौकस बनलो. माझी जिज्ञासा खूपच चाळवली गेली. त्यानंतर त्यांनी अनेक वर्षांपूर्वी जे म्हटलं होतं, त्याचा मी विचार केला. मी त्याचा जितका जास्त विचार केला, तितक्या जास्त प्रमाणात त्यांनी जे म्हटलं होतं ती गोष्ट शक्यतेच्या कोटीतील असल्यासारखं जास्तीत जास्त प्रमाणात मला वाटू लागलं. मी तिशीत असताना मला हे माहिती होतं की माझं वास्तव मी ताणलं पाहिजे, व्यापक बनवलं पाहिजे. माझ्या शालेय जीवनात मी श्रीमंत वडिलांबरोबर घालवलेले दिवस संपले होते हे मला माहिती होतं. माझं वास्तव बदलण्याचं आणि माझा प्रवास सुरू करण्याचं मी ठरवल्याखेरीज श्रीमंत वडील आता मला खूप काही शिकवू शकत नव्हते किंवा आणखी उत्तर देऊ शकणार नव्हते हे मला माहिती होतं. आणखी उत्तरांची मला काहीच मदत होणार नव्हती. मला नवीन व्यापक संदर्भाची गरज होती. नेहमीच म्हटलं जातं, त्याप्रमाणे आता घरट्यातून उडण्याची वेळ झाली होती हे मला माहिती होतं. अशा प्रकारचं जग अस्तित्वात होतं का ते मला माहिती नव्हतं; पण मला ते शक्यतेच्या कोटीत असावं असं वाटत होतं म्हणून अशा प्रकारचं जग अस्तित्वात होतं असा निर्णय मी घेतल्यानंतर माझा प्रवास सुरू झाला आणि त्यामुळे अशा प्रकारचं जग शक्यतेच्या कोटीत आलं. त्या निर्णयाबरोबरच मी त्या जगाच्या शोधात निघालो. ज्या जगात जोखीम नसते आणि जिथे पैसा मिळवण्यासाठी पैशाचा वापर करण्याची गरज भासत नाही, अशा जगाच्या शोधात मी निघालो. मला स्वतःकडेच आरशात बघून बघून आणि मला जे दिसत होतं ते पाहून कंटाळा आला होता. त्याच वेळी मी त्या आरशातून त्या जगाच्या शोधासाठी पुढे निघालो.'

वर्ग शांत राहिला. त्यांच्यापैकी काही जणांचं मन त्या कल्पनेसाठी खुलं झालं होतं हे मला माहिती होतं, तर काही जण त्या कल्पनेशी अजूनही झगडत होते. एका मुलानं हात वर केला आणि विचारलं, 'म्हणजे अशा प्रकारचं जग अस्तित्वात असतं यावर तुमचा विश्वास आहे? म्हणजे तुम्ही आम्हाला हेच सांगत आहात ना?'

मी त्याच्या प्रश्नाचं उत्तर दिलं नाही, त्याऐवजी मी ती कथा पुढे सांगू लागलो. 'अशा प्रकारचं जग कदाचित अस्तित्वात असू शकेल हा निर्णय घेतल्यानंतर लवकरच मी किमची भेट घेतली आणि मी कोणत्या प्रवासावर निघणार आहे, त्याची तिला माहिती दिली. काही कारणानं तिलाही माझ्यासोबत येण्याची इच्छा होती. ती म्हणाली, 'ठीक आहे, माझं आताचं जे वास्तव आहे, त्यामध्ये तू जे सांगत आहेस ते बसत नाही. आयुष्यभर नोकरी करत राहणं हे माझं वास्तव आहे. माझं हे सध्याचं वास्तव मला आवडत नाही म्हणून मला नवीन वास्तवाचा शोध घेण्याची इच्छा आहे.'

माझ्याकडून उत्तर मिळवण्याचा प्रयत्न करत असलेल्या त्या विद्यार्थ्यानं आता अखेरीस त्याचा हात खाली घेतला आणि तो फक्त लक्षपूर्वक ऐकू लागला. 'अशा प्रकारच्या वेडगळ

विचाराचा पाठपुरावा करण्याची इच्छा असलेली किम हीच मला भेटलेली एकमेव स्त्री होती. तिला हे सांगताना मी थोडासा संकोचलो होतो, बिचकत होतो; पण तिने माझ्या कल्पना फेटाळून लावल्या नाहीत. त्याऐवजी जे जग अस्तित्वात असणं शक्य आहे असं मला वाटत होतं त्या जगाविषयी ती अनेक दिवस माझं बोलणं ऐकत राहिली. त्याच वेळी आमचा प्रवास सुरू झाला होता. तो पैशाविषयीचा नव्हता, तर तो एका वेगळ्या जगाचा शोध घेण्याविषयीचा होता. म्हणून अखेरीस मी तुम्हा सगळ्यांना अगदी प्रामाणिकपणे हेच सांगतो की, इतर कुठल्याही गोष्टीपेक्षा या जगाचा शोध घेणं याच गोष्टीमुळे किम आणि मी तशीच वाटचाल करत पुढे जात राहिलो.'

त्या खोलीत एक प्रदीर्घ शांतता भरून राहिली होती. अचानकच एका मुलानं हात वर केला आणि विचारलं, 'म्हणजे तुम्हाला ते सापडलं? तुम्हाला ते सापडलं का ते मला सांगा. मलाही तिथे जायचं आहे. मला पैसा कमावण्यात माझ्या आयुष्याची ५० वर्षं घालवायची नाहीत. मला आयुष्यभर पैशाचे आदेश पाळत आणि आपल्याकडे पुरेसे पैसे नसतील अशी भीती बाळगत बसण्याची इच्छा नाही. असं दुसऱ्या प्रकारचं जग अस्तित्वात असेल तर ते मला सांगा.'

मी क्षणभर थांबलो. श्रीमंत वडिलांनी वर्षानुवर्षं आमच्या बाबतीत हेच केलं होतं. मी त्याला त्याचे शब्द आणि त्याचं वास्तव ऐकू दिलं. 'हे तू ठरवायचं आहेस,' मी अखेरीस काही क्षणांनंतर त्याला उत्तर दिलं. 'हे जग म्हणजे माझा ज्याच्यावर विश्वास आहे ते नव्हे. ते तुझा ज्याच्यावर विश्वास असेल ते जग असेल. जर असं जग तुझ्यासाठी अस्तित्वात आहे असा तुझा विश्वास असेल तर तू आरशातून प्रवास करून पलीकडे जाशील. जर तुझा विश्वास नसेल तर तू आरशाच्या याच बाजूला राहशील आणि स्वतःकडे पाहत बसशील. ज्या वेळी पैशाचा प्रश्न येतो, त्या वेळी काय वास्तव आहे, काय खरी गोष्ट आहे आणि तुला कोणत्या वास्तवात जगायचं आहे हे ठरवण्याची ताकद तुझ्याकडेच असते.' वर्ग संपला होता. बहुतेक लोक सखोल विचारात बुडले होते. माझी कागदपत्रं ब्रिफकेसमध्ये भरून मी निघत असताना मी त्यांच्याकडे वळलो आणि म्हणालो, 'तुम्ही लक्षपूर्वक ऐकल्याबद्दल मी तुमचा आभारी आहे. तुम्ही संपूर्ण लक्ष एकवटून ऐकल्याबद्दल मी आभारी आहे. आता वर्ग संपला आहे.'

उपसंहार

सन १९९४च्या फॉलमध्ये किमनं आणि मी एक मोठी सुट्टी घेतली आणि आम्ही फिजीला गेलो. माझ्या एका मित्रानं त्या लहानशा, खासगी बेटावरचं एक लहान, निवडक रेस्टॉरंट मला सुचवलं होतं. एके सकाळी सूर्योदयाआधी हॉटेलच्या एका कर्मचाऱ्यानं आमच्या ऐष-आरामी 'ग्रास हट'मध्ये आम्हाला अभिवादन केलं. 'तुमचे घोडे सज्ज आहेत,' तो स्मित करत कुजबुजत्या आवाजात म्हणाला.

आम्ही गेले पाच दिवस तिथे राहिलो होतो. प्रशांत महासागराच्या स्फटिकासारख्या चमकदार, निळ्याशार पाण्यानं वेढलेल्या सुंदर बेटावरच्या त्या स्वर्गात अखेरीस मला निवांतपणा लाभला होता आणि मी सगळ्या विचारांपासून दूर राहून तिथल्या वातावरणाशी जास्तीत जास्त एकरूप होत चाललो होतो. ब्रिटिश कोलंबियातील व्हँकुव्हरच्या उत्तरेला असलेल्या व्हिसलर माऊंटनमध्ये मी किमबरोबर बसलो होतो, त्याला आता नऊ वर्षं लोटली होती. त्या वेळी बर्फानं वेढलेल्या अवस्थेत, गोठवणाऱ्या थंडीत आम्ही आमच्या आर्थिक मुक्ततेची योजना तयार केली होती. मी घोड्यावर चढत असताना त्या गोठवणाऱ्या थंडीतील पर्वतांमधील त्या रात्रीकडे माझे विचार धावत मागे गेले होते. खोगीरात पाय व्यवस्थित ठेवत असताना माझ्या मनात आता आमच्या आयुष्यात किती वेगळ्या प्रकारच्या गोष्टी होत्या, असा विचार आल्याखेरीज राहिला नाही. आता आम्ही थंडीनं काकडत नव्हतो आणि आता आम्ही सगळे पैसे संपल्यामुळे गरिबीतही जगत नव्हतो. आता आमच्याकडे प्रचंड पैसा असण्यापेक्षाही आणखी एक महत्त्वाची गोष्ट होती. आम्ही आर्थिकदृष्ट्या मुक्त होतो. आता यापुढे आम्हाला उर्वरित आयुष्यभर पैशासाठी श्रम करत बसण्याची गरज नव्हती.

त्या सुंदर पांढऱ्या वाळूच्या किनारपट्टीवरून मंद गतीनं टापा टाकत घोडे इकडेतिकडे फिरत होते. तोपर्यंत तिथे अंधारच पसरलेला असल्यामुळे मला तिथे काहीच स्पष्ट दिसत नव्हतं, तरीही अगदी थोड्याच फुटांवर असलेल्या समुद्राच्या लाटांचा आवाज मला ऐकू येत होता आणि किनारपट्टीवर आखलेल्या त्या अरुंद मार्गावरून घोडा थोडासा वळल्यानंतर मला समुद्रावरून येणारी वाऱ्याची झुळूकही जाणवली होती. त्या बेटाच्या मातीचा आणि उष्णकटिबंधीय वनस्पतींचा गंध खारट हवेत मिसळून गेला होता. त्या गंधानं आणि समुद्राच्या गाजेनं मला पुन्हा एकदा माझ्या बालपणीच्या हवाईत नेलं. त्या काळात हवाई हे हवाईच होतं, त्याचं मूळचं स्वरूप तोपर्यंत तसंच अबाधित होतं. त्या वेळी मी करत

असलेली घोड्यावरची रपेट अल्पकालीन असली तरी त्या आठवणींनी माझं आयुष्य व्यापून टाकलं होतं.

सुमारे अर्ध्या तासाच्या रपेटीनंतर हॉटेलमधील त्या कर्मचाऱ्यानं घोड्यांना थांबवलं आणि आम्हाला जमिनीवर उतरण्यास मदत केली. मला जवळच वाऱ्यावर नृत्य करणाऱ्या अनेक मेणबत्त्यांच्या ज्वाळा दिसत होत्या. गाईडनं आमचे हात धरले आणि हळूहळू तो आम्हाला त्या मेणबत्त्यांच्या दिशेनं घेऊन गेला. वाळूत ठेवण्यात आलेल्या एका टेबलावरच्या पांढऱ्या टेबलक्लॉथवर त्या मेणबत्त्या मांडण्यात आल्या होत्या. हळुवारपणे झेपावणाऱ्या लाटांपासून ते टेबल केवळ काही फुटांवर होतं. जगातील सगळ्यात सुंदर रेस्टॉरंटमधील त्या एकमेव टेबलाजवळ त्या कर्मचाऱ्यानं किमला आणि मला बसवलं. आम्हाला तिथे बसवल्यानंतर माझ्या पत्नीच्या आवडत्या शॅंपेनची बाटली घेऊन दुसरा कर्मचारी तिथे आला. त्या मेणबत्तीच्या मंद प्रकाशात किमनं आणि मी एकमेकांचं अभिष्टचिंतन केलं आणि आमच्या प्रवासासाठीही आम्ही एकमेकांना शुभेच्छा दिल्या. माझ्या सुंदर पत्नीविषयी माझ्या मनात त्या वेळी जितकं प्रेम दाटून आलं होतं, तितकं प्रेम संपूर्ण आयुष्यात कधीच माझ्या मनात दाटून आलं नव्हतं. आम्ही एकमेकांशी काहीच बोललो नाही. आम्ही फक्त शांतपणानं एका हातात शॅंपेनचे ग्लास घेतले आणि त्या छोट्याशा टेबलावरून एकमेकांचा दुसरा हात हातात घेतला. त्यानंतर आम्ही नजरेनंच एकमेकांना सांगितलं की, 'आभारी आहे आणि तुझ्यावर माझं प्रेम आहे.' आम्ही आमचं ध्येय गाठलं होतं.

जणू काही त्याच वेळी एखादा संकेत मिळाल्याप्रमाणे महासागराच्या क्षितिजाजवळचा भाग सूर्यप्रकाशानं उजळून निघाला आणि आमच्या आजूबाजूला दिसत असलेला निसर्गाचा तो 'मास्टरपीस' आम्ही न्याहाळू लागलो. आम्हाला एका बाजूला महासागराजवळून वर आलेलं वैभवशाली हिरवंगार बेट दिसत होतं. आमच्यासमोर सुरेख, शुद्ध पांढरीशुभ्र वाळू पसरली होती आणि आमच्या मागच्या बाजूला उंच हिरवेगार वृक्ष होते. आता पक्ष्यांचा किलबिलाटही सुरू झाला होता. किनारपट्टीपासून दूरवर शांत, निळा महासागर पसरला होता आणि त्या वाळूवर जणू काही सगळ्याच गोष्टी एकत्र आल्यासारख्या वाटत असल्यामुळे तो सूर्याला अभिवादन करत होता.

आम्ही जणू काही पाण्यातूनच होणारा आणि आमच्या सभोवतालचं सौंदर्भ उजळवून टाकणारा सूर्योदय अतिशय तन्मयतेनं बघत असतानाच वेटरनं आमचा नाष्टा आणला. त्यात ताजी उष्णकटिबंधीय फळं होती. त्या वेटरखेरीज त्या किनारपट्टीवर फक्त आम्ही दोघंच होतो. नैसर्गिक आवाज वगळता तिथे परिपूर्ण शांतता होती. तिथे शेजारी नव्हते, कार नव्हत्या, किनाऱ्यावर ये-जा करणारे लोक नव्हते, मोठ्या आवाजात लावलेलं संगीत नव्हतं आणि सेल फोनही नव्हते. सगळ्यात उत्तम गोष्ट म्हणजे तिथे पुन्हा कामासाठी जावं लागणारा व्यवसाय नव्हता. बैठका नव्हत्या, डेडलाइन्स नव्हत्या. अंदाजपत्रकं नव्हती. व्यवसाय संपला होता. त्याने त्याचं काम पूर्ण केलं होतं आणि आम्ही तो विकून टाकला होता. आम्हाला आमचं स्वातंत्र्य सोडून घरी जाण्यासारखं काहीच काम नव्हतं. त्या वेळी तिथे आमच्यासाठी फक्त किम आणि मी आणि ते झपाटून टाकणारं सौंदर्य - म्हणजेच देवाची ती भव्यदिव्य निर्मिती एवढ्याच गोष्टी होत्या.

एकदा समुद्राच्या पाण्यातून बाहेर पडून सूर्य स्वतंत्रपणे उगवून प्रकाशू लागल्यानंतर माझ्या डोक्यात अचानकच कुठला तरी विचार चमकून गेला. माझी नजर अंधुक बनली नव्हती. पण ती थरथरत होती आणि नंतर माझं सर्वांग अत्यल्प प्रमाणात शहारलं, थरथरलं. तो एक छोटासा भूकंप होता. त्याची लाट माझ्या शरीरातून आणि आत्म्यातून अचानकच लहरत गेली. माझ्या अंतर्यामीची कुठली तरी सखोल गोष्ट बदलत होती. त्या अनुभवानं मला आणखी निवांत बनवलं, सैलावून टाकलं. पाण्यावरून सूर्याचा उबदारपणा आमच्यापर्यंत पोहचला होता आणि त्याबरोबर माझ्या छातीत कृतज्ञतेची अतिशय तीव्र भावना निर्माण झाली आणि ती शरीरभर पसरली. माझ्या लक्षातही न येता माझा संदर्भ पूर्णपणे बदलला होता. मी त्या आरशातून आरपार गेलो होतो आणि आता अगदी स्पष्टपणे मला नवीन जीवनमार्ग दिसत होता. मी रडू लागलो; पण दुःखानं नव्हे. त्या परिपूर्णतेच्या, वैपुल्याच्या आणि समृद्धीच्या प्रचंड आश्चर्यानं फक्त मला आणि किमलाच वेढलं नव्हतं, तर आपल्याला सगळ्यांनाच वेढलेलं आहे या जाणिवेपोटी माझ्या डोळ्यांतून अश्रू ओघळत होते.

हळूहळू माझ्या लक्षात आलं की, आपल्याकडे पुरेशा गोष्टी नाहीत किंवा नसतील या भीतीनं मला पृथ्वीवरच्या इथल्या आयुष्यानं आपल्याला देऊ केलेल्या वैपुल्याचा आनंद घेण्यापासून रोखलं होतं. माझा श्रीमंत होण्याचा संघर्ष हा आपण गरीब राहू या भीतीविरुद्धचा माझा वैयक्तिक संघर्ष होता, हे माझ्या लक्षात आलं. 'तुमची भीतीच तुम्हाला तुमचा स्वतःचा कैदी बनवते. तुमची भीतीच तुम्हाला तुमच्या स्वतःच्या तुरुंगात डांबते आणि हा तुरुंग देवाच्या अमोघ कृपेला आत येऊ देत नाही,' असं माझे श्रीमंत वडील का म्हणत होते तेही माझ्या लक्षात आलं. माझं मन माझ्या तारुण्याकडे ओढलं गेलं आणि मला श्रीमंत वडिलांचे शब्द ऐकू येऊ लागले, 'अनेकदा आपण एकटे आहोत, असा आपण विचार करतो. जगण्यासाठी आपल्याला आपलं काम करावंच लागणार आहे, असा विचारही आपण अनेकदा करतो. आपल्याला नेहमीच असं शिकवलं जातं की, पृथ्वीवर जो जास्त ताकदवान असतो तोच टिकतो आणि आपण जर ताकदवान नसू तर आपण जगणार नाही. ही विचारपद्धती एखाद्या कैद्याची आहे. अनेक लोक आपल्या आर्थिक भीतीचे कैदी असतात म्हणूनच ते सुरक्षिततेच्या धाग्याला चिकटून राहतात. लोभी बनतात आणि आर्थिक स्वातंत्र्याचा शोध घेण्याऐवजी मांसरहीत हाडासाठी भांडणाऱ्या उपाशी कुत्र्यांसारखे पैशाच्या तुकड्यांसाठी भांडत राहतात.

'तुमचं स्वतःचं स्वातंत्र्य शोधणं ही सोपी गोष्ट असते. पहिल्यांदा देवाला तुमच्याकडून काय करवून घ्यायचं आहे ते पाहा आणि ते अगदी बारकाईनं पाहा. त्यानंतर देवानं तुम्हाला दिलेल्या देणग्यांच्या साहाय्यानं त्याला तुम्ही काय केलं पाहिजे, असं वाटतं ते पाहा. तुम्ही ही गोष्ट प्रामाणिकपणे केली तर तुमच्या आयुष्यावर देवाच्या अमोघ कृपेचा, त्या समृद्धीचा वर्षाव होईल. उदरनिर्वाहासाठी पैसा कमावणं हेच आयुष्य नाही. पक्ष्यांकडे, वनस्पतींकडे आणि तुमच्या सभोवतालच्या सगळ्या निर्मितीकडे पाहा. पक्षी जगण्यासाठी पैसा कमावत नाहीत. पक्षी आणि देवाच्या इतर निर्मिती फक्त त्यांना इथे जे करण्यासाठी पाठवलेलं असतं तेच करतात. तुम्ही फक्त देवावर विश्वास ठेवला आणि तुम्हाला इथे जे करण्यासाठी पाठवण्यात आलं आहे तेच करत राहिलात तर तुमच्यावर कायम देवाची कृपा राहील, तुम्हाला समृद्धी लाभेल.'

श्रीमंत वडील असंही म्हणत असत की, 'तुम्ही पक्ष्यांचं काम करण्याची गरज नसते. पक्षी ते आधीच करत असतात.' ते असंही सांगत असत की, आपण काय करण्याची गरज आहे ते पाहण्याऐवजी नोकरीसाठी अनेक लोक एकमेकांशी स्पर्धा करत असल्याचं त्यांनी पाहिलं होतं. त्यांनी म्हटलं होतं की, 'तुम्ही काय करण्याची गरज आहे ते पाहिलं आणि काय केलं पाहिजे ते पाहिलं, तर तुम्ही देवाच्या समृद्धीत बुडी मारता. त्या समृद्धीतून तुम्हाला हवं ते तुम्ही मिळवू लागता.'

किम आणि मी समुद्रकिनाऱ्यावरच्या त्या लहानशा टेबलाजवळ आणखी तासभर बसलो होतो. आयुष्यात पहिल्यांदाच श्रीमंत वडील काय म्हणत होते ते मला समजलं होतं. मी त्यांना त्याआधी पूर्णपणे समजून घेऊ शकलो नव्हतो. त्यांचे शब्द आत्मसात करण्याच्या मार्गात तोपर्यंत माझे वैयक्तिक संदर्भ किंवा वास्तवं आडवी येत होती; पण त्या समुद्रकिनाऱ्यावर मी बसलो होतो, त्या वेळी अखेरीस मी आरशातून पलीकडे गेलो आणि श्रीमंत वडिलांचं म्हणणं मला पूर्णपणे समजलं.

महासागरावरून येणाऱ्या वाऱ्यांचा वेग वाढू लागल्यानंतर मला मागच्या बाजूला असलेले घोडे अस्वस्थ झाल्याचं ऐकू येऊ लागलं. आता त्यांची घरी जाण्याची वेळ झाली होती आणि त्याबरोबरच किमची आणि माझीही परतण्याची वेळ झाली होती.

त्यानंतर एक वर्षानं पर्वतशिखरावरच्या माझ्या घरात मी शांतपणे बसलो होतो आणि मला प्रश्न विचारत होतो, 'काय करण्याची गरज आहे?', 'मी काय करू शकतो?'

मला पैशाची गरज नसली तरीही मी का काम करत आहे, असं आज मला लोक विचारतात त्या वेळी माझं उत्तर हे श्रीमंत वडिलांनी दिलेलंच उत्तर असतं. मी त्यांना सांगतो, 'मी काम करत राहिलो आहे, कारण अजूनही करण्याची गरज असलेल्या काही गोष्टी शिल्लक आहेत.' आज किम आणि मी जे करतो ती तरफेची शक्ती आहे. जे करण्याची गरज आहे हे आम्ही शिकलो आहोत, त्यापैकी आम्ही जे जास्त प्रमाणात करण्याची गरज आहे ते आम्ही करत आहोत. यातला विरोधाभास असा आहे की, जे करण्याची गरज आहे ते करण्यासाठी किम आणि मी तरफेच्या शक्तीचा जितका जास्त उपयोग करतो तितके आम्ही जास्त आनंदी आणि जास्त श्रीमंत बनत जातो.

यातली चांगली गोष्ट अशी आहे की, जे करण्याची गरज आहे ते करण्यासाठी तुम्ही तुमची नोकरी सोडून देण्याची गरज नसते. जे करण्याची गरज आहे ते करण्यासाठी तुम्हाला निवृत्त होण्याचीही गरज नसते. फक्त तुमच्या आजूबाजूला पाहा. तुम्हाला लगेच तुम्ही काय करण्याची गरज आहे ते लक्षात येईल, ते दिसू लागेल. तुम्हाला मिळालेल्या नैसर्गिक देणग्यांच्या साहाय्यानं जे करण्याची गरज असेल ते तुम्हाला करावं लागेल. तुम्ही ते केलं तर तुम्ही सदासर्वकाळ आपल्या सर्वांसाठी इथे उपलब्ध असलेल्या समृद्धीतून समृद्धी मिळवू लागाल. ही समृद्धी सगळ्यांसाठी आहे, फक्त आपल्यापैकी काही जणांसाठीच नाही.

फिजीतील त्या सुंदर खासगी बेटावरचा माझा मुक्कामाचा अखेरचा दिवस मी समुद्र किनाऱ्यावर निवांतपणे, शांतपणे बसून अगदी शब्दशः काहीही न करता घालवला. माझ्याकडे आता जगण्याचा एक संपूर्ण नवीन मार्ग होता आणि तो घेऊनच मी घरी चाललो होतो. एक मुक्त व्यक्ती म्हणून मी आता जगणार होतो. या प्रवासात किम माझ्याबरोबर सतत राहिली

होती, त्यामुळे मला तिच्याविषयी किती प्रेम वाटत होतं, आदर वाटत होता आणि मी तिच्याशी किती कृतज्ञ होतो हे तिला समजावं म्हणून मी किमचा हात दाबला. तिच्याशिवाय मी हे सगळं करूच शकलो नसतो. समुद्र किनाऱ्यावर अंथरलेल्या आमच्या चटया उचलून रात्रीच्या जेवणासाठी परत जाण्याआधी माझ्या कानांत श्रीमंत वडिलांचे शब्द माझ्या कानांत घुमत होते, 'अनेक लहान लोक बड्या लोकांवर-राक्षसांवर हल्ला करण्यात आपली आयुष्यं घालवतात. योग्य गोष्टी करण्याऐवजी ते त्यांच्यावर टीका करतात, त्यांच्याबद्दल कंड्या पिकवतात, त्यांच्या कुचाळक्या करतात, त्यांच्याविषयी अफवा पसरवतात आणि अशाच खोट्या गोष्टी बोलत राहतात म्हणूनच ते कायम लहानच राहतात. डेव्हिड वयानं लहान होता आणि त्याच्याकडे एका साध्या गोफणीखेरीज काहीही नव्हतं. गोलियाथच्या तुलनेत तो शारीरिकदृष्ट्या लहानही होता; पण असं असलं तरीही डेव्हिड हा एक लहान व्यक्ती मात्र नव्हता.'

या पुस्तकात मांडण्यात आलेला मुद्दा असा आहे की, आपल्यापैकी प्रत्येकाच्या अंतःकरणात एक डेव्हिड म्हणजे एक लहान माणूस असतो आणि एक गोलियाथही असतो. डेव्हिडनं लहान व्यक्तीचा संदर्भ घेतला असता, तर तो लहानच राहिला असता आणि सतत असंच म्हणत राहिला असता की, 'तो माझ्यापेक्षा शरीरानं खूपच मोठा आहे. माझ्याकडच्या फक्त एका छोट्याशा लगोरीनं मी त्याच्यावर कसा काय हल्ला करू शकेन?' पण त्याऐवजी डेव्हिडनं मोठ्या माणसाचा, राक्षसी, महाकाय माणसाचा संदर्भ निवडला आणि तोही मोठा बनला. अशा प्रकारेच त्याने गोलियाथला हरवलं आणि स्वतः महान बनला. तुम्हीही हीच गोष्ट करू शकता.

हे पुस्तक संपवताना मी हे सांगू इच्छितो की, सगळीकडे तरफेची शक्ती असते. तरफेची शक्ती ही एक प्रकारची ताकद आहे. आपल्या अंतर्गत, आपल्या आजूबाजूला सर्वत्र तरफेची शक्ती सापडते आणि आपण तिचा शोधही घेऊ शकतो. स्वयंचलित वाहनं, विमानं, टेलिफोन, टेलिव्हिजन आणि इंटरनेट यांसारख्या प्रत्येक नवीन शोधाबरोबर नवीन प्रकारच्या तरफेच्या शक्तीचा शोध लावण्यात आला. तरफेच्या शक्तीच्या प्रत्येक नवीन स्वरूपाबरोबर नवीन कोट्यधीश आणि अब्जाधीश निर्माण झाले, कारण त्यांनी या नवीन तरफेच्या शक्तीचा वापर करून घेतला. त्यांनी ती नष्ट केली नाही किंवा तिचा दुरुपयोग केला नाही, तर फक्त वापर करून घेतला म्हणून नेहमीच एक गोष्ट लक्षात ठेवा, तरफेच्या शक्तीचा उपयोग करून घेता येतो, तिचा दुरुपयोग करून घेता येतो किंवा तिच्याविषयी भीतीही बाळगता येते. तुमच्या आयुष्यात तुम्हाला तरफेच्या शक्तीचा वापर कसा करून घ्यायचा आहे ते तुमच्यावर अवलंबून असतं आणि ते फक्त आणि फक्त तुमच्यावरच अवलंबून असतं.

हे पुस्तक वाचल्याबद्दल मी तुमचा आभारी आहे. तुम्हाला कायमच तुमचा संदर्भ खुला ठेवायचा आहे हे लक्षात ठेवा. भविष्यकाळ अतिशय उज्ज्वल आहे. तो अधिकाधिक लोकांना स्वातंत्र्य मिळवून देईल.

लेखकाविषयी

रॉबर्ट कियोसाकी

रिच डॅड, पुअर डॅड – द #1 या सार्वकालिक उत्तम ठरलेल्या वैयक्तिक आर्थिक जीवनावरच्या पुस्तकासाठी रॉबर्ट कियोसाकी ओळखले जातात. त्यांनी जगभरच्या कोट्यवधी लोकांच्या पैशांविषयीच्या विचारांना आव्हान देऊन त्यांच्यात बदल घडवून आणला आहे. ते एक उद्योजक, गुरू आणि गुंतवणूकदार आहेत.

नोकऱ्यांची निर्मिती करणाऱ्या आणखी बऱ्याच उद्योजकांची जगाला गरज आहे, असा त्यांचा विश्वास आहे.

रॉबर्ट यांचे पैशांविषयीचे आणि गुंतवणुकीविषयीचे दृष्टिकोन पारंपरिक विद्वत्तेच्या थेट विरोधात आहेत. स्पष्टवक्तेपणा, पारंपरिक विद्वत्तेविषयीचा अनादर आणि तिच्याविरोधात बोलण्याचं धाडस असलेल्या रॉबर्टनी आपल्या विचारांमुळे आंतरराष्ट्रीय स्तरावर ख्याती मिळवली आहे. आर्थिक शिक्षण दिलं जावं, या विचाराचे ते खंदे समर्थक आहेत आणि त्या संदर्भातील स्पष्टवक्तेही आहेत.

रॉबर्ट आणि किम कियोसाकी हे आर्थिक शिक्षणाचे कार्य करणाऱ्या 'द रिच डॅड कंपनी'चे संस्थापक आहेत. त्यांनी कॅशफ्लो गेम्सची निर्मितीही केली आहे. सन २०१४मध्ये त्यांच्या कंपनीनं मोबाईल आणि ऑनलाइन गेमिंग सुरू करून नवीन आणि आगळ्यावेगळ्या गोष्टी देऊ करत या गेम्सच्या जागतिक यशाला तरफेची शक्ती प्राप्त करून दिली.

गुंतागुंतीच्या संकल्पना सुलभ करून मांडण्याची देणगी लाभलेला द्रष्टा म्हणून रॉबर्ट यांना ओळखलं जातं. पैसा, गुंतवणूक आणि अर्थशास्त्र यांच्याशी संबंधित कल्पना ते सुलभ करून मांडतात. सर्व वयोगटांतील व पार्श्वभूमींच्या श्रोत्यांच्या मनात निनादत राहील, अशा प्रकारे आर्थिक स्वातंत्र्याच्या दिशेनं त्यांनी केलेला त्यांचा वैयक्तिक प्रवास ते मांडतात. 'तुमचं घर ही मालमत्ता नसते', 'कॅशफ्लोसाठी गुंतवणूक करा' आणि 'बचत करणारे पराभूत मनोवृत्तीचे असतात' यांसारखी त्यांची तत्त्वं आणि संदेश यांच्यामुळे त्यांना मोठ्या प्रमाणात टीकेला सामोरं जावं लागलं आहे, तसंच त्यांच्या मतांचा उपहासही करण्यात आला आहे. गेल्या दशकभरात आंतरराष्ट्रीय आर्थिक व्यासपीठावर त्यांच्या विचारांनी अस्वस्थता निर्माण झाली आणि नवीन सिद्धान्तांची प्रस्थापनाही झाली.

'महाविद्यालयात जा, चांगली नोकरी मिळवा, पैशांची बचत करा, कर्जमुक्त व्हा, दीर्घ मुदतीसाठी गुंतवणूक करा आणि पोर्टफोलिओ वैविध्यपूर्ण ठेवा,' हा जुना सल्ला सध्याच्या जलद गतीच्या माहितीच्या युगात कालबाह्य कालबाह्य ठरला आहे, असं त्यांचं मत आहे. त्यांचं श्रीमंत वडिलांचं तत्त्वज्ञान आणि संदेश सध्याच्या स्थितीला आव्हान देतात. त्यांच्या शिकवणुकीमुळे लोकांना आर्थिकदृष्ट्या शिक्षित बनण्यास आणि आपल्या भवितव्यासाठी गुंतवणुकीत सक्रिय भूमिका पार पाडण्यास प्रोत्साहन मिळतं.

एकूण १९ पुस्तकांचे लेखक असलेल्या रॉबर्ट यांनी प्रसार माध्यमांच्या जगभर सर्वत्र झालेल्या कित्येक कार्यक्रमांमध्ये प्रमुख पाहुणा म्हणून उपस्थित राहून महत्त्वाची भूमिका बजावली आहे. *रिच डॅड, पुअर डॅड* या आंतरराष्ट्रीय स्तरावरच्या प्रचंड खपाच्या पुस्तकामुळे त्यांना प्रामुख्यानं ओळखलं जातं. त्यांनी सीएनएन, बीबीसी, फॉक्स न्यूज, अल् जझीरा, जीबी टीव्ही आणि पीबीएसपासून लॅरी किंग लाइव्ह, ऑप्रा, पीपल्स डेली, सिडनी मॉर्निंग हेरॉल्ड, द डॉक्टर्स, स्ट्रेट्स टाइम्स, ब्लूमबर्ग, एनपीआर, यूएसए टुडे आणि अशा शेकडो नियतकालिकांपर्यंत अनेक ठिकाणी आपली मतं मांडली आहेत. त्यांच्या पुस्तकांनी जवळजवळ दशकभराहून अधिक काळ आंतरराष्ट्रीय स्तरावरच्या उत्तम खपाच्या पुस्तकांच्या याद्यांमध्ये सर्वोच्च स्थानी राहण्याचा मान मिळवला आहे. ते सातत्यानं जगभरच्या श्रोत्यांना शिकवत आणि स्फूर्ती देत राहिले आहेत.

त्यांच्या अगदी अलीकडच्या पुस्तकांमध्ये *अनफेअर ॲडव्हान्टेज : द पॉवर ऑफ फिनान्शियल एज्युकेशन*, *मिडास टच* हे डोनाल्ड ट्रम्प यांच्यासमवेत त्यांनी सहलेखन केलेलं दुसरं पुस्तक, *व्हाय 'ए' स्टुडंट्स वर्क फॉर 'सी' स्टुडंट्स*, *८ लेसन्स इन मिलिटरी लीडरशिप* आणि *सेकंड चान्स* या पुस्तकांचा समावेश आहे.

अधिक माहितीसाठी RichDad.comला भेट द्या.

अनुवादक परिचय

शिक्षण - एम.एस्सी. एम.फिल (बॉटनी), एम.जे.सी. (पत्रकारितेतील पदव्युत्तर पदवी), एन.डी. (डॉक्टर ऑफ निसर्गोपचार). दहावीनंतर ओपन नॅशनल मेरीट स्कॉलरशिप. प्रत्येक पदवी आणि पदव्युत्तर परीक्षेत विद्यापीठात प्रथम किंवा द्वितीय येण्याचा समावेश. राज्यस्तरीय कबड्डी खेळाडू. नाट्य, नृत्य, वक्तृत्त्व स्पर्धेत अनेक पारितोषिके.

एम.फिल.चे शिक्षण सुरू असताना दोन वर्षे कोल्हापूरच्या राजाराम महाविद्यालयात सीनियर लेक्चरर. 'दैनिक सकाळ'मध्ये वरिष्ठ उपसंपादकपदी कामकाज. विद्यार्थी बातमीदार असल्यापासून एकूण २२ वर्षे काम. शोधपत्रकारितेच्या अनेक वृत्तमालिका गाजल्या. त्यांच्यासाठी काही मानसन्मान व प्रतिष्ठेची पारितोषिकं. शिवाजी विद्यापीठात चार वर्षे पत्रकारितेच्या मानद प्राध्यापिका. 'स्त्री-पुरुष समानता' विषयावरच्या युरोपमध्ये झालेल्या चर्चासत्रासाठी आंतरराष्ट्रीय पत्रकार संघाकडून निवड.

पत्रकारितेच्या क्षेत्रातून बाहेर पडल्यानंतर गेली दहा वर्षे अनुवादिका म्हणून काम सुरू. या कालावधीत एकूण ९६ पुस्तकांचा मराठीत अनुवाद. सुमारे ११० पुस्तकांचे संपादन. अनुवाद आणि पत्रकारिता या क्षेत्रांतील कार्याबद्दल केंद्र शासनाच्या युवा व क्रीडा मंत्रालयाचा पुरस्कार, तसेच अनुवादासाठी नाशिकच्या १५० वर्षे जुन्या ग्रंथालयाचा प्रतिष्ठेचा स्वातंत्र्यवीर सावरकर पुरस्कार. दहा स्वतंत्र पुस्तकांचे लेखन.

'पदन्यास' या पुण्याच्या कथक नृत्य संस्थेत तीन वर्षे अध्यापन. काही न्यूज फिचर्ससाठी दैनंदिन घडामोडींवर आधारित लेखन सुरू. आकाशवाणी आणि दूरदर्शनच्या कार्यक्रमांमध्येही सहभाग.